സെർവാന്റീസ് കഥകൾ

cervantes kadhakal

•

original title
exemplary stories by cervantes

•

retold
varugees mallath

•

first edition
june 2012

•

typesetting & published
chintha publishers, thiruvanathapuram

•

printed
akshara offset, thiruvananthapuram

•

cover
black mole

•

price
rupees three hundred and seven only

വിതരണം

ദേശാഭിമാനി ബുക്ക് ഹൗസ്

H O തിരുവനന്തപുരം-695 035
www.chinthapublishers.com
chinthapublishers@gmail.com

ബ്രാഞ്ചുകൾ

ഹെഡ്ഡാഫീസ് കുന്നുകുഴി • ഓവർബ്രിഡ്ജ് തിരുവനന്തപുരം • കെ എസ് ആർ ടി സി ബസ് സ്റ്റേഷൻ ആലപ്പുഴ • കെ എസ് ആർ ടി സി ബസ് സ്റ്റേഷൻ എറണാകുളം • മച്ചിങ്ങൽ ലെയ്ൻ തൃശൂർ • ഐ ജി റോഡ് കോഴിക്കോട് • കെ എസ് ആർ ടി സി ബസ് സ്റ്റേഷൻ കോഴിക്കോട് • എൻ ജി ഒ യൂണിയൻ ബിൽഡിങ് കണ്ണൂർ • സെൻട്രൽ ബസ് ടെർമിനൽ കോംപ്ലക്സ് താവക്കര കണ്ണൂർ

CO - 1754 / 2930

സെർവാന്റീസ് കഥകൾ

പുനരാഖ്യാനം:
വറുഗീസ് മള്ളാത്ത്

ചിന്ത പബ്ലിഷേഴ്സ്
തിരുവനന്തപുരം-695 035
വില : ₹307

വറുഗീസ് മള്ളാത്ത്

അധ്യാപകൻ, വാഗ്മി, കൗൺസിലർ എന്നീ രംഗങ്ങളിൽ വ്യക്തിമുദ്രപതിപ്പിച്ച വ്യക്തി. വിവിധ സ്കൂളുകളിൽ അധ്യാപകനായും പ്രഥമാധ്യാപകനായും 36 വർഷത്തെ സേവനം. കാഞ്ഞിരപ്പള്ളി സെ: ഡോമിനിക് ഹയർ സെക്കന്ററി സ്കൂളിൽനിന്നും വിരമിച്ച് ഇപ്പോൾ പൊൻകുന്നത്ത് താമസിക്കുന്നു. അധ്യാപികയായിരുന്ന ത്രേസ്യാമ്മയാണ് ഭാര്യ.

വിലാസം : വറുഗീസ് മള്ളാത്ത്
നരിയനാനി പി ഒ
പൊൻകുന്നം
കോട്ടയം ജില്ല
പിൻ 686506

സെർവാന്റിസ് (1547 - 1616)

വിഖ്യാത സ്പാനിഷ് നോവലിസ്റ്റും കവിയും നാടകകൃത്തും. ആദ്യത്തെ ആധുനിക പാരമ്പര്യ നോവൽ എന്നറിയപ്പെടുന്ന *ഡോൺ ക്വി ക്സോട്ട്* എന്ന കൃതിയാണ് ഏറ്റവും പ്രസിദ്ധം.

ഉള്ളടക്കം

1

പ്രിസിയോസ

ജിപ്സികളെന്ന ജനവിഭാഗം മോഷ്ടാക്കളായി ജീവിക്കാൻവേണ്ടി മാത്രം ജനിച്ചവരെന്നായിരുന്നു നാട്ടിലെ പ്രബല വിശ്വാസം. മോഷണവും മോഷണാഭിരുചിയും അവരുടെ ജന്മസ്വഭാവമായി കരുതപ്പെടുന്നു. ഇക്കൂട്ടത്തിൽപ്പെട്ട ഒരു വൃദ്ധ തന്റെ കൊച്ചുമകളായി ഒരു പെൺകുട്ടിയെ വളർത്തിപ്പോന്നു. അവളുടെ പേര് പ്രിസിയോസ. ഈ വൃദ്ധ അറിയപ്പെട്ടത് *കാക്കൂസിന്റെ മഹാവിദ്യാലയത്തിൽ ബിരുദം നേടിയവളെന്നായിരുന്നു.

പ്രിസിയോസ! അതിസുന്ദരിയായ പെൺകുട്ടി. അവൾ ജിപ്സികളുടേതായ എല്ലാ കലാവിദ്യകളിലും നിപുണയായിരുന്നു. വൃദ്ധയുടെ പരിശീലനം മോഷണത്തിലും വഞ്ചനയിലും അവളെ ബഹുമിടുക്കിയാക്കി. കൂടാതെ സ്പെയിനിലെ ഏതു നർത്തകികളെക്കാളും മികച്ച നർത്തകിയുമാണവൾ. സംഗീതത്തിലാണെങ്കിൽ അതിനിപുണ. ഒരിടത്തും സ്ഥിരവാസമുറപ്പിക്കാതെ അലഞ്ഞുതിരിഞ്ഞു നടക്കുന്ന ജീവിതമാണ് ജിപ്സികൾ നയിക്കുന്നതെങ്കിലും ഈ അലച്ചിലൊന്നും പ്രിസിയോസയുടെ സൗന്ദര്യത്തെ കെടുത്തിക്കളഞ്ഞില്ല.

ജിപ്സിയാണെങ്കിലും കുലീനമായ പെരുമാറ്റരീതികളും സ്വഭാവവിശേഷങ്ങളുമാണ് പ്രിസിയോസയുടേത്. സൗമ്യമായ പെരുമാറ്റവും സംസാരചാതുരിയുമുള്ള അവൾക്ക്, മര്യാദയുടെയും നർമത്തിന്റെയും അതിരുവിടാതെതന്നെ ബഹുമാനമില്ലായ്മ പ്രകടിപ്പിക്കാനും സാധിച്ചിരുന്നു. കുശാഗ്രബുദ്ധിയും വിവേകിയുമായ അവൾ അടക്കമൊതുക്കമുള്ളവളുമാണ്. അവളോടു മോശമായി പെരുമാറാൻ ഒരു ജിപ്സിക്കും സാധിക്കില്ല. അവളുടെ സാന്നിധ്യത്തിൽ മോശമായ വാക്കുകൾ പറ

---

* കാക്കൂസ് (Cacus): ഒരു ഐതീഹ്യകഥാപാത്രം. തസ്കരവീരൻ. മൂന്നു തലയുണ്ടായിരുന്നുവെന്നാണ് വിശ്വാസം. അഗ്നിജ്വാല വമിക്കുന്ന വായുമുണ്ടായിരുന്നു എന്ന് കഥ.

യാനോ നിലവാരമില്ലാത്ത പാട്ടുപാടാനോ ഒരു ജിപ്സിസ്ത്രീക്കുപോലും കഴിഞ്ഞിരുന്നില്ല. ഒരു കഴുകൻ പറക്കമുറ്റാത്ത കുഞ്ഞിനെ സംരക്ഷിക്കുന്നതുപോലെ വൃദ്ധ അവളെ പരിപാലിച്ചുപോന്നു. സ്വന്തം കഴിവുകൾ കൊണ്ട് ജീവിക്കാനുള്ള പരിശീലനം അവൾക്കു നൽകുകയും ചെയ്തു. സ്പാനിഷ്-ജിപ്സിഗാനങ്ങൾ ആലപിക്കുന്നതിലും നൃത്തരൂപങ്ങൾ അവതരിപ്പിക്കുന്നതിലും പ്രിസിയോസ പ്രാവീണ്യം നേടി.

ഇത്ര മിടുക്കിയായ കൊച്ചുമകളെക്കൊണ്ട് തനിക്കു നേടാവുന്ന സമ്പത്തുകളെക്കുറിച്ച് വൃദ്ധ മനക്കോട്ട കെട്ടി. ജിപ്സി ഗാനങ്ങളുടെയും നാടൻ പാട്ടുകളുടെയും ഒരു വലിയ ശേഖരം അവൾ സ്വന്തമാക്കി. ജിപ്സികൾക്കുവേണ്ടി പാട്ടെഴുതിക്കൊടുത്ത് അവതരണത്തിലൂടെ കിട്ടുന്ന പണത്തിന്റെ അംശം കൈപ്പറ്റുന്ന കവികൾ അക്കാലത്ത് സ്പെയിനിലുണ്ടായിരുന്നു. ധനകാംക്ഷ ആളുകളെക്കൊണ്ട് എന്തെല്ലാം വേഷങ്ങൾ കെട്ടിക്കുന്നു!

*കാസ്റ്റിലേ്യ (Castile)യുടെ വിവിധ ഭാഗങ്ങളിൽ വളർന്ന പ്രിസിയോസയ്ക്കു പതിനഞ്ചുവയസായപ്പോൾ വൃദ്ധ അവളെയുംകൂട്ടി തലസ്ഥാനമായ മാഡ്രിഡിലെ ജിപ്സിതാവളത്തിലെത്തി. തലസ്ഥാന നഗരിയിലെ ക്രയവിക്രയസ്വാതന്ത്ര്യം ഉപയോഗപ്പെടുത്തുകയായിരുന്നു ജിപ്സികളുടെ ലക്ഷ്യം. പ്രിസിയോസ മാഡ്രിഡിലെത്തിയ അന്നേദിവസമായിരുന്നു ആ നഗരസംരക്ഷകയായിരുന്ന അന്നാ പുണ്യവതിയുടെ തിരുനാൾ. അന്നു പ്രിസിയോസ ഒരു നൃത്തത്തിൽ പങ്കെടുത്തു. നൃത്തവിദഗ്ധയായ ഒരു ജിപ്സിസ്ത്രീ നയിച്ച ആ നൃത്തത്തിൽ മറ്റു നാലു നർത്തകിമാരും നാലു പെൺകുട്ടികളുമുണ്ടായിരുന്നു. മനോഹരമായ വേഷവിധാനങ്ങളോടെയും അലങ്കാരങ്ങളോടെയും പ്രത്യക്ഷപ്പെട്ട അവരിൽ, എല്ലാവരെയും ഏറ്റവും ആകർഷിച്ചത് പ്രിസിയോസയായിരുന്നു. അവളെ നോക്കിയവരുടെയൊക്കെ ഹൃദയം അവൾ കവർന്നു. നൃത്തചലനങ്ങളും വാദ്യവിശേഷങ്ങളുമൊക്കെ ചർച്ച ചെയ്യപ്പെട്ടിടത്തെല്ലാം പ്രിസിയോസയുടെ സൗന്ദര്യവും ചർച്ചാവിഷയമായി. അവളുടെ സൗന്ദര്യവും സൗകുമാര്യവും എവിടെയും പ്രശംസിക്കപ്പെട്ടു. ചെറുപ്പക്കാർ അവളെ കാണാൻ ഓടിയെത്തി. മുതിർന്നവരാകട്ടെ അവളെ ഉറ്റുനോക്കിക്കൊണ്ടിരുന്നു. നൃത്തത്തോടൊപ്പമുള്ള സംഗീതത്തിന്റെ മാധുര്യം; അതും ഹൃദ്യമായ അനുഭവമായിരുന്നു.

ഈ ജിപ്സിപ്പെൺകുട്ടിയുടെ ഖ്യാതി നാടെങ്ങും പരന്നു. തിരുനാൾ നടത്തിപ്പുകാർ അവളെ നർത്തകിമാരിലെ താരമായി തെരഞ്ഞെടുത്തു. സെന്റ് മേരീസ് ദേവാലയത്തിലെ വിശുദ്ധ അന്നയുടെ പ്രതിമയ്ക്കു മുൻപിൽ നിന്ന് അവൾ നൃത്തമാടി. തുടർന്ന് തംബുരു മീട്ടി. ഒറ്റക്കാൽ നൃത്തം ചെയ്തു. വിശുദ്ധ അന്നയുടെ മകൾ മേരിയെയും ഭർത്താവ് ജോസഫിനെയും മകൻ യേശുവിനെയും സ്തുതിക്കുന്നതായിരുന്നു അവൾ ആല

* കാസ്റ്റിലേ്യ: സ്പെയിനിന്റെ ഉത്തര-മധ്യ ഭാഗങ്ങൾ ഉൾപ്പെടുന്ന പ്രദേശം.

പിച്ച ഗീതം. മകളായ മേരിയെ ശാന്തതയും ധീരതയും പരിശീലിപ്പിച്ച് ദൈവീക പ്രതാപത്തിന്റെ ഓഹരിപറ്റിക്കൊണ്ട് അപൂർവവും സമ്പന്നവുമായ സ്വർഗീയസുഖം ദൈവസന്നിധിയിൽ അനുഭവിക്കുന്നതിന് യോഗ്യയാക്കിയ, വിശുദ്ധ അന്ന മകൾക്കും കുടുംബത്തിനുമൊപ്പം ആ നാടിനെയും സംരക്ഷിക്കണമെന്നതായിരുന്നു അവൾ ആലപിച്ച ഗീതത്തിന്റെ സാരം.

അവിടെ കൂടിയിരുന്നവരെല്ലാം പ്രിസിയോസയെ അഭിനന്ദിക്കുകയും നന്മ നേരുകയും ചെയ്തു. അവരിൽ ചിലരാവട്ടെ ഇത്ര മിടുക്കിയായ ഇവൾ ഒരു ജിപ്സിയായിപ്പോയല്ലോയെന്നു പരിതപിച്ചു. വിഷയലമ്പടന്മാരാകട്ടെ, മുതിർന്ന പെണ്ണായിക്കഴിയുമ്പോൾ ഇവളെക്കൊണ്ട് ചിലതെല്ലാം സാധിക്കുമെന്നും മനസുകളെ കുടുക്കിട്ടു പിടിക്കുന്ന കെണിയായി മാറുമെന്നും പ്രവചിച്ചു. യാഥാർഥ്യബോധമുള്ളവരാകട്ടെ, "ഏതായാലും നീ ചടുലതയോടെ നൃത്തമാടൂ" എന്നു പറഞ്ഞ് പ്രോത്സാഹിപ്പിച്ചു.

"ഞാൻ ചടുലമനോഹരമായി നൃത്തം ചെയ്യുമെന്ന്" പ്രിസിയോസ മറുപടികൊടുത്തുകൊണ്ട് മനോജ്ഞമായ തന്റെ നൃത്തം തുടർന്നു.

രണ്ടാഴ്ചത്തെ ഒരിടവേളയ്ക്കു ശേഷം അവർ മാഡ്രിഡിൽ തിരികെയെത്തി. ബല്ലാഡുകളുടെയും മറ്റു ഗാനങ്ങളുടെയും ഒരു വലിയ ശേഖരവുമായിട്ടായിരുന്നു അവർ തിരികെയെത്തിയത്. ആരെങ്കിലും അവളെയും കൊണ്ട് കടന്നുകളയുമോ എന്ന ഭയം രൂക്ഷമായതിനാൽ വൃദ്ധ അവളെ സദാസമയവും ശ്രദ്ധിച്ചുകൊണ്ടിരുന്നു. നഗരത്തിനു പുറത്ത് ഒരു മരത്തണൽ അവർ നൃത്തവേദിയാക്കി. നൃത്തം തുടങ്ങിയതും ആരാധകർ വന്നു തുടങ്ങി. നൃത്തം മുറുകുന്തോറും ആരാധകരുടേയും എണ്ണം വർധിച്ചു. ഒരു പെനിയുടെയും അരപ്പെനിയുടെയും നാണയങ്ങൾ നൃത്തക്കളത്തിലേക്കു വീണുകൊണ്ടിരുന്നു. ദാനശീലത്തിൽ പിശുക്കരായവരെപ്പോലും ഉണർത്താൻ അവളുടെ സൗന്ദര്യത്തിനു സാധിച്ചു. "മാർഗരറ്റ് രാജ്ഞി പ്രസവാനന്തരം കുഞ്ഞുമായി സെന്റ് ലോറൻസ് പള്ളിയിൽ പോയ പാട്ടു പാടണമെങ്കിൽ എനിക്കു നാലു പെനിവേണം" പ്രിസിയോസ ഇതു പറഞ്ഞുതീർന്നതും..

"പാടൂ പ്രിസിയോസ പാടൂ" എന്നു ജനക്കൂട്ടം ആർത്തുവിളിച്ചു.

നാണയങ്ങൾ ആലിപ്പഴംപോൽ അവളുടെ കാൽച്ചുവട്ടിൽ വന്നു വീണു. അവയെല്ലാം വൃദ്ധ ശേഖരിച്ചു കഴിഞ്ഞപ്പോൾ പ്രിസിയോസ തംബുരുവെടുത്തു.

മാർഗരറ്റ് രാജ്ഞി ഭക്തിനിറഞ്ഞവളായി ദേവാലയത്തിലെത്തുന്നത്, രാജ്ഞിയുടെ സൗന്ദര്യം, അകമ്പടിക്കാരുടെ പരിചരണവിധങ്ങൾ, രാജകീയാഗമനം കാണാനെത്തിയവരുടെ ചേഷ്ടകൾ, ദേവാലയത്തിലെ ശ്രേഷ്ഠവ്യക്തികളുടെ സ്തുതിവചനങ്ങൾ, തുടങ്ങിയവയെല്ലാം സൂക്ഷ്മമായി വർണിക്കുന്ന സുദീർഘസുന്ദരമായ ഒരു ഗാനം പ്രിസിയോസ മധുരമനോജ്ഞമായി അവതരിപ്പിച്ചു. ഗാനം അതിന്റെ ഉച്ചസ്ഥായിയിലെത്തിയപ്പോൾ പട്ടണത്തിലെ ഒരു ലഫ്റ്റനന്റ് അതുവഴി കടന്നുവന്നു. അദ്ദേഹവും അൽപ്പസമയം നിന്ന് ആ പാട്ടു കേട്ടു. ഇങ്ങനെ വഴിയരികിൽനിന്ന്

പാട്ടുകേൾക്കുന്നത് തനിക്കു കുറച്ചിലാകുമെന്നു തോന്നിയ അദ്ദേഹം അന്നുവൈകിട്ട് തന്നെ ആ പെൺകുട്ടിയുമൊത്ത് തന്റെ വീട്ടിലെത്തണമെന്ന് ഒരു കിങ്കരൻ മുഖേന അറിയിച്ചിട്ട് കടന്നുപോയി. ഗാനം തീർന്നപ്പോൾ സുമുഖനായ മറ്റൊരു കിങ്കരൻ ഒരു കുറിപ്പ് പ്രിസിയോസയ്ക്കു നൽകി. അയാൾ പറഞ്ഞു: "പ്രിസിയോസ, ഇതൊരു ബല്ലാഡാണ് നീയിതു പാടണം. ഇനിയും ഗീതങ്ങൾ സമയാസമയം ഞാൻ നൽകാം. അങ്ങനെ നല്ലൊരു ബല്ലാഡ് ഗായികയെന്ന പേരു സമ്പാദിക്കണം".

"ഞാൻ ഈ ബല്ലാഡ് ഒന്നു വായിക്കട്ടെ. പിന്നെ എനിക്കു ബല്ലാഡ് തരാമെന്നു പറഞ്ഞത് മറക്കരുത്. നിങ്ങൾ തരുന്നതിൽനിന്ന് ഞാൻ പാടുന്ന ഓരോ പാട്ടിനും പ്രതിഫലം നൽകാം" പ്രിസിയോസ യുവാവിനോടു പറഞ്ഞു.

തനിക്കു കടലാസ്സിന്റെ വില തന്നാൽ മതിയെന്നും ഏതെങ്കിലും ഗാനത്തിന് നിലവാരമില്ലെങ്കിൽ അതിനെ എണ്ണത്തിൽ കൂട്ടേണ്ടതില്ലെന്നും അയാൾ പറഞ്ഞു.

വൃദ്ധയും ജിപ്സിപ്പെൺകിടാങ്ങളും തെരുവിലൂടെ നടന്നു നീങ്ങി. ഒരു കെട്ടിടത്തിനടുത്തുകൂടി നടക്കുമ്പോൾ ഏതാനും മാന്യന്മാർ അവരെ വിളിച്ചു. ആഡംബരപൂർണമായ വലിയ ഒരു മുറിയിൽ വിവിധയിനം വിനോദങ്ങളിൽ വ്യാപൃതരായിരിക്കുന്ന മാന്യന്മാരെ പ്രിസിയോസ ജനാലയിലൂടെ കണ്ടു. "നിങ്ങൾ നേടിയതിലെന്തെങ്കിലും എനിക്കു തരാനുണ്ടോയെന്ന്" പ്രിസിയോസ കൊഞ്ചിച്ചോദിച്ചു. അവളുടെ ശബ്ദം കേൾക്കുകയും മുഖം കാണുകയും ചെയ്തപ്പോൾ കളിച്ചുകൊണ്ടിരുന്നവർ പന്തയക്കളികൾ നിർത്തി. എല്ലാവരും ജനാലയ്ക്കലേക്കു വന്നു. അവളെക്കുറിച്ച് അവർ നേരത്തെ കേട്ടിരുന്നു.

"വരട്ടെ ജിപ്സിക്കുട്ടികൾ വരട്ടെ. നമ്മുടെ നേട്ടത്തിൽ കുറച്ച് അവർക്കു കൊടുക്കാം". മര്യാദകെട്ട പെരുമാറ്റമൊന്നും അവരിൽ നിന്നുണ്ടാകില്ല എന്നുറപ്പു നേടാൻ പ്രിസിയോസ ശ്രദ്ധിച്ചു. അവരിലൊരാൾ തന്റെ പദവിമുദ്രകളിൽ തൊട്ടുപോലും അവരെ ഉപദ്രവിക്കില്ലെന്നു സത്യം ചെയ്യാൻ തയാറായി. പക്ഷേ ക്രിസ്റ്റീനയെന്ന പെൺകുട്ടി പുരുഷൻമാരുള്ള മുറിയിലേക്കു കയറാൻ സമ്മതിച്ചില്ല. പ്രിസിയോസ അവളോട് ഇങ്ങനെ പറഞ്ഞു:

"ക്രിസ്റ്റീന, നീ സൂക്ഷിക്കേണ്ടത് ഒരു പുരുഷൻ മാത്രമുള്ള ഇടങ്ങളിലാണ്, ധാരാളം ആളുകളുടെയിടയിൽ നീ അപമാനിക്കപ്പെടുകയില്ല. സ്വന്തം മാനം രക്ഷിക്കാൻ ഉറച്ചു തീരുമാനിച്ചിട്ടുള്ള സ്ത്രീക്ക് ഒരു പട്ടാളസമൂഹത്തിൽ പോലും അതു സാധിക്കും. സ്വകാര്യ ഇടങ്ങളാണ് അപകടസ്ഥലങ്ങൾ. അത് ഒഴിവാക്കുക തന്നെ വേണം".

"നീ ജ്ഞാനിയേക്കാൾ വിവേകിയാണ്" എന്ന അഭിപ്രായപ്രകടനത്തോടെ ക്രിസ്റ്റീനയും ഉള്ളിൽ പ്രവേശിച്ചു.

പ്രിസിയോസയുടെ കയ്യിലിരുന്ന കടലാസുകൾ പദവിമുദ്ര അണിഞ്ഞിരുന്ന ഒരു മാന്യൻ വലിച്ചെടുത്തു. അതൊരു ബല്ലാഡാണ് എനിക്കു

വായിക്കാൻ സമയം കിട്ടിയില്ലെന്ന് പ്രിസിയോസ പറഞ്ഞു. "അപ്പോൾ നിനക്കു വായിക്കാനറിയാമോ" അയാൾ അത്ഭുതപ്പെട്ടു.

"അവൾക്കു വായിക്കാനുമെഴുതാനുമറിയാം. ഒരു പണ്ഡിതന്റെ മകളെപ്പോലെയാണ് ഞാനവളെ വളർത്തിയത്" വൃദ്ധ പറഞ്ഞു. അയാൾ മടക്കിവച്ചിരുന്ന കടലാസു തുറന്നു. മടക്കിൽ ഒരു സ്വർണനാണയം (ക്രൗൺ) കണ്ട് ഇതിന്റെ ചുമട്ടുകൂലിയും ഇതിലുണ്ടല്ലോയെന്ന് പറഞ്ഞു. ആ സംഭാഷണം നിർത്താൻ പ്രിസിയോസ ആവശ്യപ്പെട്ടു.

"വെറും പാപ്പരെപ്പോലെ പെരുമാറിയ കവി ഓരോ ബല്ലാഡിനും സ്വർണനാണയം തരുമെങ്കിൽ ബല്ലാഡുകളുടെ ശേഖരം മുഴുവൻ അയാൾ നൽകട്ടെ". ആ ബല്ലാഡ് വായിക്കാൻ മാന്യവ്യക്തിയോട് പ്രിസിയോസ ആവശ്യപ്പെട്ടു. പ്രിസിയോസയെ പുകഴ്ത്തുന്ന ഗീതകമായിരുന്നു അത്.

"ഇതിന്റെ അവസാനഭാഗം Poor എന്നാണല്ലോ അവസാനിക്കുന്നത്. അതൊരു ചീത്തലക്ഷണമാണ്. കാമുകീകാമുകന്മാർ അവർ ദരിദ്രരാണെന്ന് ഒരിക്കലും പറയരുത്. ദാരിദ്ര്യം പ്രണയത്തിന്റെ ശത്രുവാണെന്നാണ് എനിക്കു തോന്നുന്നത്". എന്നൊക്കെ പ്രിസിയോസ പ്രതികരിച്ചു. ഇതൊക്കെ ഇവളെ ആരു പഠിപ്പിച്ചുവെന്ന് അവർ അത്ഭുതംകൂറി.

"എന്നെയാരു പഠിപ്പിച്ചുവെന്ന് അല്ലേ? ഈ ശരീരത്തിൽ ഒരു മനസില്ലേ? എനിക്കു പതിനഞ്ചു വയസായി. ഞാൻ വളർച്ച മുരടിച്ചവളോ, ക്ഷതംപറ്റിയവളോ അല്ല. മറ്റുള്ളവരേക്കാൾ വ്യത്യസ്തരാണ് ജിപ്സി പെൺകുട്ടികൾ. ഒരു മഠയനോ മന്ദബുദ്ധിയോ ജിപ്സികളുടെ ഇടയിലില്ല. ഏതൊരു കൗശലത്തെയും നേരിടാനുള്ള ബുദ്ധിസാമർഥ്യവും നിതാന്തജാഗ്രതയുമാണ് ജിപ്സികളെ നിലനിർത്തുന്നത്. അവരാകട്ടെ അവരുടെ കൗശലവിദ്യകൾ മൂർച്ചകൂട്ടി സൂക്ഷിച്ചുവയ്ക്കും. മിണ്ടാതെ നിൽക്കുന്ന ഈ പെൺകുട്ടികളും ഇതുപോലെതന്നെയാണ്. 12 വയസാകുമ്പോഴേക്കും ഞങ്ങൾ 25 കാരിയുടെ അറിവു നേടിയിരിക്കും", പ്രിസിയോസയുടെ സംഭാഷണം അവരെയെല്ലാം സ്തബ്ധരാക്കി. മുപ്പതോളം വെള്ളിനാണയങ്ങൾ വൃദ്ധയ്ക്കു കിട്ടി. ഇനിയും വരാമെന്നു പറഞ്ഞ് വൃദ്ധ തന്റെ പണപ്പെട്ടിയും ചുമന്ന് തന്റെ ആട്ടിൻപറ്റത്തെയും തെളിച്ച് മുന്നിൽ നടന്നു. അവർ കാർട്ടൂൺ കഥാപാത്രമായ പഞ്ചിനെ ഓർമിപ്പിച്ചു. അടുത്ത ലക്ഷ്യം ലെഫ്റ്റനന്റിന്റെ വീടാണ്.

ജിപ്സിപ്പെൺകുട്ടികൾ വീട്ടിലേയ്ക്കു വരുന്ന കാര്യമറിഞ്ഞ് ലെഫ്റ്റനന്റിന്റെ ഭാര്യ ഡോണക്ലാരയും പരിചാരികമാരും അയൽപക്കത്തെ ഗൃഹനായികമാരും അവരുടെ ആഗമനം അത്യാകാംക്ഷയോടെ കാത്തുനിന്നു. ജിപ്സി ബാലികമാർക്കിടയിൽ കൊളുത്തിയ പന്തംപോലെ പ്രിസിയോസ ശോഭിച്ചു. ചിലർ അവളെ ചുംബിച്ചു. മറ്റു ചിലരാകട്ടെ അവളെ അനുഗ്രഹിച്ചു. ഇനി ചിലർ അവളെ ഉറ്റുനോക്കിക്കൊണ്ടിരുന്നു. "നിന്റെ മുടി സ്വർണം പോലെ! കണ്ണുകൾ മരതകക്കല്ലുപോലെ" ഡോണക്ലാര വിളിച്ചു പറഞ്ഞു. ഡോണയുടെ അയൽക്കാരിയുടെ സൂക്ഷ്മനയനങ്ങൾ പ്രിസിയോസയുടെ താടിയിലെ നുണക്കുഴിയിൽ ഉടക്കി.

"കാണുന്നവരെയെല്ലാം മയക്കിക്കളയുന്ന നുണക്കുഴി!" അവർ പ്രശംസിച്ചു. ഉടനെ ക്ലാരപ്രഭ്വിയുടെ വൃദ്ധപരിചാരകൻ ഇങ്ങനെ പ്രതികരിച്ചു:

"ഇതിനെയാണോ തിരുമനസ്സേ നുണക്കുഴിയെന്നു വിളിക്കുക? ഒന്നുകിൽ നുണക്കുഴിയെന്തെന്ന് ഈയുള്ളവനറിയില്ല. അല്ലെങ്കിൽ ഇതു നുണക്കുഴിയേയല്ല. ഇതു പുരുഷമോഹങ്ങളുടെ ശവക്കല്ലറയാണ്. ഓ! എന്റെ ദൈവമേ, നീ ഇവളെ പഞ്ചസാരയോ വെള്ളിയോ കൊണ്ട് നിർമിച്ചാൽ പോലും ഈ ജിപ്സിപ്പെണ്ണിനോളം സുന്ദരിയായിരിക്കില്ല. എന്റെ കുഞ്ഞേ, നിനക്കു ഭാവിഫലം പറയാനറിയാമോ?"

"മൂന്നോനാലോ വിധത്തിൽ" പ്രിസിയോസ പറഞ്ഞു.

"അതും നിനക്കറിയാമോ?" ഡോണാക്ലാര അത്ഭുതം കൂറി.

"എങ്കിൽ നീ എന്റെ ഭാവി പറയണം. നീ തനിത്തങ്കമാണ്, പൊന്നിൻകട്ട. ഇതിൽ കൂടുതലൊന്നും എനിക്കു പറയാനറിയില്ല".

"എങ്കിൽ, എന്റെ കുഞ്ഞിന് കൈകാണിച്ചുകൊടുക്കൂ. അവളുടെ കയ്യിൽ ദക്ഷിണ എന്തെങ്കിലും വച്ചുകൊടുക്ക്". വൃദ്ധ പറഞ്ഞു.

പ്രഭ്വി അവരുടെ കൈസഞ്ചിയിൽ തപ്പിയിട്ട് ഒന്നും കിട്ടിയില്ല. വേലക്കാരിയോട് ഒരു പെനി വായ്പ ചോദിച്ചു. അവളുടെ കയ്യിലും അയൽക്കാരിയുടെ കയ്യിലും ഒന്നും ഉണ്ടായിരുന്നില്ല. ഇതു കണ്ടു പ്രിസിയോസ പറഞ്ഞു: "കയ്യിൽ എന്തു വച്ചാലും ദക്ഷിണയാണ്. വെള്ളിയോ സ്വർണമോ ആയിരിക്കുന്നതാണ് ഏറ്റവും നന്ന്. ചെമ്പുനാണയം ഭാഗ്യത്തെ കുറച്ചുകളയും. സൗഭാഗ്യങ്ങളെക്കുറിച്ച് പറയാൻ പോകുന്നതിനാൽ സ്വർണനാണയമോ വെള്ളിനാണയമോ ആയിരിക്കുന്നതാണ് ഏറ്റവും നന്ന്. കൈമടക്കു കിട്ടുമ്പോൾ സന്തോഷിക്കുന്ന കപ്യാരെപ്പോലെയാണു ഞാൻ".

"എത്ര പെട്ടെന്നാണ് നീ മറുപടി പറയുന്നത്?" പ്രഭ്വിയുടെ അയൽക്കാരി അത്ഭുതപ്പെട്ടു. അവർ സായുധസഹചരൻ കോൺട്രിറാസിനോട് അൽപ്പം പണം ചോദിച്ചു. അയാളുടെ മറുപടി വിചിത്രമായിരുന്നു.

"എന്റെ കയ്യിൽ ഒരു റിയാലുണ്ട്. പക്ഷേ ഇന്നലത്തെ അത്താഴത്തിന് 22 *മരാവെഡിസ് ചെലവായി. അതു തന്നാൽ ഞാൻ റിയാൽ തരാം".

"ഞങ്ങളുടെ കയ്യിൽ ഒരു പെനി പോലുമില്ല". ഡോണക്ലാര പറഞ്ഞു.

"കോൺട്രിറാസ് നിങ്ങൾ 22 മരാവെഡിസ് ചോദിക്കുന്നു. നിങ്ങളിങ്ങനെ അൽപ്പനാകരുത്." തങ്ങളുടെ വീട്ടിൽ ഇത്രമാത്രം പണമില്ലെന്നു കണ്ട വേലക്കാരി പറഞ്ഞു.

"ഒരു വെള്ളി വിരലുറ ദക്ഷിണയായി തന്നാൽ സ്വീകരിക്കാമോ?"

"അതു നല്ല ദക്ഷിണയാണ്. പക്ഷേ മതിയായത്ര വേണം". പ്രിസിയോസയുടെ മറുപടി വന്നു. വേലക്കാരി ചോദിച്ചു.

---

* മരാവെഡിസ് : വിലകുറഞ്ഞ നാണയം

"എന്റെ കയ്യിൽ ഒരെണ്ണമുണ്ട്. അതുതന്നാൽ എന്റെകൂടി ഫലം പറയുമോ?"

"ഈ ഭാവി പ്രവചനമെല്ലാം ഒരു വിരലുറയ്ക്കുവേണ്ടിയോ! മോളേ രാത്രിയാവാൻ പോകുന്നു വേഗം പറയൂ" വൃദ്ധ ഇടയ്ക്കു കയറിപ്പറഞ്ഞു.

പ്രിസിയോസ വിരലുറ കയ്യിലെടുത്തു.

ലെഫ്റ്റനന്റിന്റെ ഭാര്യയുടെ കൈ തന്റെ കയ്യിലെടുത്തു. മനോഹരമായ ഖണ്ഡകാവ്യം പോലെ ഭാവികഥനം ആരംഭിച്ചു.

"അല്ലയോ, മനോഹരീ, തവഹസ്തമിതു രജതഹസ്തം. നിന്നിൽ അനുരാഗവശഗനല്ലോ, ഭർത്താവ്," എന്ന് പ്രശംസിച്ചു തുടങ്ങിയിട്ട് പ്രഭ്വിയുടെ സൗന്ദര്യവും ശാന്തതയും ഉപമാനവിശേഷങ്ങളോടെ പുകഴ്ത്തി അവരുടെ മറ്റു സ്വഭാവ പ്രത്യേകതകൾ പറഞ്ഞു. ഭർത്താവിലുള്ള സംശയം, അദ്ദേഹത്തിന്റെ ഭാഗ്യപരീക്ഷണത്വര, പ്രഭ്വി ഒരു മഠത്തിൽ ചേരുകയാണു ചെയ്തിരുന്നതെങ്കിൽ മഠാധിപ ആകുമായിരുന്നുവെന്നും പറഞ്ഞു. പ്രശ്നങ്ങളെ നിസ്സാരമായി തള്ളിക്കളയണമെന്നും രണ്ടുപ്രാവശ്യം വിധവയാകാനുള്ള യോഗമുണ്ടെന്നും പ്രഭ്വിയാണു നേരത്തേ മരിക്കുന്നതെങ്കിൽ ഈ യോഗം ഭർത്താവിനാണെന്നും അതു കാര്യമാക്കേണ്ടതില്ലെന്നും ഉപദേശിച്ചു. പ്രഭ്വിയുടെ മകനും മകളും ഉന്നതനിലയിലെത്തും. വൈകാതെ പ്രഭ്വിക്ക് സമ്പത്തും പ്രതാപവും കൂടുതൽ കൈവരുമെന്നും പറഞ്ഞ് പ്രഭ്വിയെ ആവേശഭരിതയാക്കി. പ്രഭ്വിയുടെ മുഖത്തെ മറുക് സൂര്യനെയും ചന്ദ്രനെയും വെല്ലുന്നു. ഈ മറുകിന്റെ ശോഭ ഇരുണ്ട താഴ്വരകളെ ശോഭായമാനമാക്കുന്നു. ഈ സൗന്ദര്യം കാണാൻ വേണ്ടി അന്ധരായ അനേകം പേർ തങ്ങളുടെ സൗഭാഗ്യങ്ങളെല്ലാം ഉപേക്ഷിച്ചു കളയും." പ്രഭ്വിയുടെ ഒരു പുഞ്ചിരിയുടെ ഭംഗി ആസ്വദിക്കാൻ വേണ്ടി മാത്രം പതിനായിരം തമാശക്കഥകൾ പറയാൻ തയാറാണെന്നുമൊക്കെ പ്രിസിയോസ തട്ടിവിട്ടു.

"പിന്നെ മാന്യസ്ത്രീകൾ വീഴ്ചകളെ വളരെ സൂക്ഷിക്കണം. അവർ വീഴുന്നത് നടുവടിച്ചായിരിക്കും. അതായത് കുലീനകളുടെ അന്തസും ആഭിജാത്യവും തകരാൻ വളരെ എളുപ്പമാണ്. അതിനാൽ സൂക്ഷിച്ചിരിക്കണം. ഇനിയും കുറെയധികം പറയാനുണ്ട്. അടുത്ത വെള്ളിയാഴ്ച വരുമ്പോൾ പറയാം". വെള്ളിയാഴ്ച വരുമ്പോൾ ദക്ഷിണയായി റിയാലുകൾ തരാമെന്ന് പ്രഭ്വിയും കൂട്ടരും ഉറപ്പുനൽകി.

അപ്പോഴേയ്ക്കും ലെഫ്റ്റനന്റ് വന്നു. അദ്ദേഹം പ്രിസിയോസയുടെയും സംഘത്തിന്റെയും നൃത്തം അൽപ്പസമയം വീക്ഷിച്ചു. അവർക്ക് എന്തെങ്കിലും നൽകണമെന്ന നാട്യത്തിൽ അദ്ദേഹം പോക്കറ്റിൽ തപ്പി; പോക്കറ്റ് കുലുക്കി നോക്കി, "ഓ ദൈവമേ, എന്റെ കയ്യിൽ ഒരു വെള്ളി പോലുമില്ലേന്നോ? ഡോണ, എനിക്കൊരു റിയാൽ തരുമോ? നിനക്കു ഞാനതു പിന്നെ മടക്കിത്തരാം".

"ചോദിച്ചതു കൊള്ളാം, പക്ഷേ ഞങ്ങളുടെ കയ്യിൽ ഒരു വെള്ളി പോലുമില്ല. പിന്നല്ലേ ഒരു റിയാൽ?"

“ശരി, എങ്കിൽ ഭവതിയുടെ നെക്ലേസോ അതുപോലെ ചെറിയ തെന്തെങ്കിലും പ്രിസിയോസയ്ക്കു നൽകൂ. അവൾ ഇനിയൊരു ദിവസം വരുമ്പോൾ നല്ല സമ്മാനം നൽകാം.”

“അവൾ മറ്റൊരു ദിവസം വരുമെന്നുറപ്പിക്കാൻ വേണ്ടി അവൾക്കിപ്പോൾ ഞാനൊന്നും കൊടുക്കുന്നില്ല.” പ്രഭ്വി പറഞ്ഞു.

“നിങ്ങൾ എനിക്കൊന്നും തന്നില്ലെങ്കിലും ഞാനിനിയും വരും. നിങ്ങളെനിക്ക് ഒന്നും തരില്ലെന്ന് വിശ്വസിച്ചുകൊണ്ടും എന്തെങ്കിലും പ്രതീക്ഷയില്ലാതെയും വരും, പക്ഷേ ബഹുമാന്യനായ ലഫ്റ്റനന്റ്, മഹതികളെ, നിങ്ങളൊരു കാര്യം ശ്രദ്ധിച്ചു കേൾക്കണം. കോഴ വാങ്ങുക, നിങ്ങൾക്കു പണമുണ്ടാകും. വെറുതെ മാമൂലുകളെ മാറ്റിമറിക്കാൻ നോക്കരുത്. വിശപ്പുകൊണ്ടു നിങ്ങൾ മരിച്ചുപോകും. ഞാനൊരു കൊച്ചുപെണ്ണാണെങ്കിലും, വെറുമൊരു പറച്ചിലുകാരിയല്ലെന്നു മനസിലാക്കുക. ഈ നാട്ടിൽ പ്രചാരത്തിലുള്ള ഒരു ചൊല്ല് പറയാം. ഒരുവൻ തന്റെ ഉദ്യോഗം കൊണ്ട് പരമാവധി സ്വരുക്കൂട്ടുക, ഉദ്യോഗകാലാവധി കഴിയുമ്പോഴുള്ള ബാധ്യതകൾ അതുകൊണ്ടു തീർക്കാനാകും. പുതിയ സ്ഥാനലബ്ധിക്കും അതു പയോഗപ്പെടുത്താം.”

ലെഫ്റ്റനന്റ് പ്രതികരിച്ചു- “അങ്ങനെയാണ് പൊതുവെ പറച്ചിൽ. മനഃസാക്ഷിക്കുത്തില്ലാത്തവരൊക്കെ അങ്ങനെയാണു താനും. പക്ഷേ സ്വന്തം കടമ നേരാംവണ്ണം ചെയ്യുന്ന ന്യായാധിപനു ഫൈൻ അടയ്ക്കേണ്ടി വരില്ല. നേരായ മട്ടിൽ കടമ ചെയ്യുന്നതാണ് പുതിയ നിയമനത്തിനുള്ള ശുപാർശ.”

“അതു വളരെ ഭക്തിസാന്ദ്രമായ വാക്കുകളാണ്. അങ്ങനെ തന്നെ തുടർന്നോളൂ. അങ്ങയുടെ ഉടുപ്പിന്റെ കഷണം മുറിച്ചെടുത്ത് തിരുശേഷിപ്പുകളായി ഞങ്ങൾ സൂക്ഷിക്കാം.” പ്രിസിയോസയുടെ പരിഹാസം കേട്ട് ലെഫ്റ്റനന്റ് മറുപടി പറഞ്ഞു.

“നിനക്കൊരുപാടു കാര്യങ്ങളറിയാം. മഹാരാജാവിനെ മുഖം കാണിക്കാൻ ഞാൻ ഏർപ്പാടുചെയ്യാം. നീ രാജാവിനു പറ്റിയവൾതന്നെ”.

“എന്നെ ഒരു കോമാളിയായിട്ടാവും അവർ കരുതുക. അത്തരത്തിലുള്ള അഭിനയം എനിക്കു നല്ല വശമില്ല. എന്റെ നന്മകൾ കൊണ്ടാണ് അവർ എന്നെ ആവശ്യപ്പെടുന്നതെങ്കിൽ അവർക്ക് എന്നെ ലഭിച്ചേക്കാം. പക്ഷേ, ചില കൊട്ടാരങ്ങളിൽ വിജ്ഞന്മാരേക്കാൾ വിദൂഷകരാണ് മിടുക്കന്മാരാകുന്നത്. ഒരു പാവം ജിപ്സിയായിരിക്കുന്നതിൽ എനിക്കൊരു സന്തോഷക്കുറവുമില്ല. അത്യുന്നതങ്ങളിൽ നിന്നുള്ള നിശ്ചയം പോലെ എന്നിൽ ഭവിക്കട്ടെ.” പ്രിസിയോസ ഇത്രയും പറഞ്ഞപ്പോഴേക്കും വൃദ്ധ ഇടപെട്ടു.

“വരൂ പെണ്ണേ, ഇനി നീയൊന്നും പറയേണ്ട. ഇപ്പോൾത്തന്നെ ഒത്തിരി പറഞ്ഞു കഴിഞ്ഞു. ഒത്തിരി മിടുക്കിയാകേണ്ട. ചിലപ്പോൾ ഉത്തരംമുട്ടിപ്പോകാം. നിന്റെ പ്രായത്തിനൊത്ത വർത്തമാനം മതി. നിന്നെക്കാൾ

ഉയരത്തിലുള്ളവരുമായി അധികം ഇടപെടേണ്ട. ചിലപ്പോൾ താഴെവീണെന്നു വരും.''

''ഈ ജിപ്സികൾ അപാര സമർഥകൾ തന്നെ.'' ലെഫ്റ്റനന്റ് അഭിപ്രായപ്പെട്ടു.

ജിപ്സികൾ ഇറങ്ങാൻ തുടങ്ങിയപ്പോൾ വെള്ളി വിരലുറയുടെ ഉടമസ്ഥ പറഞ്ഞു. ''പ്രിസിയോസ, എന്റെ ഭാവി പറയൂ. അല്ലെങ്കിൽ വിരലുറ എനിക്കുവേണം. തയ്ക്കാൻ വേറൊന്നില്ല.''

''അല്ലയോ മഹതീ, ഞാൻ ഇന്നത്തെ ഫലം പറച്ചിൽ നടത്തിക്കഴിഞ്ഞു. വേറൊരു വിരലുറ വാങ്ങുക. അല്ലെങ്കിൽ അടുത്ത വെള്ളിയാഴ്ച വരെ ഒന്നും തയ്ക്കേണ്ട. അന്നു ഞാൻ നിങ്ങളുടെ ഭാവിനന്മകൾ പറയാം. ഏതു സാഹസകഥാഗ്രന്ഥത്തിലുള്ളതിനേക്കൾ ഗംഭീരകഥകൾ പറയാം.'' അവർ അവിടെ നിന്നും ഇറങ്ങി. മാഡ്രിഡിൽ നിന്ന് ജോലി കഴിഞ്ഞ് സ്വന്തം ഗ്രാമങ്ങളിലേക്കു പോകുന്ന കർഷക സ്ത്രീകളുടെ സംഘത്തിൽ അവരും കൂടി. സാധാരണയായി ജിപ്സികൾ ഇത്തരം സംഘത്തോടൊപ്പം യാത്ര ചെയ്യാനിഷ്ടപ്പെട്ടിരുന്നു. ഇത് അവരുടെ സുരക്ഷയ്ക്കുവേണ്ടിയുള്ള തന്ത്രമായിരുന്നു. പ്രിസിയോസയുടെ മേൽ ആരെങ്കിലും കൈവയ്ക്കുമോയെന്ന ആശങ്ക വൃദ്ധയെ വല്ലാതെ പിടികൂടിയിരുന്നു.

ഒരുദിവസം രാവിലെ വൃദ്ധയും സംഘവും മാഡ്രിഡിലേയ്ക്കു യാത്രയായി. പണസമ്പാദനമാണ് ലക്ഷ്യം. പട്ടണത്തിന് ഏകദേശം അഞ്ഞൂറു വാരയടുത്തെത്തിയപ്പോൾ അതിസുന്ദരനായ ഒരു യുവാവിനെ കണ്ടുമുട്ടി. അയാൾ യാത്രാവസ്ത്രം ധരിച്ചിരുന്നു. വാളും കഠാരയും സ്വർണം പോലെ വെട്ടിത്തിളങ്ങി. തൊപ്പിയിലെ നാട വളരെ വിലപിടിച്ചതും പല വിധവർണങ്ങളിലുള്ള തൂവലുകളാൽ അലങ്കരിക്കപ്പെട്ടതുമായിരുന്നു. ജിപ്സിപ്പെൺകുട്ടികൾ അദ്ദേഹത്തെക്കണ്ട് അത്ഭുതപ്പെട്ടു. യുവാവ് വൃദ്ധയുടെ അടുത്തേയ്ക്കു വന്നു ചോദിച്ചു. ''നിങ്ങളോടും പ്രിസിയോസയോടും എനിക്കൊന്നു തനിച്ചു സംസാരിക്കണം. അതു നിങ്ങൾക്കു പ്രയോജനമുള്ള കാര്യമായിരിക്കും.''

''വഴിയിൽനിന്നും ഒത്തിരി മാറിപ്പോകാതെ കുറച്ചുനേരം മാത്രം സംസാരിക്കാം''. വൃദ്ധ മറുപടി പറഞ്ഞു.

വൃദ്ധ പ്രിസിയോസയെയും വിളിച്ച് അൽപ്പം അകലേയ്ക്കു മാറിനിന്നു.

''പ്രിസിയോസയുടെ സൗന്ദര്യത്തിനും ബുദ്ധിക്കും അടിമയായിട്ടാണ് ഞാനിപ്പോളെത്തിയിരിക്കുന്നത്. എത്ര ശ്രമിച്ചിട്ടും എനിക്കു വരാതിരിക്കാൻ കഴിഞ്ഞില്ല. എന്റെ ലക്ഷ്യസാധ്യത്തിനു ദൈവം അനുവദിക്കുമെങ്കിൽ എക്കാലത്തേയ്ക്കുമായി എന്റെ പേരു നിങ്ങൾക്കു നൽകുന്നു. ഈ പദവിമുദ്ര സൂചിപ്പിക്കുന്നതുപോലെ ഞാനൊരു പ്രഭുകുമാരനാണ്''. പുറംകുപ്പായം അഴിച്ച് മാറിലണിഞ്ഞിരിക്കുന്ന പദവിമുദ്ര അയാൾ കാണിച്ചു. ഞാൻ ...... ളുടെ മകനാണ് (ചില പ്രത്യേക കാരണങ്ങളാൽ പേര് ഇപ്പോൾ വെളിപ്പെടുത്തുന്നില്ല). അദ്ദേഹത്തിന്റെ ഏകമകൻ. അദ്ദേഹത്തിന്റെ സംര

ക്ഷണയിലാണ് ഞാൻ കഴിയുന്നത്. അദ്ദേഹത്തിന്റെ സ്വത്തുവകകൾ എനിക്കു ലഭിക്കും. എന്റെ പിതാവ് ഇപ്പോൾ രാജസദസിൽ ഒരു സ്ഥാനം കരസ്ഥമാക്കാൻ ശ്രമിക്കുകയാണ്. അതിലേയ്ക്ക് ശുപാർശ ചെയ്യപ്പെട്ട അദ്ദേഹത്തിന് ആ സ്ഥാനം കിട്ടുമെന്നുറപ്പാണ്. ഏറ്റവും ഉന്നതപദവിയിലുള്ള പ്രഭുവായിത്തീരണമെന്നാണ് എന്റെ ആഗ്രഹം. എനിക്കേറ്റവും പ്രിയങ്കരിയായ ഈ പ്രിസിയോസയെ ഉയർത്തിയെടുത്ത് എന്റെ ഭാര്യയും എനിക്കു തുല്യയും ആക്കുവാൻ വേണ്ടിയാണിതെല്ലാം. പ്രിസിയോസയെ ഞാനൊരിക്കലും വഞ്ചിക്കില്ല. അവൾ എന്നും എന്റെ ഭാര്യയായിരിക്കും. അവളോട് എനിക്കുള്ള സ്നേഹം തികച്ചും ആത്മാർഥമാണ്. അവളിഷ്ടപ്പെടുന്ന കാര്യങ്ങൾ ചെയ്യാനാണ് എന്റെ ആഗ്രഹം. അവളുടെ ഹിതമെന്താണോ അതാണ് എന്റെ ഹിതവും. അവളോടു ബന്ധപ്പെട്ട കാര്യങ്ങളിൽ എന്റെ ഹൃദയം മെഴുകുപോലെയായിരിക്കും. അതിൽ അവൾക്കിഷ്ടപ്പെട്ടത് രേഖപ്പെടുത്താം. എന്നാൽ അവൾ അതിൽ അടയാളപ്പെടുത്തുന്നത് മാർബിളിൽ എഴുതുന്നതുപോലെ, ഒരിക്കലും എന്നിൽനിന്ന് മാഞ്ഞുപോവില്ല. കാലത്തിന്റെ എല്ലാ ആക്രമണങ്ങളെയും അതു ചെറുത്തു തോൽപ്പിക്കും. എന്റെ ഈ വാക്കുകൾ നിങ്ങൾ വിശ്വസിച്ചാൽ എന്റെ പ്രതീക്ഷകൾ കെട്ടുപോകില്ല. എന്നെ വിശ്വസിച്ചില്ലെങ്കിലോ അതെന്നെ സദാ ഭീതിയിലാഴ്ത്തും.''

ഇത്രയും പറഞ്ഞുകൊണ്ട് അയാൾ അയാളുടെ പേര് അവരോടു പറഞ്ഞു. അയാൾ വീണ്ടും പറഞ്ഞു:

"എന്റെ പിതാവ് താമസിക്കുന്നത് ഇതാ ഈ തെരുവിലാണ്'' അയാൾ അയാളുടെ പിതാവിന്റെ മേൽവിലാസം അവർക്കു നൽകി.

"അദ്ദേഹത്തിന്റെ അയൽക്കാരല്ലാത്തവർക്കുപോലും അദ്ദേഹത്തെ അറിയാം. അദ്ദേഹത്തിന്റെ പദവിയും പേരും കൊട്ടാരവൃത്തങ്ങളിലും തലസ്ഥാനനഗരിയിലും എങ്ങുമറിയപ്പെടുന്നതാണ്. എന്റെ ഉദ്ദേശശുദ്ധി വെളിവാക്കാനും നിങ്ങൾക്ക് ഒരു ഉറപ്പിനുമായി നൂറു സ്വർണക്രൗൺ ഇതാ ഞാൻ കൊണ്ടുവന്നിട്ടുണ്ട്. ജീവൻ തന്നെ നൽകാൻ തയാറായിരിക്കുന്നവന് അവന്റെ സ്വത്ത് മാറ്റിവയ്ക്കാനാവില്ലല്ലോ.''

യുവാവു പറയുന്ന നേരമെല്ലാം പ്രിസിയോസ അയാളെ സാകൂതം ശ്രദ്ധിച്ചുകൊണ്ടിരുന്നു. അയാളുടെ സംസാരരീതിയും ആകാരവും അവളിൽ മതിപ്പുളവാക്കിയെന്നതു തീർച്ചയാണ്. അവൾ തിരിഞ്ഞ് വൃദ്ധയോടു പറഞ്ഞു: "ക്ഷമിക്കൂ വല്യമ്മേ, എന്നോടിത്രയും പ്രേമമുള്ള ഈ മാന്യനോട് ഞാൻ മറുപടി പറയട്ടെ.''

"പറഞ്ഞോളൂ. എന്തിനെയും കൈകാര്യം ചെയ്യാനുള്ള വിവേകം നിനക്കുണ്ട്''. വൃദ്ധ പറഞ്ഞു.

പ്രിസിയോസ പറഞ്ഞു തുടങ്ങി, "സർ, വളരെ എളിയ സാഹചര്യത്തിൽ ജനിച്ച ജിപ്സിപ്പെൺകുട്ടിയാണ് ഞാനെങ്കിലും മഹദ്കാര്യങ്ങളിലേയ്ക്ക് എന്നെ വഹിച്ചു കൊണ്ടുപോകുന്ന പ്രത്യേകതരം ഭാവനയോ മോഹമോ എനിക്കുണ്ട്, വാഗ്ദാനങ്ങൾ എന്നെ ഇളക്കുകയോ സമ്മാന

ങ്ങൾ എന്നെ സ്വാധീനിക്കുകയോ ചെയ്യില്ല. കാമുകന്റെ സ്നേഹപ്രകട നങ്ങൾക്കോ സ്വയം സമർപ്പണത്തിനോ എന്നെ ഇളക്കാനാവില്ല. എനിക്കു പതിനഞ്ചുവയസേ ഉള്ളൂവെങ്കിലും എന്റേതായ ചിന്തകളിൽ വളർച്ചയെ ത്തിയവളാണ് ഞാൻ. എന്റെ പ്രായത്തിലുള്ള ഏതൊരാളെക്കാളും മുൻപിലാണു ഞാൻ. ജന്മസിദ്ധമായി എനിക്കു കിട്ടിയ കഴിവുകളും ജീവി താനുഭവങ്ങളുമാണ് ഇതിനെന്നെ പ്രാപ്തയാക്കിയത്. പുതുപ്രണയ ത്തിലെ അഭിനിവേശം ശക്തമാണെങ്കിലും തടസങ്ങളോടേറ്റുമുട്ടുമ്പോൾ ഏറ്റവും ബുദ്ധിശൂന്യമായ രീതിയിൽ മോഹങ്ങളിലേയ്ക്കു ചുഴറ്റിയെറി യപ്പെടുന്നു. താൻ ലക്ഷ്യം വയ്ക്കുന്ന പരമാനന്ദം ലഭിക്കാൻ പോകുന്നു വെന്ന് ഭാവന ചെയ്തുകൊണ്ടിരിക്കെ ചെന്നു വീഴുന്നത് നൈരാശ്യ ത്തിന്റെ പടുകുഴിയിലായിരിക്കും. മോഹിച്ചതു കിട്ടിക്കഴിയുമ്പോൾ മോഹം ഒടുങ്ങുന്നു. അപ്പോഴാണ് യാഥാർഥ്യബോധം കൈവരുന്നത്. ഒരിക്കൽ ആരാധ്യവസ്തുവായിരുന്നത് വെറുക്കപ്പെടേണ്ടതാണെന്ന് തിരിച്ചറിയുന്നു.

"ജീവനേക്കാൾ വിലപ്പെട്ട ഒരു രത്നം എന്റെ കൈവശമുണ്ട്. എന്റെ സ്വഭാവദാർഢ്യവും കന്യകാത്വവുമാണ് അത്. പാരിതോഷികങ്ങൾക്കോ വാഗ്ദാനങ്ങൾക്കോ പകരമായി ഞാനതിനെ വിൽക്കില്ല. അങ്ങനെ ഞാൻ ചെയ്താൽ അത് പണംകൊണ്ട് നിങ്ങൾക്കു നേടാവുന്ന ഒന്നായി തീരും. വിലയ്ക്കു വാങ്ങാൻ ലഭിക്കുന്നതെന്തും വിലകുറഞ്ഞ വസ്തുക്കളാണ്. കൗശലംകൊണ്ടോ വഞ്ചനകൊണ്ടോ എന്നിൽനിന്ന് അതു കൈവശപ്പെ ടുത്താൻ കഴിയില്ല. സങ്കൽപ്പത്തിൽ പോലും അതിക്രമിക്കപ്പെടാൻ പാടി ല്ലാത്ത ഒരു പുഷ്പമാണു കന്യകാത്വം. ചെടിയിൽനിന്ന് ഇറുത്തെടുക്ക പ്പെട്ട റോസാപ്പൂവ് എത്ര എളുപ്പമാണു വാടിപ്പോകുന്നത്. ഒരാൾ തൊട്ടു നോക്കുന്നു. മറ്റൊരാൾ വാസനിക്കുന്നു. പിന്നൊരുവൻ ദളങ്ങൾ വേർപെ ടുത്തുന്നു. അവസാനം എതെങ്കിലും അവലക്ഷണം പിടിച്ച കരങ്ങളിൽ അത് ഞെരിക്കപ്പെടുന്നു. ഈ വിലപ്പെട്ട രത്നം പ്രതീക്ഷിച്ചാണ് താങ്കൾ വന്നിരിക്കുന്നതെങ്കിൽ താങ്കൾക്ക് അതു ലഭിക്കും. വിവാഹത്തിന്റെ ബന്ധവും ബന്ധനവുംകൊണ്ട് അതിന് ഒരു പുറംചട്ട ലഭിച്ചതിനു ശേഷം മാത്രം. കാരണം, കന്യകാത്വം നഷ്ടപ്പെടുവാനുള്ളതല്ല. നേട്ടങ്ങൾ വാഗ്ദാ നം ചെയ്യുന്ന ഒരുവന്റെ ക്രയത്തിലൂടെ ഉപയോഗിക്കപ്പെടുവാനുള്ളതാണ്. അതിനാൽ അത് വിവാഹത്തിന്റെ വിശുദ്ധമായ ബന്ധനത്തിലൂടെ സമർ പ്പിക്കപ്പെടേണ്ടതാണ്.

എന്റെ ഭർത്താവാകാൻ താങ്കൾ ആഗ്രഹിക്കുന്നുണ്ടെങ്കിൽ ഞാൻ താങ്കളുടേതായിരിക്കും. പക്ഷേ, അത് പലതരം വ്യവസ്ഥകൾക്കും അന്വേ ഷണങ്ങൾക്കും ശേഷമായിരിക്കുമെന്നു മാത്രം. ആദ്യം തന്നെ നിങ്ങൾ ആരാണെന്നറിയണം. പറഞ്ഞതു ശരിയാണോയെന്നും അന്വേഷിക്കണം. അത് ശരിയാണെന്നു തെളിഞ്ഞാൽ നിങ്ങൾ മാതാപിതാക്കളെയും വീടി നെയും ഉപേക്ഷിച്ച് ഞങ്ങളുടെ ജിപ്സിക്യാമ്പുകളിൽ ജിപ്സി വേഷ ത്തിൽ രണ്ടുവർഷം ജീവിക്കണം. പരസ്പരം തൃപ്തിപ്പെട്ടാൽ ഞാൻ എന്നെന്നും നിങ്ങളുടെ ഭാര്യയായിരിക്കും. അതുവരെ, പക്ഷേ, ഞാൻ

നിങ്ങൾക്കൊരു സഹോദരിയും വിനീതദാസിയുമാണ്. ഈ രണ്ടുവർഷത്തെ പരിശീലനകാലത്ത് ഇപ്പോൾ നിങ്ങൾക്കു നഷ്ടപ്പെട്ടിരിക്കുന്നതോ മടങ്ങിപ്പോയതോ ആയ നിങ്ങളുടെ കാഴ്ച നിങ്ങൾക്കു വീണ്ടെടുക്കാൻ കഴിഞ്ഞേക്കാം. അപ്പോൾ, തീവ്രമായി നിങ്ങൾ ആശിക്കുന്ന വസ്തുവിൽ നിന്ന് ഓടിയകലണമെന്നു തോന്നിയേക്കാം. അങ്ങനെ ഞങ്ങളുടെ പോരാളി സംഘത്തിലൊരാളായി കഴിയണമോയെന്നു നിങ്ങൾക്ക് ഇപ്പോൾ തീരുമാനിക്കാം. ഒരു കാര്യം മനസിൽ വയ്ക്കുക, മേൽപ്പറഞ്ഞ വ്യവസ്ഥകൾ നിങ്ങൾക്കു നിറവേറ്റാൻ കഴിഞ്ഞില്ലെങ്കിൽ എന്റെ ചെറുവിരലിൽ പോലും തൊടാൻ നിങ്ങൾക്കുകഴിയില്ല".

പ്രിസിയോസയുടെ സംസാരരീതി ആ ചെറുപ്പക്കാരനെ വിസ്മയിപ്പിച്ചു. പെട്ടെന്നൊരു മറുപടി കിട്ടാതെ അയാൾ നിലത്തേയ്ക്കു നോക്കി മിണ്ടാതെ നിന്നു. അപ്പോൾ പ്രിസിയോസ പറഞ്ഞു: "ഈ ചെറിയ സമയത്തിനുള്ളിൽ മറുപടി പറയണമെന്ന് ഞാൻ നിർബന്ധിക്കുന്നില്ല. അത്ര തിടുക്കപ്പെട്ടു മറുപടി പറയേണ്ട കാര്യമല്ല ഇത്. അങ്ങ് മാഡ്രിഡിലേയ്ക്കു മടങ്ങുക. സാവധാനം ചിന്തിച്ച് അങ്ങേയ്ക്കു ശരിയെന്നു തോന്നുന്ന കാര്യം, ഏതെങ്കിലുമൊരു ഉത്സവദിവസം ഇവിടെവച്ച് പറഞ്ഞാൽ മതി."

യുവപ്രഭു മറുപടി പറഞ്ഞു: "എന്റെ പ്രിസിയോസ, നീ ആവശ്യപ്പെട്ട കാര്യത്തെക്കുറിച്ച് ഞാനൊട്ടും ചിന്തിച്ചതേയില്ല. ഞാൻ നിന്നെ പ്രേമിക്കാൻ ദൈവഹിതമുണ്ടായപ്പോൾത്തന്നെ നീ എന്താവശ്യപ്പെടുന്നുവോ അതു ചെയ്യാൻ ഞാൻ തീരുമാനമെടുത്തിരുന്നു. നിന്റെ ഹിതം എന്റേതിനോട് പൊരുത്തപ്പെടുന്നതായതിനാൽ നീയെന്നെ ഇപ്പോൾ മുതൽ ജിപ്സിയായി പരിഗണിച്ചു കൊള്ളുക. നിനക്കിഷ്ടമുള്ള എല്ലാ പരീക്ഷകൾക്കും എന്നെ വിധേയനാക്കിക്കൊൾക; എപ്പോഴാണ് എന്റെ വേഷം മാറേണ്ടതെന്ന് എന്നോടു പറയാൻ വൈകേണ്ട; എന്നെക്കുറിച്ചുള്ള എന്റെ തീരുമാനം എടുത്തുകഴിഞ്ഞു. അതായത് ഞാൻ ഫ്ളാൻഡേഴ്സിലേയ്ക്കു പോകുന്നുവെന്ന് മാതാപിതാക്കളെ ധരിപ്പിച്ച് നിന്റെ പരീക്ഷകൾക്ക് ഞാൻ വന്നുകൊള്ളാം. പിന്നെ, ചെലവിനു വേണ്ടി കുറച്ചു പണം സംഘടിപ്പിക്കണം. നിങ്ങളുടെ കൂട്ടത്തിൽ വന്നു ജീവിക്കാനുള്ള ഒരുക്കങ്ങൾക്ക് ഒരാഴ്ച മതിയാകും. എന്തെങ്കിലും പറഞ്ഞ് എന്റെ കൂട്ടുകാരെയും കബളിപ്പിക്കണം. നിന്നോട് എനിക്ക് ആവശ്യപ്പെടാനുള്ള ഒരേയൊരു കാര്യം - എന്റെ മാതാപിതാക്കളുടെ സാമൂഹ്യ പദവി മനസിലാക്കിക്കഴിഞ്ഞാൽ പിന്നെ നീ മാഡ്രിഡിലേയ്ക്ക് പോകരുത്. വളരെ വിലയുള്ളതായി ഞാൻ കരുതുന്ന എന്റെ സമ്പത്ത് നഷ്ടപ്പെടാൻ ആ സന്ദർശനം ഇടയാക്കിയാലോ?"

"മാന്യനായ പ്രഭോ, ഞാനൊരിക്കലും അതിനു കാരണമാകില്ല." പ്രിസിയോസ പറഞ്ഞു.

"കൂടാതെ ഒരു കാര്യവും കൂടി അങ്ങു മനസിലാക്കണം. എന്റെ വ്യക്തിസ്വാതന്ത്ര്യം നിയന്ത്രിക്കാൻ പാടില്ല. സംശയശീലംകൊണ്ട് അസ്വസ്ഥപ്പെടുത്തുകയോ ശല്യപ്പെടുത്തുകയോ ചെയ്യരുത്. സ്വാതന്ത്ര്യം അധ

വുള്ളതുമായ എന്റെ പെരുമാറ്റം സ്വഭാവശുദ്ധിയെ കളങ്കമാക്കില്ലെന്നു ധരിക്കുന്നവരോടല്ലാതെ ആരോടും ഞാൻ ഇടപെടില്ല. എന്നെ പൂർണ്ണമായി വിശ്വസിക്കണമെന്ന ഭാരം ഞാൻ അങ്ങയുടെ ചുമലിൽ വയ്ക്കുകയാണ്. ആരംഭത്തിലേ ശങ്കാശീലം പ്രകടിപ്പിക്കുന്ന കമിതാക്കൾ ഒന്നുകിൽ മഠയന്മാരാണ്. അല്ലെങ്കിൽ സാഹസികരോ ആലോചനാശൂന്യരോ ആണെന്നതും മനസിൽ വെയ്ക്കുക."

"എന്റെ പെണ്ണേ, നീയെന്നെ അത്ഭുതപ്പെടുത്തുന്നു. ഒരു കലാശാലാ വിദ്യാർഥിയിൽ നിന്നുപോലും പ്രതീക്ഷിക്കാത്ത രീതിയിലാണ് നീ സംസാരിക്കുന്നത്." വൃദ്ധ ഇടയ്ക്കു കയറിപ്പറഞ്ഞു. "കൂടാതെ നിനക്ക് പ്രണയത്തെക്കുറിച്ചറിയാം. പ്രണയം മൂലമുള്ള അസൂയയെക്കുറിച്ചറിയാം. ആത്മവിശ്വാസത്തെക്കുറിച്ചറിയാം. എങ്ങനെയാണ് നിനക്കിതെല്ലാം സാധിക്കുന്നത്? നീയെന്നെ വിസ്മയിപ്പിക്കുന്നു".

"മിണ്ടാതെ വല്യമ്മേ", പ്രിസിയോസ അവരോടു പറഞ്ഞു.

"ഞാൻ ഇതുവരെ പറയാതെ മനസിൽ സൂക്ഷിച്ചിരിക്കുന്ന ഗൗരവമുള്ള വിഷയങ്ങളുമായി താരതമ്യപ്പെടുത്തുമ്പോൾ നിങ്ങൾ ഇതുവരെ കേട്ടിട്ടുള്ളതൊക്കെ ഗൗരവമായി എടുക്കേണ്ടതില്ലാത്തവയാണെന്ന് മനസിലാക്കണം."

പ്രിസിയോസയുടെ വാക്കുകളും അവളുടെ സ്വഭാവഗുണവും പ്രണയാതുരനായ യുവപ്രഭുവിന്റെ മനസിൽ കത്തിജ്വലിച്ചിരുന്ന അഗ്നിക്ക് കൂടുതൽ ഇന്ധനമായിത്തീർന്നു. ഒടുവിൽ, ഒരാഴ്ചയ്ക്കുശേഷം ഇതേസ്ഥലത്തുവച്ച് ഇതേ സമയം വീണ്ടും കാണാമെന്ന് അവർ നിശ്ചയിച്ചു. അപ്പോഴേയ്ക്കും യുവാവ് പറഞ്ഞ കാര്യങ്ങൾ ശരിയോയെന്ന് പരിശോധിക്കാൻ ജിപ്സികൾക്ക് സമയം കിട്ടുകയും ചെയ്യും. അയാൾ അലങ്കാരപ്പണികൾ ചെയ്ത ഒരു പേഴ്സ് എടുത്ത് അതിൽ നൂറുസ്വർണനാണയങ്ങൾ ഉണ്ടെന്നു പറഞ്ഞ് വൃദ്ധയ്ക്കു കൊടുത്തു. അതു സ്വീകരിക്കാൻ പ്രിസിയോസയ്ക്ക് തീരെ സമ്മതമില്ലായിരുന്നു. പക്ഷേ, വൃദ്ധ ഇങ്ങനെ പറഞ്ഞു: "ആ യുവാവ് സ്വയം സമർപ്പിച്ചു നൽകുന്നതാണിത്, തന്നെയുമല്ല നൽകുക എന്നത് ഉദാരമനസിന്റെ ലക്ഷണമാണ്. അന്യരുടേത് കൈവശപ്പെടുത്തുക എന്ന നൂറ്റാണ്ടുകൾ പഴക്കമുള്ള ജിപ്സിപ്പെരുമ ഞാൻ നഷ്ടപ്പെടുത്തണമെന്നോ. അതും രണ്ടു റിയാലിൽ കൂടുതൽ വിലയില്ലാത്ത എന്റെ പാവാട ഞൊറികൾക്കുള്ളിൽ ആരുമറിയാത്ത വിധം ഈ പേഴ്സ് തയ്ച്ചു പിടിപ്പിച്ചു വയ്ക്കാൻ കഴിയുമ്പോൾ; നമ്മുടെ നിർഭാഗ്യത്തിന് എതെങ്കിലും ജിപ്സികൾ ജഡ്ജിയുടെയോ അധികാരിയുടെയോ നിയമത്തിനു മുൻപിൽ പിടിക്കപ്പെട്ടാൽ ഈ സ്വർണനാണയങ്ങളെക്കാൾ പ്രയോജനകരമായി മറ്റെന്താണുള്ളത്? എന്റെ കാര്യം തന്നെയെടുക്ക് - ഞാൻ മൂന്നുപ്രാവശ്യം ചമ്മട്ടിയടി വാങ്ങേണ്ടതായിരുന്നു. ഒരവസരത്തിൽ ഒരു വെള്ളിജാറ് എനിക്കു സ്വാതന്ത്ര്യം തന്നു. മറ്റൊരിക്കൽ ഒരു മുത്തുമാല. പിന്നെയൊരിക്കൽ 40 റിയാൽ, മോളേ, അപകടങ്ങളും ചതികളും നിറഞ്ഞതാണ് നമ്മുടെ തൊഴിലെന്നത് നീ ഓർമിക്കണം. ഫിലിപ്പുരാ

ജാവിന്റെ തല മുദ്രണം ചെയ്തിട്ടുള്ള ഈ അപ്രതിരോധ്യമായ ആയുധങ്ങളെക്കാൾ ഉടൻ നമ്മളെ സംരക്ഷിക്കാൻ പറ്റിയ മറ്റൊരു പ്രതിരോധവുമില്ല. കാരണം ഇരട്ടമുഖം മുദ്രണം ചെയ്ത സ്വർണനാണയം കാണുമ്പോൾ വക്കീലിന്റെയും ഏജന്റിന്റെയും മുഖം സന്തോഷംകൊണ്ട് തിളങ്ങും. അവരാകട്ടെ കൊള്ളക്കാരെക്കാൾ ഭയങ്കരന്മാരാണ്. നമ്മുടെ ഉടുതുണിവരെ പറിച്ചെടുത്ത് തൊലിയുരിച്ചുകളയും. എത്ര കീറിപ്പറിഞ്ഞ വസ്ത്രം ധരിച്ച് ദരിദ്രരായി കാണപ്പെട്ടാലും നമ്മൾ പാവപ്പെട്ടവരാണെന്ന് അവരൊരിക്കലും ധരിക്കില്ല. ബെൽമോണ്ടിലെ കവർച്ചക്കാരുടെ വസ്ത്രം എത്ര മുഷിഞ്ഞതോ കീറിപ്പറിഞ്ഞതോ ആയാലും അതുനിറയെ സ്വർണനാണയം ഉണ്ടായിരിക്കുമെന്നതു പോലെയാണ് നമ്മളുമെന്നാണ് അവരുടെ വിചാരം".

"ദൈവത്തെ വിചാരിച്ച് ഒന്നുനിർത്തെന്റെ വല്യമ്മച്ചീ" പ്രിസിയോസ ഇടയ്ക്കു കയറിപ്പറഞ്ഞു. "നിയമപുസ്തകത്തിലുള്ള എല്ലാ നിയമങ്ങളും ഉപയോഗിക്കുന്ന വിധമാണ് ആ പണം കൈവശം വയ്ക്കുന്നതിനായി നിങ്ങൾ നിയമങ്ങളെ നിരത്തുന്നത്. ആ പണം സൂക്ഷിച്ചോളൂ. അവ നിങ്ങൾക്ക് ഉപയോഗപ്പെട്ടേക്കാം. അല്ലെങ്കിൽ വെളിച്ചം കാണാനാകാത്ത വിധം വല്ല കുഴിമാടത്തിലും കുഴിച്ചിടുന്നതാകും ദൈവത്തിനിഷ്ടം. നമ്മുടെ കൂട്ടുകാർ നമ്മെ കാത്തുനിന്നു മടുത്തിട്ടുണ്ടാകും. അവർക്ക് എന്തെങ്കിലും നമ്മൾ കൊടുക്കണം".

"തുർക്കി സുൽത്താനെ കാണുന്നതുപോലെയാകും അവർ ഈ നാണയങ്ങൾ കാണുക. ഒരുപക്ഷേ ഈ മാന്യയുവാവിന്റെ കയ്യിൽ ഏതാനും വെള്ളിനാണയങ്ങൾ ബാക്കി കണ്ടേക്കാം. ഇല്ലെങ്കിൽ കുറച്ച് ചെമ്പുനാണയങ്ങൾ അദ്ദേഹം അതവർക്കു നൽകട്ടെ. അവരെ സന്തുഷ്ടരാക്കാൻ അതൊക്കെ മതി" എന്നായി വൃദ്ധ.

"എന്റെ കയ്യിൽ കുറെ ഉണ്ട്." എന്നു പറഞ്ഞു യുവാവ് പോക്കറ്റിൽ നിന്ന് മൂന്നു റിയാൽ എടുത്ത് അവിടെനിന്നിരുന്ന മൂന്നു ജിപ്സിപ്പെൺകുട്ടികൾക്കു കൊടുത്തു. എതിരാളികൾക്കുമുൻപിൽ ആർപ്പുവിളികളോടെ അഭിനന്ദിക്കപ്പെടുന്ന ശിൽപ്പിയെക്കാൾ ആ നാണയത്തുട്ടുകൾ ആ പെൺകുട്ടികളെ സന്തുഷ്ടരാക്കി.

ചുരുക്കിപ്പറഞ്ഞാൽ, നേരത്തെ നിശ്ചയിച്ചതുപോലെ ഒരാഴ്ചസമയത്തിനുള്ളിൽ ഇവിടെ ഇതേസ്ഥലത്തു വച്ച് കണ്ടുമുട്ടാമെന്ന് അവർ സമ്മതിച്ചു. യുവാവ് ജിപ്സിസംഘത്തിൽ ചേരുമ്പോൾ ആൻഡ്രേസ് കബല്ലെറോ എന്നു വിളിക്കപ്പെടുമെന്നും നിശ്ചയിച്ചു. ഈ പേരുകാർ ഏതാനും പേർ ആ ജിപ്സി സംഘത്തിലുണ്ടായിരുന്നു.

ഇനി യുവാവിനെ നമുക്ക് ആൻഡ്രേസ് എന്നു വിളിക്കാം. അയാൾ തന്റെ ഹൃദയം അവിടെ വിട്ടിട്ടുപോകുന്നു എന്ന മട്ടിൽ അവളെ നോക്കിക്കൊണ്ട് മാഡ്രിഡിലേക്കു തിരികെപ്പോയി. ജിപ്സികളും തിരികെപ്പോയി. അയാൾ പറഞ്ഞതൊക്കെ ശരിയോയെന്ന് കണ്ടുപിടിക്കാനുള്ള അത്യാകാംക്ഷയോടെ അവർ നഗരത്തിൽ കടന്നു. ഉദാരമതിയും സുമുഖനു

മായ യുവാവിനോടുള്ള സ്നേഹത്തെക്കാൾ അയാളോടുള്ള മനസലിവായിരുന്നു ഇതിന് അവരെ പ്രേരിപ്പിച്ചത്.

ഏതാനും തെരുവുകൾ അവർ പിന്നിട്ടു. ഒരു തെരുവിൽ, നേരത്തെ ബല്ലാഡും സ്വർണനാണയവും നൽകിയ ആ കിങ്കരനെ കണ്ടുമുട്ടി. അയാൾ കൊടുത്ത ബല്ലാഡ് വായിച്ചുവോ എന്ന ചോദ്യത്തിന് പ്രിസിയോസ പറഞ്ഞു. "ഞാൻ മറുപടി പറയും മുൻപ് എന്റെ ഒരു ചോദ്യത്തിന് മറുപടി നൽകണം. അതു സത്യമായിരിക്കണം. ആണയിട്ടു പറയുക - നിങ്ങൾ കൂടുതൽ ഇഷ്ടപ്പെടുന്ന എന്തിനെയെങ്കിലും മുൻനിറുത്തി."

അയാൾ പറഞ്ഞു: "ഇതൊരു സത്യപ്രതിജ്ഞയാണ്. ഞാൻ വാക്കു നൽകുന്നു."

പ്രിസിയോസ: "ഒരു കാര്യം മാത്രം ഭാഗ്യവശാൽ നിങ്ങൾ ഒരു കവിയാണോ? "

യുവാവ് (*പേയ്ജ്) : "ഒരു കവിയാണെങ്കിൽ അതു ഭാഗ്യം കൊണ്ടു തന്നെ. കവി എന്ന പേരിനർഹരായവർ വളരെ ചുരുക്കമാണ്. അവരിലൊരാളല്ല ഞാൻ. ഗാനങ്ങളിൽ താൽപ്പര്യമുള്ള ഒരാൾ മാത്രം. എനിക്കുവേണ്ടി എഴുതാൻ ഞാൻ ആരോടും ആവശ്യപ്പെടാറില്ല. മറ്റുള്ളവരുടേതു സ്വന്തമാക്കാനും ഞാനില്ല. നിന്റെ കയ്യിൽ തന്നത് ഞാനെഴുതിയതുതന്നെ. ഇപ്പോൾ ഞാൻ തരുന്നതും ഞാനെഴുതിയതുതന്നെ. എന്നാൽ ഞാൻ കവിയല്ല. ദൈവം എന്നെ കവിയാക്കാതിരിക്കട്ടെ".

പ്രിസിയോസ: "ഒരു കവിയാകുന്നത് അത്ര ചീത്ത കാര്യമാണോ?"

പേയ്ജ്: "അല്ല ചീത്തക്കാര്യമല്ല. ഒരു കവി മാത്രമായിരിക്കുന്നത് ഒരു നല്ല ആശയമായി ഞാൻ കാണുന്നില്ല. കവിതയെ വിലപ്പെട്ട രത്നം പോലെ ഉപയോഗിക്കണം. ഉടമസ്ഥർ അത് എപ്പോഴും ധരിക്കുന്നില്ല. എപ്പോഴും എല്ലാവരെയും കാണിക്കുന്നുമില്ല. അനുയോജ്യമായ സമയത്ത് അതിനെ പ്രദർശിപ്പിക്കുന്നു. അതിസുന്ദരിയും അകളങ്കിതയും നിർമലയും കുശാഗ്രബുദ്ധിയും തനിമയുമുള്ളവളും ജാഗ്രതയുള്ളവളുമായ ഒരു പെൺകൊടിയാണു കവിത—ഏകാന്തതയുടെ സ്നേഹിത- ജലധാരകൾ അവൾക്കു സന്തോഷം നൽകുന്നു. പുൽത്തകിടികൾ സമാശ്വാസവും തരുനിരകൾ അവൾക്കു സുഖമേകുന്നു. പുഷ്പജാലം ആഹ്ലാദവും. സമ്പർക്കത്തിലേർപ്പെടുന്ന ഏതൊരാൾക്കും അവൾ ലാഭവും സന്തോഷവും നൽകുന്നു."

പ്രിസിയോസ: "എന്നിരുന്നാലും ഭിക്ഷാപാത്രമെടുക്കാനും മാത്രം ദരിദ്രയാണവളെന്നും കേട്ടിരിക്കുന്നു"

പേയ്ജ്: "നേരേമറിച്ച് ധനികരല്ലാത്ത ഒരു കവിപോലുമില്ല, അവരുടേതായ രീതിയിൽ. കുറച്ചാളുകൾക്കുമാത്രം എത്തിപ്പെടാൻ കഴിയുന്ന ഒരു തത്വശാസ്ത്രവുമായി അവരെല്ലാം സംതൃപ്തരായി കഴിയുന്നു. ആകട്ടെ, നീയീ ചോദ്യം ചോദിച്ചതെന്തേ?"

---

* പേയ്ജ് (Page): പരിചാരകൻ, അനുചരൻ, കിങ്കരൻ

പ്രിസിയോസ: "മിക്ക കവികളും ദരിദ്രരാണെന്നാണ് എന്റെ ധാരണ. ബല്ലാഡിനൊപ്പം നിങ്ങൾ സ്വർണ്ണനാണയവുംകൂടി തന്നപ്പോൾ ഞാനതിശയിച്ചുപോയി. ഈ ചോദ്യത്തിന്റെ കാരണമതാണ്. നിങ്ങൾ കവിതയിൽ താൽപ്പര്യമുള്ളയാൾ മാത്രമായതിനാൽ ധനികനാണെന്നു ഞാൻ കരുതുന്നു. എന്നാലും - കവിതാരചനയിൽ നിങ്ങൾക്കുള്ള അഭിരുചി, നിങ്ങൾക്കെത്രമാത്രം സ്വത്തുണ്ടെങ്കിലും അതു കുറച്ചുകൊണ്ടുവരേണ്ടതാണ്. ആളുകൾ പറയുന്നത് ഉള്ള സ്വത്തുനിലനിറുത്താനോ, നേരത്തേ സമ്പത്തൊന്നും ഇല്ലെങ്കിൽ അതുണ്ടാക്കാനോ കഴിയുന്ന ഒരു കവി പോലുമില്ലെന്നാണ്."

പേയ്ജ്: "എന്നാൽ ഞാൻ ദരിദ്രനല്ല, സമ്പന്നനുമല്ല. ഞാൻ കവിതകളെഴുതുന്നു. ഒന്നോരണ്ടോ ക്രൗൺ ആർക്കെങ്കിലും കൊടുക്കണമെന്നു തോന്നിയാൽ അതു കൊടുക്കാൻ എനിക്കു കഴിയും. എന്റെ രണ്ടാമത്തെ കവിതയിതാ. ഇതെന്റെ മുത്താണ്. ഇതോടൊപ്പം രണ്ടാമത്തെ ക്രൗണുമുണ്ട്. ഞാൻ കവിയാണോ അല്ലയോ എന്നു പരിഗണിക്കാൻ മെനക്കെടാതെ ഇതു സ്വീകരിക്കുക. ഭവതി ഒരു കാര്യം മനസിലാക്കണമെന്നെനിക്കാഗ്രഹമുണ്ട് - ഇത് നിനക്കു നൽകുന്ന വ്യക്തി അതിനുവേണ്ടി *മിഡാസിന്റെ സമ്പത്ത് സന്തോഷത്തോടെ കൈവശപ്പെടുത്തും."

അയാൾ നൽകിയ കടലാസ് പ്രിസിയോസ വാങ്ങി സ്പർശമാത്രയിൽ തന്നെ അതിനുള്ളിൽ ക്രൗൺ ഉണ്ടെന്നറിഞ്ഞ അവൾ പറഞ്ഞു:

"ഈ പേപ്പറിനു രണ്ടു ജീവനുണ്ട് - ഒന്ന്- ക്രൗണിന്റേത്. രണ്ട്- കവിതയുടേത്. ഇവ രണ്ടും ഹൃദയവും ജീവനും പോലെയാണ്. എന്നാൽ, ഇതുരണ്ടുംകൂടി എനിക്കാവശ്യമില്ല. ഒന്നു നിങ്ങൾ തിരിച്ചെടുക്കുന്നില്ലെങ്കിൽ തീർച്ചയായും മറ്റതു ഞാൻ സ്വീകരിക്കുകയില്ല. ഒരു കവിയെന്ന നിലയിൽ എനിക്കു നിങ്ങളെ ഇഷ്ടമാണ്. സമ്മാനങ്ങൾക്കുവേണ്ടിയല്ല. കവിത നിർമിക്കുക എന്നതിനെക്കാൾ എളുപ്പമാണ്, എത്ര പ്രയോജനമുള്ളതാണെങ്കിലും ഒരു ക്രൗൺ ഇല്ലാതെ കഴിയുക."

പേയ്ജ് : "ഒരു ദരിദ്രനെപ്പോലെ എന്നെ കടപ്പെടുത്തണമെന്നാണെങ്കിൽ, ആ കടലാസുകൾ സ്വീകരിക്കുക. ക്രൗൺ തിരികെ തരിക. നിന്റെ കൈകൾ കൊണ്ടു സ്പർശിച്ച ആ നാണയം ഒരു വിശുദ്ധവസ്തുവായി ഞാൻ സൂക്ഷിച്ചുകൊള്ളാം."

പ്രിസിയോസ ക്രൗൺ കടലാസ് മടക്കുകളിൽ നിന്നും പുറത്തെടുത്തു. കടലാസുകൾ തെരുവിൽ വച്ചു വായിക്കുന്നത് ഉചിതമല്ലാത്തതിനാൽ സൂക്ഷിച്ചു വച്ചു. പേയ്ജ് യാത്ര പറഞ്ഞു - സന്തോഷത്തോടെ - ഇത്രയേറെ ദയയോടെ പ്രിസിയോസ പെരുമാറിയല്ലോ!

ഒരു തെരുവിലും നൃത്ത പ്രകടനത്തിനുനിൽക്കാതെ ജിപ്സി സംഘം ആൻദ്രേസിന്റെ ഭവനം സ്ഥിതി ചെയ്യുന്ന തെരുവിലേക്കു നീങ്ങി. പകുതി വഴിയെത്തിയപ്പോൾ, സ്വർണ്ണനിറം പൂശിയ ഉരുക്കുനിർമിതമായ

---

* മിഡാസ് (Midas) - ഐതീഹ്യകഥാപാത്രം. തൊടുന്നതെല്ലാം പൊന്നാകണമെന്ന വരം വാങ്ങിയ രാജാവ്.

ബാൽക്കണികൾ അവർ കണ്ടു. അവർക്കു ആൻദ്രേസ് നൽകിയിരുന്ന തിരിച്ചറിയൽ അടയാളമായിരുന്നു അത്. അവിടെ അൻപതോളം വയസുള്ള, ഗൗരവസ്വഭാവമുള്ള ഒരു മാന്യനെ അവർ കണ്ടു. ചുവന്ന കുരിശാകൃതിയിലുള്ള ഒരു പദവിമുദ്ര അയാൾ മാറത്തു ധരിച്ചിരുന്നു. ജിപ്സികളെ അദ്ദേഹം അകത്തേക്കുവിളിച്ചു- ധർമദാനം സ്വീകരിക്കാൻ. അദ്ദേഹം സംസാരിക്കുന്നതുകേട്ട് മറ്റുമൂന്നാളുകൾ അവിടേയ്ക്കുവന്നു. അവരിലൊരാൾ ആൻദ്രേസായിരുന്നു. പ്രിസിയോസയെ കണ്ടതോടെ അയാൾ വിവർണനായി, ബോധക്ഷയത്തിന്റെ വക്കോളമെത്തി.

ജിപ്സി പെൺകുട്ടികളും മുകളിലേക്കു കയറി വന്നു. വൃദ്ധ ആൻദ്രേസ് പറഞ്ഞ കാര്യങ്ങളുടെ നിജസ്ഥിതി, അവിടത്തെ പരിചാരികമാരിൽനിന്നും അറിയുന്നതിനായി താഴെത്തന്നെ തങ്ങി. ജിപ്സിക്കുട്ടികൾ മുകളിലേക്കു കയറി ചെല്ലുമ്പോൾ ആ മാന്യൻ പറയുകയായിരുന്നു.

"ഇതുതന്നെയായിരിക്കണം മാഡ്രിഡിലൂടെ ചുറ്റി നടക്കുന്നു എന്ന് ആളുകൾ പറയുന്ന ജിപ്സി ബാലിക"

ആൻദ്രേസ് പറഞ്ഞു: "ഇതുതന്നെ നമ്മളൊക്കെ കണ്ടിട്ടുള്ളതിൽ ഏറ്റവും സുന്ദരിയായ ജീവിയാണിതെന്നതിൽ സംശയമില്ല."

മുറിയിലേക്കു കടന്നുവന്ന പ്രിസിയോസ ഇതുകേട്ടിട്ടു പറഞ്ഞു:

"അങ്ങനെ അവർ പറയുന്നു. എല്ലാ പരിധിയും വിട്ട അതിശയോക്തിയാണത്. ഞാൻ അഴകുള്ളവളാണ്. പക്ഷേ ആളുകൾ പറയുന്നത്രയും - ഇല്ല അത്രത്തോളമില്ല".

മാന്യൻ: "എന്റെ സുന്ദരിക്കുട്ടീ, ജിപ്സിക്കുട്ടീ, എന്റെ മകൻ ഡോൺ ജൂവാനിക്കോയുടെ ജീവനെക്കൊണ്ടു ഞാൻ പറയുന്നു, നീ, അവർ പറയുന്നതിനെക്കാൾ, സുന്ദരിയാണ്".

"അതാരാണ്, ഈ ഡോൺ ജൂവാനിക്കോ?" അവൾ ആരാഞ്ഞു.

"നിന്റെ വശത്തു നിൽക്കുന്ന ചെറുപ്പക്കാരൻതന്നെ." അദ്ദേഹം മറുപടി പറഞ്ഞു.

പ്രിസിയോസ: "ഞാൻ വിചാരിച്ചു, രണ്ടുവയസുള്ള ഒരു കുഞ്ഞിനെക്കൊണ്ടാണ് അങ്ങ് ആണയിടുന്നതെന്ന്. ഇതു ധീരനായ ഡോൺ ജൂവാനിക്കോയല്ലേ? അത്ഭുതപ്പെടേണ്ട. ഇയാളുടെ ലലാടരേഖകളനുസരിച്ച് തീർച്ചയായും ഇദ്ദേഹം മൂന്നുവർഷത്തിനുള്ളിൽ വിവാഹം കഴിക്കും. സന്തുഷ്ടനായിരിക്കും. ഇടയ്ക്കു തീരുമാനങ്ങൾ മാറ്റാതിരുന്നാൽ. "

"ദൈവമേ! ഈ കൊച്ചു ജിപ്സിപ്പെണ്ണിനു രേഖകൾ നോക്കി ഫലം പറയാനറിയാമെന്ന്! " മറ്റൊരാൾ അത്ഭുതപ്പെട്ടു.

മറ്റു ജിപ്സിക്കുട്ടികൾ മുറിയുടെ ഒരു മൂലയിൽ കൂടിനിന്നു. ക്രിസ്റ്റീന പറഞ്ഞു:

"രാവിലെ നമുക്കു മൂന്നു റിയാൽ തന്ന മാന്യനാണിത്."

മറ്റു രണ്ടുപേരും അതു ശരിവച്ചു. "പക്ഷേ, അങ്ങേര് അതു സൂചിപ്പിക്കുന്നുപോലുമില്ല. നമ്മളതുപറയേണ്ട. തിരിച്ചറിയപ്പെടാൻ അങ്ങേര് ആഗ്രഹിക്കുന്നില്ല എന്നു തീർച്ച" എന്നും അവർ കുശുകുശുത്തു.

ഭാവി പറയുന്നതിനെക്കുറിച്ചുള്ള അഭിപ്രായപ്രകടനത്തിനു മറുപടിയായി പ്രിസിയോസ പറഞ്ഞു: "എന്റെ കണ്ണുകൾകൊണ്ടു കാണുന്നത് വിരലുകൾ കൊണ്ട് ഞാൻ ദൃഢീകരിക്കുന്നു. ലലാടരേഖകൾ കണക്കാക്കാതെ തന്നെ, എനിക്കു മനസിലാക്കി പറയാൻ കഴിയുന്നുണ്ട്. ഡോൺ ജുവാനിക്കോ കുറെയൊക്കെ പ്രേമലോലനും എടുത്തുചാട്ടക്കാരനുമാണെന്ന്. അസാധ്യമെന്നുള്ള കാര്യങ്ങളിൽപോലും വാഗ്ദാനങ്ങൾ നൽകിപ്പോകും. ഒരു വിധത്തിലും പ്രതിജ്ഞാ ലംഘനം നടത്താൻ ദൈവം ഇടയാക്കാതിരിക്കട്ടെ. ഒരു ദീർഘയാത്രയ്ക്കുള്ള സാധ്യത കാണുന്നു. പക്ഷേ വിചാരിക്കുന്നതിൽ വ്യത്യാസപ്പെട്ടു കാര്യങ്ങൾ സംഭവിക്കാം. -മനുഷ്യൻ ആഗ്രഹിക്കുന്നു, ദൈവം തീരുമാനിക്കുന്നു എന്നാണല്ലോ. ഓ 'നെസി 'ലേക്കു പോകാനാഗ്രഹിക്കുന്നു. ചെന്നെത്തുന്നതു 'ഗംബോവയിലും!"

ഇതുകേട്ട് ഡോൺ ജൂവാൻ പറഞ്ഞു: "ഞാൻ ഏതുതരത്തിൽപ്പെട്ട വ്യക്തിയാണെന്ന്, ഏറെക്കുറെ കൃത്യമായി, എന്റെ കൊച്ചു ജിപ്സീ, നീ പലവിധത്തിൽ ഊഹിച്ചെടുത്തു. പക്ഷേ, പ്രതിജ്ഞാലംഘകൻ? അതു യാഥാർത്ഥ്യത്തിൽനിന്നും അകലെയുള്ള കാര്യമാണ്. എന്തുവന്നാലും സത്യം പറയുക എന്നതിൽ ഞാൻ അഭിമാനിക്കുന്നു. യാത്രയെ സംബന്ധിച്ചിടത്തോളം - ശരിയാണ്, നാലോ അഞ്ചോ ദിവസത്തിനകം ഞാൻ ഫ്ളാൻഡേഴ്സിലേക്കു പോകും. എന്റെ യാത്രാമാർഗത്തെ മാറ്റിമറിക്കുന്ന ഒന്നിനോടും എനിക്കു താൽപ്പര്യമില്ല."

"ശാന്തനാകൂ യുവാവേ," പ്രിസിയോസ പറഞ്ഞു, "എല്ലാം നന്നായിവരും, ദൈവത്തെ പ്രാർഥിക്കുക. ഞാൻ പറഞ്ഞ കാര്യങ്ങൾ സംബന്ധിച്ച് എനിക്കൊന്നുമറിയില്ല എന്നു മനസിലാക്കുക. ഞാൻ ഏറെ പറയുന്നു. ഏറെ ഊഹിച്ചെടുക്കുന്നു. കുറെയൊക്കെ ശരിയാകുന്നു. അത്ഭുതമല്ല. ഈ യാത്ര പോകാതിരിക്കാൻ നിങ്ങളെ പ്രേരിപ്പിക്കാൻ ഞാൻ ആഗ്രഹിക്കുന്നുണ്ട്. മാതാപിതാക്കളുടെ വാർധക്യത്തിൽ അവർക്ക് ആശ്വാസം നൽകി കഴിയുവാൻ നിങ്ങളെ സമ്മതിപ്പിക്കാനും ഞാനാഗ്രഹിക്കുന്നു. ഫ്ളാൻഡേഴ്സിലേക്കുള്ള ഈ പോക്കും വരവും ഞാനൊട്ടും അനുകൂലിക്കുന്നില്ല, പ്രത്യേകിച്ചും ഇത്രയും ചെറുപ്രായത്തിലുള്ള യുവാക്കൾ. അൽപ്പം കൂടി പ്രായമാകാൻ കാത്തിരിക്കുക. അപ്പോഴേക്കും ഏറ്റുമുട്ടലുകളും ദുഃഖങ്ങളും വഹിക്കാറാകും. സ്വന്തം ഭവനത്തിലും പ്രണയബന്ധിയായും ധാരാളം ഏറ്റുമുട്ടലുകൾ ഉണ്ടല്ലോ - ശാന്തനാകൂ, ശാന്തനാകൂ. അസ്വസ്ഥത വേണ്ടാ. വിവാഹിതനാകുംമുൻപ് നിങ്ങൾ ചെയ്യുന്നതെന്തെന്നു ചിന്തിക്കുക. ദയവായി ദൈവത്തെപ്രതിയും നിങ്ങളുടേതായും ഞങ്ങൾക്ക് ദാനധർമം നൽകൂ. നിങ്ങൾ ഉന്നതകുലജാതനെന്നെനിക്കു ബോധ്യമായി. നിങ്ങൾ സത്യനിഷ്ഠനും കൂടിയെങ്കിൽ, നിങ്ങളോടു പറഞ്ഞ കാര്യങ്ങളെല്ലാം കൃത്യമായി ഊഹിച്ചെടുക്കാൻ എനിക്കു കഴിഞ്ഞെന്ന് അഭിമാനിക്കാമായിരുന്നു.

ആൻഡ്രേസ് കബല്ലെറോ ആയിമാറാൻ പോകുന്ന ഡോൺ ജൂവാൻ പ്രതിവചിച്ചു:

"ഞാൻ സത്യനിഷ്ഠനല്ല എന്ന നിന്റെ ഭയമൊഴിച്ച് മറ്റെല്ലാ കാര്യങ്ങളിലും നീ പറഞ്ഞത് ശരിയെന്നു ഞാൻ നേരത്തെ പറഞ്ഞു. സത്യനിഷ്ഠം - ഇക്കാര്യത്തിൽ നിനക്കു തെറ്റി. പൂർണമായും തെറ്റി. ഞാൻ വാഗ്ദാനം ചെയ്യുന്നത് - നാട്ടിൻപുറത്തുവച്ചു നൽകിയ വാഗ്ദാനം നഗരത്തിലോ മറ്റെവിടെയെങ്കിലും വച്ചോ ഞാൻ പൂർത്തീകരിക്കും. സത്യനിഷ്ഠയില്ലാത്തവന് മാന്യൻ എന്ന് അഭിമാനിക്കാനാവില്ല. ദൈവത്തിന്റെ നാമത്തിലും എന്റെ പേരിലും എന്റെ പിതാവ് നിങ്ങൾക്കു ദാനധർമം ചെയ്യും. കാരണം, ഇന്നു രാവിലെ എന്റെ കൈവശമുണ്ടായിരുന്നത്രയും ഏതാനും വനിതകൾക്കു നൽകി, സൗന്ദര്യവും മനോരമ്യതയുമുള്ളവരായിരുന്നു അവർ - പ്രത്യേകിച്ച് അവരിലൊരാൾ, എനിക്കറിഞ്ഞുകൂടാ ഇതൊക്കെ എവിടെയെത്തിക്കുമെന്ന്".

ഇതുകേട്ട മറ്റ് ജിപ്സിക്കുട്ടികൾ രാവിലെ തങ്ങൾക്കുകിട്ടിയ പണത്തിന്റെ കാര്യമാണു പറയുന്നതെന്ന് ഉറപ്പാക്കി. പക്ഷേ ഒരാൾക്കൊരു സംശയം, "വനിതകളെന്നാണല്ലോ, അയാൾ പറഞ്ഞത്. നമ്മൾ വനിതകളല്ലല്ലോ. കുട്ടികളല്ലേ, അയാൾ നുണ പറയുകയോ?"

ക്രിസ്റ്റീന അഭിപ്രായം പാസ്സാക്കി, "ആർക്കും ദ്രോഹം വരണമെന്ന ചിന്തയില്ലാതെ, സ്വന്തം കാര്യലാഭത്തിന് അൽപ്പം നുണ പറയുന്നത് ഒരു വലിയ അപരാധമൊന്നുമല്ല, പക്ഷേ നമുക്കൊന്നും കിട്ടുന്ന ലക്ഷണമില്ല. നമ്മളോടു ഡാൻസു ചെയ്യാൻ പറഞ്ഞില്ലല്ലോ."

ഈ സമയം വൃദ്ധ ജിപ്സി അവിടെയെത്തി. അവർ പറഞ്ഞു: "മോളേ നിറുത്താൻ സമയമായി. ഒരുപാടുകാര്യം ചെയ്യാനുണ്ട്. ഒത്തിരിയേറെ പറയാനുമുണ്ട്."

"എന്തിനെക്കുറിച്ചാണു വല്യമ്മച്ചീ?" പ്രിസിയോസ ചോദിച്ചു. "ഒരു ആൺകുട്ടിയുടെ കാര്യമാണോ, ഒരു പെൺകുട്ടിയുടെ കാര്യമാണോ? "

"ഒരാൺകുട്ടി, സുന്ദരൻ", വൃദ്ധ പറഞ്ഞു, "വരൂ യഥാർഥത്തിൽ അത്ഭുതകരമായ കാര്യങ്ങൾ നീ കേൾക്കാൻ പോകുന്നു".

"ജനിച്ചപ്പോൾ തന്നെ മരിക്കാതിരിക്കാൻ ദൈവം ആ കുട്ടിയെ അനുഗ്രഹിക്കട്ടെ." പ്രിസിയോസ പറഞ്ഞു.

വൃദ്ധ: "അക്കാര്യം പ്രത്യേകം ശ്രദ്ധിക്കപ്പെടും. ഏതായാലും ജനനം നടന്നു. നന്നായി. കുട്ടി ഒരു വിലപിടിപ്പുള്ള നിധിയാണ്."

"ഏതെങ്കിലും സ്ത്രീ ഒരു ആൺകുട്ടിയെ പ്രസവിച്ചോ?" ആൻദ്രേസിന്റെ പിതാവു ചോദിച്ചു.

വൃദ്ധ: "ഉവ്വ്, പ്രഭോ, പക്ഷേ പ്രസവവിവരം വളരെ രഹസ്യമായി സൂക്ഷിച്ചിരിക്കുകയാണ്. എനിക്കും പ്രിസിയോസയ്ക്കും പിന്നെ മറ്റൊരാൾക്കും മാത്രമേ അതിനെക്കുറിച്ചറിയൂ. അതുകൊണ്ട് അതിനെക്കുറിച്ചൊന്നും പറയാൻ കഴിയില്ല."

"ഇവിടെയാർക്കും അറിയുകയും വേണ്ടാ". അവിടെയുണ്ടായിരുന്നവരിൽ ഒരാൾ പറഞ്ഞു. "കാരണം, ഒരു രഹസ്യം സൂക്ഷിക്കാൻ നിങ്ങളുടെ നാവുകളെയും അഭിമാന സംരക്ഷണം നിങ്ങളെയും വിശ്വസിച്ചേൽപ്പിക്കുന്ന വനിതയുടെ സ്ഥിതി എത്ര ദുർഭഗം!"

“ഞങ്ങളെല്ലാവരും ചീത്തയല്ല” പ്രിസിയോസ പറഞ്ഞു, “ഇവിടെയുള്ള ആരെയും പോലെ രഹസ്യം സൂക്ഷിക്കുകയും സത്യം പറയുകയും അതിൽ അഭിമാനിക്കുകയും ചെയ്യുന്ന കുറെ പേരെങ്കിലും ഞങ്ങളുടെ കൂട്ടത്തിലുണ്ട്. നമുക്കു പോകാം, വല്യമ്മേ. ഇവിടെയുള്ളവർക്ക് നമ്മളെക്കുറിച്ച് അത്രനല്ല അഭിപ്രായമല്ല. പക്ഷേ ഒരു കാര്യം. ഞങ്ങൾ ആരിൽനിന്നും കൂടുതൽ ആനുകൂല്യങ്ങളൊന്നും ആവശ്യപ്പെടുന്നില്ല.”

“കോപിക്കാതെ, പ്രിസിയോസ,” ഗൃഹനാഥൻ ഇടപെട്ടു.

“കുറഞ്ഞത് നിന്നെക്കുറിച്ചെങ്കിലും ആരും അനുചിതമായൊന്നും ചിന്തിക്കുന്നില്ല എന്നാണു ഞാൻ കരുതുന്നത്. നിന്റെ മുഖത്തുകാണുന്ന നന്മ, നിന്റെ നന്മയെയും സൽഗുണങ്ങളെയും തെളിയിക്കുന്നു. നിന്റെ സുഹൃത്തുക്കളോടൊത്ത് അൽപ്പം നൃത്തം ചെയ്യുക. എന്റെ കയ്യിൽ ഇരട്ട മുദ്രണം ചെയ്ത സ്വർണനാണയമുണ്ട്. പക്ഷേ അതിലെ മുഖങ്ങൾ, അവ രാജകീയമാണെങ്കിലും നിന്റെ മുഖത്തോളം സുന്ദരമല്ല.”

ഇതു കേട്ടപ്പോഴെ വൃദ്ധ പറഞ്ഞു. “വരൂ കുട്ടികളെ! പാവാടകൾ മുറുക്കി കൊളുത്തുക. ഈ മാന്യന്മാർക്ക് ഒരു സന്തോഷം നൽകാം.”

പ്രിസിയോസ തംബുരുവെടുത്തു. വളരെ മനോജ്ഞമായി അവർ -ഒറ്റക്കാൽനൃത്തം- അവതരിപ്പിച്ചു. പ്രേക്ഷകരുടെയെല്ലാം കണ്ണുകൾ നർത്തകികളുടെ പാദചലനങ്ങളിലായിരുന്നു. ആൻദ്രേസിന്റെ കണ്ണുകൾ പ്രിസിയോസയുടെ പാദചലനങ്ങളെ തന്നെ പിൻതുടർന്നു- സന്തോഷം മുഴുവൻ അവളിൽ കേന്ദ്രീകരിച്ചിരിക്കുന്നു എന്നതുപോലെ.

പക്ഷേ, സന്തോഷം ദാരുണവേദനയായിമാറി. നൃത്തം മൂർധന്യത്തിലെത്തിയതോടെ നേരത്തെ യുവാവായ പേയ്ജ് പ്രിസിയോസയ്ക്കു നൽകിയ -ഗീതകമെഴുതിയ കടലാസ് താഴെവീണു. അതു താഴെവീണ ഉടനെ അവിടെ കൂടിയിരുന്നവരിൽ ഒരാൾ അതെടുത്തു. ജിപ്സികളെക്കുറിച്ച് ഒട്ടും അഭിപ്രായമില്ലാത്ത ആളായിരുന്നു അയാൾ. അയാൾ കടലാസ് നിവർത്തി. “ഇതാ ഇവിടെയൊരു ഗീതകം. നൃത്തം നിറുത്തുക. ആദ്യത്തെ ശീല് ഒരുവിധം സമയം കടത്തി വിടാൻ കൊള്ളാമെങ്കിൽ ഇതുമുഴുവൻ മോശമല്ലതന്നെ.”

പ്രിസിയോസ ആകെ വിഷമത്തിലായി. എന്താണ് ആ കടലാസിൽ എഴുതിപ്പിടിപ്പിച്ചിരിക്കുന്നതെന്ന് അവൾക്ക് അറിയില്ലല്ലോ. അതു വായിക്കരുതെന്നും തിരികെ കൊടുക്കണമെന്നും അവൾ ആവശ്യപ്പെട്ടു. അവളുടെ ഈ ശ്രമമെല്ലാം എന്താണതിലെഴുതിയിരിക്കുന്നതെന്ന് അറിയാനുള്ള ആൻദ്രേസിന്റെ ആഗ്രഹത്തെ ഉത്തേജിപ്പിച്ചു. കടലാസ് കയ്യിൽ കിട്ടിയ മാന്യൻ അത് ഉച്ചത്തിൽ വായിച്ചു.

പ്രിസിയോസയുടെ സൗന്ദര്യം, സ്വരമാധുര്യം, വശ്യത, കണ്ണുകളുടെ തിളക്കം, പ്രേമഭിക്ഷുക്കളുടെ പരിതാപാവസ്ഥ, സമ്മാനങ്ങളുടെ പ്രവാഹം എന്നിവയൊക്കെ മനോഹരമായി വർണിക്കുന്ന ലക്ഷണമൊത്ത ഗീതകം അയാൾ വായിച്ചു തീർത്തു. എന്നിട്ട് ഒരഭിപ്രായവും പാസ്സാക്കി. “ദൈവമേ, ഇതെഴുതിയ കവി കഴിവുള്ളവൻതന്നെ”,

പ്രിസിയോസ അയാളോടു പറഞ്ഞു: "അതൊരു കവിയല്ല ധീരനായൊരു പേയ്ജാണ്. ഒരു മാന്യതയുള്ള മനുഷ്യൻ."

പ്രിസിയോസ, നീ പറഞ്ഞതും പറയാൻ പോകുന്നതുമെന്തെന്നു ശ്രദ്ധിക്കൂ. ഇവ വെറും വാക്കുകളല്ല, ആൻദ്രേസിന്റെ ഹൃദയം തുളച്ചു കയറുന്ന ശൂലങ്ങളാണ്- തെളിവുവേണോ? നോക്കൂ, അവിടെ ഈ കസേരയിൽ അയാൾ ബോധരഹിതനായി കിടക്കുകയല്ലേ, മരണാസന്നനെ പോലെ, വിയർപ്പൊഴുക്കി. അല്ലയോ, യുവതീ, നിന്റെ ഭാഗത്തെ അൽപ്പമാത്രമെങ്കിലുമായ ചിന്താശൂന്യത, ആൻദ്രേസിനെ ആകെ വേദനിപ്പിക്കുകയും സംഭ്രമിപ്പിക്കുകയും ചെയ്യുകയില്ലെന്നു നീ വിചാരിക്കുന്നോ? അത്ര കുറച്ചു മാത്രമേ അയാൾ നിന്നെ സ്നേഹിക്കുന്നുള്ളു എന്നു നീ ചിന്തിക്കാതിരിക്കുക. വേഗം ചെന്ന് അയാളുടെ ചെവിയിൽ എന്തെങ്കിലും പറയുക. അതു നേരെ അയാളുടെ ഹൃദയത്തിലേക്കു കടക്കട്ടെ. അയാളെ തിരികെ കൊണ്ടുവരട്ടെ! നിന്നെ സ്തുതിക്കുന്ന ഗീതകങ്ങളുമായി എന്നും നീ പോയാൽ അയാളെന്തൊരു സ്ഥിതിയിലാകുമെന്ന് ഓർമിക്കുക.

യഥാർഥത്തിൽ ഇതുപോലെതന്നെ സംഭവിച്ചു. ഗീതകം വായിച്ചു കേട്ടതോടെ ആൻദ്രേസ് ഒരായിരം ശങ്കാകുലചിന്തകൾക്ക് വിധേയനായി. അയാൾ വിവർണനായി. "നിനക്കെന്തുപറ്റി ഡോൺ ജൂവാൻ? നീ വിളറി ബോധരഹിതനാകാൻ പോകും പോലെയായല്ലോ" എന്ന് അയാളുടെ പിതാവ് വിളിച്ചു പറയാൻ മാത്രം ആ യുവാവ് വിളറി വെളുത്ത് ബോധരഹിതനാകുന്ന സ്ഥിതിയിലായി.

"നിൽക്കൂ" പ്രിസിയോസ പറഞ്ഞു. "അയാളുടെ ചെവിയിൽ ഞാൻ ഏതാനും വാക്കുകൾ മന്ത്രിക്കട്ടെ. അയാൾ ബോധരഹിതനാവുകയില്ലെന്നു നിങ്ങൾക്കു കാണാം".

അവൾ ആൻദ്രേസിന്റെ അടുത്തുചെന്ന് ചിറിയനങ്ങുകപോലും ചെയ്യാത്തത്ര മൃദുസ്വരത്തിൽ അയാളോടു പറഞ്ഞു, "ഇതാണു ജിപ്സിയുടെ ധീരത! അല്ലേ? വെറുമൊരു കടലാസു തുണ്ടുകൊണ്ടുള്ള ശോധനയിൽ പിടിച്ചുനിൽക്കാൻ കഴിയില്ലെങ്കിൽ എങ്ങനെ നിങ്ങൾ യഥാർഥ പരീക്ഷണം നേരിടും?"

ഇതു പറഞ്ഞിട്ട് അവൾ അയാളുടെ മാറത്ത് ആറു പ്രാവശ്യം കുരിശടയാളം വരച്ചു.

പ്രിസിയോസയുടെ മന്ത്രിക്കൽ- ഫലം കണ്ടു. അയാൾ കണ്ണുതുറന്നു. പൂർണ ബോധാവസ്ഥയിലെത്തിയതിന്റെ ലക്ഷണങ്ങൾ അയാൾ കാട്ടി.

ഇരട്ടത്തല മുദ്രണം ചെയ്ത സ്വർണനാണയം അവർ അവളുടെ കയ്യിൽ കൊടുത്തു. ചില്ലറയാക്കി മാന്യമായി വീതം വയ്ക്കാമെന്ന് അവൾ മറ്റു പെൺകുട്ടികളോടു പറഞ്ഞു, ഡോൺ ജൂവാന്റെ ചെവിയിൽ മന്ത്രിച്ച വാക്കുകൾ ഒന്നു കടലാസിലെഴുതി നൽകണമെന്ന് പ്രഭു അവളോട് ആവശ്യപ്പെട്ടു. അതെന്തെന്നറിയാൻ അത്ര ആഗ്രഹമുണ്ടത്രേ അദ്ദേഹത്തിന്.

എഴുതിക്കൊടുക്കാൻ അവൾക്കു പൂർണ്ണ സമ്മതം. "ഒറ്റ നോട്ടത്തിൽ അർഥമില്ലാത്ത വാക്കുകളായി തോന്നാം. എന്നാൽ ദുർബ്ബല ഹൃദയർക്കും മോഹാലസ്യത്തിൽപ്പെടുന്നവർക്കും വളരെ ഗുണം ചെയ്യും." ഈ മുഖവുരയോടെ രണ്ടുവാക്കുകൾ അവൾ താഴെകാണും പ്രകാരം പറഞ്ഞു കൊടുത്തു.

കൊച്ചുശിരസ്സേ, ഓ! കൊച്ചുശിരസ്സേ
ഇടറാതെ, വീണുപോകരുതു നീ.
ക്ഷമ കാട്ടുക ക്ഷമ! അത്രതന്നെ
അനുഗ്രഹ വർഷത്തിനായർഥിപ്പൂ.
നയിക്കട്ടെ നിന്റെ വിശ്വാസം നിന്നെ
വേണ്ടാ, വ്യതിചലനം മനസിലൊട്ടും
നീ കാണുമത്ഭുത ദൃശ്യങ്ങളൊക്കെ
നിനക്കു സംഭ്രമമേകുമെന്നാലും
ഈശ്വരൻ നിൻ കൂടെയെങ്കിലൊട്ടുമേ-
ഭയമേകില്ലൊരു സത്വവും നിശ്ചയം.

"ഇവയുടെ പകുതിയെങ്കിലും ഉച്ചരിച്ചുകൊണ്ട് ഹൃദയത്തിനു മുകളിൽ ആറുപ്രാവശ്യം കുരിശടയാളം വരച്ചാൽ ഏതൊരുവനും ഉന്മേഷവാനാകും" എന്ന് പ്രിസിയോസ പറഞ്ഞു.

ഇവയെല്ലാം കാണുകയും കേൾക്കുകയും ചെയ്ത വൃദ്ധ ജിപ്സി പോലും അതിശയിച്ചുപോയി. അതിലും കൂടുതൽ ആൻദ്രേസ് അത്ഭുതപ്പെട്ടു; ഇതെല്ലാം അവളുടെ സ്വന്തം കണ്ടുപിടിത്തങ്ങളാണെന്ന് മനസിലാക്കിയതുകൊണ്ട്.

ഗീതകമെഴുതിയ കടലാസ് പ്രിസിയോസ തിരികെ വാങ്ങിയില്ല. ആൻദ്രേസിനു കൂടുതൽ വിഷമമുണ്ടായയാലോ! ശങ്കാകുലത കമിതാക്കൾക്കുണ്ടാക്കുന്ന ഞെട്ടലും പ്രകമ്പനവും എന്തെന്ന് അവൾ കണ്ടു കഴിഞ്ഞല്ലോ.

തിരികെ പോരാനിറങ്ങുംമുൻപ് പ്രിസിയോസ ഡോൺ ജൂവാനോടു പറഞ്ഞു, "നോക്കൂ, സർ, ഈയാഴ്ചയിൽ ഏതു ദിവസവും നിങ്ങൾക്കു പുറപ്പെടാൻ അനുയോജ്യമാണ്. അശുഭദിവസങ്ങൾ ഒന്നുമില്ല. എത്രയും വേഗം പുറപ്പെടുക, നിങ്ങൾക്ക് പൊരുത്തപ്പെടാൻ കഴിയുമെങ്കിൽ സന്തുഷ്ടവും സ്വതന്ത്രവും നിരാകുലവുമായ ഒരു ജീവിതം നിങ്ങളെ കാത്തിരിക്കുന്നു."

ഡോൺ ജൂവാൻ, "ഒരു പടയാളിയുടെ ജീവിതം അത്രയേറെ സ്വതന്ത്രമല്ലെന്നാണ് എനിക്കു തോന്നുന്നത്. സ്വാതന്ത്ര്യമുണ്ടായിരിക്കുക എന്നതിനെക്കാൾ ഇനിയൊന്നും അടിയറ വയ്ക്കാനില്ല എന്ന അവസ്ഥയാണത്-. എന്നാലും എനിക്കെത്രമാത്രം കഴിയുമെന്നു നോക്കാം."

പ്രിസിയോസ, "നിങ്ങൾ ഭാവന ചെയ്യുന്നതിൽ കൂടുതൽ നിങ്ങൾ ആസ്വദിക്കും. എല്ലാം ശുഭമായി പര്യവസാനിക്കും അതിനു നിങ്ങൾ അർഹനാണ്. ദൈവം നിങ്ങളുടെ കൂടെയുണ്ടായിരിക്കട്ടെ."

ആൻദ്രേസ് സന്തുഷ്ടനായി. സ്വർണനാണയം ചില്ലറയാക്കി വീതിച്ചു. വൃദ്ധയ്ക്കു ഒന്നരവീതം. മറ്റുള്ളവർക്കു തുല്യമായി. വൃദ്ധയാണല്ലോ ഏറ്റവും പ്രായം കൂടിയ ആൾ. നൃത്തപ്രകടനങ്ങൾക്കും കൗശല പ്രയോഗങ്ങൾക്കും കബളിപ്പിക്കലുകൾക്കും ആവശ്യമായ നിർദേശങ്ങളും നേതൃത്വവും നൽകുന്നതും അവരാണല്ലോ..

അവസാനം ആ ദിവസം വന്നെത്തി. നേരത്തെ പറഞ്ഞിരുന്ന സ്ഥലത്ത് ആൻദ്രേസ് കബല്ലെറോ വന്നിരിക്കുന്നു. വാടകയ്ക്കെടുത്ത കോവർ കഴുതപ്പുറത്താണ് വരവ്. അനുചരന്മാരാരുമില്ല. വൃദ്ധയും പ്രിസിയോസയും അവിടെയുണ്ട്. അത്യാഹ്ളാദത്തോടെ അവർ അയാളെ സ്വീകരിച്ചു. തന്നെ ആരെങ്കിലും പിൻതുടരുന്നുണ്ടെങ്കിൽ അവർ തന്റെ വഴി കണ്ടെത്താൻ പാടില്ല. അതിനാൽ എത്രയും വേഗം ജിപ്സിത്താവളത്തിലേക്ക് തന്നെ കൊണ്ടുപോകാൻ അയാൾ ആവശ്യപ്പെട്ടു. ഒട്ടും താമസിയാതെതന്നെ അവർ പുറപ്പെട്ടു. അവരുടെ കുടിലുകളിലെത്തി. നേരെ കണ്ട വലിയ കുടിലിലേക്ക് ആൻദ്രേസ് കടന്നു. പത്തുപന്ത്രണ്ടു ചെറുപ്പക്കാരായ ജിപ്സികൾ - സുന്ദരക്കുട്ടന്മാർ- അയാളെ കാണാൻ കുടിലിലേക്കു ചെന്നു. തങ്ങളുടെ കൂട്ടത്തിൽ കൂടാൻ വരുന്ന ചങ്ങാതിയെക്കുറിച്ചു വൃദ്ധ നേരത്തെ പറഞ്ഞിരുന്നു. രഹസ്യം സൂക്ഷിക്കുന്നതിൽ കർക്കശക്കാരാണ് ജിപ്സികൾ, അതുകൊണ്ട് ഇതു രഹസ്യമായി വയ്ക്കണമെന്ന് വൃദ്ധ പ്രത്യേകം പറഞ്ഞിരുന്നില്ല. വന്നു കൂടിയവർ കഴുതയെ അടുത്തയാഴ്ച -ടോളിഡോ-യിലെ ചന്തയിൽ വിൽക്കാമെന്നു നിർദേശിച്ചു.

"തീർച്ചയായും അതു സാധ്യമല്ല. കഴുത സൂക്ഷിപ്പുകാർക്ക് തിരിച്ചറിയാൻ കഴിയാത്ത ഒരു കോവർ കഴുതപോലുമില്ല," ആൻദ്രേസ് പറഞ്ഞു.

ഒരു ജിപ്സി പറഞ്ഞു, "അത്ഭുതകരം, ആൻദ്രേസ് വിധിദിവസം തിരിച്ചറിയാൻ അതിന് അടയാളം കൊടുത്തിട്ടുണ്ടെങ്കിൽ അതുപോലും നമുക്കു മാറ്റാം. അതിനെ പെറ്റ അമ്മയോ പോറ്റിവളർത്തിയ ഉടയവനോ പോലും തിരിച്ചറിയാത്തവിധത്തിൽ ഞങ്ങളതിനെ മാറ്റിയെടുക്കാം."

"എങ്ങനെയായാലും ഇപ്പോൾ എന്റെ അഭിപ്രായം സ്വീകരിച്ചേ തീരൂ" എന്നായി ആൻദ്രേസ്,"ഈ കഴുതയെ കൊല്ലണം. അതിന്റെ അസ്ഥികൾ പോലും ഒരുകാലത്തും പുറത്തു വരാൻ പാടില്ല."

മറ്റൊരു ജിപ്സി, "എന്തൊരു ദ്രോഹം! ഒരു സാധു ജീവിയുടെ ജീവൻ കവർന്നെടുക്കുന്നോ? നല്ലവനായ ആൻദ്രേസ്, അങ്ങനെയൊരു കാര്യം പറയരുതേ. താങ്കൾ ആ കഴുതയെ ശ്രദ്ധാപൂർവം നോക്കി തിരിച്ചറിയാനുള്ള അടയാളങ്ങൾ ഓർമവയ്ക്കുക. ഞാനതിനെ കൊണ്ടുപോയി ഒരു മണിക്കൂർ കഴിഞ്ഞു തിരികെ കൊണ്ടുവരാം. നിങ്ങൾക്കതിനെ തിരിച്ചറിയാൻ കഴിയുമെങ്കിൽ ഓടിപ്പോകുന്ന അടിമയോടു ചെയ്യുംപോലെ എന്നെ അടിച്ചു ശരിപ്പെടുത്തിക്കൊള്ളുക."

ആൻദ്രേസ്: "എന്തായാലും ഈ കോവർ കഴുത ജീവനോടെയിരിക്കാൻ ഞാൻ സമ്മതിക്കില്ല. അതിനെ സുരക്ഷിതമായി കുഴിച്ചുമൂടിയില്ലെങ്കിൽ അതിനെ കണ്ടുപിടിക്കുമെന്നെനിക്കുറപ്പാണ്. അതിനെ വിറ്റു

കിട്ടുന്ന ലാഭത്തിന്റെ കാര്യമാണെങ്കിൽ - ഒന്നോ രണ്ടോ കോവർ കഴുതയുടെ വില, ഇവിടത്തെ അംഗത്വഫീസായി നൽകാൻ വേണ്ടത് എന്റെ കൈവശമില്ലാതില്ല."

മറ്റൊരു ജിപ്സി: "അപ്പോൾ, ആൻദ്രേസ് കബല്ലെറോ പ്രഭു ഇപ്രകാരം ആഗ്രഹിക്കുന്നു എന്നതിനാൽ ഈ നിരുപദ്രവ ജീവി മരിക്കട്ടെ. എനിക്കെന്തു വേദനയുണ്ട് എന്നത് ദൈവത്തിനറിയാം. കാരണം ഇതൊരു പ്രായപൂർത്തിയെത്താത്ത മൃഗമാണ്. അതിന്റെ പല്ലുകൾ മുഴുവനും വന്നിട്ടുപോലുമില്ല. മാത്രമല്ല, ഇതു നല്ല വേഗതയുള്ള കഴുതയുമാണ്. അതിന്റെ പള്ളയ്ക്ക് മുറിവുപാടുകളില്ല, മുള്ളുകൾ കൊണ്ടു വ്രണങ്ങളുമില്ല."

കഴുത വധം രാത്രിയിലത്തേക്കുമാറ്റി. പകൽ ആൻദ്രേസിന്റെ ജിപ്സി ജീവിതം ആരംഭിക്കുന്നതിന്റെ ആഘോഷങ്ങൾ. ആ ക്യാമ്പിലെ ഒരു നല്ല കുടിൽ വൃത്തിയാക്കി. നീളൻ പുല്ലുകളും ചെറിയ വൃക്ഷ ശിഖരങ്ങളുംകൊണ്ട് അലങ്കരിച്ചു. ഒരു ഓക്കിൻ കുറ്റിയിൽ ആൻദ്രേസിനെ ഇരുത്തി. കൊടിൽ പോലുള്ള ഒരു ഉപകരണവും ഒരു ചെറിയ ചുറ്റികയും അയാളുടെ കയ്യിൽ കൊടുത്തു. രണ്ടു ജിപ്സികൾ ഗിറ്റാർ വായിച്ചു. അതിന്റെ ശബ്ദത്തിനനുസരിച്ച് അയാളെക്കൊണ്ട് ഏതാനും നൃത്തച്ചുവടുകൾ വയ്പിച്ചു. പിന്നെ അയാളുടെ ഒരു കയ്യിലെ വസ്ത്രം നീക്കി. ഒരു സിൽക്കുനാടയും ഒരു വടിയുംകൊണ്ട് രണ്ടുപ്രാവശ്യം ഉഴിഞ്ഞു. ഈ സമയമെല്ലാം പ്രിസിയോസയും വൃദ്ധയും യുവതികളായ നിരവധി സ്ത്രീകളും അവിടെ സന്നിഹിതരായിരുന്നു. അവരെല്ലാം ആൻദ്രേസിനെ വീക്ഷിച്ചുകൊണ്ടേയിരുന്നു. ചിലർ ആരാധനാഭാവത്തോടെ, ചിലർ സ്നേഹത്തോടെ. മറ്റു ജിപ്സി യുവാക്കളെപ്പോലും അയാൾ അകർഷിച്ചു. അത്ര ധീരനും ഊർജസ്വലനുമായിരുന്നു ആൻദ്രേസ്.

ഈ ചടങ്ങുകൾ കഴിഞ്ഞ് ഒരു വൃദ്ധനായ ജിപ്സി പ്രസിയോസയുടെ കൈപിടിച്ച് ആൻദ്രേസിന്റെ മുൻപിൽ കൊണ്ടുവന്നു. ദീർഘമായൊരു പ്രഭാഷണം നടത്തി അയാൾ.

"സ്പെയിനിലെമ്പാടുമുള്ള, ഞങ്ങൾക്കറിയാവുന്ന ജിപ്സിബാലികമാരിൽ അതിസുന്ദരിയാണിവൾ. ഇവളെ നിനക്കു നൽകുന്നു, ഭാര്യയായി അഥവാ വെപ്പാട്ടിയായി. ഈ കാര്യത്തിൽ നിനക്കിഷ്ടമുള്ളതു ചെയ്യാം. ഞങ്ങളുടെ സ്വതന്ത്രവും ആകുലതകളില്ലാത്തതുമായ ജീവിതം, വളരെ ശ്രദ്ധവേണ്ട, ആചാരപരമായ ചടങ്ങുകൾക്കു വിധേയപ്പെടുന്നതല്ല. നീ ഇവളെ ശ്രദ്ധയോടെ നോക്കുക, അവളെ നിനക്ക് ഇഷ്ടമാകുന്നുണ്ടോ അഥവാ അവളിൽ നിനക്കിഷ്ടപ്പെടാത്ത എന്തെങ്കിലുമുണ്ടെങ്കിൽ, ഈ കാണുന്ന പെൺകുട്ടികളിൽനിന്നും ഒരാളെ തെരഞ്ഞെടുക്കുക. നീ തെരഞ്ഞെടുക്കുന്നവളെ നിനക്കു ഞങ്ങൾ നൽകും. ഒരാളെ നീ തെരഞ്ഞെടുത്താൽ പിന്നെ മറ്റൊരാൾക്കു വേണ്ടി അവളെ വിട്ടുപോകാൻ പാടില്ല. വിവാഹിതയോ അവിവാഹിതയോ ആയ മറ്റൊരു സ്ത്രീയുമായി ഇടപെടാനും പാടില്ല. സുഹൃദ്ബന്ധത്തിന്റെ നിയമങ്ങൾ ഒരു വീഴ്ചയും കൂടാതെ ഞങ്ങൾ പാലിക്കുന്നു. ഒരാൾക്ക് ഉടമസ്ഥതപ്പെട്ട യാതൊന്നും

മറ്റൊരാൾ ആവശ്യപ്പെടുകയില്ല. ശങ്കാകുലതയെന്ന കയ്പേറിയ പകർച്ചവ്യാധി ഞങ്ങളുടെ ഇടയിലില്ല. രക്തബന്ധമുള്ളവരുമായുള്ള ബന്ധങ്ങൾ ധാരാളമുണ്ടെങ്കിലും ഞങ്ങളുടെ ഇടയിൽ പരസ്ത്രീ സംഗമമോ പരപുരുഷ സംഗമമോ ഒരിക്കലുമില്ല. ഒരു വെപ്പാട്ടി അനുചിതമായതെന്തെങ്കിലും ചെയ്താൽ പരിഹാരത്തിനായി ഞങ്ങൾ കോടതിയിൽ പോവുകയില്ല. ഞങ്ങൾ തന്നെയാണ് ഞങ്ങളുടെ ഭാര്യമാരുടെയും വെപ്പാട്ടിമാരുടെയും ന്യായാധിപരും ആരാച്ചാരന്മാരും. ഞങ്ങളവരെ വധിക്കും. മലയോരങ്ങളിൽ കുഴിച്ചിടും. മൃഗങ്ങൾക്കിരയായവരെന്ന പോലെ ഞങ്ങളവരെ ഉപേക്ഷിച്ചുകളയുന്നു. അവരുടെ ബന്ധുജനങ്ങളാരും പകരംവീട്ടുകയില്ല, പരിഹാരം ആവശ്യപ്പെടുകയുമില്ല. ഈ ഭയം അവരുടെ ശിരസ്സിനു മുകളിൽ നിൽക്കുന്നതുകൊണ്ട് ശുദ്ധിയുള്ളവരായി ജീവിക്കാൻ അവർ പരമാവധി ശ്രമിക്കുന്നു. നിർബാധമായി ജീവിക്കുന്നു. ഭാര്യമാരും വെപ്പാട്ടിമാരുമല്ലാതെ മറ്റെല്ലാം തന്നെ പൊതുവായിട്ടുള്ളതാണ്, ഞങ്ങളുടെ ഇടയിൽ. വാർധക്യം വിവാഹമോചനത്തിനു മതിയായ കാരണമാണ്. ഏതൊരുവനും, അവൻ ചെറുപ്പമാണെങ്കിൽ, അവന്റെ പ്രായമേറിയ ഭാര്യയെ ഉപേക്ഷിക്കാം. പ്രായത്തിനു യോജിച്ച മറ്റൊരുവളെ തെരഞ്ഞെടുക്കുകയുമാകാം.

“ഇങ്ങനെ ഞങ്ങൾ സന്തുഷ്ടരായി ജീവിക്കുന്നു. വയലുകളുടെയും വിളവുകളുടെയും വനങ്ങളുടെയും കാടുകളുടെയും അരുവികളുടെയും നദികളുടെയും അധിനാഥരാണു ഞങ്ങൾ. കാടുകൾ വിലവാങ്ങാതെ വിറകു നൽകുന്നു. വൃക്ഷങ്ങൾ, ഫലങ്ങളും, മുന്തിരിവള്ളികൾ മുന്തിരിപ്പഴങ്ങളും, തോട്ടങ്ങൾ പച്ചക്കറികളും നീരുറവകൾ ശുദ്ധജലവും, നദികൾ മത്സ്യങ്ങളും, വനങ്ങൾ നായാട്ടിനുള്ള അവസരവും, പാറക്കെട്ടുകൾ തണലും, താഴ്വരകൾ ശുദ്ധവായുവും, ഗിരിഗഹ്വരങ്ങൾ ഭവനങ്ങളും നൽകുന്നു!

“കാറ്റുകളും കൊടുങ്കാറ്റുകളും ഞങ്ങൾക്ക് ഇളംതെന്നലാണ്. ഹിമകണങ്ങൾ ഞങ്ങൾക്കു വിശ്രാന്തി നൽകുന്നു. മഴ ആഹ്ലാദകരമായ സ്നാനത്തിനവസരമാണ്. കാറ്റ് സംഗീതവും, ഇടിമിന്നൽ ദീപയഷ്ടികളുമാണ്. ഉറച്ചനിലം, ഞങ്ങൾക്കു തൂവൽക്കിടക്കയ്ക്കു തുല്യം. ഞങ്ങളുടെ നിറം മങ്ങിയ ചർമം അഭേദ്യമായ കവചമാണ്. നിശ്ശബ്ദവും വേഗതയുള്ളതുമായ ഞങ്ങളുടെ കാലടികളെ കാൽവിലങ്ങുകൾക്കുപോലും തടസപ്പെടുത്താനാവില്ല. മലയിടുക്കുകൾക്ക് ഞങ്ങളുടെ പ്രയാണ ഭംഗം വരുത്താനോ ഞങ്ങളെ തടയാനോ കഴിയില്ല. തൽക്കാലത്തേക്കുപോലും തടയാൻ മതിലുകൾപോലും അപര്യാപ്തം. ബന്ധനങ്ങൾ ഞങ്ങളെ അധീരരാക്കില്ല. കെട്ടിത്തൂക്കിയാലും ഞങ്ങളെ ക്ഷതപ്പെടുത്താനാവില്ല. വായിൽ തുണിതിരുകി ശ്വാസംമുട്ടിച്ചു കൊല്ലാനുമാവില്ല. കാൽവിലങ്ങുകൾകൊണ്ടു പിടിച്ചുനിറുത്താനും കഴിയില്ല. ഉവ്വ്, ഇല്ല, അല്ല ഇവയൊക്കെ തമ്മിൽ, ഞങ്ങൾക്കുപകാരപ്പെടുമെങ്കിൽ, യാതൊരു വ്യത്യാസവുമില്ല. കുറ്റം സമ്മതിക്കുന്നതിനേക്കാൾ രക്തസാക്ഷികളാകുന്നതിൽ ഞങ്ങൾ

അഭിമാനിക്കുന്നു. നാട്ടിൻപുറങ്ങളിൽ, ഭാരം വലിക്കുന്ന മൃഗങ്ങളെ വളർത്തുന്നത് ഞങ്ങൾക്കുവേണ്ടിയാണ്. നഗരങ്ങളിൽ, പണസഞ്ചികൾ ഞങ്ങൾ മുറിച്ചുമാറ്റും. കഴുകൻ ഇരയെ റാഞ്ചുന്നതിനെക്കാൾ ചടുലമായി ആദായം ലഭിക്കുന്ന അവസരങ്ങളിന്മേൽ ഞങ്ങൾ ചാടിവീഴുന്നു. കാരാഗൃഹത്തിലായിരിക്കുമ്പോൾ ഞങ്ങൾ പാടുന്നു. കാൽ വിലങ്ങുകളിൽ പെട്ടാൽ ഞങ്ങൾ നിശ്ശബ്ദർ. പകൽ ഞങ്ങൾ അധ്വാനിക്കുന്നു. രാത്രിയിൽ മോഷ്ടിക്കുന്നു. - അഥവാ - ആരെങ്കിലും അവനവന്റെ വസ്തുവകകൾ എവിടെയെങ്കിലും വച്ചിട്ട് അശ്രദ്ധരായിരിക്കുന്നുണ്ടോ എന്നു ഞങ്ങൾ ശ്രദ്ധിക്കുന്നു. അഭിമാന നഷ്ടമോർത്ത് ആരും ആകുലപ്പെടുന്നില്ല. ഞങ്ങളുടെയിടയിൽ കക്ഷിവഴക്കുകളില്ല. പരാതിയെഴുതാൻ ശ്രമിച്ചും പ്രഭുക്കളുടെ ഒപ്പമെത്താൻ നോക്കിയും ആനുകൂല്യം തേടിയും ഉറക്കം നഷ്ടപ്പെടുത്താറില്ല, ഞങ്ങൾ. ഈ താവളവും ഈ കുടിലുകളും ഞങ്ങൾക്കു വിലപ്പെട്ടവയാണ്. സ്വർണം പൂശിയ താഴികക്കുടങ്ങളുള്ള, ആഡംബരം നിറഞ്ഞ കൊട്ടാരങ്ങൾ പോലെയാണ് ഇവ ഞങ്ങൾക്ക്. കൊടും തൂക്കായിനിൽക്കുന്ന വൻ പാറകളും മഞ്ഞുമൂടിയ കൊടുമുടികളുമൊക്കെയുള്ള ഈ ഫ്ളെമിഷ് പ്രകൃതിദൃശ്യങ്ങൾ, പ്രകൃതി ഞങ്ങൾക്കായി ഒരുക്കിത്തന്നിരിക്കുന്നവയാണ്. മിക്കവാറും, എല്ലായ്പ്പോഴും നീലാകാശത്തിൻ കീഴിൽ കഴിയുന്ന ഞങ്ങൾ സ്വയം പരിശീലനം നേടിയ ജ്യോതിശാസ്ത്രജ്ഞരാണ്. രാത്രിയാകട്ടെ, പകലാകട്ടെ എപ്പോഴും കൃത്യമായ സമയബോധം ഞങ്ങൾക്കുണ്ട്.

“ജലത്തിനു കുളിരേകി, മണ്ണിനു നനവേകി, അന്തരീക്ഷത്തിൽ ആഹ്ലാദം നിറച്ച് കടന്നുവരുന്ന പ്രഭാതം നക്ഷത്രസമൂഹത്തെ ആകാശത്തുനിന്നും അടിച്ചുവാരി മാറ്റുന്നതു ഞങ്ങൾ സസൂക്ഷ്മം വീക്ഷിക്കുന്നു. അപ്പോഴിതാ സൂര്യൻ വരുന്നു. (കവി പറയുംപോലെ) ആകാശത്തെ സ്വർണം പൂശി, പർവതശൃംഗങ്ങൾക്ക് വളവുകളും ചുളിവുകളും നൽകിക്കൊണ്ട്; സൂര്യകിരണങ്ങൾ മുഴുവനായി ഞങ്ങളുടെമേൽ പതിക്കുന്നു. മരവിച്ചുപോകുമെന്നഭയം ഞങ്ങൾക്കില്ല. നേരെ തലയ്ക്കുമുകളിൽ അവ പതിക്കുമ്പോൾ ഞങ്ങൾക്കു പൊള്ളലുണ്ടാകില്ല. ഉറഞ്ഞ മഞ്ഞിനെയും പൊരിയുന്ന ചൂടിനെയും കണക്കാക്കുന്നത്, വറുതിയെയും സമൃദ്ധിയെയും കണക്കാക്കുന്നതുപോലെ യാതൊരു വ്യത്യാസവുമില്ലാതെയാണ്. അധ്വാനവും ക്ഷണയുക്തിയും കൊണ്ടാണു ഞങ്ങൾ ജീവിക്കുന്നത്. ഒരു പറച്ചിലുണ്ടല്ലോ ‘പട്ടാളവും പള്ളിയും കോടതിയുമാണ് മുന്നേറാനുള്ള വഴിയെന്ന്’ ഞങ്ങളതു ഗൗനിക്കുന്നേയില്ല. ഞങ്ങൾക്കാവശ്യമുള്ളതു ഞങ്ങൾക്കുണ്ട്. കാരണം. ഞങ്ങൾക്കുള്ളതുകൊണ്ട് ഞങ്ങൾ തൃപ്തരാണ്. ഉദാരമതിയായ യുവാവേ, ഞാനിതൊക്കെ പറഞ്ഞത് നീ ഒരു പുതിയ ജീവിതത്തിലേക്കു കടന്നുവന്നിരിക്കുകയാണ്; ഞാൻ വിവരിച്ചതും നീ സ്വീകരിക്കേണ്ടതുമായ ആചാരങ്ങളെക്കുറിച്ച് നീ അജ്ഞനാകാതിരിക്കാനാണ്. കാലം കഴിയുംതോറും ഇവയെക്കുറിച്ചെല്ലാം നീ കൂടു

തൽ കൂടുതൽ അറിയും. അവയും, ഇപ്പോൾ നീ കേട്ടതിനെക്കാൾ വില കുറഞ്ഞവയായിരിക്കുകയില്ല.”

വാചാലനായ ഈ ജിപ്സി നിശ്ശബ്ദനായി. പ്രാരംഭകനായ തനിക്ക് ഇത്രയേറെ പ്രധാനപ്പെട്ട നടപടിക്രമങ്ങൾ പഠിപ്പിച്ചുതന്നതിന് താൻ വളരെയേറെ ആഹ്ലാദവാനാണെന്ന് ആൻദ്രേസ് പറഞ്ഞു. ഈ സമൂഹം ബുദ്ധിപൂർവമായ യുക്തിചിന്തയിലും രാഷ്ട്രീയതത്വങ്ങളിലും അടിയുറച്ചിരിക്കുന്നു. ആകുലവിമുക്തമായ ഈ സമൂഹത്തെക്കുറിച്ചു നേരത്തേ അറിയാൻ കഴിഞ്ഞില്ല. ഇപ്പോൾ മുതൽ 'മാന്യൻ' എന്ന പദവിയും വിശിഷ്ട ഗോത്രമെന്ന ദുരഭിമാനവും ഉപേക്ഷിച്ച് ഈ സമൂഹത്തിന്റെ നുകത്തിൻ കീഴിൽ സ്വയം അടിയറ വയ്ക്കുന്നു. കാരണം, താൻ ഏറ്റവും കൂടുതൽ ആഗ്രഹിച്ചതെന്തോ അതിനെ ദിവ്യയായ പ്രിസിയോസയെ, തനിക്ക് ഏൽപ്പിച്ചുതന്നിരിക്കുന്നു. അവൾക്കുവേണ്ടി സാമ്രാജ്യങ്ങളോ കിരീടങ്ങളോ ഒക്കെ താൻ ഉപേക്ഷിക്കും. അവൾക്കു സേവ ചെയ്യുക എന്നതു മാത്രമാണ് തന്റെ അഭിലാഷം, എന്നും കൂടി ആൻദ്രേസ് പ്രഖ്യാപിച്ചു.

പ്രിസിയോസ ഇതിനു മറുപടിയെന്നോണം പറഞ്ഞുതുടങ്ങി, “നിയമ വിശാരദരായ ഇവിടത്തെ ആളുകൾ എന്നെ താങ്കളുടെ അധികാരത്തിലേക്കും താങ്കളുടേതായും നൽകിയിരിക്കുന്നു. എന്നാൽ എന്നെ സംബന്ധിച്ചിടത്തോളം പ്രധാനപ്പെട്ടത് എന്റെ ഇച്ഛാശക്തിയുടെ നിയമമാണ്. അതനുസരിച്ച് ഞാൻ കണ്ടെത്തിയിരിക്കുന്നത് - താങ്കൾ ഇവിടെ വന്നു ചേരുന്നതിനുമുൻപ് നമ്മൾ സമ്മതിച്ചിട്ടുള്ള വ്യവസ്ഥകളിലൂടെയല്ലാതെ താങ്കളുടേതായിരിക്കാൻ ആഗ്രഹിക്കുന്നില്ല. ഞാൻ നിങ്ങളോടു കൂടി സഹവസിക്കുംമുൻപ് രണ്ടുവർഷം നിങ്ങൾ ഈ സമൂഹത്തിൽ ജീവിക്കണം. നിങ്ങളുടെ ധൃതിയിൽ പശ്ചാത്താപമുണ്ടാകണം. അതിവേഗത്തിലുള്ള തീരുമാനത്തിലൂടെ എനിക്കു ചതി പറ്റാതിരിക്കാനും വേണ്ടിയാണിത്. നിയമങ്ങളെക്കാൾ ശക്തമാണ് വ്യവസ്ഥകൾ. ഞാൻ ആവശ്യപ്പെട്ടിരുന്നതുപോലെ ചെയ്യാൻ നിങ്ങൾ തയാറെങ്കിൽ ഞാൻ നിങ്ങളുടേതാകും. നിങ്ങൾ എന്റേതും. സാധ്യമല്ലെന്നുണ്ടെങ്കിൽ, കഴുതയെ ഇപ്പോഴും കൊന്നിട്ടില്ല. നിങ്ങൾ ഊരിവച്ച വസ്ത്രങ്ങൾ അതുപോലെതന്നെ ഇരിക്കുന്നു. നിങ്ങളുടെ സമ്പത്തിൽ അൽപ്പം പോലും നഷ്ടപ്പെട്ടിട്ടില്ല. ഒരുദിവസം മാത്രമേ നിങ്ങൾ വീട്ടിൽനിന്നും വിട്ടു നിന്നിട്ടുള്ളൂ. ഈ ദിവസത്തിന്റെ ബാക്കിയുള്ള സമയംകൊണ്ടു നിങ്ങൾക്ക് ഏറ്റവും ഉചിതമായ തീരുമാനമെടുക്കാം.

“ഇവിടെയുള്ളവർക്ക് തീർച്ചയായും എന്റെ ശരീരത്തെ നിങ്ങൾക്കു കൈമാറാൻ കഴിഞ്ഞേക്കാം. എന്റെ ആത്മാവിനെ-സ്വത്വത്തെ-കൈമാറാൻ കഴിയില്ല. അതു സ്വതന്ത്രമാണ്. അതു സ്വതന്ത്രമായി ജനിച്ചു. ഞാൻ കരുതുന്നിടത്തോളം കാലം അതു സ്വതന്ത്രമായിരുക്കുകയും ചെയ്യും. നിങ്ങൾ ഇവിടെ തങ്ങുകയാണെങ്കിൽ അക്കാരണംകൊണ്ട്, ഞാൻ നിങ്ങളെക്കുറിച്ചു നല്ലതായി ചിന്തിക്കും. നിങ്ങൾ പോകാൻ തീരുമാനിച്ചാൽ, അതിന്റെ പേരിൽ നിങ്ങളെ അവജ്ഞയോടെ കാണുകയുമില്ല.

"എന്റെ കാഴ്ചപ്പാടിൽ, പ്രണയം മൂലമുള്ള മതിഭ്രമം ഒരു കാരണമുണ്ടാകുംവരെ തുടർന്നുകൊണ്ടേയിരിക്കും; അല്ലെങ്കിൽ വഞ്ചിക്കപ്പെടാത്ത കാലത്തോളം. താൻ പിൻതുടരുന്ന മുയലിനെ കയ്യിൽ കിട്ടികഴിയുമ്പോൾ അതിനെ വിട്ടിട്ട്, തന്നിൽനിന്നും ഓടിമാറുന്ന മറ്റൊരു മുയലിന്റെ പുറകെയോടുന്ന വേട്ടക്കാരനെ പോലെ നിങ്ങൾ പെരുമാറുന്നതിൽ എനിക്കു താൽപ്പര്യമില്ല. കാക്കപ്പൊന്നും യഥാർഥപൊന്നും പ്രഥമദൃഷ്ട്യാ തിരിച്ചറിയാൻ കഴിയാതെ വരാം. പക്ഷേ താമസം വിനാ ശരിയും തെറ്റും തിരിച്ചറിയും. ഇപ്പോൾ, സൂര്യനെക്കാൾ ഉയരത്തിലാണെന്നും സ്വർണത്തെക്കാൾ വിലമതിക്കുന്നതാണെന്നും നിങ്ങൾ പറയുന്ന സൗന്ദര്യം, എനിക്കുണ്ടെന്നു നിങ്ങൾ കരുതുന്ന സൗന്ദര്യം, അടുത്തുകാണുമ്പോൾ വെറുമൊരു നിഴൽ മാത്രമായി കണ്ടേക്കാം. സ്പർശിക്കുമ്പോൾ വെറും മിഥ്യയാണെന്നു തിരിച്ചറിയുകയില്ലെന്നും പറയാനാകുമോ? ഇതൊക്കെ ഞാനെങ്ങനെ അറിയും? ഏതു തിരഞ്ഞെടുക്കുന്നതാണ് അഥവാ തിരസ്കരിക്കുന്നതാണ് നിങ്ങൾക്കു കൂടുതൽ ശരിയായത് എന്ന് ചിന്തിച്ച്, പരിശോധിച്ചു തീരുമാനിക്കുക. അതിനു രണ്ടുവർഷം നിങ്ങൾക്കു തരുന്നു. കാരണമെന്തെന്നോ? ഒരിക്കൽ വാങ്ങിക്കഴിഞ്ഞാൽ, മരണത്തോടെ മാത്രം ഉപേക്ഷിക്കാൻ കഴിയുന്ന ഒരു വിലപ്പെട്ട വസ്തു - അതിനെ ദീർഘമായും സൂക്ഷ്മമായും നിരീക്ഷിച്ച് അതിന്റെ നന്മതിന്മകൾ പരിശോധിച്ചറിഞ്ഞുവേണം തെരഞ്ഞെടുക്കാൻ. ഇവിടെ തങ്ങളുടെ ഭാവനയ്ക്കനുസരിച്ച് ഭാര്യമാരെ ഉപേക്ഷിക്കാനും ശിക്ഷിക്കാനും എന്റെ ബന്ധുജനങ്ങൾ സ്വയം സ്വീകരിച്ചിരിക്കുന്ന മാർഗം നിങ്ങൾ അറിഞ്ഞുകഴിഞ്ഞു. അപരിഷ്കൃതവും നാണംകെട്ടതുമായ ഈ തോന്ന്യാസം എനിക്കു ബാധകമല്ല. തനിക്കു തോന്നിയതുകൊണ്ടുമാത്രം എന്നെ ഉപേക്ഷിച്ചുകളയാമെന്ന് കരുതുന്നവരുമായി സഹകരിക്കാൻ ഞാനില്ല. കാരണം, ഒരു ശിക്ഷ അർഹിക്കുന്ന യാതൊന്നും ചെയ്യണമെന്ന് എനിക്കുദ്ദേശമില്ല."

ആൻദ്രേസ്: "ശരിയാണു പ്രിസിയോസ, നീ പറഞ്ഞതത്രയും ശരി. നീ നിർദേശിക്കുന്ന ഒരു കാര്യത്തിൽനിന്നും ഞാൻ പുറകോട്ടുപോവുകയില്ല. ഇക്കാര്യത്തിൽ നിനക്കു ഭീതിയും സംശയവും വർധിക്കാതിരിക്കാൻ ഞാൻ എങ്ങനെ ശപഥം ചെയ്യണം? അല്ലെങ്കിൽ ഏതുതരം ഉറപ്പാണു ഞാൻ നൽകേണ്ടത്? എന്തു ചെയ്യുന്നതിനും ഞാൻ തയാറാണ്."

പ്രിസിയോസ: "ബന്ധിതനായ ഒരുവൻ സ്വാതന്ത്ര്യം ലഭിക്കാൻ വേണ്ടി നൽകുന്ന പ്രതിജ്ഞകളും ഉറപ്പുകളും സ്വാതന്ത്ര്യലബ്ധിക്കു ശേഷം അപൂർവമായേ പാലിക്കപ്പെടാറുള്ളു. കമിതാവിന്റെ വാഗ്ദാനങ്ങളും ഈയിനത്തിൽപ്പെടുന്നു. കമിതാക്കൾ ആഗ്രഹപൂർത്തീകരണത്തിനായി മെർക്കുറിദേവന്റെ ചിറകുകളും ജൂപ്പിറ്റർ ദേവന്റെ ആയുധമായ അശനിപാതവും, പണ്ടൊരു കവി എന്നോടു വാഗ്ദാനം ചെയ്തതുപോലെ, പാതാള നദിയായ സ്റ്റിക്സിന്റെ പേരിൽ ആണയിട്ടു നൽകിയേക്കാം.

സിഞ്ഞോർ ആൻഡ്രേസ്, എനിക്കു ശപഥങ്ങൾ വേണ്ടാ. എനിക്കു വാഗ്ദാനങ്ങൾ വേണ്ടാ. എനിക്കുവേണ്ടത് എല്ലാ കാര്യങ്ങളും ഈ പരിശീലനകാലത്തു പരിശോധനാ വിഷയമാക്കുക എന്നതു മാത്രം, എന്റെ ഭാഗത്തു വീഴ്ചയുണ്ടെന്നു നിങ്ങൾ ആരോപിച്ചാൽ എന്റെ ഭാഗം ന്യായവാദം ചെയ്യുക എന്റെ കാര്യമാണ്."

ആൻഡ്രേസ്: "അങ്ങനെതന്നെ- എന്റെ സഹപ്രവർത്തകരാവേണ്ട ഈ മാന്യന്മാരോട് എനിക്ക് ഒരഭ്യർഥനയുണ്ട്. നല്ലതുപോലെ പരിശീലിക്കാതെ ഒരു മോഷ്ടാവായി എനിക്കു വിജയിക്കാനാവില്ല. ഒരുമാസത്തേക്കെങ്കിലും എന്തെങ്കിലും മോഷ്ടിക്കാൻ എന്നെ നിർബന്ധിക്കരുത്."

അക്കാര്യത്തിൽ വിഷമം വേണ്ടെന്നും നല്ല പരിശീലനം ഇവിടെ ലഭിക്കുമെന്നും ഈ തൊഴിലിൽ ആൻഡ്രേസ് ഒരു ആശാനായി മാറുമെന്നും വയസൻ ജിപ്സി പറഞ്ഞു. ഒരിക്കൽ ഈ തൊഴിൽ വശമായാൽപിന്നെ അതു വളരെ ഇഷ്ടപ്പെടും. ശൂന്യമായ കൈകളുമായി രാവിലെ ഇറങ്ങുന്നു-നിറകയ്യുകളുമായി വൈകിട്ടു ക്യാമ്പിലെത്തുന്നു. എത്ര രസകരമാണത് എന്നും കൂടി അയാൾ കൂട്ടിച്ചേർത്തു.

ആൻഡ്രേസ് : "അതിൽ ചിലരെങ്കിലും ചാട്ടയടി വാങ്ങിക്കെട്ടി തിരികെ വരാറുമുണ്ട്."

വയസൻ ജിപ്സി: "നിങ്ങൾക്കൊരു *ട്രൗട്ട് മത്സ്യത്തെ പിടിക്കാനാവില്ല. ഏതുകാര്യത്തിനും അതിന്റേതായ അപകടമുണ്ട്. അതുപോലെ തന്നെ മോഷണവും. ചിലപ്പോൾ ജയിലിൽ പോകേണ്ടിവരാം. ചാട്ടയടി കിട്ടിയേക്കാം. ചിലപ്പോൾ തൂക്കിലേറ്റപ്പെടുകയുമാവാം. കപ്പൽ കൊടുങ്കാറ്റിൽപ്പെടാം. ചിലപ്പോൾ മുങ്ങിപ്പോകാം. അതുകൊണ്ട് മറ്റുള്ളവർ കപ്പൽ യാത്ര ചെയ്യുകയില്ലെന്നു കരുതാമോ? യുദ്ധത്തിൽ ആളുകളും കുതിരകളും നശിക്കുന്നു. അതുകൊണ്ട് പടയാളികൾ ഇല്ലാതാകുമെന്നത് ഒരു രസമുള്ള കാര്യമാണ്. അടിശിക്ഷ വാങ്ങുന്ന ഏതൊരുവന്റെയും പുറത്തു പാടു കാണും. ഞങ്ങളുടെ മാറിൽ ധരിക്കാവുന്ന ഏതൊരു പദവിമുദ്രയെക്കാളും ഞങ്ങൾ അതു വിലമതിക്കുന്നു. അർഥമിതാണ്- എല്ലാം നഷ്ടപ്പെട്ട് തിരികെ വരരുത്. നല്ല പ്രായത്തിൽ, ഒന്നോ രണ്ടോ കുറ്റകൃത്യങ്ങൾ കഴിഞ്ഞായാലും: പുറത്തൊരിടി, അല്ലെങ്കിൽ കപ്പലിൽ വെള്ളം തേവൽ, ഒന്നും ഞങ്ങൾ തെല്ലും കണക്കാക്കുന്നില്ല. ആൻഡ്രേസ് എന്റെ കുട്ടീ, നീ ഇവിടെ, നമ്മുടെ ഈ കൂട്ടിൽ ഞങ്ങളുടെ ചിറകുകൾക്കു കീഴിൽ ധൈര്യമായിരിക്കുക. കാലക്രമത്തിൽ നിന്നെ ഞങ്ങൾ പറക്കാനനുവദിക്കും. എന്തെങ്കിലും മുതലാക്കാതെ തിരിച്ചുവരാൻ കഴിയാത്ത സ്ഥലത്തേക്ക്- ഓരോ മോഷണത്തിനുശേഷവും നീ വിരലുകൾ നക്കി ആസ്വദിച്ചുകൊണ്ടേയിരിക്കും."

ആൻഡ്രേസ്: "എന്നെ അനുവദിക്കുന്നതുവരെയുള്ള കാലഘട്ടത്തിൽ ഞാൻ മോഷ്ടിക്കാൻ സാധ്യതയുള്ള തുകയ്ക്കു പകരമായി 200 സ്വർണനാണയങ്ങൾ ക്യാംപിൽ മുഴുവനിലുമായി വീതം വയ്ക്കാൻ ആഗ്രഹിക്കുന്നു."

---

* ട്രൗട്ട് (Trout)- കൂർത്തപല്ലുകളുള്ള ഒരിനം മത്സ്യം.

ആൻദ്രേസ് ഇതു പറഞ്ഞു തീരും മുൻപുതന്നെ ജിപ്സികളുടെ ഒരുസംഘം അയാളുടെ ചുറ്റുംകൂടി. അവർ അയാളെ അവരുടെ കൈകളിലും തോളത്തുമായി പൊക്കിയെടുത്ത് ആർപ്പു വിളിച്ചു, “മഹാനായ ആൻദ്രേസിനു ഹുറാ, ഹുറാ- അവന്റെ സുന്ദര സമ്മാനം - പ്രിസിയോസ നീണാൾ വാഴട്ടെ!”

ജിപ്സി സ്ത്രീകൾ പ്രിസിയോസയെയും പൊക്കിയെടുത്ത് ആഹ്ലാദപ്രകടനം നടത്തി. പ്രിസിയോസയുടെ കൂടെയുണ്ടായിരുന്ന ക്രിസ്റ്റീനയും മറ്റു രണ്ടു കുട്ടികളും അൽപ്പം അസൂയയില്ലാതെയല്ല പെരുമാറിയത്, കാരണം അസൂയ രാജകൊട്ടാരങ്ങളിലെന്നപോലെ തന്നെ ഇടയക്കുടിലുകളിലും അപരിഷ്കൃതരുടെ താവളങ്ങളിലും കാണുന്നു. തന്റെ അയൽക്കാരൻ അഭിവൃദ്ധിപ്പെടുന്നു, അയാൾ തന്നെക്കാൾ കൂടുതലൊന്നും സമർഥനല്ലതാനും, ഇതൊരു ക്ലേശകരമായ കാര്യമാണ്, മിക്കവർക്കും.

പിന്നെ വിഭവ സമൃദ്ധമായ ഭക്ഷണം. ആൻദ്രേസ് വാഗ്ദാനം ചെയ്തിരുന്ന പണം തുല്യമായും നീതിപൂർവമായും വിതരണം ചെയ്യപ്പെട്ടു. വീണ്ടും ആൻദ്രേസിനു പുകഴ്ത്തലുകൾ. പ്രിസിയോസയുടെ സൗന്ദര്യത്തെ വാഴ്ത്തി. രാത്രിയായി. ആൻദ്രേസ് സവാരി ചെയ്തു വന്ന കഴുതയെ അവർ കൊന്നു കുഴിച്ചുമൂടി. അതിന്റെ ജീനിയും മറ്റുവസ്തുക്കളും കൂടി അക്കൂട്ടത്തിൽ മൂടി, ജീവിതകാലത്തു സമ്പാദിച്ച വിലയേറിയ രത്നങ്ങൾ മൃതശരീരത്തോടൊപ്പം കുഴിച്ചുമൂടുന്ന ഇന്ത്യാക്കാരെപ്പോലെ. ഇനിയും താൻ കഴുത കാരണം കണ്ടുപിടിക്കപ്പെടുകയില്ല എന്നതിൽ ആൻദ്രേസ് സംതൃപ്തനായി.

താൻ കണ്ടതും കേട്ടതും പ്രത്യേകിച്ച് ജിപ്സികളുടെ അതിചതുരതയും ആൻദ്രേസിനെ അത്ഭുതപ്പെടുത്തി. അവരുടെ ആചാരങ്ങളിൽ ഉൾപ്പെട്ടുപോകാതെ തന്റെ ലക്ഷ്യം സാധിക്കാൻ അയാൾ ശക്തമായ തീരുമാനമെടുത്തു. തന്നോടാവശ്യപ്പെട്ടേക്കാവുന്ന ശരിയല്ലാത്ത കാര്യങ്ങൾ ഒഴിവാക്കാൻ തന്റെ ധനം സഹായിക്കുമെന്ന് അയാൾ ഉറപ്പിച്ചു. താൻ കണ്ടുപിടിക്കപ്പെട്ടേക്കുമോ എന്നു ഭയന്ന ആൻദ്രേസ് ഇപ്പോഴത്തെ താവളം മാറ്റണമെന്ന് അഭ്യർഥിച്ചു നേരത്തേ തന്നെ അവർ ഇവിടെ നിന്നും മാറി ടോളിഡോയിലെ വനപ്രദേശങ്ങളിലേക്കു പോകാനും പ്രാന്തപ്രദേശങ്ങളിൽ മോഷണങ്ങൾ നടത്താനും തീരുമാനിച്ചിരുന്നത്രേ. സഞ്ചരിക്കാൻ അവർ അയാൾക്ക് ഒരു കഴുതയെ നൽകി. അയാൾ അതു സ്വീകരിച്ചില്ല. പ്രിസിയോസയ്ക്ക് അകമ്പടിയായി പോകാനാണ് അയാൾ ആഗ്രഹിച്ചത്. കഴുതപ്പുറത്തു സഞ്ചരിക്കുന്ന പ്രിസിയോസയ്ക്ക് തന്റെ സുഭഗനായ തോഴൻ തന്റെ ചൊൽപ്പടിയിൽ തന്റെ അടുത്തുള്ളത് അതിസന്തോഷം. താൻ ജീവിതസഖിയായി തെരഞ്ഞെടുത്തവളുടെ അരികെ സഞ്ചരിക്കാൻ കഴിയുന്നത് അയാൾക്ക് അത്യാനന്ദകരവും.

ഓ, കയ്പും മധുരവും നിറഞ്ഞ പ്രണയമെന്ന ദേവൻ! എന്തൊരു ശക്തി! എത്ര കൃത്യമായിട്ടാണ് അതു നമ്മെ അടിമകളാക്കുന്നത്! എന്തൊരു ബഹുമാനഹീനതയാണതു കാട്ടുന്നത്! ഇതാ ആൻദ്രേസ്, പ്രഭു

കുമാരൻ, ബുദ്ധിമാൻ, രാജസദസുകളിൽ വളർന്നുവന്നവൻ, മാതാപിതാക്കളുടെ വാത്സല്യഭാജനം. ഒരു നിമിഷംകൊണ്ട് അയാൾ തന്റെ സേവകരെയും സുഹൃത്തുക്കളെയും വഞ്ചിക്കുന്ന അവസ്ഥയിലെത്തി. മാതാപിതാക്കളുടെ പ്രതീക്ഷകൾ വിഫലമാക്കിയിരിക്കുന്നു. ഫ്ളാൻഡോഴ്സിലേക്ക് തന്റെ ധീരത കൊണ്ട് കുടുംബത്തിന്റെ അഭിമാനം വളർത്താൻ ഉദ്യുക്തനായവൻ, ഇതാ ഒരു പെൺകുട്ടിയുടെ കാൽക്കൽ. അവളുടെ സേവകനായി! അതും സുന്ദരിയാണെങ്കിലും, അവളൊരു വെറും ജിപ്സിപ്പെണ്ണ്! ഓ, സൗന്ദര്യത്തിന്റെ വിശേഷഭാഗ്യം! അതുപരുക്കൻ ലാടവുമായിതാ സവാരി ചെയ്യുന്നു, ഏറ്റവും വൈകാരിക സ്വാതന്ത്ര്യമുള്ളവരുടെ മുടിയിഴകളിൽ പിടിച്ചു വലിച്ചിഴച്ചുകൊണ്ട്!

ഏതാനും ദിവസത്തെ യാത്രകൊണ്ട് അവർ ടോളിഡോയ്ക്ക് ഏഴെട്ടുകിലോമീറ്റർ അടുത്തെത്തി. അവിടുത്തെ ഒരു ഗ്രാമത്തിന്റെ മേയർക്ക് ഏതാനും വെള്ളി ഉരുപ്പടികൾ നൽകി; ആ ഗ്രാമത്തിലോ അദ്ദേഹത്തിന്റെ അധികാരപരിധിയിലുള്ള എവിടെയെങ്കിലുമോ മോഷണം നടത്തുകയില്ലെന്നുള്ളതിന് ഉറപ്പായിട്ട്. ആ ഗ്രാമത്തിനടുത്ത് അവർ താവളം തീർത്തു. പ്രായമായ എല്ലാ ജിപ്സികളും സ്ത്രീകളും പുരുഷന്മാരും അടുത്തുള്ള ഗ്രാമങ്ങളിലൂടെ ചിതറിനടന്നു. പതിനഞ്ച് - ഇരുപതുകിലോമീറ്റർ ദൂരെയുള്ള ഗ്രാമങ്ങൾവരെ അവർ സഞ്ചരിച്ചു. മോഷണത്തിന്റെ പ്രാഥമിക പാഠങ്ങൾ അഭ്യസിക്കാൻ ആൻഡ്രേസും അവരോടൊപ്പം പോയി. പക്ഷേ അവർ പഠിപ്പിച്ചതൊന്നും അയാൾക്കു ഫലപ്പെട്ടില്ല. നല്ല പരിശീലനം ലഭിച്ചു വളർന്ന ആ ചെറുപ്പക്കാരന്, തന്റെ സുഹൃത്തുക്കൾ നടത്തിയ ഓരോ മോഷണവും ഹൃദയഭേദകമായിരുന്നു. തന്റെ ചങ്ങാതിമാരുടെ മോഷണം മൂലം മുതൽ നഷ്ടപ്പെട്ടവരുടെ കണ്ണീരിൽ അയാളുടെ ഹൃദയമലിഞ്ഞു. തന്റെ പണംകൊണ്ട് മോഷണമുതലിന്റെ വില കൊടുക്കുന്ന അവസ്ഥവരെയെത്തി. അയാൾ കടുത്ത നിരാശയിലായി. മറ്റു ജിപ്സികളാകട്ടെ ആൻഡ്രേസ് ചെയ്യുന്നത് തങ്ങളുടെ നിയമങ്ങൾക്കും ചട്ടങ്ങൾക്കും വിരുദ്ധമാണെന്നു ചൂണ്ടിക്കാട്ടി. അവരുടെ ഹൃദയത്തിൽ പരസ്നേഹം പ്രവേശിക്കാൻ പാടില്ല. പരസ്നേഹമുള്ളവരായാൽ മോഷണം അസാധ്യമാണ്. ഈ തൊഴിൽ ഉപേക്ഷിക്കേണ്ടിവരുകയും ചെയ്യും, മോഷണം ഉപേക്ഷിക്കുകയെന്നത് ഒരിക്കലും പാടില്ലാത്തതാണ്, എന്നെല്ലാം അവർ പരിതപിച്ചു. താൻ ഇനിയും ആരുടെയും കൂട്ടത്തിലല്ലാതെ തനിയെ മോഷണം നടത്തിക്കൊള്ളാമെന്ന് ആൻഡ്രേസ് അവരോടു പറഞ്ഞു. അപകടം ഒഴിവാക്കാൻ അതിവേഗം ഓടി രക്ഷപ്പെടാൻ തനിക്കും കഴിയുമെന്നും തനിക്കു ധീരത ഒട്ടും കുറവല്ലെന്നും താൻ മോഷ്ടിക്കുന്നതിന്റെ ഫലമോ ശിക്ഷയോ എന്തായാലും അത് തനിക്കു തന്നെയായിരിക്കുന്നതാണു താൽപ്പര്യമെന്നും പ്രസ്താവിച്ചു.

ചങ്ങാതിമാരെ ആവശ്യമായി വരുന്ന അവസരങ്ങളുണ്ടാകാം, സ്വരക്ഷയ്ക്കോ ആക്രമണത്തിനോ കൂട്ടുകാർ വേണ്ടി വരാം, ഒറ്റയ്ക്കു കാര്യമായൊന്നും കൈവശപ്പെടുത്താൻ കഴിയില്ല എന്നൊക്കെ പറഞ്ഞ് അയാ

ളുടെ പദ്ധതിയിൽനിന്നും അയാളെ പിൻതിരിപ്പിക്കാൻ ജിപ്സിക്കൂട്ടം ശ്രമിച്ചു. പക്ഷേ ആൻദ്രേസ് തന്റെ തീരുമാനത്തിൽ ഉറച്ചുനിന്നു. കൂട്ടത്തിൽനിന്നും വിട്ടുമാറി, സ്വന്തം പണം കൊടുത്ത് സാധനങ്ങൾ വാങ്ങി, അവ താൻ മോഷ്ടിച്ചവയാണെന്നു പറഞ്ഞ് തന്റെ മനഃസാക്ഷിയുടെ ഭാരം ലഘൂകരിക്കുകയായിരുന്നു അയാളുടെ ലക്ഷ്യം. ഇങ്ങനെ ഒരു മാസത്തിനുള്ളിൽ ആ സമൂഹത്തിലെ ഏറ്റവും പ്രഗത്ഭരായ നാലുപേരെക്കാൾ കൂടുതൽ വരുമാനം അയാൾ ആ സമൂഹത്തിനുണ്ടാക്കി. തന്റെ സമർപ്പിതനായ കാമുകൻ ഇത്ര സമർഥമായി മോഷണം നടത്തുന്നു എന്നതിൽ പ്രിസിയോസ സന്തുഷ്ടയായി. അതേസമയം എന്തെങ്കിലും നിർഭാഗ്യം വന്നുകൂടുമോ എന്ന ഭയവും അവളെ അലട്ടി. വെനീസ് നഗരത്തിലെ മുഴുവൻ സമ്പത്തിനുവേണ്ടി പോലും തന്റെ ആൻദ്രേസ് അപമാനിതനാകുന്നതു കാണാൻ അവൾക്കു കഴിയില്ല. അയാൾ അവൾക്ക് ധാരാളം ഉപഹാരങ്ങളും സേവനങ്ങളും നൽകി. ഇതും അയാളോട് അവൾക്കു കൂടുതൽ അടുപ്പമുണ്ടാകാൻ കാരണമായി.

സെപ്റ്റംബർ മാസം മുഴുവൻ അവർ ടോളിഡോ പ്രദേശത്തു ചെലവഴിച്ചു. സമൃദ്ധമായ കൊയ്ത്തും നടത്തി. പിന്നീട് എകസ്ട്രെമദുര്യായിലേക്കു നീങ്ങി. സമ്പന്നമെന്നപോലെ ചൂടുമുള്ള സ്ഥലമായിരുന്നു അത്. ആൻദ്രേസുമായുള്ള നർമഭാഷണങ്ങളിൽനിന്നും അയാളിലെ നന്മയും അയാളുടെ നല്ല പ്രകൃതവും പ്രിസിയോസ മനസിലാക്കി. ഇത് അവളെ അയാളോടു കൂടുതൽ അടുപ്പിച്ചു. പ്രിസിയോസയുടെ നർമബോധം, ക്ഷണയുക്തി, സൗന്ദര്യം, അടക്കം, ഒതുക്കം ഇവയെല്ലാം ആൻദ്രേസിന്റെ പ്രണയത്തെ വർധിതമാക്കിയേനെ - അതിനിനിയും കൂടുതൽ ശക്തമാകാൻ കഴിയുമായിരുന്നെങ്കിൽ!

എവിടെയെല്ലാം ആ സംഘം പോയോ അവിടെയെല്ലാം ഓട്ടം, ചാട്ടം എന്നിവയ്ക്കുള്ള സമ്മാനങ്ങളും പന്തയവും ആൻദ്രേസ് നേടി. അതിസമർഥമായി അയാൾ ബൗൾസും* പെലാറ്റോയും** കളിച്ചു. കൃത്യമായും അതിശക്തമായും ദണ്ഡേറ്*** നടത്താനും അയാൾ അതിസമർഥനായിരുന്നു. അയാളുടെ പ്രസിദ്ധി എക്സ്ടെമദുര്യാ മുഴുവൻ വ്യാപിച്ചു. ചുണക്കുട്ടനായ ആ ജിപ്സി ആൻദ്രേസ് കബലെറോയുടെ ആകർഷകത്വവും ചാരുതയും സാമർഥ്യവും വിസ്തരിക്കപ്പെടാത്ത ഒരു സ്ഥലവും അവിടെയുണ്ടായിരുന്നില്ല. അതുപോലെതന്നെ ആ കൊച്ചു ജിപ്സിക്കുട്ടിയുടെ സൗന്ദര്യവും. ഉത്സവങ്ങളിലും, സ്വകാര്യ പരിപാടികളിലുമൊക്കെ അവർ കൂടിയേ തീരു എന്നായി. ജിപ്സിത്താവളം കൂടുതൽ സമ്പന്നവും സന്തുഷ്ടവുമായി.

രാജപാതയിൽ നിന്നും അൽപ്പമകലെ കുറെ ഓക്കുമരങ്ങൾക്കിട

---

* ബൗൾസ് - ഭാരമുള്ള മരപ്പന്ത് - അതു പുൽത്തകിടിയിൽ ഉരുട്ടിക്കളിക്കുന്ന ഒരുതരം കളി.

* പെലാറ്റോ - ചെറിയ പന്തുകൾ ഉപയോഗിച്ചുള്ള ഒരുതരം പന്തുകളി. പ്രഭുമന്ദിരങ്ങളോടനുബന്ധിച്ച് നടന്നിരുന്ന കളികളാണിവ.

* ദണ്ഡേറ് - Bar throwing.

യിലായിരുന്നു അവരുടെ താവളം. ഒരു രാത്രി പട്ടികൾ കൂട്ടമായി കുരയ്ക്കുന്നു. കാരണമറിയാൻ ആൻദ്രേസ് ഉൾപ്പെടെ ഏതാനും ചെറുപ്പക്കാർ പുറത്തിറങ്ങി നോക്കി. വെള്ളവസ്ത്രം ധരിച്ച ഒരു മനുഷ്യൻ കാലിൽ കടികൂടിയ രണ്ടു പട്ടികളിൽനിന്നും രക്ഷപ്പെടാൻ പെടാപ്പാടുപെടുന്നു. ജിപ്സികൾ ചെന്നു പട്ടികളെ പിടിച്ചു മാറ്റി. ഒരു ജിപ്സി അയാളോടു ചോദിച്ചു: "ഈ സമയത്ത് നേർവഴിയിൽനിന്നും ഇത്ര അകലേയ്ക്ക് ഏതു ചെകുത്താനാണു തന്നെ കൊണ്ടുവന്നത്? തരം കിട്ടിയാൽ മോഷ്ടിക്കാമെന്നു കരുതിയാണല്ലേ? പറ്റിയ സ്ഥലത്താണു താൻ വന്നു പെട്ടിരിക്കുന്നത്."

ആ മനുഷ്യൻ പറഞ്ഞു: "ഞാൻ മോഷ്ടിക്കാൻ വന്നതല്ല- എന്റെ വഴി തെറ്റിയെന്നുമാത്രമെനിക്കറിയാം. ദയവായി എനിക്കൊരുപകാരം ചെയ്യാമോ? അടുത്തെവിടെയെങ്കിലും സത്രമോ മറ്റേതെങ്കിലും സ്ഥലമോ ഉണ്ടോ, എനിക്ക് ഈ രാത്രി കഴിച്ചു കൂട്ടാനും നിങ്ങളുടെ നായ്ക്കൾ ഏൽപ്പിച്ച ഈ മുറിവുകൾക്കു ചികിത്സ തേടാനും."

മറുപടി പറഞ്ഞത് ആൻദ്രേസാണ്: "നിങ്ങൾക്കുപറ്റിയ സത്രമോ മറ്റേതെങ്കിലും സ്ഥലമോ ഇവിടെയടുത്തെങ്ങുമില്ല. നിങ്ങളുടെ മുറിവുകളുടെ ചികിത്സയ്ക്കും രാത്രികഴിച്ചുകൂട്ടുന്നതിനുമാണെങ്കിൽ ഞങ്ങളുടെ ഈ ക്യാമ്പിൽ നിങ്ങൾക്കു നല്ല ശുശ്രൂഷ ലഭിക്കും. ഞങ്ങളുടെ കൂടെ വരിക, ഞങ്ങൾ ജിപ്സികളാണെങ്കിലും അൽപ്പം മനുഷ്യസ്നേഹമുള്ളവരാകാൻ ഞങ്ങൾക്കു കഴിയും."

അയാൾ പറഞ്ഞു; "ദൈവത്തിന്റെ സ്നേഹം നിങ്ങൾക്കു ലഭിക്കട്ടെ. എങ്ങോട്ടെങ്കിലും എന്നെ കൊണ്ടുപോകൂ, കാലിലെ വേദന എന്നെ തളർത്തുന്നു."

ആൻദ്രേസും മറ്റൊരു ജിപ്സിയും കൂടി അയാളെ താങ്ങിയെടുത്തു (സാത്താന്മാരുടെ ഇടയിൽ അവരെക്കാൾ ചീത്തയായ ചിലരും ചീത്തയായവരുടെ ഇടയിൽ ഒരു നല്ലയാളും ഉണ്ട് - എന്നാണല്ലോ പറച്ചിൽ). നല്ല നിലാവുള്ള രാത്രിയായിരുന്നു, വന്നയാൾ കാഴ്ചയിൽ ചെറുപ്പവും അഴകുള്ളവനുമാണെന്ന് കാണാൻ കഴിഞ്ഞു. അയാളുടെ തോളിൽ ഒരു സഞ്ചിയോ ഷർട്ടോ ഉണ്ട്. അതു നെഞ്ചോടുചേർത്തു ബന്ധിച്ചിരുന്നു. അവർ അയാളെ ആൻദ്രേസിന്റെ കുടിലിലെത്തിച്ചു. വേഗത്തിൽ വിളക്കുകൊളുത്തി തീ കത്തിച്ചു. അപ്പോഴേക്കും പ്രിസിയോസയുടെ വല്ല്യമ്മയും വന്നു, മുറിവുകൾ ചികിത്സിക്കാൻ. വിവരങ്ങളൊക്കെ നേരത്തെ അറിഞ്ഞിരുന്നു. വല്യമ്മ, പട്ടിയുടെ ഏതാനും രോമം ശേഖരിച്ച് എണ്ണയിൽ മൂപ്പിച്ചു. വന്നയാളിന്റെ കാലിൽ രണ്ടു മുറിവുകളുണ്ടായിരുന്നു. ആദ്യം മുറിവുകൾ വീഞ്ഞുകൊണ്ടു കഴുകി. രോമങ്ങളും എണ്ണയും മുറിവുകളിൽ വച്ചു. 'റോസ്മേരി' എന്ന സുഗന്ധസസ്യത്തിന്റെ ഒരു ചെറിയ ഭാഗം എടുത്തു ചതച്ച് അതും മുറിവുകൾക്കു മുകളിൽ വച്ചു. മുകളിൽ കുരിശടയാളം വരച്ചു. വൃത്തിയുള്ള തുണികൊണ്ടു ശ്രദ്ധയോടെ മൂടിക്കെട്ടി. എന്നിട്ട് അവർ പറഞ്ഞു: "ഉറങ്ങിക്കോളൂ സുഹൃത്തേ ദൈവസ

ഹായത്താൽ എല്ലാം ശരിയായിക്കൊള്ളും”.

ഈ സമയമത്രയും പ്രിസിയോസ അവരുടെ കൂടെ അയാളെ ശുശ്രൂഷിക്കുകയായിരുന്നു. അയാളെ നിരീക്ഷിക്കുകയും. അയാൾ അവളെയും ശ്രദ്ധിച്ചു വീക്ഷിച്ചു. എത്രമാത്രം ദത്തശ്രദ്ധനായാണ് അയാൾ പ്രിസിയോസയെ നിരീക്ഷിക്കുന്നതെന്ന് ആൻദ്രേസ് ശ്രദ്ധിച്ചു. പ്രിസിയോസയുടെ സൗന്ദര്യമാണ് കാരണമെന്നായി അയാളുടെ ചിന്ത. മുറിവിനു പരിചരണം നൽകിയ ശേഷം അയാളെ ഉണങ്ങിയ വൈയ്ക്കോൽ കിടക്കയിൽ കിടത്തിയിട്ട് എല്ലാവരും പുറത്തേയ്ക്കുപോയി. അയാളുടെ യാത്രയെക്കുറിച്ചോ മറ്റെന്തെങ്കിലുമോ അയാളോട് ചോദിക്കാൻ ആരും മുതിർന്നില്ല.

മുറിയിൽനിന്നും പുറത്തിറങ്ങിയപാടെ പ്രിസിയോസ ആൻദ്രേസിനെ വിളിച്ച് ഒരു വശത്തേക്കു മാറ്റി നിറുത്തി, പ്രിസിയോസ ആൻദ്രേസിനോടു പറഞ്ഞു

“ഞാനും എന്റെ സുഹൃത്തുക്കളും അങ്ങയുടെ ഭവനത്തിൽ നൃത്തം ചെയ്തപ്പോൾ എന്റെ കയ്യിൽനിന്നും ഒരു കടലാസ് താഴെ വീണത് അങ്ങ് ഓർക്കുന്നുണ്ടോ? അത് അങ്ങേയ്ക്ക് ഒത്തിരി വിഷമമുണ്ടാക്കിയെന്ന് എനിക്കു തോന്നി.”

ആൻദ്രേസ്: “ഞാൻ കൃത്യമായി ഓർക്കുന്നു. അതു നിന്നെ പുകഴ്ത്തിക്കൊണ്ടുള്ള ഒരു ഗീതകമായിരുന്നു. തീരെ മോശം ഗീതകമായിരുന്നില്ല അത്.”

പ്രിസിയോസ: “ശരി, ആൻദ്രേസ്. നമ്മൾ ഈ കുടിലിൽ കിടത്തിയിരിക്കുന്ന യുവാവാണ് ആ കവിത എഴുതിയത്. അതേ, അതു ശരിയാണ്, എനിക്കു തീർച്ചയുണ്ട്. കാരണം മാഡ്രിഡിൽ വച്ച് അയാൾ എന്നോടു രണ്ടോ മൂന്നോ പ്രാവശ്യം സംസാരിച്ചിട്ടുണ്ട്. വളരെ നല്ല ഒരു ബല്ലാഡ് എനിക്കു തരികയും ചെയ്തു. അവിടെ അയാൾ ഒരു പേയ്ജ് ആയി പ്രവർത്തിക്കുകയായിരുന്നു. അയാളൊരു സാധാരണ പേയ്ജ് അല്ലായിരുന്നെന്നാണ് എനിക്കു തോന്നുന്നത്, ഏതോ രാജകുമാരന്റേയോ മറ്റോ രക്ഷാധികാരത്തിലായിരുന്നു ആ പേയ്ജ്. മാത്രമല്ല, ആൻദ്രേസ്, അയാൾ സമർഥനും ബുദ്ധിമാനും നേർബുദ്ധിയുമായൊരു ചെറുപ്പക്കാരനാണ്. ഈ വേഷത്തിൽ, ഇങ്ങോട്ടു വന്നതിനെക്കുറിച്ച് എന്തു ചിന്തിക്കണമെന്നെനിക്കറിയില്ല.”

ആൻദ്രേസ്: “ചിന്തിക്കാനെന്തിരിക്കുന്നു? എന്നെ ജിപ്സിയാക്കി മാറ്റിയ അതേ ശക്തിതന്നെ. ഒരു ധാന്യമില്ലുകാരനെപോലെ ഇയാൾ ഇവിടെയിങ്ങനെ ചുറ്റിക്കറങ്ങി നിന്നെ തേടിയെത്തിയിരിക്കുന്നു! എന്റെ പ്രിസിയോസ, നിന്റെ വശ്യതയ്ക്ക് ഇരയായവർ ഒന്നിലധികമുണ്ടെന്ന് വീമ്പിളക്കാൻ നീ ആഗ്രഹിക്കുന്നു, അല്ലേ? എങ്കിൽ പിന്നെ ആദ്യം എന്നെ തീർക്കുക, പിന്നെ അയാളെയും. നിന്റെ വഞ്ചനയുടെ -നിന്റെ സൗന്ദര്യത്തെക്കുറിച്ചല്ല-അൾത്താരയിൽ ഞങ്ങൾ രണ്ടാളെയും ഒന്നിച്ചു ബലിയർപ്പിക്കാൻ ശ്രമിക്കാതെ.”

പ്രിസിയോസ: ‘ദൈവമേ’ എന്നു വിളിച്ച് പരിതാപത്തോടെ പറഞ്ഞു:

"സംശയത്തിന്റെ -ശങ്കാകുലതയുടെ -ഭീതിദമായ വാൾ വേഗത്തിൽ അങ്ങയുടെ ഹൃദയം തുളച്ചു കയറാൻ തക്കവിധം ഇത്ര ലോലഹൃദയനോ താങ്കൾ? ഏറെയേറെ നേർത്ത ഒരു നൂലിലാണോ താങ്കളുടെ പ്രതീക്ഷകളും എന്റെ സൽപ്പേരും തൂങ്ങിനിൽക്കുന്നത്? പറയൂ ആൻദ്രേസ്. എന്തെങ്കിലും കൗശലമോ ചതിയോ ഞാൻ ഉദ്ദേശിച്ചെങ്കിൽ ഞാൻ നിശ്ശബ്ദയായിരിക്കുകയല്ലേ ചെയ്യുമായിരുന്നുള്ളൂ? ഈ യുവാവ് ആരാണെന്ന വിവരം മറച്ചുവയ്ക്കുകയില്ലായിരുന്നോ? എന്റെ സ്വഭാവദാർഢ്യത്തിന്മേലും സദ്ഗുണങ്ങളുടെ മേലും സംശയം തോന്നാനിടയാകുന്ന അവസരം നിങ്ങൾക്കു നൽകാനും മാത്രം ഒരു മഠയിയാണോ ഞാൻ? ദൈവത്തെപ്രതി - ശാന്തനാകൂ ആൻദ്രേസ്. അയാളുടെ ഉദ്ദേശ്യലക്ഷ്യങ്ങളെക്കുറിച്ചുള്ള ഭീതിയിൽനിന്നും നാളെയാകുമ്പോഴേക്കും മോചിതനാകുക. ഒരുപക്ഷേ താങ്കളുടെ സംശയം അസ്ഥാനത്താകാം. എന്നാലും അയാൾ ഞാൻ പറഞ്ഞയാൾ തന്നെ. എനിക്ക് ഉറപ്പുണ്ട്. ഞാൻ ചിന്തിക്കുന്നതിൽ എനിക്കു തെറ്റുപറ്റിയിട്ടില്ല. ഇപ്പോൾ അങ്ങയെ തൃപ്തിപ്പെടുത്തേണ്ട ഘട്ടത്തിൽ ഞാൻ എത്തിയിരിക്കുന്നു. അതുകൊണ്ട്, എങ്ങനെ, എന്തുദ്ദേശ്യത്തിന് ആ യുവാവ് വന്നിരുന്നാലും അയാളെ നേരെ തിരികെ പറഞ്ഞുവിടുക, ഇവിടെയുള്ളവരെല്ലാം താങ്കളെ അനുസരിക്കും. താങ്കളുടെ ഹിതത്തിനെതിരായി ഒരാൾപോലും അയാളെ ക്യാമ്പിലേക്കു സ്വാഗതം ചെയ്യുകയില്ല. അതുകൊണ്ട്, അയാൾ പോകുന്നു എന്ന് ഉറപ്പാക്കാം. അയാൾ പോയില്ലെങ്കിലും ഞാൻ നിങ്ങൾക്ക് വാക്കുതരുന്നു - എന്റെ കുടിൽവിട്ട് ഞാൻ പുറത്തുവരില്ല. അയാളോ എന്നെക്കാണരുതെന്ന് താങ്കൾ ആഗ്രഹിക്കുന്ന ആരെങ്കിലുമോ എന്നെ കാണാൻ ഞാൻ ഇടയാക്കുകയില്ല. നോക്കൂ ആൻദ്രേസ്, താങ്കൾ ശങ്കാകുലനായി കാണപ്പെടുന്നത് ഞാൻ സാരമാക്കുന്നില്ല. നിങ്ങളെ ഒരു മന്ദബുദ്ധിയായി ഞാൻ കാണേണ്ടിവന്നാൽ അതു ഞാൻ ഗൗരവമായെടുക്കും."

ആൻദ്രേസ്: "പ്രിസിയോസ, ഞാനൊരു ഭ്രാന്തനായി തീരുന്നതു നീ കാണുന്നില്ലേ? അന്ത്യമില്ലാത്ത ഈ ശങ്കാകുലത എത്ര കഠോരവും അരോചകവുമാണെന്നു നിനക്കു മനസിലാകാൻ വേറെ തെളിവു വേണോ? എന്നാലും നീ പറയുന്നതു ഞാൻ ചെയ്യും, എന്നാൽ കഴിയുന്നതാണെങ്കിൽ. ഈ കവിയായ പേയ്ജ് വന്നതെന്തിനാണെന്ന്, അയാൾ പോകുന്നതെവിടേക്കെന്ന്, അയാൾക്കു വേണ്ടതെന്തെന്ന് ഞാൻ കണ്ടുപിടിക്കും. അശ്രദ്ധമായി അയാൾ വിട്ടുകളയുന്ന നൂൽകഷണം വലിച്ചെടുത്താൽ, എന്നെ കുരുക്കാനാണ് ഇയാൾ വന്നതെന്നു ഞാൻ ഭയപ്പെടുന്ന മുഴുവൻ ചരടുകളും ലഭിച്ചേക്കും."

പ്രിസയോസ: "കാര്യങ്ങളെ ആയിരിക്കുന്ന അവസ്ഥയിൽ വിലയിരുത്താൻ സ്വതന്ത്രമായ ഗ്രഹണശക്തി വേണം. ശങ്കാകുലത ഈ സ്വതന്ത്രാവസ്ഥ ഇല്ലാതാക്കും. ചെറിയ വസ്തുക്കളെ ബൃഹത്തായവയെന്നും വെറും കുള്ളന്മാരെ രാക്ഷസന്മാരെന്നും സംശയങ്ങളെ തീർച്ചയായ വസ്തുതകളെന്നും തോന്നിപ്പിക്കുന്ന ഭൂതക്കണ്ണാടിയിലൂടെയാണ് ശങ്കാ

കുലർ കാര്യങ്ങളെ നോക്കിക്കാണുന്നത്. ആൻഡ്രേസ്, എന്റെയും നിങ്ങളുടെയും ജീവിതത്തെപ്രതി ഈ കാര്യത്തിലും പരസ്പരമുള്ള ഉടമ്പടിയോടു ബന്ധപ്പെട്ട കാര്യങ്ങളിലും വിവേകത്തോടെയും യുക്തിപൂർവമായും പ്രവർത്തിക്കുക. അങ്ങനെ നിങ്ങൾ ചെയ്താൽ ശുദ്ധത, അടക്കം ഒതുക്കം, സത്യനിഷ്ഠ എന്നിവയിലെല്ലാം നിങ്ങൾ എനിക്ക് ഏറ്റവും ഉയർന്ന സ്ഥാനം നൽകുമെന്ന് എനിക്കുറപ്പുണ്ട്.''

പ്രിസിയോസ യാത്ര പറഞ്ഞു തന്റെ കുടിലിലേയ്ക്കു പോയി. മനം നിറയെ സംഭ്രാന്തിയും പരസ്പര വിരുദ്ധമായ ഭാവനകളുമായി ആൻഡ്രേസ് നേരം വെളുക്കുന്നതും കാത്തിരുന്നു. അപ്പോഴേ ആ മുറിവുപറ്റിയ മനുഷ്യനോട് അയാളുടെ കഥപറയാൻ ആവശ്യപ്പെടുവാൻ കഴിയുകയുള്ളല്ലോ. പ്രിസിയോസയുടെ സൗന്ദര്യത്താൽ ആകൃഷ്ടനായല്ല ആ പേയ്ജ് വന്നിരിക്കുന്നതെന്ന് ഒന്നു ചിന്തിക്കുന്നതിന് സ്വയം പ്രേരിപ്പിക്കുവാൻ, അയാൾക്കു കഴിഞ്ഞില്ല. കള്ളൻ ചിന്തിക്കുന്നത് എല്ലാവരും അയാളെപ്പോലെ തന്നെയാണെന്നാണല്ലോ. അതേ സമയം പ്രിസിയോസ അയാൾക്കു ലഭ്യമാക്കിയ സംതൃപ്തി അയാൾക്ക് ഉറപ്പു നൽകുന്നതും വിശ്വസനീയവുമായി അയാൾ കണ്ടു. ആ ബോധ്യവും ഉറപ്പും തന്റെ വിധി അവളുടെ നല്ല തീരുമാനങ്ങൾക്കു വിട്ടുകൊടുക്കാൻ അയാളെക്കൊണ്ടു തീരുമാനമെടുപ്പിച്ചു.

പ്രഭാതമായി, മുറിവു പറ്റിയ മനുഷ്യനെ ആൻഡ്രേസ് സന്ദർശിച്ചു. ആദ്യം രോഗവിവരങ്ങളന്വേഷിച്ചു. പിന്നെ, പേര്, എവിടെപോകുന്നു, ഇത്രയേറെ താമസിച്ചു യാത്രചെയ്യാൻ കാരണമെന്താണ്, റോഡിൽനിന്നും അകലെ മാറി യാത്ര ചെയ്യാനെന്താണു കാരണം എന്നിങ്ങനെയുള്ള കാര്യങ്ങളൊക്കെ അയാളോടു ചോദിച്ചു. അസ്വസ്ഥതകളും വേദനകളും കുറഞ്ഞു. യാത്രതുടരാൻ കഴിയും എന്ന് യുവാവ് പറഞ്ഞു. പേര്, എവിടെപോകുന്നു എന്നീ ചോദ്യങ്ങൾക്ക് അയാൾ തന്റെ പേര് അലോൻസോ ഹൂർടാഡോ എന്നും ബിസിനസ് ആവശ്യങ്ങൾക്കായി -പെന ദെ ഫ്രാൻസിയയിലെ -ന്യൂയെട്രാ സിനോറാ- എന്ന സ്ഥലത്തേക്കു പോവുകയാണെന്നും പറഞ്ഞു. അവിടെ വേഗം എത്തിച്ചേരാനായി രാത്രിയിൽ യാത്ര ചെയ്യുകയായിരുന്നു. കഴിഞ്ഞ രാത്രി വഴിതെറ്റി. അങ്ങനെ യാദൃച്ഛികമായി ഈ താവളത്തിനടുത്തെത്തി. താവളം കാത്തിരുന്ന നായ്ക്കൾ അയാളെ ആൻഡ്രേസ് കണ്ട അവസ്ഥയിലാക്കിയെന്നും അയാൾ പറഞ്ഞു.

ഇതത്ര നേരെ ചൊവ്വേയുള്ള പ്രസ്താവനയായി തോന്നിയില്ല. സ്പഷ്ടമായും കുടിലമാണെന്നും ആൻഡ്രേസിനു തോന്നി. സംശയങ്ങൾ വീണ്ടും ആൻഡ്രേസിനെ പീഡിപ്പിക്കാൻ തുടങ്ങി. അതുകൊണ്ട് അയാൾ പറഞ്ഞു; ''സഹോദരാ, ഞാനൊരു ന്യായാധിപനാണെന്നു കരുതുക. ഏതോ കുറ്റം ചെയ്ത് നിങ്ങൾ എന്റെ അധികാരപരിധിയിൽപ്പെടുകയും ചെയ്തു. ഞാൻ നിങ്ങളോട് ഇപ്പോൾ ചോദിച്ച ചോദ്യങ്ങൾ ചോദിക്കുന്നു. നിങ്ങൾ ഇപ്പോൾ നൽകിയ മറുപടി നൽകുന്നു, എങ്കിൽ എനിക്കു

നിങ്ങളോടു കൂടുതൽ ചോദ്യങ്ങൾ ചോദിക്കേണ്ടിവരുമായിരുന്നു. നിങ്ങളെ സംബന്ധിച്ച വിവരങ്ങൾ എനിക്ക് അറിയണമെന്നില്ല. എന്നാൽ ഒരു കാര്യം നിങ്ങളെ മുൻകൂട്ടി അറിയിക്കാം. നിങ്ങളുടെ ഈ യാത്രയെ സംബന്ധിച്ച് നുണ പറയണമെന്നുള്ള നിങ്ങളുടെ ഉദ്ദേശ്യം സാധ്യമാകാൻ കുറെക്കൂടി ശരിയെന്നു തോന്നുന്ന വിധത്തിൽ നുണ പറയണം. നിങ്ങൾ പെന ദെ ഫ്രാൻസിയയിലേക്കു പോകുന്നു. എന്നാൽ നിങ്ങൾ ആ സ്ഥലം കഴിഞ്ഞ് വളരെ ദൂരം പിന്നിട്ടിരിക്കുന്നു. നിങ്ങൾ വന്ന ദിക്കിൽ വലതു മാറി വളരെ പുറകിൽ, ഇവിടെനിന്നും 118 കി മീ അകലെയാണാ സ്ഥലം. വേഗം അവിടെയെത്താൻ നിങ്ങൾ രാത്രിയിൽ സഞ്ചരിക്കുകയാണ് - യഥാർഥ റോഡുവിട്ട് കാട്ടിലൂടെയും ഓക്കുമരക്കൂട്ടത്തിലൂടെയും! നടപ്പു വഴി പോലുമില്ലാത്ത ഇടങ്ങളിലൂടെ.

സുഹൃത്തേ, എഴുന്നേൽക്ക്; നന്നായി നുണ പറയാൻ പഠിക്കുക. നിങ്ങൾക്കു നല്ലതു വരട്ടെ, ഈ സദുപദേശത്തിനുപകരമായി ഒരു സത്യം നിങ്ങളെന്നോടു പറയില്ലേ? നിങ്ങൾ പറയുമെന്നെനിക്കു തീർച്ചയുണ്ട്. അത്രമാത്രം സമർത്ഥനായൊരു നുണയനല്ല നിങ്ങൾ. പറയൂ, ഒരു പേയ്ജോ ഒരു മാന്യനോ ആയി മിക്കപ്പോഴും രാജസദസുകളിൽ ഞാൻ കണ്ടിരുന്ന ആളല്ലേ നിങ്ങൾ? മഹാനായൊരു കവിയെന്ന ബഹുമതിയുണ്ടായിരുന്നില്ലേ നിങ്ങൾക്ക്? അടുത്തയിടെ മാഡ്രിഡിൽ വന്നുകൊണ്ടിരുന്ന, ശ്രദ്ധേയമായ സൗന്ദര്യത്തിനുടമയായിരുന്ന ഒരു ജിപ്സിപ്പെൺകുട്ടിക്ക് ഒരു ബല്ലാഡും ഒരു ഗീതകവും എഴുതി നൽകിയ വ്യക്തി തന്നെയല്ലേ നിങ്ങൾ? മാന്യനായൊരു ജിപ്സി എന്ന നിലയിൽ ഞാൻ വാക്കു തരുന്നു, നിങ്ങൾ രഹസ്യമെന്നു കരുതുന്നതെന്തുതന്നെയായാലും ഞാനതുരഹസ്യമായി സൂക്ഷിച്ചുകൊള്ളാം. ആ വ്യക്തി നിങ്ങളാണെന്നതു നിങ്ങൾ നിഷേധിക്കുകയാണെങ്കിൽ - സൂക്ഷിക്കുക - അതു നിങ്ങളെ ഒരിടത്തും എത്തിക്കില്ല. കാരണം, ഈ മുഖം ഞാൻ കണ്ട അതേ മുഖം തന്നെയാണ്. നിങ്ങളുടെ ഖ്യാതി പലപ്പോഴും ശ്രദ്ധേയനായ ഒരു വ്യക്തിയെന്ന നിലയിൽ നിങ്ങളെ ശ്രദ്ധിക്കാനിടയാക്കിയിട്ടുണ്ട്. അന്നു നിങ്ങൾ ധരിച്ചിരുന്ന വസ്ത്രങ്ങളിൽ വളരെ വ്യത്യസ്തമായി ഇപ്പോൾ വസ്ത്രം ധരിച്ചിരിക്കുന്നു. എങ്കിലും നിങ്ങളെ ഞാൻ തിരിച്ചറിഞ്ഞിരിക്കുന്നു. അസ്വസ്ഥതപ്പെടേണ്ടാ - കള്ളന്മാരുടെ ഗുഹയിലേക്കാണല്ലോ വന്നതെന്നും വിചാരിക്കേണ്ടാ. മുഴുവൻ ലോകത്തിൽനിന്നും നിങ്ങളെ കാത്തുസൂക്ഷിക്കുകയും ആക്രമണങ്ങളിൽ നിന്നു നിങ്ങളെ സംരക്ഷിക്കുകയും ചെയ്യുന്ന ഒരു അഭയസ്ഥലത്താണു നിങ്ങളെന്നു കരുതുക.

നോക്കൂ, എനിക്ക് ഒരു കാര്യം മനസിൽ വരുന്നു. അതു ശരിയെങ്കിൽ എന്നെ കണ്ടുമുട്ടിയത് നിങ്ങളുടെ ഭാഗ്യം. എനിക്കു തോന്നുന്നത് നിങ്ങൾ കവിതയെഴുതിക്കൊടുത്ത ആ ജിപ്സി ബാലികയോടു പ്രണയമായതുകൊണ്ട് നിങ്ങൾ അവളെ പിൻതുടർന്ന് ഇവിടെയെത്തിയതാണെന്നാണ്. എന്നു കരുതി നിങ്ങളെക്കുറിച്ചു മോശമായി ചിന്തിക്കുന്നില്ല, എന്നല്ല, കുറെക്കൂടി നന്നായി ചിന്തിക്കുന്നു. ഒരു ജിപ്സിയാണെങ്കിലും,

പ്രണയതീവ്രത എവിടം വരെ പോകുമെന്ന് അനുഭവം എന്നെ പഠിപ്പിച്ചിട്ടുണ്ട്. അതിന്റെ ശക്തിയിലും സ്വാധീനത്തിലുംപെട്ടുപോകുന്നവരെ അതെത്രമാത്രം ബാധിക്കുമെന്നും എനിക്കറിയാം. കാര്യം അങ്ങനെയാണെങ്കിൽ, ആണെന്നുതന്നെ ഞാൻ വിശ്വസിക്കുന്നു, ആ ജിപ്സി പെൺകുട്ടി ഇവിടെയുണ്ട്."

അലോൻസോ; "അതേ, അവളിവിടെയുണ്ട്. കഴിഞ്ഞ രാത്രിയിൽ ഞാൻ അവളെ കണ്ടു."

ഇതുകേട്ടതോടെ ആൻഡ്രേസ് സ്തബ്ധനായി. തന്റെ സംശയങ്ങൾ ഇതാ സ്ഥിരീകരിക്കപ്പെട്ടിരിക്കുന്നു.

അലോൻസോ വീണ്ടും പറഞ്ഞു. "അവളെ കഴിഞ്ഞ രാത്രിയിൽ ഞാൻ കണ്ടു. പക്ഷേ ഞാനാരാണെന്ന് അവളോടു പറഞ്ഞില്ല, കാരണം അത് എന്റെ ഉദ്ദേശ്യത്തിന് അനുയോജ്യമല്ല."

ആൻഡ്രേസ്: "അപ്പോൾ ഞാൻ പറഞ്ഞ കവി നിങ്ങൾതന്നെ? "

അലോൻസോ: "അതേ, ഞാൻ തന്നെ, എനിക്കതു നിഷേധിക്കാൻ സാധ്യമല്ല. നിഷേധിക്കാനാഗ്രഹിക്കുന്നുമില്ല. വനാന്തരങ്ങളിൽ ആത്മാർഥതയും വിജനതയിൽ സ്വാഗതവും ലഭിക്കുക എന്ന സംഗതി ഇവിടെയുണ്ടെങ്കിൽ, ഒരുപക്ഷേ എനിക്കു വഴിതെറ്റിയെന്ന് ഞാൻ വിചാരിച്ചപ്പോൾ ഞാൻ വഴി കണ്ടെത്തുകയായിരുന്നിരിക്കാം."

ആൻഡ്രേസ്: "അങ്ങനെതന്നെ ഇവിടെയതുണ്ട്. ഒരു സംശയവുമില്ല. ഞങ്ങളുടെ ഇടയിലങ്ങനെയാണ്. അതാണ് ലോകത്തിലെ ഏറ്റവും വലിയ രഹസ്യവും. ആ ഉറപ്പോടുകൂടി താങ്കളുടെ ഹൃദയത്തിലുള്ളത് എന്നോടു വെളിപ്പെടുത്തുക. കാരണം എന്റെ ഹൃദയത്തിൽ ഇപ്പോൾ നിങ്ങൾ കാണുന്നത്, എപ്പോഴും നിങ്ങൾ കാണും. യാതൊരു നെറികേടുമുണ്ടാവില്ല. ആ ജിപ്സിക്കുട്ടി എന്റെ ഒരു ബന്ധുവാണ്. അവളെ സംബന്ധിച്ച് എന്തുചെയ്യണമെന്ന് ഞാൻ ആഗ്രഹിക്കുന്നോ അതുചെയ്യാൻ എനിക്കു കഴിയും. അവളെ ഭാര്യയായി കിട്ടാൻ നിങ്ങൾക്കു മോഹമുണ്ടെങ്കിൽ, ഞാനും അവളുടെ കുടുംബം മുഴുവനും സന്തോഷിക്കും. ഒരു വെപ്പാട്ടിയായിട്ടാണ് വേണ്ടതെങ്കിൽ ഞങ്ങൾ പരാതിയോ ബഹളമോ ഉണ്ടാക്കില്ല - നിങ്ങൾക്കു പണമുണ്ടായിരിക്കണമെന്നു മാത്രം. കാരണം അത്യാഗ്രഹം ഞങ്ങളുടെ താവളങ്ങളിൽനിന്നും അകലെയല്ല."

അലോൻസോ പറഞ്ഞു: "എന്റെ കയ്യിൽ പണമുണ്ട്: എന്റെ ശരീരത്തോടു ചേർത്തു ബന്ധിച്ചിരിക്കുന്ന ഈ സഞ്ചിയിൽ നാനൂറു സ്വർണ ക്രൗണുകളുണ്ട്."

ഇത് മറ്റൊരു മാരകാഘാതമായി ആൻഡ്രേസിന്. ഈ പണമത്രയും തന്റെ വിലപ്പെട്ട നിധിയെ പിടിച്ചടക്കാനും വാങ്ങിയെടുക്കാനും വേണ്ടിയാണെന്നു തന്നെ അയാൾ കരുതി. ഇടറുന്ന ശബ്ദത്തിൽ അയാൾ പറഞ്ഞു

"പണം ധാരാളം. നിങ്ങൾ ആരാണെന്ന് ഉടനെതന്നെ വെളിപ്പെടു

ത്തുക. എന്നിട്ടു നമുക്ക് ബിസിനസിലേക്കു കടക്കാം. കാരണം പെൺകുട്ടി ഒരു മണ്ടിപ്പെണ്ണല്ല. അവൾ താങ്കളുടേതാകുന്നതു വളരെ അനുയോജ്യമാണെന്ന് അവൾ കണക്കാക്കും.''

അലോൻസോ: "എന്റെ സുഹൃത്തേ നിങ്ങൾ ഒരു കാര്യം മനസിലാക്കുക. ഞാനീ വേഷത്തിൽ വരാൻ കാരണം പ്രണയമല്ല. പ്രിസിയോസയോടുള്ള അഭിലാഷവുമല്ല. മാഡ്രിഡിൽ സുന്ദരികളായ എത്രയോ പെൺകുട്ടികളുണ്ട്- ഹൃദയചോരണം നടത്താനും മനസിനെ വരുതിയിലാക്കാനും കഴിവുള്ളവർ! ഈ ജിപ്സി സുന്ദരിയോടൊപ്പമോ അതിൽ കൂടുതലോ സൗന്ദര്യമുള്ളവർ. എന്നാലും ഞാൻ കണ്ടിട്ടുള്ളവരിൽ ഏതൊരു പെണ്ണിനെക്കാളും സൗന്ദര്യമുള്ളവളാണ് തന്റെ ഈ ബന്ധു എന്നതു ഞാനും സമ്മതിക്കുന്നു. പക്ഷേ, എന്റെ ഈ വേഷത്തിനും പദയാത്രയ്ക്കും നായുടെ കടിയേൽക്കലിനും കാരണം എന്റെ ദൗർഭാഗ്യമാണ് - പ്രണയമല്ല.''

താൻ ചിന്തിച്ച രീതിയിലല്ല കാര്യങ്ങളെന്ന് ആൻദ്രേസ് തിരിച്ചറിഞ്ഞു. അയാൾ സമനില വീണ്ടെടുത്തു. ഒന്നുകൂടി ഉറപ്പുവരുത്താനായി താൻ പറഞ്ഞ കാര്യങ്ങൾ ആൻദ്രേസ് ഒന്നു കൂടി ആവർത്തിച്ചു. അതുകൊണ്ട് ആ ചെറുപ്പക്കാരൻ തുടർന്നു പറഞ്ഞു:

"മാഡ്രിഡിൽ, യജമാനനെന്നതിനെക്കാൾ ഒരു ബന്ധു എന്നു ഞാൻ കരുതിയിരുന്ന ഒരു പ്രഭുവിന്റെ ഭവനത്തിലായിരുന്നു ഞാൻ. അദ്ദേഹത്തിന് ഒരേയൊരു മകൻ മാത്രം. ഞങ്ങൾ രണ്ടാളും ഒരേ പ്രായം. ഒരേ മാനസികാവസ്ഥ. ഞങ്ങൾ ബന്ധുക്കളും. അതുകൊണ്ട് ആ യുവാവ് ഏറെ സൗഹൃദത്തോടുകൂടിയായിരുന്നു എന്നോടു പെരുമാറിയത്. പ്രഭുകുലജാതയായ ഒരു യുവതിയുമായി ഇയാൾ പ്രേമത്തിലായി. ഒരു നല്ല പുത്രനെപ്പോലെ അയാളുടെ ഹിതം മാതാപിതാക്കളുടെ ഹിതത്തിനു വിധേയമാക്കേണ്ടിയില്ലായിരുന്നെങ്കിൽ അയാൾ വളരെ സന്തോഷത്തോടെ ആ യുവതിയെ തന്റെ ഭാര്യയായി തെരഞ്ഞെടുക്കുമായിരുന്നു. തങ്ങളുടെ മകന് കുറെക്കൂടി നല്ല വിവാഹബന്ധം വേണമെന്ന് മാതാപിതാക്കൾക്കു നിർബന്ധമായിരുന്നു. അതേസമയം, തന്റെ ആഗ്രഹം വെളിവാക്കിയേക്കുമെന്നു സംശയമുള്ളവരുടെയെല്ലാം കണ്ണും കാതും വെട്ടിച്ച് ആ യുവാവ് പരമരഹസ്യമായി ആ യുവതിയെക്കണ്ട് സല്ലപിച്ചിരുന്നു. ഇത് എന്തിനുള്ള പുറപ്പാടാണെന്ന് എനിക്കറിയാമായിരുന്നു. ഞാൻ പറയാൻ പോകുന്നതും ദൗർഭാഗ്യം തെരഞ്ഞെടുത്തു വച്ചിരുന്നതുമായ അത്യാപത്ത്! ഒരു രാത്രിയിൽ അത് സംഭവിച്ചു.

ആ രാത്രിയിൽ ഞങ്ങൾ രണ്ടാളും തെരുവിലൂടെ പോവുകയായിരുന്നു- ആ യുവതിയുടെ വീട്ടിലേക്കുള്ള വാതിലും പിന്നിട്ടു നടക്കുമ്പോൾ സുമുഖരായ രണ്ടു ചെറുപ്പക്കാർ വരുന്നതു കണ്ടു. അവർ ആരാണെന്നറിയാൻ എന്റെ ബന്ധുവായ യുവാവ് ആഗ്രഹിച്ചു. അവരുടെ അടുത്തേക്കു ചെല്ലാനൊരുങ്ങിയതേ, അവർ വാളുകളും പരിചകളുമായി ഞങ്ങളുടെ നേരെ പാഞ്ഞുവന്നു. എതിരിടുകയല്ലാതെ വേറെ വഴിയില്ല. തുല്യങ്ങ

ളായ ആയുധങ്ങളുമായി ഞങ്ങൾ പരസ്പരം ആക്രമിച്ചു. ഞങ്ങളുടെ എതിരാളികളുടെ ജീവൻ പെട്ടെന്ന് അവസാനിച്ചു ശങ്കാകുലനായ എന്റെ ബന്ധുയുവാവിന്റെ വാൾ പ്രയോഗത്തിൽ. പലപ്പോഴും കാണാത്ത ഒരു അസാധാരണ സംഭവം! ഞങ്ങൾ തെരഞ്ഞെടുക്കാൻ പാടില്ലാത്ത ഒരു കാര്യത്തിലെ വിജയവുമായി വീട്ടിലേക്കു പോയി. രഹസ്യമായി ശേഖരിക്കാൻ കഴിയുന്നത്രയും പണവുമായി ഞങ്ങൾ നാൻജറോമിനോയിലേക്കു പോയി. സംഭവിച്ചതെന്താണെന്നു വെളിപ്പെടുത്തുന്ന പ്രഭാതത്തിനും സംശയിക്കപ്പെടുന്നവരാരാണെന്നറിയാനും വേണ്ടി ഞങ്ങൾ കാത്തിരുന്നു. ഞങ്ങളെ സംബന്ധിക്കുന്ന യാതൊരു തെളിവുകളും അവശേഷിക്കുന്നില്ലെന്നു തീർച്ച, നാൻജറോമിലെ സന്യാസികൾ, ഞങ്ങളോടു വീട്ടിലേക്കു മടങ്ങാനും ഞങ്ങളുടെ അസാന്നിധ്യം കൊണ്ടു സംശയമുണ്ടാക്കുകയോ സംശയത്തിനു കാരണമാകുന്ന യാതൊന്നും ചെയ്യുകയോ പാടില്ലെന്നും ഉപദേശിച്ചു. അതുപോലെ ചെയ്യാൻ ഞങ്ങൾ തീരുമാനിച്ചു. എന്നാൽ എന്റെ ബന്ധുവായ യുവാവിന്റെ പ്രണയിനിയെ അധികാരികൾ തടങ്കലിലാക്കിയെന്നും അവളുടെ മാതാപിതാക്കളെ കസ്റ്റഡിയിലെടുത്തിരിക്കുന്നു എന്നും ഞങ്ങൾ അറിഞ്ഞു. ആ യുവതിയുടെ പരിചാരിക, എന്റെ ബന്ധു രാത്രിയും പകലും ആ വീടിനു സമീപത്തുകൂടി അങ്ങോട്ടുമിങ്ങോട്ടും നടക്കുമായിരുന്നെന്ന് പറഞ്ഞു എന്ന് ഞങ്ങളറിഞ്ഞു. അധികാരികൾ ഞങ്ങളെ അന്വേഷിച്ചു, പക്ഷേ കണ്ടെത്താനായില്ല, ഞങ്ങൾ ഓടിപ്പോയി എന്നതിന്റെ നിരവധിലക്ഷണങ്ങൾ അവർ കണ്ടെത്തി. ഫലം, ആ മാന്യയുവാക്കളുടെ കൊലയാളികൾ ഞങ്ങളാണെന്ന് എല്ലാവരും വിശ്വസിച്ചു. മരിച്ചത് ഉന്നതകുലജാതർ, രണ്ടു വിശിഷ്ട വ്യക്തികൾ. രണ്ടാഴ്ച ഞങ്ങൾ ആ ആശ്രമത്തിൽ ഒളിച്ചു താമസിച്ചു. സന്യാസിമാരുടെ ഉപദേശമനുസരിച്ച് എന്റെ ബന്ധു സന്യാസവേഷം ധരിച്ച് മറ്റൊരു സന്യാസിയോടൊപ്പം -അരഗോണി-ലേക്കു പോയി. ഇറ്റലിയിലേക്കും അവിടെനിന്നു ഫ്ളാൻഡേഴ്സിലേക്കും കടക്കുകയാണു ലക്ഷ്യം. അപകടത്തിൽപെടാതിരിക്കാൻ വേറൊരു വഴിയിലൂടെ പോകാൻ ഞാൻ തീരുമാനിച്ചു. ഒരു സന്യാസിയുടെ പരിചാരകന്റെ വേഷത്തിൽ മറ്റൊരു സന്യാസിയോടൊപ്പം കാൽനടയായി യാത്രപുറപ്പെട്ടു. സന്യാസി എന്നെ -തലാവെരാ-യിൽ വിട്ടു. അവിടെനിന്നു സാധാരണ നടപ്പുവഴി വിട്ട് ഞാൻ ഒറ്റയ്ക്കു വരികയായിരുന്നു. അങ്ങനെ കഴിഞ്ഞ രാത്രി ഞാൻ ഓക്കു കാടുകളിൽ എത്തി. പിന്നത്തെ കാര്യമെല്ലാം നിങ്ങൾക്കറിയാമല്ലോ. ഒരു മറുപടി പറയാൻ വേണ്ടി മാത്രമാണ് പെനാ ദി ഫ്രാൻസിയയിലേക്കുള്ള വഴി അന്വേഷിച്ചത് ആ സ്ഥലം-സലമാങ്ക-യ്ക്ക് അപ്പുറമാണെന്നെനിക്കറിയാമെങ്കിലും കൃത്യമായി എവിടെയെന്നിക്കറിയില്ല''

ആൻദ്രേസ്: 'നിങ്ങൾ വന്ന വഴിയിൽ വലതുമാറി വളരെ പുറകിലാണ്. മിക്കവാറും 20 ലീഗ് (96 കി മീ) എങ്കിലും അകലെ.'

അലോൻസോ: ''ഞാൻ തെരഞ്ഞെടുത്ത വഴി സെവില്യേയിലേക്കുള്ളതാണെന്നു കരുതി. അവിടെ ജിനോവക്കാരനായ ഒരു മാന്യനുണ്ട്. എന്റെ ബന്ധുവായ പ്രഭുവിന്റെ സ്നേഹിതൻ, എനിക്കു പരിചയമു

ള്ളയാൾ. ജീനോവയിലേക്ക് വെള്ളി കയറ്റിയയക്കുന്ന പതിവുണ്ട് അദ്ദേഹത്തിന്. അക്കൂട്ടത്തിൽ എനിക്കും കൂടെപോകാൻ തക്കവിധം കാര്യങ്ങൾ അദ്ദേഹം ക്രമപ്പെടുത്തും. അങ്ങനെ എനിക്കു -കാർത്തജീനായിലേക്കും അവിടെ നിന്നും ഇറ്റലിയിലേക്കും പോകാൻ കഴിയും. എന്റെ നല്ല സുഹൃത്തേ, ഇതാണെന്റെ കഥ. നിർഭാഗ്യം ഒന്നുകൊണ്ടു മാത്രമാണ്, നിഷേധിക്കപ്പെട്ട പ്രണയമല്ല എന്നു ഞാൻ പറയുന്നത് ശരിയാണോ എന്നു നിങ്ങൾ നിശ്ചയിക്കുക. ഈ ജിപ്സികൾ സെവില്ല്യേയിലേക്കു പോകുന്നവരാണെങ്കിൽ, അവിടംവരെ എന്നെയും കൂടെ കൂട്ടി കൊണ്ടു പോയാൽ ഞാൻ തക്ക പ്രതിഫലം അവർക്കു നൽകാം. ഭയവിമുക്തനായി എനിക്ക് യാത്ര ചെയ്യാമല്ലോ. അവരുടെ കൂടെ ഞാൻ സുരക്ഷിതനായിരിക്കും എന്ന് എനിക്ക് തോന്നുന്നു.''

''തീർച്ചയായും അവർ നിങ്ങളെ കൊണ്ടുപോകും'' എന്ന് ആൻഡ്രേസ് മറുപടിയായി പറഞ്ഞു.

''ഈ കൂട്ടത്തിലല്ലെങ്കിൽ രണ്ടു ദിവസത്തിനകം ഇവിടെയെത്തുന്ന മറ്റൊരു സംഘമുണ്ട്. അക്കൂട്ടത്തിൽ പോകാം.''

ആൻഡ്രേസ് ഈ വിവരങ്ങളെല്ലാം മറ്റു ജിപ്സികളെ അറിയിച്ചു. താൻ ചെയ്യാൻ ഉദ്ദേശിക്കുന്നതും അവരെ ധരിപ്പിച്ചു. നല്ല പ്രതിഫലം നൽകാമെന്ന് ആ യുവാവ് പറഞ്ഞ കാര്യവും അവരോടു പറഞ്ഞു. ആ ചെറുപ്പക്കാരൻ ക്യാംപിൽ താമസിക്കട്ടെ എന്നായിരുന്നു അവരുടെ അഭിപ്രായം. പ്രിസിയോസ മാത്രം അതിനു വിസമ്മതിച്ചു. സെവില്ല്യേയിലേക്കോ അതിനടുത്ത സ്ഥലങ്ങളിലേക്കോ തനിക്കു വരാൻ കഴിയില്ല എന്നായി വല്യമ്മ. കാരണവും അവർ വിവരിച്ചു.

വല്ല്യമ്മ, വർഷങ്ങൾക്കുമുമ്പ് സെവില്ല്യേയിലെങ്ങും അറിയപ്പെടുന്ന -ട്രിഗിലോസ്- എന്ന തൊപ്പി നിർമാതാവിനെതിരെ ഒരു തന്ത്രം പ്രയോഗിച്ചിരുന്നത്രേ. അയാളുടെ വീടിനകത്ത് നിധിയുണ്ടെന്ന് അയാളെ വിശ്വസിപ്പിച്ചു. അതെടുക്കാൻ ചെയ്യേണ്ട കാര്യങ്ങളും പറഞ്ഞുകൊടുത്തു. അതനുസരിച്ച്, ട്രിഗിലോസിനെ വല്യമ്മ ഒരു വലിയ കലത്തിൽ കഴുത്തോളം വെള്ളത്തിൽ നഗ്നനായി ഇരുത്തി. തലയിൽ സൈപ്രസ് ചുള്ളികൾ കൊണ്ടുള്ള ഒരു കിരീടവും വച്ചു. അർദ്ധരാത്രിക്കുള്ള മണിയടിക്കുമ്പോൾ കലത്തിൽനിന്നും പുറത്തുവന്ന് വീടിനകം കുഴിച്ച് നിധിയെടുക്കണം. രാത്രിയിലെ മധ്യസ്ഥപ്രാർഥനയ്ക്കുള്ള മണിയടിച്ചപ്പോൾ പാതിരാത്രിക്കുള്ള മണിയാണെന്ന് തൊപ്പി നിർമാതാവ് തെറ്റിദ്ധരിച്ചു. സമയം തെറ്റാതിരിക്കാൻ, ധൃതിയിൽ കലത്തിൽനിന്നും പുറത്തുചാടാൻ ശ്രമിച്ചു. പക്ഷേ പുറത്തുവരുന്നതിനുപകരം കലത്തോടെ താഴെവീണു. വീഴ്ചയുടെ ആഘാതം കൊണ്ടും കലം പൊട്ടിയതിന്റെ കഷണങ്ങൾ കൊണ്ടും അയാൾക്കു മുറിവേറ്റു. വെള്ളം മുഴുവൻ മുറിയിലാകെ ഒഴുകി വീണു. അയാൾ ഭയന്നു. താൻ മുങ്ങിമരിക്കുകയാണെന്ന് കൂവിക്കൊണ്ട് മുറിയിലെ വെള്ളത്തിൽ കൈകാലിട്ടടിക്കാൻ തുടങ്ങി. അയാളുടെ ഭാര്യയും അയൽക്കാരും വെട്ടവും വിളക്കുമായി ഓടിയെത്തി. നീന്തലിന്റെ

എല്ലാ ചലനങ്ങളും നടത്തി കിതച്ച് കൈകാലുകൾ വീശി കമിഴ്ന്നുകിടന്നു വലിയുകയാണയാൾ "ഞാൻ മുങ്ങിമരിക്കുന്നേ, എന്നെ സഹായിക്കണേ" എന്ന് അലറി വിളിക്കുന്നുമുണ്ട്. യഥാർത്ഥത്തിൽ താൻ മുങ്ങിമരിക്കുകയാണെന്ന് അയാൾ വിശ്വസിച്ചു. അത്രയേറെ അയാൾ ഭയന്നിരുന്നു. എല്ലാവരുംകൂടി അയാളെ പിടിച്ചെഴുന്നേൽപ്പിച്ചു. വിഷമതകളെല്ലാം മാറിയപ്പോൾ ജിപ്സിത്തള്ള പറഞ്ഞു വിശ്വസിപ്പിച്ചതെല്ലാം അവരോടു പറഞ്ഞു. ഇത്രയുമെല്ലാമായിട്ടും അയാൾ അതേ സ്ഥാനത്തു തന്നെ രണ്ടു വാരയോളം ആഴത്തിൽ വെട്ടിക്കുഴിക്കാൻ തുടങ്ങി. ഇതുവെറും കബളിപ്പിക്കലാണെന്ന് അടുത്തു നിന്നവരെല്ലാം പറഞ്ഞിട്ടും അയാൾ കുഴിക്കൽ തുടർന്നു. കുഴിക്കൽ തുടരാൻ അയാളെ വിട്ടതോടെ അയാൾ കുഴിക്കൽ നിറുത്തി. അല്ലെങ്കിൽ വീടുമുഴുവൻ അയാൾ മറിച്ചിട്ടേനെ. ഈ കഥ പട്ടണം മുഴുവൻ അറിഞ്ഞു. കുട്ടികൾപോലും അയാളെ ചൂണ്ടിക്കാണിച്ച് അയാളുടെ വിശ്വാസശീലതയുടെയും ജിപ്സിവൃദ്ധയുടെ തന്ത്രത്തിന്റെയും കഥ പറയുമായിരുന്നു.

യുവാവിന്റെ കയ്യിൽ ധാരാളം പണമുണ്ടെന്നറിഞ്ഞ ജിപ്സികൾ അയാളെ ക്യാംപിലേക്കു സ്വാഗതം ചെയ്തു. ആവശ്യമുള്ളത്രയും കാലം അയാളെ ഒളിപ്പിച്ചുകൊള്ളാമെന്നും സംരക്ഷിക്കാമെന്നും വാക്കു കൊടുത്തു. അവർ ഇപ്പോഴത്തെ താവളത്തിൽനിന്നും ഇടത്തോട്ടു തിരിഞ്ഞ് 'ലാമഞ്ചാ'യിലൂടെ 'മൂർഷ്യാ' പ്രദേശത്തേക്കു നീങ്ങാൻ തീരുമാനിച്ചു. യുവാവ് അവർക്കു നന്ദി പറഞ്ഞു. നൂറു സ്വർണനാണയങ്ങൾ അവർക്കു വീതിച്ചെടുക്കാൻ നൽകി. തന്റെ പേര് 'ഡോൺ സാഞ്ചോ' എന്നാണെന്ന് അയാൾ അവരെ അറിയിച്ചു. അവർ അയാൾക്ക് -ക്ലെമന്റ്- എന്നു പേരു നൽകി. അയാൾ അവിടെ തങ്ങുന്നതിൽ പ്രിസിയോസ സന്തുഷ്ടയല്ലായിരുന്നു. എത്രയും വേഗം കാർത്തജീനായിലെത്തുക എന്ന പരിപാടി മാറ്റി അയാൾ ക്യാമ്പിൽ തന്നെ തങ്ങുന്നത് ആൻഡ്രേസിനെയും വിഷമിപ്പിച്ചു. ഇതു മനസിലാക്കിയെന്നതുപോലെ, ക്ലെമന്റ് (ഡോൺ സാഞ്ചോ) മറ്റു പല കാര്യങ്ങളുടെയും കൂട്ടത്തിൽ മൂർഷ്യാ, കാർത്തജീനായ്ക്കടുത്തായതുകൊണ്ട് അങ്ങോട്ടുള്ള യാത്ര തനിക്കു സന്തോഷകരമെന്നും, അവിടെനിന്നും കപ്പലിൽ ഇറ്റലിയിലേക്കു കടക്കാമെന്നാണ് വിചാരിക്കുന്നതെന്നും ആൻഡ്രേസിനെ അറിയിച്ചു.

ക്ലെമന്റ് എപ്പോഴും തന്റെ കൂടെത്തന്നെയുണ്ടായിരിക്കാൻ ആൻഡ്രേസ് ശ്രദ്ധവച്ചു. അങ്ങനെ അയാൾ എന്താണു ചെയ്യുന്നത്, അയാളുടെ മനസ്സ് എങ്ങനെ പ്രവർത്തിക്കുന്നു എന്നൊക്കെ മനസിലാക്കാമെന്ന് കരുതി. ക്ലെമന്റ്, ആൻഡ്രേസുമായുള്ള ചങ്ങാത്തം വലിയ അനുഗ്രഹമായി കരുതി. അവർ എപ്പോഴും ഒന്നിച്ചു സഞ്ചരിച്ചു, സ്വതന്ത്രമായി സമയം ചെലവഴിച്ചു. സ്വർണനാണയങ്ങൾ വിതരണം ചെയ്തു. ഓടി, ചാടി, നൃത്തം ചെയ്തു, ദണ്ഡേറ് നടത്തി, ആരെക്കാളും നന്നായി ജിപ്സി പെൺകുട്ടികളുടെ വിശ്വസ്ത സ്നേഹിതരായി. അവർ ജിപ്സികളുടെയാകെ ആദരവും നേടി.

അവർ-എക്സ്ട്രേമദുര്യാ-വിട്ട്-ലാമഞ്ചാ-യിലേയ്ക്കുകടന്ന്,-മൂർഷ്യാ-

പ്രദേശത്തേക്കു യാത്ര തുടർന്നു. കടന്നുപോയ ഗ്രാമങ്ങളിലെല്ലാം പെലാറ്റോ, ഫെൻസിംഗ്* മത്സരങ്ങൾ നടന്നിരുന്നു. ഓട്ടം, ചാട്ടം, ദണ്ഡേറ് തുടങ്ങി ശക്തിയും നൈപുണ്യവും വേഗതയും ആവശ്യമുള്ള മത്സരങ്ങളുമുണ്ടായിരുന്നു. ഇവയിലെല്ലാം ആൻഡ്രേസും ക്ലെമന്റുമായിരുന്നു വിജയികൾ. ഇക്കാലത്തൊന്നും - ഏകദേശം ഒന്നര മാസക്കാലം - പ്രിസിയോസയോടു സംസാരിക്കാൻ ക്ലെമന്റിന് അവസരം കിട്ടിയില്ല. ക്ലെമന്റ് അവസരം അന്വേഷിച്ചുമില്ല.

ഒരുദിവസം ആൻഡ്രേസും പ്രിസിയോസയും ഒന്നിച്ചായിരുന്നപ്പോൾ അവർ ക്ലെമന്റിനെ അടുത്തുവിളിച്ചു. ക്ലെമന്റിനെ ആദ്യം കണ്ടപ്പോൾ തന്നെ അയാളെ താൻ തിരിച്ചറിഞ്ഞിരുന്നു എന്നും, മാഡ്രിഡിൽ വച്ചു നൽകിയ ഗീതകത്തിന്റെ കാര്യം ഓർമിച്ചുവെന്നും പ്രിസിയോസ പറഞ്ഞു. ക്ലെമന്റ് ഇവിടെ വന്നതിന്റെ ഉദ്ദേശ്യമെന്തെന്നറിയാഞ്ഞതുകൊണ്ടാണ് അപ്പോൾ സംസാരിക്കാതിരുന്നത്. അയാളുടെ നിർഭാഗ്യത്തെക്കുറിച്ച് അറിഞ്ഞപ്പോൾ അവൾക്കു ദു:ഖം തോന്നി. ആദ്യത്തെ ഞെട്ടൽ മാറിയപ്പോൾ, ആൻഡ്രേസുമാരായി മാറാവുന്ന ഡോൺ ജുവാന്മാർ ഉണ്ടെങ്കിൽ മറ്റെന്തെങ്കിലുമായി മാറാവുന്ന ഡോൺസാഞ്ചോമാരുമുണ്ടാകാമെന്ന ചിന്ത അവൾക്കു സ്വസ്ഥത നൽകി. ആൻഡ്രേസ് എല്ലാ വിവരവും അയാളോടു പറഞ്ഞു കഴിഞ്ഞു എന്നതുകൊണ്ടാണ് അവൾ ഇങ്ങനെ സംസാരിക്കുന്നത് എന്നെല്ലാം അവൾ ക്ലെമന്റിനോടു പറഞ്ഞു. അവൾ വീണ്ടും പറഞ്ഞു:- "നിങ്ങളോടുള്ള എന്റെ മനോഭാവത്തിൽ നിന്നും ഞാൻ നിങ്ങളെക്കുറിച്ചു പറഞ്ഞതിൽ നിന്നുമാണ് നിങ്ങൾ ഈ സമൂഹത്തിലേക്കു സ്വാഗതം ചെയ്യപ്പെട്ടത്. ഇവിടെ നിങ്ങൾ ആഗ്രഹിക്കുന്ന എല്ലാ നന്മകളും ദൈവം നിങ്ങൾക്കു നൽകട്ടെ. ഇതിനു നിങ്ങളൊരു പ്രത്യുപകാരം ചെയ്യണം. താൻ എടുത്ത തീരുമാനത്തെക്കുറിച്ചു മോശമായി ചിന്തിക്കാൻ ആൻഡ്രേസിനെ പ്രേരിപ്പിക്കരുത്. ഈ ജീവിതരീതി തുടരുന്നത് ഒരു ചീത്തയായ സംഗതിയാണെന്ന് അദ്ദേഹത്തോടു പറയരുതെന്നും ഞാൻ ആഗ്രഹിക്കുന്നു. കാരണം അദ്ദേഹത്തിന്റെ ഇച്ഛ എന്റേതിനു വിധേയമാണെങ്കിലും, എന്റെ ഭാഗത്തുനിന്നുണ്ടാകുന്ന ഒരു ചെറിയ കാര്യം കൊണ്ടുപോലും അദ്ദേഹത്തിനു വിഷമമുണ്ടാകാൻ പാടില്ല".

'സമാനതകളില്ലാത്ത പ്രിസിയോസാ' എന്നു സംബോധന ചെയ്തുകൊണ്ട് ക്ലെമന്റ് മറുപടിയായി പറഞ്ഞു;- "വേണ്ടത്ര ചിന്തയില്ലാതെയാണ് ഡോൺ ജു വാൻ എല്ലാ കാര്യങ്ങളും എന്നോടു വെളിപ്പെടുത്തിയതെന്നു വിചാരിക്കേണ്ട. അദ്ദേഹത്തിന്റെ ഭാവത്തിൽനിന്നും അദ്ദേഹത്തിന്റെ ആവശ്യമെന്തെന്ന് ഞാൻ തിരിച്ചറിഞ്ഞിരുന്നു. ആദ്യം ഞാനാണ് എന്നെത്തന്നെ വെളിപ്പെടുത്തിയത്. അയാളുടെ ഇച്ഛകൾ അയാളുടെ സ്വന്തമല്ലെന്ന് ആദ്യമായി ഊഹിച്ചതും ഞാനാണ്. എന്നെ പൂർണമായി വിശ്വസിച്ച് തന്റെ രഹസ്യം അയാൾ എന്നോടു പറഞ്ഞു. അദ്ദേഹത്തിന്റെ തീരുമാനത്തെയും സ്വയം തെരഞ്ഞെടുത്ത ജീവിതശൈലിയെയും ഞാൻ

---

*. ഫെൻസിംഗ് (Fencing) വാൾപ്പയറ്റു മത്സരം.

പുകഴ്ത്തുകയായിരുന്നു. അതിന് അദ്ദേഹം തന്നെ സാക്ഷി. സൗന്ദര്യത്തിന്റെ ശക്തിയുടെ ആധിക്യം തിരിച്ചറിയാൻ കഴിയാത്തത്ര മഠയനല്ല ഞാൻ. ഒരുവൻ ഏറ്റവും ഉയർന്ന യുക്തിബോധത്തോടെ ചെയ്യുന്ന കാര്യം വീഴ്ചയാണെന്നു പറയാമോ? പറയാമെങ്കിൽ മറ്റെല്ലാവരുടെയും സൗന്ദര്യത്തെ മറികടക്കുന്ന നിന്റെ സൗന്ദര്യം ഇതിനെക്കാൾ വലിയ വീഴ്ചകളുണ്ടാക്കാൻ സവിശേഷകാരണമാകാം. എനിക്കനുകൂലമായി നീ പറഞ്ഞതിനൊക്കെ ഭവതിക്കു നന്ദി. നിങ്ങളുടെ ഈ പ്രണയബന്ധം സന്തോഷകരമായി പര്യവസാനിക്കട്ടെ. ആൻഡ്രേസിന്റെ ബന്ധുജനങ്ങളുടെ സമ്മതത്തോടെ നിങ്ങൾ ജീവിതം പരസ്പരം ആസ്വദിക്കുക, ഇത്രയേറെ വൈശിഷ്ട്യമുള്ള ദമ്പതികളിൽ ജനിക്കുന്ന അനന്തരതലമുറയെ ലോകം ദർശിക്കട്ടെ. ഇതാണെനിക്ക് ആശംസിക്കാനുള്ളത്. ഇതുതന്നെയായിരിക്കും ഞാൻ എല്ലായ്പ്പോഴും ആൻഡ്രേസിനോടും പറയുക. അയാളുടെ ശരിയായ ഉദ്ദേശ്യങ്ങളെ മാറ്റിമറിക്കുന്ന യാതൊന്നും എനിക്കു പറയാനില്ല.''

വളരെ ഊഷ്മളമായ സ്നേഹത്തോടെയാണ് ക്ലെമന്റ് ഇതൊക്കെ പറഞ്ഞത്. എങ്കിലും സ്നേഹംകൊണ്ടാണോ, സാമാന്യമര്യാദയുടെ പേരിലാണോ ഇങ്ങനെ സംസാരിച്ചത് എന്ന് ആൻഡ്രേസ് സംശയിച്ചു. കാരണം, ശങ്കാകുലതയെന്ന പൈശാചിക രോഗം അതിന്റെ സ്വഭാവത്താൽ തന്നെ അതിലോലമാണ് - എത്ര നേർത്ത പ്രകാശകിരണത്തോടു ചേർന്നുപോലും അതു പ്രത്യക്ഷപ്പെടാം. കമിതാവിന്റെ ആരാധനാപാത്രത്തെയെങ്ങാനും ഒന്നു സ്പർശിച്ചുപോയാൽ അയാൾ ആശങ്കാകുലനാകുന്നു, നൈരാശ്യത്തിൽപെടുന്നു. അതേസമയം അയാളുടെ സംശയത്തിന് യാതൊരടിസ്ഥാനവും ഇല്ലെന്നും സ്വന്തം ഭാഗ്യത്തെക്കാൾ പ്രിസിയോസയുടെ നന്മകൊണ്ട് ഇക്കാര്യത്തിൽ കൂടതൽ ഉറപ്പുള്ളവനാകാമെന്നും ആൻഡ്രേസ് തീരുമാനിച്ചു. കമിതാക്കൾ സന്തോഷപൂർത്തി വരുന്നതുവരെ എപ്പോഴും അസന്തുഷ്ടരായി സ്വയം കരുതുന്നു. ചുരുക്കത്തിൽ ആൻഡ്രേസും ക്ലമന്റും നല്ല സഖാക്കളും സുഹൃത്തുക്കളുമായിതീർന്നു. അവരുടെ സൗഹൃദം, ക്ലമന്റിന്റെ സന്മനോഭാവവും ആൻഡ്രേസിന് ഒരിക്കലും ശങ്കാകുലതയുണ്ടാക്കാനിടം നൽകാത്തവിധത്തിലുള്ള വിവേകവും പ്രിസിയോസയുടെ അടക്കവും ഒതുക്കവുമുള്ള പെരുമാറ്റവും കൊണ്ട് മുദ്രവയ്ക്കപ്പെട്ടിരുന്നു.

ക്ലെമന്റ് സാമാന്യമായി ഒരു കവിയായിരുന്നു. പ്രിസിയോസയ്ക്ക് എഴുതിക്കൊടുത്തിരുന്ന ഗീതകങ്ങൾതന്നെ തെളിവ്. ഇക്കാര്യത്തിൽ തനിക്കുള്ള കഴിവിനെക്കുറിച്ച് ആൻഡ്രേസ് അഭിമാനംകൊണ്ടിരുന്നു. രണ്ടുപേർക്കും സംഗീതത്തോട് കടുത്ത താൽപ്പര്യവും. ജിപ്സികൾ മൂർഷ്യക്ക് ഏതാനും ലീഗ് ദൂരെ ഒരു താഴ്‌വരയിൽ താവളമടിച്ചിരുന്ന സമയത്ത് ഒരു രാത്രിയിൽ, സന്തോഷത്തോടെ അൽപ്പം സമയം ചെലവഴിക്കുന്നതിനായി ആൻഡ്രേസും ക്ലെമന്റും കയ്യിൽ ഓരോ ഗിത്താറുമായി കുടിലുകൾക്കു വെളിയിൽ ഇരിക്കുകയായിരുന്നു - ഒരോക്കുമരച്ചുവട്ടിൽ. രാത്രി

യുടെ നിശ്ശബ്ദതയിൽനിന്നും പ്രചോദനമുൾക്കൊണ്ട് ആദ്യം ആൻ ദ്രേസും അതിനു മറുപടിയെന്നോണം ക്ലെമന്റും പാടി.

അവരുടെ ഗാനങ്ങളുടെ വിഷയം പ്രിസിയോസ തന്നെ. ആ ക്ഷണ നിർമിത കവിതകളുടെ ആശയം ഇങ്ങനെ സമാഹരിക്കാം.

ആൻദ്രേസ്:-നോക്കു, ക്ലെമന്റ്-
പകലിനെക്കാൾ മനോഹരിയായ നിശീഥിനി
നക്ഷത്രാലംകൃതമായ ആ മൂടുപടം
പകലിന്റെ സൗന്ദര്യം വിളറി വെളുക്കുന്നു.
നിന്റെ നർമോക്തികൾ
സത്യത്തെ വിട്ടുകളയുന്നില്ല
നിന്റെ ശോഭായമാനമായമുഖമോ-
അതിന്റെ മഹത്വം കൊണ്ട് അത്
സൂര്യനെയും നക്ഷത്രങ്ങളെയുംകാൾ തിളങ്ങുന്നു.

ക്ലെമന്റ്: സൂര്യന്റെയും നക്ഷത്രങ്ങളുടെയും ശോഭയെ വെല്ലുന്നതാണത് പരിശുദ്ധമായ നന്മയും തീർച്ചയായ സദ്ഗുണങ്ങളും അവളുടെ വദന സൗകുമാര്യത്തോടൊത്തു ചേർന്നു പൂർണ്ണത നേടുന്നു. അവളെക്കുറി ച്ചുള്ള സ്തുതികൾ ധ്രുവം മുതൽ ധ്രുവം വരെ വ്യാപിക്കുന്നു. ദൈവിക മല്ലെങ്കിലും എല്ലാ മാനുഷിക നന്മകളും അവളിൽ പ്രശോഭിക്കുന്നു.

ആൻദ്രേസ്: സ്വർഗം പോലും കരുതുന്നു
അവളുടെ സൗന്ദര്യമപൂർവം
എന്തേതുമാത്രമായ
ഈ ജിപ്സിക്കുട്ടിയെ, ലോകം ആദരിക്കുന്നു.
അവളുടെ പേര്
ഓരോ ശിരസ്സിനെയും വട്ടം ചുറ്റിക്കുന്നു
അവളുടെ കീർത്തിഗാനങ്ങൾ
സ്വർഗോന്നതങ്ങൾ വരെ ഓളം വെട്ടുന്നു.

ക്ലെമന്റ്: ഇവിടെ, ഈ താഴ്വാരത്തിലെന്നപോലെ
അവളുടെ സ്തുതികൾ
സ്വർഗത്തിന്റെ ഉന്നതങ്ങളിലെത്തുക നീതിയുക്തം.
അവളുടെ മധുരനാമം ഏവരുമറിയുന്നു
ഹൃദയങ്ങളിലേക്ക് ശാന്തിയും സന്തോഷവും
അവൾ കൊണ്ടുവരുമ്പോൾ
ഏവരും പാടുന്നു
അവളുടെ സ്തുതികൾ.

ആൻദ്രേസ്: അവളുടെ മധുരനാദം
ആഹ്ലാദത്തിലാറാടിക്കുന്നവരെയും
സൈറൻ നാദം വായുവിലേറി വരുംപോലെ
പ്രിസിയോസയുടെ സൗന്ദര്യം
ഏവരെയും നിരായുധരാക്കുന്നു

ഏറെ ക്ഷണയുക്തിയുള്ള
ഏറെ ഊർജസ്വലതയുള്ള ഏറെ വിജ്ഞാനമുള്ള
എന്റെതുമാത്രമായ സമ്മാനം
ക്ലെമന്റ്:എന്റെ ജിപ്സി സ്വാമിനി!
അവളുടെ കുളിർമയിൽ
പ്രഭാതത്തിന്റെ പുതുമോടി നശിക്കുന്നു
വേനൽ പറന്നകലുന്നു
അവളുടെ ഇച്ഛാശക്തിയിലൂടെ ഏതു കഠിനഹൃദയനെയും
പ്രേമം എറിഞ്ഞു വീഴ്ത്തുന്നതു കാണുക
സ്നേഹം അതിന്റെ ശക്തിപ്രഭാവം
അവളുടെ സൗമ്യബലത്തിലൂടെ തെളിയിക്കുന്നു.

ഇവരിരുവരും - ഒരുവൻ ബന്ധിതൻ, അപരൻ പരമസ്വതന്ത്രൻ - അവരുടെ ഗാനം നിറുത്തുന്ന ഭാവമില്ല. അപ്പോൾ അവർ പ്രിസിയോസ യുടെ സ്വരം കേട്ടു. അവൾ അവരെ ശ്രദ്ധിച്ചു നിൽക്കുകയായിരുന്നു. ശബ്ദം കേട്ട ഭാഗത്തേക്ക് അവർ തിരിഞ്ഞു - അനങ്ങാതെ, അതീവശ്ര ദ്ധയോടെ അവളെ ശ്രദ്ധിച്ചു. അവൾ അപ്പോൾതന്നെ സൃഷ്ടിച്ചെടുത്ത ഗാനം ആലപിക്കുകയാണോ - അവൾക്കുവേണ്ടി ആരെങ്കിലും ഏതെങ്കിലും അവസരത്തിൽ ചിട്ടപ്പെടുത്തി കൊടുത്തതാണോ -താഴെകാണുംവിധം അവൾ പാടി.

എന്നെക്കുറിച്ചിച്ചൊന്ന പ്രണയകാര്യങ്ങളിൽ
ഞാനുത്തരമരുളട്ടെ, പ്രേമത്തിൻ വിലാപം.
ഉള്ളം തുറന്നൊതുക്കമേറുന്ന വാക്കുകളിൽ
(സുഭഗതയ്ക്കൊത്ത സ്നേഹിത ശുദ്ധതയല്ലോ)
പ്രകൃതിയും കൃപയും വേഗതയേറ്റുമെങ്കിൽ
അതിദുർബലസസ്യം പോലും നേടിടും ലക്ഷ്യം
വളയാതെ, തിരിയാതതിവേഗം വളരും
അതിൻഗതിയാകാശത്തോളമെത്തുകതന്നെ.
ഞാനെന്ന പാവമാമീ പിംഗലഭാജനത്തിൽ
മാന്യതയെന്നുള്ളൊരിനാമൽ ഞാൻ ധരിക്കുന്നു.
ശുദ്ധവും ന്യായവുമെന്നഭിലാഷങ്ങളൊക്കെ
സമ്പത്തൊന്നുമെനിക്കു നിഷേധിക്കില്ലീശ്വരൻ.
സ്നേഹിക്കപ്പെടായ്കയെനിക്കു നൊമ്പരമല്ലാ
പുരുഷന്റെ പൂജ്യഭാവം മിഥ്യയെന്നെണ്ണും ഞാൻ
എന്റെ നല്ലഭാഗധേയം നേടിയെടുക്കും ഞാൻ
ഭാഗ്യദൗർഭാഗ്യങ്ങളെൻ മനസിളക്കില്ലല്ലോ
നന്മ മാത്രമെന്റെ ലക്ഷ്യമാക്കി വച്ചീടുകിൽ
നന്നായെൻ കഴിവിനൊത്തു ഞാൻ വേല ചെയ്യുകിൽ
അനുദിനാഹാരമെനിക്കു നൽകുമെൻ ദൈവം
എൻവഴികളിലെന്നെനയിച്ചു ശാന്തിയേകും

അഴകിൻ ശക്തിക്കാവുമോയെനിക്കേകിടുവാൻ
ഏറെയുന്നതി? വെമ്പുന്നു ഞാനതറിഞ്ഞീടാൻ
അല്ലെങ്കിലാശിക്കുന്നറിയാനധികശക്തി
അഥവാ ഞാനുയരട്ടജ്ഞാതമിടങ്ങളിൽ

അവൾ ഗാനം അവസാനിപ്പിച്ചു. ആൻദ്രേസും ക്ലെമന്റും അവളുടെ അടുത്തേക്കു ചെന്നു. അവർ സജീവസംഭാഷണത്തിലായി. അവളുടെ ബുദ്ധിശക്തി, അടക്കം ഒതുക്കം, സന്മനോഭാവം എന്നിവയൊക്കെ വെളി വാക്കുന്നതായിരുന്നു അവളുടെ ഭാഷണം.

അന്നുരാത്രി ആ യാത്രസംഘം മൂർഷ്യ ദേശത്ത് തലസ്ഥാന നഗര ത്തിന് മൂന്നു ലീഗ് അകലെ താവളമടിച്ചു. അവിടെവച്ച് ആൻദ്രേസിന് തന്റെ ജീവൻപോലും നഷ്ടപ്പെട്ടു പോകുമെന്ന നിലയിലെത്തിയ ഒരു കാലക്കേടുണ്ടായി. സംഭവിച്ചതിതാണ് - സാധാരണ പതിവുപോലെ അവി ടുത്തെ ഗ്രാമത്തലവന് ഗാറന്റിയെന്ന നിലയിൽ ഏതാനും വെള്ളി ഉപക രണങ്ങളും പൂത്തട്ടങ്ങളും കൈമാറിയ ശേഷം, പ്രിസിയോസാ, വല്യമ്മ, ക്രിസ്റ്റീന, മറ്റു രണ്ടുപെൺകുട്ടികൾ, ആൻദ്രേസ്, ക്ലെമന്റ് എന്നിവർ ഒരു സത്രത്തിൽ തങ്ങി. ധനികയായ ഒരു വിധവയുടേതായിരുന്നു സത്രം. അവർക്ക് പതിനേഴോ പതിനെട്ടോ വയസുള്ള ഒരു മകൾ. -ജൂവാന കർ ദൂച്ചാ എന്നു പേര്. സുന്ദരിയായിരുന്നു എന്നതിനെക്കാൾ ഒതുക്കമില്ലാത്ത പ്രകൃതക്കാരിയായിരുന്നു അവൾ. ജിപ്സികളുടെ നൃത്തം കണ്ടതോടെ അവൾക്ക് ആൻദ്രേസിനെ ഭർത്താവായി കിട്ടിയേ തീരൂ എന്നായി. ബന്ധു ക്കൾ എതിർത്താലും വേണ്ടില്ല, അയാളൊന്നു സമ്മതിച്ചാൽ മാത്രം മതി. അയാളോടു സംസാരിക്കാൻ അവൾ അവസരം പാർത്തു. ഒരു ജോഡി കഴുതകളെ നോക്കാനായി, ഒരു വയലിലെ കളപ്പുരയുടെ അടുത്തേയ്ക്ക് ആൻദ്രേസ് പോയത് അവൾക്ക് അവസരമായി വന്നു. ആരും കാണാതെ അവളവിടെയെത്തി. അവൾ തിരക്കിട്ട് അയാളോടു പറഞ്ഞു: "ഞാനൊരു യുവതിയാണ്. ധനികയും. എന്റെ അമ്മയ്ക്ക് ഞാൻ മാത്രമേ കുട്ടികളാ യുള്ളൂ. ഈ സത്രം അമ്മയുടേതാണ്. ഇതുകൂടാതെ അവർക്കു നാലു വീടുകളും വേറേ മുന്തിരിവയലുകളുമുണ്ട്. എനിക്കു നിങ്ങളെ ഇഷ്ടമാ ണ്. എന്നെ ഭാര്യയായി കിട്ടണമെങ്കിൽ നിങ്ങൾതന്നെയതു തീരുമാനി ച്ചാൽ മതി. പെട്ടെന്നൊരുത്തരം തരിക. നിങ്ങൾ ബുദ്ധിമാനാണെങ്കിൽ ഇവിടെ താമസിക്കുക. എന്തൊരു നല്ലകാലമായിരിക്കും നമുക്ക്!"

കർദൂച്ചാ പെൺകുട്ടിയുടെ നിർലജ്ജത ആൻദ്രേസിനെ അത്ഭുത പ്പെടുത്തി. അപ്പോൾതന്നെ അയാൾ അവൾക്ക് ഉത്തരവും കൊടുത്തു.

"പ്രിയ യുവതീ, ഞാൻ വിവാഹവാഗ്ദാനം ചെയ്തുപോയ ആളാണ്. ഞങ്ങൾ ജിപ്സികൾ ജിപ്സി സ്ത്രീകളെ മാത്രമേ വിവാഹം കഴിക്കൂ. എന്റെ നേരെയുള്ള നിന്റെ സന്മനോഭാവത്തിന് ദൈവം നിന്നെ അനുഗ്ര ഹിക്കട്ടെ. നിന്റെ സന്മനസിന് ഞാൻ അർഹനല്ല."

ആൻദ്രേസിന്റെ തണുപ്പൻ മറുപടി ആ പെൺകുട്ടിയെ സ്തബ്ധ യാക്കി. ആകെ തകർന്നതുപോലെയായി അവൾ. പ്രതികാരം ചെയ്തേ

അടങ്ങൂ എന്ന ഭാവത്തോടെ അവിടം വിട്ട് അവൾ പോയി. ഗുണദോഷ വിചാരമുള്ള മനുഷ്യനായിരുന്നു ആൻദ്രേസ്. സാത്താൻ നൽകുന്ന അവസരം ഒഴിവാക്കാൻവേണ്ടി അവരുടെ ഇടയിൽ അകലം പാലിച്ചു കഴിയാൻ അയാൾ തീരുമാനിച്ചിരുന്നു. വിവാഹത്തെക്കുറിച്ചു പരിഗണിക്കാതെ തന്നെ അവൾ അവളെ അവനു പൂർണമായി നൽകുമെന്ന് അവളുടെ കണ്ണുകളിൽനിന്നും നേരത്തേതന്നെ അയാൾക്കു വ്യക്തമായിരുന്നു. ഇനിയുമവിടെ താമസിച്ച് ആ പ്രത്യേകമായ യുദ്ധക്കളത്തിൽ ശത്രുവിനെ നേരിടാൻ അയാൾക്ക് ആഗ്രഹമില്ലാതിരുന്നതുകൊണ്ട് ആ രാത്രിയിൽ തന്നെ ആ ഗ്രാമം വിട്ടുപോകാൻ അയാൾ ജിപ്സികളോട് ആവശ്യപ്പെട്ടു. അതനുസരിച്ച് അവർ അവരുടെ സാധനസാമഗ്രികളെല്ലാം ശേഖരിച്ച് യാത്ര പുറപ്പെട്ടു.

ആൻദ്രേസിനൊപ്പം തന്റെ പാതി ജീവൻ നഷ്ടപ്പെടുന്നു എന്നു കണ്ട ആ കർദൂച്ചാ പെൺകുട്ടി ഇനി അൽപ്പസമയമേ ശേഷിക്കുന്നുള്ളു എന്നു തിരിച്ചറിഞ്ഞു. ആൻദ്രേസ് സ്വന്തനിലയിൽ അവിടെ താമസിക്കുകയില്ലെങ്കിൽ ബലാൽക്കാരമായി അവിടെ നിറുത്താൻ അവൾ ഉപായം കണ്ടെത്തി. അവളുടെ പൈശാചിക ലക്ഷ്യത്തിൽ നിന്നുളവായ ഊർജ്ജത്തോടും സൂക്ഷ്മതയോടും രഹസ്യതയോടും കൂടി, ആൻദ്രേസിന്റെ വിലപിടിപ്പുള്ള വസ്തുവകകളുടെ കൂട്ടത്തിൽ, അവൾക്ക് എളുപ്പം തിരിച്ചറിയാൻ കഴിയുന്ന അവളുടെ ഏതാനും വിലപിടിപ്പുള്ള പവിഴ നെക്‌ലേസുകളും രണ്ടു വെള്ളിലോക്കറ്റുകളും ഏതാനും ചെറിയ ആഭരണങ്ങളും അവൾ ഒളിപ്പിച്ചു വച്ചു. ജിപ്സികൾ സത്രം വിട്ടുപോയ ഉടനെ അവർ തന്റെ ആഭരണങ്ങൾ മോഷ്ടിച്ചു കൊണ്ടുപോയെന്ന് അവൾ വിളിച്ചുകൂവാൻ തുടങ്ങി. തുടർന്ന് ഗ്രാമവാസികളോടൊത്ത് പൊലീസെത്തി. ജിപ്സികൾ യാത്രനിറുത്തി - തങ്ങളുടെ കയ്യിൽ മോഷ്ടിച്ച യാതൊരു സാധനവുമില്ലെന്ന് അവർ സത്യം ചെയ്തു പറഞ്ഞു. തങ്ങളുടെ സഞ്ചികളും കെട്ടുകളും തുറന്നു കാണിക്കാമെന്നും പറഞ്ഞു. താൻ ഭദ്രമായും കരുതലോടെയും സൂക്ഷിച്ചിരിക്കുന്ന, പ്രിസിയോസയുടെ ആഭരണങ്ങളും ആൻദ്രേസിന്റെ വസ്ത്രങ്ങളും ഈ പരിശോധനയിൽ കണ്ടുപിടിക്കപ്പെടുമോ എന്നോർത്ത് വൃദ്ധ ജിപ്സി ആകെ അങ്കലാപ്പിലായി. എന്നാൽ ആ കർദൂച്ചാ പെൺകുട്ടി വേഗത്തിൽ പ്രശ്നം പരിഹരിച്ചു. വലിയ നൃത്തക്കാരനായ ജിപ്സി രണ്ടുപ്രാവശ്യം തന്റെ മുറിയിൽ കയറുന്നതു താൻ കണ്ടുവെന്നും അയാളായിരിക്കാം അതൊക്കെ എടുത്തതെന്നും അവൾ അവരോടു പറഞ്ഞു. തന്നെയാണവൾ പരാമർശിക്കുന്നതെന്ന് മനസിലാക്കിയ ആൻദ്രേസ് തമാശമട്ടിൽ പറഞ്ഞു: "മാന്യയായ യുവതീ, ഇതെന്റെ ലഗേജാണ്. ഇതെന്റെ കഴുതയും. ആദ്യത്തേതിനകത്തോ രണ്ടാമത്തേതിനു പുറത്തോ നിങ്ങൾ അന്വേഷിക്കുന്നതെന്തെങ്കിലുമുണ്ടെങ്കിൽ, മോഷ്ടാക്കൾക്ക് നിയമം അനുശാസിക്കുന്ന ശിക്ഷയ്ക്കു ഞാൻ വിധേയനാകാം. മാത്രമല്ല - ഏഴിരട്ടി തിരികെ തരികയും ചെയ്യാം."

നിയമപാലകരായ ഉദ്യോഗസ്ഥർ ആൻദ്രേസിന്റെ ഭാണ്ഡക്കെട്ടുകൾ

പരിശോധിച്ചു. അൽപ്പസമയത്തിനുള്ളിൽ മോഷ്ടിക്കപ്പെട്ടുവെന്നു പറയപ്പെട്ട വസ്തുക്കൾ അതിൽനിന്നും കണ്ടെടുക്കുകയും ചെയ്തു. ആൻദ്രേസ് ഞെട്ടിപ്പോയി. സ്തബ്ധനായ അയാൾ ഒരു കരിങ്കൽപ്രതിമപോലെ നിശ്ചലനായി നിന്നു.

"എന്റെ സംശയം ശരിയായിരുന്നില്ലേ?" ആ കർദൂച്ചാ യുവതി പറഞ്ഞു. "സുന്ദരനായ ഇയാൾ വെറുമൊരു കള്ളൻ മാത്രമാണെന്നു നിങ്ങൾ മനസിലാക്കിയില്ലേ?"

അവരുടെ കൂടെയുണ്ടായിരുന്ന അവിടത്തെ മേയർ ആൻദ്രേസിന്റെയും മറ്റു ജിപ്സികളുടെയും നേരെ ഒരായിരം അധിക്ഷേപവാക്കുകൾ ചൊരിഞ്ഞു. കള്ളന്മാർ, കൊള്ളക്കാർ എന്നെല്ലാം വിളിച്ച് അവരെ ആക്ഷേപിച്ചു. അന്ധാളിച്ചു നിന്ന ആൻദ്രേസിന് കർദൂച്ചാ യുവതിയുടെ ചതി പെട്ടെന്നു മനസിലായതുമില്ല.

മേയറുടെ അനന്തിരവനും പൊങ്ങച്ചക്കാരനുമായൊരു പടയാളി മുന്നോട്ടു വന്നു. അയാൾ പറഞ്ഞു: "കണ്ടില്ലേ നികൃഷ്ടനായ ഈ കള്ളൻ ജിപ്സി പെരുമാറുന്നതെങ്ങനെയെന്ന്. നിന്നെയെല്ലാംകൂടെ തണ്ടുവലിക്കപ്പലിലേക്കെറിഞ്ഞു കൊടുക്കാത്തതു നിന്റെയൊക്കെ ഭാഗ്യം. ഈ തെമ്മാടി തീർച്ചയായും അവിടെ ചെന്ന് രാജാവിനെ സേവിച്ചുകൊള്ളും. ഊരുചുറ്റി നൃത്തം വച്ച് ഇടവും വലവും കട്ടുമുടിക്കുന്നതിന് ഇനിയുമിവനുണ്ടാകില്ല. ഇവനെ ഇടിച്ചു താഴെയിടാനാണെനിക്കു തോന്നുന്നത് "

കൂടുതലൊന്നും പറയാതെ അയാൾ കൈയുർത്തി അതിശക്തമായൊരടി കൊടുത്തു ആൻദ്രേസിന്. ഇത് ആൻദ്രേസിനെ അയാളുടെ ചിന്തകളിൽ നിന്നുണർത്തി. താൻ ആൻദ്രേസ് കബല്ലെറോ അല്ല - ഡോൺ ജുവാൻ എന്ന മാന്യ വ്യക്തിയാണ് എന്ന് അയാളുടെ ഓർമയിലേക്കു വന്നു. അയാൾ അതിദ്രുതം, അതികോപത്തോടെ ആ പടയാളിയെ ആക്രമിച്ചു. അയാളുടെ വാൾ ആൻദ്രേസ് വലിച്ചെടുത്തു. അയാളുടെ ശരീരത്തിലൂടെ അതു കടന്നുപോയി. ആ പടയാളി മരിച്ചു നിലത്തുവീണു.

ഗ്രാമം മുഴുവൻ ബഹളമായി. വയസൻ മേയർ ക്രോധാവിഷ്ടനായി. പ്രിസിയോസ ബോധരഹിതയായി. അതുകൂടി കണ്ടതേ ആൻദ്രേസ് ആകെ തകർന്നു. അവിടെ കൂടിയവരെല്ലാം കയ്യിൽ കിട്ടിയ ആയുധങ്ങളുമായി കൊലപാതകിയുടെ പുറകേ പാഞ്ഞു. കോലാഹലവും ബഹളവും വർധിച്ചു. ബോധരഹിതയായ പ്രിസിയോസയുടെ അടുത്തേക്കോടിയെത്തിയ ആൻദ്രേസ് സ്വന്തം രക്ഷ മറന്നു. ഭാഗ്യത്തിന് ഇതു നടക്കുമ്പോൾ ക്ലെമന്റ് സ്ഥലത്തില്ലായിരുന്നു. അയാൾ നേരത്തെതന്നെ തന്റെ ഭാണ്ഡങ്ങളുമായി പട്ടണത്തിലേക്കു പോയിരുന്നു. ജനമെല്ലാം കൂടി ആൻദ്രേസിന്റെ മേൽ ചാടിവീണു. പടയാളികൾ അയാളെ പിടികൂടി. രണ്ടു കനത്ത തുടലുകൾകൊണ്ട് അയാളെ ബന്ധിച്ചു. തനിക്കധികാരമുണ്ടായിരുന്നെങ്കിൽ മേയർ അപ്പോൾ അവിടെവച്ചു തന്നെ ആൻദ്രേസിനെ തൂക്കിലേറ്റുമായിരുന്നു. പക്ഷേ അയാൾ മൂർഷ്യായിലെ ന്യായാധിപന്റെ അധികാരപരിധിയിലായിരുന്നു. അതുകൊണ്ട് അദ്ദേഹത്തിന്

ആൻദ്രേസിനെ അങ്ങോട്ടു കൊണ്ടുപോകേണ്ടിയിരുന്നു. അങ്ങോട്ടുള്ള യാത്ര അടുത്ത പകലിലേക്കു മാറ്റി. അതുവരെയുള്ള സമയത്ത് ഗ്രാമവാസികളാകെ എണ്ണിയാലൊടുങ്ങാത്ത അധിക്ഷേപവും ഭർത്സനവും ആൻദ്രേസിനു നേരെ തൊടുത്തു വിട്ടു. തന്റെ കയ്യിൽ കിട്ടിയ ജിപ്സികളെയെല്ലാം മേയർ അറസ്റ്റു ചെയ്തു. ഒടുവിൽ കുറ്റാരോപണ പത്രവുമായി മേയർ തടവുകാരുമായി മൂർഷ്യായിലേക്കു നീങ്ങി. ആയുധ ധാരികളായ ഉദ്യോഗസ്ഥരും വലിയൊരു ജനക്കൂട്ടവും അവരെ പിൻതുടർന്നു. ആൻദ്രേസിനെ ചങ്ങലകൊണ്ടു ബന്ധിച്ച് കൈവിലങ്ങുമിട്ട് കഴുത്തിൽ ഇരുമ്പു കോളറുമണിയിച്ച് ഒരു കഴുതപ്പുറത്തിരുത്തിയാണു കൊണ്ടുപോയത്. മൂർഷ്യാനിവാസികളാകെ തടവുകാരെ കാണാൻ പുറപ്പെട്ടുവന്നു. കാരണം പടയാളിയുടെ മരണവാർത്ത നേരത്തെ തന്നെ പട്ടണത്തിൽ പരന്നിരുന്നു. പ്രിസിയോസയുടെ സൗന്ദര്യം ഏവരെയും ആകർഷിച്ചു. അവളെ അനുഗമിച്ചിരുന്ന ആർക്കും അവളെ അനുഗ്രഹിക്കാതെ അവളെ നോക്കാനായില്ല. അവളുടെ സൗന്ദര്യത്തെക്കുറിച്ചുള്ള വാർത്ത മുഖ്യന്യായാധിപന്റെ ഭാര്യയുടെ ചെവികളിലുമെത്തി. അവളെ കാണാൻ അവർക്ക് അത്യാശയായി. അവളെ ജയിലിലിലടയ്ക്കാതെ തന്റെ അടുത്തേയ്ക്കയക്കണമെന്ന് അവർ തന്റെ ഭർത്താവിനോടഭ്യർഥിച്ചു. മറ്റു ജിപ്സികളെയെല്ലാം കാരാഗൃഹത്തിലടച്ചു. ആൻദ്രേസിനെ ഇടുങ്ങിയ ഒരിരുട്ടുമുറിയിൽ. പ്രിസിയോസ എന്ന വെളിച്ചവുമില്ലാതെ, താൻ ഇനിയും ശവക്കല്ലറയിലേക്കല്ലാതെ പുറത്തേക്കു വരില്ല എന്ന് ആൻദ്രേസ് കരുതി. പ്രിസിയോസയെ വൃദ്ധയെയും കൂട്ടി മജിസ്ട്രേറ്റിന്റെ ഭാര്യയെ കാണിക്കുന്നതിനായി അവർ കൊണ്ടുപോയി. അവളെ കണ്ടപ്പോഴേ "ഇവളുടെ സൗന്ദര്യത്തെ ജനം പുകഴ്ത്തുന്നതെന്തുകൊണ്ടെന്ന് ഇപ്പോൾ മനസിലാകുന്നു" എന്നു പറഞ്ഞുകൊണ്ട് അവർ അവളുടെ അടുത്ത് ചെന്ന് അവളെ വാത്സല്യത്തോടെ ചുംബിച്ചു. അവളെതന്നെ നോക്കിക്കൊണ്ടിരിക്കാതിരിക്കാൻ അവർക്കു കഴിഞ്ഞില്ല. "അവൾക്കെത്ര വയസായെന്ന് അന്വേഷിച്ചതിന് പതിനഞ്ച്, ഒന്നോ രണ്ടോ മാസം കൂടുതലോ കുറവോ ആകാം"എന്നു വല്യമ്മ പറഞ്ഞു

"എന്റെ, പാവം കോൺസ്റ്റൻസായും ഈ പ്രായമായിരുന്നേനെ, എന്റെ കൂട്ടുകാരേ ഈ പെൺകുട്ടി എന്റെ ദൗർഭാഗ്യത്തെക്കുറിച്ച് എന്നെ ഓർപ്പിക്കുന്നല്ലോ" എന്ന് മജിസ്ട്രേറ്റിന്റെ ഭാര്യ പറഞ്ഞു.

അപ്പോൾ, പ്രിസിയോസ, ആ വനിതയുടെ കരങ്ങൾ കയ്യിലെടുത്ത് അതിൽ വീണ്ടും വീണ്ടും ചുംബിച്ചു. അവൾ കണ്ണുനീരുകൊണ്ട് ആ കരങ്ങൾ കഴുകിക്കൊണ്ട് അവരോടു പറഞ്ഞു, "എന്റെ യജമാനത്തീ, തടങ്കലിലാക്കപ്പെട്ട ജിപ്സിയെ കുറ്റപ്പെടുത്താനാവില്ല. കള്ളനെന്നു വിളിച്ച് പ്രകോപിപ്പിച്ചതാണ്. അയാൾ കള്ളനല്ല. എത്ര നല്ലയാളാണയാളെന്നു വെളിവാക്കുന്ന ആ മുഖത്ത് അവർ അടിച്ചു. എന്റെ യജമാനത്തീ, അങ്ങയുടെ ദയവുണ്ടായി, ദൈവത്തെപ്രതി, ഈ കേസ് നിറുത്തി വയ്ക്കണേ. എന്റെ യജമാനൻ, നിയമം ഭീഷണിപ്പെടുത്തുന്ന ശിക്ഷ വിധി

ക്കാൻ അനുവദിക്കരുതേ. എന്റെ സുഭഗത അങ്ങേയ്ക്കു സന്തോഷം തന്നെങ്കിൽ ആ തടവുകാരനെ സംരക്ഷിച്ച് ആ സന്തോഷം നിലനിറുത്തണമേ. കാരണം അയാളുടെ ജീവിതം അവസാനിച്ചാൽ എന്റേതും അവസാനിക്കും. എന്റെ ഭർത്താവാകാനുള്ള ആളാണ് അദ്ദേഹം. ഉചിതവും നീതിയുക്തവുമായ ചില നടപടിക്രമങ്ങൾ പൂർത്തിയാകാത്തതുകൊണ്ടാണ് വിവാഹനിശ്ചയം നടക്കാഞ്ഞത്.

"മാപ്പു ലഭിക്കാൻ പണമാണാവശ്യമെങ്കിൽ ഞങ്ങളുടെ സംഘത്തിലുള്ള സകല വസ്തുവകകളും ലേലം ചെയ്തുവിറ്റ് ഞങ്ങൾ പിഴയെക്കാൾ കൂടുതൽ നൽകാം. എന്റെ യജമാനത്തീ, അങ്ങേയ്ക്കു സ്നേഹമെന്തെന്നറിയാമെങ്കിൽ അങ്ങ് എപ്പോഴെങ്കിലും സ്നേഹത്തിലായിരുന്നിട്ടുണ്ടെങ്കിൽ അങ്ങ് അങ്ങയുടെ ഭർത്താവിനെ സ്നേഹിക്കുന്നെങ്കിൽ എന്റെ മേൽ ദയ തോന്നണേ. അത്രമാത്രം ഞാൻ എന്റെ ഭർത്താവിനെ അരുമയായും സത്യമായും സ്നേഹിക്കുന്നു".

ഇതു പറയുന്ന സമയമത്രയും അവളുടെ കൈകളിലായിരുന്നു അവരുടെ കരങ്ങൾ. അവരുടെ കണ്ണിൽതന്നെ നോട്ടമുറപ്പിച്ചാണ് അവൾ കെഞ്ചി അപേക്ഷിച്ചത്. അവളുടെ കണ്ണുകളിൽനിന്നും കയ്പ്പുനിറഞ്ഞ, ദയ അർഹിക്കുന്ന കണ്ണുനീർ പ്രളയ ജലംപോലെ ഒഴുകി. മജിസ്ട്രേറ്റിന്റെ ഭാര്യ അവളുടെ കരങ്ങളിലും പിടിച്ചുകൊണ്ടാണ് ഇതുമുഴുവൻ ശ്രവിച്ചത്. നിറഞ്ഞ സ്നേഹത്തോടെ അവളെ നോക്കിക്കൊണ്ടിരുന്ന അവരുടെ കണ്ണുകളിൽനിന്നും ഒട്ടും കുറവല്ലാതെ കണ്ണുനീർ ഒഴുകി. ഈ സമയത്ത് മജിസ്ട്രേറ്റ് അകത്തേക്കു വന്നു. തന്റെ ഭാര്യയും ആ ജിപ്സിപ്പെണ്ണും ഇങ്ങനെ കയ്യോടുകൈപിടിച്ച് കണ്ണുനീരൊഴുക്കി പറ്റിച്ചേർന്നു നിൽക്കുന്നതുകണ്ട് അയാൾ ആകെ അങ്കലാപ്പിലായി.

"എന്താണീ ബഹളങ്ങൾക്കൊക്കെ കാരണം?" എന്ന ചോദ്യത്തിനുത്തരമായി പ്രിസിയോസ അവരുടെ കൈകൾ വിടുവിച്ച് മജിസ്ട്രേറ്റിന്റെ കാൽക്കൽ വീണു. കാലുപിടിച്ച് കരഞ്ഞുകൊണ്ട് അവൾ യാചിച്ചു.

"യജമാനനേ, കരുണ തോന്നണേ. ദയ കാണിക്കണേ. എന്റെ ഭർത്താവു മരിച്ചാൽ ഞാനും മരിക്കും. അദ്ദേഹം കുറ്റം ചുമത്തപ്പെടേണ്ടവനല്ല. കുറ്റപ്പെടുത്തപ്പെടേണ്ടവനെങ്കിൽ ശിക്ഷ എനിക്കു തരിക. അതു സാധ്യമല്ലെങ്കിൽ അദ്ദേഹത്തെ സഹായിക്കാൻ സാധ്യമായ മാർഗങ്ങൾ കണ്ടെത്തുംവരെയെങ്കിലും ഈ കേസ് നീട്ടി വയ്ക്കുക. കാരണം തെറ്റു ചെയ്യാൻ അദ്ദേഹം ഉദ്ദേശിച്ചിട്ടില്ല. അതുകൊണ്ട് സ്വർഗീയ കരുണ അദ്ദേഹത്തെ രക്ഷിക്കും".

കൊച്ചു ജിപ്സിപ്പെണ്ണിന്റെ സമർഥമായ വാദങ്ങൾ കേട്ട് മജിസ്ട്രേറ്റ് കൂടുതൽ അങ്കലാപ്പിലായി. ബലഹീനതയുടെ എന്തെങ്കിലും അടയാളം കാണിക്കാൻ അദ്ദേഹം ഭയപ്പെട്ടില്ലായിരുന്നു എങ്കിൽ അദ്ദേഹവും അവളോടൊപ്പം കരഞ്ഞേനെ. ഇതെല്ലാം നടക്കുമ്പോൾ വൃദ്ധ ജിപ്സി നിരവധി വലിയ കാര്യങ്ങളെപ്പറ്റി പരിചിന്തനം ചെയ്യുകയായിരുന്നു.

നീണ്ട ഒരു ഇടവേളയ്ക്കു ശേഷം അവർ പറയാൻ തുടങ്ങി. "എനി

ക്കുവേണ്ടി ഒരൽപ്പ സമയം കാത്തുനിൽക്കാമെങ്കിൽ എന്റെ യജമാന നേ, യജമാനത്തീ, എന്റെ ജീവൻ നഷ്ടപ്പെടുമെങ്കിൽ പോലും നിങ്ങ ളുടെ ഈ ദുഃഖത്തെ ആഹ്ലാദമാക്കി മാറ്റാം" ഇതു പറഞ്ഞിട്ട് ആ വൃദ്ധ വളരെ വേഗത്തിൽ പുറത്തേക്കു പോയി. അവിടെ നിന്നവരെല്ലാം അമ്പ രന്ന് വൃദ്ധ വരാൻ വേണ്ടി കാത്തു നിന്നു. ആ സമയത്തും പ്രിസിയോസ വിലപിക്കുകയായിരുന്നു. തന്റെ ഭർത്താവിന്റെ പിതാവിനെ വിവരമറിയിച്ച് അദ്ദേഹം വന്ന്, അദ്ദേഹവും കൂടി പങ്കെടുക്കുന്നതുവരെ വിചാരണ താമ സിപ്പിക്കണമെന്ന അപേക്ഷയും അവൾ ആവർത്തിച്ചുകൊണ്ടേയിരുന്നു.

ചെറിയൊരു പെട്ടി കക്ഷത്തിലിടുക്കി വൃദ്ധ ജിപ്സി തിരികെ വന്നു. മജിസ്ട്രേറ്റിനോടും ഭാര്യയോടും തന്നോടൊപ്പം മറ്റൊരു മുറിയിലേക്കു വരണമെന്ന് അവർ അഭ്യർഥിച്ചു. വളരെ പ്രധാനപ്പെട്ട ചില കാര്യങ്ങൾ സ്വകാര്യമായി അവരോടു പറയാനുണ്ടുപോലും. അവർക്ക് പറയാനുള്ളത് ജിപ്സികൾ നടത്തിയിട്ടുള്ള ചില മോഷണങ്ങളെക്കുറിച്ചായിരിക്കുമെന്നും ഈ തടവുകാരന്റെ കാര്യം വരുമ്പോൾ അതും കൂടി കണക്കിലെടുക്ക ണമെന്നു പറയാനായിരിക്കുമെന്നും കരുതി വൃദ്ധയെയും തന്റെ ഭാര്യ യെയും കൂട്ടി മജിസ്ട്രേറ്റ് ഡ്രസ്സിംഗ് മുറിയിലേക്കു പോയി. അവിടെ, ആ വൃദ്ധജിപ്സി അവരുടെ മുൻപിൽ മുട്ടുകുത്തിനിന്ന് പറഞ്ഞു, "എന്റെ പ്രഭോ, പ്രഭ്വീ, ഞാൻ നൽകാൻ പോകുന്ന നല്ല വാർത്ത എന്റെ ഒരു വലിയ തെറ്റിന് മാപ്പു നേടിയെടുക്കുന്നില്ലെങ്കിൽ നിങ്ങൾ എനിക്കു നൽ കുന്ന ഏതൊരു ശിക്ഷയും സ്വീകരിക്കാൻ ഞാൻ ഒരുക്കമാണ്. എന്നാൽ ഞാൻ നിങ്ങളുടെ മുൻപിൽ ഏറ്റുപറയുംമുൻപ് ഈ ആഭരണങ്ങൾ നിങ്ങൾക്കു തിരിച്ചറിയാൻ കഴിയുമോ എന്നു പറയണമെ". -ഇതു പറ ഞ്ഞുകൊണ്ട് അവർ പ്രിസിയോസയുടെ ആഭരണങ്ങൾ സൂക്ഷിച്ചിരുന്ന ചെറിയപെട്ടി പുറത്തെടുത്ത് മജിസ്ട്രേറ്റിന്റെ കൈകളിൽ കൊടുത്തു. അതിനകത്ത് കുട്ടികളുടെ ഏതാനും ചെറിയ ആഭരണങ്ങൾ അദ്ദേഹം കണ്ടു. അവ തിരിച്ചറിയാൻ അദ്ദേഹത്തിനു കഴിഞ്ഞില്ല. മജിസ്ട്രേറ്റിന്റെ ഭാര്യയും ആ ആഭരണങ്ങൾ നോക്കി. ഇതുകൊണ്ടുദ്ദേശിക്കുന്നതെന്തെന്ന് അവർക്കും പിടികിട്ടിയില്ല. അവർ പറഞ്ഞു. "ഇത് ഏതോ ചെറിയ കുട്ടി യുടെ ആഭരണങ്ങളാണ്."

"അതു ശരിയാണ്" -വൃദ്ധ പറഞ്ഞു.

"ഏതു ചെറിയ കുട്ടിയാണെന്ന് ഈ കടലാസിൽ എഴുതിയിരിക്കു ന്നതിൽ നിന്നും നിങ്ങൾ മനസിലാക്കും".

മജിസ്ട്രേറ്റ് കടലാസ് നിവർത്തു വായിച്ചു. "ഈ കുഞ്ഞ് ഡോണാ കോൺസ്റ്റൻസാ ദെ അദ്സ്വെദോയ് ദെ മെനെസെസ് എന്നു വിളിക്ക പ്പെട്ടിരുന്നു. അവളുടെ അമ്മ ഡോണാ ഗുയ്ഓമർ ദെ മെനെസെസ്-ഉം അവളുടെ പിതാവ് ഡോൺ ഫെർണാൻഡോ ദെ അദ്സെവദോയുമാണ്. പിതാവ് -കലാട്രാവാ- സമൂഹത്തിലെ നൈറ്റാണ് (സാഹസിക പോരാളി) 1595-ലെ സ്വർഗാരോഹണതിരുന്നാൾ ദിവസം രാവിലെ എട്ടുമണിക്ക് അപ്രത്യക്ഷയായി. കുട്ടി, ഈ പെട്ടിയിലുള്ള ആഭരണങ്ങൾ അണിഞ്ഞി രുന്നു."

കടലാസിൽ പറഞ്ഞിരുന്ന കാര്യങ്ങൾ കേട്ടു തീരുമ്പോഴേയ്ക്കും മജിസ്ട്രേറ്റിന്റെ ഭാര്യ ആഭരണങ്ങൾ തിരിച്ചറിഞ്ഞു. അവ തന്റെ ചുണ്ടുകളോടടുപ്പിച്ച് പിന്നെയും പിന്നെയും അതിനെ ചുംബിച്ചു- അവർ ബോധരഹിതയായി. ബോധം വീണ്ടുകിട്ടിയപ്പോഴേ ആ പ്രഭ്വി ചോദിച്ചു: "നല്ലവളായ സ്ത്രീയെ, നീയൊരു ജിപ്സിയെന്നതിനെക്കാൾ ഒരു മാലാഖയാണ്. എവിടെ അവയുടെ ഉടമസ്ഥ? ആ ആഭരണങ്ങൾ ആരുടേതാണോ ആ കുട്ടി?"

"എന്റെ പ്രഭ്വി, എവിടെയാകാൻ" വൃദ്ധ പറഞ്ഞു. "ഇവിടെ, അങ്ങയുടെ ഭവനത്തിൽ തന്നെ, അവിടുത്തെ കണ്ണുകളിൽ കണ്ണീർകൊണ്ടുവന്ന ആ കൊച്ചു ജിപ്സിക്കുട്ടി തന്നെയാണ് ആ ഉടമസ്ഥ. ഒട്ടും സംശയം വേണ്ട. അവൾ അങ്ങയുടെ മകൾ തന്നെയാണ്. കാരണം ഈ കടലാസിൽ പറയുന്ന അതേദിവസം അതേ സമയത്ത് മാഡ്രിഡിൽ വച്ച് ഞാൻ അവളെ മോഷ്ടിച്ചതാണ്."

ഇതു കേട്ടപ്പോൾ പ്രഭ്വി മറ്റെന്തോ ചിന്തിച്ച് പ്രിസിയോസ നിന്നിരുന്ന മുറിയിലേക്കോടി, തനിക്കാവുന്ന വേഗത്തിൽ. പ്രഭ്വിയുടെ തോഴിമാരുടെയും ജോലിക്കാരുടെയും മധ്യത്തിൽ അപ്പോഴും വിലപിച്ചുകൊണ്ടിരിക്കുകയായിരുന്നു പ്രിസിയോസ. അവളുടെ അടുത്തേക്ക് അതിദ്രുതം അടുത്ത പ്രഭ്വി ഒന്നും സംസാരിക്കാതെ, വേഗത്തിൽ അവളുടെ ഉടുപ്പ് അഴിച്ച് അവളുടെ ഇടതു മാറിടത്തിൽ താഴെയായി ഒരു വെളുത്ത മറുകുണ്ടോ എന്നു നോക്കി. വ്യക്തമായി കാണാവുന്ന വിധം വലിപ്പത്തിൽ ആ മറുക് അവിടെയുണ്ട്. പ്രായത്തോടൊപ്പം മറുകും വളർന്നിരിക്കുന്നു!!

വീണ്ടും അതേപോലെ വേഗത്തിൽ അവർ പ്രിസിയോസയുടെ പാദത്തിലെ ഷൂ അഴിച്ചു മാറ്റി. ചരണാവരണവും നീക്കി. അവിടെ അവർ നോക്കിയതെന്താണോ അത് അവർ അവിടെ കണ്ടു. അവളുടെ വലതു പാദത്തിലെ അവസാനത്തെ രണ്ടു വിരലുകൾ ചർമബന്ധിതമായിരുന്നു. കുഞ്ഞിനു വേദനിക്കുമെന്നതുകൊണ്ട് ആ ബന്ധം വേർപെടുത്തിയിരുന്നില്ല. മാറിടം, കാൽവിരലുകൾ, ആഭരണം, മോഷണ ദിവസം, ജിപ്സി സ്ത്രീയുടെ കുറ്റസമ്മതം - അവളുടെ മാതാപിതാക്കൾക്ക് അവളെ കണ്ടപ്പോഴുണ്ടായ ഞെട്ടൽ, സന്തോഷം - എല്ലാം കൂടി മജിസ്ട്രേറ്റിന്റെ ഭാര്യയുടെ ഉള്ളിൽ കടന്ന് പ്രിസിയോസ സത്യമായും അവരുടെ പുത്രിയാണെന്നുള്ള വസ്തുത സ്ഥിരീകരിച്ചു. അവർ അവളെ കെട്ടിപ്പിടിച്ച് മജിസ്ട്രേറ്റും വൃദ്ധയും നിന്നിരുന്ന മുറിയിലേക്കു കൊണ്ടുവന്നു.

മജിസ്ട്രേറ്റിന്റെ ഭാര്യ തന്നെ കെട്ടിപ്പിടിച്ച് ചുംബനങ്ങൾകൊണ്ടു പൊതിയുമ്പോൾ കാര്യമറിയാതെ പ്രിസിയോസ അന്ധാളിച്ചു. ഒടുവിൽ ഡോണഗ്വയിയോമർ തന്റെ കയ്യിലുള്ള വിലപ്പെട്ട ആളിനെ മജിസ്ട്രേറ്റിന്റെ കൈകളിലേക്കു കൈമാറിക്കൊണ്ടു പറഞ്ഞു: "ഇതാ നിങ്ങളുടെ കോൺസ്റ്റാൻസാ. തീർച്ചയായും ഇവൾ നമ്മളുടെ മകൾ തന്നെ. ഒരുതരി സംശയം പോലും വേണ്ടാ. അവളുടെ രണ്ടുകാൽവിരലുകൾ ഒന്നുചേർന്നി

രിക്കുന്നു. അവളുടെ നെഞ്ചിലെ മറുക് ഞാൻ കണ്ടിരിക്കുന്നു. തന്നെയല്ല, ഇന്നുരാവിലെ ഞാനവളെ കണ്ടതുമുതൽ അവൾ നമ്മുടെതാണെന്ന് എന്റെ ഹൃദയം പറഞ്ഞുകൊണ്ടേയിരിക്കുകയായിരുന്നു.''

''എനിക്കിതിൽ സംശയമില്ല''. പ്രിസിയോസയെ കൈകളിൽ പിടിച്ചുകൊണ്ടുതന്നെ മജിസ്ട്രേറ്റ് പറഞ്ഞു.

''കാരണം നിന്നെപ്പോലെതന്നെ അവൾ എന്നെയും സ്പർശിച്ചു. അല്ലാതെങ്ങനെയാണ്, ഒരത്ഭുതം കൊണ്ടല്ലാതെ, ഇത്രയേറെ കാര്യങ്ങൾ ഒരുപോലെയാകുക''.

താൻ വെളിപ്പെടുത്താൻ തീരുമാനിക്കുംവരെ ഈ കാര്യം ആരെയും അറിയിക്കരുതെന്ന് മജിസ്ട്രേറ്റ്, തന്റെ ഭാര്യയോടും മകളോടും വൃദ്ധയോടും പറഞ്ഞു. തന്റെ മകളെ തിരികെയെത്തിച്ചു എന്ന പ്രായശ്ചിത്തം കൂടുതൽ പ്രതിഫലം അർഹിക്കുന്നതായതുകൊണ്ട് തന്റെ കണ്ണിലെ കൃഷ്ണമണിയെ മോഷ്ടിച്ച് തനിക്കുണ്ടാക്കിയ മുറിവും വേദനയും താനവളോടു ക്ഷമിക്കുന്നു എന്നു മജിസ്ട്രേറ്റ് പറഞ്ഞു. ഒരു കാര്യത്തിൽ അയാൾക്ക് ദു:ഖമുണ്ട്. പ്രിസിയോസയുടെ സ്ഥാനവും പദവിയും അറിഞ്ഞിരിക്കേ ഒരു ജിപ്സിയോട് പ്രത്യേകിച്ച് വെറുമൊരു കള്ളനും കൊലപാതകിയുമായ ഒരുവനുമായി വിവാഹനിശ്ചയം നടത്താൻ അവൾ സമ്മതിച്ചു എന്നതിൽ. ഇതു കേട്ട പ്രിസിയോസ പറഞ്ഞു, ''ഓ! എന്റെ പ്രഭോ അദ്ദേഹം ഒരു കൊലയാളിയാണെങ്കിലും കള്ളനല്ല. തന്റെ കുലീനതയെ ചോദ്യം ചെയ്തവനെ അദ്ദേഹം വധിച്ചു. താൻ ആരെന്നു കാണിച്ചുകൊടുക്കാതിരിക്കാനും അയാളെ വധിക്കാതിരിക്കാനും അദ്ദേഹത്തിനു കഴിയുമായിരുന്നില്ല''.

''അയാൾ ഒരു ജിപ്സിയല്ലെന്ന് നിനക്കെങ്ങനെ പറയാൻ കഴിയും, മകളേ'' പ്രഭ്വി ചോദിച്ചു. അപ്പോൾ വൃദ്ധ ജിപ്സി, ആൻഡ്രേസ് കബലെറോയുടെ കഥ ചുരുക്കമായി അവരെ ധരിപ്പിച്ചു. ആൻഡ്രേസ് ഡോൺ ഫ്രാൻസിസ്കോ ദെ കർക്കാമോ എന്ന പ്രഭുവിന്റെ മകനാണെന്നും. അദ്ദേഹം -സാന്റിയാഗോ- വിഭാഗത്തിൽപ്പെട്ട ഒരു നൈറ്റാണെന്നും (knight) ആൻഡ്രേസിന്റെ പേരു ഡോൺ ജൂവാൻ ദെ കർക്കാമോ എന്നാണെന്നും അയാളും അതേ ഗണത്തിലെ -നൈറ്റാ-ണെന്നുമുള്ള വസ്തുതയും അവർ പറഞ്ഞു. ആൻഡ്രേസ് ജിപ്സിയായിതീരുന്നതിനു മുൻപ് ധരിച്ചിരുന്ന വസ്ത്രങ്ങൾ തന്റെ കൈവശമുണ്ടെന്നും അവർ അറിയിച്ചു. അയാളും പ്രിസിയോസയും തമ്മിൽ വിവാഹം സംബന്ധിച്ചുണ്ടാക്കിയിട്ടുള്ള ഉടമ്പടിയുടെ കാര്യവും, അവർ രണ്ടുപേരുടെയും ഉചിതജ്ഞത തുടങ്ങിയ സദ്ഗുണങ്ങളെപ്പറ്റിയും ആ സ്ത്രീ വിവരിച്ചു. ഡോൺ ജൂവാന്റെ സ്വഭാവവൈശിഷ്ട്യം അവൾ പ്രത്യേകം സൂചിപ്പിച്ചു. തങ്ങളുടെ മകളെ കണ്ടെത്തിയതുപോലെതന്നെ ഇക്കാര്യവും മജിസ്ട്രേറ്റിനെയും ഭാര്യയെയും അത്ഭുതപ്പെടുത്തി. ഡോൺ ജൂവാന്റെ വസ്ത്രങ്ങൾ കൊണ്ടുവരാൻ അദ്ദേഹം ആവശ്യപ്പെട്ടു. അതും അദ്ദേഹത്തിന്റെ മുൻപിൽ വൃദ്ധ സമർപ്പിച്ചു.

ഇതിനിടയിൽ പ്രിസിയോസയുടെ മാതാപിതാക്കൾ അവളോട് ഒരു നൂറായിരം ചോദ്യങ്ങൾ ചോദിച്ചു. അവൾ അവരുടെ മകളാണെന്ന് അവർ തിരിച്ചറിഞ്ഞില്ലായിരുന്നെങ്കിൽ പോലും, അവരുടെ സ്നേഹം നേടിയെടുക്കുംവിധം ഉചിതമായും മനോജ്ഞമായും അവൾ മറുപടി നൽകി. ഡോൺ ജൂവാനോട് അതിരറ്റ താൽപ്പര്യമാണോ എന്ന ചോദ്യത്തിന് - തനിക്കുവേണ്ടി ഒരു ജിപ്സിയായി മാറാനുള്ളത്രയും എളിമപ്പെട്ട ഒരു വ്യക്തിയോട് കൃതജ്ഞതയുള്ളവളായിരിക്കേണ്ടതുണ്ട് എന്നതിലധികമായ താൽപ്പര്യമില്ല എന്നും ആ കൃതജ്ഞതയാകട്ടെ തന്റെ മാതാപിതാക്കളുടെ ആഗ്രഹങ്ങൾക്കപ്പുറം കടക്കുകയില്ലെന്നുമായിരുന്നു മറുപടി.

"മതി പ്രിസിയോസാ -നിനക്ക് ഈ പേരുതന്നെ മതി, നിന്നെ നഷ്ടപ്പെട്ടതിന്റെയും തിരികെ കിട്ടിയതിന്റെയും ഓർമയ്ക്കായി - നിന്റെ പിതാവെന്ന നിലയിൽ നിനക്ക് അനുയോജ്യനായ ഒരാളെ ഞാൻ കണ്ടെത്തിക്കൊള്ളാം. അതു നിന്റെ പദവിയിൽ കുറയാത്ത ആളുമായിരിക്കും" എന്നു മജിസ്ട്രേറ്റ് അവളോടു പറഞ്ഞു.

ഇതുകേട്ട പ്രിസിയോസ, ദീർഘനിശ്വാസം ചെയ്തു. വിവേകിയായ അവളുടെ അമ്മയ്ക്ക് അതിന്റെ അർഥം മനസിലായി. അതുകൊണ്ട് അവർ തന്റെ ഭർത്താവിനോടു പറഞ്ഞു, " പ്രഭോ ഡോൺ ജൂവാൻ കുലീനനാണ്. അയാൾ നമ്മുടെ മകളെ ഇത്രയേറെ സ്നേഹിക്കുന്ന നിലയ്ക്ക് അവളെ അയാൾക്കു വിവാഹം കഴിപ്പിച്ചു കൊടുക്കുന്നതുകൊണ്ടു കുഴപ്പമൊന്നുമില്ലല്ലോ."

"നമ്മൾക്കവളെ ഇന്നിങ്ങോട്ടു കിട്ടിയതല്ലേയുള്ളൂ. കുറെ ദിവസം നമുക്കവളോടൊത്തു സന്തോഷമായി കഴിയാം. വിവാഹം കഴിഞ്ഞാൽ പിന്നെ അവൾ നമ്മുടേതല്ലല്ലോ" എന്ന് അദ്ദേഹം മറുപടി പറഞ്ഞു.

പ്രഭ്വി: "ശരിയാണു പ്രഭോ. പക്ഷേ, ഡോൺ ജൂവാനെ വിട്ടയ്ക്കണമല്ലോ. അയാൾ ഇപ്പോൾ ഏതെങ്കിലും നിലവറ തുറുങ്കിലായിരിക്കും".

പ്രിസിയോസ വിതുമ്പി: " അതേ അങ്ങനെയായിരിക്കും. ഒരു കള്ളന്, ഒരു കൊലയാളിക്ക്, പ്രത്യേകിച്ച് ഒരു ജിപ്സിക്ക് അതിനെക്കാൾ മെച്ചപ്പെട്ട വാസസ്ഥാനം ലഭിച്ചേക്കില്ല! "

മജിസ്ട്രേറ്റ്: " ഞാൻ പോയി അയാൾക്കു പറയാനുള്ളതു കേൾക്കട്ടെ. യാതൊരു കാരണത്താലും ഇക്കാര്യങ്ങളൊന്നും ഞാൻ പറയുന്നതുവരെ മറ്റാരും അറിയാൻ പാടില്ല."

പ്രിസിയോസയെ ചുംബിച്ചതിനുശേഷം, മജിസ്ട്രേറ്റ്, ഡോൺ ജൂവാനെ ബന്ധനത്തിലിട്ടിരിക്കുന്ന ഇരുട്ടു മുറിയിലേക്കു പോയി. അതിന്റെ കിളിവാതിൽ തുറക്കാൻ അദ്ദേഹം പറഞ്ഞു. അവിടെ, ആ കുടുസുമുറിയിൽ കാലുകൾ ആമത്തിലിടപ്പെട്ട് കൈകൾ ചങ്ങലകൾകൊണ്ടു ബന്ധിക്കപ്പെട്ട് കഴുത്തിൽ ഇരുമ്പു വളയവുമണിഞ്ഞ് ഡോൺ ജൂവാനെ അദ്ദേഹം കണ്ടു. അദ്ദേഹം ചോദിച്ചു:

"എങ്ങനെയുണ്ട്? സ്പെയിനിലുള്ള മുഴുവൻ ജിപ്സികളെയും ഇങ്ങനെ കെട്ടിയിട്ടു കാണണമെന്നാണെന്റെ ആഗ്രഹം. അങ്ങനെ അവ

രെയെല്ലാം ഇവിടെനിന്നും ഒഴിവാക്കാമല്ലോ? റോമിൽ നീറോ ചെയ്യാനാഗ്രഹിച്ചതും അതുതന്നെയല്ലേ? എടോ വഴക്കാളിയായ കൊലയാളീ, താൻ അറിഞ്ഞോളൂ. ഞാൻ ഇവിടുത്തെ ന്യായാധിപനാണ്. ഒരു കാര്യം കൃത്യമായി അറിയാനാണു ഞാൻ വന്നത്. നിങ്ങളുടെ കൂട്ടത്തിലെ ഒരു ജിപ്സി പ്പെണ്ണ് നിന്റെ ഭാര്യയാണോ?"

ഇയാൾക്കും പ്രിസിയോസയോട് പ്രണയമായെന്നാണ് ആൻദ്രേസ് വിചാരിച്ചത്. (കാരണം - ഏതു വസ്തുവിന്റെയും ഇടയിലൂടെ അതിനെ പൊട്ടിക്കുകയോ തകർക്കുകയോ ചെയ്യാതെ കടന്നുപോകാൻ കഴിയുന്ന സാധനമാണല്ലോ ശങ്കാകുലത - Jealousy) പക്ഷേ ആൻദ്രേസ് പറഞ്ഞതിതാണ്: "ഞാൻ അവളുടെ ഭർത്താവാണെന്ന് അവൾ പറഞ്ഞെങ്കിൽ അതു തീർച്ചയായും ശരിയാണ്. -അല്ലാ- എന്നാണു പറഞ്ഞതെങ്കിൽ അപ്പോഴും അവൾ സത്യമാണു പറയുന്നത്. കള്ളം പറയുക എന്നത് പ്രിസിയോസയ്ക്ക് അസാധ്യമാണ്."

മജിസ്ട്രേറ്റ്: "അത്ര കൊള്ളാവുന്നവളോ അവൾ? ഒരു ജിപ്സിപ്പെണ്ണിന്റെ സ്വഭാവമല്ലല്ലോ അത്. എടോ മനുഷ്യാ, അവൾ പറഞ്ഞത് അവൾ നിങ്ങളുടെ നിശ്ചയിക്കപ്പെട്ട വധുവാണ്. എങ്കിലും വിവാഹം നടന്നില്ല. നീ കുറ്റക്കാരനായതുകൊണ്ട് നിനക്കു വധശിക്ഷ ലഭിക്കുമെന്നവളറിയുന്നു. നീ മരിക്കും മുൻപ് അവളെ നിനക്കു വിവാഹം ചെയ്തു തരണമെന്ന് അവൾ എന്നോട് ആവശ്യപ്പെടുന്നു. കാരണം -ഈ മഹാനായ കള്ളന്റെ വിധവ- എന്ന ബഹുമതി അവൾ അഭിലഷിക്കുന്നു."

ആൻദ്രേസ്: - എങ്കിൽ, യജമാനനേ അവളുടെ ഇഷ്ടം നടത്തിക്കൊടുക്കുക. ഇവിടെ ജീവിക്കുന്ന കാലമത്രയും സന്തോഷത്തോടെ കഴിഞ്ഞിട്ട് എനിക്ക് അടുത്തതിലേക്കു കടക്കാമല്ലോ."

മജിസ്ട്രേറ്റ്: "നീ അത്രമാത്രം അവളെ സ്നേഹിക്കുന്നു.."?

"ആ വാക്കുകൾക്ക് അതു പ്രകടിപ്പിക്കാൻ കഴിയില്ല" തടവുകാരൻ പറഞ്ഞു. "യഥാർഥത്തിൽ ഞാൻ ഒരുവനെ വധിച്ചു - എന്റെ അഭിമാനം ക്ഷതപ്പെടുത്തിയവനെ. ആ ജിപ്സി ബാലികയെ ഞാൻ ആരാധിക്കുന്നു. അവളുടെ സ്നേഹത്തിൽ മരിക്കുകയാണെങ്കിൽ ഞാൻ സന്തുഷ്ടനായിരിക്കും. ദൈവാനുഗ്രഹം ഒട്ടു കുറയുകയുമില്ലെന്നെനിക്കറിയാം, കാരണം ഞങ്ങൾ വാഗ്ദാനം ചെയ്തിരുന്നതെന്തോ അവയൊക്കെ ഞങ്ങൾ രണ്ടാളും വിശ്വസ്തതയോടെ ശരിയായി നിർവഹിച്ചു."

"ഇന്നു രാത്രി നിനക്കു ഞാനാളയയ്ക്കും. എന്റെ ഭവനത്തിൽവെച്ചു നീയും പ്രിസിയോസയും വിവാഹിതരാകും. നാളെ ഉച്ചയ്ക്കു നീ തൂക്കുമരത്തിലായിരിക്കും അങ്ങനെ നീതി നിർവഹിക്കപ്പെടും. നിന്റെയും പ്രിസിയോസയുടെയും ആഗ്രഹവും നിറവേറും."

ആൻദ്രേസ് മജിസ്ട്രേറ്റിനു നന്ദി പറഞ്ഞു. അദ്ദേഹം ഭവനത്തിലേക്കുപോയി. ഡോൺ ജൂവാനു സംഭവിച്ചിരിക്കുന്നതെന്തെന്നും താൻ ചെയ്യാൻ പോകുന്നതെന്തെന്നും അദ്ദേഹം ഭാര്യയോടു പറഞ്ഞു. മജിസ്ട്രേറ്റ് പുറത്തേക്കുപോയിരുന്ന സമയത്ത് പ്രിസിയോസ തന്റെ ജീവി

തത്തിൽ തനിക്കു സംഭവിച്ച എല്ലാ കാര്യങ്ങളും അമ്മയോടു പറഞ്ഞു. താനൊരു ജിപ്സിപ്പെണ്ണാണെന്നും തള്ള തന്റെ വല്യമ്മയാണെന്നുമാണവൾ കരുതിയിരുന്നത്. എന്നാൽ ഒരു ജിപ്സിയെക്കാൾ മെച്ചപ്പെട്ടവളാണ് താനെന്നാണ് അവൾ സ്വയം കരുതിയിരുന്നത്.

അവൾ സത്യമായും ഡോൺ ജൂവാൻ കാർക്കോമയെ സ്നേഹിക്കുന്നുവോ എന്ന അമ്മയുടെ ചോദ്യത്തിന്, വളരെ ലജ്ജയോടെ കണ്ണുകൾ നിലത്തുറപ്പിച്ച് അവൾ പറഞ്ഞത്, താൻ ജിപ്സിയാണെന്നു വിശ്വസിച്ചിരുന്നതുകൊണ്ടും ബഹുമാന്യനും പ്രഭുകുലജാതനുമായ ഡോൺ ജൂവാൻ കാർക്കോമയുമായുള്ള വിവാഹത്തിലൂടെ താൻ കുറെക്കൂടി ഭാഗ്യവതിയാകുമെന്നു കണ്ടതുകൊണ്ടും അദ്ദേഹം വളരെ നല്ലവനും നന്മയുള്ളവനുമാണെന്നു സ്വയം മനസിലാക്കിയതുകൊണ്ടും അദ്ദേഹത്തെ സ്നേഹത്തോടെ പരിഗണിച്ചിരുന്നു. എന്നാൽ മാതാപിതാക്കളുടെ ഹിതത്തിനെതിരായി എന്തെങ്കിലും ചെയ്യണമെന്ന് ആഗ്രഹിച്ചില്ല എന്നാണ്.

രാത്രിയായി പത്തുമണിയായപ്പോൾ ആൻദ്രേസിനെ വിലങ്ങിടത്തിൽ നിന്നും കൊണ്ടുവന്നു. എന്നാൽ വലിയൊരു ചങ്ങലകൊണ്ട് കൈകാലുകൾ ബന്ധിച്ചിരുന്നു. അയാളെ കൊണ്ടുവന്ന ആളുകൾ മാത്രമേ അയാളെ മജിസ്ട്രേറ്റിന്റെ ഭവനത്തിലെത്തിച്ച വിവരമറിഞ്ഞുള്ളൂ. നിശ്ശബ്ദമായി, വേണ്ടത്ര മുൻകരുതലോടെ അയാളെ കൊണ്ടുവന്ന് ഒരു മുറിയിലാക്കി. താമസിയാതെ ഒരു പുരോഹിതനെ കൊണ്ടുവന്നു. അടുത്ത ദിവസം മരിക്കാൻ പോവുകയായതിനാൽ *പാപസങ്കീർത്തനം നടത്താൻ ആൻദ്രേസിനോടാവശ്യപ്പെട്ടു.

ആൻദ്രേസ്: "ഞാൻ സന്തോഷത്തോടെ അതു ചെയ്യാം. പക്ഷെ എന്താണ് എന്റെ വിവാഹം നടത്താത്തത്. വിവാഹം കഴിഞ്ഞാൽ എന്നെ കാത്തിരിക്കുന്നത് തീർച്ചയായും എത്രയോ നികൃഷ്ടമായ മണിമഞ്ചമായിരിക്കും".

എല്ലാ വിവരങ്ങളുമറിയാമായിരുന്ന ഡോണാ, തന്റെ ഭർത്താവിനോട്, ഇപ്പോൾ, ആൻദ്രേസിന് അദ്ദേഹം നൽകിക്കൊണ്ടിരിക്കുന്ന -ഷോക്ക്- വളരെ കൂടുതലാണെന്നും അയാളുടെ ജീവൻതന്നെ നഷ്ടപ്പെട്ടേക്കുമെന്നും പറഞ്ഞു. അതുകൊണ്ട് കുറെക്കൂടി സൗമ്യമായി പെരുമാറണമെന്ന് അവർ ആവശ്യപ്പെട്ടു. അതുനല്ല ഉപദേശമായി മജിസ്ട്രേറ്റ് സ്വീകരിച്ചു. കുമ്പസാരിപ്പിക്കാൻ വന്ന വൈദികനോട്, തങ്ങൾ ആ ജിപ്സിയെക്കൊണ്ട് പ്രിസിയോസയെ വിവാഹം കഴിപ്പിക്കുവാൻ പോവുകയാണെന്നും അതിനുശേഷം കുമ്പസാരം നടത്തിയാൽ മതിയെന്നും, അയാൾ മുഴുഹൃദയത്തോടെ സ്വയം ദൈവത്തോട് അപേക്ഷിക്കട്ടെയെന്നും പറഞ്ഞു. കാരണം ഒരുവന് മുഴുവൻ പ്രതീക്ഷയും വറ്റിവരണ്ടു കഴിയുമ്പോൾ, പലപ്പോഴും ദൈവം കാരുണ്യത്തിന്റെ മഴ അയാളുടെ മേൽ ചൊരിയുമല്ലോ എന്നും പറഞ്ഞു.

---

* പാപസങ്കീർത്തനം - കുമ്പസാരം- Confession.

ആൻദ്രേസിനെ മറ്റൊരു മുറിയിലേക്ക് കൊണ്ടുപോയി അവിടെ പ്രിസിയോസയും ഡോണാ ഗ്വി യിയോമാറും രണ്ടു വീട്ടുജോലിക്കാരും മാത്രം. പ്രിസിയോസ ആൻദ്രേസിനെ കണ്ടു - വിളറി വെളുത്ത ഭീതിദ മായ മുഖം! മരിച്ചവന്റേതുപോലെ ചേതനയറ്റ, കരയുന്ന മട്ടിലുള്ള കണ്ണു കൾ! വലിയ ചങ്ങലകൊണ്ടു ബന്ധിതൻ! കണ്ടതേ പ്രിസിയോസ തന്റെ നെഞ്ചിൽ കയ്യമർത്തി, അരികിൽ നിന്നിരുന്ന അമ്മയുടെ ശരീരത്തിലേക്കു ചാഞ്ഞു. അവർ അവളെ ചുറ്റിപ്പിടിച്ച് ഉമ്മ വച്ചുകൊണ്ടു പറഞ്ഞു

"എന്റെ കുഞ്ഞേ, മനസു തകരേണ്ടാ, എല്ലാം സന്തോഷമായും നന്മ യായും മാറുന്നതു നിനക്കു കാണാം".

എന്താണു സംഭവിക്കാൻ പോകുന്നത്? അവൾക്കു മനസിലാകു ന്നില്ല. അവൾക്ക് ആശ്വസിക്കാനും കഴിയുന്നില്ല. വൃദ്ധ ജിപ്സി ഭയചകി തയായി. എങ്ങനെ കാര്യങ്ങൾ അവസാനിക്കുമെന്ന് കണ്ടു നിന്നവർ ചിന്തിച്ചു. മജിസ്ട്രേറ്റ്, വൈദികനോടു പറഞ്ഞു: - അസിസ്റ്റന്റ് അച്ചാ, ഈ ജിപ്സിയെയും പെൺകുട്ടിയെയുമാണ് നിങ്ങൾ വിവാഹം കഴിപ്പി ക്കേണ്ടത്."

"ഇത്തരം കാര്യങ്ങളിൽ അനുഷ്ഠിക്കപ്പെടേണ്ട വ്യവസ്ഥകൾ ക്രമ പ്രകാരം പൂർത്തീകരിക്കപ്പെടാതെ എനിക്കിതു ചെയ്യാനാവില്ല. വിവാഹ നിശ്ചയപ്രഖ്യാപനം നടത്തിയോ? എന്റെ മേലധികാരിയിൽ നിന്നുള്ള അനു മതിപത്രം എവിടെ? എങ്കിലല്ലേ വ്യവസ്ഥാപിതമായ രീതിയിൽ വിവാ ഹം നടത്താനാവൂ." അസിസ്റ്റന്റ് വൈദികൻ മറുപടി കൊടുത്തു.

മജിസ്ട്രേറ്റ്: "അതെന്റെ ഭാഗത്തെ ഒരു നോട്ടപ്പിശകാണ്, ഞാൻ വികാരിയച്ചനുമായി ബന്ധപ്പെട്ട് ഉടനെ അതു നിങ്ങൾക്കു നൽകാം. "

"എങ്കിൽ, അതു ഞാൻ കാണുംവരെ എന്നോടു ക്ഷമിക്കുക." എന്നു പറഞ്ഞ്, മറ്റൊരു വാക്കുപോലും പറയാതെ അച്ചൻ വീടുവിട്ടിറങ്ങി. എല്ലാ വരും വീണ്ടും സംഭ്രാന്തിയിലായി.

മജിസ്ട്രേറ്റ്: "അച്ചൻ പറഞ്ഞതു പൂർണമായും ശരി. ആൻദ്രേസിന്റെ പീഡനം ഞാൻ കുറേ ദിവസത്തെയ്ക്കു മാറ്റി വയ്ക്കാം. ഇവരുടെ വിവാ ഹത്തിന്, നിയമപ്രകാരം വിവാഹനിശ്ചയം പ്രഖ്യാപിക്കണം. അതിനു സമയമെടുക്കും. ഇപ്പോഴുള്ള ഈ ആകുലതകളും ഭയവും കൂടാതെ ആൻദ്രേസ് പ്രിസിയോസയുടെ ഭർത്താവായിത്തീരാനുള്ള കാര്യങ്ങൾ വിധി ക്രമപ്പെടുത്തും; അങ്ങനെയെങ്കിൽ, ഇയാൾ 'ആൻദ്രേസ് കബ ലെറോ' എന്നാണോ 'ഡോൺ ജൂവാൻ കാർക്കമോ' എന്നാണോ അറിയ പ്പെടാൻ താൽപ്പര്യപ്പെടുക. കൃത്യമായി ഇക്കാര്യം എന്നോടു പറയണം"

തന്റെ യഥാർഥ പേരു പറയപ്പെടുന്നതു കേട്ട ആൻദ്രേസ് പറഞ്ഞു, " "കാര്യങ്ങൾ രഹസ്യമാക്കി വയ്ക്കുക എന്ന തന്റെ പ്രതിജ്ഞ പ്രിസിയോസ ലംഘിച്ച് ഞാൻ ആരാണെന്നു വെളിവാക്കിയിരിക്കുന്നു. ഈ ലോകം മുഴുവൻ അടക്കിഭരിക്കാൻ എനിക്കു ഭാഗ്യം ലഭിച്ചാലും അതിലും കൂടിയ ഭാഗ്യമായി അവളെ ഞാൻ കണക്കാക്കുന്നു. അവളായിരിക്കും എന്റെ സ്വപ്നങ്ങളുടെ പര്യവസാനം. ഇതല്ലാതെ മറ്റൊരനുഗ്രഹവും ദൈവ ത്തിൽ നിന്നും ലഭിക്കണമെന്ന് ആഗ്രഹിക്കുവാൻ ഞാൻ തുനിയുന്നില്ല."

“സിഞ്ഞോർ ഡോൺ ജൂവാൻ കാർക്കമോ, നിങ്ങൾ പ്രകടിപ്പിച്ചിരിക്കുന്ന നല്ല മനോഭാവത്തിന് പ്രതിഫലമായി, യഥാസമയത്ത് പ്രിസിയോസയെ താങ്കളുടെ ഭാര്യയായി ഞാൻ നൽകുന്നതാണ്. എന്റെ ഹൃദയത്തിലും ആത്മാവിലും ഈ ഭവനത്തിലുമുള്ള ഏറ്റവും വിലപ്പെട്ട പ്രിസിയോസ. അവളെ താങ്കൾക്കു നൽകുമെന്ന് ഇപ്പോൾ ഞാൻ വാഗ്ദാനം ചെയ്യുന്നു. നിങ്ങൾ അവളെ എങ്ങനെ കരുതുമെന്നു പറഞ്ഞോ, അതുപോലെ വിലപ്പെട്ടതായി അവളെ കരുതുക. കാരണം ഞാൻ തരുന്നത് എന്റെ ഏക പുത്രി ഡോണാ കോൺസ്റ്റൻസാ ദെ മെനേസസിന്റെ കരങ്ങളാണ്. സ്നേഹത്തിൽ അവൾ നിങ്ങൾക്കു തുല്യയാണ്. പദവിയിൽ അവൾ നിങ്ങൾക്കു വിലപ്പെട്ടവളല്ലാത്തവളുമല്ല.”

തന്നോട് അവർ കാണിച്ച വാത്സല്യം ആൻദ്രേസിനെ അത്ഭുതപ്പെടുത്തി. തങ്ങളുടെ മകൾ എങ്ങനെ നഷ്ടപ്പെട്ടുവെന്നും എങ്ങനെ വീണ്ടും കണ്ടെത്തിയെന്നും വൃദ്ധ ജിപ്സി അവളെ മോഷ്ടിച്ചതും അവൾ കൊണ്ടുവന്ന തെളിവുകളും... ഒക്കെ ഡോണാ ഗ്വയിയോമാർ ചുരുക്കമായി ആൻദ്രേസിനോടു പറഞ്ഞു. അയാൾ അത്ഭുതപ്പെട്ടു, അവിശ്വസനീയമാം വിധം സന്തുഷ്ടനുമായി. അയാൾ തന്റെ ഭാവിശ്വശ്രുക്കളെ ആലിംഗനം ചെയ്തു. പ്രിസിയോസയുടെ കരങ്ങൾ ചുംബിച്ചു. അവളാകട്ടെ കണ്ണീരോടെ അവന്റെ കരങ്ങളും ചുംബിച്ചു.

അവിടെ സന്നിഹിതരായിരുന്ന ഭൃത്യജനങ്ങളിലൂടെ ഈ കാര്യങ്ങളെല്ലാം പുറത്തറിഞ്ഞു. ഇനിയും ആൻദ്രേസിനോടു പ്രതികാരം ചെയ്യാനാവില്ലെന്നു മേയർ മനസിലാക്കി.

വൃദ്ധ കൊണ്ടുവന്ന, തന്റെ യാത്രാവസ്ത്രങ്ങൾ ആൻദ്രേസ് അണിഞ്ഞു. കാരാഗൃഹവും ഇരുമ്പുചങ്ങലകളും സ്വാതന്ത്ര്യത്തിനും സ്വർണമാലകൾക്കും വഴിമാറി. ബന്ധനത്തിൽപ്പെട്ട ജിപ്സികൾക്ക് ജാമ്യം നൽകി അവരെ വിട്ടയച്ചു. അവർ ആഹ്ലാദഭരിതരായി. മരിച്ച പടയാളിയുടെ അമ്മാവൻ 2000 സ്വർണ ഡക്കറ്റ് നഷ്ടപരിഹാരമായി നൽകാമെന്ന വാഗ്ദാനം സ്വീകരിച്ച് ആൻദ്രേസിനെതിരെയുള്ള പരാതി പിൻവലിക്കാമെന്നു സമ്മതിച്ചു. ആൻദ്രേസ്, അയാളുടെ സുഹൃത്ത് ക്ലമന്റിനെ അന്വേഷിച്ചു. അവിടെയെങ്ങും അയാളെ കണ്ടില്ല. ഏതാനും ദിവസം കഴിഞ്ഞപ്പോൾ, കാർത്തജീനായിലുണ്ടായിരുന്ന ഒരു ജിനോവൻ പായ്ക്കപ്പലിൽ യാത്രയായി പോയെന്ന് ഡോൺ ജൂവാൻ അറിഞ്ഞു

ഡോൺ ജൂവാന്റെ പിതാവ് ഡോൺ ഫ്രാൻസിസ്കോ ദെ കാർക്കമൊയെ ആ നഗരത്തിലെ മുഖ്യ ന്യായാധിപനായി നിയമിച്ചിരിക്കുന്നതായി തനിക്കു വിവരം കിട്ടിയിട്ടുണ്ടെന്ന് മജിസ്ട്രേറ്റ് അറിയിച്ചു. അദ്ദേഹത്തിനു വേണ്ടി കാത്തിരിക്കുന്നതു നല്ലതാണെന്നും അങ്ങനെ അദ്ദേഹത്തിന്റെ സമ്മതത്തോടും അനുഗ്രഹത്തോടും കൂടി വിവാഹം നടത്താമെന്നും അദ്ദേഹം ഡോൺ ജൂവാനോടു പറഞ്ഞു. തനിക്കതു സമ്മതമാണ്; ഔപചാരികമായ ഒത്തു കല്യാണം ഉടനെ നടത്താം എന്ന ആഗ്രഹം ഡോൺ ജൂവാൻ പ്രകടിപ്പിച്ചു. ഒരു പ്രാവശ്യം മാത്രം വിവാഹ നിശ്ചയ പ്രഖ്യാപനം നടത്തി ഈ ചടങ്ങു നടത്താൻ മെത്രാപ്പോലീത്താ അനു

വാദം നൽകി. ഒത്തു കല്യാണ ദിനം! നഗരം മുഴുവനും ദീപാലംകൃതം. മത്സരക്കളികൾ- കാളപ്പോര്, വളരെ ആഘോഷമായി ജനം അത് ആഘോഷിച്ചു. കാരണം മജിസ്ട്രേറ്റ് വളരെ ജനസമ്മതിയുള്ള ആളായിരുന്നു. തന്റെ പേരക്കുട്ടിയായി കരുതിയ പ്രിസിയോസയെ വിട്ടുപോകാൻ വൃദ്ധ ജിപ്സി ആഗ്രഹിച്ചില്ല. അവർ ആ വീട്ടിൽ തന്നെ തങ്ങി.

ഈ കാര്യങ്ങളെ സംബന്ധിച്ചും കൊച്ചുജിപ്സിയുടെ വിവാഹം സംബന്ധിച്ചുമുള്ള വാർത്തകൾ തലസ്ഥാന നഗരിയിലെത്തി. ജിപ്സി യുവാവ് തന്റെ മകനാണെന്നും ജിപ്സി ബാലികയെ താൻ കണ്ടിട്ടുണ്ടെന്നുമുള്ള വിവരം ഡോൺ ഫ്രാൻസിസ്കോ ദെ കാർക്കെമോ അറിഞ്ഞു. ആ പെൺകുട്ടിയുടെ സൗന്ദര്യം തന്റെ മകന്റെ ചപലമായ പെരുമാറ്റത്തിനു മതിയായ കാരണമാണെന്ന് അദ്ദേഹത്തിനു ബോധ്യമായി. (ഫ്ളാൻസേഴ്സിലേയ്ക്കു പോയ തന്റെ മകൻ തനിക്ക് എന്നെന്നേയ്ക്കുമായി നഷ്ടപ്പെട്ടു എന്നാണദ്ദേഹം കരുതിയിരുന്നത്.) പ്രത്യേകിച്ച് ധനികനും മഹാനുമായ ഡോൺ ഫെർണാൻഡോ ദെ അദ്സ്വെദോയുടെ മകളാണു പ്രിസിയോസ എന്നു മനസിലാക്കുകയും ചെയ്തതോടെ, തന്റെ മകനെയും മരുമകളെയും എത്രയും വേഗം കാണാൻ അദ്ദേഹം യാത്ര പുറപ്പെട്ടു. മൂന്നാഴ്ചയ്ക്കുള്ളിൽ മൂർഷ്യായിലെത്തി. അദ്ദേഹത്തിന്റെ ആഗമനം മറ്റൊരാഘോഷത്തിനു വഴിയായി.

വിവാഹാഘോഷങ്ങൾ പൊടിപൊടിച്ചു. ജീവിതകഥകൾ കൈമാറി. നഗരത്തിലെ കവികൾ - അവരിൽ വളരെ നല്ല കവികൾ കുറേപ്പേരുണ്ടായിരുന്നു - ഈ സവിശേഷാവസരം, പ്രത്യേകിച്ച് ജിപ്സി ബാലികയുടെ സമാനതകളില്ലാത്ത സൗന്ദര്യം തങ്ങളുടെ കവിതകൾക്കു വിഷയമാക്കി ആഘോഷിച്ചു. ആസ്ഥാനകവിയായ പോസോ രചിച്ച കവിതകളിലൂടെ പ്രിസിയോസയുടെ പ്രശസ്തി കാലങ്ങളോളം നിലനിൽക്കും.

ഒരു കാര്യം മറന്നു. മാരജ്വരബാധിതയായിരുന്ന ആ യുവതി, സത്രമുടമയുടെ മകൾ, താൻ ആൻദ്രേസിനെതിരായി ആരോപിച്ച കുറ്റം കെട്ടിച്ചമച്ചതും ശരിയല്ലാത്തതുമായിരുന്നുവെന്ന് പരസ്യമായി സമ്മതിച്ചു. തന്റെ പ്രണയവും കുറ്റകൃത്യവും ഏറ്റുപറഞ്ഞതിനാൽ അതിനു ശിക്ഷയൊന്നുമുണ്ടായില്ല. ഒത്തുകല്യാണം കഴിഞ്ഞ നവദമ്പതികളെ കണ്ടതിനെ തുടർന്നുള്ള ദിവസങ്ങളിലെ സന്തോഷത്തിൽ പ്രതികാരം കുഴിച്ചുമൂടപ്പെടുകയും കരുണ പുനർജനിക്കുകയും ചെയ്തു.

2

റിങ്കോണെറ്റും കോർട്ടാദില്യേയും

അൽക്കൂദിയാ പ്രദേശത്തെ ഒരു സത്രം. മോളിനിലോ എന്നു പേര്. കാസ്റ്റിലേയിൽനിന്ന് ആൻദലൂസിയായിലേക്ക് പോകുന്നവഴിയിലാണത്. വേനൽക്കാലത്തെ കടുത്ത ചൂടുള്ള ഒരുദിവസം. ആ സത്രത്തിന്റെ മുൻപിൽ രണ്ടു കുട്ടികളെത്തി. കണ്ടാൽ കൊള്ളാവുന്നവർ. പതിനാലോ പതിനഞ്ചോ വയസിൽ കൂടുതലില്ല. ക്ഷീണിച്ചു തളർന്നാണ് വരവ്. നാറിക്കീറിപറിഞ്ഞ വേഷം. പുറംകുപ്പായമില്ല. വിലകുറഞ്ഞ തുണികൊണ്ടുള്ള നിക്കർ. കാലുറകളില്ല. തേഞ്ഞുതീരാറായ ചെരുപ്പുകളാണ് ഒരാളുടേത്. മറ്റേയാളിന്റേത് തേഞ്ഞു തുളവീണ ഷൂസ്. അവ ഷൂസെന്നതിനേക്കാൾ കാൽവിലങ്ങുകൾ പോലെ തോന്നും. ഒരുവൻ പച്ചനിറമുള്ള ഒരു നായാട്ടുതൊപ്പി വച്ചിട്ടുണ്ട്. അപരൻ വീതിയുള്ള അരികുകളുള്ള നാടയില്ലാത്ത തൊപ്പി ധരിച്ചിരിക്കുന്നു. ഒരുവന് ഒരു സഞ്ചിയുണ്ട്. ശരീരത്തോടുബന്ധിച്ചിരിക്കുന്നു. ആസകലം ഗ്രീസ് പുരണ്ട് - തോൽനിറമായ ഒരു ഷർട്ടാണവന്റേത്. മറ്റവന് സഞ്ചിയില്ല. ഷർട്ടിനകത്ത് ഏതോ ഒരു പൊതി തിരുകിവച്ചിട്ടുണ്ട്. പശ മുക്കുന്നതിന് പകരം ഗ്രീസിൽ മുക്കിയതാവാം ഷർട്ട്. നൂൽ മാത്രമേയുള്ളുവെന്ന് തോന്നും - അത്ര ജീർണിച്ചതാണത്. ഓവൽ ആകൃതിയിലുള്ള ഒരുകുത്തു ചീട്ട് ഷർട്ടിനുള്ളിലുണ്ട്. കോണുകൾ തേഞ്ഞു തേഞ്ഞാണ് ഈ ആകൃതി കിട്ടിയത്. വെയിലുകൊണ്ട് കരുവാളിച്ച മുഖം. വൃത്തികെട്ട കൈകൾ. നീണ്ട നഖങ്ങൾ. ഒരുവന് ഒരു നീണ്ട കത്തി* കൈവശമുണ്ട്. മറ്റവന് കൊമ്പുകൊണ്ടുള്ള പിടിയുള്ള** ഒരു കത്തിയും.

---

*. Cutlas.

**. Knife with a yellow horn handle.

സത്രത്തിന്റെ മുൻപിൽ പോർച്ചെന്നു പറയാവുന്ന സ്ഥലത്ത് ഉച്ച മയക്കത്തിനൊരുങ്ങി അവരിരുന്നു. മുഖാമുഖം. കാഴ്ചയിൽ അൽപ്പം പ്രായക്കൂടുതലുള്ളവൻ മറ്റേയാളിനോടു ചോദിച്ചു: എവിടെനിന്നാണാവോ, മാന്യരേ, അങ്ങയുടെ വരവ്? എങ്ങോട്ടാവും യാത്ര? മറ്റെയാൾ പറഞ്ഞു. അതറിയില്ലെന്റെ പോരാളിവീരാ. എവിടെനിന്നു വന്നെന്നറിയില്ല. എങ്ങോട്ടു പോകുന്നെന്നും. ആദ്യത്തെയാൾ വീണ്ടും മൊഴിഞ്ഞു. കൊള്ളാം ഏതായാലും സ്വർഗത്തിൽനിന്നും വന്നതായി തോന്നുന്നില്ല. ഇവിടം താമസിക്കാൻ പറ്റിയ സ്ഥലവുമല്ല. തീർച്ചയായും ഇവിടെനിന്ന് പുറപ്പെട്ടുപോയേ തീരൂ.

“ഞാൻ പറഞ്ഞതു സത്യമാണ്. എന്റെ സ്വന്തം പ്രദേശത്തുനിന്നല്ല ഞാൻ വന്നത്. അവിടെ എനിക്കുള്ളത്, എന്നെ മകനായി കണക്കാക്കാത്ത ഒരച്ഛനും, സ്വന്തമല്ലാത്ത മക്കളോടു സാധാരണ പെരുമാറും പോലെ പെരുമാറുന്ന ഒരു രണ്ടാനമ്മയും. വന്നവഴിക്ക് ഞാൻ പോകുന്നു. ഈ മുടിഞ്ഞ ജീവിതം കൊണ്ടുനടക്കാൻ വേണ്ടതു തരുന്ന ഒരുവനെയെങ്കിലും കാണുന്നിടംവരെ.

“തനിക്കെന്തെങ്കിലും തൊഴിലറിയാമോ?”

ഇളയവൻ മറുപടി കൊടുത്തു ആകെയെനിക്കറിയാവുന്നതിത്രയുമാണ്. മുയലിനെപ്പോലെ ഓടാം. മാനിനെപ്പോലെ ചാടാം. ഒന്നാം തരമായി കത്രിക കൊണ്ടു കണ്ടിക്കാം.

അതു വളരെ ആദായകരവും പ്രയോജനകരവുമായ തൊഴിലാ ണെന്നാണ് മറ്റവൻ അഭിപ്രായപ്പെട്ടത്. മാത്രമല്ല പെസഹാവ്യാഴാഴ്ചത്തെ സ്മാരകപീഠം അലങ്കരിക്കുന്നതിനുള്ള കടലാസ് പൂക്കൾ കണ്ടിച്ചുണ്ടാക്കാൻ ആവശ്യപ്പെടുന്ന കപ്യാരന്മാരെ എപ്പോഴും കണ്ടെത്തുമെന്നും സകല വിശുദ്ധർക്കുമായി ലഭിക്കുന്ന നേർച്ച അതിനു പ്രതിഫലമായി നൽകുമെന്നും കൂടി അയാൾ കൂട്ടിച്ചേർത്തു.

ഇളയവൻ വീണ്ടും പറഞ്ഞു: “അത്തരം പ്രയോഗമല്ല എന്റേത്. എന്റെ പിതാവ് ദൈവകൃപകൊണ്ട് നല്ല ഒരു തയ്യൽക്കാരനും തുന്നൽക്കാരനുമാണ്. കാൽപ്പാദം മൂടാനുള്ള കാലുറകൾ വെട്ടാൻ അങ്ങേരെന്നെ പഠിപ്പിച്ചു. എന്റെ മുടിഞ്ഞ നിർഭാഗ്യം എപ്പോഴും എന്നെയിട്ടു കളിപ്പിക്കുന്നില്ലായിരുന്നെങ്കിൽ ആ തൊഴിൽ ഞാൻ നന്നായി പഠിച്ച് ഗുരുവിന്റെ പരീക്ഷയിൽ അനായാസം വിജയം നേടിയേനെ!

തങ്ങളുടെ കൂട്ടത്തിലെ ഏറ്റവും മെച്ചപ്പെട്ടവന് സംഭവിക്കുന്നതിതാണ്. പലപ്പോഴും ഏറ്റവും നല്ല കഴിവുകളാണ് പാഴായിപ്പോവുകയെന്നാണ് കേൾവി. വളരെ ചെറുപ്പമായതിനാൽ ഭാവി മെച്ചപ്പെടുത്താനിനിയും സമയമുണ്ട്. വെളിപ്പെടുത്താതെ വച്ചിരിക്കുന്ന ഒത്തിരി കഴിവുകൾ ഇനിയും അയാൾക്കുണ്ട്. എന്നൊക്കെയായിരുന്നു ഇതിനെക്കുറിച്ച് മുതിർന്നവന്റെ അഭിപ്രായം.

ചെറിയവനും അതു സമ്മതിച്ചു. ആ കഴിവുകൾ പ്രസിദ്ധപ്പെടുത്താനുള്ളതല്ലെന്നു കൂട്ടിച്ചേർത്തു.

മുതിർന്നവനാകട്ടെ, രഹസ്യങ്ങൾ സൂക്ഷിക്കുന്നതിൽ വളരെ സമർഥരായവരിൽ ഒരാളാണ് താനെന്നും തന്നെ സംബന്ധിച്ച വിവരങ്ങൾ അറിയിച്ചുകൊണ്ട് മറ്റവന്റെ ഹൃദയം തുറക്കാൻ പ്രേരണ നൽകുകയാണെന്നും പ്രസ്താവിച്ചു. വിധി അവരെ ഒന്നിച്ചുകൂട്ടി. മരണം വരെ യഥാർഥ സുഹൃത്തുക്കളായിരിക്കുവാൻ വേണ്ടിയാണ് ഇതെന്നും അയാൾ വിശ്വസിക്കുന്നു. അയാളുടെ പേര് പെഡ്രോ ദെൽ റിൻകോൺ. സ്വദേശം പ്രസിദ്ധമായ ഫ വൻഫ്രിയ. അച്ഛൻ കൊള്ളാവുന്ന ഒരാൾ. കുരിശു യുദ്ധത്തിലെ ഒരു ഓഫീസർ. ദണ്ഡവിമോചനത്തിന്റെ പേപ്പൽ ബൂളാകൾ വിൽക്കുന്നവൻ. അദ്ദേഹത്തിന്റെ ഒപ്പം മകനും ഒന്നോ രണ്ടോ തവണ പോയിരുന്നു. തൊഴിലെന്താണെന്നുപഠിച്ചു. ആർക്കും പരാജയപ്പെടുത്താൻ കഴിയാത്തത്ര സമർഥനായ വിൽപ്പനക്കാരൻ എന്ന പേരുമെടുത്തു. ബൂളാകളെക്കാൾ താൽപ്പര്യം അതു വിറ്റു കിട്ടുന്ന പണത്തിലായിരുന്നെന്നു മാത്രം. ഒരുദിവസം പണസഞ്ചിയുമായങ്ങു മുങ്ങി. ചെന്നെത്തിയതു മാഡ്രിഡിൽ. ക്രമേണ പണസഞ്ചി ചുക്കിച്ചുളിയാൻ തുടങ്ങി. ഒരു നവവരന്റെ കൈലേസിനെക്കാൾ കൂടുതൽ ചുളിവുകൾ! പണത്തിന്റെ ചുമതലക്കാരൻ അവനെ പിൻതുടർന്നിരുന്നു. അവനെ അറസ്റ്റ് ചെയ്തു. രക്ഷപ്പെടാൻ സ്വാധീന ശക്തിയില്ല. ചെറുപ്പമായിരുന്നതു കൊണ്ട്, അവനെ വാതിൽപ്പിടിയിൽ കെട്ടിയിട്ട് പുറത്തൊക്കെയൊന്നു പെരുമാറിയിട്ട്, നാലുവർഷത്തേക്ക് തലസ്ഥാന നഗരത്തിൽനിന്നും പുറന്തള്ളി. കിട്ടിയ മർദനവും ശിക്ഷയും ക്ഷമയോടെ ഏറ്റുവാങ്ങി, അത്യാവശ്യം വേണ്ടതുമാത്രം കയ്യിലെടുത്ത് - ആ ചീട്ടുകുത്തുൾപ്പെടെ - കുതിരയോ വാഹനമോ ഒ ം കാത്തു നിൽക്കാതെ അതിവേഗം രക്ഷപ്പെട്ടു. ഇവിടം വരെയുള്ള യാത്രയിൽ സത്രങ്ങളിലെയും ഭക്ഷണശാലകളിലെയും ചെലവൊക്കെ നടത്തിയത് ഈ ചീട്ടുകൊണ്ടുള്ള പൊന്റൂൺ* കളിയാണ്. ചെളിപിടിച്ചതും തേഞ്ഞുമുറിഞ്ഞതുമെങ്കിലും അതുകൊണ്ട് അത്ഭുതങ്ങൾ സൃഷ്ടിക്കാൻ അയാൾക്ക് കഴിയുമത്രേ. വിലപ്പെട്ട ചീട്ടുകൾ മാത്രം അടിയിൽ വരത്തക്കവിധം ചീട്ടുകുത്ത് കുത്താനും മുറിക്കാനും (വെട്ടാനും) അതുകൊണ്ട് കളിച്ച് പണം നേടാനുമുള്ള കഴിവ് എത്ര പ്രയോജനകരമാണെന്നോ! ഒരു അംബാസഡറുടെ പാചകക്കാരനിൽ നിന്നും പുതിയ രണ്ടിനം കളികൾ കൂടി അയാൾ പഠിച്ചു. മറ്റവൻ കാലുറ വെട്ടാൻ സമർഥനായതുപോലെ ചീട്ടുകൊണ്ടുള്ള ചൂതുകളിയുടെ ആശാനാണ് അയാൾ. ഫലമോ ഒരിക്കലും പട്ടിണി കിടക്കേണ്ടി വരില്ല. അതൊന്നു പരീക്ഷിക്കാൻ അയാൾ അപരനെ ക്ഷണിച്ചു. രണ്ടുപേരും കൂടി കളി തുടങ്ങുക. സത്രത്തിലെ കഴുത സൂക്ഷിപ്പുകാരിലാരെങ്കിലും** വരും. മൂന്നാമനായി പങ്കുചേരാൻ ആഗ്രഹിക്കും ആകെ നഷ്ടപ്പെടുന്ന ആദ്യത്തെ ആൾ അയാളായിരിക്കുകയും ചെയ്യുമത്രേ! ഇത്രയുമൊക്കെ വളരെ

---

*. ചീട്ടുകൊണ്ടുള്ള ഒരുതരം ചൂതുകളി

**. സത്രങ്ങളിൽ താമസിക്കാൻ വരുന്നവരുടെ കോവർകഴുതകളെ സംരക്ഷിക്കുന്നവൻ. കോവർകഴുതകൾ അക്കാലത്തെ പ്രധാന സഞ്ചാരമാധ്യമമായിരുന്നു.

വിശദമായൊരു പ്രസംഗമായി റിങ്കോൺ പറഞ്ഞു നിറുത്തിയതോടെ മറ്റവനും തന്റെ കഥ പറഞ്ഞു.

റിങ്കോണിന്റെ ആശയത്തെ അവൻ പുകഴ്ത്തി. ചുരുക്കമായി തന്റെ കഥ പറയുന്നു എന്ന ആമുഖത്തോടെ തുടങ്ങി.

സലമാങ്കയ്ക്കും മെദീന ദെ കാംപോയ്ക്കും ഇടയിലുള്ളൊരു ഗ്രാമത്തിലാണ് എന്റെ ജനനം. നല്ലൊരു തയ്യൽക്കാരനായ പിതാവ് എന്നെ തയ്യൽ പഠിപ്പിച്ചു. കത്രികകൊണ്ട് വെട്ടാൻ പഠിച്ചതോടെ എന്റെ ജന്മസിദ്ധമായ വാസന, പേഴ്സുകൾ വെട്ടാൻ എന്നെ പഠിപ്പിച്ചു. ഗ്രാമജീവിതവും രണ്ടാനമ്മയുടെ പെരുമാറ്റവും കൊണ്ട് ഞാൻ മടുത്തു. നാടുവിട്ട ഞാൻ ടോളെദോയിലെത്തി. അവിടെ എന്റെ തൊഴിലിൽ ഞാൻ അത്ഭുതങ്ങൾ സൃഷ്ടിച്ചു. എന്റെ കൈവിരലുകൾക്ക് എത്താൻ കഴിയാത്തതോ മുറിച്ചു മാറ്റാൻ കഴിയാത്തതോ ആയ തലപ്പാവുകളോ ഉൾപോക്കറ്റുകളോ അവിടെ ഇല്ലായിരു , ഉടമസ്ഥൻ ആർഗസി*നെപ്പോലെ അതിനെ കാത്തുസൂക്ഷിച്ചിരുന്നാലും. അവിടെ ജീവിച്ച നാലുമാസത്തിനിടയിൽ ഒരിക്കൽപോലും പിടിക്കപ്പെട്ടില്ല. പോലീസ് അന്വേഷിച്ചില്ല. ആരും കയ്യേറ്റം ചെയ്തിട്ടുമില്ല. ഒരാഴ്ച മുൻപ് ഒരു കരിങ്കാലിയിൽനിന്നും എന്റെ കഴിവു സംബന്ധിച്ച വിവരം മജിസ്ട്രേട്ടിനു കിട്ടി. അദ്ദേഹം എന്നെ കാണാൻ ആഗ്രഹിച്ചു. ഞാനൊരെളിയ മനുഷ്യൻ. മഹാൻമാരായ ആളുകളുമായി എനിക്കെന്ത് ഏർപ്പാട്! അദ്ദേഹത്തെ കാണാതെ ഞാൻ പട്ടണം വിട്ടു. ആവുന്നത്ര വേഗം. പണമില്ല, വാഹനമില്ല, വാടക വണ്ടിയില്ല, എന്തിന് ഒരുന്തുവണ്ടിപോലുമില്ലാതെ.

തങ്ങളുടെ കൈവശം ഒന്നുമില്ല മഹത്കാര്യങ്ങൾ വിസ്തരിക്കാൻ പറ്റിയ സമയമല്ല. ഒരു ധാന്യമണിയോ, ഒരു ചെരിപ്പോപോലുമില്ല കഴിഞ്ഞതൊക്കെ പോകട്ടെയെന്നു റിങ്കോൺ കൂട്ടുകാരനെ സമാധാനിപ്പിച്ചു.

നമ്മുടെ സൗഹൃദം എന്നേക്കും നിലനിൽക്കണമെന്നതാണ് വിധി. നമുക്കത് ആഘോഷമായി കൊള്ളാവുന്നവിധം ആഘോഷിക്കാം.

ദീഗോ കൊർത്താദോ എന്ന ആ പ്രായംകുറഞ്ഞ ചെറുപ്പക്കാരനും റിങ്കോണും ആലിംഗനം ചെയ്തു. രണ്ടുപേരും പൊന്റൂൺ കളിക്കാൻ തുടങ്ങി. ഏതാനും കളി കഴിഞ്ഞപ്പോൾ കോർത്താദോയും കൂട്ടുകാരനെപ്പോലെ വിദഗ്ധനായി.

ഈ സമയത്ത് ഒരു കഴുത സൂക്ഷിപ്പുകാരൻ ഒന്നു വിശ്രമിക്കാൻ അവിടെയെത്തി. ഒരു കൈ തനിക്കും തരാമോ എന്നായി അയാൾ. സന്തോഷത്തോടെ അയാളെയും അവർ കളിയിൽ ചേർത്തു. അര മണിക്കൂറിനുള്ളിൽ 12 റിയാലും 22 മരാവെദിയും** അവർ നേടി. കത്തികൊണ്ടു 12 കുത്തും 22000 ദുഃഖങ്ങളും ഒന്നിച്ചുകിട്ടുംപോലെയായിരു കഴുതക്കാരന് അത്. ഒടുവിൽ, കുട്ടികളല്ലേ - ബലമായി തിരിച്ചു മേടിക്കാ

*. ആർഗസ്: നൂറു കണ്ണുകളുള്ള ജീവി. ഗ്രീക്ക് ഇതിഹാസ കഥാപാത്രം.

**. ചെറുനാണയം.

മെന്നയാൾ കരുതി. അതിനൊരുങ്ങി. കയ്യിലിരുന്ന ചെറുവാളും കത്തിയും കൊണ്ട് ആ ചെറുപ്പക്കാർ അയാളെ ചെറുത്തു. അയാളുടെ സുഹൃത്ത് സമയത്തെത്തിയില്ലായിരുന്നുവെങ്കിൽ കാര്യം മറ്റൊന്നായിത്തീർന്നേനേ.

ആ സമയം ഒരു യാത്രാസംഘം ആ വഴിവന്നു. കലഹം കണ്ട അവർ അവരെ ശാന്തരാക്കി. സെവില്യെയിലേക്കാണെങ്കിൽ തങ്ങളുടെ കൂടെ കൂടിക്കൊള്ളാൻ പറഞ്ഞു.

“ഞങ്ങൾ അങ്ങോട്ടുതന്നെയാണ്. നിങ്ങൾ പറയുന്ന എന്തു ജോലിയും ഞങ്ങൾ ചെയ്തുകൊള്ളാം.” റിങ്കോണാണ് മറുപടി പറഞ്ഞത്. ഒരു മിനിറ്റു പോലും കളയാതെ അവർ യാത്രാസംഘത്തിന്റെ മുൻപിൽ തന്നെ യാത്രയായി.

കോപിഷ്ഠനും ദുഃഖിതനുമായി കഴുതക്കാരൻ അവിടെ ശേഷിച്ചു. സത്രക്കാരന്റെ ഭാര്യ അവിടെ നടന്നതെല്ലാം കണ്ടുംകേട്ടും അറിഞ്ഞിരുന്നു. ചീട്ടുകളിയിലെ കൃത്രിമത്തെപ്പറ്റി ആ കുട്ടികൾ പറഞ്ഞ വിവരങ്ങൾ അവർ അയാളോടു പറഞ്ഞു. തനിക്കു പറ്റിയത്, അതിഭീകരമായ അധിക്ഷേപവും ഇത്രത്തോളം മുതിർന്ന തന്റെ അഭിമാനത്തെ പുച്ഛിക്കലുമായി തോന്നിയ കഴുതക്കാരൻ അവരുടെ പുറകെ പോയി തന്റെ പണം തിരിച്ചുപിടിക്കാനൊരുങ്ങി. പറ്റിയ മടയത്തരം കൊട്ടിഘോഷിക്കപ്പെടാൻ പോകാതിരിക്കുന്നതാണ് നല്ലതെന്നായിരുന്നു സുഹൃത്തുക്കളുടെ പക്ഷം. അയാളെ സമാധാനിപ്പിക്കാൻ അവർക്കു കഴിഞ്ഞില്ല. എന്നാൽ പോകാതിരിക്കാൻ അയാളെ സമ്മതിപ്പിക്കാൻ അവർക്കു കഴിഞ്ഞു.

തങ്ങളെ കൂടെക്കൂട്ടിയ യാത്രക്കാർക്ക് റിങ്കോണും കോർത്താദോയും വളരെ നന്നായി സേവനം ചെയ്തു. യാത്രയുടെ ബഹുദൂരവും അവരുടെ കുതിരപ്പുറത്തു സഞ്ചരിക്കാൻ വരെ അവരെ അനുവദിച്ചു. തൽക്കാലത്തേക്ക് തങ്ങളുടെ യജമാനൻമാരുടെ സഞ്ചികൾ കവർന്നെടുക്കാൻ അവസരം ഒത്തുകിട്ടിയിട്ടും അവരതിനു തുനിഞ്ഞില്ല. സെവില്യേയിലേക്കു പോകാൻ അതിയായ ആഗ്രഹമുള്ള അവർക്ക് അതിനുള്ള അവസരം നഷ്ടമായാലോ? പട്ടണത്തിലേക്കുള്ള പ്രവേശന കവാടത്തിലെ പരിശോധനയും നികുതി ഈടാക്കലുമൊക്കെ നടക്കുന്നതിനിടയിൽ കൂട്ടത്തിലുണ്ടായിരുന്ന ഒരു ഫ്രഞ്ചുകാരൻ തന്റെ കഴുതയുടെ ജീനിയോടു ചേർത്തു ബന്ധിച്ചിരുന്ന അയാളുടെ സഞ്ചി കീറാതിരിക്കാൻ കോർത്താ ദോയ്ക്കു കഴിഞ്ഞില്ല. നെടുനീളത്തിൽ കീറിയ ആ സഞ്ചിയിൽ നിന്നും രണ്ടു നല്ല ഷർട്ടുകളെടുത്തു. അതിലുണ്ടായിരുന്ന മറ്റു ചെറിയ വസ്തുക്കൾ ഒരു സുരക്ഷിത സ്ഥലത്തു വയ്ക്കുകയും ചെയ്തു.

ഈ മോഷണത്തിനു മുൻപുതന്നെ അവർ രണ്ടുപേരും യാത്രാസംഘത്തോടു വിട പറഞ്ഞിരുന്നു. ഷർട്ടുകൾ രണ്ടും വിറ്റ് ഇരുപത് റിയാൽ നേടി. പട്ടണത്തിലെ കാഴ്ചകൾ അവരെ സന്തുഷ്ടരാക്കി. കത്തീഡ്രൽ പള്ളിയുടെ ആകാരഭംഗി, വലിപ്പം, നദിയിൽ ചരക്കുകൾ കയറ്റിക്കൊണ്ടിരിക്കുന്ന കപ്പലുകൾ, അതോടനുബന്ധിച്ച ജനങ്ങൾ ഒക്കെ കണ്ട്

അവർ അത്ഭുതപരതന്ത്രരായി. ചരക്കുകപ്പലുകൾ അവരുടെ ഉള്ളിലൊരാന്തലുണ്ടാക്കാതിരുന്നുമില്ല. അബദ്ധത്തിലെങ്ങാനും പിടിക്കപ്പെട്ടാൽ? ശേഷിക്കുന്ന ജീവിതം മുഴുവൻ അതുപോലെയുള്ള കപ്പലുകളിൽ കഴിയേണ്ടിവരുമല്ലോ (തണ്ടുവലി ശിക്ഷയനുഭവിച്ചുകൊണ്ട്).

കുട്ടകളുമേന്തി നടക്കുന്ന ചെറുപ്പക്കാരെ ധാരാളമായി അവിടെ കണ്ട അവർ കാരണമന്വേഷിച്ചു. ഒരു അസ്ടൂരിയൻ ചെറുപ്പക്കാരനോടാണവർ വിവരം തിരക്കിയത്. എളുപ്പമുള്ള തൊഴിലാണെന്നും ഒരു ദിവസം നാലോ അഞ്ചോ റിയാൽ സമ്പാദിക്കാമെന്നും അയാൾ പറഞ്ഞു. നികുതിയൊന്നും കൊടുക്കേണ്ട. ഒരു യജമാനന്റെയും കീഴിലല്ല. ഇഷ്ടമുള്ളപ്പോൾ ഭക്ഷണം കഴിക്കാം. സ്വസ്ഥം, സുഖം. തരക്കേടില്ലെന്ന് നമ്മുടെ കഥാപുരുഷൻമാർക്ക് തോന്നി. തങ്ങൾക്കു പറ്റിയ ജോലി. വീടുകളിലൊക്കെ പോകാം. ഈ ജോലിയുടെ മറവിൽ തങ്ങളുടെ യഥാർഥ തൊഴിൽ തുടരുകയുമാകാം. അത്യാവശ്യം വേണ്ട ഉപകരണങ്ങൾ ആസ്ട്രിയാക്കാരന്റെ ഉപദേശപ്രകാരം വാങ്ങി. ഒരു വൃത്തിയുള്ള സഞ്ചി. പനയോലയോ നാരോ കൊണ്ടുള്ള രണ്ടു കുട്ടകൾ ഒന്നു വലുത്, മറ്റത് ചെറുത്. പഴങ്ങളും മീനും മംസവുമൊക്കെ ഇട്ടുകൊണ്ടു പോകാൻ, സഞ്ചി; റൊട്ടി കൊണ്ടു പോകാനും.

ഫ്രഞ്ചുകാരനിൽ നിന്നും സമ്പാദിച്ച പണംകൊണ്ട് കുട്ടകളും സഞ്ചികളും വേണ്ട സാധനങ്ങളുമൊക്കെ വാങ്ങി.

നിർദേശങ്ങൾ പുറകേവന്നു - എവിടെയൊക്കെ പോകണം. എന്നൊക്കെ പോകണം എന്നെല്ലാം. രാവിലെ മാംസച്ചന്തയിലും മീൻച്ചന്തയിലും. വൈകുന്നേരം നദിക്കരയിൽ. വ്യാഴാഴ്ച ഫെറിയ എന്ന സ്ഥലത്തും. എല്ലാ നിർദേശങ്ങളും അവർ ശ്രദ്ധിച്ചു കേട്ടു.

അടുത്ത പ്രഭാതം. സാൻസാൽവഡോറിലെ മാംസച്ചന്തയിൽ അവർ ഹാജർ. അവിടത്തെ പഴമക്കാർ ഇവരുടെ ചുറ്റും കൂടി. പുതുമക്കാരല്ലേ. ഒരായിരം ചോദ്യങ്ങൾ. മര്യാദയോടെ യുക്തിപൂർവം മറുപടി പറഞ്ഞു. എല്ലാ ചോദ്യങ്ങൾക്കും. ഒരു പടയാളിയും ഒരു വിദ്യാർഥിയും അവിടെ വന്നു. പുതുമക്കാരുടെ വൃത്തിയുള്ള സഞ്ചിയും കൂടകളും അവർക്കിഷ്ടമായി. വിദ്യാർഥിയെന്നു തോന്നിച്ചിരുന്നയാൾ കോർത്താദോയെ വിളിച്ചു. പടയാളി റിങ്കോണിനെയും. ദൈവം നിന്നോടുകൂടിയുണ്ടായിരിക്കട്ടെ എന്ന അവരുടെ സംബോധന കേട്ടപ്പോഴെ റിങ്കോൺ പറഞ്ഞു. ഞങ്ങളുടെ തൊഴിലിന് ഒരു നല്ല ആരംഭമായിരിക്കുന്നു. നിങ്ങളാണ് ഞങ്ങളെ ആദ്യം ജോലിക്ക് വിളിക്കുന്നത്.

ഇതൊരുതരത്തിലും ചീത്തയായ ആരംഭമല്ലെന്നായിരുന്നു പടയാളിയുടെ അഭിപ്രായം. അയാളൊരു പ്രണയത്തിലാണ്. അയാളുടെ പ്രണയിനിയുടെ സുഹൃത്തുക്കൾക്ക് ഇന്ന് അയാൾ ഒരു സദ്യ കൊടുക്കുകയാണ്. മതിയായ പണവും കയ്യിലുണ്ട്.

എങ്കിൽ ആവശ്യമുള്ളതു മുഴുവൻ വാങ്ങാനും അതു ചുമന്നു കൊണ്ടുവരാനും താൻ സന്നദ്ധനാണെന്നും അതിനുള്ള ആരോഗ്യവും

കഴിവും തനിക്കുണ്ടെന്നുമായി റിങ്കോൺ. മാത്രമല്ല ആവശ്യമെങ്കിൽ പാചകത്തിൽ സഹായിക്കാനും അയാൾ തയാർ.

റിങ്കോണിന്റെ പെരുമാറ്റം പടയാളിയെ സന്തുഷ്ടനാക്കി. ഇപ്പോഴത്തെ ദുരിതംപിടിച്ച തൊഴിലിൽനിന്നും മാറാനാഗ്രഹമുണ്ടെങ്കിൽ പട്ടാളത്തിൽ ചേർക്കാമെന്നുമായി അയാൾ. ഏതായാലും ഒരു തൊഴിൽ തുടങ്ങി, അതിന്റെ ഗുണദോഷങ്ങൾ അറിഞ്ഞിട്ടുമതി അടുത്തതെന്നാണ് റിങ്കോണിന്റെ പക്ഷം. ഏതായാലും ഒരു മതാധികാരിയെക്കാൾ ഒരു പട്ടാളക്കാരനെ സേവിക്കുകയാവും താൻ ചെയ്യുകയെന്നു അയാൾ വാക്കു പറഞ്ഞു.

പട്ടാളക്കാരൻ കുട്ട നിറയെ സാധനങ്ങൾ വാങ്ങി റിങ്കോണിന്റെ തലയിൽ കൊടുത്തു. പടയാളിയുടെ പ്രണയിനിയുടെ വീടും കാണിച്ചു കൊടുത്തു. മേലിൽ അയാളുടെ കൂടെ പോകാതെ തന്നെ റിങ്കോണിന് അവിടെ സാധനങ്ങൾ കൊണ്ടുപോയി കൊടുക്കാൻ കഴിയുമല്ലോ. താൻ വിശ്വസ്തനായി നന്നായി സേവനം ചെയ്യാമെന്ന് റിങ്കോൺ വാഗ്ദാനവും ചെയ്തു. സാധനങ്ങൾകൊണ്ടു കൊടുത്തപാടെ റിങ്കോൺ വീണ്ടും അതിവേഗം ചന്തസ്ഥലത്തു തിരിച്ചെത്തി. വരാവുന്ന അവസരം പാഴാക്കാൻ പാടില്ലല്ലോ. ഇത് അസ്ടൂരിയൻ പറഞ്ഞുകൊടുത്തിരുന്നതാണ്. അതുപോലെ മീനും മറ്റും ചുമന്നുകൊണ്ടു പോകുമ്പോൾ, പ്രത്യേകിച്ച് മത്തി, കുറിച്ചിപോലുള്ള ചെറിയ മീനുകളാണെങ്കിൽ ഏതാനും എണ്ണം സ്വന്തം ആവശ്യത്തിനു മാറ്റിവയ്ക്കാമെന്നും, എന്നാൽ സൽപ്പേരുകളയാത്തവിധം സൂക്ഷിച്ചുവേണമിങ്ങനെ ചെയ്യാനെന്നും അയാൾ പറഞ്ഞിരുന്നു.

റിങ്കോൺ വന്നപ്പോഴേക്കും കോർത്താദോയും തിരിച്ചെത്തി സ്ഥാനം പിടിച്ചിരുന്നു. തനിക്കു കിട്ടിയ മൂന്നു പെനി റിങ്കോൺ കോർത്താദോയെ കാണിച്ചു. കോർത്താദോ ഷർട്ടിന്റെ മുൻവശത്ത് കയ്യിട്ട് ഒരു പഴ്സ് പുറത്തെടുത്തു. പണ്ടെങ്ങോ ആംബർ പുരട്ടി സുഗന്ധപൂരിതമാക്കിയിരുന്ന ഒരു പഴ്സ്. തടിച്ചുവീർത്തത്. ആദരണീയനായ വിദ്യാർഥി തന്നതാണിതെന്ന്-കൂടാതെ രണ്ടു പെനിയും-റിങ്കോണോട് അവൻ പറഞ്ഞു. പക്ഷേ എന്തെങ്കിലും അപകടം സംഭവിച്ചാലോ? അതുകൊണ്ട് അതു റിങ്കോൺ കൈവശംവച്ചുകൊള്ളാൻ കോർത്താദോ അയാളെ ഏൽപ്പിച്ചു. പരമരഹസ്യമായിട്ടായിരുന്നു ഈ കൈമാറ്റവും മറ്റും.

ഇത്രയും സംഭവിച്ചുകഴിഞ്ഞില്ല. അതാ അപ്പോഴേക്കും വിയർപ്പിൽ കുളിച്ച് വല്ലാത്തൊരവസ്ഥയിൽ വൈദികവിദ്യാർഥി വരുന്നു! തന്റെ പഴ്സ് നഷ്ടപ്പെട്ടു. അതിൽ പതിനഞ്ചു സ്വർണ ക്രൌണുകളും മൂന്നു റിയാലും കുറെ മാറാവെദീസിനുള്ള പെൻസുമുണ്ടായിരുന്നു. ഏതെങ്കിലും വിധത്തിൽ താനതു കണ്ടോ? എന്നാണ് അയാൾ കോർത്താദോയോട് അന്വേഷിക്കുന്നത്. സാധനങ്ങൾ വാങ്ങുന്നതിനിടെ അതു കൈയിലെങ്ങാനും പെട്ടോ എന്നും. അതിസമർഥമായി യാഥാർഥ്യം മറച്ചുവച്ച് യാതൊരു ഭാവഭേദവും കൂടാതെ അവൻ മൊഴിഞ്ഞു. ആകെ എനിക്ക് ഇക്കാര്യ

ത്തിൽ പറയാനുള്ളത് താങ്കൾ അതീവ അശ്രദ്ധനായിരുന്നു, അതുകൊണ്ട് അതു നഷ്ടപ്പെടുകയും ചെയ്തു എന്നു മാത്രമാണ്.

സത്യമാണ്, എന്റെ ദുരിതം. ഞാൻ വളരെ അശ്രദ്ധനായിരുന്നു. അതുകൊണ്ടാണ് ആരോ അത് എന്റെ കയ്യിൽനിന്നും മോഷ്ടിച്ചത്. വൈദിക വിദ്യാർഥി പരിതപിച്ചു.

അതാണു ഞാനും പറയുന്നത്. എന്നാൽ, ജീവിക്കുന്ന കാലമത്രയും നമുക്ക് പ്രതീക്ഷയ്ക്കു വഴിയുണ്ട്. ക്ഷമയോടെ കാത്തിരിക്കുക എന്നതാണ് നിങ്ങളുടെ ഏറ്റവും നല്ല പ്രതീക്ഷ. ഒന്നുമില്ലായ്മയിൽ നിന്നാണ് ദൈവം നമ്മെ സൃഷ്ടിച്ചത്. ഒന്നൊന്നായി ദിനങ്ങൾ കടന്നു പോകുന്നു. അവ എന്തു നൽകുന്നുവോ അത് അവ കൊണ്ടുപോകുന്നു. ഒരുപക്ഷേ കാലം കുറെ കഴിയുമ്പോൾ പഴ്സ് എടുത്തവൻ പശ്ചാത്തപിച്ച്, കുന്തിരിക്കഗന്ധം കൊണ്ട് അതു നിങ്ങൾക്ക് തിരികെ തന്നേക്കാം. കോർത്താദോ മറുപടിയായി പറഞ്ഞു.

"കുന്തിരിക്കഗന്ധം നമുക്ക് വിട്ടുകളഞ്ഞ് കാര്യം കൈകാര്യം ചെയ്യാം" എന്നായി വിദ്യാർഥി.

പ്രത്യേകിച്ച് മഹറോൻ ശിക്ഷ സംബന്ധിച്ച് പോപ്പിന്റെ അറിയിപ്പുകളുണ്ടായിരിക്കുകയും നല്ലഭാവിക്കു വേണ്ട ശുഷ്കാന്തി ഉണ്ടായിരിക്കുകയും ചെയ്യുമ്പോൾ. കോർത്താദോ തുടർന്നു. താങ്കൾ ഏതെങ്കിലും വിശുദ്ധ സമൂഹത്തിൽപ്പെട്ടതാണെങ്കിൽ ദൈവനിന്ദയും കൊടിയ തിന്മയുമാകുമെന്നതിനാൽ എനിക്ക് അതെടുക്കുന്നവനാകാൻ താൽപ്പര്യമില്ലായിരുന്നു.

"അതു തീർച്ചയായും ദൈവനിന്ദയാണ്. സംശയമില്ല. ഒരു ചാപ്ലെയ്നച്ചനു വേണ്ടി ലഭിച്ച സ്റ്റൈപ്പന്റാണത്. അത് വിശുദ്ധമാണ്. പവിത്രമായ പണമാണ്." എന്ന് വൈദികവിദ്യാർഥി മറുപടി പറഞ്ഞു.

ഇതെല്ലാം കേട്ടുനിന്ന റിങ്കോൺ പറഞ്ഞത് അത് എടുത്തവന്റെ ഒടുക്കത്തെ പ്രവൃത്തിയാണതെന്നായിരുന്നു. അന്ത്യവിധിയിൽ ഇതാരാണെടുത്തതെന്ന് കാണാമെന്നും എല്ലാം വെളിച്ചത്തുവരുമെന്നും അയാൾ അഭിപ്രായപ്പെട്ടു. ഒരുവർഷം ഈ തരത്തിൽ എത്രമാത്രം വരുമാനമുണ്ടാകും ആ ചാപ്ലെയ്നെന്നും അയാൾ ആരാഞ്ഞു.

കോപംകൊണ്ട് പൊട്ടിത്തെറിക്കുംപോലെ ആ വിദ്യാർഥി പ്രഖ്യാപിച്ചു, താൻ ഇത് പരാതിപ്പെടാൻ പോവുകയാണെന്ന്.

അതൊരു നല്ല പരിഹാരമാണെന്നും പക്ഷേ പഴ്സ് കൃത്യമായി എങ്ങനെയുള്ളതാണെന്നും, അതിലുള്ള പണം ഒരു ചില്ലിയുടെയെങ്കിലും വ്യത്യാസമില്ലാതെ എത്രയാണെന്നും പറയാൻ കഴിയുന്നില്ലെങ്കിൽ ഒരു കാലത്തും അതു തിരികെ കിട്ടുകയില്ലെന്നും കോർത്താദോ അയാളെ ഓർമിപ്പിച്ചു.

തനിക്കതിനൊട്ടും ഭയമില്ലെന്നും, കൃത്യമായ ഓർമയുണ്ടെന്നും വിദ്യാർഥി പ്രഖ്യാപിച്ചു.

ഇത്രയുമായപ്പോഴേക്കും വിയർത്തുകുഴഞ്ഞ വിദ്യാർഥി പോക്കറ്റിൽ നിന്നും അരികിൽ ലേസു പിടിപ്പിച്ച മനോഹരമായ ഒരു കൈത്തൂവാല

യെടുത്തു മുഖത്തെ വിയർപ്പു തുടച്ചു. ആ കൈലേസ് കോർട്ടാദോയ്ക്ക് വളരെ പിടിച്ചു. അതു തന്റേതാക്കിയേ തീരൂ എന്നും തീരുമാനിച്ചു. വിദ്യാർഥി തിരികെപ്പോയ ഉടനെ കോർട്ടാദോ അയാളെ പിൻതുടർന്നു. അൽപം ദൂരെ ചെന്നപ്പോഴേക്കും വിദ്യാർഥിയുടെ ഒപ്പമെത്തിയ കോർട്ടാദോ അയാളെ തടഞ്ഞുനിറുത്തി. മോഷണം, മോഷണം നടന്ന വസ്തു തിരികെ കിട്ടുന്നത്, കിട്ടാതിരിക്കുന്നത്, അയാളുടെ പഴ്സ് തിരികെ കിട്ടാനുള്ള സാധ്യത ഇതിനെയെല്ലാം ചേർത്തുവച്ച് ആദിയും അന്തവുമില്ലാത്ത കഥകൾ പറയാൻ തുടങ്ങി.

എന്താണിയാൾ പറയുന്നതെന്ന് മനസിലാക്കാനാവാതെ അന്തം വിട്ടു നിൽപ്പായി വിദ്യാർഥി. മനസിലാകാത്തതുകൊണ്ട് പറഞ്ഞതൊക്കെ വീണ്ടും വീണ്ടും പറയാനാവശ്യപ്പെട്ടു. വിദ്യാർഥിയുടെ മുഖത്തുനിന്നും കണ്ണെടുക്കാതെ കോർട്ടാദോ പറഞ്ഞതൊക്കെ രണ്ടു മൂന്നു പ്രാവശ്യം കൂടെ പറഞ്ഞു. വിദ്യാർഥിയും കോർട്ടാദോയുടെ കണ്ണിൽ തന്നെ നോക്കി നിന്ന് കഥ ശ്രദ്ധിച്ചു കൊണ്ടേയിരുന്നു. ഇതിനിടയിൽ ആ കൈലേസ് അയാളുടെ പോക്കറ്റിൽനിന്നും കൈവശപ്പെടുത്താൻ കോർട്ടാദോയ്ക്ക് അവസരമൊത്തു. ഗുഡ്ബൈ പറഞ്ഞ് - ഇതേ സ്ഥലത്ത് വൈകുന്നേരം കണ്ടുമുട്ടാമെന്നും ആ അവസരത്തിൽ, തന്നേപ്പോലെ തന്നെ തോന്നിക്കുന്ന മോഷണസ്വഭാവമുള്ള തങ്ങളുടെ കൂട്ടത്തിലുള്ളവൻ പഴ്സ് എടുത്തിട്ടുണ്ടോ എന്നു കണ്ടുപിടിച്ചു വിവരമറിയിക്കാമെന്നുമുള്ള ആശ്വാസവാക്കുകൾ കൂടി പറഞ്ഞ് - അയാൾ പിരിഞ്ഞു.

ഇതെല്ലാം കണ്ടുകൊണ്ടു നിന്നിരുന്ന റിങ്കോണിന്റെ അടുത്തെത്തി കൈലേസും കൈമാറി. സംഭവിച്ചതെല്ലാം കണ്ടുകൊണ്ട് മറ്റൊരു ചെറുപ്പക്കാരനും അവിടെ അൽപ്പം അകലെ നിന്നിരുന്നു. അയാൾ ഇവരുടെ അടുത്തെത്തി. “എന്താ, വീരൻമാരെ, ചീത്ത സംഘത്തിലാണോ അതോ അല്ലയോ നിങ്ങൾ? എന്ന അയാളുടെ അന്വേഷണത്തിന്” തങ്ങൾക്കെന്താണെന്ന് മനസിലായില്ല എന്നായിരുന്നു നമ്മുടെ കഥാപുരുഷൻമാരുടെ മറുപടി. ഞാൻ കള്ളൻമാർ എ പറഞ്ഞാൽ നിങ്ങൾക്കു മനസിലാകില്ല അല്ലേ? എന്നായി മറ്റേയാൾ.

“ഞങ്ങൾ തീബ്സിൽ നിന്നോ മൂർഷിയായിൽ നിന്നോ ഉള്ളവരല്ല. മറ്റെന്തെങ്കിലും അറിയാനില്ലെങ്കിൽ സ്ഥലം കാലിയാക്ക്” എന്നായി ഈ കുട്ടികൾ.

ആഗതൻ അൽപ്പം ഗൗരവത്തിലായി. “മനസിലായില്ല അല്ലേ? എന്നാൽ മനസിലാക്കിത്തരാം. ഒരു വെള്ളിസ്പൂൺ കൊണ്ട് കോരിത്തന്നു മനസിലാക്കാം. നിങ്ങൾ മോഷ്ടാക്കളാണോ എന്ന്? ആണെന്നെനിക്കു മനസിലായിക്കഴിഞ്ഞതാണ്. എന്നിട്ടെന്തേ നിങ്ങൾ ഇതുവരെ മൊനിപ്പോദിയോയുടെ കസ്റ്റംസ് ഹൗസിൽ എത്തിയില്ല?”

ഈ പ്രദേശത്ത് മോഷണത്തിന് നികുതി സമ്പ്രദായമുണ്ടോ? എന്നു റിങ്കോൺ. മറുപടിയായി പുതിയ ആൾ പറഞ്ഞു. “നിങ്ങൾ കൊടുക്കുന്നില്ലെങ്കിൽ, അഥവാ കുറഞ്ഞപക്ഷം മൊനിപ്പോദിയോയുടെ അടുത്ത്

രജിസ്റ്റർ ചെയ്യുകയെങ്കിലും ചെയ്യുന്നില്ലെങ്കിൽ, മോഷ്ടിക്കാൻ തുനിയരുത്. കടുത്ത വില നൽകേണ്ടിവരും. ഞാൻ പറയുകയാണെങ്കിൽ, മോഷ്ടാക്കളുടെ സംരക്ഷകനും, പിതാവും യജമാനനുമായ അദ്ദേഹത്തിന്, എന്നോടൊപ്പം വന്ന്, നിങ്ങൾ ആദരവു കാണിക്കുക" പ്രതികരിച്ചത് കോർട്ടാദോയാണ്. ഞാൻ ധരിച്ചിരുന്നത് മോഷണം ഒരു സ്വതന്ത്രവ്യവസായമാണെന്നാണ്. നികുതിയോ തലവരിയോ ഇല്ലാത്ത ഒന്ന്. കൊടുത്താൽ മുഴുവനായും കഴുത്തും പുറവുമൊക്കെയുൾപ്പെടെ കൊടുക്കേണ്ടത്. ഓരോന്നിനും അതിന്റേതായ നടപടിക്രമങ്ങളുണ്ടല്ലോ. ഇവിടത്തെ ക്രമങ്ങൾ നമുക്കും പിൻതുടരാം. ലോകത്തിൽ ഏറ്റവും പ്രധാനപ്പെട്ടവയാണല്ലോ ഏറ്റവും ശരിയായത്, ആചാരക്രമങ്ങളെ സംബന്ധിച്ചിടത്തോളം. അതുകൊണ്ട് താങ്കൾ ഞങ്ങളെ ഈ മഹത്വ്യക്തിയുടെ സന്നിധിയിലേക്ക് കൊണ്ടുപോയാലും. കേട്ടതിൽനിന്നും ഞങ്ങൾക്ക് മനസിലാകുന്നത്, ഇദ്ദേഹം ഈ കലയിൽ പ്രാവീണ്യമുള്ളവനും മഹാനും തൊഴിലിൽ അതിപ്രഗത്ഭനുമാണെന്നാണല്ലോ.

അതുശരിയാണ്. അദ്ദേഹം ഞങ്ങളുടെ പിതാവും നേതാവുമാണ്. ഈ കഴിഞ്ഞ നാലുവർഷങ്ങളിൽ നാലുപേരിൽ കൂടുതൽ കാരാഗൃഹത്തിലായിട്ടില്ല. മുപ്പതോളം പേർ മാത്രമേ മുദ്രകുത്തപ്പെട്ടിട്ടുള്ളൂ. വെറും അറുപത്തിനാലുപേർ മാത്രമേ തണ്ടുവലിക്കപ്പലുകളിലേക്കയയ്ക്കപ്പെട്ടിട്ടുള്ളൂ. ഇതായിരുന്നു ആഗതനായ യുവാവിന്റെ പ്രതികരണം.

"പറന്നവിടെയെത്തണമെന്നല്ലാതെ മറ്റൊന്നും എനിക്കു മനസിലാകുന്നില്ല" എന്നു റിങ്കോൺ പ്രതിവചിച്ചു.

നമുക്കു പോകാം. പോകുന്നവഴിയിൽ കൂടുതൽ വിവരങ്ങൾ പറയാം. നിങ്ങളുടെ കൈപ്പുറം പോലെ നിങ്ങൾ അറിഞ്ഞിരുന്നേ മതിയാവൂ എന്നുള്ള മറ്റു കാര്യങ്ങളും വിശദീകരിക്കണം. പോകുന്നതിനിടെ, ചുരുക്കമായി, അയാൾ, ജിപ്സിഭാഷ, തസ്കരശൈലി എന്നൊക്കെ പറയപ്പെടുന്നവയെപ്പറ്റി വിശദീകരിച്ചു. ചുരുങ്ങിയ വിശദീകരണം. എന്തെങ്കിലും വിധത്തിൽ അയാളൊരു മോഷ്ടാവാണോ എന്ന റിങ്കോണിന്റെ അന്വേഷണത്തിന്, ദൈവത്തിന്റെയും എല്ലാ നല്ല മനുഷ്യരുടെയും സേവനത്തിലായ്കൊണ്ട് താനൊരു മോഷ്ടാവാണെന്നും, എന്നാൽ അതിസമർഥനല്ലെ ം ഇപ്പോഴും തൊഴിലിന്റെ പ്രഥമവർഷ പരിശീലനം പൂർത്തിയാക്കിയിട്ടില്ലെന്നുമായിരുന്നു അയാളുടെ മറുപടി.

ദൈവത്തിന്റെയും എല്ലാ നല്ല മനുഷ്യരുടെയും സേവനത്തിലായിരിക്കുന്ന മോഷ്ടാക്കളുണ്ട് എന്നുള്ളത് ഒരു വാർത്തയാണ് എന്ന് കോർട്ടാദോ അഭിപ്രായം പാസ്സാക്കി.

പുതിയ ആൾ പറഞ്ഞത്, അയാൾക്ക് മനസിലാക്കാൻ കഴിയാത്ത കാര്യങ്ങളുമായി എന്തെങ്കിലും കൂട്ടിക്കുഴയ്ക്കാൻ അയാൾക്ക് താൽപ്പര്യമില്ലെന്നും, ഈ തൊഴിലിൽ ഏർപ്പെട്ടിട്ടുള്ള ഏതൊരുത്തനും ദൈവത്തെ സ്തുതിക്കാൻ കഴിയുമെന്നും പ്രത്യേകിച്ച് മൊനിപ്പോദിയോയുടെ കീഴിൽ എല്ലാ കാര്യങ്ങളും വളരെ ഭംഗിയായി ക്രമപ്പെടുത്തപ്പെട്ടിട്ടുള്ള

തായിരിക്കും എ മായിരുന്നു. മോഷ്ടാക്കൾ ദൈവത്തിന് സേവനം ചെയ്യുമ്പോൾ അതൊരു വിശുദ്ധവും നന്മനിറഞ്ഞതുമായ സമൂഹമായിരിക്കും എന്നു റിങ്കോൺ അഭിപ്രായപ്പെട്ടു.

യുവാവു പറഞ്ഞു. അതു നമ്മുടെ കൈത്തൊഴിൽ മെച്ചപ്പെടുത്താൻ സഹായിക്കുന്നവിധത്തിൽ വിശുദ്ധവും നന്മയുള്ളതും ആണോ എന്നെനിക്കറിഞ്ഞുകൂടാ. എന്നാൽ നഗരത്തിലെ ഏറ്റവും പ്രശസ്തമായ വിശുദ്ധ സ്വരൂപത്തിന്റെ മുൻപിൽ കത്തുന്ന വിളക്കിലൊഴിക്കാൻ എണ്ണ വാങ്ങാൻവേണ്ടി നാം എന്തെങ്കിലും ദാനമായി നൽകണം. ഈ സൽപ്രവൃത്തിയുടെ ഫലമായി അത്ഭുതങ്ങൾ സംഭവിക്കുന്നത് നാം കണ്ടിട്ടുണ്ട്. കഴിഞ്ഞദിവസം ഒരു കുതിരക്കള്ളൻ രണ്ടു കഴുതകളെ മോഷ്ടിച്ചു. മൂന്നു തവണത്തെ അൻസിയാ*യ്ക്ക് അയാളെ വിധേയനാക്കി. മെലിഞ്ഞുണങ്ങി, രോഗംപിടിച്ച ഒരുവനായിരുന്നു അവനെങ്കിലും ആ പീഡനം മുഴുവൻ ഒന്നു നിലവിളിക്കുകപോലും ചെയ്യാതെ നിസ്സാരമട്ടിൽ അയാൾ ഏറ്റുവാങ്ങി. ഈ തൊഴിലിലുള്ള ഞങ്ങൾ ഇത് ഭക്തി മൂലമാണെന്ന് വിശ്വസിക്കുന്നു. കാരണം പീഡകന്റെ ചാട്ടവാറിന്റെ ഒരു പിടച്ചിലിനുപോലും പിടിച്ചു നിൽക്കാൻ ശക്തിയില്ലാത്തവനായിരുന്നു അയാൾ. ഞങ്ങളിലേറെപ്പേരും ആഴ്ചയിലൊരിക്കൽ കൊന്ത ജപിക്കുന്നു. കുറെപേരെങ്കിലും വെള്ളിയാഴ്ച ദിവസങ്ങളിൽ മോഷ്ടിക്കുകയില്ല. മാത്രമല്ല മേരി എന്നു പേരുള്ള സ്ത്രീകളോട് ശനിയാഴ്ച ദിവസങ്ങളിൽ ഞങ്ങൾ സംസാരിക്കാറുമില്ല.

"ഇത് ആഹ്ലാദജനകംതന്നെ." കോർട്ടാദോ പറഞ്ഞു. ഏതെങ്കിലും തരത്തിൽ നഷ്ടപരിഹാരമോ പ്രായശ്ചിത്തമോ ആവശ്യപ്പെടാറുണ്ടോ?

യുവാവ് മറുപടി പറഞ്ഞു. "നഷ്ടപരിഹാരമെന്നൊരു പ്രശ്നമേയില്ല. മോഷണവസ്തുക്കൾ വിഭജിക്കപ്പെടുന്നു; സമൂഹത്തിലെ അംഗങ്ങൾക്കും മൊത്തമായി വാങ്ങുന്നവർക്കുമിടയിൽ. അതിനാൽ ആദ്യം മോഷ്ടിച്ചയാളിന് അത് തിരികെ നൽകാനോ നഷ്ടപരിഹാരം ചെയ്യാനോ കഴിയില്ല. പ്രത്യേകിച്ച് നഷ്ടപരിഹാരം ചെയ്യിക്കാൻ ഒരുത്തനുമില്ല. കാരണം ഞങ്ങൾ ഒരിക്കലും കുമ്പസാരിക്കാറില്ല. മഹറോൻ ചൊല്ലിയാലോ? ആ വിവരം ഞങ്ങളറിയുകയുമില്ല. എന്തുകൊണ്ടാണെന്നോ? പ്രഖ്യാപനങ്ങൾ നടക്കുമ്പോഴും, പെരുന്നാൾ ദിവസങ്ങളൊഴികെ മറ്റവസരങ്ങളിലും ഞങ്ങൾ പള്ളിയിൽ പോകാറില്ല. പെരുന്നാൾ ദിവസങ്ങൾ ജനക്കൂട്ടം ഞങ്ങൾക്ക് ആദായവും വരുമാനവും നൽകുന്നു."

"ഇങ്ങനെയൊക്കെ ചെയ്യുന്നതുകൊണ്ട് തങ്ങളുടെ ജീവിതം ധന്യവും വിശുദ്ധവുമാണെന്ന് ഈ മാന്യൻമാർ കരുതുന്നുണ്ടോ ആവോ" കോർട്ടാദോയുടെ അഭിപ്രായം.

യുവാവ്: "അതിലെന്താണ് തെറ്റ്? ഇതിലും കൂടിയ തെറ്റല്ലേ വിശ്വാസഘാതകനോ മതനിന്ദകനോ ആയിരിക്കുക എന്നത്. മാതാപിതാക്കളെ വധിക്കുന്നതോ, ഒരു സോളോമൈറ്റ് ആയിരിക്കുന്നതോ?"

* ഒരുവിധത്തിലുള്ള പീഡനം.

റിങ്കോൺ: "എന്താണീ സോളോമൈറ്റ്? സോദോമൈറ്റ് എന്നതാണോ?"

യുവാവ്: "അതുതന്നെ."

കോർട്ടാദോ: "ഇതെല്ലാം ചീത്തയാണ്. എന്നാൽ നമ്മൾ ഈ പുതിയ സാഹോദര്യസമൂഹത്തിൽ ചേരാൻ വിധിക്കപ്പെട്ടിരിക്കുന്നതിനാൽ നമുക്കു പോകാം. ശ്രീമാൻ മൊനിപ്പോദിയോവിനെ കാണാൻ എനിക്കു അതിയായ കൊതിയാവുന്നു. അദ്ദേഹത്തിന്റെ ഗുണഗണങ്ങൾ എത്ര മാത്രം കേട്ടുകഴിഞ്ഞു!"

"ഇതാ നമ്മൾ ആ വീടെത്തികഴിഞ്ഞിരിക്കുന്നു!" എന്നു പ്രഖ്യാപിച്ച യുവാവ് അവരെ വാതിൽക്കൽ നിറുത്തിയിട്ട് ഇപ്പോൾ അദ്ദേഹത്തെ കാണാൻ കഴിയുമോ എന്നറിയാൻ അകത്തേക്ക് പോയി. അൽപ്പം കഴിഞ്ഞ് തിരികെവന്ന് അവരെ അകത്തേയ്ക്ക് കൂട്ടിക്കൊണ്ടുപോയി ഇഷ്ടിക പതിച്ച ഒരു പുറത്തളത്തിൽ അവരെയിരുത്തി. തുടുത്ത ചുവന്നനിറം പൂശിയ ആ പുറത്തളം അസാമാന്യ വൃത്തിയുള്ളതായി കാണപ്പെട്ടു. ഒരുവശത്ത് ഒരു മുക്കാലൻ സ്റ്റൂൾ. മറുവശത്ത് വക്ക് അൽപ്പം പൊട്ടിയ ഒരു കലവും അതേ അവസ്ഥയിലുള്ള ഒരു കപ്പും. മറ്റേവശത്ത് തറയിൽ ഒരു നീണ്ട വിരിപ്പും. മുറിയുടെ മധ്യത്തിൽ സെവില്ല്യെയിൽ മസെറ്റാ എ പേരുള്ള ഒരു കലം- അതിൽ നല്ല മണമുള്ള ഒരുതരം പൊതിനാ ചെടി. മിസ്റ്റർ മൊനിപ്പോദിയോ വരാൻ സമയമെടുത്തു. ഇതൊക്കെ നിരീക്ഷിച്ചുകഴിഞ്ഞ് അടുത്തുള്ള രണ്ടുമുറികളിലൊന്നിലേക്ക് ഒന്നെത്തി നോക്കാനും റിങ്കോൺ തയാറായി. വാൾപ്പയറ്റിനുപയോഗിക്കുന്ന രണ്ടു വാളുകളും തടികൊണ്ടുള്ള രണ്ടു പരിചകളും ഭിത്തിയിൽ തൂക്കിയിട്ടിരിക്കുന്നു. മൂ തറവിരിപ്പുകൾ. മൂടിയില്ലാത്ത വലിയൊരു പെട്ടി. മാതാവിന്റെ* ഒരു പടം - നന്നെന്നുപറയാൻ പറ്റാത്തവിധം തയാറാക്കിയത് - ഭിത്തിയിൽ ഒട്ടിച്ചിരിക്കുന്നു. ചിത്രത്തിനു താഴെ ഭിത്തിയിലുറപ്പിച്ച ഒരു ചെറിയ കൂട, അതിനു താഴെ ഒരു വാവട്ടമുള്ള ചെറിയ പാത്രവും. കൂട ധർമ്മം നൽകാനുള്ള വസ്തുക്കളിടാനും, പാത്രം വിശുദ്ധജലം സൂക്ഷിക്കാനുമുള്ളതാണെന്ന് റിങ്കോൺ അനുമാനിച്ചു.

ഇപ്പോഴിതാ ഏകദേശം ഇരുപത്വയസു തോന്നിക്കുന്ന വിദ്യാർ ഥി വേഷം ധരിച്ച രണ്ടാളുകൾ തളത്തിലേക്കു വരുന്നു. താമസിയാതെ രണ്ടു കൂടക്കാരായ കുട്ടികളും ഒരു അന്ധനും കടന്നുവന്നു. ഒന്നും മിണ്ടാതെ അവരെല്ലാവരും തളത്തിൽ അങ്ങുമിങ്ങും നടക്കാൻ തുടങ്ങി. ആദരണീയരും മാന്യരും എന്നു തോന്നിക്കുന്ന, കയ്യിൽ കിലുങ്ങുന്ന ശബ്ദമുള്ള ജപമാലകൾ പിടിച്ച രണ്ടുപേർ കൂടി കടന്നുവന്നു. അവരുടെ പുറകെ ഒരു വൃദ്ധയും - നീണ്ട പാവാടയും മാന്യമായ വേഷവും ധരിച്ച്. ഒന്നും മിണ്ടാതെ വൃദ്ധ അകത്തെ മുറിയിലേക്ക് കയറി. വിശുദ്ധജലം എടുത്തു. വളരെ ഭക്തിയോടെ മാതാവിന്റെ ചിത്രത്തിനു മുൻപിൽ മുട്ടു കുത്തി.

* യേശുവിന്റെ അമ്മ.

അൽപ്പംകഴിഞ്ഞ് നിലംതൊട്ടു സാഷ്ടാംഗപ്രണാമം ചെയ്തു. മൂന്നു പ്രാവശ്യം കണ്ണുകളും കൈകളും സ്വർഗം ലക്ഷ്യമാക്കി ഉയർത്തി. ധർമ്മദാനം കൂടയ്ക്കുള്ളിലേക്കിട്ടു തിരികെ തളത്തിലേക്കുവന്നു. അൽപ്പസമയത്തിനുള്ളിൽ, വിവിധ തൊഴിൽക്കാരും വൈവിധ്യമുള്ള വേഷം ധരിച്ചവരുമായ പതിന്നാലുപേർ ആ തളത്തിൽ ഒത്തുചേർന്നു. അവസാനം വന്നവരിൽ രണ്ടുപേർക്ക് തടിച്ച മീശയും വീതിയുള്ള അരികുകളുള്ള തൊപ്പിയും നീണ്ടു വീതിയുള്ള കോളറുകളും നിറമുള്ള കാലുറകളും വിചിത്രമായ കാൽപട്ടീസുകളും ഉണ്ടായിരുന്നു. അവർ പൊങ്ങച്ചക്കാരും ഗമ കാട്ടുന്നവരുമാണെ് വ്യക്തം. നീണ്ട വാളുകളും പരിചകളും കഠാരയ്ക്കു പകരം കൈത്തോക്കുകളും അവർ ബൽറ്റിൽ തൂക്കിയിട്ടിരുന്നു. വന്നപാടെ അവർ കോർട്ടാദോയെയും റിങ്കോണെയും സംശയദൃഷ്ടിയോടെ നോക്കി. ഇതിനു മുൻപ് കണ്ടിട്ടില്ലാത്ത ഈ കുട്ടികൾ എന്തിനിവിടെ എത്തിയെന്ന് അവർ അത്ഭുതപ്പെട്ടു. അവർ ആ കുട്ടികളുടെ അടുത്തു ചെന്ന്, അവർ ഈ കൂട്ടായ്മയിലെ അംഗങ്ങളാണോ എന്ന് ആരാഞ്ഞു. അതേ എ റിങ്കോൺ മറുപടി കൊടുത്തു.

അവസാനം മിസ്റ്റർ മൊനിപ്പോദിയോ എത്തുന്ന നിമിഷം വന്നെത്തി. ഇത്രയേറെ കാത്തിരുന്ന, ആ നന്മനിറഞ്ഞ സമൂഹത്തെ അദ്ദേഹം സ്വാഗതം ചെയ്തു. ഒരു നാനൂത്തഞ്ച് - നാനൂത്താറ് വയസുവരും അദ്ദേഹത്തിന്. നല്ല പൊക്കം. കറുത്തനിറം. കറുത്തുതടിച്ച പുരികങ്ങൾ. കൈനീളമുള്ള ഷർട്ട്. ഷർട്ടിന്റെ മുൻവശത്തെ വിടവിലൂടെ നോക്കിയാൽ ഇടതിങ്ങിയ യഥാർഥമായ കാടുപോലെയുള്ള രോമരാജി. കാലിൽ ഷൂസ്. കാലോളമെത്തുന്ന പുറംകുപ്പായം- കട്ടിയുള്ള ഫ്ളാനൽ കൊണ്ടുള്ളത്. കാൽ കുഴയോളമെത്തുന്ന അയഞ്ഞു തൂങ്ങിയ കാൽശരായി. അധോലോക നായകർ ധരിക്കുംപോലെയുള്ള തൊപ്പി. തോൾബെൽറ്റ്. അതിൽ നിന്നും തൂക്കിയിട്ടിരിക്കുന്ന നീളംകുറഞ്ഞ വാൾ. രോമംനിറഞ്ഞ കുറിയ കൈകൾ. തടിച്ച വിരലുകൾ. നീണ്ടുവളർന്ന് വളഞ്ഞ നഖങ്ങൾ. പരന്ന് വിസ്തൃതമായി, ആസകലം മുഴകളുള്ള കാൽപാദങ്ങൾ. ചുരുക്കത്തിൽ നാം കണ്ടിട്ടുള്ളതിൽ ഏറ്റവും വിലക്ഷണനും വികൃതനും വിരൂപനും അറപ്പു തോന്നിക്കുന്നവനുമായ ഒരു ചട്ടമ്പി. നമ്മുടെ കഥാപുരുഷരായ കുട്ടികളെ കൂട്ടിക്കൊണ്ടുവന്ന യുവാവ്. അവരെ രണ്ടുപേരെയും കൈകളിൽപ്പിടിച്ച് മൊനിപ്പോദിയോയുടെ മുൻപിൽ കൊണ്ടുവന്നു പറഞ്ഞു. ആ നല്ല രണ്ടു കുട്ടികൾ ഇവരാണ്. അവരെ പരിശോധിക്കുക. നമ്മുടെ സാഹോദര്യത്തിൽ ഉൾപ്പെടുത്താൻ എത്രയോ വിലപ്പെട്ടവരാണിവരെന്നു മനസിലാകും!

മൊനിപ്പോദിയോ മൊഴിഞ്ഞു “അങ്ങനെ ചെയ്യാനെനിക്കു സന്തോഷമാണ്.”

ഒരു കാര്യം വിട്ടുപോയി. മൊനിപ്പോദിയോ കടന്നുവന്നപ്പോൾ അയാളെ കാത്തുനിന്നിരുന്ന എല്ലാവരും അയാളെ താണുതൊഴുതു. ഗമക്കാരെന്നു നാം കണ്ട രണ്ടുപേർ തൊപ്പിയൽപ്പം ഉയർത്തി ഉപചാരം

കാണിച്ചതേയുള്ളൂ. അതുകഴിഞ്ഞ് അവർ അവിടെ അങ്ങോട്ടുമിങ്ങോട്ടും നടന്നുകൊണ്ടേയിരുന്നു. മൊനിപ്പോദിയോ എതിർവശത്ത് അങ്ങോട്ടു മിങ്ങോട്ടും നടന്നുകൊണ്ട് നവാഗതരോട് ചോദ്യങ്ങൾ ചോദിച്ചു. അവരുടെ തൊഴിൽ, എവിടെനിന്നുവരുന്നു; ആരാണ് മാതാപിതാക്കൾ ഇതൊക്കെയായിരുന്നു ചോദ്യങ്ങളുടെ സാരം. റിങ്കോൺ മറുപടി പറഞ്ഞു. "ഇവിടെ ഞങ്ങൾ വന്നിരിക്കുന്നതുകൊണ്ടുതന്നെ ഞങ്ങളുടെ തൊഴിൽ എന്തെന്നു വ്യക്തം. ഞങ്ങൾ എവിടെനിന്നും വരുന്നു എന്നതോ, മാതാപിതാക്കൾ ആരെന്നോ ഉള്ളത് അത്ര പ്രധാനപ്പെട്ട കാര്യമായി തോന്നുന്നില്ല. പ്രഭുകുലജാതരുടെ സംഘങ്ങളിൽ ചേരാൻപോലും ഇതൊന്നും നൽകേണ്ടതില്ലല്ലോ."

"നീ പറഞ്ഞതു ശരിയാണു മോനേ."മൊനിപ്പോദിയോ അതംഗീകരിച്ചു. ഏതെങ്കിലും കാരണത്താൽ നാം ഒരു നിർഭാഗ്യത്തിൽപ്പെട്ടാൽ അധികാരപ്പെടുത്തപ്പെട്ട ഉദ്യോഗസ്ഥന്റെ അടിയൊപ്പോടെ ഇന്ന തീയതിയിൽ ഇന്നയിടത്ത് ഇന്നയാളിന്റെ മകൻ ഇന്നയാളിനെ തൂക്കിലേറ്റിയിരിക്കുന്നു എന്ന് ഒരു രജിസ്റ്ററിൽ രേഖപ്പെടുത്തപ്പെടുന്നത് ഒരു നല്ല കാര്യമല്ല. അതു നല്ലതല്ലതന്നെ. അതുകൊണ്ട് യഥാർഥത്തിൽ എവിടെനിന്നും വന്നു, മാതാപിതാക്കൾ ആര്, സ്വന്തം പേര് ഇതൊക്കെ വെളിപ്പെടുത്താതിരിക്കുന്നതു നല്ലതുതന്നെ. എന്നാൽ നമ്മുടെ സമൂഹത്തിൽ ഒന്നും മറച്ചു വയ്ക്കപ്പെടാൻ പാടില്ല. തൽക്കാലം നിങ്ങളുടെ പേരെന്തെന്ന് എനിക്കൊന്നറിയണം.

കുട്ടികൾ അവരുടെ പേര് പറഞ്ഞു.

ശരി മൊനിപ്പോദിയോ പ്രഖ്യാപിച്ചു. റിങ്കോൺ ഇന്നുമുതൽ റിങ്കോണെറ്റ് എന്നും കോർട്ടാദോ കോർത്താദില്യോ എന്നും വിളിക്കപ്പെടും. നിങ്ങളുടെ പ്രായത്തിന് യോജിച്ച പേരുകളാണിവ. മാതാപിതാക്കളുടെ പേര് അറിഞ്ഞിരിക്കണമെന്നത് ഈ സമൂഹത്തിന്റെ നിയമമാണ്. കാരണം മരണമടഞ്ഞവരുടെ മക്കൾക്കുവേണ്ടിയും ഉപകാരികൾക്കു വേണ്ടിയും ആണ്ടുതോറും ഏതാനും കുർബാന ചൊല്ലിക്കുക നമ്മുടെ പതിവാണ്. നമ്മുടെ വീതാംശം കിട്ടുന്നതിൽ നിന്നാണ് കുർബാനപ്പണം പുരോഹിതർക്ക് നൽകുന്നത്. ഈ കുർബാനകൾ അവരുടെ ആത്മാക്കൾക്ക് പ്രയോജനകരമാണത്രെ. നമ്മുടെ ഉപകാരികളുടെ കൂട്ടത്തിൽ പലയിനക്കാരെ നമ്മൾ ഉൾപ്പെടുത്തുന്നു. നമുക്കുവേണ്ടി കേസുവാദിക്കുന്ന വക്കീലന്മാർ, നമ്മളെ സമയാസമയം വിവരങ്ങൾ അറിയിക്കുന്ന കോടതിയുദ്യോഗസ്ഥൻ, നമ്മളോടു ദയ കാട്ടുന്ന ശിക്ഷാവിധി നടത്തിപ്പുകാരൻ (ആരാച്ചാർ) ഇവരൊക്കെ ആ കൂട്ടത്തിൽപ്പെടും. നമ്മളിലൊരാൾ അധികാരികളിൽ നിന്നും ഓടി രക്ഷപ്പെടുമ്പോൾ പിൻതുടരുന്ന ജനക്കൂട്ടത്തെ തടഞ്ഞുനിറുത്തി അവൻ പോകട്ടെ, അവന്റെ പാപംതന്നെ അവന്റെ ശിക്ഷയാണെന്ന് വിളിച്ചുപറഞ്ഞ് അവന് രക്ഷപ്പെടാൻ സൗകര്യം കൊടുക്കുന്നവരും, തണ്ടുവലി കപ്പലിലും കാരാഗൃഹത്തിലും നമ്മളോട് ദയകാട്ടുന്ന പെൺപിള്ളേരും നമ്മെ ഈ ലോകത്തിലേക്ക് തള്ളി

വിട്ട മതാപിതാക്കളും ആ കൂട്ടത്തിൽപ്പെടും. നല്ല മാനസികാവസ്ഥയിലായിരിക്കുമ്പോൾ നമ്മുടെ കുറ്റകൃത്യങ്ങളെ ഒരു തമാശയായെടുത്ത് ലഘുവായി കൈകാര്യം ചെയ്യുന്ന നിയമപാലകരും ആ സംഘത്തിലുണ്ട്. ഇവരെയെല്ലാം ആണ്ടുതോറും ഓർത്ത് ആട്ടവും പാട്ടുമൊക്കെയായി നമ്മൾ ആഘോഷം നടത്തും."

റിങ്കോൺ തന്റെ പുതിയ പേര് അപ്പോൾതന്നെ സ്വീകരിച്ചു. അയാൾ മൊനിപ്പോദിയോയുടെ മഹത്വപൂർണവും അഗാധവുമായ കഴിവുകളെ പുകഴ്ത്തി. തങ്ങളുടെ മാതാപിതാക്കൾ ഇപ്പോഴും ജീവിച്ചിരിപ്പുണ്ടെന്നും, ജീവിതത്തിലെപ്പോഴെങ്കിലും ഇനിയും അവരെ കണ്ടുമുട്ടിയാൽ അപ്പോൾ തന്നെ ഈ സ്നേഹ സമൂഹത്തെ അറിയിക്കുമെന്നും അങ്ങനെ അവർക്കും പ്രയോജനമുണ്ടാകാൻ ഇടയാകുമെന്നും റിങ്കോണെറ്റ് വാഗ്ദാനം ചെയ്തു.

കുട്ടികളെ നയിച്ചുകൊണ്ടുവന്നവനെ മൊനിപ്പോദിയോ വിളിച്ചു: "ഇങ്ങോട്ടു വരൂ ഗ്രഞ്ചുവേലോ." ഗാർഡുകളെ യഥാസ്ഥാനങ്ങളിൽ നിറുത്തിയോ എന്ന് അന്വേഷിച്ചു. ഗാർഡുകളെ നിറുത്തിയിട്ടുണ്ടെന്നും അപ്രതീക്ഷിതമായി പിടിക്കപ്പെടുമെന്ന ഭീതി വേണ്ടെന്നും ഗ്രഞ്ചുവേലോ മറുപടി പറഞ്ഞു. മൊനിപ്പോദിയോ വീണ്ടും കുട്ടികളുടെ നേരെ തിരിഞ്ഞു. അവരുടെ കഴിവുകൾക്കും അഭിരുചികൾക്കും അനുസരണമായ ചുമതലകൾ ഏൽപ്പിക്കേണ്ടിയിരിക്കുന്നതിനാൽ, അവർക്കെന്തൊക്കെ അറിയാമെന്ന് തന്നോട് പറയാൻ അയാൾ ആവശ്യപ്പെട്ടു.

ആദ്യം മറുപടി പറഞ്ഞത് റിങ്കോണെറ്റാണ്. അയാൾക്ക് ചീട്ടുകളെ സംബന്ധിച്ചും അതുകൊണ്ടുള്ള ചില സൂത്രവിദ്യകളുമറിയാം. അടയാളപ്പെടുത്തിയ ചീട്ടുകൾ തിരിച്ചറിയാം. ഒരു ചീട്ട് പിടിച്ചുവെച്ച് ബാക്കി വിതരണം ചെയ്യാം. ഒരാളിന്റേയോ നാലാളിന്റേയോ എട്ടാളിന്റേയോ കൂടെ കളിക്കാം. ചീട്ടുകൾ തിട്ടപ്പെടുത്തി വയ്ക്കാനും സ്പർശനമാത്രയിൽ അവയെ തിരിച്ചറിയാനും സ്വന്തംവീട്ടിൽ കയറുന്നത്ര എളുപ്പത്തിൽ ചീട്ടുകുത്തുകളിൽ ക്രമംതെറ്റിച്ചു മാറ്റാനും അതിവേഗം ഇതൊക്കെ നിർവ്വഹിക്കാനും കഴിയുമത്രേ. ഒരു പട്ടാള സംഘത്തേക്കാൾ, ചതിയന്മാരായ ചൂതുകളിസംഘത്തോടൊപ്പമാകാനാണിഷ്ടം. ഒരുത്തന് രണ്ടു റിയാൽ നൽകുന്നതിനേക്കാൾ അവന് മോശമായ ഒരു ചീട്ടു കൊടുക്കാൻ താൽപ്പര്യം.

"തുടക്കം കൊള്ളാം."മൊനിപ്പോദിയോ അഭിനന്ദിച്ചു. "പക്ഷേ ഇതെല്ലാം പഴയ വിദ്യകളാണ്. ഏതൊരു പ്രാരംഭകനും ഇതൊക്കെയറിയാം. പച്ചപ്പരമാർഥികൾക്കിടയിൽ ഇതൊക്കെ ഫലിക്കും. ഈ അടിത്തറയിൻമേൽ അഞ്ചാറു പാഠങ്ങൾ കൂടിയായാൽ നീയൊരു ഒന്നാം തരക്കാരനാകുമെന്നാണെനിക്കു തോന്നുന്നത്. ഒരുപക്ഷേ ഈ കലയിലെ ആശാനുമാകാം."

"ആരാധ്യനായ അങ്ങയുടെയും ഈ സാഹോദര്യസംഘത്തിലെ അംഗങ്ങളുടെയും സേവനത്തിലായിക്കൊണ്ട് ഇതൊക്കെ നടക്കട്ടെ" റിങ്കോൺ അതെല്ലാം അംഗീകരിച്ചു.

അടുത്ത ഊഴം കോർട്ടാദില്ല്യോയുടേത്. രണ്ടുവയ്ക്കുക അഞ്ചെടുക്കുക എന്ന സൂത്രമെനിക്കറിയാം. കൃത്യതയോടെ സമർത്ഥമായി പോക്കറ്റുകൾ തപ്പാൻ എനിക്കു കഴിയും.

“മറ്റെന്തെങ്കിലും?”-മൊനിപ്പോദിയോ

“എന്റെ കഷ്ടകാലത്തിന്- അറിയില്ല.” കോർട്ടാദോ.

“അധീരനാകേണ്ട എന്റെ കുട്ടീ, നീ വന്നിരിക്കുന്ന ഈ അഭയസ്ഥാനത്ത് നീ മുങ്ങിത്തകർന്നുപോകുമെന്ന് ഭയപ്പെടേണ്ട. നീ വന്നുചേർന്നിരിക്കുന്ന ഈ വിദ്യാലയത്തിൽനിന്നും നിനക്കു താൽപ്പര്യമുള്ള എല്ലാത്തിലും വൻലാഭം നേടി നീ പുറത്തുവരും. ആട്ടെ, നിങ്ങളുടെ വീര്യമെങ്ങനെ?”

“ഞങ്ങളുടെ തൊഴിലിനോടും ജോലിയോടും ബന്ധപ്പെട്ട് ഞങ്ങൾ ഏറ്റെടുക്കുന്ന ഏതുകാര്യവും ചെയ്യാൻവേണ്ട വീര്യവും ഊർജവും ഞങ്ങൾക്കുണ്ട്!”

കൊള്ളാം, കൊള്ളാം! എനിക്കറിയേണ്ടത്, അത്യാവശ്യം വന്നാൽ വായ് ഒന്നു തുറക്കുകയോ ഒരു വാക്കെങ്കിലും പറയുകയോ ചെയ്യാതെ ഒരു അരഡസൻ ആൻസിയ* ഏറ്റുവാങ്ങാൻ നിങ്ങൾക്കു കഴിയുമോ എന്നതാണ്.”

ഞങ്ങൾക്കതു നേരത്തേ അറിയാം. ഞങ്ങൾ എന്തിനും തയാർ. നാക്കു വളയ്ക്കുന്നതിന് കഴുത്ത് വില കൊടുക്കേണ്ടിവരുമെന്ന് അറിയാത്ത മൂഢൻമാരല്ല ഞങ്ങൾ. ധീരതയുള്ളവരോടു സ്വർഗം ദയ കാണിക്കുമെന്നും ഞങ്ങൾക്കറിയാം. പ്രത്യേകിച്ച് ജീവിക്കണോ മരിക്കണോ എന്ന് ഒരുവന്റെ നാക്ക് തീരുമാനമെടുക്കേണ്ടിവരുമ്പോൾ. മാത്രമല്ല. ഉവ്വ്, അല്ല ഇവ തമ്മിൽ ഒരു സ്വരത്തിന്റെ വ്യത്യാസമല്ലേ ഉള്ളൂ. കോർട്ടാദോയെ തുടരാൻ മൊനിപ്പോദിയോ സമ്മതിച്ചില്ല. അയാൾ പറഞ്ഞു.

മതി, മതി. ഈ ഒരൊറ്റ പ്രസ്താവനകൊണ്ട് എനിക്കു പൂർണ വിശ്വാസമായി. പ്രാരംഭകരെന്ന കാലഘട്ടം ഒഴിവാക്കി നിങ്ങളെ സംഘത്തിലെ പൂർണ അംഗങ്ങളായി സ്വീകരിക്കാൻ ഞാൻ തയാറായിരി ക്കുന്നു.

പൊങ്ങച്ചക്കാരായി നാം കണ്ട കടുപ്പക്കാരായ രണ്ടുപേരിൽ ഒരുവനും അവരുടെ സമ്മതമറിയിച്ചു. അവിടെ കൂടിയിരുന്ന എല്ലാവരും ഒറ്റ സ്വരത്തിൽ സമ്മതം പറയുക മാത്രമല്ല, ഈ സാഹോദര്യ കൂട്ടായ്മയുടേതായ സുരക്ഷിതത്വം - ബാധ്യതകളിൽനിന്നുള്ള ഒഴിവാക്കൽ - ഉടനെ ഇവർക്കും അനുവദിക്കണമെന്നും അഭ്യർഥിച്ചു. അവരുടെ നല്ലവാക്കുകളും പ്രസന്നഭാവവും അവരെ അതിനർഹരാക്കുന്നു എന്നായിരുന്നു അവരുടെ പക്ഷം. അവരെ സന്തോഷിപ്പിക്കാൻ വേണ്ടി ആ സുരക്ഷിതത്വവും ഒഴിവാക്കലും ഉടൻതന്നെ നൽകുകയാണെന്ന് അദ്ദേഹം അവരെ അറിയിച്ചു. ഇതുമൂലം നവാഗതർക്ക് ലഭിക്കുന്ന പ്രാധാന്യവും ഒഴിവാക്കലുകളും അദ്ദേഹം കുട്ടികളെ അനുസ്മരിപ്പിച്ചു. ആദ്യ മോഷ

* ചാട്ടവാറടി ശിക്ഷയ്ക്ക് അധോലോകം കൊടുത്തിരിക്കുന്ന പേര്.

ണമുതലിന്റെ പകുതി നൽകണമെന്ന വ്യവസ്ഥ ഒഴിവാക്കപ്പെട്ടു. സീനിയർ അംഗങ്ങൾക്കുവേണ്ടി ജാമ്യവുമായി ജയിലിൽ പോവുക, സംഭാവന ചെയ്ത വ്യക്തികൾക്കുവേണ്ടി വേശ്യാലയത്തിൽ ചെല്ലുക തുടങ്ങിയുള്ള വീടുപണികളിൽ നിന്നുള്ള ഒഴിവാകൽ, വെള്ളം ചേർക്കാതെ വീഞ്ഞു കുടിക്കാനുള്ള അവകാശം, ഇഷ്ടമുള്ള സ്ഥലത്ത്, ഇഷ്ടമുള്ള സമയത്ത്, ഇഷ്ടമുള്ളവരുമൊത്തുള്ള സൽക്കാരങ്ങൾ, അവയിൽ മുഖ്യന്റെ അനുവാദമില്ലാതെ പങ്കെടുക്കാനുള്ള അവകാശം ഇവയെല്ലാം കൂടാതെ പ്രത്യേക അവകാശമായി പരിഗണിക്കപ്പെട്ടിരുന്ന പല കാര്യങ്ങൾക്കുമുള്ള അവകാശവും ഉൾക്കൊള്ളുന്നു ഈ ഇമ്യൂണിറ്റി അഥവാ ഒഴിവാക്കൽ - വളരെ മര്യാദയോടെ അവർ അവിടെ കൂടിയിരുന്നവരോടു നന്ദിപറഞ്ഞു.

ഈ സമയത്ത് ഒരു കുട്ടി കിതച്ചോടിയെത്തി. അലഞ്ഞുതിരിഞ്ഞു നടക്കുന്നവരുടെ ചുമതലയുള്ള പോലീസുകാരൻ അങ്ങോട്ടു വരുന്നുണ്ടെന്നുള്ള വിവര മറിയിക്കാനാണ് ഈ കുട്ടി ഓടിവന്നിരിക്കുന്നത്. അയാൾ തനിയെ ഉള്ളൂ എന്ന വിവരവും അറിയിച്ചു.

"ആശങ്കപ്പെടേണ്ടെന്നും, അദ്ദേഹം തന്റെ ഒരു സുഹൃത്താണെന്നും യാതൊരുപദ്രവവും തങ്ങൾക്കുണ്ടാക്കുകയില്ലെന്നും മൊനിപ്പോദിയോ തന്റെ കൂട്ടരെ അറിയിച്ചു. താൻ തന്നെ പുറത്തുപോയി അയാളോടു സംസാരിക്കുമെന്നറിയിച്ച് അയാൾ പുറത്തേക്കു പോയി. അൽപ്പം കഴിഞ്ഞ് തിരികെവന്നു. ഇ് സാൻസാൽവഡോറിൽ പോയിരുന്ന താരാണെന്ന് അന്വേഷിച്ചു. കുട്ടികളെ കൂട്ടിക്കൊണ്ടുവന്ന ഗൈഡ് അതു താനായിരുന്നു എന്നറിയിച്ചു. മൊനിപ്പോദിയോ: എങ്ങനെയിതുസംഭവിച്ചു? ഇന്നുരാവിലെ അവിടെ വഴിതെറ്റിപ്പോയ ആ ചെറിയ ആംബർ പേഴ്സും അതിലുള്ള പതിനഞ്ചു സ്വർണ്ണക്രൗണും രണ്ടു റിയാലുകളും കൃത്യമായ എണ്ണം അറിയാത്ത ഏതാനും പെനികളും എന്നെ കാണിച്ചിട്ടില്ലല്ലോ."

പഴ്സ് കാണാതായത് ശരിയാണെങ്കിലും താനതെടുത്തിട്ടില്ലെന്നും ആരാണതെടുത്തതെന്ന് ഊഹിക്കാൻ പോലും കഴിയുന്നുമില്ലെന്നായി ഗൈഡ്.

മൊനിപ്പോദിയോ: നിന്റെ വേലത്തരമൊന്നും എന്നോടു വേണ്ടാ. പേഴ്സ് ഉടനെതന്നെ കിട്ടണം. ഓരോ വർഷവും നൂറുകണക്കിന് ആനുകൂല്യങ്ങൾ ചെയ്യുന്ന എന്റെ സുഹൃത്തായ പൊലീസുകാരനാണതു ചോദിക്കുന്നത്.

ഗൈഡായ യുവാവ് ആണയിട്ടു പറഞ്ഞു തനിക്കിതിനെ കുറിച്ചു യാതൊന്നുമറിയില്ലെന്ന്.

മൊനിപ്പോദിയോയ്ക്ക് അരിശം നുരഞ്ഞുകയറി. അയാളുടെ കണ്ണുകളിൽനിന്നും തീയാളുന്നുവെന്നു തോന്നുംവിധം അയാൾക്കു കോപമായി. അൽപ്പമാത്രമായെങ്കിലുമുള്ള നിയമലംഘനം ലഘുവായികാണരുതെന്നും അത് ജീവൻപോലും നഷ്ടപ്പെടുത്തുന്ന കാര്യമാണെന്നും

അയാൾ അലറി. ഉടൻ പഴ്സ് പുറത്തുകൊണ്ടുവരൂ എന്നും അല്ല അത് വീതാംശം കൊടുക്കാതിരിക്കാൻ ഒളിച്ചുവയ്ക്കുകയാണെങ്കിൽ തന്റെ സ്വന്തം പണം കൊടുത്ത് പൊലീസുകാരനെ തൃപ്തിപ്പെടുത്തുമെന്നും അയാൾ പ്രഖ്യാപിച്ചു.

ഗൈഡ് വീണ്ടും വീണ്ടും ആണയിട്ടു. ശാപവാക്കുകൾ ഉരുവിട്ടു. താൻ പേഴ്സ് എടുത്തിട്ടില്ലെന്നും അതു തന്റെ കണ്ണിൽപ്പെടുകപോലും ചെയ്തിട്ടില്ലെന്നും പറയാൻ തുടങ്ങി. അയാളുടെ ഓരോ വാക്കും മൊനിപ്പോദിയോയുടെ രോഷാഗ്നിയിൽ എണ്ണ പകർന്നുകൊണ്ടേയിരുന്നു. ഇത്രയുംകാലം നിലവിലിരുന്ന ചട്ടങ്ങളും നല്ല നടപടിക്രമങ്ങളും ലംഘിക്കപ്പെട്ടു എന്നതിൽ അവിടെ കൂടിയിരുന്നവരെല്ലാം അത്യധികം ആ ശങ്കാകുലരായി.

ഇതെല്ലാം കണ്ടുനിന്നിരുന്ന റിങ്കോണെറ്റ് രംഗം ശാന്തമാക്കുന്നതും അരിശം കൊണ്ട് പൊട്ടിത്തെറിക്കുന്ന മുഖ്യനെ തൃപ്തിപ്പെടുത്തുന്നതുമാണ് നന്നെന്നു തീരുമാനിച്ചു. കോർട്ടാദില്ല്യോയുമായി ആലോചിച്ച് അയാളുടെ സമ്മതത്തോടെ ആ വൈദികവിദ്യാർഥിയുടെ പേഴ്സ് പുറത്തെടുത്തു. അയാൾ പറഞ്ഞു "ഈ കലഹം ഇവിടെ അവസാനിക്കട്ടെ. ഇതാണ് ആ പേഴ്സ്. പോലീസ് ഏമാൻ പറഞ്ഞതിൽനിന്നും ഒരു കുറവും സംഭവിച്ചിട്ടില്ല. എന്റെ സ്നേഹിതൻ കോർട്ടാദില്ല്യോയാണ് ഇതെടുത്തത്. ഇതിന്റെ ഉടമസ്ഥന്റെതന്നെ ഒരു കൈത്തൂവാലയും ഈ കൂട്ടത്തിലുണ്ട്."

ഇതെല്ലാം കണ്ട മൊനിപ്പോദിയോ പറഞ്ഞു: "നല്ലവനായ കോർട്ടാദില്ല്യോ നീ ആ കൈത്തൂവാല കൈയിൽവച്ചുകൊള്ളൂ. അതിനു ഞാൻ നഷ്ടപരിഹാരം ചെയ്തുകൊള്ളാം. പേഴ്സിന്റെ കാര്യത്തിൽ - അത് കൊടുത്തേ തീരൂ. കോൺസ്റ്റബിളിന്റെ ബന്ധുവായ ഒരു വൈദികവിദ്യാർഥിയുടേതാണത്. കോഴിയെ മുഴുവനും തന്നയാളിന് അതിന്റെ ഒരു കാലെങ്കിലും കൊടുക്കേണ്ടതാണ് എന്ന പഴമൊഴിയനുസരിച്ച് നാം പ്രവർത്തിച്ചേ മതിയാവൂ. ഈ നല്ലവനായ കോൺസ്റ്റബിൾ ഒരുദിവസം മൂടിവയ്ക്കുന്നത്, നമുക്ക് ഒരു നൂറായി പോലും അയാൾക്ക് കൊടുക്കാൻ കഴിയില്ല."

പേഴ്സ് തിരികെ കൊടുക്കാൻ മൊനിപ്പോദിയോ പുറത്തേക്കു പോയി.

നവാഗതരുടെ നല്ല പെരുമാറ്റവും നേതാവിന്റെ തീരുമാനവും സംഘം കയ്യടിച്ചംഗീകരിച്ചു. നല്ലവൻ എന്ന ഇരട്ടപ്പേര് കോർട്ടാദില്ല്യോയ്ക്ക് ഉറപ്പിച്ചുനൽകി. അവൻ, തന്റെ ഏകപുത്രന്റെ തലകൊയ്യുന്നതിനായി താരിഫായിലെ കോട്ടമുകളിലൂടെ കത്തിയെറിഞ്ഞ ഡോൺ അലൊൻസോ പെരെസ് ദ് ഗുദ്സ്മാൻ, ദ് ഗുഡ് ആയിരുന്നാലെന്നപോലെ.

മൊനിപ്പോദിയോ തിരികെ വന്നു. ഒപ്പം രണ്ടു പെണ്ണുങ്ങളും. ചായം പൂശിയ മുഖം, ചുവപ്പിച്ച ചുണ്ടുകൾ, നെഞ്ചത്തും വെള്ളച്ചായം പൂശിയിരിക്കുന്നു. ഇറക്കം കുറഞ്ഞ കമ്പിളി ഉടുപ്പുകൾ. നാണമേതുമില്ലാത്ത

അഭിസാരികകൾ! അവരെ കണ്ടപ്പോഴേ കുപ്രസിദ്ധ ഭവനങ്ങളിൽ നിന്നാണ് അവരുടെ വരവെന്ന് റിങ്കോണെറ്റിനും കോർട്ടാദില്ല്യോയ്ക്കും മനസിലായി. കടന്നുവന്നപാടെ അവർ തുറന്ന കൈകളുമായി ആ രണ്ടു കടുപ്പക്കാരുടെ (ചട്ടമ്പികളുടെ - കട്ടിക്കാരുടെ) അടുത്തേക്ക് ചെന്നു. അവർ- മാനിഫെറോ*യും ചികിദ്സ്നാക്കും- അവരെ ആലിംഗനം ചെയ്തു - തൊണ്ടനനയ്ക്കാനെന്തെങ്കിലും കൊണ്ടുവന്നിട്ടുണ്ടോ എന്ന് ആരാഞ്ഞു. "നീയെന്താണെന്റെ കുട്ടാ വിചാരിച്ചത്? ഗനാൻസിയോസാ എന്നവൻ പറഞ്ഞു." ആ സിൽബത്തില്യോ ചെക്കൻ അലക്കുതുണിക്കുട്ടയുമായിപ്പം വരും. ദൈവം പ്രസാദിച്ചു നൽകിയതെല്ലാം കൂടി അതിൽ കുത്തി നിറച്ചിട്ടുണ്ടാവും പറഞ്ഞുതീരുമ്പോഴേ സിൽബത്തില്യോ കുട്ടയുമായെത്തി. മുറിയിലുണ്ടായിരുന്ന വിരിപ്പെടുത്ത് അങ്കണത്തിൽ വിരിച്ച് എല്ലാവരും വട്ടത്തിലിരുന്നു. അപ്പോൾ, മാതാവിന്റെ ചിത്രത്തിനു മുൻപിൽ പ്രാർഥിച്ചിരുന്ന വൃദ്ധ ആവശ്യം പറഞ്ഞു തുടങ്ങി. "മൊനിപ്പോദിയോ, എന്റെ മോനേ, പാർട്ടിയിൽ പങ്കെടുക്കാനുള്ള ഒരു മൂഡിലല്ല ഞാൻ. ചെറിയൊരു തലചുറ്റൽ പോലെ - രണ്ടുദിവസമായിട്ട് - അതെന്റെ സ്വസ്ഥതകെടുത്തുകയാ. എങ്ങനെയായാലും എനിക്ക് ഉച്ചയ്ക്കു മുൻപുതന്നെ അവർ ലേഡി ഓഫ് വാട്ടേഴ്സിന്റെ** (ജലധിനാഥയുടെ) യും സെ. അഗസ്റ്റിന്റെ വിശുദ്ധ കുരിശിന്റെയും മുൻപിൽ തിരികത്തിച്ച് പ്രാർഥിക്കണം. മഞ്ഞു പെയ്താലും കൊടുങ്കാറ്റടിച്ചാലും ഈ പതിവു ഞാൻ തെറ്റിക്കാറില്ല. ഞാനിപ്പോഴിവിടെ വന്നത്, ഒരു കാര്യം പറയാനാണ്. ഇന്നലെ സെന്തോപിയെസും റെനിഗാദോയും കൂടി ഒരു അലക്കുതുണിക്കുട്ട, ഇതാ ഈ കുട്ടയേക്കാളൊക്കെ വലുത് എന്റെ വീട്ടിൽകൊണ്ടുവന്നു. അലക്കാനുള്ള സോപ്പ് പോലും അതിലുണ്ട്. പാവങ്ങൾക്ക് അതൊന്നെടുത്തു കളയാൻ പോലും സമയം കിട്ടിയില്ല. അതുങ്ങള് ആ ചുമടുമെടുത്ത്, വിയർത്തുകുളിച്ച്, വെള്ളം മുഖത്തൂടെ ഒഴുകി -ആടിയാടി കൊച്ചു മാലാഖാമാരെപ്പോലെ വരുന്നതുതന്നെ നാണക്കേടായിരുന്നു. കാർണി സെറിയായിൽ*** കുറെ ആടുകളെ തൂക്കിക്കൊടുക്കാൻ പോയിരിക്കുന്ന ഒരു ആട്ടിടയന്റെ പുറകേ പോകണം പോലും അവർക്ക്. അയാളുടെ അരയിൽ തൂക്കിയിട്ടിരിക്കുന്ന കനത്ത സഞ്ചിയിലെ റിയാലുകളിലൊന്നു സ്പർശിക്കാൻ പറ്റുമോ എന്നു നോക്കണമവർക്ക്. കുട്ട തുറക്കുകയോ അതിലെ തുണികളെണ്ണി നോക്കുകയോപോലും ചെയ്യാതെ അവരത് വിശ്വസിച്ച് എന്നെ ഏൽപ്പിച്ചു. എന്റെ ആഗ്രഹങ്ങളെല്ലാം ദൈവം എനിക്കു സാധിച്ചുതരുമെന്നും നിയമത്തിന്റെ പ്രബലതയിൽ നിന്നും വിടുതൽ തരുമെന്നും ഞാൻ പ്രതീക്ഷിക്കുന്നതു കൊണ്ട് ആ കുട്ട ഞാൻ തൊടുകകൂടി ചെയ്തിട്ടില്ല."

---

* ഒരു കോടതിയുത്തരവ് പ്രകാരം ഒരു കൈ മുറിച്ചുമാറ്റപ്പെട്ടവൻ. പകരം ഇരുമ്പുകൈ വച്ചിരിക്കുന്നു.

** Our Lady of waters.

*** ഇറച്ചിച്ചന്ത.

“അമ്മച്ചി പറയുന്നതെല്ലാം ഞങ്ങൾ വിശ്വസിക്കുന്നു. ആ കുട്ട അവിടെതന്നെ ഇരിക്കട്ടെ. രാത്രിയാകട്ടെ, ഞാൻ തന്നെ വന്ന് അതു പരിശോധിച്ച് വിശ്വസ്തതയോടെയും സത്യനിഷ്ഠയോടെയും - എപ്പോഴും ഞാൻ ചെയ്യുന്നതുപോലെ-ഓരോരുത്തർക്കും അർഹതയുള്ളത് നൽകാം” എന്ന് മൊനിപ്പോദിയോ മറുപടി പറഞ്ഞു.

“നീ നിശ്ചയിക്കും പോലാകട്ടെ മോനേ. നേരം ഒത്തിരിയായി. എന്റെ വയറൊരു വല്ലാത്ത സ്ഥിതിയിലാ. അതൊന്നു നേരെയാക്കാൻ നിന്റെ കയ്യിലുള്ള തിൽനിന്ന് ഒന്നു മോന്താനുള്ളത് എനിക്കു തരിക” എന്നു വൃദ്ധ കെഞ്ചി. അതിനു മറുപടി പറഞ്ഞത് ഗനാൻസിയോസയുടെ കൂട്ടുകാരി എസ്കലാന്റയാണ്. “അമ്മച്ചിക്കതു തീർച്ചയായും കിട്ടിയിരിക്കും.”

അവിടെ കൊണ്ടുവന്നിരുന്ന കാട്ടതുറന്നു. അതിൽ എട്ടു ഗ്യാലൻ* കൊള്ളുന്ന ഒരു തോൽസഞ്ചി നിറയെ വീഞ്ഞ് - കോർക്കു തടികൊണ്ടുണ്ടാക്കിയ രണ്ടു ലിറ്റർ കൊള്ളുന്ന ഒരു ചെറിയ പാത്രവും ആ കൂട്ടത്തിലുണ്ടായിരുന്നു. അതു നിറയെ വീഞ്ഞു പകർന്ന് എസ്കലാന്റാ ഭക്തയായ വല്യമ്മയുടെ കൈകളിലേക്ക് കൊടുത്തു. വല്യമ്മ ആദരവോടെ രണ്ടുകൈകൊണ്ടും അതുവാങ്ങി മുകളിലുണ്ടായിരുന്ന പത ഊതിക്കളഞ്ഞിട്ട് “മോളേ നീ ഒത്തിരി ഊറ്റി തന്നല്ലോടീ; എന്നാൽ എല്ലാ അദ്ധ്വാനത്തിനും ദൈവമെനിക്കു മതിയായതു നൽകു”മെന്ന പ്രസ്താവനയോടെ, ഒറ്റശ്വാസത്തിൽ ആ വീഞ്ഞുമുഴുവൻ പാത്രത്തിൽനിന്നും വയറ്റിലേക്കു പകർന്നു. എന്നിട്ട് ആ വീഞ്ഞ് ഉണ്ടാക്കിയ സ്ഥലത്തിന്റെ പേരും പറഞ്ഞു. എസ്കലാന്റാ തനിക്കു സമാശ്വാസം തന്നതുപോലെ ദൈവം അവൾക്കും നൽകട്ടെയെന്നു പ്രാർഥിക്കുന്നു എന്നും പ്രഘോഷിച്ചു. താൻ പ്രഭാത ഭക്ഷണം കഴിക്കാത്തതുകൊണ്ട് കഴിച്ച വീഞ്ഞുകൊണ്ട് ഒത്തിരി ഗുണമുണ്ടാകില്ലെന്നും പറഞ്ഞ് പോകാനൊരുങ്ങി. ഒത്തിരി പഴകിയ വീഞ്ഞാണത്. കുഴപ്പമുണ്ടാക്കില്ല എന്ന് മൊനിപ്പോദിയോയും പറഞ്ഞു. സ്ത്രീകളോട് അവരുടെ കയ്യിൽ ഉണ്ടെങ്കിൽ മെഴുകുതിരി വാങ്ങാൻ വൃദ്ധ ഒരു പെനി ആവശ്യപ്പെട്ടു. തന്റെ ധൃതിക്കിടയിൽ സഞ്ചിയെടുക്കാൻ മറന്നുപോയത്രേ. ഗനാൻസിയോസാ ഒന്നിനു പകരം രണ്ടു പെനി കൊടുത്തിട്ട് ഒരു മെഴുകുതിരി വിശുദ്ധ മിഖായേലിന്റെ മുൻപിൽ കത്തിക്കണമെന്നും, രണ്ടെണ്ണം വാങ്ങാൻ പറ്റുമെങ്കിൽ ഒന്ന് വിശുദ്ധ ബ്ലാസിന്റെ മുൻപിലും വേണമെന്നും അവർ രണ്ടുപേരുമാണ് അവരുടെ സംരക്ഷകരെന്നും വല്യമ്മയോടു പറഞ്ഞു. കണ്ണിനു സുഖംകിട്ടാൻ വിശുദ്ധ ലൂസിയായുടെ മുൻപിലും ഒന്നു കത്തിക്കേണ്ടിയിരുന്നത്രെ. പക്ഷേ ചില്ലറയില്ല കയ്യിൽ. അതൊക്കെ മറ്റൊരുദിവസം കൈകാര്യം ചെയ്യാമെന്ന് അവൾ സമാശ്വസിച്ചു.

വല്യമ്മ അവൾക്കൊരു ഉപദേശം നൽകി- “എന്റെ മോളെ അതൊക്കെ ഉടനെ ചെയ്യണം. നീ വെറും മോശക്കാരിയല്ലെന്നോർക്കണം. മരിക്കുന്നതിനു മുൻപേ നല്ല കാര്യങ്ങൾ ചെയ്യണം - അനന്തരാവകാശി

* ഏകദേശം 30 ലിറ്റർ.

കളോ വിധി നടത്തിപ്പുകാരോ അതൊക്കെ ചെയ്യാൻ കാത്തിരിക്കരുത്. ഇതൊരു വളരെ പ്രധാനപ്പെട്ട കാര്യമാണത്രേ.”

പിപ്പോത്താ വല്യമ്മ (അതായിരുന്നു അവരുടെ പേര്) പറഞ്ഞതു ശരിയാണെന്ന് എസ്കലാന്റായും സമ്മതിച്ചു. അവളും ഒരു പെനിയെടുത്തുകൊടുത്ത്, അവൾക്ക് പ്രയോജനമുള്ളവരെന്നും കൊള്ളാവുന്നവരെന്നും തോന്നിയ വിശുദ്ധരുടെ മുൻപിൽ കത്തിക്കണമെന്ന് ആവശ്യപ്പെട്ടു.

പോകുന്നതിന് മുൻപ് പിപ്പോത്താ വല്യമ്മ ഇത്രയുംകൂടി പറഞ്ഞു. “സുഖമായി കഴിയൂ മക്കളേ, ഇപ്പോൾ നിങ്ങൾക്കു സമയമുണ്ട്. വാർദ്ധക്യം വരും. അപ്പോൾ ചെറുപ്പകാലത്ത് നാം നഷ്ടപ്പെടുത്തിയ സമയത്തെ ഓർത്ത് വിലപിക്കേണ്ടിവരും: ഈ എന്നെപ്പോലെ. നിങ്ങളുടെ പ്രാർഥനയിൽ എന്റെ കാര്യം കൂടി പറയണേ. എനിക്കുവേണ്ടിയും നിങ്ങൾക്കുവേണ്ടിയും ഞാൻ പ്രാർഥിക്കാൻ പോവുകയാണ്. അങ്ങനെ നമ്മുടെ അപകടകരമായ തൊഴിലിൽ ദൈവം നമ്മെ നിയമത്തിന്റെ ഭീകരതയിൽനിന്നും സുരക്ഷിതരായും സ്വതന്ത്രരായും കാക്കട്ടെ.” വല്യമ്മ പുറത്തേക്കു പോയി.

എല്ലാവരും - അവർ പതിന്നാല് പേരുണ്ടായിരുന്നു - വിരിപ്പായ്ക്കു ചുറ്റും വട്ടത്തിലിരുന്നു. വിവിധതരം ഭക്ഷ്യവസ്തുക്കൾ ആ കുട്ടയിൽ കുത്തിനിറച്ചിരുന്നു. നേരത്തെ പറഞ്ഞ വീഞ്ഞ്, അതെടുക്കാനുള്ള പാത്രം, ഓറഞ്ച്, നാരങ്ങ തുടങ്ങിയ പഴങ്ങൾ, വറുത്ത മത്സ്യം, ഡച്ച്ചീസ്, ഒരു കലം നിറയെ ഒലിവു പഴങ്ങൾ, ഓംലെറ്റ്, കൊഞ്ച്, ഞണ്ടുകറി, മഞ്ഞുപോലെ വെളുത്ത റൊട്ടി, ഒന്നുരണ്ടുതരം സോസുകൾ ഇതെല്ലാം ആ കൊട്ടയിലുണ്ടായിരുന്നു. നേരത്തെപറഞ്ഞ രണ്ടു വൃദ്ധൻമാരും, ഗൈഡായി വന്ന യുവാവും വിളമ്പികൊടുക്കാൻ തയാറായി. ഭക്ഷണം കഴിക്കാൻ തുടങ്ങിയതേയുള്ളൂ. വാതിലിൽ ആരോ മുട്ടുന്നു. എല്ലാവരും ആശങ്കയിലായി. ശാന്തരായിരിക്കാൻ പറഞ്ഞിട്ട് മൊനിപ്പോദിയോ അകത്തുനിന്നും ഒരു പരിചയെടുത്തു. കൈ, വാൾപ്പിടിയിൽ മുറുക്കി ക്കൊണ്ട് വാതിൽക്കലേക്കു ചെന്നു ഭയപ്പെടുത്തുന്ന സ്വരത്തിൽ ചോദിച്ചു. “ആരത്” മറുപടിവന്നു, “പ്രത്യേകിച്ചാരുമല്ല. ഞാൻ ഗാർഡ് ഡ്യൂട്ടിയിലായിരുന്ന ടഗാറെറ്റ്. ജൂലിയാനലാ കരിഹാർത്താ ഈ വഴി വരുന്നുണ്ടെന്നു പറയാനാണ്.” കണ്ണീരിൽകുളിച്ച് അഴിഞ്ഞുലഞ്ഞ് എന്തോ ഭയങ്കരമായതു സംഭവിച്ചമട്ടിലാണ് വരവ്.

അപ്പോൾത്തന്നെ ഏങ്ങലടിച്ചുകൊണ്ട് ജൂലിയാന എത്തി. മൊനിപ്പോദിയോ അവളുടെ ശബ്ദം തിരിച്ചറിഞ്ഞു വാതിൽതുറന്നു. ഇനി മുതൽ ഇത്രയും ഒച്ചയും ബഹളവുമില്ലാതെ കാര്യങ്ങൾ റിപ്പോർട്ട് ചെയ്താൽ മതിയെന്ന നിർദേശത്തോടെ ടഗാറെറ്റിനെ തിരിച്ചയച്ചു. കരിഹാർത്ത കടന്നുവന്നു. മറ്റേയുവതികളെപ്പോലെതന്നെ. അതേ തൊഴിൽ. മുടി അഴിഞ്ഞുലഞ്ഞു കിടക്കുന്നു. മുഖത്തു ചതവുകളും മുറിവുകളും. അങ്കണത്തിലേക്കു കടന്നതോടെ അവൾ ബോധമറ്റു നിലത്തുവീണു.

ഗനാസിയായും എസ്കലാന്റയും ഓടിച്ചെന്നു. അവളുടെ ഇറുകിയിരുന്ന ഉടുപ്പഴിച്ചു. ദേഹം മുഴുവൻ കരുവാളിച്ചിരിക്കുന്നു. അടികൊണ്ട പാടുകളും. അവർ അവളുടെ മുഖത്തു വെള്ളം തളിച്ചു. അവൾക്കു ബോധം വീണു. അവൾ വിളിച്ചുകൂവാൻ തുടങ്ങി.

"ആ നാണംകെട്ട ദുഷ്ടൻ,! ആ പേടിത്തൊണ്ടൻ! കള്ളൻ,! ആ അറപ്പുണ്ടാക്കുന്ന തെമ്മാടി. അവന്റെമേൽ ദൈവത്തിന്റെയും രാജാവിന്റെയും നീതി നിപതിക്കട്ടെ! അവന്റെ മീശരോമങ്ങളുടെ എണ്ണത്തേക്കാൾ കൂടുതൽ തവണ അവനെ ഞാൻ കാരാഗൃഹത്തിൽ നിന്നും രക്ഷിച്ചിരിക്കുന്നു! എന്റെ ദുരിതം! ഇവനെപ്പോലുള്ള ഒരുത്തനുവേണ്ടി, ഹൃദയശൂന്യനും അധർമിയും ഒരിക്കലും ഗുണംപിടിക്കാത്ത വഷളനും നികൃഷ്ടനുമായ ഒരുവനുവേണ്ടി എന്റെ ജീവിതത്തിലെ നല്ലകാലം മുഴുവൻ, എന്റെ യുവത്വം മുഴുവൻ, ഞാൻ പാഴാക്കിയല്ലോ!"

"ശാന്തയാകൂ കരിഹാർത്താ" മൊനിപ്പോദിയോ അവളെ ആശ്വസിപ്പിച്ചു. "ഇതാ ഞാനിവിടുണ്ട്. നീതി നടന്നിരിക്കുമെന്ന് ഞാൻ ഉറപ്പാക്കും. എന്താണ് സംഭവിച്ചതെന്ന് നീ പറയ്. പറഞ്ഞുതീരാനെടുക്കുന്ന സമയത്തിനുള്ളിൽ നിന്റെ പ്രതികാരം നിർവ്വഹിക്കപ്പെട്ടിരിക്കും. നിന്റെ ആൺ സുഹൃത്തുമായി നിനക്കെന്തെങ്കിലും പ്രശ്നമുണ്ടായോ? ഇതാണു കാര്യമെങ്കിൽ, നിനക്കു പ്രതികാരം വേണമെന്നുമുണ്ടെങ്കിൽ നീയതൊന്നു പറഞ്ഞാൽ മാത്രം മതി."

"ആൺസുഹൃത്ത്! അവൻ!ആണുങ്ങളുടെ ഇടയിൽ ആട്ടിൻകുട്ടിയെപ്പോലെയും ആട്ടിൻകുട്ടികളുടെ ഇടയിൽ സിംഹത്തെപ്പോലെയുമുള്ളവൻ അവനെക്കാൾ നരകത്തിൽനിന്നൊരു ആൺകൂട്ടുകാരനാണു ഭേദം! ഇനിയും ഒരിക്കലെങ്കിലും അവന്റെകൂടെ ഞാൻ തിന്നുകയോ ഉറങ്ങുകയോ ചെയ്യുമെന്ന് താങ്കൾ കരുതുന്നുണ്ടോ? എന്നെ ഈ സ്ഥിതിയിലാക്കിയവന്റെ കൂടെയായിരിക്കുന്നതിനെക്കാൾ കുറുക്കൻമാർ എന്നെ തിന്നട്ടെ!" ഇതായിരുന്നു കരിഹാർത്തായുടെ മറുപടി. അവളുടെ പാവാട അവൾ മുട്ടോളമോ അൽപ്പം കൂടുതലോ ഉയർത്തി അവൾക്കു ലഭിച്ച താഡനങ്ങളുടെ പാടുകൾ കാണിച്ചു. "ഇതൊക്കെയാണ് ആ നികൃഷ്ടനായ റിപ്പോളിദോ എന്നോടു ചെയ്തത്." അവൾ തുടർന്നു പറഞ്ഞു. "അവനെ പെറ്റ അവന്റെ അമ്മയോടുള്ളതിൽ കൂടുതൽ അവനെന്നോടു കടപ്പെട്ടിരിക്കുന്നു. എന്തിനാണവനിതൊക്കെ ചെയ്തതെന്നോ. അതിനുള്ള എന്തെങ്കിലും അവസരം ഞാനുണ്ടാക്കിയോ? സത്യമായിട്ടും അല്ല. അവൻ ചൂതുകളിയിൽ തോറ്റുതുന്നം പാടിയപ്പോൾ അവന്റെ തുണക്കാരൻ പയ്യനെ, കബ്രില്ലാസിനെ, എന്റെയടുക്കലേക്ക് പറഞ്ഞുവിട്ട് മുപ്പതു റിയാൽ കൊടുത്തയയ്ക്കണമെന്ന് പറഞ്ഞു. ഞാൻ ഇരുപത്തിനാല് റിയാലേ കൊടുത്തുവിട്ടുള്ളൂ. അത്രയും പണമുണ്ടാക്കാൻ ഞാൻ പെട്ടപാടും ദുരിതവും എന്റെ പാപങ്ങൾക്കു പരിഹാരമായി ദൈവം സ്വീകരിക്കട്ടെ! ഈ കരുണകാണിക്കലിന്, ഈ നല്ലപ്രവൃത്തിക്ക് - പകരമായിട്ട് -ഞാൻ കുറെ പണം മാറ്റിസൂക്ഷിച്ചിട്ടുണ്ടെന്ന് ചിന്തിച്ചു

കൊണ്ട് - ഇന്നുരാവിലെ അവൻ വന്ന് എന്നെ വലിച്ചിഴച്ച് ഹ്യൂയെർത്താ ദേൽ റേയ്*യുടെ പുറകിലേക്ക് കൊണ്ടുപോയി, അവിടെ ഒലിവുമരങ്ങളുടെ ഇടയിൽവച്ച് അവൻ എന്റെ തുണിമുഴുവൻ വലിച്ചുപറിച്ചു കളഞ്ഞിട്ട് അവന്റെ ബെൽറ്റുകൊണ്ട് - അതിന്റെ ബക്കിൾ പോലും മാറ്റാതെ അടിച്ചടിച്ച് ഞാൻ ചാവാറായപ്പോൾ അവിടെയിട്ടിട്ടുപോയി, (അവൻ മുടിയട്ടെ. അവൻ വിലങ്ങിൽ കിടക്കുന്നതെനിക്കു കാണാൻ കഴിയണേ) ഈ അടിപ്പാടുകൾ പറയും ഞാൻ പറഞ്ഞതു മുഴുവൻ സത്യമാണെന്ന്. പിന്നെയും അവൾ അലറിക്കരയാൻ തുടങ്ങി. നീതി നിർവഹിക്കപ്പെടണമെന്ന് അവൾ ആവശ്യപ്പെട്ടു.

മൊനിപ്പോദിയോയും അവിടെയുണ്ടായിരുന്ന ആ രണ്ടു ചട്ടമ്പികളും അവളെ സംതൃപ്തയാക്കാമെന്ന് വാഗ്ദാനം ചെയ്തു.

ഗനാൻസിയോസാ അവളുടെ കൈപിടിച്ച് അവളെ ആശ്വസിപ്പിക്കാൻ ശ്രമിച്ചു. അവളുടെ ആൺസുഹൃത്ത് ഇതുപോലെതന്നെ അവളോടു ചെയ്തപ്പോൾ അവൾ നേടിയെടുത്ത രത്നങ്ങളിൽ നല്ലതൊരെണ്ണം സന്തോഷത്തോടെ ജൂലിയാ നായയ്ക്ക് നൽകാമെന്നു പറഞ്ഞു. അവൾ തുടർന്നുപറഞ്ഞു. കാരണമെന്തെന്നു വച്ചാൽ നിനക്കിതുവരെയും അറിയില്ലെങ്കിൽ നീയിതറിയാൻ ഞാനാഗ്രഹിക്കുന്നു. അടിക്കപ്പെടുക എന്നത് അതിസ്നേഹത്തിന്റെ അടയാളമാണ്. ആ തെമ്മാടികൾ നമ്മളെ അടിക്കുകയും തൊഴിക്കുകയും ആക്രമിക്കുകയും ചെയ്യുമ്പോൾ അവർ നമ്മളെ ആരാധിക്കുകയാണ്. ഇതു ശരിയല്ലെങ്കിൽ നീയൊന്നു പറയൂ-റിപ്പോളിദോ നിന്നെ ശിക്ഷിക്കുകയും അടിക്കുകയും ചെയ്തുകഴിഞ്ഞ് നിന്നെ അൽപ്പമെങ്കിലും സ്നേഹത്തോടെ തലോടുകയുണ്ടായില്ലേ?

കരിഹാർത്ത കണ്ണുനീരോടെ പറഞ്ഞു "അൽപ്പമോ? ഒരു നൂറായിരം പ്രാവശ്യം. മാത്രമോ, അയാളുടെ താമസസ്ഥലത്തേക്ക് പോകാനെന്നെ കൈപിടിച്ചു നിർബന്ധിക്കുകയും ചെയ്തു. യഥാർഥത്തിൽ എന്നെ മർദിച്ചു കഴിഞ്ഞ് അയാൾ മിക്കവാറും കരഞ്ഞുപോയി."

ഗനാൻസിയോസാ: "എനിക്കതിൽ സംശയമില്ല. നിന്നെ ഏതവസ്ഥയിലാണ് അയാൾ ഇട്ടിട്ടുപോയതെന്ന് അയാൾ മനസിലാക്കുമ്പോൾ അയാൾ കരയുകതന്നെ ചെയ്യും. കാരണം ഈ ആണുങ്ങൾ പശ്ചാത്താപം വന്നുകഴിഞ്ഞാൽ പിന്നെ ഇത്തരം പാപം ചെയ്യുക പ്രയാസമാണ്. നീ നോക്കിക്കോ സോദരീ, നമ്മൾ ഇവിടെനിന്നും പോകുന്നതിന് മുൻപേ അയാൾ നിന്നെ അന്വേഷിച്ചുവരും. ഒരാട്ടിൻകുട്ടിയെപ്പോലെ സംഭവിച്ചതിനെല്ലാം അവൻ നിന്നോട് ക്ഷമ ചോദിക്കുകയും ചെയ്യും."

മൊനിപ്പോദിയോ: "അവൻ ചെയ്ത ദ്രോഹത്തിന് അവൻ പരസ്യമായി പ്രായശ്ചിത്തം ചെയ്തില്ലെങ്കിൽ ആ നികൃഷ്ടനായ ഭീരുവിന്റെ നിഴൽപോലും ഈ വാതിൽ കടക്കുകയില്ല. കരിഹാർത്തായുടെ മുഖത്തും മാംസപേശികളിലും ഇങ്ങനെ കയ്യേറ്റം ചെയ്യാൻ അവൻ എങ്ങനെ മുതിർന്നു! അതും ഗനാൻസിയോസെപ്പോലെതന്നെ വൃത്തിയും കഠിനാ

* രാജാവിന്റെ തോട്ടം

ധ്വാനവുമുള്ള ഒരു പെൺകുട്ടിയിൻമേൽ! ഇതിൽ കൂടുതൽ ഇവളെ പുകഴ്ത്താൻ എനിക്കാവില്ല.”

ജൂലിയാന മൊനിപ്പോദിയോവിനോട് ആ നീചനെക്കുറിച്ച് കൂടുതലൊന്നും പറയരുതെന്ന് അഭ്യർഥിച്ചു. അയാൾ ചീത്തയാണെങ്കിലും താൻ അയാളെ സ്നേഹിക്കുന്നു. അയാൾക്ക് അനുകൂലമായി ഗനാൻസിയോസാ പറഞ്ഞ ന്യായ വാദം തന്നെ ബോധ്യപ്പെടുത്തിയിരിക്കുന്നു. സത്യത്തിൽ പോയി അയാളെക്കുറിച്ച് അന്വേഷിക്കാൻ അവൾക്കു തോന്നുണ്ടത്രേ.

അതു വേണ്ടെന്നായിരുന്നു ഗനാൻസിയോസായുടെ ഉപദേശം. ഇപ്പോൾ അങ്ങോട്ടുചെന്നാൽ അയാൾ മോന്ത വീർപ്പിച്ചുപിടിക്കും. എല്ലാത്തരം കൗശല പ്രയോഗങ്ങളും നടത്തുകയുംചെയ്യും. അനങ്ങാതിരുന്നാൽ അയാൾ താമസിയാതെതന്നെ ക്ഷമപറയാൻ ഇങ്ങോട്ടു വരുമെന്നും അല്ല വന്നില്ലാ എങ്കിൽ ഏതാനും വരി കവിതയെഴുതി അയാൾക്ക് എവിടെ അവസാനിപ്പിച്ച് വീണ്ടും തുടങ്ങാം എന്ന് അയാളെ മനസിലാക്കാമെന്നും അവൾ അഭിപ്രായപ്പെട്ടു.

കരിഹാർത്ത അതിനോടു യോജിച്ചു. ഒത്തിരിയേറെ കാര്യങ്ങൾ എഴുതാനുണ്ടുതാനും. എഴുതിയെടുക്കുന്ന പണി ഏറ്റെടുക്കാൻ മൊനിപ്പോദിയോ തയാറായി. തന്നെയല്ല, താനൊരു കവിയല്ലെങ്കിലും ഒരു പുരുഷൻ മനസുവച്ചാൽ ഒരു രണ്ടായിരം കവിതകൾ നിമിഷങ്ങൾക്കുള്ളിൽ എഴുതാൻ കഴിയുമെന്നും, അങ്ങനെയങ്ങു കവിത വന്നില്ലെങ്കിൽ തനിക്കു പരിചയമുള്ള ഒരു ക്ഷുരകനുണ്ടുപോലും - നല്ല ഒരു കവിയാണയാൾ. എപ്പോൾ ആവശ്യപ്പെട്ടാലും അയാൾ കവിത എഴുതിത്തരും. തൽക്കാലം ലഞ്ച് പൂർത്തിയാക്കാമെന്ന് അയാൾ നിർദേശിച്ചു.

തന്റെ നേതാവ് പറയുന്നതനുസരിക്കാൻ ജൂലിയാനായ്ക്ക് സന്തോഷമായിരുന്നു. ആഹ്ലാദത്തോടെ അവർ ഭക്ഷണത്തിനായി തിരിഞ്ഞു. അധികം താമസിയാതെ കുട്ടയുടെ അടി കണ്ടു. വീഞ്ഞുപാത്രത്തിൽ മട്ടുമാത്രം ശേഷിച്ചു. വൃദ്ധൻമാരിരുവരും നിറുത്താതെ കുടിച്ചു. ചെറുപ്പക്കാർ ഒരു കൂസലും കൂടാതെയും; സ്ത്രീകൾ പ്രത്യേകിച്ച് അതിർത്തി കൽപ്പിക്കാതെയും. മൊനിപ്പോദിയോയുടെ പ്രത്യേക അനുവാദത്തോടെ വൃദ്ധർ യാത്ര പറഞ്ഞുപോയി. റിങ്കോണെറ്റ് സ്വാഭാവികമായും ഒരു ജിജ്ഞാസു ആയിരുന്നു. അയാൾ മൊനിപ്പോദിയോയുടെ അനുവാദം അപേക്ഷിച്ചുകൊണ്ട് തീർത്തും പ്രായമേറിയവരും അവശരും രോഗബാധിതരുമായ ഈ വൃദ്ധരെക്കൊണ്ട് എന്തു പ്രയോജനമാണ് ഈ സമൂഹത്തിനുണ്ടാവുക എന്ന സംശയം ചോദിച്ചു. മറുപടിയായി മൊനിപ്പോദിയോ പറഞ്ഞു. അവരുടെ ഭാഷയും ശൈലിയും കൊണ്ട് കടന്നലുകൾ എന്നറിയപ്പെടുന്ന അവർ ചുറ്റിനടന്ന് ഏതേതു വീടുകളിലാണ് രാത്രിയിൽ കയറി മോഷ്ടിക്കാൻ കഴിയുന്നത്? പണമിടപാട് സ്ഥാപനങ്ങളിൽ നിന്നും പണമെടുക്കുന്നവർ പണവുമായി എങ്ങോട്ടാണ് പോവുക? എവിടെയാണവർ പണം നിക്ഷേപിക്കുക? ഇതൊക്കെ കണ്ടെ

ത്തുകയും വിവരമറിയിക്കുകയും ചെയ്യുന്നു. പറ്റിയ വീടു കണ്ടെത്തിയാൽ തുരന്നുകയറാൻ തക്കതരത്തിൽ ഭിത്തിയുടെ കനം കുറഞ്ഞ ഭാഗം കണ്ടെത്തുന്നതും അവരാണ്. ചുരുക്കത്തിൽ മറ്റാരെയും പോലെ തന്നെ ഈ സാഹോദര്യസമൂഹത്തിന് അവർ വിലപ്പെട്ടവരാണ്. അവരുടെ അദ്ധ്വാനത്തിലൂടെ മോഷ്ടിക്കപ്പെടുന്ന വസ്തുക്കളുടെ അഞ്ചിലൊന്ന് അവർ സൂക്ഷിക്കുന്നു. ലഭ്യമാകുന്ന നിധിയിൻമേൽ രാജാവിനെന്ന പോലെ."

"ഇതിനെല്ലാം പുറമേ ബഹുമാന്യരും സത്യസന്ധരുമായ മനുഷ്യരാണവർ. നല്ലജീവിതം നയിച്ചവർ. സൽപേരുള്ളവർ, മനഃസാക്ഷിയോടും ദൈവത്തോടും ഭയമുള്ളവർ. ഏറ്റവും ഭക്തിയോടെ എ ം കുർബ്ബാനയിൽ സംബന്ധിക്കുന്നവർ."

ഇങ്ങനെയുള്ളവരിൽ ചിലർ നല്ല മിതവ്യയശീലമുള്ളവരാണ്. പ്രത്യേകിച്ച് ഇപ്പോൾ പോയ രണ്ടുപേർ. അവർക്കർഹതപ്പെട്ടതിൽ വളരെ കുറച്ചേ ലഭിച്ചുള്ളൂ എങ്കിലും അവർ തൃപ്തരാണ്. വേറെ രണ്ടുപേരുണ്ട്. അവർ പൊതുസ്ഥലത്തെ പോർട്ടർമാരാണ്. അവർ മിക്കവീടുകളിലും മാറിമാറി പോകുന്നവരാണ്. ഏതു വീടുകളാണ് കയറാൻ പറ്റിയത്, ഏതു വീടുകളാണ് കയറിയാൽ പ്രയോജനമില്ലാത്തത് എന്നൊക്കെ കൃത്യമായി അവർക്കറിയാം.

ഇതെല്ലാം കേട്ട റിങ്കോണെറ്റ് സന്തുഷ്ടനായി. ഇത്ര മെച്ചപ്പെട്ട ഈ സാഹോദര്യസംഘത്തിന് തന്നെക്കൊണ്ട് ആവുന്നത്ര പ്രയോജനമുണ്ടാകണമെന്ന് അവൻ തീരുമാനിച്ചു. ദൈവം നല്ല തീരുമാനങ്ങളെ അനുകൂലിക്കുന്നു എന്നതായിരുന്നു മൊനിപ്പോദിയോവിന്റെ പ്രതികരണം.

വാതിൽക്കൽ ഒരു മുട്ട്. ആരെന്ന് മൊനിപ്പോദിയോ. "തുറക്കൂ മിസ്റ്റർ മൊനിപ്പോദിയോ. ഇത് റിപ്പോളിദോയാണ്. എന്നു മറുപടി. കരിഹാർത്താ ഇതുകേട്ടു. ഉച്ചത്തിൽ നിലവിളിച്ചു. മറുപടി പറയരുതെന്നും ടാർപ്പിയായിൽ നിന്നുള്ള ആ കപ്പൽക്കാരന്, ഒക്കാനായിൽ നിന്നുള്ള ആ കടുവായ്ക്ക് വാതിൽ തുറന്നുകൊടുക്കരുതേ എന്നും അവൾ അപേക്ഷിച്ചു. ഇതു കേട്ടിട്ടും മൊനിപ്പോദിയോ റിപ്പോളിദോയ്ക്കുവേണ്ടി വാതിൽ തുറന്നു. ഇതു കണ്ട കരിഹാർത്ത അകത്തെ മുറിയിലേക്കോടി വാതിലടച്ചു. അകത്തുനിന്നുകൊണ്ട് അവൾ വിളിച്ചുകൂവി. ഈ ഒന്നിനും കൊള്ളാത്തവനെ ഇവിടെനിന്നും പറഞ്ഞുവിട്. നിരപരാധികളെ കൊല്ലുന്നവൻ. മാടപ്രാവുകളെ ഭയപ്പെടുത്തുന്നവൻ."

മാനിഫെറോയും ചികിദ്സ്നാക്കും റിപ്പോളിദോയെ ബലമായി പിടിച്ചു. കരിഹാർത്തായുടെ മുറിയിലേക്ക് പോകാൻ റിപ്പോളിദോ ശ്രമിച്ചെങ്കിലും മറ്റവർ രണ്ടും അത് സമ്മതിച്ചില്ല. അതുകൊണ്ട് അയാൾ മുറിക്കു പുറത്തുനിന്നുകൊണ്ട് വിളിച്ചുപറഞ്ഞു. "ദൈവത്തെപ്രതി നീയിറങ്ങിവാ, വിവാഹം കഴിക്കണമെന്ന് വിചാരിക്കുന്നെങ്കിൽ."

കല്യാണം കഴിക്കാൻ? നിന്നെ? ദുഷ്ടനായ നിന്നെ? അതുകൊള്ളാവുന്ന ഒരു കളിയാണ്. നിനക്ക് വിവാഹം കഴിക്കണമെന്ന് തോന്നുണ്ടാകും. പക്ഷേ ഞാനില്ല. നിന്നേക്കാൾ നിർജീവമായ ഒരു അസ്ഥികൂടത്തെ

യാവും ഞാൻ വിവാഹം കഴിക്കാൻ താൽപ്പര്യപ്പെടുക എന്നായി കരിഹാർത്ത.

"എടീ മറയിപ്പെണ്ണേ, നീയിറങ്ങിവാ റിപ്പോളിദോ വീണ്ടും പറഞ്ഞു." നമുക്കിതവസാനിപ്പിക്കാം. "നേരംവൈകുകയാണ്. ഞാനിത്രയും സൗമ്യമായി സംസാരിക്കുന്നതുകൊണ്ടും എളിമയോടെ പെരുമാറുന്നതു കൊണ്ടും നീയത്ര പൊങ്ങിപ്പറക്കണ്ടാ. എനിക്കിനിയും കോപംവന്നാൽ, ദൈവത്തിനറിയാം, രണ്ടാമത്തെ ആക്രമണം ആദ്യത്തേതിനേക്കാൾ മോശമായിരിക്കുമെന്ന്. അതുകൊണ്ട് വഴങ്ങുക. നമുക്കു തെറ്റു പറ്റിയെന്നു സമ്മതിക്കാം. പിടിവാശിപിടിച്ചു സാത്താനോടു കൂടണ്ടാ.

കരിഹാർത്ത വഴങ്ങാൻ തയാറായിട്ടില്ല. "ഞാനിനി നിന്നെ കാണാതിരിക്കുന്ന കാലമത്രയും ചെകുത്താൻ അവനിഷ്ടമുള്ളതു നിന്നോടു ചെയ്യട്ടെ" എന്നായി അവൾ.

റിപ്പോളിദോ: "ഞാനെന്താണു പറഞ്ഞത്? ഞാനിതവസാനിപ്പിക്കാൻ പോവുകയാണ്. പരിണതഫലം എന്തായാലും."

മൊനിപ്പോദിയോ ഇത്തരുണത്തിൽ ഇടപെട്ടു."എന്റെ മുൻപിൽ ധിക്കാരപരമായ പ്രവൃത്തിയൊന്നും വേണ്ടാ. കരിഹാർത്ത പുറത്തുവരും നിന്റെ ഭീഷണികൊണ്ടല്ല. എന്നോടുള്ള ആദരവുകൊണ്ട്. എല്ലാം ക്രമപ്രകാരം നടക്കും. കാരണം പരസ്പരം താൽപ്പര്യമുള്ളവരുടെ കലഹം തീർന്നു കഴിയുമ്പോൾ അവരുടെ താൽപ്പര്യം കൂടുതൽ മധുരമായി അനുഭവപ്പെടും. ഓ! ജൂലിയാനാ, എന്റെ പെൺകൊച്ചേ! ഓ എന്റെ കരിഹാർത്താ നീ പുറത്തിറങ്ങിവാ, എന്നെയോർത്ത്. ഞാൻ റിപ്പോളിദോയെ മുട്ടിൻമേൽ നിറുത്തി നിന്നോടു ക്ഷമപറയിക്കാം."

എസ്കലാന്റാ ചാടിക്കയറി പറഞ്ഞു: "റിപ്പോളിദോ അങ്ങനെ ചെയ്താൽ ഞങ്ങൾ അയാളുടെ ഭാഗത്തായിരിക്കും. ജൂലിയാനയോടു പുറത്തുവരാൻ ഞങ്ങൾ അപേക്ഷിക്കാം." ഇതെല്ലാം പൂർണമായി റിപ്പോളിദോയ്ക്ക് പിടിച്ചില്ല. അയാൾ പ്രഖ്യാപിച്ചു: എന്റെ അന്തസ്സു കളഞ്ഞു കുളിച്ചു ഞാൻ വഴങ്ങണമെന്നാണെങ്കിൽ ഒരു സംഘം കീറത്തുണി ധരിച്ച ചെറ്റകൾക്ക് ഞാൻ കീഴടങ്ങുന്ന പ്രശ്നമേയില്ല. എന്നാൽ കരിഹാർത്താ അതാഗ്രഹിക്കുന്നെങ്കിൽ, ഞാൻ മുട്ടിൻമേൽ നിൽക്കുകയൊന്നുമില്ല, അവൾക്കുവേണ്ടി ഞാനൊരടിമയാകാം ഒരു ആണി എന്റെ നെറ്റിയിൽ തറച്ചുവെയ്ക്കുകയുമാകാം.

ഇതുകേട്ട് ചികിദ്സ്നാക്കും മാനിഫെറോയും ചിരിച്ചു. അത് റിപ്പോളിദോയെ അരിശം പിടിപ്പിച്ചു. അവർ തന്നെ അപഹസിക്കുകയാണെന്നയാൾ കരുതി. ഭയങ്കരമായി ക്രുദ്ധനായി അയാൾ ചീറി: "കരിഹാർത്താ എന്നെക്കുറിച്ചോ ഞാൻ അവളെക്കുറിച്ചോ പറഞ്ഞതോ പറഞ്ഞേക്കാവുന്നതോ ആയ എന്തിനെയെങ്കിലും കുറിച്ച് ഏവനെങ്കിലും ചിരിക്കുകയോ ചിരിക്കാൻ ചിന്തിക്കുകയോ ചെയ്യുന്നെങ്കിൽ, അങ്ങനെ ചെയ്യുന്ന ഓരോ തവണയും, ഞാൻ പറയുന്നു അവൻ താഴെ വീഴുന്നു അല്ലെങ്കിൽ താഴെ കിടക്കുകയായിരിക്കും."

ചികിദ്സ്നാക്കും മാനിഫെറോയും പരസ്പരം നോക്കി. താൻ ഇട പെട്ടില്ലെങ്കിൽ കാര്യങ്ങളെല്ലാം ഒരു വൃത്തികെട്ട പര്യവസാനത്തിലെത്തു മെന്നു മൊനിപ്പോദിയോ മനസിലാക്കി. അയാൾ അവരുടെ ഇടയിൽക്ക യറിനിന്നു. എന്നിട്ടുപറഞ്ഞു:

“മാന്യരേ, തുടരേണ്ട, നമുക്കിനി ഭീഷണിവേണ്ട. നിങ്ങളുടെ വാ ക്കുകൾ വിഴുങ്ങുക. ഒത്തിരിയേറെയൊന്നും കണക്കാക്കാനില്ലാത്തതു കൊണ്ട് ആരും ഇതൊന്നും മനസിൽ വയ്ക്കണ്ട. ഇതിനു മറുപടി പറ ഞ്ഞത് ചികിദ്സ്നാക്കാണ്. അയാൾ പറഞ്ഞു. ഇത്തരമൊരു മുന്നറി യിപ്പ് ആരും ഇതുവരെ ഞങ്ങൾക്ക് തന്നിട്ടില്ല, തരികയുമില്ല. അതു തീർ ച്ചയാണ്. ആരെങ്കിലും അങ്ങനെ വിചാരിക്കുന്നുണ്ടെങ്കിൽ? തംബുരു ഇരി ക്കുന്നത് അതു നന്നായി ഉപയോഗിക്കാനറിയാവുന്നവന്റെ കൈകളി ലാണ്.”

റിപ്പോളിദോ വിട്ടുകൊടുത്തില്ല. അയാൾ പറഞ്ഞു: “മിസ്റ്റർ ചികിദ് സ്നാക്ക്, ഞങ്ങളുടെ കയ്യിലും ഒരു തംബുരുവുണ്ട്. അത്യാവശ്യമെങ്കിൽ അതു കിലുക്കി കളിക്കാൻ ഞങ്ങൾക്കും കഴിയും. ഞാൻ പറഞ്ഞതു പോലെ, അപഹസിക്കുന്നവൻ നുണയനാണ്. വ്യത്യസ്തമായി ചിന്തി ക്കുന്നവനുണ്ടെങ്കിൽ അവൻ എന്നെ അനുധാവനം ചെയ്യട്ടെ. അവനെ എന്റെ വാളിനോളം വലിപ്പമുള്ള കഷണമാക്കി താഴെയിടും. അല്ല, പിന്നെ!” ഇതു പറഞ്ഞുകൊണ്ട് അയാൾ വാതിൽക്കലേക്ക് നടന്നു.

കരിഹാർത്താ ഇതെല്ലാം ശ്രദ്ധിക്കുന്നുണ്ടായിരുന്നു. റിപ്പോളിദോ കോപിഷ്ഠനായിട്ടാണ് പുറപ്പെടുന്നതെന്ന് അവർ മനസിലാക്കി. മുറിക്കു ള്ളിൽനിന്നും അവൾ പുറത്തേക്കോടിയിറങ്ങി. അവനെ വിടരുത്, അവൻ അവന്റെ തെമ്മാടിത്തരങ്ങൾ കാണിക്കും, അവൻ അരിശത്തിലാണെന്ന് കാണുന്നില്ലേ? അവൻ ശാഠ്യക്കാരൻ! എന്റെ മിടുക്കൻകുട്ടാ (hero) ഇങ്ങു വരൂ! എന്റെ കൺമണിയല്ലേ! അവൾ ഓടി അടുത്തുചെന്ന് അയാളുടെ പുറംകുപ്പായത്തിൽ ബലമായി പിടിച്ചുതൂങ്ങി. അവിടെയെത്തിയ മൊനി പ്പോദിയോയുടെ സഹായത്തോടെ അവൾ അയാളെ അവിടെ നിറുത്തി. ചികിദ്സ്നാക്കും മാനിഫെറോയും കോപിക്കണോ വേണ്ടയോ എന്നറി യാതെ അവിടെതന്നെനിന്നു. റിപ്പോളിദോ എന്താണു ചെയ്യുന്നതെന്ന് കാണാമല്ലോ. കരിഹാർത്തായും മൊനിപ്പോദിയോയും തന്നോട് കെഞ്ചു ന്നത് കേട്ട റിപ്പോളിദോ വട്ടംതിരിഞ്ഞുനിന്നു പറഞ്ഞു:

സുഹൃത്തുക്കൾ ഒരിക്കലും സുഹൃത്തുക്കളുടെ മനസ്സ് തകർക്ക രുത്. അപഹസിക്കയുമരുത്. പ്രത്യേകിച്ച് സുഹൃത്തുക്കൾ മാനസിക മായി തകർന്നിരിക്കുന്നു എന്നു മനസിലാക്കിക്കഴിഞ്ഞ്.

ഏതെങ്കിലും സുഹൃത്തിനെ അപഹസിക്കാനോ അരിശപ്പെടുത്താ നോ ആഗ്രഹിക്കുന്ന ഒരു സുഹൃത്തും ഇവിടെയില്ല. നമ്മളെല്ലാം സ്നേ ഹിതർ. നമുക്കു കൈകൾ കൊടുക്കാം. മാനിഫെറോ ഇങ്ങനെ പറഞ്ഞ തിനെ മൊനിപ്പോദിയോയും അംഗീകരിച്ചു. സ്നേഹിതരെപ്പോലെ ഹസ് തദാനം ചെയ്യാൻ അദ്ദേഹവും ആവശ്യപ്പെട്ടു.

അങ്ങനെ അവർ പരസ്പരം കൈകൊടുത്തു. എസ്കലാന്റാ അവളുടെ ഒരു ഷൂ ഊരിയെടുത്ത് അതിൻമേൽ ചെണ്ടകൊട്ടുന്നതു പോലെ കൊട്ടി. ഗനാൻസിയോസ പനയോലകൊണ്ടുള്ള ഒരു പുതിയ ചൂലെടുത്ത് പരുക്കൻ സ്ഥലത്ത് ഉരച്ച് ശബ്ദമുണ്ടാക്കി. പരുക്കനും മൊരപ്പനുമായിരുന്നു ആ ശബ്ദമെങ്കിലും ചെരിപ്പുകൊണ്ടുള്ള സംഗീത ശബ്ദത്തിന് അനുയോജ്യമായിരുന്നു അത്. മൊനിപ്പോദിയോ ഒരു പ്ലെയിറ്റ് എടുത്ത് രണ്ടായി പൊട്ടിച്ച് ക്ലാപ്പർ പോലെയാക്കി വിരലുകൾക്കിടയിൽ തിരുകി അതിദ്രുതം ശബ്ദമുണ്ടാക്കി. ഷൂവിന്റെയും ചൂലിന്റെയും താളാത്മകതയോടു ചേർന്നുപോകത്തക്കവിധം അയാൾ ആ ക്ലാപ്പറുകൾ ഉപയോഗിച്ചു.

റിങ്കോണെറ്റും കോർട്ടാദില്ല്യോയും ഇതേവരെ ചൂല് ഒരു വാദ്യോപകരണമാക്കുന്നത് കണ്ടിട്ടില്ല. അവർ അതിശയിച്ചുപോയി. ഇതു ശ്രദ്ധിച്ച മാനിഫെറോ അവരോടു പറഞ്ഞു. നിങ്ങൾ അതിശയിച്ചു പോയി അല്ലേ? ഇതിനെക്കാൾ എളുപ്പത്തിലും ചെലവ് കുറച്ചും സംഗീതമുണ്ടാക്കാൻ കഴിയില്ല. നരകത്തിൽനിന്നും സ്വന്തം ഭാര്യയെ വലിച്ചുകയറ്റിയ നോർഫിയുസിനോ വാടകക്കെടുത്ത കോവർകഴുതപ്പുറത്ത് സഞ്ചരിക്കും പോലെ ഒരു ഡോൾഫിന്റെ പുറത്തു സഞ്ചരിച്ച് കടലിൽനിന്നും പുറത്തു വന്ന മാരിയോണിനോ നൂറുകണക്കിന് മുൻവാതിലുകളും അത്രയും തന്നെ പുറംവാതിലുകളുമുള്ള വൻനഗരം കെട്ടിപ്പടുത്ത മഹാനായ സംഗീതജ്ഞനോ, ഇത്രമാത്രം എളുപ്പത്തിൽ പഠിക്കാവുന്നതും എളുപ്പത്തിൽ പ്രയോഗിക്കാവുന്നതും കുറ്റികളോ ബട്ടണുകളോ കമ്പികളോ ഇല്ലാത്തതും പ്രത്യേക ട്യൂണിംഗ് ആവശ്യമില്ലാത്തതുമായ ഈ ചൂൽ എന്ന സംഗീതോപകരണത്തെ പോലെ ഒന്നു കണ്ടുപിടിക്കാൻ കഴിഞ്ഞിട്ടില്ല. ആളുകള് പറയുന്നത് ഈ നഗരത്തിലെ ഏതോ വിരുതനാണത്രെ ഇതു കണ്ടുപിടിച്ചതെന്നാണ് - സംഗീതലോകത്തെ ഹെക്ടറാണ് താനെന്നാണയാൾ അഹങ്കരിച്ചിരുന്നത്. അതു വിശ്വസനീയം തന്നെയെന്ന് റിങ്കോണെറ്റ് അഭിപ്രായപ്പെട്ടു. അതാ ഗനാൻസിയോസ തൊണ്ട ശരിയാക്കുന്നു. അവർ പാടാൻ തുടങ്ങുകയാണെന്ന് തോന്നുന്നു. പക്ഷേ പാടാനാരംഭിച്ചത് എസ്കലാന്റായാണ് - നേർത്തസ്വരത്തിൽ ഇടറിയമട്ടിൽ അവൾ പാടി. ഗനാൻസിയോസയും മൊനിപ്പോദിയോയും അവസാനം കരിഹാർത്തായും കൂടിചേർന്ന് പാട്ടും കൊട്ടും മേളവും ഗംഭീരമാക്കി. പ്രഥമാനുരാഗവും കമിതാവിന്റെ ആകർഷകത്വവുമായിരുന്നു ഗാനത്തിന്റെ അടിസ്ഥാനം. റിപ്പോളിദോ പറയുന്നു - പഴയ ചരിത്രം വിട്ടുകളയാൻ. കഴിഞ്ഞതെല്ലാം കഴിഞ്ഞു. പുതിയതു തുടങ്ങാം. അങ്ങനെ പാടുക ഗാനമേള ഉടനെയെങ്ങും തീരുന്ന ലക്ഷണമില്ലെന്നു തോന്നി. അപ്പോഴതാ വാതിൽക്കൽ ധൃതിയിലുള്ള ഒരു മുട്ട്. ആരാണെന്ന് മൊനിപ്പോദിയോ അന്വേഷിച്ചു. തെരുവിന്റെ മറ്റേതലയ്ക്കൽ സമാധാന പാലന ചുമതലയുള്ള രണ്ടു കോൺസ്റ്റബിൾമാരുടെ അടുത്ത് ഒരു ജസ്റ്റിസ് വന്നിരിക്കുന്നു എന്ന വാർത്ത ഗാർഡ് നൽകി. വാർത്ത അക

ത്തെത്തിയതോടെ എല്ലാവരും അമ്പരന്നു. എസ്കലാന്റാ ഷൂസിട്ടത് തെറ്റായരീതിയിൽ, ഗനാൻസിയോസ ചൂൽ ഉപേക്ഷിച്ചു. മൊനിപ്പോദി യോയുടെ കയ്യിലിരുന്ന ക്ലാപ്പറും. പാട്ടും കൊട്ടും നിശ്ശബ്ദതയ്ക്കു വഴി മാറി. ചികിദ്സ്നാക്ക് വായ് തുറന്നേയില്ല. റിപ്പോളിദോ സ്തംഭിച്ചുനി ന്നുപോയി. മാനിഫെറോ മിണ്ടാനാവാത്ത അവസ്ഥയിലായി. എല്ലാവരും അവിടെയുമിവിടെയുമായി അപ്രത്യക്ഷരായി. മേൽപ്പുര മുകളിൽ കയറി അടുത്ത തെരുവിലേക്ക് രക്ഷപെടുകയായിരുന്നു എല്ലാവരുടെയും ഉന്നം. സമാധാനപാലന ജസ്റ്റീസിന്റെ ആഗമനം ആ നല്ല ആളുകളുടെ സംഘ ത്തിലുണ്ടാക്കിയ സംഭ്രാന്തി പോലൊന്ന്, അപ്രതീക്ഷിതമായ ഒരു വെടി ശബ്ദത്തിനോ ഇടി വെട്ടലിനോ പോലും ഒരു പ്രാവിൻകൂട്ടത്തിലുണ്ടാ ക്കാൻ കഴിയുമെന്നു തോന്നുന്നില്ല. തുടക്കക്കാരനായിരുന്ന റിങ്കോണെറ്റും കോർട്ടാദില്ല്യോയും എന്തുചെയ്യണമെന്നറിയാതെ നിശ്ചലം നിന്നു: പെട്ടെ ന്നുള്ള ഈ കൊടുങ്കാറ്റിന്റെ പരിണതഫലം പ്രതീക്ഷിച്ച്. അപ്പോഴേക്കും ഗാർഡ് തിരികെവന്ന്, സംശയത്തിന്റെ എന്തെങ്കിലും അടയാളമോ അൽ പ്പമംശമെങ്കിലുമോ പ്രകടിപ്പിക്കാതെ ജസ്റ്റീസ് പോയിരിക്കുന്നു എന്നു പറഞ്ഞു.

ഈ വിവരം പറഞ്ഞുകൊണ്ടിരിക്കുമ്പോൾ ഒരു ചെറുപ്പക്കാരൻ, മാന്യൻ, വേഷംകൊണ്ടു പട്ടണവാസിയെന്നാളുകൾ പറയുന്നതരത്തി ലൊരാൾ വാതിൽക്കലെത്തി. മൊനിപ്പോദിയോ അയാളെ അകത്തേക്ക് കൂട്ടിക്കൊണ്ടുപോയി. ചികിദ്സ്നാക്ക്, മാനിഫെറോ, റിപ്പോളിദോ എന്നി വരോട് വരാൻ പറഞ്ഞയച്ചു. മറ്റാരുമില്ല. അങ്കണത്തിൽ നിന്നിരുന്ന റി ങ്കോണെറ്റിനും കോർട്ടാദില്ല്യോയ്ക്കും അകത്തെ സംഭാഷണം കേൾക്കാ മായിരുന്നു. തന്റെ ആവശ്യം ഇത്ര മോശമായി നടപ്പിലാക്കിയതിന്റെ കാരണമായിരുന്നു ആഗതന് അറിയേണ്ടിയിരുന്നത്. എന്താണ് ചെയ് തിരിക്കുന്നതെന്ന് തനിക്കറിയില്ലെന്നും, ചുമതലയേൽപ്പിച്ചിരുന്ന ആളിൽ നിന്നു തന്നെ വിവരങ്ങളറിയാമെന്നും മൊനിപ്പോദിയോ പറഞ്ഞു. ഈ സമയത്ത് ചികിദ്സ്നാക്ക് അവിടെയെത്തി. കത്തികൊണ്ടു പതിന്നാലു മുറിവുണ്ടാക്കുന്ന ഒരു ജോലി ഏൽപ്പിച്ചിരുന്നത് എങ്ങനെ നടപ്പിലാക്കി യെന്ന ചോദ്യത്തിന് ആ നാൽക്കവലയിലെ വ്യാപാരിയുടെ മേലുള്ളതാ ണോ എന്നായി ചികിദ്സ്നാക്ക്. അതേയെന്നു വന്നയാൾ.

അതേ, എന്താ സംഭവിച്ചതെന്നറിയാമോ. അയാളുടെ വീടിന്റെ മുൻ പിൽ അയാളെയും കാത്തു ഞാൻ നിന്നു. പ്രാർത്ഥന സമയത്തിനു മുൻപേ അയാൾവന്നു. ഞാൻ അടുത്തുചെന്ന് അയാളുടെ മുഖത്തോട്ടു നോക്കി. എത്രയോ ചെറിയൊരു മുഖം! കത്തികൊണ്ട് അതിൻമേൽ പതിന്നാലു മുറിവുണ്ടാക്കുക എന്നത് തികച്ചും അസാധ്യം. എനിക്കു കിട്ടിയ നിർദ്ദേ ശമനുസരിച്ച് എന്റെ വാക്കുപാലിക്കുവാൻ കഴിയില്ലെന്നു കണ്ടപ്പോൾ, അതായത് അയാളുടെ കൊച്ചുമുഖത്തു പതിന്നാലു മുറിവുകൾക്ക് സ്ഥലം തികയാത്തതുകൊണ്ട്, എന്റെ യാത്ര പാഴാകാതിരിക്കാൻ അയാളുടെ കിങ്കരനിട്ടു കത്തിപ്രയോഗിച്ചു. നല്ല ഒന്നാംതരം മുറിവുകൾ.

വേലക്കാരനിട്ടു പതിന്നാലു കുത്തുന്നതിനേക്കാൾ യജമാനന് ഏഴെണ്ണം കൊടുത്താൽ മതിയായിരുന്നു എന്നായി വന്ന യോഗ്യൻ. ഏതായാലും ഞാൻ ആവശ്യപ്പെട്ടതു വേണ്ടതുപോലെ നടപ്പാക്കിയിട്ടില്ല. ഞാൻ ഡിപ്പോസിറ്റു ചെയ്തിരുന്ന മുപ്പതു ഡക്കറ്റ് ഞാൻ ഉപേക്ഷിക്കില്ല. ഞാനിതാ മാന്യരേ യാത്രപറയുന്നു. അയാൾ പോകാനായി തിരിഞ്ഞു.

എന്നാൽ മൊനിപ്പോദിയോ അയാളുടെ പുറംകുപ്പായത്തിൽ പിടിച്ചു അയാളെ നിറുത്തി. നിങ്ങൾ വാഗ്ദാനം പാലിച്ചേ മതിയാവൂ. ഞങ്ങൾ വളരെ മാന്യമായി പറഞ്ഞിരുന്നതുപോലെ ചെയ്തു. ഏറ്റവും പ്രയോജനകരമായി. നിങ്ങൾ ഇരുപതു ഡക്കറ്റ് ഞങ്ങൾക്കു കടപ്പെട്ടിരിക്കുന്നു. ആ പണമോ അത്രയും വിലപിടിപ്പുള്ള എന്തെങ്കിലുമോ ഈടായി നൽകുകയോ ചെയ്യാതെ നിങ്ങൾ ഇവിടംവിട്ടുപോവുകയില്ല. എന്നായി മൊനിപ്പോദിയോ.

“ഇതാണോ നിങ്ങളുടെ വാഗ്ദാനം പാലിക്കൽ?” വന്നയാൾ മറുപടി പറഞ്ഞു. യജമാനനുപകരം വേലക്കാരനെ മുറിവേൽപ്പിക്കുക?

ചികിദ്സ്നാക്കാണ് അതിനു മറുപടി പറഞ്ഞത്. “നിങ്ങളൊക്കെ ഒന്നും മനസിലാക്കാതെ കുഴങ്ങുകയാണ്. ഈ പഴഞ്ചൊല്ല് നിങ്ങൾ കേട്ടിട്ടില്ലേ? എന്നെ സ്നേഹിക്കുക-എന്റെ പട്ടിയെ സ്നേഹിക്കുക എന്നത്.”

“ഈ പഴഞ്ചൊല്ലിവിടെ എങ്ങനെ ചേരും?”

ചികിദ്സ്നാക്ക്: “എന്നെ വെറുക്കുക - എന്റെ പട്ടിയെ വെറുക്കുക എന്നതുപോലെതന്നെയല്ലേ അത്? വ്യാപാരിയാണ് യജമാനൻ. നിങ്ങളയാളെ വെറുക്കുന്നു. വേലക്കാരനാണു നായ് - പട്ടിയെ കുത്തുമ്പോൾ നിങ്ങൾ യജമാനനെയാണ് കുത്തുന്നത് - കടംതീർന്നു ക്രമമായി കാര്യം നടത്തിയിരിക്കുന്നു! ഇനിയും ചെയ്യാനുള്ളത് - കൂടുതൽ ബഹളം വയ്ക്കാതെ കൊടുക്കാനുള്ളതു കൊടുക്കുക.

മൊനിപ്പോദിയോ: “ഞാനും അതുതന്നെ പറയുന്നു. എന്റെ വായിൽ നിന്നും വരേണ്ട വാക്കുകൾ തന്നെയാണ് സ്നേഹിതാ, ചികിദ്സ്നാക്കേ നിങ്ങൾ പറഞ്ഞത്. എന്റെ നല്ലവനായ മാന്യരേ, താങ്കളുടെ സുഹൃത്തുക്കളുടെയും വേലക്കാരുടെയും ചെയ്തികളുടെ സൂക്ഷ്മാംശങ്ങളിൽ ഇടപെടാതെ, ചെയ്ത ജോലിക്കുള്ള കൂലികൊടുക്കുക എന്ന എന്റെ ഉപദേശം സ്വീകരിക്കുക; അതല്ല ആ വ്യാപാരിയുടെ മുഖത്തിന് വഹിക്കാവുന്നത്ര എണ്ണം കത്തിപ്രയോഗം വേണമെങ്കിൽ, ഞാൻ ഉറപ്പു തരുന്നു. അതു നടന്നിരിക്കും.”

ആഗതനായ യുവമാന്യൻ പറഞ്ഞു: അങ്ങനെയാണെങ്കിൽ രണ്ടു തവണയ്ക്കും വേണ്ട മുഴുവൻ കൂലിയും നൽകാൻ ഞാൻ തയാറാണ്.

മൊനിപ്പോദിയോ: “അതിൽ യാതൊരു സംശയവും വേണ്ട, ചി കിദ്സ്നാക്ക്, അയാൾക്ക് അനുയോജ്യമായ തരം കത്തിപ്രയോഗം നൽകും- അയാൾ ജനിച്ചതു തന്നെ ഈ കുത്തുകളുമായിട്ടാണെന്ന് തോന്നും വിധം, നന്നായിട്ട്.”

“ഈ ഉറപ്പിന്റെയും വാഗ്ദാനത്തിന്റെയും പേരിൽ ഞാൻ ഇരുപതു ഡക്കറ്റിനും ഇപ്പോൾ നാം സമ്മതിച്ച കത്തിപ്രയോഗത്തിന് കൂലിയായുള്ള നാൽപ്പതു ഡക്കറ്റിനും ഈടായി ഇതാ ഈ മാല കയ്യിൽ വച്ചു

കൊള്ളൂ. അത് ആയിരം റിയാലിനുള്ള തൂക്കമുണ്ട്. അതുപോലെ, അതു നിങ്ങൾ കയ്യിൽ വച്ചുകൊള്ളൂ. അധികം താമസിയാതെ മറ്റൊരു പതിന്നാലു കുത്തുകൾ ആവശ്യമായിവരും. യുവാവ് തന്റെ കഴുത്തിലെ മാല ഊരിയെടുത്ത് മൊനിപ്പോദിയോവിനു കൊടുത്തു. അതിന്റെ നിറവും ഭാരവും ഒക്കെ പരിശോധിച്ച മൊനിപ്പോദിയോ അതു ശുദ്ധസ്വർണം തന്നെയെന്നു മനസിലാക്കി. നല്ല കുലമഹിമയുള്ള ഒരുവൻ കാണിക്കുന്ന മര്യാദയും സന്തോഷവും പ്രകടിപ്പിച്ചുകൊണ്ട് അയാൾ ആ മാല സ്വീകരിച്ചു. ഏറ്റെടുത്ത ജോലി അന്നുരാത്രി തന്നെ നടത്താനുള്ള ചുമതല ചികിദ്സ്നാക്കിനെ ഏൽപ്പിച്ചു. വന്ന മാന്യയുവാവ് സംതൃപ്തനായി മടങ്ങി. നേരത്തെ ഭയന്നോടിപ്പോയ എല്ലാവരെയും മൊനിപ്പോദിയോ വിളിച്ചു വരുത്തി. അവരുടെ മദ്ധ്യേനിന്നുകൊണ്ട് അയാൾ പുറംകുപ്പായത്തിന്റെ ശിരസ്സ് മുട്ടുന്ന മടക്കിൽനിന്നും ഒരു നോട്ടു ബുക്കെടുത്തു. വായിക്കാനറിയില്ലാത്തതുകൊണ്ട് അതു വായിക്കാൻ റിങ്കോണെറ്റിനെ ഏൽപ്പിച്ചു. റിങ്കോണെറ്റ് അതു തുറന്ന് വായന ആരംഭിച്ചു.

ഈയാഴ്ചത്തേയ്ക്കുള്ള കത്തിക്കുത്തുകൾ

1. നാൽക്കവലയിലെ വ്യാപാരിക്ക് - വില 50 ക്രൗൺ

30 ക്രൗൺ കിട്ടി. നടപ്പിലാക്കേണ്ടത് - ചികിദ്സ്നാക്ക്.

മൊനി: വേറെയില്ലേന്നോ, കുട്ടീ, തല്ലുകളുടെ ലിസ്റ്റ് വായിക്കൂ.

താഡനങ്ങളുടെ ലിസ്റ്റ്

ആൽഫാൽഫായിലെ ഇറച്ചിത്തുണ്ടം വിൽക്കുന്ന വ്യാപാരി: മുന്തിയ തരത്തിലുള്ള പന്ത്രണ്ട് എണ്ണം. ഒന്നിന് ഒരു ക്രൗൺ. എട്ടു ക്രൗൺ കിട്ടി.

സമയപരിധി - ആറുദിവസം. നടപ്പിലാക്കേണ്ടത് - മാനിഫെറോ.

"നിങ്ങൾക്കതു വെട്ടിക്കളയാം. ഇന്നുരാത്രി അതു നടപ്പിലാക്കി യിരിക്കും." മാനിഫെറോ പറഞ്ഞു.

"ഇനിയുമുണ്ടോ കുട്ടീ?" മൊനിപ്പോദിയോ തിരക്കി.

റിങ്കോണെറ്റ്: ഒ കൂടിയുണ്ട്. സിൽഗ്വെരോ എന്ന കൂനൻ തയ്യൽക്കാരന് - അവന്റെ തെറ്റുകൾക്ക് - നല്ല ഇനത്തിലുള്ള ആറ് താഡനം - നെക്‌ലേസ് ഈടായിത്തന്നിരിക്കുന്ന മാന്യവനിതയുടെ അഭ്യർഥന പ്രകാരം - നടപ്പാക്കേണ്ടത് - ഡെസ്മോചാഡോ.

ഇതുകേട്ടപ്പോൾ മൊനിപ്പോദിയോ പറഞ്ഞു."ആ ജോലി ഇപ്പോഴും കടലാസിൽതന്നെയെന്നു തോന്നുന്നു. ഡെസ്മോചാഡോ പ്രവൃത്തി നിറുത്തിയിരിക്കണം. സമയപരിധികഴിഞ്ഞ് രണ്ടുദിവസമായി. ഇതുവരെയും ജോലിചെയ്യുന്ന ലക്ഷണം കാണുന്നില്ല. തലേദിവസം താൻ അയാളെ കണ്ടിരുന്നെന്നും കൂനൻ സുഖമില്ലാതെ കിടപ്പിലായതുകൊണ്ട് കാര്യം നടത്താൻ കഴിഞ്ഞില്ലെന്നു പറഞ്ഞെന്നും മാനിഫെറോ അറിയിച്ചു.

താനതു വിശ്വസിക്കുന്നു എന്നും തൊഴിൽകാര്യത്തിൽ ഡെസ്മോചാഡോ ബഹുസമർഥനാണെന്നും തക്കതായ കാരണമില്ലായിരുന്നെങ്കിൽ അയാൾ ഇതിനെക്കാൾ വലിയ കാര്യങ്ങൾ ചെയ്യുമായിരുന്നെന്നും മൊനിപ്പോദിയോ അഭിപ്രായപ്പെട്ടു.

താഡന ശിക്ഷകളുടെ ലിസ്റ്റ് തീർന്നതിനാൽ പലവകയുടെ ലിസ്റ്റ് വായിക്കാൻ റിങ്കോണെറ്റിനോടു പറഞ്ഞു. റിങ്കോണെറ്റ് വായിച്ചുതുടങ്ങി: മറ്റൊരു പേജിൽ:

പലവക കാര്യങ്ങൾ

മഷി തളിക്കുക, ജൂണിപ്പർ എണ്ണ പുരട്ടുക. സാംബെനിറ്റോസും* കൊമ്പും പിടിപ്പിക്കുക. ഫലിതം (ചെണ്ട കൊട്ടിക്കുക) മയപ്പെടുത്തൽ, ശല്യപ്പെടുത്തൽ, കുത്തിക്കൊല്ലുമെന്ന ഭീഷണി, അപകീർത്തിപ്പെടുത്തൽ തുടങ്ങിയവ.

മൊനി: "എന്തൊക്കെയാണതിന്റെ കീഴേ?"

റിങ്കോണെറ്റ്: അതിങ്ങനെയാണ്...... വീട്ടിൽ എണ്ണ ലേപനം

മൊനി: "വീടേതാണെന്ന് പറയേണ്ട. ഞാനാണതു നടപ്പിലാക്കേണ്ടത്."

ഫീസ് എട്ട് ക്രൗൺ. കിട്ടിയത് നാലു ക്രൗൺ.

റിങ്കോണെറ്റ്: "അതുശരിയാണ്. അതിനു താഴെയുള്ളത്-കൊമ്പുപിടിപ്പിക്കൽ."

മൊനി: "അതെവിടെയാണെന്നോ വീടേതാണെന്നോ വായിക്കേണ്ട. മുറിവുണ്ടാക്കുന്നത് ഒരു നല്ലകാര്യമല്ല, പുറത്താരുമറിയാതെ, കാരണം അത് മനഃസാക്ഷിയിലൊരു ഭാരമാണ്."

"ചെയ്യുന്ന ജോലിക്ക് പണം കിട്ടിയാൽ, ആയിരം കൊമ്പുവരയലോ വേണ്ടിടത്തോളം കുറ്റാരോപണപത്രം തൂക്കലോ ഞാൻ നടത്തിയേക്കാം. എന്നാൽ പ്രസവിച്ച അമ്മയോടു പോലും ഇക്കാര്യം പറയാൻ പ്രയാസമാണ്."

റിങ്കോണെറ്റ്: "ഇതു നടപ്പാക്കേണ്ടത് നരിഗെറ്റായാണ്."

മൊനി: "അതു നടത്തിക്കഴിഞ്ഞു. പ്രതിഫലവും കൊടുത്തു. വേറെ ഏതെങ്കിലും ഉണ്ടോന്നു നോക്ക്. എന്റെ ഓർമ ശരിയാണെങ്കിൽ 20 ക്രൗണിന്റെ ഒരു മയപ്പെടുത്തൽ കിടപ്പുണ്ട്. പകുതി തന്നു കഴിഞ്ഞതാണ്. നടത്തേണ്ടത് ഈ സമൂഹം മുഴുവനുംകൂടിയാണ്. ഈ മാസം അവസാനിക്കും മുൻപ് നടത്തണം. കിറുകൃത്യമായി പറഞ്ഞതു പോലെ തന്നെ നടപ്പാക്കിയാൽ ഈ പട്ടണം കഴിഞ്ഞ വളരെ കാലത്തിനിടയിൽ കണ്ട ഏറ്റവും നല്ലകാര്യങ്ങളിൽ ഒന്നായിരിക്കുമത്."

കൂടുതലൊന്നുമില്ലാത്തതിനാൽ മൊനിപ്പോദിയോ ബുക്ക് തിരികെ വാങ്ങി. ഇപ്പോൾ ബിസിനസിന് വളരെ മാന്ദ്യമാണെങ്കിലും വരാൻ പോകുന്നത് നല്ലകാലമാണെന്നും അവർ ആഗ്രഹിച്ചാലും നടത്തി തീർക്കാൻ കഴിയാത്തത്രയും ജോലി ചെയ്യേണ്ടിവരുമെന്നും മൊനിപ്പോദിയോ പ്രസ്താവിച്ചു. കാരണം, പ്രതികാരം ചെയ്യാൻ നിർബന്ധിക്കുന്നത് തങ്ങളുടെ ജോലിയല്ല - ദൈവമറിയാതെ ഒരു ഇലപോലും കൊഴിയുകയുമില്ല. ഓരോരുത്തനും അവനവന്റെ നാറിയ പണി അവനവൻതന്നെ ചെയ്യുന്നു.

* കുറ്റാരോപണപത്രം തൂക്കൽ.

തന്നെത്താൻ ചെയ്യാൻപറ്റുന്ന കാര്യത്തിന് കൂലികൊടുത്തു ചെയ്യിക്കാൻ ആരും ആഗ്രഹിക്കുന്നുമില്ല എന്നുംകൂടി അയാൾ കൂട്ടിച്ചേർത്തു.

റിപ്പോളിദോ അതുശരിവച്ചു. സമയം വളരെയായതുകൊണ്ടും റോന്തു ചുറ്റൽ ഉടനുണ്ടാകുമെന്നുള്ളതുകൊണ്ടും കൊടുക്കാനുള്ള നിർദേശങ്ങൾ വേഗത്തിൽ കൊടുക്കണമെന്ന് അയാൾ നിർദ്ദേശിച്ചു.

ഓരോരുത്തരും അവരവരുടെ നിശ്ചിത സ്ഥാനങ്ങളിലേക്ക് പോകാനും എല്ലാവരും അടുത്ത ഞായറാഴ്ച ഇവിടെ കൂടുന്നതുവരെ അവിടവിടെ തന്നെ തുടരാനും ഞായറാഴ്ച ഇവിടെ വരുമ്പോൾ അതുവരെ കിട്ടുന്ന തിന്റെ ഓഹരി എല്ലാവർക്കും ലഭിക്കുമെന്നും മൊനിപ്പോദിയോ പ്രസ്താവിച്ചു. റിങ്കോണെറ്റും കോർട്ടാദില്ല്യോയും അടുത്ത ഞായറാഴ്ച വരെ പട്ടണത്തിനു പുറത്ത് ടോറെ ദെ ഓറോ മുതൽ അൽക്കദ്സാർ ഗേറ്റ്വരെയുള്ള ഭാഗത്ത് റോന്തുചുറ്റാനും അവിടെയുള്ള ബഞ്ചിലിരുന്ന് അവരുടെ തന്ത്രങ്ങൾ നടപ്പിലാക്കാനും നിർദേശിക്കപ്പെട്ടു. കാരണം ഇവരോളം സാമർഥ്യമില്ലാത്തവർ നാലു കാർഡുകൾ കുറവുള്ള ഒരു കുത്തു ചീട്ടുപയോഗിച്ച് ചെറുനാണയങ്ങളും പെനികളുമായി ഇരുപതു റിയാലോളം എന്നും നേട്ടമുണ്ടാക്കുന്നുണ്ട്. ഗഞ്ചേല, പ്രദേശം കാണിച്ചുകൊടുക്കും. വേണമെങ്കിൽ സാൻ സെബാസ്റ്റ്യൻ, സാൻതെൽമോ എന്നിവിടങ്ങൾവരെയും അവർക്കു പോകാം. എങ്കിലും മറ്റാളുകളുടെ പ്രദേശത്ത് അതിക്രമിച്ചു കയറുന്നതു നന്നല്ല എന്നും മൊനിപ്പോദിയോ അവരോടു നിർദേശിച്ചു.

അവർ രണ്ടുപേരും, അവരോടു കാണിച്ച ദയാദാക്ഷിണ്യങ്ങളോർത്ത് അയാളുടെ കരങ്ങൾ ചുംബിച്ചു. അവരുടെ ജോലി ഭംഗിയായി ശുഷ്കാന്തിയോടും ജാഗ്രതയോടുംകൂടി നിർവഹിക്കുമെന്ന് അവർ വാക്കു പറഞ്ഞു.

മൊനിപ്പോദിയോ കുപ്പായക്കീശയിൽനിന്നും ആ സാഹോദര്യ സമൂഹത്തിലെ അംഗങ്ങളുടെ പേരെഴുതിയ കടലാസെടുത്തു. റിങ്കോണെറ്റിനോട് അവന്റെയും കോർട്ടാദില്ല്യോയുടെയും പേരുകൾ എഴുതിച്ചേർക്കാൻ ആവശ്യപ്പെട്ടു - ചേർക്കേണ്ട വിവരങ്ങൾ.

പേര്	അംഗം	പരീക്ഷണകാലം	തീയതി
റിങ്കോണെറ്റ്	ഇല്ല	ചീട്ടുകളി തന്ത്രങ്ങൾ	....
കോർട്ടാദില്ല്യോ	ഇല്ല	പോക്കറ്റടി	....

അവിടെ മഷിക്കുപ്പി ഇല്ലാതിരുന്നതിനാൽ അടുത്തുള്ള അപ്പോത്തിക്കരിയുടെ ആഫീസിൽ പോയി എഴുതാൻ നിർദേശിച്ചു.

ഈ സമയം കടന്നലുകളിൽ ഒരാൾ അവിടെയെത്തി. അയാൾ വിസ്തരിച്ചു. "ഞാൻ മലാഗയിൽനിന്നുള്ള ലോബിലോയെ കണ്ടു. അയാൾ തൊഴിലിൽ വളരെ വിദഗ്ധനായിരിക്കുന്നു. നല്ല കുറെ ചീട്ടുകളുണ്ടെങ്കിൽ ചെകുത്താന്റെ കയ്യിൽ നിന്നുപോലും പണംതട്ടാൻ കഴിയുമത്രേ. അടുത്തയിടെ കുറെ താഡനം ലഭിച്ചതു കൊണ്ട് ഇന്നിങ്ങോട്ടു രജിസ്റ്റർ ചെയ്യാനും സംഘത്തോടുള്ള കൂറു പ്രഖ്യാപിക്കാനും വരില്ല. അടുത്ത ഞായറാഴ്ച തീർച്ചയായും വരും."

മൊനി: "തൊഴിലിൽ ഈ ലോബിലോയുടെ ഒപ്പമെത്താൻ ആരുമുണ്ടാകില്ലെന്നെനിക്കറിയാമായിരുന്നു. കാരണം ആരും ആഗ്രഹിക്കുന്ന തരത്തിലുള്ള അത്ര നല്ല കൈകളാണവന്റേത്. ഏതൊരു തൊഴിലിലും ഒരുവൻ വിദഗ്ധനാകാൻ, പരിശീലനത്തിനു പറ്റിയ ഉപകരണങ്ങളും പഠിക്കാനുള്ള ബുദ്ധിശക്തിയും വേണം.

കടന്നൽ: "ഞാൻ ടിന്റോറെസിലെ ഒരു ലോഡ്ജിൽ ജൂഡിയോയെയും കണ്ടു. പുരോഹിതന്റെ വേഷത്തിലാണ്. അവിടെ രണ്ടു പെറുവിയൻ പണക്കാർ താമസിക്കുന്നുപോലും. ചെറിയതുകകൾക്കെങ്കിലും അവരുമായി ഒരു കളി നടത്തണമെന്നുണ്ടത്രേ. അതു വലിയ തുകകളിൽ എത്തിക്കാൻ കഴിയുമെന്നാണവൻ പറയുന്നത്. അയാളും ഞായറാഴ്ച വന്ന് വിവരങ്ങൾ പറയും."

മൊനി: "ജൂഡിയോയും ഒരു നല്ല മോഷ്ടാവാണ്. എന്താണ് ചെയ്യേണ്ടതെന്ന് അവനറിയാം. അവനെ കണ്ടിട്ട് കുറെയേറെ നാളുകളായി. അവന്റെ പെരുമാറ്റം ശരിയല്ല. അവൻ തിരുത്തുന്നില്ലെങ്കിൽ ഞാനവന്റെ തലതകർക്കും. തുർക്കി സുൽത്താനേക്കാൾ വലിയ പദവിയിലല്ലല്ലോ അവൻ. എന്റെ അമ്മയ്ക്കറിയാവുന്നത്രയും ലാറ്റിനും അവനറിയില്ല."

ഇതു കയ്യിലിരിക്കട്ടെ എന്നുപറഞ്ഞ് നാൽപ്പതു റിയാൽ അവരെല്ലാവർക്കുമായി വിതരണം ചെയ്ത് മൊനിപ്പോദിയോ അവരെ യാത്രയാക്കി. ഞായറാഴ്ച വരാതിരിക്കരുത്. അന്നു ശരിയായ കണക്കുകൂട്ടലുണ്ട് എന്നു നിർദേശവും നൽകി.

എല്ലാവരും അയാൾക്കു നന്ദിപറഞ്ഞു. കരിഹാർത്തായും റിപ്പോളിദോയും ആലിംഗനം ചെയ്തു. എസ്കലാന്റായും മാനിഫെറോയും ഗനാൻസിയോസയും ചികിദ്സ്നാക്കും അതു അനുകരിച്ചു. വൈകിട്ട് ജോലിയെല്ലാം തീർന്നുകഴിഞ്ഞ് എല്ലാവരും മൊനിപ്പോദിയോയുമായി പിപ്പോത്താ വല്യമ്മയുടെ വീട്ടിൽ വച്ച് ബാസ്കറ്റ് പരിശോധിക്കാമെന്നും മൊനിപ്പോദിയോ അവരോടു പറഞ്ഞു. അയാൾക്ക് പിന്നെ പോയി എണ്ണപുരട്ടൽ ജോലി നടത്തേണ്ടതുണ്ട്. റിങ്കോണെറ്റിനെയും കോർട്ടാദില്ല്യോവിനെയും ആശ്ലേഷിച്ച് അനുഗ്രഹങ്ങൾ നൽകി. ഒരിടത്തും സ്ഥിരമായി തങ്ങരുതെന്നും അതെല്ലാവരുടെയും സുരക്ഷിതത്വത്തിന്നാവശ്യമാണെന്നും പറഞ്ഞ് അവരെ പിരിച്ചുവിട്ടു. അവർക്കു നിർദേശിക്കപ്പെട്ട പ്രദേശം കാണിച്ചുകൊടുക്കാൻ ഗഞ്ചുവേലോ അവരുടെ കൂടെപ്പോയി. അടുത്ത ഞായറാഴ്ച വന്നുചേരണമെന്നും അന്നു മിക്കവാറും അവരുടെ തൊഴിലിനോടു ബന്ധപ്പെട്ട പ്രധാന കാര്യങ്ങൾ മൊനിപ്പോദിയോ പറഞ്ഞേക്കാനിടയുണ്ടെന്നും അവരെ അനുസ്മരിപ്പിച്ചിട്ട് അയാളും പോയി. രണ്ടു കുട്ടിസുഹൃത്തുക്കളും അന്നത്തെ അനുഭവങ്ങളിൽ അത്ഭുതംകൂറി പതുക്കെനടന്നു.

റിങ്കോണെറ്റ് ഒരു കുട്ടിയായിരുന്നെങ്കിലും ബുദ്ധിമാനും നല്ല പ്രകൃതമുള്ളവനുമായിരുന്നു. പേപ്പൽബുളായുടെ വിൽപ്പന പ്രമാണിച്ച് പിതാവിന്റെയൊപ്പം കുറെ യാത്ര ചെയ്തിട്ടുണ്ടായിരുന്ന അവന് നന്നായി സംസാരിക്കാനറിയാമായിരുന്നു. മൊനിപ്പോദിയോയുടെയും കൂട്ടാളികളുടെയും തെറ്റായ ഭാഷാപ്രയോഗങ്ങളും വിവരബോധമില്ലാത്ത വിവ

രണങ്ങളും ഓർത്ത് അയാൾ സ്വയം രസിച്ചു. ഇരുപത്തിനാലു റിയാൽ സമ്പാദിക്കാൻ പെട്ടപാടും ദുരിതവും പാപപരിഹാരമായി സ്വർഗ്ഗത്തിൽ സ്വീകരിക്കപ്പെടുമെന്ന വിശ്വാസം അവനെ രസിപ്പിച്ചു. മോഷണം, കൊല പാതകം തുടങ്ങി ദൈവത്തിനെതിരായ പ്രവൃത്തികൾ ചെയ്തുകൊണ്ട് ഏതാനും ചില അനുഷ്ഠാനങ്ങളിലൂടെ സ്വർഗ്ഗപ്രവേശനം ഉറപ്പാക്കാമെ ന്നുള്ള അവരുടെ വിശ്വാസം അവനെ അത്ഭുതപ്പെടുത്തി. പാവം പിപ്പോ ത്താ വല്യമ്മ! അലക്കുതുണികളടങ്ങിയകുട്ട വീട്ടിൽ ഒളിപ്പിച്ചു വച്ചിട്ട്, രൂപങ്ങളുടെ മുൻപിൽ മെഴുകുതിരി കത്തിക്കാൻ പോവുക - ആ പ്രവൃ ത്തകൊണ്ട് അങ്ങു മിനുങ്ങിത്തന്നെ സ്വർഗത്തിലെത്താമെന്ന വിശ്വാസം! അതും അവനെ അത്ഭുതപ്പെടുത്തി. അവരുടെ നേതാവ് മൊനിപ്പോദി യോയോട് അവർക്കുള്ള ആദരവും അനുസരണയും അവനെ അമ്പര പ്പിച്ചു. അയാളോ, അനാഗരികനും അവലക്ഷണം പിടിച്ചവനും സംസ്കാ രശൂന്യനും ഹൃദയ ശൂന്യനുമായ ഒരു തെമ്മാടിയും! അവരുടെ ജോലിവി വരങ്ങളെഴുതിയ ബുക്കുകൾ അവൻ വായിച്ചതും അവർ നിത്യം ചെയ്തു കൂട്ടുന്നതുമായ കാര്യങ്ങളും അവർ ഓർത്തു. പ്രസിദ്ധമായ സെവില്യെ നഗരത്തിൽ നിയമവാഴ്ചയിൽ വന്നിരിക്കുന്ന അനവധാനതയും, തന്മൂലം ഇത്രയേറെ വിനാശകാരികളും വഴിപിഴച്ചവരുമായ സമൂഹത്തിന് ഇതു പോലെ സ്വതന്ത്രമായി പെരുമാറാനും കഴിയാനും കഴിയുന്ന അവസ്ഥ ഉളവായിരിക്കുന്നതും അവനെ ഞെട്ടിച്ചു. ഈ നശിച്ച, വെറുക്കപ്പെട്ട, ജീവിതരീതി; ഇത്രയേറെ അനിശ്ചിതവും നിയമവിരുദ്ധവും ദുർവൃ ത്തവുമായ ജീവിതരീതി; വളരെക്കാലം തുടരരുതെന്നും തന്റെ സുഹൃ ത്തിനെ ഉപദേശിക്കാൻ അവൻ തീരുമാനിച്ചു. ഇങ്ങനെയായിരുന്നെങ്കിലും, പരിചയക്കുറവുകൊണ്ടും യുവത്വത്തിന്റെ ആവേശം കൊണ്ടും ഏതാനും മാസങ്ങൾ കൂടുതലായി ഈ സമൂഹത്തോടൊപ്പം അവൻ ചെലവഴി ക്കേണ്ടിവന്നു. ഈ കാലഘട്ടത്തിൽ സംഭവിച്ചവ പിന്നെയും കൂടുതൽ കാലം അവിടെ ചെലവിടാൻ കാരണമായി. ആ കാലഘട്ടത്തിൽ മൊനി പ്പോദിയോവിന്റെ കൂടെ കഴിയേണ്ടിവന്നതും ആ കുപ്രസിദ്ധ സമൂഹ ത്തിൽ നടന്ന കാര്യങ്ങളും സംബന്ധിച്ച വിവരണങ്ങൾ പരിഗണനാർ ഹമാണ്; ഒരു മാതൃകയായി പ്രയോജനപ്പെടുകയും ചെയ്യും. വായനക്കാർ ക്ക് താക്കീതു നൽകുന്ന മുന്നറിയിപ്പുമായിരിക്കും ആ വിവരണങ്ങൾ. അവ മറ്റൊരവസരത്തിലേക്ക് മാറ്റിവയ്ക്കുന്നു.

3

ശ്രീമാൻ സ്ഫടിക പണ്ഡിതൻ

തോർമെസ് നദിയുടെ തീരത്തു കൂടി മാന്യരായ രണ്ടു വിദ്യാർഥികൾ നടക്കുന്നു. അവിടെ ഒരു മരത്തണലിൽ ഏകദേശം പതിനൊന്നു വയസുള്ള ഒരു ബാലൻ ഉറങ്ങിക്കിടക്കുന്നത് അവർ കണ്ടു. അവൻ ഒരു കർഷകന്റെ വേഷമാണ് ധരിച്ചിരിക്കുന്നത്. അവർ ഒരു വേലക്കാരനെ പറഞ്ഞയച്ച് അവനെ ഉണർത്തി. ഉണർന്നപ്പോൾ അവന്റെ നാടെവിടെയാണെന്നും ഒറ്റപ്പെട്ട ഈ സ്ഥലത്തുകിടന്നുറങ്ങാനുള്ള കാരണമെന്താണെന്നും അന്വേഷിച്ചു. ജനനസ്ഥലമേതെന്ന് അവൻ മറന്നു പോയിരിക്കുന്നുവത്രെ. സലമാൻകയിലേക്കു പോകുകയാണ്. തനിക്കു നൽകാൻ കഴിയുന്ന സേവനങ്ങൾക്കു പകരമായി പഠിക്കാൻ അവസരം കൊടുക്കുന്ന ഒരു യജമാനനേ തേടിയാണു പോകുന്നത്. അവനു വായിക്കാനും എഴുതാനുമറിയാമെന്ന് അവരുടെ അന്വേഷണത്തിന് അവൻ മറുപടി പറഞ്ഞു.

"അപ്പോൾ ഓർമശക്തി മോശമല്ലല്ലോ" രണ്ടു വിദ്യാർ ഥികളിലൊരാൾ പറഞ്ഞു നിന്റെ നാടിന്റെ പേരു മറന്നു പോകാനിടയായയതെങ്ങനെ?" അയാൾ ചോദിച്ചു.

അവൻ ഉത്തരം പറഞ്ഞു. "കാരണമെന്തായാലും എന്റെ നാടേതെന്നോ എന്റെ മാതാപിതാക്കൾ ആരെന്നോ അവർക്കു ഞാൻ ബഹുമതി നേടിക്കൊടുക്കുംവരെ ആരും അറിയുകയില്ല"

"നീ എങ്ങനെയാണവർക്കു ബഹുമതി നേടിക്കൊടുക്കുക?" തന്റെ പഠനത്തിലൂടെ താൻ നേടുന്ന ഖ്യാതികൊണ്ടാണെന്നും, കാരണം മെത്രാൻ തിരുമേനിമാർപോലും വെറും സാധാരണ മനുഷ്യരായിട്ടാണല്ലോ തുടക്കം എന്നുമായിരുന്നു അവന്റെ മറുപടി.

അവന്റെ മറുപടി രണ്ടു വിദ്യാർഥികൾക്കും നന്നെ പിടിച്ചു. അവനെ അവരുടെ സേവകനായി അവർ സ്വീകരിച്ചു. അവരുടെ കൂടെ അവനെ

കൊണ്ടു പോയി. അവിടെ അന്നു നടപ്പുണ്ടായിരുന്നതുപോലെ വേല ക്കാരൊത്ത് ആ യൂണിവേഴ്സിറ്റിയിൽ പഠിക്കാൻ അവസരം നൽകി. താൻ വിളിക്കപ്പെടുന്നത് തോമാസ് റോദജാ എന്നാണെന്ന് അവൻ പറ ഞ്ഞു. ഏതോ ഒരു പാവം കർഷകന്റെ മകനാണു പയ്യനെന്ന് ആ മാന്യ ന്മാർ തീരുമാനിച്ചു.

വളരെ വിശ്വസ്തതയോടെ, ശുഷ്കാന്തിയോടെ, കൃത്യമായി പയ്യൻ തന്റെ യജമാനന്മാർക്കു സേവനം ചെയ്തു. സദാസമയവും യജമാന സേവയിൽ മുഴുകിയിരിക്കുന്നു എന്നു കാണപ്പെട്ടെങ്കിലും അവന്റെ പഠന ത്തിൽ അവൻ ഒരിക്കലും പരാജയപ്പെട്ടില്ല. നന്നായി സേവനം ചെയ്യുന്ന സേവകർക്ക് തിരികെ നല്ല പെരുമാറ്റം ലഭിക്കുമല്ലോ. ക്രമേണ തോമാസ് റോദാജാ തന്റെ യജമാനന്മാരുടെ സഹചാരിയായി. അവരുടെകൂടെ അവൻ എട്ടുവർഷം അവിടെ കഴിഞ്ഞു. അതിനിടെ അവൻ, തന്റെ ബുദ്ധി ശക്തി, എടുത്തുപറയേണ്ട കഴിവുകൾ ഒക്കെക്കൊണ്ട് ആ കലാലയ ത്തിൽ പ്രസിദ്ധനായി. എല്ലാത്തരം ആളുകളുടെയും സ്നേഹവും മതിപ്പും അവൻ നേടി. പ്രധാനപഠനവിഷയം നിയമമായിരുന്നെങ്കിലും അയാൾ മാനവികവിഷയങ്ങളിൽ കൂടുതൽ ശ്രദ്ധേയനായി. ദീപ്തമായ നീതിബോധവും തീരുമാനമെടുക്കാനുള്ള കഴിവും അമ്പരിപ്പിക്കുന്ന ഓർമശക്തിയും കൊണ്ട് അവൻ അതിപ്രശസ്തനായി.

അയാളുടെ യജമാനന്മാർ അവരുടെ അഭ്യസനം പൂർത്തിയാക്കി ആൻഡലൂസിയായിലെ മലാഗയിലേക്ക് തിരിച്ചുപോയി. തോമാസിനെ യും അവർ കൂടെ കൂട്ടി. പഠനം തുടരാനും സലമാങ്കയിൽ തന്നെ കഴി യാനും താൽപ്പര്യമെടുത്ത തോമാസ് ഏതാനും ദിവസം കഴിഞ്ഞ് തന്റെ യജമാനന്മാരോട് അതിന് അനുവാദം ചോദിച്ചു. ദയയുള്ളവരും ഉദാരമതി കളുമായിരുന്ന അവർ അനുവാദം നൽകി. മൂന്നുവർഷത്തേക്ക് അവനു വേണ്ട എല്ലാ കാര്യങ്ങൾക്കും അവർ ഏർപ്പാടാക്കിക്കൊടുത്തു.

അങ്ങനെ അയാൾ വീണ്ടും സലമാൻകയിലേക്ക് പുറപ്പെട്ടു. ആന്റി ക്വേറായിലേക്കുള്ള റോഡിലൂടെ യാത്രചെയ്യുമ്പോൾ സാംബ്രാകുന്നു കളുടെ താഴ്വാരത്തിൽവച്ചു കേമമായി വസ്ത്രധാരണം ചെയ്ത് കുതിര പ്പുറത്ത് രണ്ടു അനുചരരോടൊത്ത് യാത്ര ചെയ്യുന്ന ഒരു പ്രഭുവിനെ കണ്ടുമുട്ടി. രണ്ടുകൂട്ടരും ഒരേ വഴിക്കുതന്നെയായതകൊണ്ട് തോമാസും അവരോടൊപ്പം കൂടി. ഒരേ ലോഡ്ജുകളിൽ താമസിച്ച് വിവിധ വിഷയ ങ്ങൾ ചർച്ച ചെയ്ത് അവർ യാത്ര തുടർന്നതോടെ തോമാസിന്റെ ബുദ്ധി സാമർഥ്യവും മറ്റു കഴിവുകളും ആ മാന്യൻ മനസിലാക്കി. അയാൾ തന്റെ പ്രൗഢിയും രാജസദസുകളിലെ പരിശീലനഫലങ്ങളും തന്റെ പെരുമാ റ്റത്തിലൂടെ പ്രകടമാക്കി. താൻ രാജകീയ സുരക്ഷാസേനയിലെ ഒരു ക്യാപ്റ്റനാണെന്നും തന്റെ പതാകവാഹകൻ (എൻസൈൻ) സലാമാൻക ഭാഗത്ത് സൈന്യശേഖരണം നടത്തുകയാണെന്നും അയാൾ പറഞ്ഞു. ഒരു പട്ടാളക്കാരന്റെ ജീവിതത്തെ അയാൾ പുകഴ്ത്തി. നേപ്പിൾസ് നഗര ത്തിന്റെ സൗന്ദര്യം, പലേർമോയിലെ ഉല്ലാസാനുഭവങ്ങൾ, ലൊംബാർ

ഡിയിലെ വിരുന്നുകൾ സത്രങ്ങളിലെ കേമമായ ഭക്ഷണം. ഇവയുടെയൊക്കെ വിശദവും വ്യക്തവുമായ ചിത്രം അയാൾ നൽകി. പട്ടാളത്തിലെ സംഭാഷണശൈലി, ആജ്ഞാപനം തുടങ്ങിയവയും പടയാളിയുടെ സ്വതന്ത്ര ജീവിതം, ഇറ്റലിയിലെ അയഞ്ഞ ജീവിതരീതി ഇവയൊക്കെ അയാൾ മനോഹരമായി വർണിച്ചു. എന്നാൽ, ആക്രമണം മൂലമുള്ള അപകടങ്ങൾ, യുദ്ധങ്ങളുടെ ഭീകരത, ഉപരോധകാലത്തെ വിശപ്പ്, മൈനുകൾ വരുത്തുന്ന നാശം ഇങ്ങനെ പട്ടാളജീവിതത്തിന്റെ അതീതഭാരങ്ങളെന്നു ചിലർ കരുതുന്ന, യഥാർഥത്തിൽ യുദ്ധത്തിന്റെ ഭാഗങ്ങളായ ഈ കാര്യങ്ങളെക്കുറിച്ച് അയാൾ ഒന്നുമേ പറഞ്ഞില്ല. തോമാസിന്റെ യുക്തിപൂർവമായ തീരുമാനം ഇളകി പോകത്തക്കവിധത്തിൽ നിരവധി കാര്യങ്ങളെക്കുറിച്ച് അയാൾ നടത്തിയ വർണന, മരണം എപ്പോഴും കയ്യെത്തുന്ന അകലത്തിൽ നിൽക്കുന്ന ഈ ജീവിതരീതി ആരംഭിച്ചാലോ എന്നുള്ള ചിന്തയിലെത്തിച്ചു തോമാസിനെ.

തോമാസിന്റെ ഗുണവിശേഷങ്ങൾ മനസിലാക്കി സന്തുഷ്ടനായ ഡോൺ ഡിജോ ദെ വാൽദീവിയാ ഇതായിരുന്നു ക്യാപ്റ്റന്റെ പേര്, താൽപര്യമുണ്ടെങ്കിൽ തന്റെ കൂടെ ഇറ്റലിയിലേക്കു ചെല്ലാൻ തോമാസിനോട് അഭ്യർഥിച്ചു. എൻസൈൻ ആയി നിയമനം നൽകാമെന്നും വാഗ്ദാനം ചെയ്തു. വലിയ നിർബ്ബന്ധമൊന്നുമാവശ്യമില്ലായിരുന്നു, ക്യാപ്റ്റന്റെ ക്ഷണം സ്വീകരിക്കാൻ. പെട്ടെന്നുതന്നെ തോമാസ് പോകാൻ തീരുമാനിച്ചു. ഇറ്റലിയും ഫ്ളാൻഡേഴ്സും മറ്റുപല പ്രദേശങ്ങളും കാണാൻ കഴിയുക – അതൊരു നല്ല കാര്യം തന്നെ! മാത്രമല്ല, യാത്രകൾ ഒരുവനെ വിജ്ഞാനിയാക്കുകയും ചെയ്യുമല്ലോ. താൻ ചെറുപ്പമാണ്. ഏതാനും വർഷം കഴിഞ്ഞാലും പഠനം പൂർത്തിയാക്കാം. പദവികളൊന്നും സ്വീകരിക്കുകയില്ലെന്നും, പട്ടാളക്കാരനായി ചേരുകയില്ലെന്നും വ്യവസ്ഥ ചെയ്ത് അയാൾ ക്യാപ്റ്റനോട് സമ്മതം പറഞ്ഞു. പട്ടാളത്തിൽ ചേർന്നാലും ആവശ്യമുള്ളപ്പോഴെല്ലാം അവധി അനുവദിക്കാമെന്നും, ശമ്പളവും മറ്റ് ആനുകൂല്യങ്ങളും ലഭിക്കുമെന്നും ക്യാപ്റ്റൻ പറഞ്ഞു. എന്നാൽ അതു മനഃസാക്ഷിക്കു ചേർന്നതല്ലാത്തതിനാൽ ഒരു സ്വതന്ത്ര ഏജന്റായി പ്രവർത്തിക്കാനാണ് താൽപ്പര്യമെന്ന് അയാൾ ഉറപ്പിച്ചു പറഞ്ഞു.

“എന്തൊരു തത്വദീക്ഷയുള്ള മനഃസാക്ഷി!”ക്യാപ്റ്റൻ പറഞ്ഞു: താൻ ഒരു സന്യാസിയാകേണ്ടവനാണ്. ഏതായാലും നമുക്കൊരുമിച്ചു പോകാം.

ഏതാനും ദിവസത്തെ തുടർച്ചയായ യാത്രകൊണ്ട് അവർ പട്ടാള സംഘത്തോടുചേർന്നു. മറ്റു നാലു സംഘങ്ങളോടൊപ്പം അവർ കാർത്തജീനായിലേക്കു പോകാൻ തയാറാവുകയാണ്. ഈ സമയം കൊണ്ട്, പട്ടാള ഉദ്യോഗസ്ഥരുടെ അധികാരം, ചില ക്യാപ്റ്റന്മാരുടെ മുൻശുണ്ഠി, താമസസ്ഥലം അനുവദിച്ചുകൊടുക്കുന്ന ഓഫീസർമാർ നേരിടുന്ന സമ്മർദ്ദം, ശമ്പളവിതരണക്കാരുടെ സൂക്ഷ്മത, നഗരവാസികളുടെ പരാതികൾ, അനുമതിപത്ര വ്യാപാരം, പുതിയതായി ചേർന്നവരുടെ മര്യാദയില്ലായ്മ,

സത്രം സൂക്ഷിപ്പുകാരുടെ കലഹം, അമിതഭാരമുള്ള ഭാണ്ഡക്കെട്ടുകൾ, താൻ കണ്ടതും താൻ ഇഷ്ടപ്പെടാത്തതുമായ ഈ കാര്യങ്ങൾ നിർവഹിക്കപ്പെടുന്ന രീതി ഒക്കെ അയാൾ ശ്രദ്ധിച്ചു മനസിലാക്കി.

ഇതിനിടെ തോമാസ് തികച്ചും ആഡംബരപൂർണമായ പട്ടാളവേഷത്തിലായി. വിദ്യാർഥിവേഷം മാറ്റിവെച്ചു. പുസ്തകങ്ങളെല്ലാം വേണ്ടെന്നുവെച്ചു - രണ്ടെണ്ണമൊഴികെ - Hours of our Lady bpw* Gar cilaso** യുടെ കവിതകളും. യാത്രാനുഭവങ്ങൾ അയാളെ ഹരംപിടിപ്പിച്ചു. അയാൾ ആഗ്രഹിക്കാത്തത്ര നേരത്തെ അവർ കാർത്തജീനായിലെത്തി. അവിടെ നിന്നും നാലു പായ്ക്കപ്പലുകളിലായി നേപ്പിസിലേക്കു യാത്രയായി. കപ്പലിലെ അപരിചിതമായ യാത്ര അയാൾക്കൊരടിയായി തോന്നി. എവിടെയും മൂട്ട ശല്യം. കയ്യിൽ കിട്ടുന്നതെന്തും കട്ടെടുക്കുന്ന കപ്പലിലെ അടിമജോലിക്കാർ. കപ്പൽജോലിക്കാരുടെ അസഹ്യപ്പെടുത്തലുകൾ. എന്തും കരളുന്ന എലികൾ - തിരമാലകൾ മൂലമുണ്ടാകുന്ന തളർച്ചയും തകർച്ചയും. കൊടുങ്കാറ്റുകളും തിരയുടെ സീൽക്കാരവും അയാളെ അതിയായി ഭയപ്പെടുത്തി. പ്രത്യേകിച്ച് ലിയോൺസിൽ വച്ചുണ്ടായ രണ്ടുകൊടുങ്കാറ്റുകൾ - ഒന്ന് അവരെ കോർസിക്കാവരെ അടിച്ചു പറത്തിക്കൊണ്ടുപോയി. മറ്റേത് അവരെ തിരികെ ഫ്രാൻസിലെ ട്യൂലോണിൽ എത്തിച്ചു. ചുരുക്കത്തിൽ, ഉറങ്ങാൻ കഴിയാതെ തൊലിവരെ നനഞ്ഞുകുതിർന്ന് കുഴിഞ്ഞുതാണ കണ്ണുകളുമായി അവർ മനോഹരമായ ജിനോവ പട്ടണത്തിലെത്തി. കപ്പലിൽ നിന്നിറങ്ങിയപാടെ അവർ ഒരു പള്ളിയിൽ പോയി. ക്യാപ്റ്റൻ തന്റെ ആൾക്കാരുമായി ഒരു സത്രത്തിലെത്തി കഴിഞ്ഞതെല്ലാം മറന്ന് അവർ ആഹ്ലാദാരവങ്ങളിൽ മുങ്ങി.

മദ്യത്തിന്റെ അധിദേവതയായ ബാക്കുസിന്റെ ശേഖരണികളിൽ പോലും കാണാത്തതും ലഭിക്കാത്തതുമായ വിവിധതരത്തിലും ഇനത്തിലുമുള്ള, വീര്യം കുറഞ്ഞതും കൂടിയതും, വൈവിധ്യമുള്ള രുചികളുള്ളതുമായ വീഞ്ഞ് ലോഭവും ലോപവും കൂടാതെ, ആ സത്രക്കാരൻ തന്റെ അതിഥികൾക്കു നൽകി അവരെ സന്തോഷിപ്പിച്ചു; മദിപ്പിച്ചു.

നല്ലവനായ നമ്മുടെ തോമാസ് ജിനോവയിലെ പെൺകുട്ടികളുടെ മുടിയഴകിലും സുഭഗതയിലും മാന്യമായ പെരുമാറ്റരീതിയിലും ആകൃഷ്ടനായി. തങ്കത്തിൽ പതിച്ചുവെച്ച രത്നങ്ങൾ പോലെ, മലനിരകളിൽ കെട്ടിപ്പടുക്കപ്പെട്ടിരുന്ന വീടുകൾ നിറഞ്ഞ, ആ നഗരത്തിന്റെ എടുത്തുപറയേണ്ട സൗന്ദര്യം അയാളെ വശീകരിച്ചു. പട്ടാളസംഘം പീഡ്മോണ്ടിലേക്കായിരുന്നു അടുത്തതായി പോകുന്നത്. തോമാസ് അവരോടൊപ്പമുള്ള യാത്ര തൽക്കാലം അവസാനിപ്പിച്ചു. കരമാർഗമായി റോം, നേപ്പിൾസ് എന്നിവിടങ്ങളിലേക്കും അവിടെനിന്നും തിരികെ വന്ന് വെനീസ്

---

* കന്യകാമാതാവിനോടുള്ള ഒരു പ്രാർഥന പുസ്തകം (15-ാം നൂറ്റാണ്ടിൽ അതൊരു ഫാഷനായിരുന്നു).

** ഗാർ സിലാസോ ദെ വെഗാ എന്ന കൊട്ടാരം കവി, ടോളിഡോയിൽ 15-ാം നൂറ്റാണ്ടിന്റെ ആദ്യ പകുതിയിൽ ജീവിച്ചിരുന്നു.

ലൊറേറ്റോ, മിലാൻ എന്നിവിടങ്ങളി ലേക്കും പോയിട്ട് പീഡ് മോണ്ടിലെത്തുക. ഇതിനകം ക്യാപ്റ്റനും കൂട്ടരും ഫ്ളാൻഡേഴ്സിലേക്കു പോയിട്ടില്ലെങ്കിൽ, അവിടെ വച്ച് വീണ്ടും കാണാമെന്നും പറഞ്ഞ് അവർ പിരിഞ്ഞു.

ഫ്ളോറൻസിലെത്തിയ തോമാസ് ലുക്കാ എന്ന നഗരത്തിലേക്കാണ് ആദ്യം പോയത്. ഇറ്റലിയിലെ മറ്റേതൊരു സ്ഥലത്തേക്കാളും നന്നായി സ്പെയിൻകാരെ സ്വീകരിക്കുകയും സൽക്കരിക്കുകയും ചെയ്തിരുന്ന സ്ഥലമായിരുന്നു ലുക്കാ. ഫ്ളോറൻസ് പ്രദേശം തോമാസിനെ ആനന്ദാതിരേകനാക്കി. പ്രദേശത്തിന്റെ വൃത്തി, അഭിരാമമായ ചുറ്റുപാടുകൾ, ഉത്തുംഗമനോഹരങ്ങളായ ഹർമ്യനിരകൾ, ശീതളിമ പകരുന്ന നദി, ശാന്തമായ തെരുവുകൾ, ഈ രണ്ടുകൂട്ടം കാര്യങ്ങളാണ് തോമാസിന്റെ മനം കവർന്നത്. നാലു ദിവസം കഴിഞ്ഞ് തോമാസ് അവിടം വിട്ടു.

നഗരങ്ങളുടെ രാജ്ഞി, ലോകത്തിന്റെ സ്വാമിനി എന്നൊക്കെ അറിയപ്പെട്ടിരുന്ന റോമിലേക്കാണയാളുടെ അടുത്ത യാത്ര. റോമിന്റെ വിശാലത അയാളെ വിസ്മയിപ്പിച്ചു. ദേവാലയങ്ങൾ സന്ദർശിച്ചു. തിരുശേഷിപ്പുകളെ വണങ്ങി. സിംഹത്തിന്റെ ക്രൗര്യവും മഹത്വവും അതിന്റെ കൂർത്ത വിരലുകളിലെ നീണ്ടു ബലിഷ്ഠമായ നഖങ്ങൾ കണ്ട് തിരിച്ചറിയാൻ കഴിയുന്നതുപോലെ; അവിടത്തെ വെണ്ണക്കൽ അവശി ഷ്ടങ്ങൾ, തകർന്നതോ, നിലനിൽക്കുന്നതോ ആയ പ്രതിമകൾ, പൊട്ടിയ കമാനങ്ങൾ, നശിച്ചുപോയ സ്നാനഘട്ടങ്ങൾ, അതിഗംഭീരമായ ശാലകൾ ഗംഭീരമായ ആംഫിതിയറ്ററുകൾ ഇതെല്ലാം കണ്ട് ഗ്രഹിച്ചു. ജലസമൃദ്ധമായ അവിടത്തെ പ്രസിദ്ധവും വിശുദ്ധവുമായ നദി, കരകളെ ജലംകൊണ്ടു തഴുകുന്നു. അതിന്റെ കരകളിൽ സംസ്ക്കരിച്ചിരിക്കുന്ന അസംഖ്യം രക്തസാക്ഷികളുടെ ശരീരങ്ങളുടെ തിരുശേഷിപ്പുകൾകൊണ്ട് അത് നഗരത്തെ അനുഗ്രഹിക്കുന്നു, നദിയിലെ പാലങ്ങൾ, പരസ്പരം നോക്കുന്ന നയനങ്ങളെന്നു തോന്നിപ്പിക്കുന്ന കമാനങ്ങൾ, പേരുമാത്രം കൊണ്ട് ലോകത്തിലെ മറ്റേതൊരു നഗരത്തെയുംകാൾ ഉയർന്നു നിൽക്കുന്ന തെരുവുകൾ, വൈയാ ആപ്പിയ, വൈയാഫ്ളാമിനിയാ വൈയാജൂലിയാ, അങ്ങനെയങ്ങനെ. ഇവയൊക്കെ റോമിന്റെ മഹത്വത്തെ യല്ലാതെന്താണു വിളംബരം ചെയ്യുന്നത്! പട്ടണാതിർത്തിയിലുള്ള സീലിയാൻ, ക്വിറിനാൽ, വത്തിക്കാൻ എന്നിങ്ങനെയുള്ള ഏഴു കുന്നുകൾ- അവയുടെ പേരുതന്നെ റോമിന്റെ പ്രതാപത്തെ ഉദ്ഘോഷിക്കുന്നു- ഇവയും തോമാസിനെ കുറച്ചൊന്നുമല്ല അത്ഭുതപ്പെടുത്തിയത്. കർദ്ദിനാൾ സംഘത്തിന്റെ ആഡംബരത്വം, പോപ്പിന്റെ പ്രതാപം, അവിടത്തെ ബലിയർപ്പണം, വിവിധ രാജ്യങ്ങളിൽ നിന്നുള്ള ജനങ്ങൾ- ഒക്കെ അയാളുടെ മനസിൽ മായാത്തവിധം പതിഞ്ഞു. എല്ലാം അയാൾ കണ്ടു, കുറിപ്പുകൾ എടുത്തു, പ്രസിദ്ധങ്ങളായ സപ്തദേവാലയങ്ങളിൽ അയാൾ പോയി. പാപസങ്കീർത്തനം നടത്തി. പോപ്പിന്റെ പാദങ്ങൾ ചുംബിച്ചു. മതിയാവോളം ജപമാലകളും തിരുശേഷിപ്പുകളും ശേഖരിച്ചു. നേപ്പി ൾസിലേക്കു പോകാൻ തീരുമാ

നിച്ചു. കാലാവസ്ഥ അനിശ്ചിതമായിരുന്നതിനാൽ കരമാർഗമായി റോമിൽ നിന്നും പോവുക ദുഷ്കരം അതു കൊണ്ട് നേപ്പിൾസിലേക്കു കടൽ മാർഗമാണു പോയത്. തോമാസിന്റെ മാത്രമല്ല, കണ്ടിട്ടുള്ളവരുടെയൊക്കെ അഭിപ്രായത്തിൽ ലോകത്തിൽ ഏറ്റവും നല്ലതെന്നു പ്രസിദ്ധമായ നേപ്പിൾസിന്റെ സന്ദർശനം റോം സന്ദർശനംകൊണ്ടു ലഭിച്ച സന്തോഷത്തിന്റെ മാറ്റുകൂട്ടി.

അവിടെനിന്നും സിസിലിയിലേക്കു പോയ തോമാസ് ഇറ്റലിയുടെ ധാന്യപ്പുരയെന്നറിയപ്പെടുന്ന ആ പ്രദേശത്തിന്റെ സൗന്ദര്യം, പലെർമോ നഗരത്തിന്റെ ചുറ്റുപാടുകൾ, മെസീനാ തുറമുഖത്തിന്റെ മനോഹാരിത, ഒക്കെ ആസ്വദിച്ച് തിരികെ നേപ്പിൾസിലേക്കും റോമിലേക്കും അവിടെ നിന്ന് ലെറേറ്റോയിലേക്കും നീങ്ങി. അവിടെ പരിശുദ്ധമാതാവിന്റെ ദേവാലയം ഭക്തിയോടെ സന്ദർശിച്ച തോമാസിന് ദേവാലയഭിത്തികൾ കാണാനേ കഴിഞ്ഞില്ല. മുടന്തന്മാർ നടക്കാൻ ഉപയോഗിക്കുന്ന താങ്ങു വടികൾ, മുഖപടങ്ങൾ, കൈ വിലങ്ങുകൾ, തളപ്പൂട്ടുകൾ, മുടിച്ചുരുളുകൾ, ചങ്ങലകൾ, ആൾരൂപങ്ങൾ, പെയിന്റിങ് തുടങ്ങിയവ ഭിത്തിയിലെങ്ങും നിറയെ തൂങ്ങിക്കിടക്കുന്നു. തന്റെ മാതാവിന്റെ പേരിലുള്ള ഈ ദേവാലയത്തിന്റെ വിശുദ്ധസ്വരൂപത്തിലൂടെ ലഭ്യമാകുന്ന അദൃശ്യശക്തിയിലൂടെ യേശു തമ്പുരാൻ നൽകിയ അനുഗ്രഹങ്ങൾക്ക് ഭക്തജനങ്ങൾ വിശ്വാസപൂർവം സമർപ്പിച്ച കൃതജ്ഞതോപഹാരങ്ങളാണിവയെല്ലാം.

അവിടെ നിന്നും തോമാസ് വെനീസിലേക്ക്. കൊളംബസ് ജീവിച്ചിരുന്നില്ലെങ്കിൽ, ഹെർനാൻഡോ കോർത്തെസ് എന്ന സ്പാനീഷ് അന്വേഷക സംഘനേതാവ് മെക്സിക്കോ നഗരം പിടിച്ചടക്കിയിരുന്നില്ലെങ്കിൽ വെനീസിന് ഒരു എതിരാളിയുണ്ട് എന്നുപറയാൻ പോലും ഒരു നഗരമുണ്ടാകുമായിരുന്നില്ല. രണ്ടു പട്ടണങ്ങളും ഒരു കാര്യത്തിൽ ഒരുപോലെയാണ്. തെരുവുകൾക്കു ചുറ്റി ജലാശയങ്ങളാണ്. പുരാതന ലോകത്തെ അത്ഭുതം! പിടിച്ചടക്കാൻ കഴിയാത്തതരത്തിലുള്ള ചുറ്റുപാടുകൾ, വിവേകത്തിന്റെ ഉദാഹരണമെന്നു പറയാവുന്ന ഭരണസംവിധാനം; അതിരില്ലാത്ത സമ്പത്ത്, അന്തമില്ലാത്ത സമൃദ്ധി, ആനന്ദ സന്ദായകമായ ചുറ്റുവട്ടം, പ്രസിദ്ധങ്ങളായ ആയുധപ്പുരകൾ, പായ്ക്കപ്പൽ നിർമാണശാലകൾ..... അങ്ങനെയങ്ങനെ വിവരണാതീതമായ ബഹുമതികൾ! അവിടത്തെ ആനന്ദവും വിനോദങ്ങളും ഏറെക്കുറെ കാലിപ്സോ, യൂളിസിയസിനെന്നപോലെ തോമാസിനും ഏറെക്കുറെ അപകടകരമായി തന്റെ യഥാർഥ ലക്ഷ്യമെന്തെന്ന് മിക്ക വാറും അയാൾ വിസ്മരിച്ചു. ഒരു മാസത്തോളം കഴിഞ്ഞ് അയാൾ ഫെറാറാ പാർമാ, പിയാസെൻദ്സാ എന്നിവിടങ്ങളിലൂടെ മിലാൻ നഗരത്തിലെത്തി. നഗരത്തിന്റെ അസാമാന്യമായ വലിപ്പം, ബൃഹത്തായ ദേവാലയം, അവശ്യവസ്തുക്കളുടെ സുലഭത ഇവയൊക്കെ യഥാർഥത്തിൽ രാജകീയ പ്രൗഢികാട്ടുന്നതായിരുന്നു. അവിടെ നിന്നും ആസ്തി നഗരത്തിൽ. പട്ടാള സംഘം അവിടെ നിന്ന് ഫ്ളാൻഡേഴ്സിലേക്കു പുറപ്പെടുന്നതിന് ഒരു ദിവസം മുൻപേ എത്തി

ക്യാപ്റ്റനോടൊപ്പം യാത്ര തുടർന്ന് ഫ്ളാൻഡേഴസ്, ആന്റ് വെർപ്പ്, ഗെന്റ്, ബ്രസൽസ് എന്നിവിടങ്ങളിലെത്തി. ആ നാടു മുഴുവൻ യുദ്ധോദ്യുക്തമാകുന്നതായി അയാൾ മനസിലാക്കി അടുത്ത വേനൽക്കാലം യുദ്ധകാലമായിരിക്കുമെന്നും.

ദേശസഞ്ചാരമെന്ന ആഗ്രഹം സഫലമായതിനെ തുടർന്ന് സ്പെയിനിലേക്കുതിരികെ പോയി. സലമാൻകയിലെ തന്റെ പഠനം തുടർന്ന് പൂർത്തിയാക്കാൻ അയാൾ തീരുമാനമെടുത്തു. തോമാസിനെ പിരിയുക ക്യാപ്റ്റന് വളരെ ദു:ഖകരമായിരുന്നു. ഒരുവിധം അയാളെ സമാധാനിപ്പിച്ച് സാലമാൻകയിൽ തിരികെയെത്തി. സുഹൃത്തുകൾ സന്തോഷത്തോടെ സ്വാഗതം ചെയ്തു. പഠനം തുടർന്ന അയാൾ ലൈസൻഷ്യേറ്റ് ബിരുദം നേടി.

അക്കാലത്ത് അവിടെ ഒരു സുന്ദരിയായ യുവതി വന്നുചേർന്നു. ഏതുതരം കൗശലങ്ങളിലും തന്ത്രങ്ങളിലും അവൾ അദ്വിതീയ. നഗരത്തിലെ ചെറുപ്പക്കാരൊക്കെ അവളെ കാണാൻ തിരക്കിട്ടു ചെന്നു. ചെന്നവരൊക്കെ അവളുടെ കൗശലങ്ങൾക്കിരയായി. അവളെ ചെന്നു കാണാത്ത ഒരു യുവാവും ഉണ്ടായിരുന്നില്ല. ഫ്ളാൻഡേഴ്സിലും ഇറ്റലിയിലുമൊക്കെ പോയിട്ടുണ്ടെന്ന് അവകാശപ്പെടുന്ന അവളെ അറിയുമോയെന്ന് പരിശോധിക്കാൻ വേണ്ടി തോമാസും അവളെ സന്ദർശിച്ചു. ഫലം- അവൾക്ക് അയാളോട് പ്രണയമായി. അയാൾ അത് അറിഞ്ഞതുമില്ല. മറ്റാരെങ്കിലും നിർബ്ബന്ധിച്ചെങ്കിലല്ലാതെ അയാൾ അങ്ങോട്ടു പിന്നീടു പോയതുമില്ല. അവസാനം അവൾ തന്റെ പ്രണയം പ്രഖ്യാപിച്ചു. അവൾക്കുള്ളതു മുഴുവൻ അയാൾക്കു സമർപ്പിക്കാനും അവൾ തയാർ. തോമാസോ-പുസ്തകങ്ങളാണ് അയാളുടെ ആരാധനാപാത്രം. ബാക്കിയൊക്കെ അതു കഴിഞ്ഞ്. പ്രതികരണമില്ലാത്തത് തന്നെ അവഹേളിക്കലാണെന്നവൾ കണക്കാക്കി. തന്നെ അയാൾ വെറുക്കുന്നോ? തോമാസിന്റെ പാറ പോലുള്ള മനസ്സിനെ ആർദ്രമാക്കാൻ മറ്റു മാർഗം-കൂടുതൽ ഫലപ്രദമായത് കണ്ടെത്താനുള്ള ശ്രമമായി അവൾ. വശീകരണവിദ്യകളെക്കുറിച്ച് ഒരു മൂർവംശജ അവൾക്കുപദേശം നൽകി. ഒട്ടും താമസിച്ചില്ല- ഒരു ടോളെഡോ നീർമാതളപ്പഴത്തിൽ കലർത്തി വശ്യൗഷധമെന്നു പറയപ്പെടുന്ന ഒരു വസ്തു തോമാസിനു നൽകി. വശീകരണ ശേഷിയുള്ള ചെടികളും മന്ത്രങ്ങളുമുണ്ടെന്നാണവൾ കരുതിയത്. യഥാർഥത്തിൽ ഇത്തരം കാമോദ്ദീപകപദാർത്ഥങ്ങളും പാനീയങ്ങളും വിഷവസ്തുക്കളിൽ ഉൾപ്പെടുന്നതാണ്. കാരണം ഇവയെല്ലാം ഉപയോഗിക്കുന്നവരെ വിഷലിപ്തരാക്കുന്നതായാണ് മിക്കപ്പോഴും കണ്ടുവരുന്നത്.

വശ്യൗഷധം കഴിച്ച തോമാസിന്റെ കൈകാലുകൾ ചുഴലി ബാധിതരെപ്പോലെ വിറയ്ക്കാനും പിടയാനും തുടങ്ങി. അയാൾ ബോധഹീനനായി, ഏറെ നേരത്തേയ്ക്ക്. ഉണർന്നതാകട്ടെ, ഒരു മന്ദനെപ്പോലെ. തട്ടിയും മുട്ടിയും വിറച്ചും സംഭവിച്ചത് അയാൾ പറഞ്ഞു. താൻ കഴിച്ച വസ്തു തന്നതാരെന്നും. നിയമപാലകർ അന്വേഷണമാരംഭിച്ചു. ആ യുവതിയാ

കട്ടെ, ഒളിവിൽ സ്ഥലംവിട്ടു. പിന്നെയൊരിക്കലും അവളെ സലമാൻക യിൽ കണ്ടിട്ടുമില്ല.

ആറുമാസം തോമാസ് കിടക്കയിൽ തന്നെ കഴിഞ്ഞു. എല്ലും തൊ ലിയും മാത്രമായി മാറി. അയാളുടെ മാനസികപ്രവർത്തനങ്ങൾ കുഴ ഞ്ഞുമറിഞ്ഞ വിധത്തിൽ. സാധ്യമായ എല്ലാ ചികിത്സകളും നൽകിയിട്ടും ഒരിക്കലും ആരും കേട്ടിട്ടുപോലുമില്ലാത്ത ഒരുതരം മാനസിക വിഭ്രാ ന്തിയിലായി അയാൾ. ആകെ തകർന്ന ആ മനുഷ്യൻ, താൻ സ്പടിക നിർമിതമാണെന്നു വിശ്വസിച്ചു. ആരെങ്കിലും അടുത്തുവന്നാൽ അയാൾ അലറി വിളിക്കും-ഭയപ്പെടുത്തുന്ന മട്ടിൽ. "അടുത്തു വരരുതേ, ഞാൻ തകർന്നു പോകുമേ" എന്നു കെഞ്ചും സത്യമായും താൻ അടിമുടി ഗ്ലാസു കൊണ്ടുണ്ടാക്കപ്പെട്ടതാണെന്നുള്ള അയാളുടെ വിശ്വാസം മാറ്റിയെടു ക്കാൻ ആർക്കും കഴിഞ്ഞില്ല. അയാളെ ബോധ്യപ്പെടുത്താനായി ചില യാളുകൾ അയാളുടെ നിലവിളി അവഗണിച്ച് അയാളെ ആലിംഗനം ചെയ്തു. അയാൾ തകർന്നു പോയില്ലെന്ന് അയാളോടു പറഞ്ഞു ബോധ്യ പ്പെടുത്താൻ ശ്രമിച്ചു. ഫലം! ആരെങ്കിലും അടുത്തു ചെല്ലുമെന്നു ക ണ്ടാൽ അയാൾ നിലത്തു വീണുരുളും. അടുത്തുവരരുതേയെന്ന് അല റിവിളിക്കും ബോധരഹിതനാകും - പല മണിക്കൂറുകൾ! തന്റെ അടു ത്തെത്തുന്നവരോട് താൻ സ്ഫടിക നിർമിതമാണ്-താൻ മാംസ നിർ മ്മിതമല്ല. എന്തു വേണമെങ്കിലും ചോദിക്കാം. ബുദ്ധിപൂർവമായ മറു പടിയും നൽകാം. കാരണം, സ്പടികം ഗുണമേന്മയുള്ള ഒരു നേർത്ത വസ്തുവായതിനാൽ അതിലൂടെ കൂടുതൽ വേഗത്തിലും ഫലപ്രദമായും പ്രവർത്തിക്കാൻ മനസിനു കഴിയും- സാധാരണവും കട്ടിയുള്ളതും ഭൗമി കവുമായ ശരീരത്തെക്കാൾ എന്നു പറയും. ചിലയാളുകൾ പരീക്ഷിച്ചു നോക്കി കൃത്യമായതും ബുദ്ധിപൂർവ്വമായുള്ളതുമായ ഉത്തരം. യൂണി വേഴ്സിറ്റിയിലെ വൈദ്യശാസ്ത്രത്തിന്റെയും തത്വശാസ്ത്രത്തിന്റെയും പ്രൊഫസർമാർ പോലും അത്ഭുതപ്പെട്ടു. അസാധാരണമായൊരു മാന സികവിഭ്രാന്തി മൂലം പീഡിപ്പിക്കപ്പെടുന്ന ഒരാൾ-തനൊരു സ്ഫടിക നിർ മിതവസ്തുവാണെന്ന് അവകാശപ്പെടുക-ഇത്രമാത്രം അറിവിന്റെ ശേഖര മായിരിക്കുക! ഏതു ചോദ്യത്തിനും കൃത്യമായ, ബുദ്ധിപൂർവമായ ഉത്തരം നൽകുക!

തോമാസിന് ഒരഭ്യർഥനയേ ഉണ്ടായിരുന്നുള്ളു തന്റെ സ്ഫടിക ശരീ രത്തിന് ഒരു കവചം-ഇറുക്കമുള്ള വസ്ത്രങ്ങൾ ധരിച്ചാൽ ശരീരം ഉടയാ തിരിക്കണം. കട്ടിയുള്ള കമ്പിളിനാരുകൾ കൊണ്ടുള്ള ഒരു ഉടുപ്പും അയ വുള്ള ഒരു പുറംകുപ്പായവും അവർ അയാൾക്കു നൽകി. അയാൾ ഷൂസ് വേണ്ടെന്നു വച്ചു. നീണ്ട ഒരു കമ്പിന്റെ അറ്റത്തുപിടിപ്പിച്ച ഒരു കൂടയിൽ വച്ച് പഴങ്ങളും ഫലങ്ങളും അയാൾക്കു നീട്ടിക്കൊടുക്കണം. അടുത്തു ചെല്ലരുത്. പുഴയിൽ നിന്നോ അരുവിയിൽ നിന്നോ കൈകൊണ്ട് കോരി വെള്ളം സ്വയം കുടിക്കും. മാംസമോ മത്സ്യമോ വേണ്ടാ. ഭക്ഷണകാര്യ ത്തിലെ ക്രമം ഇങ്ങനെ. തെരുവിൽ നടക്കുമ്പോൾ വഴിയുടെ

മധ്യത്തിലൂടെയാവും യാത്ര. കെട്ടിടങ്ങളിൽ നിന്നെങ്ങാനും വല്ല ഒടോ മറ്റെന്തെങ്കിലുമോ പുറത്തു വീണാലോ? വേനൽക്കാലത്ത് പുറത്തു തുറസായ സ്ഥലത്താണ് ഉറക്കം. ശീതകാലത്ത് ഒരു സത്രത്തിലെ കച്ചിക്കൂനയിൽ കഴുത്തോളം കച്ചിക്കുള്ളിലായിട്ടും. ഇടിവെട്ടു ശബ്ദം കേൾക്കുമ്പോൾ ഇല പോലെ വിറയ്ക്കും. നാട്ടിൻ പുറത്തേയ്ക്കു യാത്രയുമാകും. കൊടുങ്കാറ്റു കഴിയും വരെ സുഹൃത്തുക്കൾ അയാളെ ഒരു മുറിക്കുള്ളിൽ അടച്ചു പൂട്ടും.

അയാളുടെ രോഗം മാറുന്ന യാതൊരു ലക്ഷണവുമില്ല. സുഹൃത്തുക്കൾ അയാളെ സ്വതന്ത്രനായി വിടാൻ തീരുമാനിച്ചു. നഗരത്തിൽ ചുറ്റി നടന്ന അയാളെ അറിയുമായിരുന്നവർക്ക് അവനോട് ഒരുതരം അത്ഭുതവും ദയയും തോന്നി. അധികം കഴിഞ്ഞില്ല. കുട്ടികൾ തോമാസിനു ചുറ്റും വട്ടംകൂടാൻ തുടങ്ങി. കയ്യിലിരുന്ന ദണ്ഡു കൊണ്ട് അവരെ അകറ്റി നിറുത്താനും, അകലെ നിന്നു മാത്രമേ തന്നോടു സംസാരിക്കാവൂ എന്നും വളരെ എളുപ്പത്തിൽ പൊട്ടുന്ന ഗ്ലാസ്സ് നിർമിതമായ താൻ പൊട്ടിതകർന്നു പോയേക്കാമെന്നും അവരെ മനസിലാക്കാനും അയാൾ ശ്രമിച്ചു. എന്നാൽ ലോകത്തിലെ ഏറ്റവും വികൃതികളായ ആൺപിള്ളേരുണ്ടോ അയാളുടെ അപേക്ഷയോ ശ്രമങ്ങളോ അട്ടഹാസങ്ങളോ വകവയ്ക്കുന്നു? അവർ അതുമിതും അയാളുടെ നേരെ വലിച്ചെറിഞ്ഞു, യഥാർഥത്തിൽ അയാൾ ഗ്ലാസ്സ് നിർമിതമോ എന്നറിയാൻ. ചിലർ കല്ലുകളും അയാളുടെ നേരെ പ്രയോഗിച്ചു. തോമാസ് അലറി വിളിച്ച് അട്ടഹസിച്ചു വലിയ ബഹളമുണ്ടാക്കും മുതിർന്നവർ കുട്ടികളെ ശിക്ഷിക്കും ഒരു ദിവസം പൊറുതി മുട്ടിയപ്പോൾ അയാൾ തിരിഞ്ഞു നിന്ന് ആ പിള്ളേരോടു സംസാരിച്ചു:

"എന്നെ ഇങ്ങനെ നിരന്തരം ശല്യം ചെയ്യുന്ന ഗുണം വരാത്ത പിള്ളേരേ നിങ്ങൾക്കെന്താ വേണ്ടത്? വൃത്തികെട്ട മൂട്ടകളെപോലെ, നാണമില്ലാത്ത ഈച്ചകളെപ്പോലെ! ഞാനെന്താ റോമിലെ ടെസ്റ്റാക്കിയോ മലയാണോ, ഈ പൊട്ടിയ കലങ്ങളും ഓടുകഷണങ്ങളും എടുത്തെന്നെ എറിയാൻ?"

അയാൾ സംസാരിക്കുന്നതുകേട്ടതോടെ കൂട്ടമായി ആളുകൾ അയാളുടെ പുറകെ കൂടി. അയാൾക്കിട്ട് അതുമിതും വലിച്ചെറിയുന്നതിനെക്കാൾ നല്ലത് അയാൾ സംസാരിക്കുന്നതു ശ്രദ്ധിക്കുന്നതാണെന്ന് അവർക്കു തോന്നി. ഒരവസരത്തിൽ സലമാൻകയിലെ സെക്കൻഡ് ഹാന്റ് വസ്ത്രങ്ങൾ വിൽക്കുന്ന തെരുവിലെ ഒരു വ്യാപാരി വനിത, അയാളോടു സഹതപിച്ചു:- പണ്ഡിതാ നിങ്ങളെക്കുറിച്ച് എനിക്കു വളരെ ദുഃഖമുണ്ട്. എനിക്കെന്തുചെയ്യാനൊക്കും? എനിക്കു വീഴ്ത്താൻ കണ്ണു നീരില്ലല്ലോ?

അയാൾ തിരിഞ്ഞ് ആലോചിച്ചുറച്ച് അവരോടു പറഞ്ഞു:

Filiae, Hierusalem, plorate super vos et super filios vestros"*

ആ സ്ത്രീയുടെ ഭർത്താവ്, ഈ ചതുരതയോടെയുള്ള മറുപടി ശ്രദ്ധിച്ചിട്ട് "സ്ഫടിക സഹോദരാ, താങ്കൾ ഒരു മഠയനെന്നതിനെക്കാൾ ഒരു കുസൃതിക്കാരനാണല്ലോ!" എന്നു പറഞ്ഞു.

* ജറുസലേം പുത്രികളെ ....മക്കളെയും ഓർത്തു കരയുക (ലൂക്ക-23: 28)

ഞാനതു കണക്കിലെടുക്കുന്നില്ല, ഞാനൊരു മഠയനല്ലാത്തിടത്തോളം ഇതായിരുന്നു മി.ഗ്ലാസിന്റെ മറുപടി. അവിടത്തെ വേശ്യാഗൃഹത്തിനു മുൻപിലൂടെ അയാൾ പോകുകയായിരുന്നു. അവിടത്തെ അന്തേവാസികളിൽ കുറേപ്പേരേ വാതിൽക്കൽ കണ്ട മി.ഗ്ലാസ്സ് പ്രഖ്യാപിച്ചത് അവർ സാത്താന്റെ ഭടന്മാരുടെ ഭാണ്ഡക്കെട്ടുകളാണെന്നും നരകസത്രത്തിലാണവർ വസിക്കുന്നതെന്നുമായിരുന്നു.

ഒരാൾ അയാളോടു ചോദിച്ചു. "ഭാര്യ മറ്റൊരുവന്റെ കൂടെപ്പോയതുകൊണ്ട് ദുഃഖിതനായ തന്റെ സുഹൃത്തിന് എന്തുപദേശമാണ് അഥവാ എന്താശ്വാസവാക്കുകളാണ് നൽകുക?"

"ദൈവത്തിനു നന്ദി പറയുവാൻ അയാളോടു പറയുക. അയാളുടെ ശത്രു അയാളുടെ ഭവനത്തിൽ നിന്നും ഒഴിഞ്ഞുപോയല്ലോ." എന്നായിരുന്നു മറുപടി.

"അപ്പോൾ, അയാൾ അവളെ അന്വേഷിച്ചു പോകേണ്ട എന്നാണോ?"
"ഒരിക്കലും പാടില്ല എന്നെങ്കിലും അയാൾ അവളെ കാണുന്നെങ്കിൽ അത് അയാളുടെ അപമാനത്തിന്റെ ശാശ്വതമായ സാക്ഷ്യപത്രമായിരിക്കും."

"എങ്കിൽ സമാധാനമായി ഭാര്യയോടൊത്ത് വീട്ടിൽ കഴിയാൻ ഞാനെന്തു ചെയ്യണം?" അതിനു നൽകിയ ഉത്തരമിതായിരുന്നു.

"ആവശ്യമുള്ളതെല്ലാം അവൾക്കു നൽകുക. വീട്ടിലുള്ള എല്ലാവരെയും അവൾ ഭരിക്കട്ടെ. താങ്കളെ ഭരിക്കാൻ അവളെ അനുവദിക്കരുത്."

ഒരു കുട്ടി അയാളോടു പറഞ്ഞു: "പണ്ഡിതനായ മി.ഗ്ലാസ്സ് ഞാനെന്റെ പിതാവിനെ വിട്ടുപോവുകയാണ്. അദ്ദേഹം എപ്പോഴും എന്നെ തല്ലുകയാണ്."

അയാൾ മറുപടി പറഞ്ഞു. "കുട്ടീ, നീയിതു മനസിൽ വച്ചോളൂ. പിതാവു കുട്ടികൾക്കു നൽകുന്ന താഢനം അവർക്ക് അഭിമാനം വരുത്തും. ശിക്ഷ നടത്തിപ്പുകാരന്റെ താഢനമാകട്ടെ അപമാനം വരുത്തും."

ഒരിക്കൽ ഒരു ദേവാലയവാതിലിനടുത്തു നിൽക്കുകയായിരുന്നു മി. ഗ്ലാസ്സ്. പാരമ്പര്യക്രിസ്ത്യാനിയാണെന്നു വീമ്പിളക്കുന്ന ഒരു കൃഷിക്കാരൻ പള്ളിക്കകത്തേക്ക് പോകുന്നു. അയാളുടെ പുറകെ അത്രയും മാന്യത അവകാശപ്പെടാൻ കഴിയാത്ത ഒരുവനും. മി. ഗ്ലാസ്സ് കൃഷിക്കാരനോടു വിളിച്ചു പറഞ്ഞു. "ദോമിനിൻഗോ നിൽക്കൂ, പഴയശാബത്ത് കടന്നു പൊയ്ക്കൊള്ളട്ടെ."

മി.ഗ്ലാസ്സ് സാധാരണയായി പറയുന്ന ഒരു കാര്യമുണ്ടായിരുന്നു. "സ്കൂളധ്യാപകർ ഭാഗ്യമുള്ളവരാണ്- കാരണം അവർ എല്ലായ്പ്പോഴും മാലാഖമാരുമായി ഇടപ്പെടുന്നു. ഈ കൊച്ചുമാലാഖമാർ ഇത്രമാത്രം നിർലജ്ജരായിരുന്നില്ലെങ്കിൽ അവർ പരമാവധി സന്തോഷമുള്ളവരായിരുന്നേനേ.

ഏതോ ഒരുവൻ കൂട്ടിക്കൊടുപ്പുകാരെക്കുറിച്ച് എന്തുപറയുന്നു എന്ന് ചോദിച്ചു: ഉത്തരം ഉടൻ വന്നു. "വിജനതയിൽ കഴിഞ്ഞ ഒരുവനെക്കു

റിച്ചും എനിക്കറിയില്ല. അയൽപക്കക്കാരായിരുന്നവരെക്കുറിച്ചു മാത്രമേ എനിക്കറിയൂ."

ഇദ്ദേഹത്തിന്റെ മാനസികവിഭ്രാന്തിയും ചോദ്യങ്ങൾക്കുള്ള ഉത്തരങ്ങളും വിവേകപൂർണമായ ചൊല്ലുകളും കാസ്റ്റിലേ്യ മുഴുവൻ പ്രസിദ്ധമായി. അവിടത്തെ രാജസദസിലെ ഒരു പ്രഭുവോ ഒരു രാജകുമാരനോ ഇദ്ദേഹത്തെക്കുറിച്ചു കേട്ടു. കാണാനാഗ്രഹിച്ചു. അയാളുടെ സലമാൻകയിലുള്ള ഒരു സുഹൃത്തിനോട് ഇദ്ദേഹത്തെ അങ്ങോട്ടയക്കാൻ ആവശ്യപ്പെട്ടു. ആ സുഹൃത്ത് മി. ഗ്ലാസിനെ കണ്ടു കാര്യം പറഞ്ഞു. മറുപടിയായി മി.ഗ്ലാസ്സ് പറഞ്ഞു.

"രാജകൊട്ടാരങ്ങൾക്കു പറ്റിയ ആളല്ല ഞാൻ. ഞാനൊരു നാണം കുണുങ്ങിയാണ്. മുഖസ്തുതി എനിക്കു വശവുമില്ല. അതുകൊണ്ട് എന്റെ ക്ഷമാപണം അറിയിക്കുക."

ഇങ്ങനെയൊക്കെയായിരുന്നിട്ടും അയാൾ മി.ഗ്ലാസിനെ രാജസദസിലേക്കയച്ചു-ഒരു വലിയ കുട്ടയിലാക്കി-കുറേ കച്ചിക്കുള്ളിൽ, കുറച്ചു കൽക്കഷണങ്ങളും ഗ്ലാസ് കഷണങ്ങളും കൂടെ കുട്ടയിൽ വച്ച് ഒരു ഗ്ലാസ് പാത്രം പോലെയാണ് കൊണ്ടുപോകുന്നതെന്നു ധാരണയുണ്ടാക്കി-അയാളെ കൊണ്ടുപോയി. രാജസദസ്യനായ പ്രഭുവിന്റെ ഭവനത്തിൽ അയാളെ കുട്ടയിൽനിന്നും പുറത്തിറക്കി. പ്രഭു സന്തോഷത്തോടെ അയാളെ സ്വീകരിച്ചു. യാത്രസുഖമായിരുന്നുവോ എന്ന് അന്വേഷിച്ചു. കാരാഗൃഹത്തിലേക്കുള്ളതൊഴിവാക്കിയാൽ ഇത്രമാത്രം മോശവും അവസാനമില്ലാത്തതുമായ റോഡു വേറെയില്ല. തന്റെ ആരോഗ്യത്തെ സംബന്ധിച്ചാണെങ്കിൽ താൻ ഏതെങ്കിലും ഒരു വസ്തുവല്ല കാരണം തന്റെ നാഡിമിടിപ്പുകളും തലച്ചോറും തമ്മിൽ ചേർച്ചയില്ല!

ഒരിക്കൽ കുറെ പ്രാപ്പിടിയന്മാരെയും കഴുകന്മാരെയും സൂക്ഷിച്ചിരിക്കുന്നത് കണ്ട് അയാൾ പ്രഖ്യാപിച്ചു. "വലിയ പ്രഭുക്കന്മാർക്കും രാജാക്കന്മാർക്കും പറ്റിയ വിനോദമാണ് പ്രാപ്പിടിയന്മാരെക്കൊണ്ടുള്ള പക്ഷിവേട്ട. പക്ഷേ ലാഭത്തെക്കാൾ രണ്ടായിരം ഇരട്ടി സന്തോഷം തരുന്ന വിനോദമാണിത് എന്ന് ഓർക്കുക. മുയൽവേട്ട വളരെ ആനന്ദകരം. പ്രത്യേകിച്ച് കടം വാങ്ങിയ വേട്ടനായ്ക്കളെ ഉപയോഗിച്ച്."

മി.ഗ്ലാസിന് ആതിഥ്യം നൽകിയ പ്രഭുവിന് അയാളുടെ ഭ്രാന്ത് നന്നെ ഇഷ്ടപ്പെട്ടു. സംരക്ഷണത്തിന് ഒരാളെക്കൂട്ടി മി.ഗ്ലാസിനെ നഗരത്തിൽ സ്വതന്ത്രമായി സഞ്ചരിക്കാൻ വിട്ടു. ഒരാഴ്ചയ്ക്കുളിൽ, രാജസദസിലും പട്ടണത്തിലെങ്ങും അയാളുടെ ഖ്യാതിപരന്നു. അയാളോടു ചോദിക്കുന്ന എന്തു ചോദ്യത്തിനുംരൊക്കം മറുപടി. ചോദ്യകർത്താക്കളുടെ കൂട്ടത്തിൽ, ഒരിക്കൽ ഒരു വിദ്യാർഥി അയാൾ ഒരു കവിയാണോ-അത്രയേറെ സിദ്ധികളുള്ളതുകൊണ്ട്, എന്നു ചോദിച്ചു.

ഉത്തരം: "ഇതുവരെയും അത്രമാത്രം മൂഢനോ ഭാഗ്യശാലിയോ ആയിട്ടില്ല."

വീണ്ടും ചോദ്യം: “മൂഢൻ, ഭാഗ്യശാലി എന്നിവകൊണ്ടുദ്ദേശിക്കുന്നതെന്താണ്?”

ഉത്തരം: “ഒരു മോശം കവിയാകാൻ മാത്രം മൂഢനല്ല. നല്ല കവിയാകാൻ മാത്രം ഭാഗ്യശാലിയുമല്ല.”

മറ്റൊരു വിദ്യാർഥിക്കു “കവിത എന്തെന്നറിയണം അയാൾ പറഞ്ഞു കവിത വളരെ ഉന്നതമായി ആദരിക്കപ്പെടണം കവികളല്ല.”

കാരണമെന്തന്ന ചോദ്യത്തിനുള്ള ഉത്തരം; അസംഖ്യം കവികളുണ്ട്. വിരലിലെണ്ണാൻ പോലും നല്ലകവികളില്ല. അതുകൊണ്ട് പരിഗണിക്കപ്പെടുവാനുള്ള അർഹതയില്ലാതാകുന്നു. അവരെ ഉന്നതരായി കണക്കാക്കുന്നുമില്ല. എന്നാൽ കവിത്വം എന്ന കലയെ ആദരിക്കുന്നു കാരണം എല്ലാ ശാസ്ത്രങ്ങളും ഒന്നിച്ച് അതിൽ ഉൾക്കൊണ്ടിരിക്കുന്നു. എല്ലാശാസ്ത്രത്തെയും അത് ഉപയോഗപ്പെടുത്തുന്നു. അവ അതിനെ അലങ്കരിക്കുന്നു. അത് അവരുടെ അത്ഭുകരമായ രചനകൾക്ക് തിളക്കവും പ്രശസ്തിയും നൽകുന്നു. ലോകത്തിനാകെ ആനന്ദവും അതിശയവും പ്രയോജനവും നൽകുന്നു. മാത്രമല്ല ഒരു നല്ലകവിയെ എത്രമാത്രം ഉയർന്നതരത്തിൽ കണക്കാക്കണമെന്നുള്ളതിനെക്കുറിച്ച് തനിക്ക് നല്ല അവബോധമുണ്ട്. ഓവിദ് ഇക്കാര്യത്തിൽ എഴുതിയ വരികൾ അയാളുടെ മനസിലുണ്ടുതാനും. കവികളുടെ ശ്രേഷ്ഠതയെക്കുറിച്ചും തികഞ്ഞ അവബോധമുണ്ട്. പ്ലേറ്റോ കവികളെ ദേവന്മാരുടെ വ്യാഖ്യാതാകൾ എന്നാണല്ലോ വിളിക്കുന്നത്. വീണ്ടും ഓവിദ് പറഞ്ഞത് നമ്മൾ കവികൾ, പ്രവാചകർ എന്നു വിളിക്കപ്പെടുന്നു. ദേവന്മാരുടെ വിശ്വസ്തഭാജനങ്ങളുമാണ് നാം. മോശം കവികളോ-വെറും വായുസഞ്ചികൾ! അഹന്തയും മൂഢത്വവും നിറഞ്ഞ ജീവികളെന്നല്ലാതെ എന്താണ് അവരെക്കുറിച്ചുപറയുക?

തുടർന്നങ്ങോട്ട് കവികളെന്നു പറഞ്ഞു നടക്കുന്നവരുടെ ഭാവഹാവാദികളും, അൽപ്പത്വവും അഹന്തയും മുറ്റിയ പെരുമാറ്റവൈകൃതങ്ങളും, മുതിർന്ന കവികളോടുള്ള അമർഷ പ്രകടനങ്ങളും വിലകുറഞ്ഞ വിമർശനവുമൊക്കെ ആക്ഷേപഹാസ്യപരമായി ആ സ്ഫടിക പണ്ഡിതൻ വിവരിച്ചു. മഹത് കവികളിൽ കവിതയുടെ യഥാർത്ഥദീപം പ്രകാശി ക്കുന്നു. കവിത അവർക്കൊരാശ്വാസവും ആനന്ദവുമാണ്. അവരുടെ സർഗശക്തിയുടെ ദിവ്യത്വത്തിന്റെ പ്രകാശനമാണ്, അവരുടെ ചിന്തകളുടെ അസാമാന്യ മാന്യതയുടെ പ്രകടനമാണ്. ഏതിലും അനാവശ്യമായി ഇടപെടുന്ന അജ്ഞന്മാരുടെ അജ്ഞമായ വിധിത്തീർപ്പിനെയോ, ഗ്രഹിക്കാൻ കഴിയാത്തവയോടുള്ള ആ അജ്ഞന്മാരുടെ വെറുപ്പിനെയോ ഈ മഹത്തുക്കൾ പരിഗണിക്കുന്നേയില്ല. മേൽക്കട്ടിയുള്ള സിംഹാസനങ്ങളിൽ ആരൂഢരായ വിഢ്ഢികളെ പുകഴ്ത്തുക മാത്രം ചെയ്യുന്നവരെയോ, അധികാരസ്ഥാനങ്ങളിലുള്ളവരെ അള്ളിപ്പിടിച്ചു കൂടിയിരിക്കുന്നവരെയോ ഒട്ടും കണക്കാക്കുന്നുമില്ല.

മറ്റൊരവസരത്തിൽ പൊതുവിൽ കവികൾ ദരിദ്രരായിരിക്കുന്നതിന്റെ കാരണം അന്വേഷിച്ചവരോട്, അവർ അങ്ങനെയായിരുന്നാൽ മതിയെന്ന്

അവർ തീരുമാനിച്ചിരിക്കുന്നതുകൊണ്ടാണെന്നായിരുന്നു സ്ഫടിക പണ്ഡിതന്റെ അഭിപ്രായം. കാരണങ്ങളും പറഞ്ഞു. എപ്പോഴും തങ്ങൾക്ക് ഉപയോഗപ്പെടുത്താവുന്ന അവസരങ്ങളെ പ്രയോജനപ്പെടുത്തിയിരുന്നെങ്കിൽ അവരങ്ങനെയാകുമായിരുന്നില്ല. അതായത് അവരുടെ സ്ത്രീകൾ- അവർ അതീവസമ്പത്തുള്ളവരായിരുന്നു-കാരണം: അവരുടെ മുടിയിഴകൾ സ്വർണ്ണമായിരുന്നു, പുരികക്കൊടികളോ, മിനുക്കി പോളിഷ് ചെയ്ത വെള്ളി, കൺമണികൾ നീലമരതകം, പല്ലുകൾ തനിദന്തം, അധരങ്ങൾ പവിഴം, തെളിഞ്ഞതും തിളങ്ങുന്നതുമായ കണ്ഠം, കണ്ണുനീരോ ഉരുകിയൊലിക്കുന്ന മുത്തുകൾ! എത്ര പരുത്തതും വരണ്ടതുമായ മണ്ണും അവരുടെ കാലടികൾ പതിയുന്നതോടെ മുല്ലയും റോസും വളർത്തും. അവരുടെ ശ്വാസമോ- മഞ്ഞക്കുന്തിരിക്കത്തിന്റെ ഗന്ധം! അല്ലെങ്കിൽ കസ്തൂരിഗന്ധം! ഇവയെല്ലാം അവരുടെ സമ്പൽസമൃദ്ധിയുടെ അടയാളവും തെളിവുമാണ്. ഇതെല്ലാം അയാൾ പറഞ്ഞത് നിലവാരമില്ലാത്ത കവികളെക്കുറിച്ചാണ്. സിദ്ധിവിശേഷമുള്ള നല്ല കവികളെ അയാൾ ആകാശത്തോളം ഉയർത്തി പുകഴ്ത്തുകയും ചെയ്തു.

ഒരിക്കൽ സാൻഫ്രാൻസിസ്കോ ദേവാലയത്തിന്റെ പുറത്തെ കല്ലുപാകിയ നടപ്പാതയിൽ കുറെ പെയിന്റിംഗുകൾ അയാൾ കണ്ടു. ഒട്ടും നന്നല്ലാത്തവ. ഉടനെ വന്നു അഭിപ്രായം നല്ല ചിത്രമെഴുത്തുകാർ പ്രകൃതിയെ അനുകരിക്കുന്നു. മോശപ്പെട്ടവരോ പ്രകൃതിയെ ഛർദ്ദിക്കുന്നു.

ഒരു പുസ്തകശാലയിലേക്ക് കയറിച്ചെന്ന സ്ഫടിക പണ്ഡിതൻ ഒരു കുറവില്ലായിരുന്നെങ്കിൽ ഈ ബിസിനസ് തനിക്ക് വളരെ സന്തോഷമുണ്ടാക്കുന്ന ഒന്നാണെന്നു പ്രഖ്യാപിച്ചു. വിൽപ്പനക്കാരൻ എന്താണ് ആ കുറവ് എന്ന് അന്വേഷിച്ചു. അയാൾ പറഞ്ഞു: ഒരു പുസ്തകത്തിന്റെ അവകാശം വാങ്ങുമ്പോഴുണ്ടാക്കുന്ന ബഹളവും, സ്വന്തനിലയിൽ പുസ്തകം അച്ചടിപ്പിക്കുന്ന ഗ്രന്ഥകർത്താവിനോടു പ്രയോഗിക്കുന്ന കൗശലപ്രയോഗങ്ങളും. ആയിരത്തി അഞ്ഞൂറെന്നു പറയും, മൂവായിരം അച്ചടിക്കും ഗ്രന്ഥകർത്താവു വിചാരിക്കും തന്റെ പുസ്തകങ്ങളാണ് ഈ വിൽക്കുന്നതെല്ലാമെന്ന്-സത്യത്തിൽ മറ്റു ഗ്രന്ഥകർത്താകളുടെ പുസ്തകങ്ങളായിരിക്കും യഥാർത്ഥത്തിൽ വിൽക്കപ്പെടുക.

അന്നുതന്നെ തെരുവിലൂടെ അടിശിക്ഷയ്ക്കു വിധേയരാക്കിയ ആറുപേരെ നടത്തിക്കൊണ്ടു പോയി. കുറ്റകൃത്യവും ശിക്ഷയും വിളിച്ചു പറയുന്നവൻ വിളിച്ചു കൂവി-ഒന്നാമൻ-മോഷണം. തന്റെ മുൻപിൽ നിന്നവരോട് മിസ്റ്റർ ഗ്ലാസ്സ് പറഞ്ഞു: “വഴിയിൽ നിന്നുമാറിയ്ക്കോ, സഹോദരരേ, നിങ്ങളുടെ പേരുകൊണ്ട് ആ ലിസ്റ്റ് ആരംഭിക്കാതിരിക്കട്ടെ.” വിളിച്ചു പറയുന്നവൻ തുടർന്നുകൊണ്ടേയിരുന്നു. അവസാനത്തെയാൾ..... അപ്പോഴെയ്ക്കും ഗ്ലാസ്സ് അഭിപ്രായം പാസാക്കി. അയാൾ കുട്ടികൾക്കു വേണ്ടി ജാമ്യമായി പോകുന്നവനാകാം.

ഒരു ചെറുപ്പക്കാരൻ അയാളോടു പറഞ്ഞു: “നാളെ ഒരുകൂട്ടിക്കൊടുപ്പുകാരന് ചാട്ടയടി നൽകുന്നുണ്ട്.”

മി.ഗ്ലാസ്സ് പറഞ്ഞു: "ഒരു കൂട്ടിക്കൊടുപ്പുകാരന് ചാട്ടയടി ശിക്ഷ നൽകുന്നു എന്നു പറഞ്ഞാൽ ഒരു വണ്ടിക്കാരനെ ചാട്ടയടിക്കു വിധേയനാക്കുന്നു എന്നാണ് ഞാൻ മനസിലാക്കുക."

സെഡാൻ കസേര ചുമക്കുന്ന ഒരുവൻ തങ്ങളെപ്പറ്റി ഒന്നും പറയാനില്ലേ എന്ന് ചോദിച്ചു. പണ്ഡിതന്റെ മറുപടി- "ഒന്നും പറയാനില്ല. ഇതൊഴിച്ച് അതായത് നിങ്ങളിലേതൊരുവനും ഒരു കുമ്പസാരക്കാരനെക്കാൾ കൂടുതൽ പാപങ്ങളെക്കുറിച്ച് അറിയാം. ഒരുവ്യത്യാസംമാത്രം- കുമ്പസാരക്കാരൻ അറിയുന്നവ രഹസ്യമായി വയ്ക്കുന്നു. നിങ്ങളോ അതുസത്രങ്ങളിൽ പരസ്യപ്പെടുത്തുന്നു."

കഴുതകളെ പരിപാലിക്കുന്ന ഒരു ചെറുപ്പക്കാരൻ അയാളോട് ചോദിച്ചു: "ഞങ്ങളെക്കുറിച്ച് ഒന്നും പറയാൻ കാണില്ലല്ലോ. മിസ്റ്റർ ഗ്ലാസ്സ്, ഞങ്ങളെല്ലാം സത്യസന്ധരും രാജ്യത്തിന് ആവശ്യമുള്ളവരുമാണല്ലോ."

പണ്ഡിതന്റെ മറുപടി ഇങ്ങനെ : "യജമാനന്റെ അഭിമാനമാണ് സേവകന്റെ ഒരടയാളം. നിങ്ങൾ ആർക്കാണു സേവനം ചെയ്യുന്നതെന്നു മനസിലാക്കുക. എന്തൊരഭിമാനമാണ് നിങ്ങൾക്കുള്ളതെന്ന് അപ്പോൾ നിങ്ങൾക്കുമനസിലാകും. നിങ്ങൾ ഭൂമിയുടെ കീടമാണ്. ഞാൻ സ്ഫടികനിർമിതമാകുന്നതിനുമുമ്പ് വാടകയ്ക്കെടുത്ത ഒരു കഴുതപ്പുറത്ത് സവാരി ചെയ്തു. ആ ജീവിയുടെ ശരീരത്തിൽ നൂറ്റിയിരുപത്തൊന്ന് അടയാളങ്ങൾ (പാടുകൾ) ഉണ്ടായിരുന്നു. മനുഷ്യനാണെങ്കിൽ കടുത്ത ഉപദ്രവകരമാകേണ്ട വലിയ പാടുകൾ. എല്ലാ കഴുതനോട്ടക്കാരും തെമ്മാടികളും തട്ടിപ്പുകാരാണ്. കഴുതയെ വാടകക്കെടുത്തിരിക്കുന്നവർ എളുപ്പം പറ്റിക്കപ്പെടാൻ സാധിക്കുന്നവനെങ്കിൽ ഈ പട്ടണത്തിൽ വർഷങ്ങളോളം അവർ അനുഭവിച്ചിട്ടുള്ളതിൽ കൂടുതൽ കുതന്ത്രങ്ങൾ അയാളുടെ മേൽ പ്രയോഗിക്കും; അയാൾ വിദേശിയെങ്കിൽ നിങ്ങൾ അയാളെ കൊള്ളയടിക്കും; വിദ്യാർഥികളെങ്കിൽ നിങ്ങൾ അവരെ ശപിക്കും. സന്യാസവൈദികരെങ്കിൽ അവരുടെ നേരെ ദൈവദൂഷണം തന്നെ എറിഞ്ഞു കൊടുക്കും. അവർ പടയാളികളെങ്കിൽ അവരെ ഭയപ്പെടും. കപ്പൽ ജോലിക്കാർ, വണ്ടിക്കാർ, കഴുതയെ സവാരി ചെയ്യിക്കുന്നവർ എന്നിവയെപ്പോലെ, ഈ ചെറുപ്പക്കാർക്കും അതുല്യവും വിചിത്രവുമായ ഒരു ജീവിതരീതിയുണ്ട്. വണ്ടിക്കാരൻ ഒന്നരവാരസ്ഥലത്തു ജീവിതത്തിലെ കൂടുതൽ സമയം ചെലവഴിക്കുന്നു. കാരണം അയാളുടെ കഴുതകളുടെ നുകത്തിൽ നിന്നും വണ്ടിയുടെ മുൻവശത്തു നിന്നും വളരെ ദൂരെയായിരിക്കാൻ അയാൾക്കു കഴിയില്ലല്ലോ. പകുതി സമയം അയാൾ പാടും ബാക്കി സമയം അയാൾ ശപിച്ചു തീർക്കും. കപ്പൽ ജോലിക്കാർ അനാഗരികർ! കപ്പലിൽ ഉപയോഗിക്കുന്ന ഭാഷയല്ലാതൊന്നും വശമില്ല. കടൽ ശാന്തമായിരിക്കുമ്പോൾ ഉത്സാഹഭരിതരാണ്. കൊടുങ്കാറ്റ് വരുമ്പോൾ മടിയന്മാരും. മോശം കാലവസ്ഥയിൽ ആജ്ഞാപിക്കാൻ അനവധിയും അനുസരിക്കാൻ ചുരുക്കവും ആളുകൾ. അവരുടെ ദൈവം അവരുടെ പെട്ടിയും അവരുടെ ഭക്ഷണവുമാകുന്നു. യാത്രക്കാർ രോഗികളാകുന്നതു കണ്ടിരിക്കുന്നതാണവരുടെ

വിനോദം. കഴുതയെ നിയന്ത്രിക്കുന്നവരാകട്ടെ കിടക്കവിരികളെ പാടെ വർജിച്ചവരാണ്. പകരം ജീനിസഞ്ചികളോടു ദൃഢബദ്ധരും. ഒരു യാത്ര യും നഷ്ടപ്പെടാതിരിക്കാൻ ആത്മാവ് നഷ്ടപ്പെടുത്തുംവിധം ജോലിയിൽ ശുഷ്കാന്തിയും ചൊടിയുമുള്ളവരാണവർ. തിരികല്ലിന്റെ (പൊടിക്കുന്ന കല്ല്) ശബ്ദമാണവർക്ക് ഏറ്റവും ഇഷ്ടപ്പെട്ട സംഗീതം. അവർക്ക് ആഹാ രത്തിന് രുചിവരുത്തുന്നത് വിശപ്പാണ്. പ്രഭാത സ്തോത്രം കഴുതയെ തീറ്റുന്നതിലാണെങ്കിൽ ബലിയർപ്പണമോ - അതിനടുത്തുപോലും അവർ പോവുകയില്ല."

ഇതുപറയുമ്പോൾ അയാൾ ഒരു മരുന്നുകടയുടെ മുമ്പിലെത്തി യി രുന്നു. അയാൾ തിരിഞ്ഞുനിന്ന് അതിന്റെ ഉടമയോടു പറഞ്ഞു. "താങ്ക ളുടെ വ്യാപാരം നന്നായിരുന്നേനെ, താങ്കൾ വിളക്കുകളോട് ഇത്രയും കടുപ്പം കാട്ടാതിരുന്നെങ്കിൽ."

"എങ്ങനെയാണ് ഞാൻ വിളക്കുകളോട് കടുപ്പം കാട്ടുക?" എന്ന വ്യാപാരിയുടെ ചോദ്യത്തിന് കൊടുത്ത മറുപടി ഇങ്ങനെ- എണ്ണശേ ഖരം കുറയുന്നു എന്നുള്ളപ്പോൾ തൊട്ടടുത്തുള്ള വിളക്കിലെ എണ്ണ കൊ ണ്ടു നിങ്ങൾ കുറവു പരിഹരിക്കാൻ നോക്കുന്നു. ഇതു കൂടാതെയും ഒരു നല്ലമരുന്നു വ്യാപാരിയെന്നു പേരുകളയാൻ വേണ്ടതെന്തൊക്കെയോ ഉണ്ട്. എന്താണുദ്ദേശിക്കുന്നത്? എന്ന അന്വേഷണത്തിന് ഭിഷഗ്വരൻ നിർ ദേശിക്കുന്ന ഔഷധങ്ങൾ കൈവശമില്ലെന്നു പറയാതിരിക്കാൻ തങ്ങളുടെ കൈവശമുള്ളത്, അതേ ഗുണവും നിലവാരവും ഉണ്ട് എന്ന വിശ്വാസ ത്തിൽ കൂട്ടിച്ചേർത്തു* നൽകുന്ന ഔഷധവ്യാപാരികളുണ്ട്. യഥാർഥ മരു ന്നിന്റെ വിപരീതഫലമായിരിക്കും ഇതു നൽകുക. എന്നായിരുന്നു മറുപടി.

ഭിഷഗ്വരരെ കുറിച്ച് എന്തു വിചാരിക്കുന്നു എന്ന ചോദ്യത്തിനു നൽ കിയ പ്രതികരണം. വിശുദ്ധ ബൈബിളിലെ പ്രഭാഷകൻ എന്ന പു സ്കത്തിലെ 38-ാം അദ്ധ്യായം 1 മുതൽ 4 വരെ വാകൃങ്ങളായിരുന്നു. (ഭിഷഗ്വരരെ ബഹുമാനിക്കുക..........)

മോശം വൈദ്യന്മാരെക്കുറിച്ചു നേരെ വിപരീതമായി കണക്കാകുക. അവരെക്കാൾ കൂടുതൽ രാജ്യത്തിന് ഉപദ്രവകാരികൾ വേറെയില്ല. ന്യാ യാധിപനു നീതിയെ വളച്ചൊടിക്കുകയോ താമസിപ്പിക്കുകയോ ചെയ്യാം. അഭിഭാഷകർക്ക് സ്വന്തം താൽപ്പര്യത്തിനു വേണ്ടി അസത്യമായതിനെ സത്യമായി കാണിക്കാം. വ്യാപാരിക്ക് നമ്മുടെ മുതലിനെ ചെറുതോതിൽ ചൂണ്ടാം. എന്നാൽ, ശിക്ഷിക്കപ്പെടുമെന്ന ഭയം പോലുമില്ലാതെ നമ്മുടെ ജീവനെടുക്കാൻ അവർക്കാർക്കും കഴിയില്ല. എന്നാൽ വൈദ്യന്മാർക്കോ? ഒരു മരുന്നു കുറിപ്പ് എന്ന അതിശക്തമായ ഖഡ്ഗമല്ലാതെ മറ്റൊരായു ധവും പുറത്തെടുക്കാതെ, ഒരു പ്രശ്നത്തെയും ഭയപ്പെടാതെ, നിശ്ശബ്ദ മായി നമ്മെ വധിക്കാൻ അവർക്കു കഴിയും. അവരുടെ കുറ്റം കണ്ടു പിടിക്കാനും കഴിയില്ല. ഞാനോർക്കുന്നു, ഒരു രോഗി തന്നെ ചികിത്സി

---

* വിവിധതരം മരുന്നുകൾ (drugs) കൂട്ടിച്ചേർത്ത് ഔഷധമുണ്ടാക്കി നൽകുകയായി രുന്നു അന്നത്തെ രീതി.

ച്ചിരുന്ന ഒരു രണ്ടാംതരം വൈദ്യനെ വിട്ട് മറ്റൊരുവൈദ്യന്റെ ചികിത്സ തേടി. കുറെ ദിവസം കഴിഞ്ഞ് ആദ്യത്തെ വൈദ്യൻ മരുന്നുവ്യാപാരിയുടെ കടയിൽ ചെന്നപ്പോൾ യാദൃച്ഛികമായി മുൻപറഞ്ഞ രോഗിക്ക് രണ്ടാമത്തെ വൈദ്യൻ കൊടുത്ത കുറിപ്പ് അവിടെ കണ്ടു. മരുന്നുവ്യാപാരിയോട് ആ രോഗിക്കിപ്പോൾ എങ്ങനെയുണ്ടെന്നും അയാൾക്ക് പുതിയ വൈദ്യൻ വിരേചനൗഷധം നൽകിയോ എന്നും അന്വേഷിച്ചു. ഉണ്ടെന്നും അടുത്ത ദിവസം ആദ്യ ഭക്ഷണമായി കഴിക്കാനാണു നിർദേശിച്ചിരുന്നതെന്നും വ്യാപാരികൊടുത്ത കുറിപ്പു കണ്ടു മനസിലാക്കിയ ബഹുമാന്യ വൈദ്യർ പറഞ്ഞത്രെ. ഔഷധം നല്ലതുതന്നെ പക്ഷേ, ഇത്രയും തണുപ്പുള്ളപ്പോൾ കഴിക്കുന്നത് അയാൾക്ക് നല്ലതല്ല.

ഇത്തരം മറുപടികൾ ജനങ്ങളെ മി.ഗ്ലാസിന്റെ പുറകെകൂടാൻ പ്രേരിപ്പിച്ചു. ഉപദ്രവമൊന്നും ചെയ്തില്ലെങ്കിലും അവർ അയാളുടെ സ്വൈരം കെടുത്തി.

അസൂയാലുവാകാതിരിക്കാൻ എന്തുചെയ്യണമെന്നൊരാൾ ചോദിച്ചതിന് കൊടുത്ത മറുപടി. ഉറങ്ങുക, നിങ്ങൾ ഉറങ്ങുന്നത്രയും സമയം, നിങ്ങൾക്ക് ആരോടാണ് അസൂയയുള്ളത്, അയാൾക്കു തുല്യനായിരിക്കും നിങ്ങൾ, എന്നായിരുന്നു.

മറ്റൊരാളുടെ ചോദ്യം: "രണ്ടുവർഷമായി കിട്ടാൻ ശ്രമിച്ചുകൊണ്ടിരിക്കുന്ന ഒരു അധികാരസ്ഥാനവുമായി എങ്ങനെ പോകാൻ ആരംഭിക്കണം?" മറുപടി: "പെട്ടെന്ന് ചെന്ന് അതു കിട്ടിയ ആളിനെ നോക്കിക്കാത്തിരിക്കുക. അയാൾ പട്ടണം വിട്ട് പോകുന്നതുവരെ അയാളുടെ കൂടെ പോവുക. അങ്ങനെയാണ് അതുമായി നിങ്ങൾ പോവുക."

ഒരു ദിവസം ഒരു ന്യായാധിപൻ രണ്ടു പൊലീസുകാരോടൊത്ത് ഒരു ക്രിമിനൽ കേസ് അന്വേഷിക്കാൻ പോകുന്നു എന്ന് മി.ഗ്ലാസ്സ് അന്വേഷിച്ചറിഞ്ഞതിനെ തുടർന്ന് പ്രതികരിച്ചു. തന്റെ അധികാരപരിധിയിലുള്ള എന്തിനേയും നശിപ്പിക്കാൻ മതിയാകുന്നത്ര വിഷം അയാളുടെ ഉള്ളിലും അരയിൽ തോക്കുകളും കരങ്ങളിൽ ഇടിമിന്നലുമുണ്ട് ഇദ്ദേഹത്തിന്. എന്റെ ഒരു സുഹൃത്ത് ന്യായാധിപൻ ഒരു ക്രിമിനൽ കേസ് കൈകാര്യം ചെയ്തിരുന്നു. കുറ്റത്തിന് ഒട്ടും ചേരാത്തവിധം കടുത്ത ശിക്ഷയാണ് ഈ കേസിൽ അയാൾ വിധിച്ചത്. അതെന്തേ എന്ന് ചോദിച്ചതിന്, കേസിൻമേൽ അപ്പീൽ അനുവദിക്കാൻ താൻ ഉദേശിക്കുന്നു എന്നും വിധി നിർണയിക്കുന്ന കൗൺസിൽ അനുയോജ്യമായ തരത്തിൽ ശിക്ഷ കുറവു ചെയ്തു കരുണ കാണിക്കാൻ കഴിയുന്നതിനു വേണ്ടിയാണിങ്ങനെ ചെയ്തെന്നുമായിരുന്നു മറുപടി. അവർക്ക് ഈ ബുദ്ധിമുട്ട് ഉണ്ടാക്കാത്ത വിധിപറയാമായിരുന്നല്ലോ എന്നു ഞാൻ പറഞ്ഞതിന് താൻ നീതിബോധമുള്ള സത്യനിഷ്ഠനായ ജഡ്ജിയാണെന്ന് ഇതുമൂലം അവർ കണക്കാക്കിക്കൊള്ളുമെന്നായിരുന്നു മറുപടി കിട്ടിയത്.

അയാളെ എപ്പോഴും പൊതിഞ്ഞുനിന്നിരുന്ന ജനക്കൂട്ടത്തിനിടയിൽ, ഒരുദിവസം അയാളുടെ പരിചയത്തിലുള്ള ഒരാൾ ഒരു നിയമജ്ഞന്റെ

വേഷത്തിൽ നിന്നിരുന്നു. ഏതോ ഒരാൾ ആ വക്കീൽ വേഷധാരിയെ പണ്ഡിതൻ എന്നുവിളിച്ചു. അയാൾക്ക് നിയമബിരുദം പോലുമില്ലെന്ന് അറിയാമായിരുന്ന മി.ഗ്ലാസ്സ് വക്കീലിനോട് പറഞ്ഞു. ശ്രദ്ധിക്കുക, സുഹൃത്തേ, ജയിൽ പുള്ളികളെ മോചനദ്രവ്യം കൊടുത്തു മോചിപ്പിക്കുന്ന സന്യാസികൾ. താങ്കളുടെ ഡിഗ്രി കൈവശപ്പെടുത്തിയെന്നുവരാം. അലഞ്ഞു നടക്കുന്നവന്റെ വസ്തുക്കൾ പോലെ അവരതെടുത്തെന്നും വരാം. അതിനു ആ സുഹൃത്ത് മറുപടിയായി പറഞ്ഞത്. നമുക്ക് പരസ്പരം മാന്യമായി പെരുമാറാം. കാരണം നിങ്ങൾക്കറിയാം ഉന്നതവും അഗാധവുമായ അറിവുള്ളയാളാണു ഞാനെന്ന്"

മി.ഗ്ലാസ്സ് പറഞ്ഞു, "അറിവിനെ സംബന്ധിച്ചു പറഞ്ഞാൽ നിങ്ങളൊരു ടാന്റലസ്* ആണെന്നെനിക്കറിയാം. കാരണം, ഔചിത്യം മൂലം അതു നിങ്ങളുടെ പിടിയിൽ പെടാതെ ഒഴിഞ്ഞു മാറുന്നു. അതിന്റെ അഗാധതകാരണം താങ്കൾക്ക് അത് എത്തിപ്പിടിക്കാനുമാകുന്നില്ല."

മി.ഗ്ലാസ്സ് ഒരു തയ്യൽക്കടയുടെ അടുത്തുനിൽക്കുന്നു. തുന്നൽക്കാരൻ രണ്ടുകയ്യും ചേർത്തുപിടിച്ച് നിൽക്കുന്നത് അയാൾ കണ്ടു. തുന്നൽക്കാരനോട് അയാൾ പറഞ്ഞു. "ഗുത്രോ താങ്കൾ തീർച്ചയായും രക്ഷയുടെ വഴിയിലാണ്."

"നിങ്ങൾ എങ്ങനെയാണ് ആ നിഗമനത്തിലെത്തിയതെന്ന" തുന്നൽക്കാരന്റെ ചോദ്യത്തിന് നിങ്ങൾക്ക് ഒന്നും ചെയ്യാനില്ലെങ്കിൽ നിങ്ങൾക്കു നുണപറയേണ്ട കാര്യവുമില്ല. എന്നായിരുന്നു മറുപടി. അയാൾ കൂട്ടിചേർത്തു. നുണപറയാത്തവനും അവധിദിവസവും ജോലിചെയ്യുന്ന വനുമായ തുന്നൽക്കാരനു ദുരിതം. ഈ തൊഴിലിലേർപ്പെട്ടിട്ടുള്ളവരിൽ വളരെ അപൂർവം പേർ മാത്രമേ നന്നായി സ്യൂട്ടുണ്ടാക്കുന്നവരായുള്ളു എന്നു കാണുന്നത് അത്ഭുതകരമാണ്. കാരണം അവയുണ്ടാക്കുന്ന വളരെയേറെ പാപികളുണ്ട്."

ചെരിപ്പുകുത്തികളെക്കുറിച്ചുള്ള മി.ഗ്ലാസിന്റെ അഭിപ്രായമിതാ: അവരുടെ നോട്ടത്തിൽ അവർ ഒരിക്കലും മോശം ഷൂ നിർമിക്കുന്നില്ല. ഷൂ വളരെ വീതികുറഞ്ഞതും മുറുക്കമുള്ളതുമെങ്കിൽ അവർ പറയും അതങ്ങനെയായിരിക്കണമെന്ന് കാരണം സുഭഗരായ ആളുകൾ നല്ല ഇറുകിയ ഷൂസാണു ധരിക്കുന്നത്. തന്നെയല്ല രണ്ടുമണിക്കൂർ അവ ധരിച്ചാൽ അവ ചെരിപ്പുകളെക്കാൾ വീതിയുള്ളതാവും. ഷൂസ് കൂടുതൽ വീതിയുള്ളതായാൽ അവർ പറയും സന്ധിവാതത്തിനുവേണ്ടിയാണിത്. ഇവർക്കിതാണനുയോജ്യം."

മിസ്റ്റർ ഗ്ലാസ്സിനോടു ചോദ്യങ്ങൾ ചോദിക്കുകയും പലതും ആവശ്യപ്പെടുകയും പട്ടണത്തിലെ വിശേഷവാർത്തകളൊക്കെ അറിയിക്കുകയും ചെയ്യുമായിരുന്ന ഒരു മിടുക്കൻ ചെറുപ്പക്കാരൻ ഒരു ദിവസം അറി

---

* ഗ്രീക്ക് ഇതിഹാസകഥയിലെ കഥാപാത്രം. ലിഡിയായിലെ രാജാവ്. ജൂപ്പിറ്ററിന്റെ മകൻ. മാതാവ് പ്ലൂട്ടോ, എന്ന അപ്സരസ് നരകത്തിൽ താടിയൊപ്പം വെള്ളത്തിൽ നിൽക്കാൻ ശിക്ഷിക്കപ്പെട്ടു. വെള്ളംകുടിക്കാൻ ശ്രമിക്കുമ്പോൾ വെള്ളം താഴെക്കു മാറും.

യിച്ചു: തൂക്കിക്കൊല്ലപ്പെടാൻ വിധിക്കപ്പെട്ട ഒരു നാണയമാറ്റക്കാരൻ കാരാഗൃഹത്തിൽ വെച്ച് മരിച്ചു എന്ന്.

ഇതിനു മിസ്റ്റർ ഗ്ലാസു പറഞ്ഞു: “ആരാച്ചാരുടെ കൈകൾ അയാളുടെ മേൽ വീഴും മുൻപേ ധൃതിയെടുത്തു അയാൾ മരിച്ചതു നന്നായി.”

സാൻഫ്രാൻസിസ്കോ ദേവാലയത്തിനു മുൻപിലെ നടപ്പാതയിൽ നിൽക്കുകയായിരുന്ന ഒരുസംഘം ജിനോവാക്കാർ മി.ഗ്ലാസ് നടന്നു പോകുമ്പോൾ അയാളെ തങ്ങളുടെ അടുത്തേക്കുവിളിച്ച് ഒരു കഥ പറയാൻ ആവശ്യപ്പെട്ടു. അയാൾ പറഞ്ഞു: “ഞാൻ പറയാതിരിക്കട്ടെ, നിങ്ങൾ അതിന് ജിനോവയിൽ ബില്ലു നൽകാതിരിക്കാൻ”

ഒരവസരത്തിൽ ഒരു കടയുടമയായ സ്ത്രീ ഒട്ടും സൗന്ദര്യമില്ലാത്ത തന്റെ മകളുമൊത്ത് പോവുകയായിരുന്നു. ആ പെൺകുട്ടി ധാരാളം ആഭരണങ്ങളും മുത്തുകളും വിലപ്പെട്ടതും നിറപ്പകിട്ടുള്ളതുമായ വസ്ത്രങ്ങളും വസ്തുക്കളും ശരീരമാസകലം മൂടത്തക്കവിധം ധരിച്ചിരുന്നു. മി.ഗ്ലാസ്സ് ആ കുട്ടിയുടെ അമ്മയോടു പറഞ്ഞു: “കൊള്ളാം നന്നായിരിക്കുന്നു. നടക്കാൻ അനുയോജ്യമാക്കും വിധം അവളെ കല്ലുകൊണ്ട് മൂടിയിരിക്കുന്നതും കൊള്ളാം.”

പലഹാരനിർമാതാക്കളെക്കുറിച്ച് മി. ഗ്ലാസിന്റെ അഭിപ്രായം. “കാലങ്ങളായി ഒരു പിഴയുമൊടുക്കാതെ ഇരട്ടി സമ്പാദിക്കുന്ന അഭ്യാസമാണ് അവർ നടത്തുന്നത്. രണ്ടു പെൻസു വിലയുള്ളതിന് നാലു പെൻസ്, നാലു പെൻസു വിലയുള്ളതിന് എട്ട് പെൻസ്, എട്ടു പെൻസ് വിലയുള്ളതിന് ഒരു റിയാൽ. എന്നിങ്ങനെയല്ലേ അവർ അവരുടെ തലയിൽ തോന്നും പോലെ വാങ്ങുന്നത്.”

പാവകളിക്കാരെക്കുറിച്ചോ? ഒരായിരം മോശപ്പെട്ട കാര്യങ്ങൾ. അലഞ്ഞുനടക്കുന്നവർ- അവരുടെ പ്രകടനങ്ങൾക്കുപയോഗിക്കുന്ന രൂപങ്ങളെ വച്ച് അവർ വിലക്ഷണാരാധന നടത്തി ദൈവികവസ്തുക്കളെ അപമാനിക്കുകയാണ്. വിശുദ്ധഗ്രന്ഥത്തിലെ പുതിയ നിയമത്തിലെയും പഴയ നിയമത്തിലെയും ഗ്രന്ഥങ്ങളിൽ പറയപ്പെടുന്ന എല്ലാറ്റിന്റെയും രൂപങ്ങളുണ്ടാക്കി, ചാക്കുകളിലാക്കികെട്ടിക്കൊണ്ടു നടക്കുകയാണവർ -ചിലപ്പോൾ തിന്നാനും കുടിക്കാനുമൊക്കെയായി ഭക്ഷണശാലക്കളിലും സത്രങ്ങളിലും ചെല്ലുമ്പോൾ ആ ചാക്കു കെട്ടുകളുടെ പുറത്താണവർ ഇരിക്കാറ്. ഇവരുടെ പ്രകടനങ്ങളെ അവസാനിപ്പിക്കാനോ, ഇവരെ നാടുകടത്താനോ അധികാരികൾ തയാറാകാത്തതെന്താണെന്ന് അയാൾ അത്ഭുതപ്പെടുന്നുവത്രേ.

ഒരു രാജകുമാരന്റെ വേഷം ധരിച്ച ഒരു നടനെ കണ്ടപ്പോൾ മി.ഗ്ലാസ് പറഞ്ഞതിങ്ങനെ: “ഈ ആൾ മുഖം മുഴുവൻ ധാന്യപ്പൊടി പൂശി വശം തിരിച്ചിട്ട കമ്പിളി ലൈനിംഗുള്ള കോട്ടുമിട്ട് തീയേറ്ററിൽനിന്നും പുറത്തു വരുന്നതു ഞാൻ കണ്ടിട്ടുണ്ട്. എന്നിട്ടും അയാളൊരു പ്രഭുകുലജാതനെന്നാണ് ആണയിടുന്നത്.”

കേട്ടവരിലൊരാൾ പറഞ്ഞു, “അയാളൊരു ഉന്നതകുലജാതനായിരിക്കാം. അങ്ങനെയുള്ള ധാരാളം നടന്മാരുണ്ടല്ലോ.”

മി.ഗ്ലാസ്"ശരിയായിരിക്കാം പക്ഷേ ഒരു പ്രഹസനത്തിൽ ആവശ്യമുള്ളത് ഉന്നതകുലജാതരെയല്ല. സുഭഗരും ചന്തമുള്ളവരും നന്നായി സംസാരിക്കുന്നവരുമായവരെയാണ്. നിരന്തമായ മനഃപാഠമാക്കലും സഹിക്കാൻ പാടുള്ള കഠിനാധ്വാനവുംകൊണ്ട് നെറ്റി വിയർത്താണ് അവർ ഉപജീവനം നേടുന്നത്. ഗ്രാമങ്ങളിൽ നിന്നും ഗ്രാമങ്ങളിലേക്കും സത്രങ്ങളിൽ നിന്നും സത്രങ്ങളിലേക്കും അലഞ്ഞുനടക്കുന്ന സ്ഥിരം ജിപ്സികളാണവർ. അവരുടെ നേട്ടം പൊതുജനത്തിന് അവർ നൽകുന്ന സംതൃപ്തിയിലാണ്. ജനത്തിനു സന്തോഷം നൽകാനായിട്ടാണ് ഉറക്കം കളഞ്ഞുള്ള ഈ അലച്ചിൽ. തന്നെയല്ല, അവരുടെ തൊഴിൽകൊണ്ട് അവർ ആരെയും ചതിക്കുന്നില്ല. കാരണം എല്ലാവർക്കും കാണാനും വിധിയെഴുതാനും വേണ്ടി അവർക്ക് നൽകുവാനുള്ളത് അവർ പരസ്യമായി പ്രദർശിപ്പിക്കുന്നു. കലാസംഘമാനേജർമാരോ അവരുടെ ജോലി അവിശ്വസനീയവും, അവരുടെ മാനസികപീഡ അനന്യസാധാരണവുമാണ്. കാരണം, വർഷാവസാനത്തിൽ ബാധ്യതകൊണ്ട് പാപ്പരാകാതിരിക്കാൻ അവർ വളരെയേറെ പണമുണ്ടാക്കേണ്ടിയിരിക്കുന്നു. എന്നാലും അവർ രാജ്യത്തിന് അത്യാവശ്യമാണ്. കാടുകളും തോട്ടങ്ങളും പ്രശാന്തമായ പ്രകൃതിദൃശ്യങ്ങളും, വിശ്രാന്തിയും വിനോദവും പകരുന്ന മറ്റു വസ്തുക്കളും പോലെതന്നെ."

അയാളുടെ ഒരു സുഹൃത്തിന്റെ അഭിപ്രായത്തിൽ ഒരു അഭിനേത്രിയോടു പ്രേമാഭ്യർഥന നടത്തുന്നവൻ ഒരേസമയം ഒരു മുഴുവൻ സംഘം വനിതകളുടെ അടിമയാണ്-രാജ്ഞി, അപ്സരസ്, ദേവത, അടുക്കളക്കാരി, ഇടയ സ്ത്രീ എന്നിങ്ങനെ. പലപ്പോഴും അകമ്പടിക്കാരി, വേലക്കാരി എന്നിവരെയും ആകാം. കാരണം ഈ വേഷത്തിൽ ഒക്കെയോ ഇതിൽക്കൂടുതലോ ഒരു അഭിനേത്രിക്ക് അഭിനയിക്കേണ്ടിവരാം. ആരാണ് ഈ ലോകത്തിലെ ഏറ്റവും സന്തുഷ്ടനായ ആൾ? എന്ന് ആരോ ചോദിച്ചു ഉത്തരം കിട്ടി-NEMO* ബൈബിളിൽനിന്നും ഹൊറെയ്സിന്റെ കൃതികളിൽ നിന്നും ചില വാചകങ്ങൾ ഉദ്ധരിച്ച് ആ ഉത്തരത്തിന് വിശ്വാസ്യതവരുത്തുകയും ചെയ്തു.

അവർക്ക് ആവശ്യമുള്ളപ്പോൾ ഉപകരിക്കാത്ത ഒരു ശാസ്ത്രവിഭാഗത്തിലെ ഗുരുക്കന്മാർ എന്നാണ് വാൾ പയറ്റുകാരെപ്പറ്റി മി:.ഗ്ലാസ്സ് ഒരിക്കൽ പറഞ്ഞത്. അവർ സാഹസികളുമാണ്- എതിരാളിയുടെ കോപാകുലമായ ഉദ്ദേശ്യങ്ങളെയും ചലനങ്ങളെയും തെറ്റു വരാത്തവിധം ഗണിതശാസ്ത്ര പ്രകടനങ്ങളായി മാറ്റിയെടുക്കേണ്ടതുണ്ടല്ലോ.

താടിമീശയ്ക്കു നിറം പിടിപ്പിക്കുന്നവരോട് മി.ഗ്ലാസിനു പ്രത്യേകമായ ശത്രുതയായിരുന്നു. വഴക്കടിക്കുന്ന രണ്ടുപേരെ അയാൾ ഒരിക്കൽ കണ്ടുമുട്ടി. ഒരുവൻ പോർച്ചുഗീസ്, അപരൻ സ്പാനിഷ്. നന്നായി ഡൈ ചെയ്ത തന്റെ താടിമീശയിൽ പിടിമുറുക്കി പോർച്ചുഗീസുകാരൻ ഈ

---

* NEMO (Latin) = Nobody
Bible . John 3/13, Math. 11/27
Horace (Satires) 1, 1-3

മീശകൊണ്ട് ഞാൻ (പേര്)............. പകുതി പറഞ്ഞപ്പോഴെ മി.ഗ്ലാസ്സ് വിളിച്ചു പറഞ്ഞു "ഹെയ് ഞാൻ പേരിടുന്നു എന്നു പറയാതെ ഞാൻ നിറം പിടിപ്പിക്കുന്നു എന്നു പറയൂ."

മറ്റൊരാൾ ഡൈ ചെയ്തതിലെ അപാകത മൂലം അയാളുടെ മീശ പലനിറങ്ങളിലായി. മി.ഗ്ലാസ്സ് അയാളോട് അയാളുടെ താടി പുള്ളികളുള്ള ചാണകക്കൂനപോലെയാണെന്നു പ്രഖ്യാപിച്ചു. മറ്റൊരുവന്റെ താടി പകുതി വെളുത്തും ബാക്കി കറുത്തുമിരുന്നു. കാരണം അതിനെക്കുറിച്ച് അയാൾ ഒട്ടും ശ്രദ്ധിച്ചില്ല. അയാളോടു മി.ഗ്ലാസ്സ് പറഞ്ഞു: നിങ്ങൾ ആരോടും ശണ്ഠകൂടാനോ വഴക്കുണ്ടാക്കാനോ പോകരുതേ. പാതി മീശ കൊണ്ട് ഇയാൾ നുണപറയുന്നു എന്ന് കേൾക്കാനിടയാകുമേ."

ഒരവസരത്തിൽ അയാൾ ബുദ്ധിമതിയും സമർഥയുമായ ഒരു പെൺ കുട്ടിയുടെ കഥ പറഞ്ഞു. മാതാപിതാക്കളുടെ നിർബ്ബന്ധംകൊണ്ട് ആകെ നരച്ചു വെളുത്ത ഒരു വൃദ്ധനെ വിവാഹം കഴിക്കാൻ അവൾ സമ്മതിച്ചു. കല്യാണച്ചെറുക്കൻ വിവാഹവാഗ്ദാനം ചെയ്യേണ്ടതിന്റെ തലേദിവസം വയസിത്തള്ളമാർ പറയുംപോലെ യോർദ്ദാൻ നദിയിലേക്കല്ല പോയത്, പിന്നെയോ സിൽവർ നൈട്രേറ്റ്* കുപ്പിയുടെ അടുത്തേയ്ക്കാണ്. താടിമീശയിൽ ആയാൾ ആ രാസവസ്തു പൂശി. നല്ല മഞ്ഞുപോലെ വെളുത്തിരുന്ന താടിയുമായി ഉറങ്ങാൻ പോയ അയാൾ ഉണർണെഴുന്നേറ്റു വന്നത് താർപോലെ കറുത്ത താടിയുമായി! വിവാഹ വാഗ്ദാന സമയത്ത് ആ പെൺകുട്ടി തന്റെ ഭാവി വരനെ ശ്രദ്ധിച്ചുനോക്കി. തന്റെ മാതാപിതാക്കളോട്, തനിക്ക് നേരത്തെ നിശ്ചയിച്ചിരുന്ന അതേ ആളിനെത്തന്നെ ഭർത്താവായി നൽകണമെന്ന് ആവശ്യപ്പെട്ടു-മറ്റാരെയും അവൾക്കു വേണ്ട!

അവളെ നേരത്തെ കാണിച്ച അതേ ആൾ തന്നെയാണ് ഈ മനുഷ്യനെന്ന് മാതാപിതാക്കൾ അവളോടു പറഞ്ഞു. അയാളല്ല ഈയാളെന്നായി അവൾ. അയാൾ ആഭരണീയനായ വെളുത്ത താടിയുള്ള മനുഷ്യനായിരുന്നു. ഇയാളോ? ഇയാൾക്കു വെളുത്തതാടിയില്ല, മുടിയില്ല ആ മനുഷ്യനല്ല ഈ മനുഷ്യൻ. തന്നെ കബളിപ്പിക്കാൻ ശ്രമിച്ചതുമൂലം താൻ ഈ വിവാഹത്തിൽ നിന്നും പിന്മാറുകയാണെന്നായി ആ പെൺകുട്ടി. അവൾ ഈ വാദത്തിൽ ഉറച്ചു നിന്നു. ഡൈ ചെയ്ത താടിയുമായി വന്നയാൾ അപമാനിതനായി. വിവാഹം നടന്നതുമില്ല.

ഇതേവിധത്തിലുള്ള സഹജദ്വേഷമായിരുന്നു മി.ഗ്ലാസിനു ഡ്യൂയെന്ന**കളോട് അവരുടെ ഭാഷയിലെ കൃത്രിമത്വങ്ങളെപ്പറ്റി, ശിരോവസ്ത്രങ്ങളിലെ മൂടുപടങ്ങളെക്കുറിച്ച്, കൃത്രിമത്വം മുറ്റിയ അവരുടെ രീതികളെക്കുറിച്ച് ഒക്കെ അവസാനമില്ലാതെ അയാൾ പറയുമായിരുന്നു.

---

* സിൽവർ നൈട്രേറ്റ്- പണ്ടുകാലത്ത് മുടികറുപ്പിക്കാൻ ഈ രാസവസ്തു ഉപയോഗിച്ചിരുന്നു.

** ഡ്യൂയെന്ന (Duenna) -യുവതികളുടെ രക്ഷാകർതൃസ്ഥാനം വഹിക്കുന്ന പ്രായമായ സ്ത്രീ. അന്തപ്പുര കന്യകളെ സൂക്ഷിക്കാനേൽപ്പിക്കപ്പെട്ട പ്രൗഢ വനിത. (സ്പെയിൻ, പോർച്ചുഗൽ തുടങ്ങിയ രാജ്യങ്ങളിലെ സമ്പ്രദായം)

അവരുടെ നിഷ്കർഷാ ബോധവും അസാധാരണമായ ചെറ്റത്തരങ്ങളും ഒക്കെ അയാൾ വിസ്തരിച്ചിരുന്നു. വയറ്റിൽ അസ്വസ്ഥകളെക്കുറിച്ചുള്ള അവരുടെ പരാതിപറച്ചിലിന്റെ രീതി, തല ചുറ്റലിനെക്കുറിച്ചുള്ള ആവ ലാതി പറച്ചിൽ, അവരുടെ ശിരോവസ്ത്രത്തിലെ തൊങ്ങലുകളെക്കാൾ കൂടുതൽ തൊങ്ങലുകൾ പിടിപ്പിച്ച അവരുടെ സംസാരരീതി, യാതൊരു പ്രയോജനവുമില്ലാതെ ഉപയോഗിക്കുന്ന കൃത്രിമങ്ങൾ നിറഞ്ഞ ഭാഷാ പ്രയോഗം ഇതെല്ലാം അയാളെ അലോസരപ്പെടുത്തിയിരുന്നു.

ഒരാൾ അയാളോടു ചോദിച്ചു അല്ലയോ ജ്ഞാനിയായ മാന്യരേ, എല്ലാത്തരം തൊഴിൽക്കാരെക്കുറിച്ചും താങ്കൾ പറയുന്നുണ്ട്. നോട്ടറി കളെ കുറിച്ച് എന്തേ മോശമായി പറയാത്തത്? അവരെക്കുറിച്ചും ധാരാളം പറയാനുണ്ടല്ലോ.

അതിനു മി.ഗ്ലാസ്സ് പറഞ്ഞു: നോട്ടറിമാർ, കോൺസ്റ്റബിൾമാർ മറ്റു നിയമകാര്യ അപവാദപ്രചാരകർ അവരുടെ തൊഴിൽ സാധാരണയായി ആരംഭിക്കുന്നത് ഉദ്യോഗസ്ഥർ തുടങ്ങിയവർക്കെതിരെ ദൂഷണം പറഞ്ഞു കൊണ്ടാണ്. നോട്ടറിയുടെ ജോലിയില്ലെങ്കിൽ യാഥാർത്ഥ്യം അടിച്ചമർത്ത പ്പെടും. സത്യം വളച്ചൊടിക്കപ്പെടും. അതിയായ അവമാനത്തിലാവുക യും ചെയ്യും. നോട്ടറി ഒരു പൊതുപ്രവർത്തകനാണ് ന്യായാധിപർക്ക് അവരുടെ ജോലി നന്നായി നിർവഹിക്കാൻ നോട്ടറിമാർ കൂടിയേതീരു നോട്ടറിമാർ സ്വതന്ത്രരായിരിക്കണം, അടിമകളായിരിക്കരുത്. അടിമകളു ടെ മക്കളുമായിരിക്കരുത്. നിയമാനുസൃത സന്താനങ്ങളായിരിക്കണം. അധമകുലത്തിൽപ്പെട്ടവരുമാകരുത്. അവർ രഹസ്യം സൂക്ഷിക്കുമെന്ന് ശപഥം ചെയ്യുന്ന അവരുടെ വാക്കുകളോട് അവർ സത്യസന്ധതയുള്ളവ രായിരിക്കണം. ലഭിക്കുന്ന പണത്തിനനുസരിച്ച് പ്രസ്താവന നടത്തരുത്. സൗഹൃദമോ ശത്രുതയോ, ലാഭമോ വേദനയോ, അവരുടെ കടമ ക്രി സ്തീയ മനഃസാക്ഷിയോടെ നിർവ്വഹിക്കുന്നതിൽ നിന്നും അവരെ തട യരുത്. ഈ തൊഴിൽ ഇത്രയേറെ നല്ല ഗുണങ്ങൾ ആവശ്യമുള്ളതാണെ ങ്കിൽ സാത്താൻ തന്റെ മുന്തിരിയിലെ വള്ളികളിൽ നിന്നെന്ന പോലെ സ്പെയിനിലാകെയുള്ള ഇരുപതിനായിരത്തിലേറെയുള്ള നോട്ടറിമാ രിൽനിന്നും അവന്റെ വിഹിതം കൊയ്തെടുക്കുന്നു എന്ന് ഒരുവൻ ചിന്തി ക്കുന്നതെന്തുകൊണ്ടാണ്? ഞാനതു വിശ്വസിക്കുന്നില്ല. ആരെങ്കിലും വിശ്വസിക്കുന്നത് ശരിയുമല്ല. അർഥമിതാണ്- ഒരു വ്യവസ്ഥാപിത സമൂഹ ത്തിൽ ഏറ്റവും ആവശ്യമുള്ളവരാണ് നോട്ടറിമാർ. അവരുടെ ഇടയിൽ അവർക്ക് അർഹതപ്പെട്ടതിലധികം തട്ടിയെടുക്കുന്ന വരുണ്ടെങ്കിലും തങ്ങ ളുടെ അവരുടെ കർത്തവ്യങ്ങളിൽ നിർവഹിക്കേണ്ടതിനെക്കാൾ വളരെ ക്കൂടുതൽ നിർവഹിക്കുന്നവരുമുണ്ട്. ഈ രണ്ട് പരിധികളുടെ മധ്യത്തിൽ സന്തോഷകരമായ ഒരു മധ്യാവസ്ഥ കാണാം. ആ മധ്യ മാർഗം അവരെ കർത്തവ്യനിരതരാക്കുന്നു.

പൊലീസുകാരെസംബന്ധിച്ചിടത്തോളം കുറെ ശത്രുക്കളുണ്ടാകു ന്നത് അത്ഭുതകരമല്ലെന്നായിരുന്നു. മി.ഗ്ലാസിന്റെ പക്ഷം. കാരണം,

അറസ്റ്റു ചെയ്യുക, വീടുകളിൽനിന്നും വസ്തു വകകൾ മാറ്റുക, അല്ലെങ്കിൽ ആളുകളെ വീട്ടുത്തടങ്കലിൽ സൂക്ഷിക്കുക, അവരുടെ ചെലവിൽ ഭക്ഷണം കഴിക്കുക ഇതൊക്കെയാണല്ലോ അവരുടെ തൊഴിൽ. അഭിഭാഷകരുടെയും വക്കീൽമാരുടെയും അശ്രദ്ധയെയും അജ്ഞതയെയും അയാൾ കുറ്റപ്പെടുത്തിയിരുന്നു. രോഗം സുഖപ്പെട്ടാലും ഇല്ലെങ്കിലും ഡോക്ടർക്കു ഫീസു കിട്ടുംപോലെ തന്നെയാണല്ലോ അഭിഭാഷകരുടെ കാര്യം. വാദിക്കുന്ന കാര്യം ജയിച്ചാലും ഇല്ലെങ്കിലും അവർക്കു ഫീസ് കിട്ടുന്നു.

ഒരാൾ ചോദിച്ചു: "ഏതാണ് ഏറ്റവും നല്ലനാട്?" മി.ഗ്ലാസ്സ് പറഞ്ഞു. "താമസം വിനാപ്രതിഫലം നൽകുന്ന നാട്."

"എന്റെ ചോദ്യമതല്ല. ഏതാണു നല്ല സ്ഥലം? വല്ലദോളിഡോ മാഡ്രിഡോ എന്നാണ്?" മാഡ്രിഡ് ഏറ്റവും ഉന്നതനും ഏറ്റവും അധമനും വല്ലാദോളിഡ് മധ്യത്തിലുള്ളവർക്ക് തനിക്കുമനസിലായില്ലെന്നായി ചോദ്യകർത്താവ് മി.ഗ്ലാസ്സ് മാഡ്രിഡിൽ മേലറ്റവും അടിത്തട്ടും വല്ല ദോളിഡിൽ ഇവ രണ്ടിന്റെയും ഇടയ്ക്കുള്ളവയും

തന്റെ ഭാര്യ വല്ലദോളിഡിൽ ചെന്നപാടെ ആ സ്ഥലം പിടിക്കാത്തതുകൊണ്ട് രോഗിയായെന്ന് ഒരാൾ അയാളുടെ സുഹൃത്തിനോടു പറയുന്നതു കേട്ട മി.ഗ്ലാസ്സ് പ്രതികരിച്ചു: "അസൂയക്കാരിയാകാനുള്ള പ്രവണതയവൾക്കുണ്ടെങ്കിൽ ആ രോഗം അവളെയങ്ങവസാനിപ്പിച്ചാൽ കൂടുതൽ നന്നായിരുന്നു."

സംഗീതജ്ഞരും സന്ദേശവാഹകരും വളരെ പരിമിതമായ ഭാഗധേയവും പ്രതീക്ഷകളും മാത്രമുള്ളവരാണത്രേ. സംഗീതജ്ഞർ രാജസദസിലെ അംഗമാകുന്നതോടെ അവരുടെ ഭാവി തീർന്നു. കുതിരപ്പുറത്തു സഞ്ചരിക്കാൻ കഴിവുനേടുന്നതോടെ ദൗത്യവാഹകരുടേതും.

കൊട്ടാരദാസികളായ സ്ത്രീകൾ മിക്കവരും ശുചിത്വമുള്ളവരെന്നതിനേക്കാൾ ഉപചാരമുള്ളവരാണെന്നായിരുന്നു അയാളുടെ പക്ഷം.

ഒരു ദിവസം ഒരു പള്ളിയിൽ ഒരു വൃദ്ധന്റെ ജഡം സംസ്കാരശുശ്രൂഷകൾക്കു കൊണ്ടുവന്നു. ഒരു കുട്ടിയെ ജ്ഞാനസ്നാനപ്പെടുത്താനും. ഒരു യുവതിയെ അവളുടെ വിവാഹകർമത്തിനും. മൂന്നുപേരും ഒരേ സമയത്താണെത്തിയത്. മി.ഗ്ലാസ്സ് അഭിപ്രായപ്പെട്ടതിങ്ങനെ- "ദേവാലയങ്ങൾ യുദ്ധഭൂമികളാണ്. അവിടെ വൃദ്ധന്മാർ അവരുടെ അന്ത്യം കാണുന്നു. യുവാക്കൾ ദിവസം അവരുടേതാക്കുന്നു. യുവതികളാകട്ടെ വിജയോത്സവം നടത്തുന്നു."

ഒരവസരത്തിൽ മി.ഗ്ലാസിന്റെ കഴുത്തിൽ ഒരു കടന്നൽ കുത്തി. പൊട്ടിപ്പോകുമെന്ന ഭയംകൊണ്ട് ആ കടന്നലിനെ കുലുക്കിയോ തട്ടിയോ കളയാൻ അയാൾ തുനിഞ്ഞില്ല. കടന്നൽ കുത്തിയെന്ന് ആവലാതിപ്പെട്ടു. ഏതോ ഒരാൾ ശരീരം സ്ഫടിക നിർമിതമാണെങ്കിലും കടന്നൽ കുത്തേറ്റിട്ട് എങ്ങനെയുണ്ടെന്ന് ചോദിച്ചു. കടന്നൽ ഒരു ഏഷണിക്കാരനായിരിക്കണം. ഏഷണിക്കാരുടെ നാക്കും വായും സ്ഫടികത്തെയല്ല ഓടുകൊണ്ടുള്ള ശരീരത്തിൽപോലും കടന്നുകയറും എന്നായിരുന്നു മറുപടി.

തടിച്ച ഒരു സന്യാസിവൈദികൻ കടന്നുപോയപ്പോൾ അടുത്തു നിന്ന ഒരാൾ അച്ചൻ അനങ്ങാൻ പോലും വയ്യാത്തവിധം തളർന്നവനാണല്ലോ എന്ന് അഭിപ്രായപ്പെട്ടു.

അക്ഷമയോടെ മി.ഗ്ലാസ്സ് പറഞ്ഞു "പരിശുദ്ധാത്മാവു പറഞ്ഞിരിക്കുന്നത് ഒരുവനും മറക്കരുത് Nolize tangere chistos meos*" കൂടുതൽ അക്ഷമനായി അയാൾ പറഞ്ഞു സമീപകാലത്ത് വിശുദ്ധപദവിയിലേക്ക് ഉയർത്തപ്പെട്ടവരെ പരിഗണിക്കുക. ക്യാപ്റ്റൻ, സെക്രട്ടറി, ദേശവാഴി, ഇട പ്രഭു, പ്രഭു ഉന്നതകുലജാതൻ തുടങ്ങിയവരിലാരെങ്കിലുമുണ്ടോ? ഫ്രയർ ജയിംസ്, ഫ്രയർ ജസീന്തോ, ഫ്രയർ റെയ്മോണ്ട് ഇങ്ങനെയുള്ളവരല്ലേ മിക്കവരും. അതായത് മുനികളും സന്യാസികളും. എന്തുകൊണ്ട്? സന്യാസസഭകൾ സ്വർഗത്തിന്റെ തോട്ടങ്ങളാണ്. അവയിലെ ഫലങ്ങളും പഴങ്ങളും ദൈവിക മേശമേൽ വയ്ക്കപ്പെട്ടുന്നു. അപവാദ പ്രചാരകരുടെ നാവുകൾ കഴുകന്റെ തൂവലുകൾ പോലെയാണ്. അവ അവയുടെ അടുത്തുള്ള മറ്റു പക്ഷികളുടെയെല്ലാം തൂവലുകൾ നശിപ്പിച്ച് തൂത്തുമാറ്റുന്നു.

ചൂതുകളി സ്ഥലങ്ങളെയും പന്തയം വയ്പുകാരെയും പറ്റി മി.ഗ്ലാസ്സ് വളരെയേറെ അസാധാരണ കാര്യങ്ങൾ പറഞ്ഞിട്ടുണ്ട്. ചൂതുകളിസ്ഥലത്തിന്റെ നടത്തിപ്പുകാരൻ ജയിക്കുന്നവരിൽ നിന്നും ഓഹരി പിഴിഞ്ഞെടുത്തുകഴിഞ്ഞാൽ, അയാൾ തോൽക്കുകയും അടുത്തയാൾ ജയിക്കുകയും ചെയ്യാനാഗ്രഹിക്കുന്നു. എങ്കിലല്ലേ അടുത്തയാളിന്റെ വിജയത്തിന്റെ വീതാംശം പിഴിയാനാകൂ. സമൂഹത്തിനു ഭീഷണിയായ സ്ഥാപനങ്ങളാണ് ചൂതുകളികേന്ദ്രങ്ങളെന്നാണ് മി.ഗ്ലാസിന്റെ അഭിപ്രായം. പന്തയകളിക്കാരന്റെ ക്ഷമയെക്കുറിച്ച് അയാൾക്ക് വളരെയേറെ പറയാനുണ്ട്. കളിക്കാരൻ രാത്രി മുഴുവൻ കളിച്ചും നഷ്ടപ്പെട്ടും കഴിച്ചുകൂട്ടുന്നു. ഒരു ചെകുത്താനെപോലെ കോപിഷ്ഠനാണെങ്കിലും എതിരാളി അവന്റെ നേട്ടവുമായി പോകാത്തതിനാൽ, ഒരു വാക്കുപോലും സംസാരിക്കാതെ സാത്താന്റെ രക്തസാക്ഷിയായി സ്വയം സഹിച്ചുകുത്തിയിരിക്കുകയാണ്.

ചില ബഹുമാന്യരായ പന്തയക്കളിക്കാരുടെ അവബോധത്തെക്കുറിച്ചും അയാൾക്ക് പറയാനുണ്ട്. തങ്ങളുടെ ഭവനങ്ങളിൽ പൂൾ, പികെറ്റ് എന്നീ കളികൾക്കു മാത്രമേ സൗകര്യം നൽകൂ. അതുകൊണ്ട്, സാവധാനമെങ്കിലും യാതൊരു പേരുദോഷവുമില്ലാതെ നല്ലവരുമാനം ഉറപ്പാക്കും. മാസാവസാനമാകുമ്പോഴേക്കും റിപ്പറോളോ, ബാസ്സ തുടങ്ങിയ കൂടുതൽ വന്യമായ കളികളിലേർപ്പെടുന്നവരേക്കാൾ കൂടുതൽ നേട്ടം ഉണ്ടാവുകയും.

ചുരുക്കത്തിൽ മി. ഗ്ലാസ്സ് പറഞ്ഞിട്ടുള്ള കാര്യങ്ങൾ വച്ചു നോക്കുമ്പോൾ അയാൾ ലോകത്തിലെ ഏറ്റവും സുബുദ്ധിയുള്ള മനുഷ്യനാണെന്നു പറയാമായിരുന്നു. ഭ്രാന്തിന്റെ പ്രത്യക്ഷലക്ഷണങ്ങൾ, ആരെങ്കിലും തൊടുകയോ അടുത്തു വരികയോ ചെയ്യുമ്പോഴുള്ള അലർച്ച,

* Nolize tangere chistos meos -എന്റെ അഭിഷിക്തനെ സ്പർശിക്കരുത് (105/11)

അയാളുടെ വേഷം, അമിതമായ മിതവ്യയം, വെള്ളം കുടിക്കുന്നരീതി, വേനൽക്കാലത്ത് തുറസായ സ്ഥലത്തും മഴക്കാലത്ത് കച്ചിക്കൂനയിലും മാത്രം ഉറങ്ങുന്ന സമ്പ്രദായം തുടങ്ങിയവയൊക്കെ അയാൾ പ്രകടിപ്പിക്കാതിരുന്നെങ്കിൽ.

ഏതാണ്ടു രണ്ടുവർഷം മി.ഗ്ലാസ് അയാളുടെ മാനസിക രോഗവുമായി ജീവിതം നയിച്ചു. അക്കാലത്ത് ജറോമിയൻ സന്യാസസഭാംഗമായ ഒരു സന്യാസി അവിടെ ബധിരരെയും മൂകരെയും മാനസികരോഗമുള്ളവരെയും ചികിത്സിപ്പിച്ച് ഒരു പരിധിവരെ സുഖപ്പെടുത്തിവന്നിരുന്നു. ഒരു പരസ്നേഹ പ്രവൃത്തിയായി അദ്ദേഹം മി.ഗ്ലാസിന്റെ ചികിത്സ ഏറ്റെടുത്തു. ക്രമേണ അയാൾ തന്റെ പൂർവ്വസ്ഥിതിയിലേക്കു മടങ്ങിവന്നു. ബുദ്ധിശക്തി, സുബുദ്ധി, ജീവിതശൈലി എല്ലാം പഴയതുപോലെ. സന്യാസി അയാളെ നിയമജ്ഞന്റെ വേഷം ധരിപ്പിച്ചു കോർട്ടിലേക്ക് അയച്ചു, തന്റെ പഴയ തൊഴിൽ തുടരാനും അതിൽ പ്രഗത്ഭനാകാനും അയാൾക്കു കഴിയുമെന്ന് ഉറപ്പായി. അയാൾ തന്റെ പേര് ലൈസൻഷ്യേറ്റ് റൂയെദാ* എന്നു സ്വയം പ്രഖ്യാപിച്ചു. (റോഡ്രജാ എന്നല്ല) അങ്ങനെ മി.ഗ്ലാസ്സ് നിയമജ്ഞനായി കോടതികളിലെത്തി. അദ്ദേഹത്തെ കണ്ടതോടെ കുട്ടികൾ വട്ടം കൂടി. പക്ഷേ, വ്യത്യസ്തമായ വേഷവും വ്യത്യസ്തമായ പെരുമാറ്റവും കണ്ട കുട്ടികൾ അയാളെ കൂക്കുവിളിച്ചില്ല. വെറുതെ അയാളെ അനുഗമിച്ചു. പുറകെക്കൂടിയ കുട്ടികൾ തമ്മിൽ തന്നെക്കുറിച്ചു സംസാരിക്കുന്നതുകേട്ട ലൈസൻഷ്യേറ്റ് നിശ്ശബ്ദനായി, അവർ പറയുന്നതിന്റെ പൊരുളറിയാതെ കുഴങ്ങി.

കുട്ടികൾ പുതിയ വാർത്ത പരത്തി. കോടതിയങ്കണത്തിൽ ലൈസൻഷ്യേറ്റ് റൂയെദാ എത്തും മുൻപ് ഏതാണ്ട് ഇരുന്നൂറോളം പേർ അദ്ദേഹത്തിന്റെ പുറകെ കൂടി. അക്കാലത്ത് ഒരു കോളേജ് പ്രൊഫസറുടെ പിന്നാലെപോലും ഇത്രയധികം ആളുകൾ കൂടുമായിരുന്നില്ല. കോടതിയങ്ക ണത്തിലെത്തിയ റൂയെദായുടെ ചുറ്റും അവിടെയുണ്ടായിരുന്നവരും കൂടി. തന്റെ ചുറ്റുമുള്ള ജനക്കൂട്ടത്തെ കണ്ട് ലൈസൻഷ്യേറ്റ് റൂയെദാ അവരോടു സംസാരിച്ചു. മാന്യരെ, ഞാൻ ലൈസൻഷ്യേറ്റ് ഗ്ലാസ്സ്. പക്ഷേ ഞാൻ വ്യക്തിയല്ല. ഇപ്പോൾ ഞാൻ ലൈസൻഷ്യേറ്റ് റൂയെദാ. ലോകത്തിലെ ദൗർഭാഗ്യങ്ങളും തുടർന്നുള്ള സംഭവങ്ങളും സ്വർഗീയപദ്ധതികളാണ്. എന്നെ സംബന്ധിച്ചിടത്തോളം അവ എന്റെ മാനസികനില തെറ്റിച്ചു. ദൈവത്തിന്റെ കരുണ ഇപ്പോൾ എന്നെ പഴയ അവസ്ഥയിലേക്കു കൊണ്ടു വന്നിരിക്കുന്നു. ഞാൻ മാനസിക വിഭ്രാന്തിയിലായിരുന്നപ്പോൾ പറഞ്ഞിട്ടുള്ളവ കണക്കിലെടുത്താൽ നിങ്ങൾക്കു മനസിലാകും സുബുദ്ധിയിലായിരിക്കുമ്പോൾ ഞാൻ എന്താണു പറയുകയെന്ന്. സല

---

* ലൈസൻഷ്യേറ്റ് -ബിരുദത്തിനും ഡോക്ടറേറ്റിനും ഇടയ്ക്കുള്ള ഒരു ഡിഗ്രി. പണ്ട് യൂറോപ്പിലെ യൂണിവേഴ്സിറ്റികളിൽ ഈ ഡിഗ്രി പതിവായിരുന്നു.L.D., L.Ph. എന്നിങ്ങനെ ചുരുക്കപ്പേരുകൾ. അധികാരപ്പെടുത്തിയ ഉദ്യോഗസ്ഥൻ എന്നും അർഥമുണ്ട്.

മാൻക യൂണിവേഴ്സിറ്റിയിൽ നിന്നുമുള്ള ഒരു നിയമ ബിരുദധാരിയാണു ഞാൻ. ഞാനൊരു ദരിദ്രവിദ്യാർഥിയായിരുന്നു. രണ്ടാം റാങ്കോടെയാണ് ഞാൻ ബിരുദമെടുത്തത്. സ്വാധീനം കൊണ്ടല്ല, എന്റെ കഴിവുകൊണ്ടാണ് ഞാൻ എന്റെ ബിരുദം നേടിയതെന്ന് മനസിലാക്കാമല്ലോ. ഇവിടെ ഈ തലസ്ഥാന നഗരമെന്ന ഈ മഹാസമുദ്രത്തിൽ ഞാനെത്തിയിരിക്കുന്നത് വക്കീൽ ജോലി ചെയ്തു ഉപജീവനം നേടാനാണ്. നിങ്ങളെന്നെ സ്വസ്ഥമായി വിടാതിരുന്നാൽ ഞാൻ ആകെ ബുദ്ധിമുട്ടിലാവും- ജീവിതം അങ്ങനെ തീരുകയും ചെയ്യും. അതുകൊണ്ട് ദൈവത്തെയോർത്ത് എന്നെ ഇങ്ങനെ ക്രൂരമായി പീഡിപ്പിക്കുന്ന അവസ്ഥയോളമെത്തുംവിധം എന്റെ പുറകെ കൂടരുത്. ഭ്രാന്തായിരുന്നപ്പോൾ എനിക്കുണ്ടായിരുന്ന ഉപജീവനം സുബോധമുള്ളപ്പോൾ നഷ്ടപ്പെടാനും ഇടയാക്കരുത്. തെരുവിൽ എന്നോടു ചോദിച്ചിരുന്ന ചോദ്യങ്ങൾ വീട്ടിൽ വന്നു ചോദിച്ചോളൂ. ഉടനടി നല്ല ഉത്തരങ്ങൾ നൽകിയിരുന്നു എന്നു പറയപ്പെടുന്നു. അതേ മനുഷ്യൻ, നന്നായി ആലോചിച്ച് കൂടുതൽ നല്ല ഉത്തരങ്ങൾ നൽകുന്നതു നിങ്ങൾക്കു കാണാം.''

കുറെയാളുകൾ ഇതുകേട്ട് അയാളെ വിട്ടുപോയി. അയാൾ തിരികെ താമസസ്ഥലത്തേക്കും. അവിടെ കൂടിയിരുന്നവരിൽ മിക്കവരും അയാളോടൊപ്പം കൂടിയിരുന്നു.

അടുത്ത ദിവസവും കാര്യങ്ങൾ ഇതുപോലെതന്നെ. അന്നും അയാൾ ജനക്കൂട്ടത്തോട് കാര്യങ്ങൾ പറഞ്ഞു. പക്ഷേ പ്രയോജനമുണ്ടായില്ല. കയ്യിലുണ്ടായിരുന്നതു നഷ്ടപ്പെട്ടതല്ലാതെ ഒന്നും നേടാൻ അയാൾക്കു കഴിഞ്ഞില്ല. വിശപ്പുകൊണ്ടു മരിക്കുമെന്നായപ്പോൾ കോടതികളെവിട്ട് ഫ്ളാൻഡേഴ്സിലേക്കു പോകാൻ അയാൾ തീരുമാനിച്ചു മനസും ബുദ്ധിയും കൊണ്ടുനേടാൻ കഴിയാത്തത് ഫ്ളാൻഡേഴ്സിൽ ചെന്ന് ഭുജബലം കൊണ്ടു നേടാനാവുമെന്ന് അയാൾ വിചാരിച്ചു. തീരുമാനം നടപ്പിലാക്കി അയാൾ കോടതിവിട്ടു. അയാൾ സ്വയം പറഞ്ഞു: ''അല്ലയോ കോടതി, പദവി മോഹികളായ തന്റേടക്കാരുടെ പ്രതീക്ഷകൾ നീ വളർത്തുന്നു. ലജ്ജാശീലരും നന്മനിറഞ്ഞവരുമായവരെ വെട്ടിനിരത്തുന്നു. നാണംകെട്ട തെമ്മാടികളെ നീ സമൃദ്ധിയിലാക്കുന്നു. വകതിരിവുള്ളവരെയും അടക്കമൊതുക്കമുള്ളവരെയും പട്ടിണികിടന്നു മരിക്കാൻ വിടുന്നു.''

ഇതുപറഞ്ഞിട്ട് അയാൾ ഫ്ളാൻഡേഴ്സിലേക്കുപോയി. അവിടെ തന്റെ സുഹൃത്ത് ക്യാപ്റ്റൻ വാൽദിവ്യായോടൊപ്പം ധീരോദാത്തമായി യുദ്ധപ്രവർത്തനങ്ങളിലേർപ്പെട്ടു. തന്റെ പഠനംമൂലം നേടാനാരംഭിച്ച പ്രശസ്തി ശാശ്വതമാക്കി. വിവേകിയും ധീരനുമായ പടയാളിയെന്ന ഖ്യാതി അവശേഷിപ്പിച്ച് അദ്ദേഹം കടന്നുപോയി.

4

എക്സ്ത്രേ മദൂര്യായിലെ സംശയരോഗി

എക്സ്ത്രെ മദ്യൂരാ എന്നൊരു ഗ്രാമം. പ്രഭുകുലജാതരായ മാതാപിതാക്കളുടെ മകൻ - വളരെക്കാലം മുൻപൊന്നുമല്ല - ഒരു ധൂർത്ത പുത്രനെപ്പോലെ സമയവും സമ്പത്തും ദുർവ്യയം ചെയ്ത് ഒരു ഊരുചുറ്റൽ - സ്പെയിൻ, ഫ്ളാൻഡേഴ്സ്, ഇറ്റലി എന്നിവിടെയൊക്കെ. കുറെക്കാലം കഴിഞ്ഞു. കിട്ടിയതൊക്കെ ഏറെക്കുറെ തീർന്നു. മാതാപിതാക്കളും മരിച്ചു. ഒടുവിൽ അയാൾ സെവില്യായിലെത്തി. അൽപ്പസ്വൽപ്പം മിച്ചമുണ്ടായിരുന്നതും തീർക്കാൻ വേണ്ടതൊക്കെ അവിടെയുണ്ടായിരുന്നു. പണം തീർത്തും തീർന്നു. കുറച്ചുമാത്രം സുഹൃത്തുക്കളും ശേഷിച്ചു. ആ നഗരത്തിൽ തകർന്ന മനുഷ്യരിൽ മിക്കവരെയുംപോലെ അയാളും ഒരു തീരുമാനമെടുത്തു. വെസ്റ്റ്ഇൻഡീസിലേക്കു പോവുക - ഇൻഡീസോ? സ്പെയിനിൽ ആശയറ്റവരുടെ സങ്കേതവും അഭയവും പാപ്പരായവരുടെ വിഹാരസങ്കേതവും അതുതന്നെ. കൊലപാതകികൾക്ക് സുരക്ഷിതമായി ചെന്നെത്താവുന്ന സ്ഥലം. പ്രഗത്ഭരായ ചൂതുകളിക്കാർക്ക് രക്ഷാകവചവും ഒളിസങ്കേതവും! ദുർന്നടത്തക്കാരികൾക്ക് ആ കർഷകമായ കെണിയും! വളരെയേറെപ്പേർ അവിടേയ്ക്ക് പോകുന്നു. ചതിയിൽപ്പെടുന്നു. കുറച്ചാളുകൾ അവരുടെ പ്രതിസന്ധികളെ അതി ജീവിക്കാനൊരു വഴി കണ്ടെത്തുന്നു. ചുരുക്കത്തിൽ നമ്മുടെ കഥാനായകൻ സ്പെയിനിനോട് യാത്ര പറഞ്ഞു. കാഡില തുറമുഖത്തുനിന്നും ഇൻഡീസിലേക്ക് കപ്പൽ കയറി. അത്യാവശ്യം ജീവനോപാധികളുമായി ആഹ്ളാദാരവങ്ങളോടെ കപ്പൽ, അതിന്റെ പായ്കൾ നിവർത്തി - എല്ലാ ജലനിധികളുടെയും വലിയച്ഛനായ ആ മഹാസാഗരത്തിന്റെ, അറ്റ്ലാന്റിക്കിന്റെ വിശാലമായ ജലപ്പരപ്പിലേക്ക് അനുകൂലമായ കാറ്റ് അതിനെ തള്ളിവിട്ടു.

നമ്മുടെ ഈ യാത്രക്കാരൻ ചിന്താകുലനായിരുന്നു. തന്റെ അലഞ്ഞു തിരിഞ്ഞ ജീവിതത്തിൽ താൻ നേരിട്ടതും പിന്നിട്ടതുമായ വിവിധങ്ങളായ അപകടങ്ങൾ, തന്റെ ജീവിതത്തിന്റെ മുഖമുദ്രയായിരുന്ന മാർഗനിർദേശ മില്ലായ്മ; എല്ലാം അയാൾ ഓർത്തു. കഴിഞ്ഞകാല കണക്കെടുപ്പിന്റെ അവസാനം അയാൾ ഉറച്ച ഒരു തീരുമാനത്തിലെത്തി. തന്റെ ജീവിതരീതി താൻ മാറ്റും. എന്തുഭാഗ്യമാണു ദൈവം നൽകുന്നതെങ്കിലും അതിനെ മറ്റൊരു വിധത്തിലായിരിക്കും താൻ സംരക്ഷിക്കുക. ഇതുവരെയായിരു ന്നതിനെക്കാൾ വളരെ കരുതലോടെയേ ഇനിയും സ്ത്രീകളുമായി ഇട പെടുകയുള്ളുവെന്നും തീരുമാനിച്ചു. കാറ്റ് ആഞ്ഞുവീശി കപ്പലിലു ള്ളവരെ അങ്ങോട്ടുമിങ്ങോട്ടും തെറിപ്പിച്ചുകൊണ്ട് കപ്പൽ വെള്ളത്തിൽ ചാഞ്ചാടി. നമ്മുടെ കഥാനായകൻ - ഫിലിപ്പോ ദെ കാരീദ് സാലെസ്- തന്റെ ചിന്തങ്ങളിൽനിന്ന് പിൻവാങ്ങി. യാത്രയുടെ കഷ്ടതകളെപ്പറ്റി മാത്രം ചിന്തിക്കേണ്ടിവന്നു. പറയത്തക്ക മറ്റു വിഷമതകളൊന്നുമില്ലാതെ വിജയകരമായി കപ്പൽ യാത്ര അവസാനിച്ചു. കാർത്തജീനാ തുറമുഖത്ത് കപ്പലടുത്തു. അധികം വിസ്തരിക്കാതെ പറഞ്ഞാൽ ഇൻഡീസിലെത്തു മ്പോൾ നാൽപ്പത്തെട്ട് വയസായിരുന്ന ഫിലിപ്പോ അവിടത്തെ ഇരുപതു വർഷകാലത്തെ ജീവിതകാലത്ത് ഉത്സാഹവും അധ്വാനശീലവും കൊണ്ട് നൂറ്റമ്പതായിരം കട്ടി സ്വർണപെഡോ സമ്പാദിച്ചു.

ജന്മനാട്ടിലേക്ക് മടങ്ങാൻ ഏതൊരാളിനും വരുന്ന സ്വഭാവികമായ ആഗ്രഹം ഫിലിപ്പോയ്ക്കുമുണ്ടായി. തന്റെ ബിസിനസ്സ് മുഴുവൻ അവ സാനിപ്പിച്ചു. സ്വത്ത് മുഴുവൻ സ്വർണത്തിന്റെയും വെള്ളിയുടെയും ബാ റുകളാക്കി. കുഴപ്പങ്ങളൊഴിവാക്കാൻ അത് ബോണ്ടുകളിൽ നിക്ഷേപിച്ച് നാട്ടിലേക്ക് തിരികെവന്നു. പുരാതനവും സമ്പന്നവുമായ സെവില്യാ നഗരത്തിൽ തിരിച്ചെത്തി. തന്റെ സ്വത്ത് കുഴപ്പങ്ങളൊന്നുമില്ലാതെ തിരിച്ചെടുത്തു. പഴയ സുഹൃത്തുക്കളെല്ലാം മരിച്ചിരിക്കുന്നു എന്നുകണ്ട ഫിലിപ്പോ സ്വന്തം നാട്ടിലേക്കുപോകുന്നതിനെക്കുറിച്ച് ചിന്തിച്ചു. അവിടെയും മരണം എല്ലാ സ്വന്തക്കാരെയും കവർന്നു കഴിഞ്ഞിരിക്കുന്നു എന്നയാൾ കണ്ടു. ആവശ്യങ്ങളുടെ ആധിക്യമുള്ള ഒരു ദരിദ്രനായിട്ടാണ് അയാൾ ഇൻഡീസിലേക്കു പോയത്. കനത്ത തിരമാലകൾക്കിടയിൽപ്പോലും അയാളെ അലട്ടിയിരുന്ന നിരവധി ചിന്തകൾക്കടിപ്പെട്ടവനായിരുന്നു അയാൾ. ആ ചിന്തകൾ ഒരു നിമിഷത്തെ സമാധാനം പോലും അയാൾ ക്ക് നൽകിയില്ല. ഇപ്പോഴോ, ഇവിടെ ഈ സ്വച്ഛമായകരയിലും ഇതാ ചിന്ത കൾ അയാളെ വേട്ടയാടുന്നു. കാരണം വ്യത്യസ്തമാണെങ്കിലും. മുൻപു ദരിദ്രനായിരുന്നതുകൊണ്ട് ഉറങ്ങാൻ കഴിഞ്ഞില്ല. ഇപ്പോൾ സമ്പന്നനാ യതുകൊണ്ട് ഒരു നിമിഷം വിശ്രമം കണ്ടെത്താൻ കഴിയുന്നില്ല. സമ്പ ന്നതയുമായി അടുത്ത് പരിചയമില്ലാത്തവർക്ക് അത് കനത്ത ഭാരമാണ്, എങ്ങനെ ഉപയോഗപ്പെടുത്തണമെന്ന് അറിയാൻ കഴിയുകയുമില്ല. നിരന്ത രമായി ദാരിദ്ര്യം അനുഭവിക്കേണ്ടി വരുന്നവർക്ക് ദാരിദ്ര്യം പോലെ. സ്വർ ണം ആകുലത കൊണ്ടുവരുന്നു. അതില്ലാഞ്ഞാലും ആകുലത വരുന്നു.

താരതമ്യേന സാമാന്യമായ സമ്പത്തുണ്ടാകുമ്പോൾ ദാരിദ്ര്യം കൊണ്ടുള്ള ആകുലത കുറയുന്നു. സമ്പത്ത് വർദ്ധിക്കുമ്പോഴോ ആകുലത കൂടുന്നു.

ഒരു ലുബ്ധൻ തന്റെ സമ്പത്തു നോക്കുംപോലെയല്ല കാരിദ്സാലസ് തന്റെ സ്വർണത്തെ പരിഗണിച്ചത്. ഒരു പട്ടാളക്കാരനായിരുന്ന കാലത്ത് ഉദാരമതിയായിരുന്നു അയാൾ. ഇപ്പോൾ അയാളെ അലട്ടുന്നത് ഈ സ്വർണം എങ്ങനെ ഉപയോഗപ്പെടുത്തണമെന്നതാണ്. സ്വർണം ബാറുകളായി സൂക്ഷിക്കുന്നത് അർഥരഹിതമാണ്. അത്യാഗ്രഹികൾക്ക് അതൊരു പ്രേരണയും മോഷ്ടാക്കൾക്ക് പ്രചോദനവുമാകും. ഒരു കച്ചവടക്കാരന്റെ വിശ്രമമില്ലാത്ത ജീവിതത്തിലേക്ക് തിരികെപ്പോകാനുള്ള ഉൾപ്രേരണ നഷ്ടപ്പെട്ടിരിക്കുന്നു. പ്രായംവച്ചു നോക്കുമ്പോൾ തനിക്ക് ആവശ്യത്തിലധികം പണമുണ്ട്. തന്റെ നാട്ടിൽത്തന്നെ തന്റെ ജീവിതകാലം കഴിക്കാനാണയാൾ ആഗ്രഹിച്ചത്. തന്റെ സമ്പത്ത് അവിടെ മുതൽമുടക്കുക. കഴിയുന്നത്ര ദൈവത്തിനും കൊടുത്ത് സ്വച്ഛമായും സമാധാനമായും കഴിയണം. കാരണം തനിക്കു കഴിയുന്നതിലധികം ലോകത്തിനു കൊടുത്തുകഴിഞ്ഞിരിക്കുന്നു. അതേസമയം മറ്റൊരു ചിന്ത അയാൾക്കുണ്ടായി. തന്റെ നാടും അവിടത്തെ ജനവും വളരെ ദരിദ്രരാണ്. അവിടെപ്പോയി താമസിക്കുകയെന്നുവച്ചാൽ? തങ്ങളുടെ അയൽപക്കത്തുള്ള പണക്കാരനെ നിരന്തരം ശല്യപ്പെടുത്തുന്നതുപോലെ, താൻ അവരുടെ ശല്യപ്പെടുത്തുന്ന അപേക്ഷകൾക്ക് ശരവ്യമാകും. പ്രത്യേകിച്ച് തന്റെ ബുദ്ധിമുട്ടുകളെക്കുറിച്ചൊന്നും സംസാരിക്കാൻ മറ്റൊരാൾ പോലും ഇല്ലാത്ത അവസ്ഥയിൽ. തന്റെ സമ്പത്തെല്ലാം അവസാനം ഏൽപ്പിച്ചു കൊടുക്കാൻ ഒരാളെ കിട്ടാൻ അയാൾ അതിയായി ആഗ്രഹിച്ചു. ഇത് മനസിൽവച്ച് സ്വന്തം ആരോഗ്യത്തെ അയാൾ വിലയിരുത്തി. വിവാഹിതനാകാൻ മതിയായ ആരോഗ്യം തനിക്കുണ്ടെന്ന് അയാൾ കണ്ടു. പക്ഷേ ഈ ചിന്ത മനസിൽ വന്നപ്പോഴെ അയാൾ സംഭ്രാന്തനായി. കാറ്റടിച്ചു പറപ്പിക്കുന്ന മൂടൽമഞ്ഞുപോലെ, സംഭ്രാന്തനായ അയാൾ പ്രകൃത്യാ തന്നെ ലോകത്തിലെ ഏറ്റവും വലിയ സംശയാലുവായിരുന്നു. അയാൾ വിവാഹിതനല്ലാതിരുന്നിട്ടു പോലും. വിവാഹം ചെയ്യുക എന്ന ചിന്തതന്നെ അയാളുടെ സംശയത്തെ ഉണർത്താനും സംശയങ്ങൾകൊണ്ട് അയാളെ തളർത്താനും ഭാവനയിലെ തിന്മകൾകൊണ്ട് കുഴപ്പത്തിലാക്കാനും പര്യാപ്തമായിരുന്നു. അതുകൊണ്ടൊക്കെ എന്തുവന്നാലും വിവാഹം കഴിക്കില്ല എന്നയാൾ തീരുമാനിച്ചു.

മനസിലിങ്ങനെ തീരുമാനമെടുത്തു. പക്ഷേ ജീവിതത്തിൽ നിർവഹിക്കാൻ പോകുന്നതിനെക്കുറിച്ചായിരുന്നില്ല. വിധി തീരുമാനിച്ചതിങ്ങനെ – ഒരുദിവസം ഒരു തെരുവിലൂടെ നടന്നുനീങ്ങിയ അയാൾ കണ്ണുകൾ ഉയർത്തിക്കണ്ടത് ഒരു ജനാലയ്ക്കൽ ഒരു പ്രായം കുറഞ്ഞ യുവതിയെ. പതിമൂന്നോ പതിനാലോ വയസ്സ് തോന്നിക്കും. കാണാൻ ഭംഗിയുള്ളവൾ, ലിയോനോറ എന്ന് ആ സുന്ദരിയുടെ പേര്. ലിയോനോറയുടെ

യുവത്വത്തിനു മുമ്പിൽ, സ്വയം നിയന്ത്രിക്കാൻ കഴിയാതെ, നല്ലവനും വൃദ്ധനുമായ കാരിദ്സാലസ് തന്റെ വാർധക്യത്തിന്റെ ദൗർബല്യം അടിയറ വച്ചു. അയാൾ തന്നോടുതന്നെ അന്തമില്ലാത്ത ന്യായവാദങ്ങൾ ആരംഭിച്ചു.

ഇതൊരു സുന്ദരിപ്പെണ്ണുതന്നെ. വീട് കണ്ടിട്ട് പണക്കാരിയായിരിക്കാനുള്ള സാധ്യതയില്ല. ഇവളൊരു പെൺകുട്ടി മാത്രമാണ്. എന്റെ സംശയങ്ങൾ തല പൊക്കാതിരിക്കാൻ മതിയായതായിരിക്കും അവളുടെ യുവത്വം. ഇവളെ ഞാൻ വിവാഹം കഴിക്കും. അവളെ അടച്ചുപൂട്ടി എന്റെ വഴികളിൽ പരിശീലിപ്പിക്കും. അങ്ങനെ ഞാൻ അവളെ എന്തു പഠിപ്പിക്കുന്നോ അതല്ലാതെ ഒന്നും അവൾ മനസിലാക്കുകയില്ല. എനിക്ക് അനന്തരാവകാശികളായി കുട്ടികൾ ഉണ്ടാവുക എന്ന പ്രതീക്ഷ നഷ്ടപ്പെടാൻ വേണ്ടത്ര പ്രായമെനിക്കായിട്ടില്ല. എനിക്ക് ദൈവം ഞങ്ങളുടെ ആവശ്യങ്ങൾക്ക് മതിയായത്ര നൽകിയിരിക്കുന്നതു കൊണ്ട്, സ്ത്രീധനമായി എന്തെങ്കിലും ഉണ്ടോ എന്ന് മനഃപ്രയാസപ്പെടുന്നതിൽ യാതൊരു കാര്യവുമില്ല. ധനികരായവർ വിവാഹസമയത്തു വസ്തുവകകൾ അന്വേഷിക്കേണ്ടതില്ല - സന്തോഷം കണ്ടെത്താൻ കഴിയുമോ എന്ന് നോക്കിയാൽ മതി. കാരണം ആനന്ദം ആയുസു വർധിപ്പിക്കുന്നു. വിവാഹിതരായ ഇണകളുടെ ഇടയിൽ അതു കുറവാണെങ്കിലോ? ആയുസിന്റെ നീളം കുറയുന്നു. അപ്പോൾ, മതി, - ഇതാ തീരുമാനം. ഉന്നതങ്ങളിൽ എനിക്കായി തീരുമാനിക്കപ്പെട്ട പെൺകുട്ടി ഇതാണ്.

ഈ ആത്മഗതം ഒരു നൂറുതവണ അയാൾ നടത്തി - അങ്ങനെ ഏതാനും ദിവസം കഴിഞ്ഞപ്പോൾ ലിയോനോറയുടെ മാതാപിതാക്കളുമായി അയാൾ സംസാരിച്ചു. പാവങ്ങളാണെങ്കിലും കുലമഹിമയുള്ളവരാണവരെന്നു മനസിലാക്കി. തന്റെ പദവി, സമ്പത്ത്, ഉദ്ദേശ്യം ഇതൊക്കെ അവരോടു പറഞ്ഞിട്ട് അവരുടെ പെൺകുട്ടിയെ തനിക്കു ഭാര്യയായി നൽകണമെന്ന് അഭ്യർഥിച്ചു. അയാൾ പറഞ്ഞതു ശരിയോയെന്നു പഠിക്കാൻ അവർ സമയം ആവശ്യപ്പെട്ടു - അവരുടെ കുടുംബമഹിമയെക്കുറിച്ച് പറഞ്ഞത് സത്യമാണോ എന്നു കണ്ടെത്താൻ അയാൾക്കും സമയം കിട്ടുമല്ലോ. തൽക്കാലം അവർ പിരിഞ്ഞു. ഇരുകൂട്ടരുടെയും യോഗ്യതകളൊക്കെ അന്വേഷിച്ച് രണ്ടു കൂട്ടരും പറഞ്ഞതെല്ലാം ശരിയാണെന്നു ബോധ്യപ്പെട്ടു. അങ്ങനെ ഒടുവിൽ ലിയോനോറ, കാരിദ്സാലെസിന്റെ ഭാര്യയായി. അയാൾ സ്ത്രീധനമായി അവൾക്ക് ഇരുപതിനായിരം ഡക്കറ്റ് നൽകി. അത്രമാത്രം സ്നേഹം കൊണ്ടു ജ്വലിക്കുന്ന ഹൃദയമായിരുന്നു ആ സംശയക്കാരൻ വയസന്റേത്. അയാളുടെ വിവാഹവാഗ്ദാനം കഴിഞ്ഞതേ, അയാളുടെ ശങ്കാകുലത അയാളിൽ നുരഞ്ഞുപൊന്തി. പറയാനൊരു കാരണവുമില്ലാതെ വിറയ്ക്കാൻ തുടങ്ങി. എന്നത്തേതിനേക്കാൾ കൂടുതലായി അയാൾ ആകുലനായി. തന്റെ ഭാര്യയ്ക്കുവേണ്ടി നിർമിക്കണമെന്ന് അയാൾ ആഗ്രഹിച്ച വസ്ത്രങ്ങൾ തയാറാക്കാൻ, അളവെടുക്കുന്നതിന് തയ്യൽക്കാരനെ അനുവദിക്കാനുള്ള വൈമനസ്യമായിരുന്നു

അയാളുടെ സംശയരോഗാവസ്ഥയുടെ ആദ്യ ലക്ഷണം. ലിയോനോറായുടെയത്രയും കൃത്യമായ, ഒട്ടും കൂടുകയോ കുറയുകയോ ചെയ്യാത്ത അളവും ആകൃതികളുമുള്ള ഒരു പെൺകുട്ടിയെ കണ്ടെത്താൻ ശ്രമം തുടങ്ങി. അന്വേഷണം ആരംഭിച്ചു. ഒരു ദരിദ്രപെൺകുട്ടിയെ കണ്ടെത്തി. അവളുടെ അളവുകളിൽ ഒരു ഡ്രസ് നിർമിച്ചു അയാളുടെ ഭാര്യയെ ധരിപ്പിച്ചു. നന്നായി ചേരുമെന്ന് കണ്ടു. അതുകൊണ്ട് അതേ അളവിൽ മുഴുവൻ വേഷങ്ങളും തയ്പിച്ച് അവൾക്കു നൽകി. അവയുടെ എണ്ണവും ഗുണനിലവാരവും കണ്ട പെൺകുട്ടിയുടെ മാതാപിതാക്കൾക്ക് തങ്ങളുടെയും മകളുടെയും നന്മയ്ക്കായി, ഇത്രയും നല്ലൊരു ജാമാതാവിനെ കണ്ടെത്താൻ കഴിഞ്ഞ ഭാഗ്യം അവിശ്വസനീയമായിരുന്നു. ഇത്ര മാത്രം ഭംഗിയുള്ള വസ്ത്രവിധാനങ്ങൾ കണ്ട് ആ പെൺകൊടി അത്ഭുതാധീനയായി. കാരണം അവളുടെ ജീവിതത്തിൽ ഒരു കട്ടിക്കമ്പിളിപ്പാവാടയും ഒരു നേർത്ത മേലുടുപ്പുമല്ലാതെ കൂടുതലൊന്നും അവൾക്കുണ്ടായിരുന്നില്ല.

അയാളുടെ ശങ്കാകുലതയുടെ അടുത്ത ലക്ഷണം വിവാഹം കഴിഞ്ഞ് വധുവിനുവേണ്ടി ഒരു പ്രത്യേകം വീട് ഉണ്ടാക്കുന്നതുവരെ ഭാര്യയോടൊത്തു വസിക്കാൻ അയാൾ തയാറായില്ല എന്നതായിരുന്നു. വീട് തയാറാക്കിയതോ ഇങ്ങനെ - പന്ത്രണ്ടായിരം ഡക്കറ്റ്സ് വിലയുള്ള ഒരു വീട് അയാൾ വാങ്ങി. പട്ടണത്തിലെ ഏറ്റവും നല്ല ഭാഗത്തു ചുറ്റും ഓറഞ്ചു ചെടികൾ, പൂന്തോട്ടം ചുറ്റിയൊഴുകുന്ന അരുവി. വീടിന്റെ പുറത്തേക്ക് തെരുവിനഭിമുഖമായ ജനലുകൾ അടച്ചുപൂട്ടി. വീടുകളിലെല്ലായിടത്തും മുകളിൽനിന്നും പകൽ വെളിച്ചം കടന്നുവരാൻ വേണ്ട ക്രമീകരണം നടത്തി. തെരുവിൽനിന്നും വീട്ടിലേക്കുള്ള പ്രവേശനമാർഗത്തോടു ചേർന്ന് ഒരു കുതിരലായം പണിയിപ്പിച്ചു. ഒരു കോവർകഴുതയെയും അതിൽ വളർത്താനാക്കി, ലായത്തിന് മുകളിൽ ഒരു കച്ചിപ്പുര. ഇതിന്റെയെല്ലാം ചുമതലക്കാരനായി ഒരു നീഗ്രോഷണ്ഡനെ നിയമിച്ചു. അയാൾക്ക് പാർക്കാനുള്ള മുറിയുമുണ്ടാക്കി. ചുറ്റുമതിലുകളുടെ ഉയരം വീടിന്റെ മേൽക്കൂരയെക്കാൾ കൂടുതലാക്കി. അകത്തുകയറുന്നവർക്ക് മുകളിലേക്ക് നോക്കാനല്ലാതെ ചുറ്റുവട്ടം ഒന്നും കാണാനാവില്ല. വീട്ടിലേക്കുള്ള നടപ്പാതയിൽ നിന്നും മുറ്റത്തേക്ക് ഒരു കറങ്ങുന്ന വാതിലും ഘടിപ്പിച്ചു. വീട് അലങ്കരിക്കാൻ വിലപ്പെട്ട വീട്ടുപകരണങ്ങൾ വാങ്ങി. ചുരുക്കത്തിൽ വിലപ്പെട്ടതും വിശേഷപ്പെട്ടതുമായ തിരശ്ശീലകളും കമ്പളങ്ങളും വീട്ടുപകരണങ്ങളും മേലാപ്പുകളും ഒക്കെക്കൂടി കണ്ടാൽ കാശുള്ളവന്റെ വീടെന്നു വ്യക്തമാകും വിധമായി.

നാല് അടിമപ്പെൺകുട്ടികളെ വാങ്ങി അവരുടെ മുഖത്ത് അയാളുടെ മുദ്ര കുത്തി. പുതുതായി വന്നുചേർന്ന രണ്ടു നീഗ്രോ പെൺകുട്ടികളെയും വാങ്ങി. ദിവസവും ഭക്ഷണം നൽകാൻ ഒരു ഭക്ഷണവിതരണക്കാരനെ ചുമതലപ്പെടുത്തി. ഒരു വ്യവസ്ഥയിൽ-വീടിനുള്ളിൽ കിടന്നുറങ്ങാൻ പാടില്ല. കറങ്ങുന്ന വാതിലിന് അകത്തേയ്ക്കു കടക്കാനും പാടില്ല. ഈ

വാതിലിലൂടെ, അയാൾ കൊണ്ടുവരുന്ന ഭക്ഷണസാധനങ്ങൾ, അകത്തേക്കു നൽകാം. ഇത്രയും ചെയ്തശേഷം അയാൾ പട്ടണത്തിന്റെ നല്ല ഭാഗങ്ങളിലുണ്ടായിരുന്ന അയാളുടെ വസ്തുവകകളിൽ കുറെ പാട്ടത്തിനു കൊടുത്തു. കുറെ പണം ബാങ്കുകളിൽ നിക്ഷേപിച്ചു. അത്യാവശ്യ ചെലവുകൾക്ക് കുറെ കൈവശം വച്ചു. വീടിനെല്ലാം കൂടി ഒരു മാസ്റ്റർകീ (താക്കോൽ) കൈവശം വച്ചു. വർഷം മുഴുവനിലേക്കുംവേണ്ട, അതതു കാലത്തു ലഭിക്കാവുന്ന ഭക്ഷ്യ വസ്തുക്കളും മറ്റ് സാധനങ്ങളും വാങ്ങി സൂക്ഷിച്ചു. ഈ ഏർപ്പാടുകളെല്ലാം ഈ വിധം പൂർത്തിയാക്കിയശേഷം ശ്വശുരരുടെ അടുത്തുചെന്ന് ഭാര്യയെ തന്റെ കൂടെ അയക്കാൻ ആവശ്യപ്പെട്ടു. അവർ പെൺകുട്ടിയെ അയാൾക്കേൽപ്പിച്ചു കൊടുത്തു. കരഞ്ഞു നിലവിളിച്ചാണ് അവർ അതു ചെയ്തത്. അവളെ അവളുടെ ശവക്കല്ലറയിലേക്ക് അയയ്ക്കുന്നു എന്ന് അവർക്കു തോന്നിയതു കൊണ്ടാണ്.

എന്താണവൾക്ക് സംഭവിച്ചിരിക്കുന്നതെന്ന് പാവം ലിയോനോറയ്ക്കു മനസിലായില്ല. അവളും മാതാപിതാക്കൾക്കൊപ്പം കരഞ്ഞു - അവരുടെ അനുഗ്രഹം അഭ്യർഥിച്ച് അവരോട് യാത്ര പറഞ്ഞു. അവളുടെ ദാസികളുടെയും അടിമകളുടെയും മദ്ധ്യത്തിൽ ഭർത്താവിന്റെ കൈ പിടിച്ച് അവൾ അവളുടേതായ വീട്ടിലേക്ക് വന്നു. എല്ലാവരും അകത്തു കടന്നതോടെ, കാരിദ് സാലെസ് അവർക്കു ഒരു ഉപദേശപ്രസംഗം നൽകി. ലിയോസോറയെ കാത്തുസൂക്ഷിക്കണം. യാതൊരുകാരണത്താലും ഒരാളുപോലും രണ്ടാമത്തെ വാതിലിനിപ്പുറം വരാൻ ഇടയാകരുത് - ആദ്യ വാതിലിലുള്ള ഷണ്ഡൻ പോലും. ലിയോനോറയെ കാത്തുസംരക്ഷിക്കുന്ന മുഖ്യചുമതല കാര്യവിവരമുള്ള എല്ലാ കാര്യത്തിലും ജാഗ്രതയുള്ള ഒരു രക്ഷാകർത്രിയെ ഭരമേൽപ്പിച്ചു. വീട്ടിലെ എല്ലാ കാര്യങ്ങളുടെയും മേൽനോട്ടവും അടിമകളുടെയും മറ്റു രണ്ടു പെൺകുട്ടികളുടെയും നിയന്ത്രണവും മേൽനോട്ടവും ഈ രക്ഷാകർത്രിയ്ക്കായിരുന്നു. ഒടുവിൽ പറഞ്ഞ രണ്ടു പെൺകുട്ടികൾ ലിയോസോറയുടെ അതേ പ്രായക്കാരും ലിയോനോറയ്ക്ക് കൂട്ടിനുവേണ്ടി ഉദ്ദേശിക്കപ്പെട്ടവരുമായിരുന്നു. ബാഹ്യലോകവുമായി ബന്ധമില്ലാത്ത അവരുടെ ജീവിതത്തെക്കുറിച്ച് പശ്ചാത്തപിക്കാൻ ഇടവരാത്തവിധം അയാൾ അവരോടു പെരുമാറുമെന്നും അവരെയെല്ലാം നോക്കി സംരക്ഷിക്കുമെന്നും അയാൾ അവർക്കു വാക്ക് നൽകി. വിശുദ്ധരുടെ തിരുനാൾദിനങ്ങളിൽ എല്ലാവർക്കും, ഒരാളെയും ഒഴിവാക്കാതെ, കുർബാനയ്ക്കു പോകാമെന്ന് അറിയിച്ചു. ഒരുകാര്യം മാത്രം - അതിരാവിലെ, വെട്ടം വീഴുംമുമ്പായിരിക്കും പോകുന്നത്. എല്ലാ കാര്യങ്ങളും നിർദേശിക്കപ്പെട്ടിരിക്കുന്നതുപോലെ നടത്തുമെന്ന് അടിമകളും മറ്റുള്ളവരും വാഗ്ദാനം ചെയ്തു. ഉടൻതന്നെ പൂർണമായ സമ്മതത്തോടെ യാതൊരു പരാതിയുമില്ലാതെ നവവധു തലതാഴ്ത്തിപ്പിടിച്ച് തോളുകൾ ചലിപ്പിച്ച് തനിക്ക് ഭർത്താവും യജമാനനുമായ വ്യക്തിയുടെതല്ലാതെ

സ്വന്തമായൊരുഹിതവുമില്ലെന്നും, അയാളോട് എല്ലായ്പ്പോഴും അനുസരണയുള്ളവളായിരിക്കുമെന്നും പറഞ്ഞു.

ഈ ക്രമപ്പെടുത്തലുകളെല്ലാം പൂർത്തിയായതോടെ ആ നല്ലവനായ എക്സ്ത്രേ മദ്ദ്യൂര്യൻ തന്റെ ഭവനത്തിൽ താമസമാക്കി. വൈവാഹിക ജീവിതത്തിന്റെ മധുരഫലങ്ങൾ തന്റെ കഴിവിന്റെ പരമാവധിയിൽ ആസ്വദിക്കാനാരംഭിച്ചു. ലിയോനോറയ്ക്കാകട്ടെ, ഇവ ആസ്വാദ്യകരമോ, വിസമ്മതമുണ്ടാക്കുന്നതോ ആയിരുന്നില്ല. കാരണം, അവൾക്ക് മുൻ അനുഭവങ്ങളൊന്നും ഇല്ലായിരുന്നല്ലോ. അവൾ തന്റെ *ഡ്യൂയെന്നയുടെയും സഹചാരികളുടെയും അടിമപ്പെൺകുട്ടികളുടെയും കൂടെ സമയം ചെലവഴിച്ചു. അവരാകട്ടെ മധുരപലഹാരങ്ങൾ തിന്നുന്നതിൽ ആഹ്ലാദം കണ്ടെത്തി. തേനും പഞ്ചസാരയുമൊക്കെ ചേർത്ത് ഒരുനൂറുകൂട്ടം പലഹാരങ്ങൾ ഉണ്ടാക്കാത്ത ഒരു ദിവസം പോലും കടന്നുപോയില്ല. ഇതിനൊക്കെ ആവശ്യമായ വസ്തുക്കളെല്ലാം അവിടെ ധാരാളമായി ഉണ്ടായിരുന്നു. ഈ വസ്തുക്കൾ നൽകുന്നത് അവരുടെ യജമാനനും സന്തോഷമായിരുന്നു. അയാൾ വിചാരിച്ചത്, അവർക്ക് ജോലിയുമാകും, ഈ കാര്യങ്ങളിൽ മുഴുകിയുമിരിക്കും. തങ്ങളുടെ ഏകാന്ത വാസത്തെക്കുറിച്ച് ചിന്തിച്ചു തുടങ്ങാൻ അവസരമുണ്ടാവുകയുമില്ലല്ലോ. ലിയോനോറയാകട്ടെ തന്റെ പരിചാരികമാരോട് തുല്യതാബോധത്തോടെയാണ് പെരുമാറിയത്. അവരുടെ സന്തോഷങ്ങളിൽ അവളും പങ്കുചേർന്നു. അവളുടെ നിഷ്കളങ്കതയിൽ അവൾ പാവകളും, പെൺകുട്ടികളുണ്ടാക്കുന്ന മറ്റു വസ്തുക്കളും ഉണ്ടാക്കാൻപോലും തുടങ്ങി. ഇതൊക്കെ അവൾ എത്ര മാത്രം ശുദ്ധഗതിക്കാരിയും കുട്ടിത്തം വിട്ടുമാറാത്തവളുമായിരുന്നെന്ന് വെളിവാക്കുന്നു. ആ സംശയാലുവായ ഭർത്താവിനോ ഇതൊക്കെ അതിരറ്റ ആഹ്ലാദമുണ്ടാക്കുന്ന കാര്യങ്ങളായിരുന്നു. ഇത്തരത്തിലുള്ള ഒരു ജീവിതശൈലി തെരഞ്ഞെടുത്തതിൽ അയാൾക്കു ഭാവന ചെയ്യാൻ കഴിയുന്നതിലധികം അയാൾ സന്തുഷ്ടനായി. തന്റെ സ്വഛതയെ ശല്യപ്പെടുത്താൻ മാനുഷികമായ യാതൊരു കൽപ്പനാശക്തിക്കും ദ്രോഹബുദ്ധിക്കും യാതൊരു വഴിയുമില്ലെന്നും ആഹ്ലാദിച്ചു. തന്മൂലം അയാളുടെ ആകെ ശ്രദ്ധ തന്റെ ഭാര്യയ്ക്കു സമ്മാനങ്ങൾ നൽകുക, അവൾക്ക് മനസിൽ തോന്നുന്നതൊക്കെ കൊടുക്കണമെന്ന് ആവശ്യപ്പെടണമെന്ന് അവളെ ഓർമിപ്പിക്കുക, അവൾ ആവശ്യപ്പെടുന്നതെന്തും അവൾക്കു കിട്ടിയിരിക്കുമെന്ന് അവളോട് വാഗ്ദാനം ചെയ്യുക എന്നിവയൊക്കെ മാത്രമായി.

നേരത്തെ നാം കണ്ടതുപോലെ വെട്ടംവീണുവരുമ്പോഴാണല്ലോ അവൾ വിശുദ്ധ കുർബാനയ്ക്കു പോവുക. അപ്പോൾ അവളുടെ മാതാപിതാക്കളും അവിടെ വരും. അവിടെ പള്ളിയിൽ വച്ച് മകളോട് അവളുടെ ഭർത്താവിന്റെ മുമ്പിൽ വച്ച് അവർക്ക് സംസാരിക്കാം. തങ്ങളുടെ മകളുടെ

---

* യുവതികളായ കുടുംബാംഗങ്ങളുടെ സഹചാരിയായിരിക്കുകയും കുടുംബകാര്യങ്ങൾ നിർവഹിക്കുകയും ചെയ്യുന്ന പ്രായമായ സ്ത്രീ (സ്പാനീഷ് പോർട്ടുഗീസ് കുടുംബങ്ങളിൽ)

ഏകാന്തതയിലെ ജീവിതത്തെക്കുറിച്ച് അവർക്ക് ദുഃഖമുണ്ടായിരുന്നു എങ്കിലും, അവരുടെ ഉദാരമനസ്കനായ മരുമകൻ, കാരിദ്സാലെസ് നൽകിയിരുന്ന നിരവധിയായ സമ്മാനങ്ങൾ അവരെ ആശ്വസിപ്പിച്ചു.

കാരിദ്സാലെസ് അതിരാവിലെ ഉണർന്നെഴുന്നേൽക്കും. ഭക്ഷ്യ വസ്തു വിതരണക്കാരൻ വരുന്നതു കാത്തിരിക്കും. തലേരാത്രിയിൽ തന്നെ കറങ്ങുന്ന വാതിലിന്റെ കിളിവാതിലിലൂടെ അടുത്ത ദിവസത്തേ ക്കാവശ്യമുള്ള വസ്തുക്കൾ ഓർഡർ ചെയ്യുന്ന കുറിപ്പുവച്ചിരിക്കും. ഭക്ഷണവിതരണക്കാരൻ വന്നുകഴിഞ്ഞാൽ കാരിദ്സാലെസ് പുറത്തേക്കു പോകും. രണ്ടു വാതിലുകളും അടച്ച് ഭദ്രമാക്കി, നീഗ്രോയെ രണ്ടിനു മിടയിൽ നിറുത്തിയിട്ട് തനിക്കു നിർവ്വഹിക്കാനുള്ള കാര്യങ്ങൾ, അത് അത്രയധികമൊന്നുമുണ്ടാവില്ല, നിർവ്വഹിച്ച് താമസിയാതെ തിരികെ യെത്തും. വാതിലുകൾ അടച്ച് ഭദ്രമാക്കി തന്റെ ഭാര്യയ്ക്കു സമ്മാനങ്ങൾ നൽകിയും അന്തേവാസികൾക്കു (ഭൃത്യജനങ്ങൾക്ക്) സദ്യ നൽകിയും സമയം ചെലവഴിക്കും. അയാളുടെ ഭൃത്യജനങ്ങൾക്ക് അയാളെ വളരെ താൽപ്പര്യമാണ്. കാരണം അയാൾ അലസനും സന്തുഷ്ടനും പ്രത്യേ കിച്ച് അവരോടെല്ലാം വളരെ ഉദാരതയുള്ളവനുമായിരുന്നു. ഇങ്ങനെ പ്രാരംഭ വർഷം അവർ ചെലവഴിച്ചു. തങ്ങളുടെ കാലം തീരുംവരെ ഇങ്ങനെതന്നെ തുടരാൻ തീരുമാനിച്ച് അവർ കാര്യങ്ങൾ നടത്തിക്കൊ ണ്ടേയിരുന്നു. ഇങ്ങനെതന്നെ കാര്യങ്ങൾ നടന്നേനേ. കൗശലക്കാരനായ, ആ മനുഷ്യ കുലത്തിന്റെ ഉപദ്രവകാരി, കാര്യങ്ങൾ തകിടം മറിക്കാതിരു ന്നെങ്കിൽ. അത് നമുക്ക് കേൾക്കാം. താൻ വിവേകവും കരുതലുകളു മുള്ളവനെന്നു വിചാരിക്കുന്ന ആരെങ്കിലും പറഞ്ഞുതരട്ടെ, ഫിലിപ്പോ യ്ക്ക് എന്ത് മുൻകരുതലുകൾകൂടെ എടുക്കാമായിരുന്നു എന്ന് - കാരണം ആൺ വർഗത്തിൽപ്പെട്ട ഒരു മൃഗത്തെപോലും അയാൾ ആ ഭവനത്തിൽ അനുവദിച്ചിരുന്നില്ല. അവിടുത്തെ എലികളെ ഒരിക്കലും ഒരു കണ്ടൻപൂച്ച ഓടിച്ചില്ല ഒരു ആൺപട്ടിയുടെ കുര അവിടെ കേട്ടിട്ടുമില്ല. അവിടെയുള്ള വരെല്ലാം സ്ത്രീവിഭാഗത്തിൽപെടുന്നവർ മാത്രം. പകൽസമയത്ത് അയാൾ ആലോചിച്ചുകൊണ്ടേയിരിക്കും. രാത്രിയിലാകട്ടെ റോന്തു ചുറ്റു കയും വീട് സംരക്ഷിക്കുകയുമായിരിക്കും. ഉണർന്നുതന്നെ കിടക്കും, തന്റെ പ്രണയിനിയുടെ ആർഗസ്*! യാതൊരു മനുഷ്യനും വീട്ടുമുറ്റത്തേ ക്കുള്ള വാതിൽ കടന്നിട്ടില്ല. അയാൾ അയാളുടെ സുഹൃത്തുക്കളുമാ യുള്ള ഇടപാടുകളൊക്കെ നടത്തുന്നത് പുറത്തെ തെരുവിലാണ്. ഭവന ത്തിന്റെ മുറികളിലും ഹാളിലും തൂക്കിയിട്ടിരിക്കുന്ന ചിത്രങ്ങളിലെ രൂപ ങ്ങളൊക്കെ സ്ത്രീകളുടെതു മാത്രം, അല്ലെങ്കിൽ പൂക്കളുടെ, അതുമ ല്ലെങ്കിൽ വൃക്ഷശേഖരങ്ങളുടെ ദൃശ്യങ്ങൾ. വീട്ടിൽ മുഴുവൻ പുണ്യ ത്തിന്റെയും ഏകാന്തതയുടെയും ഒരു അന്തരീക്ഷം. അടുപ്പിനരികിൽ ദീർഘമായി സമയം ചെലവഴിക്കുന്ന ശൈത്യകാല രാത്രികളിൽ വേല ക്കാരികൾ പറയുന്ന കഥകളിൽപോലും കാമവികാരം ഉണർത്തുന്ന

* നൂറു കണ്ണുകളുള്ള ഇതിഹാസ കഥാപാത്രം

യാതൊന്നുമുണ്ടാവില്ല - അയാളുടെ സാന്നിധ്യമുണ്ടെങ്കിൽ. ഏതൊരു യുവതിയുടെയും പ്രഥമാനുരാഗം അവരുടെ മനസിൽ മെഴുകിൽ മുദ്ര പതിയുംപോലെ ഒരു മുദ്ര പതിപ്പിക്കുന്നു. അതിനാൽ ലിയോനോറയുടെ കണ്ണുകളിൽ ആ വയസ്സന്റെ മുടികളിലെ വെള്ളിയിഴകൾ സ്വർണമാ യിരുന്നു. ഇത്രയേറെ ഭദ്രമായി അവളെ സൂക്ഷിച്ചിരിക്കുന്നത് ഉചിതമായ മുൻകരുതലായേ അവൾക്കു തോന്നിയുള്ളൂ. വിവാഹം കഴിഞ്ഞുള്ള ആദ്യകാലങ്ങളിൽ എല്ലാ ഭാര്യമാർക്കും അവളുടെ ഇതേ ജീവിതാനുഭവ ങ്ങളായിരിക്കുമെന്ന് അവൾ ചിന്തിക്കുകയും വിശ്വസിക്കുകയും ചെയ്തു. അവളുടെ ചിന്തകൾ ആ വീടിന്റെ മതിൽകെട്ടുകളുടെ പുറത്തേക്ക് അല ഞ്ഞതേയില്ല. അവളുടെ ഭർത്താവ് ആഗ്രഹിക്കുന്നതല്ലാത്തതൊന്നിനും വേണ്ടി അവൾ ആശിച്ചുമില്ല. കുർബ്ബാനയ്ക്കു പോയിരുന്ന ദിവസങ്ങളിൽ മാത്രമാണ് അവൾ തെരുവുകൾ പോലും കാണുക - അതും അതിരാവി ലെയായിരുന്നതിനാൽ പള്ളിയിൽ നിന്നും തിരികെവരുമ്പോഴല്ലാതെ എന്തെങ്കിലും നന്നായി കാണാൻ മതിയായ വെളിച്ചവുമുണ്ടാവില്ല. സന്യാ സാശ്രമങ്ങൾ പോലും ഇത്രമാത്രം അടച്ചുപൂട്ടപ്പെട്ടതാവില്ല; സന്യാസി കൾപോലും ഇത്രമാത്രം ഉൾവലിയപ്പെട്ടവരാവില്ല. പൊന്നുകൊണ്ടുള്ള ആപ്പിളുകൾക്കും ഇത്രമാത്രം സുരക്ഷിത കാവൽ ഉണ്ടാകില്ല. പക്ഷേ ഇതെല്ലാമായിട്ടും അയാൾ ഭയപ്പെട്ടിരുന്ന അപകടങ്ങളിൽ പെടുന്നത് ഒഴിവാക്കുക അസാധ്യമായിരുന്നു; കുറഞ്ഞപക്ഷം താൻ അപകടത്തിൽ പ്പെട്ടു എന്നു ചിന്തിക്കുന്നതിൽ നിന്നെങ്കിലും.

പട്ടണം ചുറ്റികൾ എന്നു പൊതുവിൽ അറിയപ്പെട്ടിരുന്ന ഒരു കൂട്ടം അലസരും ഒന്നിനും ഉതകാത്തവരുമായ ആളുകൾ സെവില്യയിലുണ്ട്. പണക്കാരായ യുവജനങ്ങളാണിവർ. എല്ലാ ഇടവകകളിൽ നിന്നുമു ള്ളവർ. അലസരും മോടികാട്ടി മിടുക്കന്മാരെന്നു തോന്നിപ്പിക്കുന്നവരുമായ ആളുകൾ. അവരുടെ വേഷം, ജീവിതശൈലി, നടപടിക്രമങ്ങൾ, ആചാര ങ്ങൾ ഇവയെക്കുറിച്ചൊക്കെ വളരെയേറെ പറയാനുണ്ട്. പക്ഷേ നമുക്ക തിവിടെ വേണ്ടെന്നുവയ്ക്കാം. അവരിൽപ്പെട്ട ഒരു അവിവാഹിതനായ ചെറുപ്പക്കാരൻ, അവരുടെ സംസാരഭാഷയിൽ ഒരു വിറോത്തെ (virote) എന്നു അറിയപ്പെടുന്ന ഒരുവൻ - അടുത്തകാലത്ത് വിവാഹിതരായവരെ മാന്റോനെസ് (Mantones) എന്നും വിളിച്ചിരുന്നു - ഈ വിചിത്ര ജീവി യായ കാരിദ്സാലെസിന്റെ വീട് ശ്രദ്ധിക്കാൻ ഇടയായി. എപ്പോഴും ഇത് അടച്ചിരിക്കുന്നതായി കണ്ടെതിനാൽ അവിടെ താമസിക്കുന്നതാരാണെ ന്നറിയാൻ അയാൾക്ക് അതിയായ മോഹമായി. കടുത്ത ജിജ്ഞാസ യോടെ, അത്യുത്സാഹത്തോടെ അയാൾ അന്വേഷണം നടത്തി. വലിയ താമസം കൂടാതെ അറിയാൻ ആഗ്രഹിച്ചതൊക്കെ അയാൾ കണ്ടു പിടിച്ചു. ആ വയസ്സൻ എങ്ങനെയിരിക്കുമെന്നും, അയാളുടെ ഭാര്യയുടെ സൗന്ദര്യത്തെക്കുറിച്ചും, എങ്ങനെ അയാൾ അവളെ കാത്തുസൂക്ഷി ക്കുന്നു എന്നും അയാൾ മനസിലാക്കി. അറിഞ്ഞതെല്ലാം ബലംകൊണ്ടോ കൗശലം കൊണ്ടോ, നന്നായി കാത്തുസൂക്ഷിക്കപ്പെടുന്ന ഈ കോട്ട

തകർക്കാൻ സാധ്യമാകുമോ എന്ന് കാണാനുള്ള അയാളുടെ ത്വരയെ ഉദ്ദീപിപ്പിച്ചു. രണ്ടു വിറോത്തെസുമായും ഒരു മാന്റോനെസുമായും അയാൾ ഇക്കാര്യം ചർച്ച ചെയ്തു അതിനുവേണ്ടി പ്രവർത്തിക്കാമെന്ന് അവരും സമ്മതിച്ചു. ഇത്തരം പണികൾക്ക് ഉപദേഷ്ടാക്കളുടെയും സഹായികളുടെയും ക്ഷാമം ഉണ്ടാകാറില്ലല്ലോ.

ഈ അപകടം പിടിച്ച പണി എങ്ങനെ ആരംഭിക്കുമെന്നുള്ളതായിരുന്നു പ്രയാസമുള്ള കാര്യം. പലപ്രാവശ്യം ചർച്ച ചെയ്ത് അവർ പദ്ധതി തയാറാക്കി: ലോയ്സാ, അതായിരുന്നു ആ വിറോത്തെയുടെ പേര്. കുറേ ദിവസത്തേക്കു പട്ടണത്തിൽനിന്നും വിട്ടുനിൽക്കുന്നു എന്ന വ്യാജേന ഏതാനും ദിവസത്തേക്കു സുഹൃത്തുക്കളുടെ കണ്ണിൽപ്പെടാതെ കഴിയുക. ഇത് അയാൾ നിർവഹിച്ചു. നല്ല ട്രൗസേഴ്സും വൃത്തിയുള്ള ഷർട്ടും ധരിച്ചിട്ട് അതിന്റെ മുകളിൽ, കീറിപ്പറിഞ്ഞ് കണ്ടംവെച്ച് തയ്ച്ച വേഷവും ധരിച്ച്, ഈ തരം വസ്ത്രം ധരിച്ച മറ്റൊരു ദരിദ്രൻ ആ പട്ടണത്തിലെങ്ങുമില്ലെന്നു തോന്നും മട്ടിൽ - താടിയുമെടുത്തു, കണ്ണിനുമുകളിൽ ഒരു തുണിത്തുണ്ടും പിടിപ്പിച്ച് ഒരു കാല് മുകളിലേക്ക് മടക്കി ബലമായി കെട്ടിവച്ച് ക്രച്ചസിൽ താങ്ങി ആകെ തകർന്ന ഒരു മനുഷ്യനായി രൂപമാറ്റം വരുത്തി - ഏതൊരു യഥാർഥ മുടന്തനും, ആ ചെറുപ്പക്കാരനെ വെല്ലാൻ കഴിയാത്തവിധം.

ഇങ്ങനെ വേഷമാറ്റം വരുത്തി എല്ലാ രാത്രിയിലും പ്രാർഥനാസമയത്ത് കാരിദ്സാലെസിന്റെ വീട്ടുപടിക്കൽ ചെന്നുനിൽക്കും. വീട്ടുവാതിൽ നേരത്തെതന്നെ അടച്ചിരിക്കുന്നു. ഷണ്ഡൻനീഗ്രോ - ലൂയിസ് എന്ന് അയാളുടെ പേര് - രണ്ട് വാതിലുകൾക്കുമിടയിൽ അടച്ചുപൂട്ടപ്പെട്ടിരിക്കുന്നു. ലോയിസാ അവിടെ ആ തെരുവിൽനിന്നുകൊണ്ട് ഏതാനും കമ്പികൾ പൊട്ടിപ്പോയ, അഴുക്കുപിടിച്ച ഒരു ഗിത്താർ പുറത്തെടുത്ത്, ഒരു സംഗീതജ്ഞനെപോലെ, ആഹ്ലാദകരവും ഉല്ലാസജനകവുമായ ഏതാനും രാഗങ്ങൾ ഗിത്താറിൽ മീട്ടി പാടുന്നു - തിരിച്ചറിയപ്പെടാതിരിക്കാൻ സ്വരം മാറ്റി. തുടർന്ന് തിമിർത്തുല്ലസിക്കാവുന്ന എതാനും മൂറിഷ് ബല്ലാഡുകൾ, ഏതൊരു വഴിപോക്കനും ഒന്നു നിന്ന് ശ്രദ്ധിക്കത്തക്കവിധത്തിൽ അത്ര ഉല്ലാസിതനും സന്തോഷവാനുമായി പാടുന്നു. എല്ലായ്പ്പോഴും അയാൾ പാടാൻ തുടങ്ങുമ്പോഴെ കുട്ടികൾ അയാളെ വളഞ്ഞു കഴിഞ്ഞിരിക്കും. രണ്ടു വാതിലുകൾക്ക് മധ്യേ തന്റെ സ്ഥാനത്തിരിക്കുന്ന നീഗ്രോ ലൂയിസ് വിറോത്തെയുടെ സംഗീതത്തിൽ മതിമറക്കുന്നു. കതക് തുറക്കാൻ കഴിയുന്നതിന് അയാൾ അയാളുടെ വലംകരം വേണമെങ്കിൽ കൊടുക്കുമായിരുന്നു - അപ്പോൾ കൂടുതൽ നന്നായി സംഗീതം ശ്രദ്ധിക്കാമല്ലോ. അത്ര ശക്തമാണ് നീഗ്രോകൾക്ക് സംഗീതത്തോടുള്ള താൽപ്പര്യം. തന്നെ കേട്ടുകൊണ്ടിരിക്കുന്നവർ തന്നെ വിട്ടുപോകണമെന്ന് ലോയ്സായ്ക്കു തോന്നുമ്പോൾ അയാൾ പാട്ടു നിർത്തുന്നു. ഗിത്താർ എടുക്കുന്നു, ക്രച്ചസ് കയ്യിലാക്കുന്നു. അയാൾ പോകുന്നു.

നാലോ അഞ്ചോ തവണ നീഗ്രോക്ക് വേണ്ടി അയാൾ ഈ പ്രകടനം നടത്തി. അയാൾക്കുവേണ്ടി മാത്രമാണല്ലോ ഇതെല്ലാം. കാരണം ആ മണിസൗധത്തിന്റെ തകർക്കൽ ആരംഭിക്കേണ്ടതും നടപ്പിലാക്കേണ്ടതും ആ നീഗ്രോയിലൂടെയായിരിക്കണമെന്നായിരുന്നു തീരുമാനം. അയാളുടെ പദ്ധതികൾ നിഷ്ഫലമല്ലായിരുന്നുതാനും. ഒരു രാത്രി, പതിവുപോലെ തെരുവിലേക്കുള്ള വാതിലിനടുത്തെത്തി അയാൾ ഗിത്താർ മീട്ടാൻ തുടങ്ങി. നീഗ്രോ നേരത്തെ തന്നെ തനിക്കുവേണ്ടി കാത്തിരിക്കുകയാണെന്നു മനസിലാക്കി വാതിലിന്റെ ഒരുവശത്തുണ്ടായിരുന്ന ഒരു ചെറിയ വിടവിന്റെ അടുത്തെത്തി അയാൾ വളരെ താഴ്ന്ന ശബ്ദത്തിൽ ചോദിച്ചു: "ഒരു തുള്ളി വെള്ളം തരാൻ സാധിക്കുമോ ലൂയിസേ? എനിക്ക് ദാഹം സഹിക്കാൻ വയ്യ. അതുകൊണ്ട് പാടാനും കഴിയുന്നില്ല".

നിഗ്രോ: സാധിക്കില്ലല്ലോ. കതകിന്റെ താക്കോൽ എന്റെ കൈവശമില്ല. നിങ്ങൾക്കു വെള്ളം നൽകാൻ കഴിയുന്നത്ര വിടവുമില്ല.

ലോയ്സാ : ആരുടെ കയ്യിലാണ് താക്കോൽ?

നീഗ്രോ : എന്റെ യജമാനന്റെ കൈയ്യിൽ. ഈ ലോകത്തിലെ ഏറ്റവു വലിയ സംശയാലുവായ മനുഷ്യനാണദ്ദേഹം. ഇവിടെ ഇപ്പോൾ ഞാൻ ആരോടെങ്കിലും സംസാരിക്കുകയാണെന്ന് അദ്ദേഹം അറിഞ്ഞാൽ..... അതെന്റെ അവസാനമായിരിക്കും. എന്നോടു വെള്ളം ചോദിക്കുന്ന നിങ്ങൾ ആരാണ്?

ലോയ്സാ : ഞാനൊരു മുടന്തൻ. സാധുമനുഷ്യൻ. ദൈവത്തിന്റെ പേരിൽ നല്ല ആളുകളോട് ഭിക്ഷയാചിച്ച് ജീവിതം നയിക്കുന്നു. ഏതാനും നീഗ്രോകളെയും മറ്റു ചില പാവപ്പെട്ട ആളുകളെയും ഗിത്താർ വായിക്കാൻ പഠിപ്പിക്കുകയും ചെയ്യുന്നുണ്ട്. മൂന്നു നീഗ്രോകളെ ഇപ്പോൾത്തന്നെ കിട്ടിയിട്ടുണ്ട്. നഗരഭരണസമിതിയിലെ മൂന്നംഗങ്ങളുടെ അടിമകൾ. ഏതൊരു സത്രത്തിലും, ഏതു നൃത്തത്തിനും പാടാനും ഗിറ്റാർ വായിക്കാനും ഞാൻ അവരെ പഠിപ്പിച്ചുകഴിഞ്ഞിരിക്കുന്നു. തീർച്ചയായും അവരെനിക്കുവേണ്ട പ്രതിഫലം തന്നിട്ടുണ്ട്.

നീഗ്രോ : എനിക്കു പഠിക്കാൻ കഴിഞ്ഞിരുന്നെങ്കിൽ കൂടുതൽ നന്നായി ഞാൻ തരുമായിരുന്നു. പക്ഷേ അതു സാധ്യമല്ല. എന്റെ യജമാനൻ രാവിലെ പുറത്തുപോകുമ്പോൾ തെരുവിലേക്കുള്ള വാതിൽ അടയ്ക്കുന്നു. തിരികെ വരുമ്പോഴും അങ്ങനെതന്നെ. രണ്ടു വാതിലുകളുടെയും ഇടയിൽ ഞാൻ ബന്ധിതൻ. എന്റെ യഹോവേ ലോയ്സാ അത്ഭുതപ്പെട്ടു.

ലൂയിസേ വല്ലപ്പോഴുമൊക്കെ രാത്രിയിൽ എനിക്ക് അകത്തുവരാൻ വഴി കണ്ടെത്താമെങ്കിൽ, രണ്ടാഴ്ചക്കുള്ളിൽ ഏതു തെരുവിലും ഒരു വിഷമവും കൂടാതെ ഗിറ്റാർ വായിക്കാൻ തക്കവിധം നിന്നെ ഞാൻ സമർഥനാക്കിത്തരാം. കാരണം, ഞാൻ നിനക്കുറപ്പു തരുന്നു. അത്ര സമർഥനായ അധ്യാപകനാണു ഞാൻ. തന്നെയുമല്ല നീ വളരെ കഴിവുള്ളവനാണെന്നു ഞാൻ കേട്ടിട്ടുണ്ട്. നിന്റെ സ്വരത്തിൽ നിന്നും എനിക്ക് തീർച്ച

യാക്കാൻ കഴിഞ്ഞിട്ടുമുണ്ട്. അതു നല്ല ഉറച്ചസ്വരമാണ്. നീ നന്നായി പാടും.

നീഗ്രോ : എന്റെ പാട്ട് അത്ര മോശമല്ല. പക്ഷേ എന്തു ഫലം? ഒന്നോ രണ്ടോ ട്യൂണുകൾ മാത്രമേ എനിക്കറിയുള്ളൂ. ലൂയിസ് അയാൾക്കറിയാവുന്ന രണ്ടു ട്യൂണുകളിലും ഒന്നോ രണ്ടോ വരികൾ പാടി കേൾപ്പിച്ചു.

ലോയ്സാ : അതൊക്കെ നിസ്സാരം; ഞാൻ പഠിപ്പിക്കാൻ പോകുന്നതുമായി താരതമ്യം ചെയ്യുമ്പോൾ അതൊന്നും ഒന്നുമല്ല.

തുടർന്ന് അയാൾ പ്രസിദ്ധങ്ങളായ കഥകളിലെയും വീരചരിതങ്ങളിലേയും പ്രണയകാവ്യങ്ങളിലേയും നൃത്തഗാനങ്ങളിലെയും പ്രത്യേകതകളും, അവയുടെ ഗുണഗണങ്ങളും വർണിച്ചു. പോർട്ടുഗീസുകാർ പോലും എഴുന്നേറ്റിരുന്നു ശ്രദ്ധിക്കുംവിധം. അത്ര മഹത്തരമത്രേ അവ. വളരെ വേഗം എളുപ്പമുള്ള രീതിയിൽ ഇതെല്ലാം പഠിപ്പിക്കാമെന്ന് അയാൾ വാഗ്ദാനം ചെയ്തു. നീഗ്രോയ്ക്കു പഠിക്കാൻ ധൃതിയില്ലങ്കിലും ഒരു പത്തോ പതിനാറോ ലിറ്റർ ഉപ്പ് തിന്നുതീർക്കുന്ന സമയംകൊണ്ട് ഏതു ഗിറ്റാറും ഒരു തടസവുമില്ലാതെ വായിക്കാൻ കഴിവുള്ളവനാക്കാമെന്നും അയാൾ ആ നീഗ്രോയെ വിശ്വസിപ്പിച്ചു. നീഗ്രോ ദീർഘനിശ്വാസം നടത്തി പറഞ്ഞു, "ഇതുകൊണ്ടൊക്കെ എന്തു പ്രയോജനം? നിങ്ങളെ അകത്തു കടത്താൻ എനിക്കാവില്ലല്ലോ."

ലോയ്സാ : "അതിനുത്തരം എന്റെ കയ്യിലുണ്ട്. നിന്റെ യജമാനന്റെ കയ്യിൽ നിന്നും താക്കോൽ കൈവശപ്പെടുത്താൻ ശ്രമിക്കുക. ഞാൻ ഒരു കക്ഷണം മെഴുക് തരും. അതിന്മേൽ ആ താക്കോലിന്റെ രൂപം പതിപ്പിച്ചെടുക്കുക. താക്കോലിന്റെ വെട്ടുകളും ഭാഗങ്ങളും മെഴുകിൽ നന്നായി പതിയണം. നിന്നോട് എനിക്കുള്ള താൽപ്പര്യം കൊണ്ട്; എന്റെ സുഹൃത്ത് ഒരു കൊല്ലനുണ്ട്. അയാളെക്കൊണ്ട് മറ്റൊരു താക്കോലുണ്ടാക്കാം. അങ്ങനെ എനിക്ക് അകത്തു കയറാം. എനിക്ക് നിങ്ങളെ നന്നായി പഠിപ്പിക്കുകയുമാവാം. ഇൻഡീസിലെ പ്രെസ്റ്റർ ജോണിനേക്കാൾ നന്നായി ഞാനതു ചെയ്യും. നിന്റേതുപോലെയുള്ള ഒരു ശബ്ദം ഉപയോഗശൂന്യമായി പോകുന്നത് ദയനീയമാണ്. വെറുമൊരു ഗിറ്റാറിന്റെ സഹായമില്ലാത്തതുകൊണ്ടുമാത്രം! എന്റെ സഹോദരൻ ലൂയിസേ, ലോകത്തിലെ ഏറ്റവും നല്ല സ്വരം പോലും പാഴായി പോകും. ഒരു സംഗീതോപകരണം കൂടിയില്ലെങ്കിൽ - അതു ഗിത്താറാകട്ടെ, ക്ലാവി കോർഡാകട്ടെ, ഓർഗനോ ഹാർപോ ആകട്ടെ എന്തായാലും വേണ്ടില്ല. പക്ഷേ, നിങ്ങളുടെ സ്വരത്തിന് ഏറ്റവും അനുയോജ്യം ഗിത്താറാണ് - അതാകട്ടെ, ഏറ്റവും വിലകുറഞ്ഞതും എളുപ്പം പഠിക്കാവുന്നതുമാണ്."

നീഗ്രോ: "കേട്ടിട്ടു നല്ല ആശയം തന്നെ. പക്ഷേ കാര്യം നടപ്പില്ല. താക്കോലുകൾ ഒരിക്കലും എന്റെ കൈവശം വരാറില്ല. യജമാനൻ പകൽ സമയത്ത് ഒരിക്കലും അതു കയ്യിൽ നിന്നും മാറ്റാറില്ല. രാത്രിയിൽ അദ്ദേഹം ഉറങ്ങുമ്പോൾ തലയിണക്കടിയിലും."

ലോയ്സാ: "എങ്കിൽ മറ്റൊരുവഴി ആലോചിക്കാം. ലൂയിസേ, പ്രഗത്ഭനായ ഒരു ഗായകനാകൻ അതിയായ താൽപ്പര്യമുണ്ടെങ്കിൽ മാത്രം. കാരണം, അല്ലെങ്കിൽ നിനക്കുപദേശം തരികയെന്ന ബുദ്ധിമുട്ടിന് വിലയില്ല."

നീഗ്രോ : "എനിക്കുതാൽപ്പര്യമുണ്ടെങ്കിൽ? എന്താണു താങ്കൾ ഉദ്ദേശിക്കുന്നത്? ഞാൻ എത്രമാത്രം താല്പര്യമുള്ളവനാണെന്നോ? സംഗീതം പഠിക്കാൻ മനുഷ്യസാധ്യമായ യാതൊന്നും ഞാൻ ചെയ്യാതിരിക്കില്ല."

ലോയ്സാ: എങ്കിൽ ഞാൻ ഒരു ചുറ്റികയും കൊടിലുകളും കൊണ്ടുവന്നു തരാം. കതകു കുറ്റിയുടെ അടുത്തുനിന്ന് അൽപ്പം മണ്ണുമാറ്റി ഒരു വിടവുണ്ടാക്കിയാൽ മതി. അവ കൊണ്ട് കതകിന്റെ പൂട്ടിന്റെ ഒന്നുരണ്ട് ആണികൾ നീക്കിയാൽ പൂട്ടിന്റെ തകിട് ഇളക്കി മാറ്റാം. പിന്നീട് അത് എളുപ്പത്തിൽ തിരികെ പിടിപ്പിക്കുകയും ആവാം. ആണി എടുത്തുമാറ്റി എന്ന് ആരും അറിയുകയുമില്ല. ഞാൻ അകത്ത് കടന്നുകഴിഞ്ഞാൻ താൻ താമസിക്കുന്ന കച്ചിപ്പുരയിലോ അല്ലെങ്കിൽ താൻ ഉറങ്ങുന്നതെവിടെയോ അവിടെ ആരും കാണാതെ കഴിയാം. ഞാൻ ചെയ്യാനുദ്ദേശിക്കുന്നത് എത്രയും വേഗം ചെയ്യാം - ഞാൻ തന്നോടു പറഞ്ഞതിൽ കൂടുതൽ താൻ മനസിലാക്കും - എന്റെ പ്രയോജനത്തിനും തന്റെ സംതൃപ്തിക്കുമായി - നമ്മളെന്തു ഭക്ഷിക്കുമെന്നോർത്തു വിഷമിക്കേണ്ട. നമുക്ക് രണ്ടാൾക്കും ഒരാഴ്ചത്തേക്കു വേണ്ടതെല്ലാം ഞാൻ കൊണ്ടുവരാം. കാരണം എനിക്ക് കുഴപ്പമൊന്നും ഉണ്ടാകരുതെന്നു കരുതുന്ന സുഹൃത്തുക്കളും വിദ്യാർഥികളും എനിക്കുണ്ട്.

നിഗ്രോ : "ഭക്ഷണത്തെ സംബന്ധിച്ചിടത്തോളം വിഷമിക്കേണ്ട യാതൊരു കാര്യവുമില്ല. യജമാനൻ നിശ്ചയിച്ചിരിക്കുന്ന അളവും (റേഷൻ) അടിമ പെൺകുട്ടികൾ മിച്ചംവരുന്നത് കൊണ്ടുവന്ന് തരുന്നതും കൂടി ഇനിയുമൊരു രണ്ടാളിനുംകൂടി ഭക്ഷിക്കാനുള്ള വകയുണ്ട്. ഈ ചുറ്റികയും കൊടിലുകളും കൊണ്ടുവരിക. അവയിങ്ങോട്ടു കടത്തിത്തരാനുള്ള വിടവ് ഞാൻ കതകുകുറ്റിയുടെ അടുത്ത് കതകിനടിയിൽ ഉണ്ടാക്കാം. പിന്നെയത് അടച്ച് ചെളിപൂശി ഭദ്രമാക്കികൊള്ളാം. താഴിന്റെ പ്ലേറ്റ് ഇളക്കാൻ ഒന്നോ രണ്ടോ മുട്ടേണ്ടിവന്നാലും യജമാനൻ ഉറങ്ങുന്നത് അങ്ങകലെയായതു കൊണ്ട് അദ്ദേഹം അത് കേൾക്കുകയെന്നത് ഒരു അത്ഭുതമോ നമ്മുടെ ഭാഗത്തുള്ള ഏറ്റവും വലിയ ഭാഗ്യക്കേടോ ആയിരിക്കും."

ലോയ്സാ: "ശരി. രണ്ടു ദിവസത്തിനുള്ളിൽ ഈ പദ്ധതി നടപ്പാക്കാൻ വേണ്ടതൊക്കെ നിന്റെ കയ്യിൽ കിട്ടിയിരിക്കും. ഒരു കാര്യം ശ്രദ്ധിക്കണം. കഫമുണ്ടാക്കുന്ന ഒരു സാധനവും കഴിക്കരുത്. അത് നിന്റെ സുന്ദരമായ ശബ്ദത്തിനു ദോഷം ചെയ്യും."

നീഗ്രോ : "വൈനല്ലാതെ മറ്റൊന്നും എന്റെ സ്വരം പരുത്തതാക്കുകയില്ല. ഈ ലോകത്തിലുള്ള മുഴുവൻ ശബ്ദത്തിനുവേണ്ടിപോലും ഞാനതുപേക്ഷിക്കുകയുമില്ല."

ലോയ്സാ: "ദൈവം ക്ഷമിക്കട്ടെ! കുടിച്ചോളൂ ലൂയിസ്. എന്റെ മോനേ കുടിച്ചോളു. അത് നിനക്ക് കൂടുതൽ നന്മ വരുത്തിയേക്കാം. ക്രമത്തിനു മാത്രം വൈൻ കുടിക്കുന്നത് ഒരിക്കലും ആർക്കും ഒരുപദ്രവവുമുണ്ടാക്കുകയില്ല."

നിഗ്രോ : "ഞാൻ ക്രമമായിട്ടേ കുടിക്കുകയുള്ളൂ. കൃത്യം രണ്ടു ലിറ്റർ കൊള്ളുന്ന ഒരു ജഗ്ഗ് ഇവിടെയുണ്ട്. യജമാനനറിയാതെ അടിമക്കുട്ടികൾ അത് നിറച്ചുതരും. ഭക്ഷണവിതരണക്കാരൻ സ്വകാര്യമായി ഒരു ചെറിയ വീഞ്ഞുതോൽക്കുടം - കൃത്യം നാലു ലിറ്റർ കൊള്ളുന്നത് - തരുന്നു. തീരുമ്പോൾ അത് നിറച്ചു തരികയും ചെയ്യും"

ലോയ്സാ: "അത് വളരെ നന്നായി. ഉണങ്ങിയ തൊണ്ടയ്ക്ക് മുരളാനോ പാടാനോ കഴിയില്ല."

നീഗ്രോ : "ദൈവം നിങ്ങളെ അനുഗ്രഹിക്കട്ടെ. അകത്തുകയറാനുള്ള സാമഗ്രികൾ അന്വേഷിച്ചു നടക്കുമ്പോൾ രാത്രിയിൽ ഇവിടെ പാടാൻ വരാൻ സാധിക്കാതെ വരരുതേ. ഗിത്താർ കമ്പികളിൽ സ്പർശിക്കാൻ എന്റെ വിരലുകൾ വിങ്ങുകയാണ്."

ലോയ്സാ: ഞാൻ തീർച്ചയായും വരും. തന്നെയല്ല, പുതിയ ഗാനങ്ങളും കൊണ്ടുവരുന്നുണ്ട്.

നീഗ്രോ : "അതാണെനിക്കുവേണ്ടത്. എനിക്ക് കേൾക്കാൻ എന്തെങ്കിലും ലേശം പാടിയിട്ടുപോകാമോ? ഞാൻ സന്തോഷത്തോടെ ഉറങ്ങാൻ പോകട്ടേ. പ്രതിഫലത്തെ സംബന്ധിച്ച്, എന്റെ പാവപ്പെട്ട യജമാനനേ, നിങ്ങൾ തീർച്ചയായി പ്രതീക്ഷിച്ചോളൂ. ഏതൊരു ധനികൻ തരുന്നതിലും കൂടുതൽ ഞാൻ നൽകും."

ലോയ്സാ: "ഞാൻ അതത്രകാര്യമാക്കുന്നില്ല. നിങ്ങളെ ഞാൻ പഠിപ്പിക്കുമ്പോൾ എനിക്കു എന്തെങ്കിലും തരിക. ഇപ്പോഴത്തേക്ക് ഇതാ ഒരു ചെറിയ രാഗം. ഞാൻ അകത്തുവരുമ്പോൾ നീ അത്ഭുതങ്ങൾ കാണും."

നീഗ്രോ തന്റെ സന്തോഷം പ്രകടിപ്പിച്ചു. ലോയ്സാ ചടുലമായ ഒരു ചെറിയ ബല്ലാഡ് ആലപിച്ച് തിരികെപ്പോയി. നീഗ്രോ സന്തുഷ്ടനും സംതൃപ്തനുമായി. കതക് തുറക്കുന്നതുവരെ കാത്തിരിക്കാൻ പോലും അയാൾക്കു കഴിയില്ല എന്നു തോന്നി.

ലോയ്സാ ആ വാതിൽക്കൽനിന്നു പോയി. ക്രച്ചസ് അയാളുടെ ഗതിവേഗത്തെ തടയാൻ പര്യാപ്തമായില്ല. അതിവേഗം തന്റെ ഉപദേശകരുടെ അടുത്തെത്തി, താൻ തുടങ്ങിവച്ച നല്ല ആരംഭത്തെയും പ്രതീക്ഷിക്കുന്ന ശുഭപര്യവസാനത്തെയും കുറിച്ചെല്ലാം അവരോടു പറയാനുള്ള അതിവാഞ്ഛ അയാളുടെ വേഗത വർദ്ധിപ്പിച്ചു. അവരെ കണ്ടെത്തി നീഗ്രോയുമായി പറഞ്ഞുറപ്പിച്ചതൊക്കെ അവരെ ധരിപ്പിച്ചു. പിറ്റേദിവസം തന്നെ വേണ്ട ഉപകരണങ്ങളൊക്കെ സംഘടിപ്പിച്ചു. ഏതൊരാണിയും, അതു തടി കൊണ്ടുണ്ടാക്കിയതെന്നപോലെ ഒടിക്കാൻ കഴിയുന്നവയായിരുന്നു അവ.

പതിവുപോലെ ചെന്ന് നീഗ്രോയെ സംഗീതംകൊണ്ട് സന്തോഷിപ്പിക്കാൻ ആ വിറോത്തൊ മറന്നില്ല. തന്റെ അധ്യാപകൻ കൊണ്ടുവരുന്ന

ഉപകരണങ്ങൾ അകത്തുകടത്താനുള്ള വിടവുണ്ടാക്കാൻ നീഗ്രോയും മറന്നില്ല. ഒരാൾ മനഃപൂർവമായി ശ്രദ്ധിച്ചാലല്ലാതെ ആ ദ്വാരം കാണാൻ ഒരിക്കലും കഴിയാത്തവിധം നന്നായി അയാൾ അത് മൂടിവച്ചിരുന്നു. അടുത്ത രാത്രിയിൽ ലോയ്സാ ഉപകരണങ്ങൾ അയാൾക്ക് കൊടുത്തു. ലൂയിസ് അയാളുടെ ശക്തി പ്രയോഗിച്ചുനോക്കി. വലിയ അധ്വാനമില്ലാതെ ആണികൾ ഇളക്കിമാറ്റി. താഴിന്റെ പ്ലേറ്റ് അയാളുടെ കയ്യിലുമായി. വാതിൽ തുറന്നു. തന്റെ അധ്യാപകനെ സ്വാഗതം ചെയ്തു. ഓർഫ്യൂസ്*തന്നെ വന്നതുപോലെ. ആഗതന്റെ ക്രച്ചുകളും ബാൻഡേജും കീറത്തുണികളും കണ്ട് അയാൾ അത്ഭുതപ്പെട്ടു. ലോയ്സായുടെ കണ്ണിനുമുകളിലെ കെട്ടുകൾ ഇല്ലായിരുന്നു. അകത്തു കയറിയപാടെ തന്റെ നല്ല വിദ്യാർഥിയെ ആശ്ലേഷിച്ചു; മുഖത്തു ചുംബിച്ചു. ഒരു വലിയ തോൽസഞ്ചി നിറയെ വൈനും ഒരു പെട്ടി നിറച്ചും അച്ചാറുകളും മധുരപലഹാരങ്ങളും അയാൾക്കു കൊടുത്തു. അയാൾ അയാളുടെ താങ്ങുവടികൾ മാറ്റിവെച്ചു. തനിക്കു കുഴപ്പമൊന്നുമില്ല എന്നതുപോലെ തുള്ളിച്ചാടാൻ തുടങ്ങി. നീഗ്രോ ഇതുകണ്ട് അത്ഭുതസ്തബ്ധനായി അപ്പോൾ ലോയ്സാ അയാളോട് പറഞ്ഞു: “എന്റെ, സഹോദരാ, ലൂയിസേ, എന്റെ മുടന്തും ആകെ തകർന്ന അവസ്ഥയും ഏതെങ്കിലും രോഗബാധമൂലം അല്ല. ഭക്ഷണത്തിനുള്ള വക നേടാൻ, ദൈവസ്നേഹത്തിന്റെ പേരിൽ ഭിക്ഷ ചോദിക്കാൻ കണ്ടുപിടിച്ച ഉപായമാണ്. അത്രയേറെ സമർഥരോ, ഉപായ മറിയാവുന്നവരോ അല്ലാത്തവർ വിശപ്പുകൊണ്ടു മരിക്കുമ്പോൾ - നമ്മുടെ സൗഹൃദകാലത്തു നിനക്ക് മനസിലാക്കാൻ കഴിയുന്നതു പോലെ, ഇതിന്റെയും, എന്റെ സംഗീതത്തിന്റെയും സഹായംകൊണ്ട്, എനിക്ക് ഈ ലോകത്തിൽ നല്ല കാലമാണ്”.

നീഗ്രോ: “അത് കാലം തെളിയിക്കും. പക്ഷേ ഈ പ്ലേറ്റ് അതിനെന്തു സംഭവിച്ചുവെന്ന് ആരും അറിയാൻ കഴിയാത്തവിധം അതിന്റെ സ്ഥാനത്തു വീണ്ടും ഉറപ്പിക്കണം.”

ലോയ്സ്: “ങ്ഹാ, ശരി.”

ഇങ്ങനെ പറഞ്ഞുകൊണ്ട് അയാളുടെ സഞ്ചിയിൽനിന്നും ഏതാനും ആണികളെടുത്തു. പ്ലേറ്റ് യഥാസ്ഥാനത്തുവച്ച് ഉറപ്പിച്ചു. നേരത്തെ ആയിരുന്നതുപോലെ തന്നെ - നീഗ്രോയ്ക്ക് സന്തോഷമായി. ലോയ്സാ കച്ചിപ്പുരയിലെ മുറിയിലേക്ക് കടന്ന് സാധ്യമാകുന്നിടത്തോളം സുഖമായി വിശ്രമിച്ചു. നീഗ്രോ ഒരു തിരി കത്തിച്ചു. കൂടുതൽ സംഭാഷണത്തിനൊരുങ്ങാതെ ലോയ്സാ തന്റെ ഗിത്താറെടുത്തു. വളരെ മൃദുവായി അതു മീട്ടാൻ തുടങ്ങി. അത് ശ്രദ്ധിച്ചുതുടങ്ങിയ നീഗ്രോ അതിൽ ലയിച്ചിരുന്നു. അൽപ്പ സമയം ഗിത്താർ മീട്ടിയതിനുശേഷം കുറച്ചു ഭക്ഷണം പുറത്തെടുത്ത് അതിൽ അൽപ്പം തന്റെ വിദ്യാർഥിക്ക് നൽകി. വീഞ്ഞുകുടത്തിൽ നിന്നും, സംഗീതത്തെക്കാൾ വീഞ്ഞു കൊണ്ട് ലയിച്ചിരിക്കാൻ മതിയാവോളം അയാൾ കുടിച്ചു. ഇതുകഴിഞ്ഞ് ലോയ്സാ, ലൂയിസിനെ ഗിറ്റാർ

* ഗ്രീക്ക് ഇതിഹാസങ്ങളിലെ സംഗീതജ്ഞനായ ഗായകൻ

പാഠങ്ങൾ പഠിപ്പിക്കാൻ ആരംഭിച്ചു. തലയിൽ ഒരു വലിയ ഭാരം വീഞ്ഞു ണ്ടായിരുന്ന ലൂയിസിന് സംഗീതത്തിന്റെ ഒരു നോട്ടെങ്കിലും ഗ്രഹിക്കാൻ കഴിഞ്ഞില്ല. എങ്ങനെയിരുന്നാലും രണ്ട് രാഗങ്ങളെങ്കിലും പഠിച്ചു എന്ന് ലോയ്സാ ശിഷ്യനെ വിശ്വസിപ്പിച്ചു. അത് നീഗ്രോ മുഴുവനായും ഉൾ ക്കൊണ്ടു എന്നതാണ് അതിലും തമാശ. അയാൾ രാത്രി മുഴുവനും ഗിത്താർ മൂളിച്ചുകൊണ്ടേയിരുന്നു - യാതൊരു ലയവും താളവുമില്ലാതെ, ശരിയായ കമ്പികളിൽ സ്പർശിക്കുകപോലും ചെയ്യാതെ!

രാത്രിയിൽ ശേഷിച്ച അൽപ്പസമയം അവർ ഉറങ്ങി ഏകദേശം ആറു മണിയായപ്പോൾ കാരിദ്സാലസ് താഴെ ഇറങ്ങിവന്നു. മധ്യത്തിലെ കത കു തുറന്നു. തെരുവിലേക്കുള്ളതും തുറന്ന് ഭക്ഷണവിതരണക്കാരനെ കാത്തു നിന്നു. അധികം താമസിയാതെ അയാളെത്തി. മധ്യവാതിലിന്റെ കറങ്ങുന്ന കതകിലൂടെ ഭക്ഷണം അകത്തേക്കുവച്ചു - തിരികെപ്പോയി. നീഗ്രോയെ വിളിച്ച് കോവർകഴുതയ്ക്കുള്ള ബാർലിയും അയാൾക്കുള്ള ഭക്ഷണവിഹിതവും കൊണ്ടുപോകാനാവശ്യപ്പെട്ടു. അയാളതെടുത്ത് കഴിഞ്ഞപ്പോൾ രണ്ടു കതകുകളും അടച്ച് വയസൻ കാരിദ്സാലസ് പോയി. തെരുവിലേക്കുള്ള കതകിനോടു ചെയ്തതെന്തെന്ന് അയാൾ കണ്ടതേയില്ല. ഇത് ഗുരുവിനെയും ശിഷ്യനെയും തെല്ലൊന്നുമല്ല സന്തോ ഷിപ്പിച്ചത് .

യജമാനൻ പോയതേ, നീഗ്രോ ഗിത്താർ കയ്യിലെടുത്ത് പരമാവധി ശബ്ദത്തിൽ മീട്ടാൻ തുടങ്ങി. വേലക്കാരും ശബ്ദം കേട്ടു. അവർ കറങ്ങുന്ന കതകിലൂടെ ചോദിച്ചു: "ഇതെന്താണു ലൂയിസേ, എത്ര നാളായി നിങ്ങൾ ക്കീ ഗിത്താർ കിട്ടിയിട്ട് ആരാണിതു തന്നത്?"

"ആരാണിതെനിക്ക് തന്നതെന്നോ? ലോകത്തിലെ ഏറ്റവും നല്ല സം ഗീതജ്ഞൻ. എന്നെ ആറു ദിവസം കൊണ്ട് ആറായിരം നോട്ട്സ് (രാഗം) പഠിപ്പിക്കുവാൻ പോകുന്ന ആൾ".

"എന്നിട്ടാ സംഗീതജ്ഞനെവിടെ?".

"ഇവിടെനിന്നും ഒത്തിരിയൊന്നും അകലെയല്ല. ഞാൻ പരുങ്ങലി ലായിരിക്കുകയും യജമാനനെ ഭയപ്പെടുകയും ചെയ്യുന്നില്ലായിരുന്നെങ്കിൽ അദ്ദേഹത്തെ ഞാൻ നിങ്ങൾക്കു കാണിച്ചുതന്നേനെ. തീർച്ചയായും അ യാളെ കണ്ടാൽ നിങ്ങൾ വളരെ സന്തുഷ്ടരാകും.

"ഞങ്ങൾക്കൊന്നു കാണാൻ വേണ്ടി, അദ്ദേഹമെവിടെയായിരിക്കും? നമ്മുടെ യജമാനനല്ലാതെ മറ്റൊരു പുരുഷനും ഒരിക്കലെങ്കിലും ഈ വീട്ടിൽ കയറിയിട്ടില്ലാത്ത സ്ഥിതിയിൽ" ഡ്യൂയെന്ന ചോദിച്ചു.

"ചുരുങ്ങിയ സമയംകൊണ്ട്, ഞാൻ പറഞ്ഞതുപോലെ അദ്ദേഹം എന്നെ എന്തു പഠിപ്പിച്ചു എന്നും എത്രമാത്രം ഞാൻ അറിയുന്നുവെന്നും നിങ്ങളൊക്കെ കണ്ടറിയുന്നതുവരെ ഞാനൊന്നും പറയാൻ ആഗ്രഹി ക്കുന്നില്ല" എന്നായിരുന്നു നീഗ്രോയുടെ മറുപടി.

"തീർച്ചയായും ഏതെങ്കിലും ദുഷ്ടരൂപി നിങ്ങളെ അഭ്യസിപ്പിക്കു ന്നില്ലെങ്കിൽ ഇത്രയും ചുരുങ്ങിയ സമയംകൊണ്ട് നിങ്ങളെയൊരു സം

ഗീതജ്ഞനാക്കാൻ ആർക്കു കഴിയുമെന്നെനിക്കറിയില്ല''എന്നു ഡ്യൂയെന്ന മറുപടി പറഞ്ഞു.

"നിങ്ങൾ കണ്ടോളൂ. ഈ വരുംദിവസങ്ങളിൽ നിങ്ങളതു കാണുകയും കേൾക്കുകയും ചെയ്യും''.

ഒരു പരിചാരിക പറഞ്ഞു: "ഇതു തികച്ചും അസാധ്യമാണ്. നമുക്ക് തെരുവിലേക്കു കാണാവുന്ന ജനലുകളില്ല പിന്നെങ്ങനെ കാണുകയും കേൾക്കുകയും ചെയ്യും?''

നീഗ്രോ: "അതു സാധ്യമാണ്, ജീവനുള്ളിടത്തോളം പ്രതീക്ഷിക്കാനും കഴിയും, പ്രത്യേകിച്ച് നിങ്ങൾക്കതു കഴിയുകയും നിശ്ശബ്ദമായിരിക്കുകയും ചെയ്താൽ.''

ഒരടിമപ്പെണ്ണു പറഞ്ഞു: "ഞങ്ങൾ നിശ്ശബ്ദരായിരിക്കുമെന്ന് നിങ്ങൾ ഉറപ്പാക്കിക്കോളൂ, സഹോദരൻ ലൂയിസേ. ഞങ്ങൾ മൂകരായിരിക്കുന്നു എന്നതുപോലെ നിശ്ശബ്ദരായേക്കാം. കാരണം നല്ല ഒരു ശബ്ദം കേൾക്കാൻ മരിക്കാൻ പോലും ഞാൻ തയാറാണ്. ഇതാ ഞാൻ വാക്കുതരുന്നു. എന്റെ സ്നേഹിതാ, കാരണം ഇവിടെ ഞങ്ങൾക്കു ചുറ്റും ഈ മതിലുയർന്നതിനു ശേഷം ഒരു പക്ഷി പാടുന്നതുപോലും ഞങ്ങൾ കേട്ടിട്ടില്ല''.

ഈ സംഭാഷണമെല്ലാം ശ്രദ്ധിക്കുകയായിരുന്ന ലോയ്സാ - പൂർണ സംതൃപ്തിയോടെ - ഇതു മുഴുവൻ തന്റെ ലക്ഷ്യപ്രാപ്തിയിലേക്കാണല്ലോ നയിക്കുന്നത്, തന്റെ അഭിലാഷം പോലെതന്നെ ഈ സംഭാഷണം നയിക്കപ്പെടുന്ന കാര്യത്തിൽ ഭാഗ്യദേവത അയാളുടെ കൂടെത്തന്നെയുണ്ട് എന്നു സന്തോഷിച്ചു. ജോലിക്കാരികൾ പോയി. അവർ ഒട്ടും പ്രതീക്ഷിക്കാത്ത സമയത്ത് നല്ല സ്വരമാധുര്യം ആസ്വദിക്കാൻ അയാൾ അവരെ വിളിക്കുമെന്ന ഉറപ്പും നീഗ്രോയിൽനിന്നും അവർക്കു കിട്ടിയിരുന്നു. തന്റെ യജമാനനെങ്ങാനും മടങ്ങിവരുമോ, അവരുമായി സംസാരിക്കുന്നതു കാണുമോ, എന്നു ഭയന്ന് അയാൾ ആ വേലക്കാരെ വിട്ട് തന്റെ സ്ഥലത്തേക്കു പിൻവാങ്ങി. തന്റെ സംഗീതപാഠങ്ങൾ തുടരണമെന്നുണ്ടായിരുന്നെങ്കിലും, പകൽ ഗിത്താർ വായിക്കാൻ അയാൾ തുനിഞ്ഞില്ല. യജമാനൻ കേൾക്കാൻ പാടില്ലല്ലോ. അയാൾക്കു ഭക്ഷണവുമായി അന്നുരാത്രി വന്നത് ഒരു നീഗ്രോക്കുട്ടിയായിരുന്നു. യജമാനൻ ഉറങ്ങാൻ പോയിക്കഴിഞ്ഞ് എല്ലാവരും വാതിൽക്കൽ വരിക. താൻ പറഞ്ഞിരുന്നതുപോലെയുള്ള സ്വരമാധുര്യം അവർക്കു ലഭിക്കുമെന്ന് അവരോട് പറഞ്ഞയച്ചു. കറങ്ങുന്ന വാതിലിന്റെ സമീപംനിന്ന് ഗിറ്റാർ വായിച്ച് പാടണമെന്ന് തന്റെ ഗുരുവിനോട് അയാൾ നേരത്തെ കേണപേക്ഷിച്ചിരുന്നു. അങ്ങനെ അയാൾക്ക് ആ അതിശയകരമായ ശബ്ദം കേൾപ്പിക്കാം എന്നുള്ള വാഗ്ദാനം പാലിക്കാമല്ലോ. അവരെല്ലാവരും ലോയിസായോടു നന്നായി പെരുമാറുമെന്നും അയാൾ വാക്കുകൊടുത്തു. അതിയായി ആഗ്രഹിച്ചിരുന്ന കാര്യമായിരുന്നെങ്കിലും ഇക്കാര്യത്തിൽ അയാൾ വൈമനസ്യം അഭിനയിച്ചു. അവസാനം തന്റെ നല്ല ശിഷ്യൻ ആവശ്യപ്പെട്ടതുപോലെ ചെയ്യാമെന്നു സമ്മതിച്ചു. ശിഷ്യന് സന്തോഷമുണ്ടാക്കാൻ വേണ്ടിമാത്രം! നീഗ്രോ

അയാളെ ആശ്ലേഷിച്ചു. നെറ്റിയിൽ ഒരു ചുംബനം പാസാക്കി. വാഗ്ദാനം ചെയ്യപ്പെട്ട ഈ ആനുകൂല്യം ലഭിക്കുന്നതിലുള്ള ആഹ്ലാദം കാണിക്കൽ! അന്ന് അയാൾ ലോയ്സായെ നന്നായി ഭക്ഷണം കൊടുത്തു പരിചരിച്ചു. സ്വന്തം വീട്ടിലെന്നവണ്ണം, ഒരുപക്ഷേ അതിലും മെച്ചമായി, കാരണം അവിടെ ചില കുറവുകളെങ്കിലും ഉണ്ടായെന്നുവരാമല്ലോ.

രാത്രിയായി. പാതിരാത്രിക്ക് അഥവാ അതിനൽപ്പം മുൻപ് കറങ്ങുന്ന വാതിലിനു പുറകിൽ മന്ത്രിക്കലുകൾ. പരിചാരകസംഘം വരികയാണെന്ന് നീഗ്രോ മനസ്സിലാക്കി. അയാൾ തന്റെ ഗുരുവിനെ വിളിച്ചു. നന്നായി കമ്പി മുറുക്കിയ ഗിത്താറുമായി അയാൾ കച്ചിപ്പുരയിൽനിന്നും ഇറങ്ങി വന്നു. ആരാണ്? കേൾക്കാൻ എത്രപേർ? എന്നീ കാര്യങ്ങൾ നീഗ്രോ ചോദിച്ചറിഞ്ഞു. ഗൃഹനാഥയൊഴികെ എല്ലാവരുമുണ്ടെന്നു മറുപടി. ഗൃഹനായിക ഭർത്താവിനൊപ്പം ഉറങ്ങുന്നു. ഇതു ലോയിസായ്ക്ക് മനഃപ്രയാസം ഉണ്ടാക്കിയെങ്കിലും തന്റെ പദ്ധതി നടപ്പാക്കുകയും തന്റെ ശിഷ്യന് സന്തോഷം നൽകുകയും വേണമെന്ന് അയാൾ അഭിലഷിച്ചു. അതുകൊണ്ട് നീഗ്രോ അത്ഭുതപ്പെടുകയും അയാളുടെ സംഗീതം കേട്ടുനിന്ന ആ സ്ത്രീ സമൂഹം വിസ്മയസ്തബ്ധരാകുകയും ചെയ്യുംവിധം, മൃദുവായ സ്വരങ്ങളിൽ ആരംഭിച്ച് മനോഹരമായി അയാൾ ഗിത്താർ വായിച്ചു. ഇതുകേട്ടുനിന്ന ആ മനുഷ്യരുടെ വികാരങ്ങളെ വർണ്ണിക്കുക അസാധ്യം. ശോകഗാനത്തോടെ ആരംഭിച്ച് സൗമ്യവും ചടുലവുമായ സരബൻഡ് നൃത്തഗാനത്തിലേയ്ക്കെത്തിയ ആ സംഗീത ധോരണിയിൽ മുഴുകിയ ആ ചേടീസംഘത്തിലെ പ്രായമായവരെല്ലാം അവരറിയാതെ നൃത്തത്തിൽ മുഴുകി - ചെറുപ്പക്കാരികളും അവരോടൊപ്പം. അത്ഭുത കരമായി അവർ നിശബ്ദത പാലിക്കുകയും ചെയ്തു. യജമാനൻ ഉണർന്നാൽ വിവരമറിയിക്കാൻ കാവലിന് ആളെ നിറുത്തിയിരുന്നു അവർ. ലോയ്സാ, സെഗ്വിഡില്ലാസ് എന്ന ഗാനരൂപവും സുന്ദരമായി ഗിറ്റാറിൽ വായിച്ചു. ശ്രോതാക്കളുടെ ആഹ്ലാദത്തിന്റെ പാനപാത്രം നിറഞ്ഞുകവിഞ്ഞൊഴുകി. ആരാണീ വിശിഷ്ട ഗായകൻ എന്നു തങ്ങളോടു പറയണമെന്ന് നിരന്തരമായി അവർ ആ നീഗ്രോയെ ശല്യപ്പെടുത്തി. ഇതൊരു പാവപ്പെട്ട യാചകൻ - സെവില്യയിലെ ഏതൊരു യാചകനെക്കാളും നല്ലവനും സുന്ദരനുമായവൻ - ഇങ്ങനെയൊരാൾ സെവില്യ നഗരത്തിൽ വേറെയില്ല - എന്നൊക്കെയായിരുന്നു നീഗ്രോയുടെ മറുപടി. അവർക്ക് അയാളെ ഒന്നു കാണാൻ സൗകര്യപ്പെടുത്തണം, ഒരു രണ്ടാഴ്ചത്തേക്കെങ്കിലും അയാളെ പോകാനനുവദിക്കരുത്. അയാൾക്കാവശ്യമുള്ളതെല്ലാം നൽകി അയാളെ നോക്കിക്കൊള്ളാം എന്നായി ആ പരിചാരികമാർ. എങ്ങനെ അയാളെ ലൂയിസ് വീടിന് അകത്തു കടത്തി എന്ന അവരുടെ അന്വേഷണത്തിന് അയാൾ മറുപടിയൊന്നും പറഞ്ഞില്ല. ആകെ പറഞ്ഞതിത്രമാത്രം. അവർക്ക് ഗായകനെ കാണണമെങ്കിൽ കറങ്ങുന്ന കതകിൽ ഒരു ദ്വാരമുണ്ടാക്കുക. കണ്ടുകഴിഞ്ഞാൽ ആ ദ്വാരം മെഴുകുകൊണ്ട് അടയ്ക്കുകയുമാവാം. ഗായകൻ വീട്ടിൽതന്നെ ഉണ്ടായിരിക്കുമോ എന്നതിനെ സംബന്ധിച്ച്, എന്തുചെയ്യാൻ കഴിയുമെന്ന് അയാൾ തന്നെ ശ്രദ്ധിക്കാം.

ലോയ്സായും അവരോട് സംസാരിച്ചു. അവർക്കുവേണ്ടി എന്തും ചെയ്യാമെന്ന് അയാൾ വാഗ്ദാനവും ചെയ്തു. അയാളുടെ വിശ്വസനീയ മായ വാദഗതികൾകൊണ്ട് അവയെല്ലാം ഒരു പാവപ്പെട്ട യാചകന്റെ ബുദ്ധിശക്തിക്കപ്പുറമാണെന്ന് അവർ മനസിലാക്കുകയും ചെയ്തു. അടുത്ത രാത്രിയിൽ അതേ സ്ഥലത്ത് വീണ്ടും വരണമെന്ന് അവർ അയാളോട ഭ്യർഥിച്ചു. തങ്ങളുടെ യജമാനൻ ഒരു ലഘുനിദ്രക്കാരനാണങ്കിലും യജമാനത്തിയെയും കൂടി കൂട്ടികൊണ്ടുവന്ന് ഗാനം ശ്രവിക്കാൻ ക്രമപ്പെടുത്താമെന്നും യജമാനന്റെ ലഘുനിദ്ര പ്രായാധിക്യംമൂലമുള്ളതല്ലെന്നും അത് അയാളുടെ കടുത്ത സംശയത്തിന്റെ ഫലമാണെന്നും അവർ പറഞ്ഞു. വയസനെ പ്രയാസപ്പെടുത്താതെ തന്റെ ഗാനം കേൾക്കാൻ അവർ അഭിലഷിക്കുന്നു എങ്കിൽ അയാൾ അവർക്ക് ഒരു പൊടി നൽകാമെന്നും അതു വീഞ്ഞിൽ കലർത്തിക്കൊടുത്താൽ അയാൾ കൂടുതൽ ഗാഢമായി, കൂടുതൽ സമയം ഉറങ്ങുമെന്നും ലോയ്സാ അവരോടു പറഞ്ഞു.

“ദൈവം നമ്മെ സഹായിക്കട്ടെ!” പരിചാരികമാരിലൊരാൾ പറഞ്ഞു. “ഇതു സത്യമാണെങ്കിൽ അനർഹരായ നമുക്ക് അവിചാരിതമായി എന്തൊരു ഭാഗ്യമാണു വന്നുചേരുന്നത്. അതു അയാൾ ഉറങ്ങുന്നതിനുള്ള പൊടിയല്ല, നമ്മുക്കെല്ലാം ജീവൻ നൽകുന്ന പൊടിയാണ്. നമുക്ക് മാത്രമല്ല, അയാളുടെ ഭാര്യ നമ്മുടെ പാവം യജമാനത്തി ലിയോസോറയും അങ്ങനെ തന്നെ - കാരണം ഒരുപകലോ ഒരു രാത്രിയോ പോലും അയാൾ അവരിൽ നിന്നു വിട്ടു നിൽക്കുന്നില്ല. ഒരുനിമിഷനേരത്തേക്കു പോലും അയാളുടെ കൺവെട്ടത്തു നിന്നും മാറാനും സമ്മതിക്കില്ല. എന്റെ സാറേ, ആ പൊടി കൊണ്ടുവരൂ. നിങ്ങളാഗ്രഹിക്കുന്ന എല്ലാ അനുഗ്രഹങ്ങളും ദൈവം നിങ്ങൾക്കു നൽകും. പെട്ടെന്നു പോകൂ. ഒട്ടും താമസിക്കരുത്. അതു കൊണ്ടു വരൂ. വൈനിൽ അത് കൂട്ടിച്ചേർത്ത് ഒരു ബട്ലറെപ്പോലെ പെരുമാറാൻ എനിക്കെന്തു സന്തോഷമാണെന്നോ? ആ കിളവൻ മൂന്നു പകലും മൂന്നു രാത്രിയും ഉറങ്ങാൻ ദൈവം ഇടവരുത്തട്ടെ - ആ ദിവസങ്ങൾ ഞങ്ങൾക്കു സ്വർഗ്ഗമായിരിക്കും.”

ലോയ്സാ : “കൊള്ളാം, ഞാനത് കൊണ്ടുവരാം. അത് ആർക്കും ഒരുപദ്രവവും വരുത്തുകയില്ല. ഗാഢമായി ഉറക്കം വരുത്തുമെന്നുള്ളതല്ലാതെ”.

എത്രയും വേഗം അത് കൊണ്ടുവരാൻ അവരെല്ലാവരും അയാളോടപേക്ഷിച്ചു. അടുത്ത രാത്രിയോടെ കറങ്ങുന്ന കതകിൽ ഒരു ആണി കൊണ്ട് ദ്വാരം ഉണ്ടാക്കാമെന്നും യജമാനത്തിയെക്കൂടി അയാളെ കാണാനും കേൾക്കാനും കൊണ്ടുവരാമെന്നും സമ്മതിച്ച് അവർ പിരിഞ്ഞു. ഏതാണ്ട് പ്രഭാതമായിരുന്നു എങ്കിലും തന്റെ സംഗീതപാഠം വേണമെന്ന് നീഗ്രോയ്ക്ക് ആഗ്രഹം - ലോയ്സാ അതു സാധിച്ചുകൊടുത്തു. തന്റെ ശിഷ്യരുടെ ഇടയിൽ ഒരുവനു പോലും ഇതിനെക്കാൾ നല്ല ചെവികളില്ലെന്ന് അയാൾ നീഗ്രോയെ വിശ്വസിപ്പിച്ചു. യഥാർഥത്തിൽ ആ പാവം നീഗ്രോ ഒരു നോട്ട് എങ്കിലും വായിക്കാൻ അറിഞ്ഞിരുന്നില്ല - ഒരിക്കലും അറിഞ്ഞുമില്ല.

വീടിന്റെ തെരുവുവാതിലിന്റെ മുൻപിൽ രാത്രിയിൽ വന്ന് ശ്രദ്ധിക്കുന്നതിൽ ലോയ്സായുടെ സുഹൃത്തുക്കൾ പ്രത്യേകം ശ്രദ്ധവെച്ചു. തങ്ങളുടെ സുഹൃത്തിന് അവരോടെന്തെങ്കിലും പറയാനുണ്ടോ, അയാൾക്കെന്തെങ്കിലും ആവശ്യമുണ്ടോ എന്നൊക്കെ അറിയേണ്ടേ? നേരത്തെ പറഞ്ഞുവെച്ചിരുന്ന ഒരടയാളം നൽകിയതോടെ അവർ വാതിൽക്കൽ ഉണ്ടെന്ന് ലോയ്സാ അറിഞ്ഞു. കാര്യങ്ങൾ ഇപ്പോൾ ആയിരിക്കുന്ന നല്ല സ്ഥിതിയെപ്പറ്റി വളരെ ചുരുക്കമായി വാതിൽക്കുറ്റിയുടെ അടുത്തുള്ള വിടവിലൂടെ അയാൾ അവരെ അറിയിച്ചു. കാരിദ്സാലെസിനെ ഉറങ്ങാൻ പ്രേരിപ്പിക്കുന്ന എന്തെങ്കിലും ഒരു സാധനം അന്വേഷിച്ച് കണ്ടുപിടിച്ച് കൊണ്ടുവന്നു കൊടുക്കണമെന്ന് അയാൾ അഭ്യർഥിച്ചു. ഇത്തരത്തിലുള്ള ഒരു പൊടി ഉണ്ട് എന്ന് അയാൾ കേട്ടിരിക്കുന്നു. ഡോക്ടറായിരുന്ന ഒരു സുഹൃത്ത് തങ്ങൾക്കുണ്ടെന്നും, അങ്ങനെയൊരു സാധനം കിട്ടുമെങ്കിൽ, അയാൾക്കറിയാവുന്നതിൽ ഏറ്റവും നല്ല വസ്തു അയാൾ നൽകുമെന്നും പദ്ധതി എളുപ്പം നടപ്പാക്കണമെന്നും അവർ അയാളെ നിർബന്ധിച്ചു. അടുത്ത രാത്രിയിൽ തിരികെയെത്താമെന്നു വാക്കുപറഞ്ഞ് പരമാവധി വേഗത്തിലും കരുതലോടെയും അവർ പോയി.

രാത്രിയായി. ഗിത്താറിന്റെ വശീകരണത്തിൽ പ്രാവിൻകൂട്ടം വന്നെത്തി. അവരുടെ കൂട്ടത്തിൽ തിന്മ തീണ്ടിയിട്ടില്ലാത്ത ലിയോനോറയും - തന്റെ ഭർത്താവ് ഉണർന്നേക്കുമോയെന്ന ചിന്തയാൽ ഭയന്നു വിറച്ചു. ഈ ചിന്ത കൊണ്ട് ഭയചകിതയായ അവൾ വരാൻ ആഗ്രഹിച്ചതേയില്ല. പക്ഷേ അവളുടെ പരിചാരികമാർ-പ്രത്യേകിച്ച് ഡ്യൂയെന്ന, സംഗീതത്തിലെ മൃദുശബ്ദത്തെക്കുറിച്ചും മാന്യനായ ഒരു പാവം സംഗീതജ്ഞനെക്കുറിച്ചും ഒത്തിരിയൊത്തിരി കാര്യങ്ങൾ പറഞ്ഞു. ഒരിക്കലും കണ്ടിട്ടില്ലാത്ത അയാളെ അവൾ വളരെ സ്തുതിച്ചു പറഞ്ഞു. അബ്സാലോമിനെയും ഓർഫി യൂസിനെയുംകാൾ ഉന്നതനെന്നു പ്രകീർത്തിച്ചു. അവരെ വിശ്വസിച്ചും അവരാൽ പ്രേരിപ്പിക്കപ്പെട്ടും ആ പാവം ഗൃഹനായിക, അവളൊരിക്കലും ആഗ്രഹിച്ചിട്ടില്ലാത്തതും ആഗ്രഹിക്കുകയില്ലാത്തതുമായ കാര്യം ചെയ്യാൻ നിർബ്ബന്ധിതയായി. ആദ്യം തന്നെ കറങ്ങുന്ന ആ കതകിൽ അവർ ഒരു ദ്വാരം ഉണ്ടാക്കി. സംഗീതജ്ഞനെ കാണാൻ. അയാളാകട്ടെ, പാവം യാചകൻ എന്നു തോന്നിക്കുന്ന വേഷമങ്ങു മാറ്റി. ഇരുണ്ട മഞ്ഞനിറമുള്ള ലോലമായ പട്ടുകൊണ്ടുള്ളതും, നാവികന്റേതുപോലെയുള്ളതുമായ കാൽശരായി. അതേ തരം വസ്ത്രം കൊണ്ടുണ്ടാക്കിയതും സ്വർണനൂൽ കൊണ്ട് അലങ്കാരപിന്നലുകളുള്ളതുമായ മാർച്ചട്ട, വെൽവെറ്റ് തൊപ്പി, പശമുക്കി ബലപ്പെടുത്തിയതും അഗ്രം നീണ്ടുകൂർത്തതുമായ കോളറുകൾ (അവയിന്മേൽ ലേസുകൾ പിടിപ്പിച്ചത്) ഇത്തരം വേഷം ധരിച്ചു. (ഇതെല്ലാം അയാൾ കൊണ്ടുവന്നിരുന്നു ഇതുപോലെ വേഷം ധരിക്കാൻ ഒരു അവസരമുണ്ടായേക്കാമെന്ന് വിചാരിച്ച്). ഇപ്പോൾ അയാൾ ചുറുചുറുക്കുള്ള കാണാൻ ചന്തമുള്ള ഒരു യുവാവായി. അവിടെയുള്ളവർ വളരെ നാളുകളായി അവിടെയുള്ള സ്ത്രീകളെയും അവ

രുടെ വൃദ്ധനായ യജമാനനെയും മാത്രമാണ് കണ്ടുകൊണ്ടിരുന്നത്. ഇപ്പോൾ അവർക്കുതോന്നി, അവരൊരു മാലാഖയെയാണു കാണുന്ന തെന്ന്. ഒരാൾ കതകിലെ ദ്വാരത്തിലൂടെ അയാളെ കാണുന്നു. പിന്നെ മറ്റൊരാൾ, അങ്ങനെയങ്ങനെ, അവരെല്ലാവരും യുവാവിനെ നന്നായി കണ്ടു. നീഗ്രോ, യുവാവിന്റെ മുമ്പിൽ കൈത്തിരി താഴ്ത്തിയും ഉയർത്തിയും പിടിച്ച് അയാളെ നന്നായി കാണാൻ തരപ്പെടുത്തി. എല്ലാവരും അടിമസ്ത്രീകൾപോലും അയാളെ കണ്ടുകഴിഞ്ഞപ്പോൾ ലോയ്സാ ഗിത്താർ എടുത്ത് അതിവിശിഷ്ടമായ തരത്തിൽ ആ രാത്രിയിൽ അയാൾ പാടി-അവരെല്ലാം ഗാനത്തിൽ അലിഞ്ഞുചേരുംവിധം- പ്രൗഢകളും ബാലികമാരും എല്ലാം. ആ അധ്യാപകൻ വീടിനുള്ളിൽ വരാൻ വേണ്ട ക്രമീകരണം ചെയ്യണമെന്ന് അവരെല്ലാവരുംകൂടി ലൂയിസിനോട് ആവശ്യപ്പെട്ടു. അങ്ങനെ അവർക്ക് അയാളെ ഒരു സെക്സ്റ്റന്റിലൂടെ നോക്കുന്നതു പോലെയല്ലാതെ അടുത്തു കാണാമല്ലോ. മാത്രമല്ല യജമാനൻ പെട്ടെന്ന് വന്ന് അവരെ തൊണ്ടി സഹിതം പിടികൂടാൻ കഴിയുംവിധം അത്രയേറെ അകലത്തിലായിരിക്കാതിരിക്കാനും അതാണു നല്ലത്. അഥവാ യജമാനൻ വന്നാൽത്തന്നെ അകത്താണെങ്കിൽ അയാളെ എവിടെയെങ്കിലും ഒളിപ്പിക്കാമല്ലോ.

അവരുടെ യജമാനത്തി ഇതിനെ അതിശക്തമായി എതിർത്തു. അതൊരിക്കലും പാടില്ല, അയാളൊരിക്കലും അകത്തുവരാൻ പാടില്ല, അതു വലിയ വിഷമമാകും, അവരുടെ കുലീനതയ്ക്ക് ക്ഷതമില്ലാതെ ഇവിടെയിരുന്ന് അയാളെ കേൾക്കാനും കാണാനും കഴിയുമല്ലോ എന്നിങ്ങനെ പറഞ്ഞുകൊണ്ട്.

"എന്തുകുലീനത? ഡ്യൂയെന്ന അതിനെ ശക്തമായി പ്രതിരോധിച്ചു രാജാവിന് അതുമതിയാവോളം ഉണ്ട്. നീ നിന്റെ മെത്തുസേല*യുമായി അടച്ചുപൂട്ടിക്കഴിഞ്ഞോ. ഞങ്ങളെകൊണ്ടുകഴിയുംപോലെ ഞങ്ങളും സന്തോഷിക്കട്ടെ. എന്തായാലും ഈ മാന്യൻ ഏറെ ബഹുമാന്യനായി കാണപ്പെടുന്നു അതിനാൽ നമ്മൾ നൽകാനാഗ്രഹിക്കാത്ത ഒന്നും അയാൾ നമ്മിൽ നിന്നും ആവശ്യപ്പെടുകയില്ല."

ഈ അവസരത്തിൽ ലോയ്സാ പറഞ്ഞു: "എന്റെ മാന്യ വനിതകളെ നിങ്ങളുടെ അസാധാരണമായ ഏകാന്തതയിൽ മനസുനൊന്തും ഈ മതിൽ ക്കെട്ടിനുള്ളിലെ ജീവിതംമൂലം സമയം പാഴാക്കേണ്ടിവരുന്നതിനെക്കുറിച്ചുള്ള ചിന്തയും കൊണ്ട് എന്റെ മുഴുവൻ ഹൃദയത്തോടും ആത്മാവോടും കൂടി നിങ്ങൾക്കു സേവനം ചെയ്യുക എന്ന ലഘുവായ ലക്ഷ്യത്തോടെയാണ് ഞാനിവിടെ വന്നത്. തീർച്ചയായും ഞാനൊരു പാവം നിരുപദ്രവി. നല്ല പ്രകൃതങ്ങളുള്ള ഒരു മനുഷ്യനാണ് ഞാൻ. എന്നോടു പറയുന്നതല്ലാതെ യാതൊന്നും ചെയ്യാത്ത ഒരു വിനീതൻ. നിങ്ങളിലാരെങ്കിലും പാട്ടുകാരാ ഇവിടെ ഇരിക്കൂ, പാട്ടുകാരാ അങ്ങോട്ടു പോകൂ,

* (*ബൈബിൾ* കഥാപാത്രം 965 വയസുവരെ ജീവിച്ചു. കിഴവന്മാരെ സൂചിപ്പിക്കാൻ ഈ പേര് ഉപയോഗിക്കുന്നു)

ഇവിടെ കിടക്കൂ, ഇവിടെ വരൂ എന്നെല്ലാം പറഞ്ഞാലും ഒരു ഇണക്കമുള്ള നായെപ്പോലെ എല്ലാം ചെയ്യും. യാതൊരു സൂത്രപ്പണികളുമില്ലാതെ.''

അങ്ങനെയാണെങ്കിൽ പാവം, ഒന്നുമറിയാത്ത ലിയോനോറ പറഞ്ഞു: ''നിങ്ങൾ അകത്തുവരാൻ ഞങ്ങൾ എങ്ങനെ ക്രമപ്പെടുത്തലുകൾ നടത്തണം?''

''ലോയ്സാ! കൊള്ളാം, ഈ നടുവിലെ കതകിന്റെ താക്കോലിന്റെ മെഴുകുരൂപം ഉണ്ടാക്കാൻ ശ്രമിക്കുക: വേറൊരു താക്കോൽ ഉണ്ടാക്കാൻ ഞാൻ ശ്രമിക്കാം. നാളെ രാത്രിയിൽ നമുക്കത് ഉപയോഗപ്പെടുത്താം.''

''നിങ്ങൾ അതുപോലൊരെണ്ണം നിർമ്മിച്ചു എന്നാൽ ഈ വീട്ടിലെ എല്ലാ മുറികളുടെയും താക്കോൽ നിങ്ങൾ നിർമ്മിച്ചു എന്നർത്ഥം. കാരണം അതു മാസ്റ്റർകീയാണ്''.

ലോയ്സാ: ''അതെല്ലാം നല്ലതിനുവേണ്ടിയാണ്''.

ലിയോനോറ: ''അതു ശരിയാണ്. പക്ഷേ, ഈ മാന്യൻ അകത്തു കട ന്നാൽ അയാൾ ആകെ ചെയ്യുന്നത് ആവശ്യപ്പെടുമ്പോൾ മാത്രം പാടുകയും ഗിത്താർ വായിക്കുകയും ചെയ്യുക എന്നതുമാത്രമെന്നും മറ്റു സമയങ്ങളിൽ നമ്മൾ അയാളെ എവിടെ താമസിപ്പിക്കുമോ അവിടെ അയാൾ നിശ്ശബ്ദമായി അടച്ചുപൂട്ടിക്കഴിയുമെന്നും സത്യം ചെയ്യണം.''

ലോയ്സാ: ഞാൻ അങ്ങനെ സത്യം ചെയ്യാം.

''ആ സത്യം ചെയ്യൽ അർഥമില്ലാത്തതാണ്'' ലിയോനോറ പറഞ്ഞു: ''നിങ്ങളുടെ പിതാവിന്റെ ജീവനെക്കൊണ്ടും കുരിശിനെകൊണ്ടും -കുരിശിനെ ചുംബിച്ചുകൊണ്ട് ഞങ്ങൾക്കെല്ലാവർക്കും കാണാവുന്ന വിധത്തിൽ സത്യംചെയ്യണം.'' എന്റെ പിതാവിന്റെ ജീവനെ കൊണ്ടു ഞാൻ സത്യം ചെയ്യുന്നു. ലോയ്സാ പറഞ്ഞു: ഈ കുരിശടയാളത്തിൽ എന്റെ അശുദ്ധമായ അധരങ്ങൾകൊണ്ട് ചുംബിച്ചു ഞാൻ സത്യം ചെയ്യുന്നു. രണ്ടു വിരലുകൾ കുരിശുപോലെയാക്കി അതിൽ അയാൾ മൂന്നു പ്രാവശ്യം ചുംബിച്ചു. ഇതു കഴിഞ്ഞപ്പോൾ മറ്റൊരുസ്ത്രീ ''നിങ്ങൾ ആ പൊടിയുടെകാര്യം മറക്കാതിരിക്കാൻ നോക്കണം. കാരണം അതു തീർച്ചയായും അത്യാവശ്യമാണ്.'' എന്നുപറഞ്ഞു.

ഇതോടെ അന്നുരാത്രിയിലെ സംഭാഷണം അവസാനിച്ചു അന്നത്തെ ക്രമീകരണങ്ങൾ എല്ലാവർക്കും സന്തോഷകരമായി. ലോയ്സായുടെ ഇടപാടുകളെ ഒരു ശുഭമായ അവസാനത്തിലേക്ക് നയിക്കുന്ന ഭാഗ്യദേവത, വെളുപ്പാൻകാലം രണ്ടുമണിയായ ആ സമയത്ത് അയാളുടെ സുഹൃത്തുക്കളെ തെരുവിലൂടെ കൊണ്ടുവന്നു. അവർ പതിവായ അടയാള ശബ്ദം കേൾപ്പിച്ചു. ഒരു യഹൂദന്റെ ഹാർപിന്റെ ശബ്ദമായിരുന്നു അത്. കാര്യങ്ങൾ എങ്ങനെയൊക്കെയെന്ന് ലോയ്സാ അവരെ അറിയിച്ചു. കാരിദ്സാലെസിനെ ഉറക്കാനുള്ള പൊടി അഥവാ അതുപോലുള്ള എന്തെങ്കിലും കൊണ്ടുവന്നോ എന്ന് അയാൾ ചോദിച്ചു. മാസ്റ്റർ കീയുടെ കാര്യവും അയാൾ പറഞ്ഞു. പൊടി അഥവാ ലേപനം അടുത്തരാത്രിയിൽ കൊണ്ടുവരുമെന്നും, അതു വളരെ ഫലപ്രദമാണെന്നും-കൈക്കുഴയിലും

നെറ്റിയുടെ വശങ്ങളിലും അതു ഉരസിപ്പിടിച്ചാൽ അതിഗാഢമായ ഉറക്കമുണ്ടാക്കുമെന്നും മരുന്നു പുരട്ടിയ ഭാഗങ്ങൾ വിനാഗിരി കൊണ്ടു കഴുകുന്നില്ലെങ്കിൽ രണ്ടുദിവസത്തേക്ക് അയാൾ ഉണരുകയേ ഇല്ലെന്നും അവർ പറഞ്ഞു. മാസ്റ്റർകീയുടെ മെഴുകുരൂപവും അവർ ആവശ്യപ്പെട്ടു. അതു കിട്ടിയാലുടൻ വളരെ എളുപ്പത്തിൽ താക്കോലുണ്ടാക്കാമെന്നും അവർ പറഞ്ഞു. അവർ പിരിഞ്ഞു. ലോയ്സായും ശിഷ്യനും രാത്രിയുടെ ശേഷിക്കുന്ന സമയം ഉറങ്ങി. അടുത്ത രാത്രി വരണമേ എന്ന ആഗ്രഹമേ ലോയ്സായ്ക്കുണ്ടായിരുന്നുള്ളു. ഈ താക്കോലിന്റെ കാര്യത്തിൽ അവർ പറഞ്ഞതു നടക്കുമോ എന്നറിയണം. കാത്തിരിക്കുന്നവർക്ക് സമയം വളരെ സാവധാനവും വിരസവുമാണെങ്കിലും അവസാനത്തിൽ അത് കാത്തിരുന്നവന്റെ ചിന്തയ്ക്കൊപ്പമെത്തുകയും ആഗ്രഹിച്ചിരുന്ന പര്യവസാനം വന്നെത്തുകയും ചെയ്യുന്നു. കാരണം സമയം ഒരിക്കലും നിശ്ചലമല്ല.

അങ്ങനെ രാത്രിയെത്തി. പതിവായി അവർ കറങ്ങുന്ന ആ വാതിൽക്കലെത്തുന്ന സമയവുമായി. അവിടെ ആ വീട്ടിലെ മുഴുവൻ പരിചാരികമാരും പ്രായമായവരും ചെറുപ്പക്കാരും കറുത്തവരും വെളുത്തവരും എല്ലാം വന്നെത്തി. കാരണം ഗായകനെ അവരുടെ അന്തപുരത്തിൽവെച്ചു കാണാൻ അവർ ആഗ്രഹിച്ചു. പക്ഷേ ലിയോനോറ വന്നിട്ടില്ല. ലോയ്സാ കാരണമന്വേഷിച്ചു. അവൾ ഭർത്താവിന്റെകൂടെ കിടക്കയിലാണെന്നു മറുപടി കിട്ടി. അവളുടെ ഭർത്താവ് അവർ കിടക്കുന്ന മുറി അടച്ചു പൂട്ടി. എന്നിട്ട് താക്കോൽ അയാളുടെ തലയിണയുടെ അടിയിൽ വച്ചിരിക്കുകയാണ്. അവരുടെ യജമാനത്തി തന്റെ ഭർത്താവ് നല്ല ഉറക്കമാകുമ്പോൾ താക്കോലെടുത്തു അതിന്റെ പകർപ്പ് മെഴുകിൽ പകർത്തിയെടുക്കാമെന്നു പറഞ്ഞിട്ടുണ്ടെന്നും, അവർ ഇപ്പോൾതന്നെ മെഴുകു പതം വരുത്തി തയ്യാറാക്കി വെച്ചിരിക്കുകയാണെന്നും അധികം താമസിയാതെ അവർ പോയി മുറിയിൽ പൂച്ചയ്ക്കു കടക്കാനായിട്ടുള്ള ദ്വാരത്തിലൂടെ അതു വാങ്ങിയെടുക്കാമെന്നും അയാളോടു പറഞ്ഞു.

ആ വയസന്റെ മുൻ കരുതലിൽ ലോയ്സാ അതിശയിച്ചു. പക്ഷേ അയാൾ ഭഗ്നാശനായില്ല. ആ സമയത്ത് ഹാർപ് ശബ്ദം അയാൾ കേട്ടു. വാതിൽക്കൽ ചെന്നു. തന്റെ സുഹൃത്തുക്കളുമായി ബന്ധപ്പെട്ടു. നേരെത്തെ അവർ പറഞ്ഞിരുന്ന ലേപനമടങ്ങിയ ഒരു ചെറിയപാത്രം അവർ കൊടുത്തു ലോയ്സാ അവരോട് അൽപ്പം നിൽക്കാനും ഉടനെതന്നെ മാസ്റ്റർ കീ കൈ മാറാമെന്നും പറഞ്ഞു. അയാൾ തിരികെ കറങ്ങുന്ന വാതിൽക്കൽ വന്നു. താൻ അകത്തുചെല്ലണമെന്നു ഏറ്റവും കൂടുതൽ ആഗ്രഹിക്കുന്ന ഡ്യൂയെന്നയോട് ആ ലേപനം ലിയോനോറയുടെ കയ്യിലേൽപ്പിക്കാൻ പറഞ്ഞു. ലേപനം എങ്ങനെയാണു പ്രവർത്തിക്കുകയെന്നും അവളുടെ ഭർത്താവിന്റെ ശരീരത്തിൽ അയാൾക്കു മനസിലാകാത്ത വിധം പുരട്ടണമെന്നും സംഭവിക്കാൻ പോകുന്നതു കാണുമ്പോൾ അവൾ അത്ഭുതപ്പെടുമെന്നും പറഞ്ഞു. ഡ്യൂയെന്ന ലേപനവുമായി

ചെന്ന് തറയോടു ചേർന്നുള്ള ദ്വാരത്തിലൂടെ നോക്കുമ്പോൾ ലിയോനോറ തറയിൽ തന്നെ പ്രതീക്ഷിച്ചുകിടക്കുകയാണ്, അവളുടെ ചെവി ആ ദ്വാരത്തിനു നേരെയാക്കിക്കൊണ്ട്. ഡ്യൂയെന്ന ദ്വാരത്തിനടുത്തെത്തി ലിയോനോറയേപ്പോലെ തന്നെ തറയിൽ കിടന്ന് ദ്വാരത്തിലൂടെ അവളുടെ ചെവിയിലേക്ക്, തന്റെ കൈവശം ലേപനമുണ്ടെന്നും എങ്ങനെയാണതു പ്രവർത്തിക്കുന്നതെന്നുമുള്ള വിവരങ്ങൾ മന്ത്രിച്ചു. ലിയോനോറ ലേപനം സ്വീകരിച്ചു. താക്കോലെടുക്കാൻ തനിക്കു കഴിയാത്ത സാഹചര്യം വിശദീകരിച്ചു. പതിവായി ചെയ്യുന്നതുപോലെ തലയിണയുടെ അടിയിലല്ല താക്കോൽ വച്ചിരിക്കുന്നത്. രണ്ടു കിടക്കകളുടെയും ഇടയിൽ അയാളുടെ ശരീരത്തിന്റെ മധ്യഭാഗത്തിനടിയിലായാണ്. ലേപനം ഫലപ്രദമായാൽ അധ്യാപകൻ പറഞ്ഞതുപോലെ എപ്പോൾ വേണമെങ്കിലും താക്കോൽ എളുപ്പത്തിൽ കിട്ടുമല്ലോ. അതിനാൽ അതിന്റെ മെഴുകുപകർപ്പെടുക്കേണ്ട ആവശ്യമില്ലല്ലോ. ഉടനെ ചെന്ന് അയാളോട് ഈ വിവരം പറയാൻ ഡ്യൂയന്നയോട് ആവശ്യപ്പെട്ടു. ഇപ്പോൾ തന്നെ ലേപനം ഭർത്താവിന്റെ ശരീരത്തിൽ തേയ്ക്കാൻ പോവുകയാണെന്നും ലേപനം ഫലപ്രദമോയെന്ന് ഉടനെ തന്നെ തിരികെവന്നു മനസിലാക്കണമെന്നും അവൾ ഡ്യൂയെന്നയോടു പറഞ്ഞു.

ഡ്യൂയെന്നാ മടങ്ങിവന്ന് ലോയ്സയെ വിവരമെല്ലാമറിയിച്ചു. താക്കോലിന്റെ മെഴുകുപകർപ്പിനായി കാത്തുനിന്ന സ്നേഹിതരെ അയാൾ പറഞ്ഞയച്ചു. വിറയലോടെ, സാവകാശമായി, ശ്വാസമടക്കിപ്പിടിച്ച് ലിയോനോറ അവളുടെ സംശയക്കാരൻ ഭർത്താവിന്റെ കൈകളുടെ മണി ബന്ധത്തിലും നാസ്വാദ്വാരങ്ങളിലും ലേപനം പൂശി. ഭർത്താവ് ഒന്നു ഞടുങ്ങിയെന്നു അവൾക്കു തോന്നി. കൈയോടെ പിടിക്കപ്പെടുമെന്നു കരുതി അവൾ ഭയന്നു. എന്നാൽ തന്നെക്കൊണ്ടു കഴിയുംവിധം അവർ പറഞ്ഞിരുന്ന സ്ഥലങ്ങളിലെല്ലാം അവൾ ലേപനം പൂശി-ശവസംസ്കാരത്തിന് അയാളെ സുഗന്ധ തൈലംകൊണ്ട് പൂശുംപോലെ അവൾ ലേപനം പുരട്ടി.

ആ അവിൻലേഹ്യം ഫലപ്രദമെന്ന് അതിവേഗം വെളിവായി. കിളവൻ തെരുവിലോളം കേൾക്കാവുന്ന വിധത്തിൽ കൂർക്കം വലിക്കാൻ തുടങ്ങി. അതു നീഗ്രോയ്ക്കു വേണ്ടി അയാളുടെ അധ്യാപകൻ ഗിത്താർ വായിച്ച രാഗത്തെക്കാൾ ആസ്വാദ്യകരമായ രാഗമായി കിളവന്റെ ഭാര്യയുടെ ചെവികൾക്ക്. തന്റെ കണ്ണുകളെ അപ്പോഴും വിശ്വസിക്കാൻ കഴിയാതെ അവൾ അയാളുടെ അടുത്തു ചെന്ന് അയാളെ അൽപ്പമൊന്നു കുലുക്കി; പിന്നെയൊരൽപ്പം കൂടി ശക്തിയിൽ; പിന്നെ കുറെക്കൂടി ശക്തിയായി, അയാൾ ഉണർന്നിരിക്കയാണോ എന്നറിയാൻ. അയാളെ ഉണർത്താതെ അയാളെ കുറച്ചു തള്ളിമാറ്റി. ഇതു കഴിഞ്ഞ ഉടനെ അവൾ കതകിനടിവശത്തെ ദ്വാരത്തിനടുത്തേയ്ക്കു പോയി പഴയതുപോലെ യത്രയും പതുക്കെയല്ലാതെ അവൾ ഡ്യൂയെന്നയെ വിളിച്ചു. ഡ്യൂയെന്ന വാതിൽക്കൽ കാത്തുനിൽക്കുകയായിരുന്നു. ലിയോനോറ അവളോടു

പറഞ്ഞു; "അത്ഭുതകരമായ വാർത്ത എന്റെ സോദരീ കാരിദ് സാലസ് ഒരു ശവംപോലെ ഉറങ്ങുന്നു."

"പിന്നെ താക്കോലെടുക്കാൻ എന്തിനാണു കാത്തുനില്ക്കുന്നത് മാഡം? ഗായകൻ ഒരുമണിക്കൂറിലധികമായി അതിനുവേണ്ടി കാത്തിരിക്കുകയാണ്."

"നിൽക്ക്, സോദരീ, ഞാൻ പോയി അതെടുക്കാം" ലിയോനോറ മറുപടി പറഞ്ഞു.

അവൾ തിരികെ കിടക്കയുടെയടുത്തെത്തി മെത്തകളുടെ ഇടയിൽ കൈയിട്ട് വൃദ്ധൻ അറിയാതെ ആ താക്കോലെടുത്തു. അതു കൈകളിലെടുത്ത് അവൾ സന്തോഷംകൊണ്ടു തുള്ളിച്ചാടി. കൂടുതലൊന്നും പറയാതെ കതകുതുറന്ന് താക്കോൽ ഡ്യൂയന്നയുടെ കയ്യിൽ കൊടുത്തു. അതിസന്തോഷത്തോടെ ഡ്യൂയെന്ന അതുവാങ്ങി. ചെന്ന് വാതിൽ തുറന്ന് ഗായകനെ ഗാലറിയിലേക്കു കൊണ്ടുവരാൻ അവൾ ഡ്യൂയെന്നയ്ക്കു ആജ്ഞനൽകി. കാരണം എന്തു സംഭവിക്കുമെന്ന ഭയംകൊണ്ട് അവൾ അവിടെനിന്നും നീങ്ങാൻ തുനിഞ്ഞില്ല. ഒരു കാര്യം അവൾ നിർബന്ധമായി പറഞ്ഞു. ഗായകൻ അയാളുടെ സത്യപ്രതിജ്ഞ ആവർത്തിക്കണം. അവർ ആവശ്യപ്പെടുന്ന തല്ലാതെ മറ്റൊന്നും ചെയ്യാൻ പാടില്ല. സത്യപ്രതിജ്ഞ സ്ഥിരീകരിക്കാൻ അയാൾ തയാറല്ലെങ്കിൽ യാതൊരു കാരണത്താലും അയാൾക്കുവേണ്ടി വാതിൽ തുറന്നുകൊടുക്കാൻ പാടില്ല.

"ഡ്യൂയെന്നാ, ഞാനങ്ങനെ ചെയ്യാം. അയാൾ സത്യം ചെയ്യുകയും ആറു പ്രാവശ്യം കുരിശുമുത്തി വീണ്ടും സത്യം ചെയ്യുകയും ചെയ്തല്ലാതെ അയാൾ അകത്തു കടക്കുകയില്ല".

ലിയോനോറ: "അത്രയേറെ മുറുകെപിടിക്കേണ്ട. അയാൾക്കിഷ്ടമുള്ളത്രയും തവണ അയാൾ അതിനെ മുത്തട്ടെ. എന്നാൽ അയാളുടെ അച്ഛന്റെയും അമ്മയുടെയും ജീവനെപ്രതിയും അയാൾ ഏറ്റവും കൂടുതൽ സ്നേഹിക്കുന്ന എല്ലാറ്റിന്റെയും പേരിലും അയാൾ സത്യം ചെയ്യണം. അപ്പോൾ നമുക്കു തീർച്ചയാകും. അയാൾ പാടുന്നതും ഗിറ്റാർ വായിക്കുന്നതും തൃപ്തി വരുവോളം നമ്മൾ കേൾക്കും. കാരണം ഇതു രണ്ടും അയാൾ ഭംഗിയായി ചെയ്യും. ഇപ്പോൾ പോവുക. ഒട്ടും താമസിക്കരുത്. രാത്രി മുഴുവൻ സംസാരിച്ചിരുന്നു സമയം കളയാൻ നമ്മൾ ആഗ്രഹിക്കുന്നില്ല."

ആ നല്ലവളായ ഡ്യൂയെന്ന അവളുടെ പാവാടയുടെ അഗ്രം പൊക്കിപ്പിടിച്ച് അവൾക്കാവുന്നത്രയും അതിവേഗം ആ കറങ്ങുന്ന വാതിലിനടുത്തെത്തി. അവിടെ ആ വീട്ടിലുള്ളവരെല്ലാം അവൾക്കുവേണ്ടി കാത്തുനിൽക്കുകയായിരുന്നു. അവൾ കൊണ്ടുവന്ന താക്കോൽ അവൾ ഉയർത്തിക്കാണിച്ചു. അവരെല്ലാം അതിയായി ആഹ്ലാദിച്ചു അവളെ അവർ കൈകളിൽ തോളോളം ഉയർത്തി ഹൂറാ ഹൂറാ എന്നാർത്തു. താക്കോലിന്റെ പകർപ്പെടുക്കേണ്ട ആവശ്യമില്ലെന്നും കിളവൻ ലേപനൗഷധത്തിന്റെ ശക്തിയിൽ ഗാഢമായ ഉറക്കത്തിലായതിനാൽ എപ്പോൾ വേണ

മെങ്കിലും വീടിന്റെ താക്കോൽ ഇനിയും ഉപയോഗിക്കാമെന്നുംകൂടി അവൾ പറഞ്ഞപ്പോൾ അവരുടെ സന്തോഷം അത്യധികമായി വർദ്ധിച്ചു.

"എന്നാലാകട്ടെ എന്റെ പ്രൗഢയായ സുഹൃത്തേ" ഒരു വനിത പറഞ്ഞു. "വാതിൽ തുറക്കുക, ആ മാന്യൻ അകത്തുവരട്ടെ, എത്ര സമയമായി അയാൾ കാത്തുനിൽക്കുന്നു. കൂടുതൽ താമസിക്കാതെ നമുക്കൊരൽപ്പം സംഗീതം ആസ്വദിക്കാം!!"

ഡ്യൂയെന്ന മറുപടി പറഞ്ഞു: "പക്ഷേ ഒരൽപ്പം കൂടി താമസമുണ്ടാകും. കഴിഞ്ഞ രാത്രിയിലെപ്പോലെ അയാൾ സത്യം ചെയ്യണം."

ഒരടിമപ്പെണ്ണു പറഞ്ഞു: "അയാളൊരു നല്ലവനാണ് സത്യം ചെയ്യുന്നതിൽ അയാൾക്കു മനഃശല്യം ഒന്നും ഇല്ല."

ഡ്യൂയെന്ന കതകു തുറന്നു. കതക് അൽപ്പം തുറന്നുപിടിച്ചുകൊണ്ട് അവൾ ലോയ്സയെ വിളിച്ചു. അയാളാകട്ടെ ഇവർ പറഞ്ഞതെല്ലാം കതകിലെ ദ്വാരത്തിലൂടെ കേട്ടുകഴിഞ്ഞിരുന്നു. അയാൾ വാതിൽക്കൽ വന്ന് നേരെ അകത്തേയ്ക്കു പോകാനൊരുങ്ങി. പക്ഷേ ഡ്യൂയെന്ന അയാളുടെ മാറത്തു കൈവച്ചു കൊണ്ട് അയാളോടു പറഞ്ഞു: "ബഹു മാന്യനേ, നിങ്ങൾ ഒരു കാര്യം മനസിലാക്കണം. ദൈവത്താലും എന്റെ മനഃസാക്ഷിയാലും എന്റെ യജമാനത്തി ഒഴികെ ഈ ഭവനത്തിലുള്ള വരെല്ലാം കന്യകമാരാണ്. നമ്മൾക്കൊക്ക ജന്മം തന്ന നമ്മുടെ അമ്മമാരെപോലെ. മുപ്പതുവയസാകാൻ ഇനിയും രണ്ടരമാസം കൂടി വേണ്ടിയിരിക്കുന്ന ഇപ്പോൾ നാൽപ്പതുവയസു തോന്നിക്കുന്ന, ഞാനും അങ്ങനെതന്നെ - എന്റെ തിന്മകൾ കൊണ്ട് ഞാൻ വൃദ്ധയായി കാണപ്പെടുന്നെങ്കിൽ അതിനു കാരണം- ജീവിതത്തിലെ തകർച്ചകളും അധ്വാനവും ദുരിതങ്ങളും നമ്മുടെ മേൽ വർഷങ്ങൾ കൂട്ടിവയ്ക്കുന്നതുകൊണ്ടാണ്. കാര്യങ്ങൾ ഇങ്ങനെയായിരിക്കെ രണ്ടോ മൂന്നോ നാലോ പാട്ടുകൾ കേൾക്കുന്നതിനു പകരമായി ഇവിടെ അടച്ചു ബന്ധിക്കപ്പെട്ടിരിക്കുന്ന ഞങ്ങളുടെ കന്യകാത്വം നഷ്ടപ്പെടുന്നതു ശരിയല്ല. കാരണം ഗ്വയിമോർ എന്ന പേരുള്ള ഈ നീഗ്രോപ്പെണ്ണുപോലും ഒരു കന്യകയാണ്. അതു കൊണ്ട്, പ്രിയ സാർ, ഞങ്ങളുടെ പ്രദേശത്തേക്ക് നിങ്ങൾ കടക്കുന്ന തിനുമുമ്പ് ആചാരവിധിപ്രകാരമായ ഒരു സത്യപ്രതിജ്ഞ നിർവഹിക്കണം, അതായത് ഞങ്ങൾ ആജ്ഞാപിക്കുന്നതല്ലാത്ത യാതൊന്നും നിങ്ങൾ ചെയ്യുകയില്ലെന്ന്. ഇതു കൂടുതൽ ചോദിച്ചറിയേണ്ടതാണെന്ന് നിങ്ങൾ ചിന്തിക്കുന്നെങ്കിൽ നിങ്ങൾ മനസിൽ കരുതണം. അതിനേക്കാൾ കൂടുതൽ അപകടസാധ്യതയുള്ളതാണ് ഞങ്ങൾ ചെയ്യുന്നത്. നല്ല ഉദ്ദേശ്യത്തോടെയാണ് നിങ്ങൾ വന്നിരിക്കുന്നതെങ്കിൽ സത്യപ്രതിജ്ഞ ചെയ്യാൻ വളരെ വിഷമിക്കുകയില്ല. നന്നായി നൽകുന്നവൻ വാഗ്ദാനങ്ങൾ നല്കാൻ മടിക്കുകയില്ലല്ലോ."

"സിഞ്ഞോറാ മരിയാ ലോൻസോ പറഞ്ഞതു ശരിയാണ്. മുഴുവനും ശരിയാണ്." വനിതകളിലൊരാൾ പറഞ്ഞു. ഒരാൾ ആയിരിക്കേണ്ടയത്ര

യും വകതിരിവുള്ള ഒരാളിൽനിന്നും പ്രതീക്ഷിക്കാവുന്നതാണിത്. സത്യ പ്രതിജ്ഞ ചെയ്യാൻ വിമുഖനെങ്കിൽ അങ്ങ് അകത്തേക്ക് വരേണ്ടതില്ല .

ഇത്രയുമായപ്പോൾ ഗ്വയിമോർ എന്ന നീഗ്രോ പെൺകുട്ടി - അവൾക്കു ഭാഷ അത്ര വഴങ്ങുകയില്ലെങ്കിലും - പറഞ്ഞു, "എനിക്ക് - സത്യം ചെയ്യട്ടെ, ചെയ്യാതിരിക്കട്ടെ, അയാൾ അകത്തുവരട്ടെ, എല്ലാ തിന്മകളോടും കൂടെ. അയാൾ സത്യം ചെയ്താലും നിങ്ങൾ ഇവിടെയുള്ളപ്പോൾ അയാൾ അതെല്ലാം മറക്കും"

ലോയ്സാ, മരിയലോൻസോയുടെ ദീർഘഭാഷണം ശാന്തമായി ശ്രദ്ധിച്ചു. തികഞ്ഞ, ഗൗരവത്തോടെയും ആചാരനുഷ്ഠാന വിധിപ്രകാരവും താഴെ കാണുംപ്രകാരം മറുപടി പറഞ്ഞു: "എന്റെ സഹോദരിമാരെ, സഹപ്രവർത്തകരെ, എനിക്കു കഴിയുന്ന എല്ലാ കാര്യങ്ങളിലും നിങ്ങൾക്കു സന്തോഷം നൽകുകയെന്നതല്ലാതെ മറ്റൊരു ഉദ്ദേശ്യവും എനിക്കില്ലായിരുന്നു. ഇനിയുണ്ടാവുകയുമില്ല. അതുകൊണ്ട് നിങ്ങൾ ഇപ്പോൾ ആവശ്യപ്പെടുന്ന സത്യപ്രതിജ്ഞയുടെ കാര്യത്തിൽ, ഞാൻ അത്ര കാര്യമാക്കുന്നില്ല. എന്നാൽ എന്റെ വാക്കുകളിൽ അൽപ്പം വിശ്വാസമർപ്പിക്കണം. എന്നെപ്പോലെ ഒരാളിന്റെ വാക്ക് ഒരു ഉടമ്പടി മൂലം ബന്ധിക്കപ്പെടുന്നതിനു സമമാണ്. കാരണം നിങ്ങൾ മനസിലാക്കിയിരിക്കേണ്ട ഒരു കാര്യമുണ്ട്, പരുക്കൻ തുണിക്കടിയിൽ എന്തെങ്കിലും കാര്യമായതു കാണും. ഒരു പറിഞ്ഞ വസ്ത്രത്തിനടിയിലോ സാധാരണയായി ഒരു കുടിയനായിരിക്കും. അതുകൊണ്ട് എന്റെ നല്ല ഉദ്ദേശ്യങ്ങളെ കുറിച്ച് നിങ്ങൾക്ക് തീർച്ചയുണ്ടായിരിക്കണം. ഒരു കത്തോലിക്കനെപ്പോലെയും ഒരഭിമാനമുള്ള മനുഷ്യനെപ്പോലെയും സത്യപ്രതിജ്ഞ ചെയ്യാനാണ് ഞാൻ തീരുമാനിച്ചിരിക്കുന്നത്. അതുകൊണ്ട്, ഞാനിതാ അനുഷ്ഠാന വിധിപ്രകാരം സത്യം ചെയ്യുന്നു - അകളങ്കിതമായ നന്മയുടെയും വിശുദ്ധ ലബനൻ പർവതത്തിലെ മലയിടുക്കുകളുടെയും കാറൽമാൻ ചക്രവർത്തിയുടെ ജീവിത ചരിത്രത്തിന്റെ മുഖവുരയിലുള്ള ഫിയറാബ്രാസ് എന്ന രാക്ഷസന്റെ മരണമുൾപ്പെടെയുള്ള എല്ലാത്തിന്റെയും പേരിൽ ഞാൻ ശപഥം ചെയ്യുന്നു ഈ പ്രതിജ്ഞയിൽ നിന്നുമോ ഇവിടെയുള്ള മഹതികളിൽ ഏറ്റവും ഒടുവിലത്തേതും ഏറ്റവും എളിയവളുമായ ആളിന്റെ പോലും ആജ്ഞയിൽ നിന്നുമോ ഒരു കാലത്തും പിന്നോക്കം പോകുകയില്ലെന്നും, അഥവാ അങ്ങനെ സംഭവിച്ചാൽ അതായത് മറ്റൊരു വിധത്തിൽ ഞാൻ പ്രവർത്തിക്കുകയോ പ്രവർത്തിക്കാനാഗ്രഹിക്കുകയോ ചെയ്താൽ അക്കാരണത്താലും അപ്പോൾ മുതലും ഇപ്പോൾ വരെയും അവയെല്ലാം അസാധുവും യാതൊരു വിലയോ ഫലമോ ഇല്ലാത്തതും ആയിരിക്കുമെന്ന് ഞാൻ ഇപ്പോൾ ഇതാ പ്രഖ്യാപിക്കുന്നു.

നമ്മുടെ നല്ലവനായ ലോയ്സായുടെ പ്രതിജ്ഞ ഈ ഘട്ടത്തിലെത്തിയപ്പോൾ വളരെ ശ്രദ്ധയോടെ അയാളെ ശ്രവിച്ചുകൊണ്ടിരുന്ന ഒരുവൾ വിളിച്ചു പറഞ്ഞു. "കല്ലുകളെ തന്നെ ചലിപ്പിക്കുന്ന ഒരു പ്രതിജ്ഞയാണിത്. പ്രതിജ്ഞ ഇനിയും തുടരാൻ ഞാൻ ആവശ്യപ്പെട്ടാൽ അത്

ദൈവം വിലക്കട്ടെ. കാരണം ഇപ്പോൾ നിങ്ങൾ ശപഥം ചെയ്തതു കൊണ്ടുതന്നെ നിങ്ങൾ കാബ്രായുടെ ഗുഹയിലേക്കുതന്നെ പോകും.'' അയാളുടെ കാൽശരായിൽ പിടിച്ചു വലിച്ച് അവൾ അയാളെ മുറിക്കുള്ളിൽ കയറ്റി. എല്ലാവരും അയാളുടെ ചുറ്റും വട്ടം കൂടി. ഒരാൾ പോയി അവരുടെ യജമാനത്തിയെ അറിയിച്ചു. അവളോ, അവളുടെ ഉറങ്ങുന്ന ഭർത്താവിനു കാവൽ നിൽക്കുകയായിരുന്നു. ഗായകൻ അകത്തുകടന്നു എന്ന വിവരം അറിഞ്ഞതോടെ ലിയോനോറ ആഹ്ലാദവതിയായി-അതോടൊപ്പം അവൾ ആകെ അങ്കലാപ്പിലുമായി. സത്യപ്രതിജ്ഞ നടത്തിയോ എന്നവൾ അന്വേഷിച്ചു വിവരം പറയാൻ വന്നവൾ അയാൾ സത്യ പ്രതിജ്ഞ നിർവഹിച്ചുവെന്നും, ഇതുവരെ താൻ കേട്ടിട്ടില്ലാത്ത പുതിയ രീതിയിലാണ് സത്യപ്രതിജ്ഞ ചെയ്തതെന്നും ലിയോനോറയെ അറിയിച്ചു.

അയാൾ സത്യപ്രതിജ്ഞ നടത്തിയെങ്കിൽ അയാൾ നമ്മൾ പറയുന്നതുപോലെ ചെയ്യും. അയാളെക്കൊണ്ടു സത്യപ്രതിജ്ഞ ചെയ്യിച്ചതിലൂടെ ഞാൻ എത്ര ബുദ്ധിപൂർവം പെരുമാറി എന്നായിരുന്നു ലിയോനോറയുടെ പ്രതികരണം.

ഈ സമയത്ത് അവരെല്ലാവരും ഗായകനെ മധ്യത്തിൽ നിറുത്തി അവിടേയ്ക്കുവന്നു. ഷണ്ഡൻ നീഗ്രോയും നീഗ്രോപ്പെണ്ണ് ഗ്വയിമോറും വെളിച്ചം കാണിച്ചുകൊടുത്തു. ലിയോനോറയെ കണ്ടപാടെ ലോയ്സാ സ്വയം എടുത്തെറിയുംപോലെ അവളുടെ കാൽക്കൽവീണു - അവളുടെ കൈകൾ ചുംബിക്കുന്നതിനുംകൂടി. അവൾ നിശ്ശബ്ദമായി അയാളോട് എഴുന്നേൽക്കാൻ ആഗ്യം കാട്ടി. മറ്റുള്ളവരൊന്നും ഒരക്ഷരവും ഉരിയാടിയില്ല. തങ്ങളുടെ യജമാനൻ അവർ പറയുന്നതു കേൾക്കുമോ എന്ന് വിചാരിച്ചാണ് അവർ മിണ്ടാൻപോലും തുനിയാഞ്ഞത്. ലോയ്സ ഇതു കണ്ടപ്പോൾ യാതൊരു ഭയവും കൂടാതെ ഉച്ചത്തിൽ സംസാരിച്ചുകൊള്ളുവാൻ അവരോട് പറഞ്ഞു. അവരുടെ യജമാനനെ അഭിഷേകം ചെയ്തിരിക്കുന്ന ലേപനം വളരെ ശക്തമാണ്. ജീവനെടുക്കാതെ ഒരുവനെ ശവത്തെപ്പോലെയാക്കാനും മാത്രം.

''എനിക്കത് വിശ്വസിക്കാൻ കഴിയും.'' ലിയോനോറ പറഞ്ഞു. അല്ലായിരുന്നെങ്കിൽ ഇപ്പോൾ അദ്ദേഹം ഒരു ഇരുപതുപ്രാവശ്യമെങ്കിലും ഉണർന്നെഴുന്നേറ്റേനെ. അത്ര ലഘുവായാണ് അദ്ദേഹം ഉറങ്ങുക, അദ്ദേഹത്തിന്റെ പലവിധ അസുഖങ്ങൾ കാരണം. ഞാൻ ലേപനം പൂശിയശേഷം ഒരു മൃഗത്തെപ്പോലെ അദ്ദേഹം കൂർക്കം വലിക്കുകയാണ്.''

''എങ്കിൽ നമുക്ക് ആ എതിർവശത്തുള്ള മുറിയിലേക്കുപോകാം. ആദ്യം നമുക്കൽപ്പം പാട്ട് കേട്ട് സന്തോഷിക്കാം'' ഡ്യൂയെന്ന പറഞ്ഞു.

''നമുക്കു പോകാം. എന്നാൽ ഗ്വയിമോർ ഇവിടെ നിൽക്കട്ടെ കാവലായി. കാരിദ്സാലസ് ഉണർന്നാൽ അവൾ നമ്മളേ വിവരം അറിയിക്കും'' ലിയാനോറാ പറഞ്ഞു.

ഗ്വയ്മോറിനതു പിടിച്ചില്ല. അവൾ പറഞ്ഞു: “ഞാൻ കറുത്തപെണ്ണ്. ഇവിടെ നിൽക്കട്ടെ. വെളുത്ത പെണ്ണുങ്ങൾ പോകുന്നു. ദൈവം നമ്മളോടെല്ലാം ക്ഷമിക്കട്ടെ”.

നീഗ്രോ പെൺകുട്ടി അവിടെ നിന്നു. മറ്റുള്ളവർ സ്വീകരണമുറിയിലേക്കും. അവിടെ നല്ല ഒരു വേദി (ഡയസ്) ഉണ്ടായിരുന്നു. മാന്യനായ ചെറുപ്പക്കാരനെ അതിന്റെ മധ്യത്തിൽ ആക്കിയിട്ട് അവരെല്ലാവരും ഇരുന്നു. നല്ലവളായ മരിയലോൻസോ ഒരു മെഴുകുതിരിയെടുത്ത് ആ വെളിച്ചത്തിൽ സുന്ദരനായ ആ ഗായകനെ അടിമുടി നോക്കിക്കാണാൻ തുടങ്ങി. ഒരുവൾ പറഞ്ഞു: “എന്തു മനോഹരമായി വെട്ടിയൊരുക്കിയ മുടിയാണിയാൾക്ക്. സുന്ദരവും ചുരുണ്ടതും എത്രമാത്രം വെളുത്ത പല്ലുകൾ! ഒരു പൈൻ പരിപ്പു പോലും ഇത്ര വെളുത്തതായും സുന്ദരമായും നിങ്ങൾ ഒരിടത്തും കാണില്ല.” ഇതുമറ്റൊരുവളുടെ അഭിപ്രായം. എന്തൊരു കണ്ണുകൾ നല്ല തെളിവാർന്ന നിറമിഴികൾ! അവ എത്രമാത്രം ഹരിത നിറമെന്നു നോക്കുക. മരതകം പോലെ! വേറൊരുവൾ പറഞ്ഞതാണിത്. ഒരാൾ അയാളുടെ വായുടെ സൗന്ദര്യം പുകഴ്ത്തി. പിന്നെയൊരാൾ അയാളുടെ പാദങ്ങളെ. അവിടെ കൂടിയിരുന്ന വരെല്ലാവരും കൂടി അയാളെക്കുറിച്ച് വിശദമായ ഒരു പഠനം നടത്തി.

ലിയോനോറ മാത്രം നിശ്ശബ്ദയായിരുന്നു അവൾ അയാളെ സസൂക്ഷ്മം വീക്ഷിച്ചു. തന്റെ ഭർത്താവിനെക്കാൾ, കാണാൻ അഴകുള്ളവനാണിയാൾ എന്നു വിചാരിച്ചു. ഉടനെ ഡ്യൂയെന്ന നീഗ്രോയുടെ കൈയിലിരുന്ന ഗിത്താർ വാങ്ങി ലോയ്സയുടെ കൈയിൽ വച്ചു കൊടുത്തു. ഗിത്താർ വായിച്ചുകൊണ്ട് അക്കാലത്തു സെവില്യയിൽ വളരെ പ്രചാരത്തിലുള്ള

ഓ! ജനനീ, എൻ ജനനീ
ഇത്രയേറെ എന്നെ കാക്കാതേ!

എന്നു തുടങ്ങുന്ന ഗാനത്തിന്റെ ഏതാനും ശീലുകൾ പാടാൻ അഭ്യർഥിച്ചു. അവൾ പറഞ്ഞതുപോലെ തന്നെ ലോയ്സ ചെയ്തു. അവരെല്ലാവരും എഴുന്നേറ്റ്, ഗാനത്തിനൊപ്പിച്ചു നൃത്തം ചെയ്യാൻ തുടങ്ങി. പാട്ട് ഡ്യൂയെന്നക്ക് അറിയാമായിരുന്നു. കഴിവിനെക്കാളേറെ ആവേശോർജ്ജത്തോടെ ആ ഗാനം പാടാൻ തുടങ്ങി.

ഓ ജനനീ എൻ ജനനീ
ഏറെ കാവലിരിക്കാതേ
ഞാൻ കണ്ടെത്തുംവഴിയിലെ-
ന്നഭിമാനം ഞാൻ കാത്തോളാം.

എന്നു തുടങ്ങി മുഴുവൻ ഗാനവും പാടി.

ഡ്യൂയെന്ന നേതൃത്വം കൊടുത്തിരുന്ന പെൺകുട്ടികളുടെ ആ വലയം ഗാനത്തിന്റെയും നൃത്തത്തിന്റെയും അവസാനത്തിലെത്തിയതേ കാവൽ നിന്നിരുന്ന ഗ്വയ്മോർ ആകെ അങ്കലാപ്പായി, മതിഭ്രമത്തിലെന്ന പോലെ വിറച്ച് ഓടി വന്ന്, താഴ്ന്ന പരുത്തസ്വരത്തിൽ പറഞ്ഞു “യജമാ

നൻ ഉണർന്നു. യജമാനത്തീ; യജമാനത്തീ യജമാനൻ ഉണർന്നിരിക്കുന്നു-എഴുന്നേറ്റു-വരുന്നു.” ഒരുകൂട്ടം മാടപ്രാവുകൾ മറ്റാരെങ്കിലും വയലിൽ വിതച്ചിരിക്കുന്ന ധാന്യമണികൾ വളരെ ശാന്തമായി കൊത്തിപ്പെറുക്കിക്കൊണ്ടിരിക്കവേ, പെട്ടെന്നൊരു വെടി ശബ്ദംകൊണ്ടു ശല്യപ്പെടുത്തപ്പെട്ടാൽ അവ പറന്നുയരുന്നതു നിങ്ങൾ എപ്പോഴെങ്കിലും കണ്ടിട്ടുണ്ടാവണം-ചിറകടിച്ച്, അങ്കലാപ്പോടെ എന്തു ചെയ്യണമെന്നറിയാതെ, ഭക്ഷണവും മറന്ന് വായുവിൽ പറന്നുയരുന്നു. ഇപ്പോൾ നിങ്ങൾക്ക് ഭാവന ചെയ്യാം- ഗ്വയ്മോർ കൊണ്ടുവന്ന അപ്രതീക്ഷിത വാർത്തകേട്ടപ്പോൾ വലയമായി നൃത്തം ചെയ്തിരുന്ന ആ നർത്തകിമാർ എന്തൊരു ഭീതിയിലും പരിഭ്രമത്തിലുമായി എന്ന്. ഓരോരുത്തരും ഒഴികഴിവുകൾ കണ്ടുപിടിക്കാൻ നോക്കി. രക്ഷപ്പെടാനുള്ള വഴി കണ്ടെത്താൻ ശ്രമിച്ചു. ഒരാൾ അവിടെ, ഒരാൾ ഇവിടെ, തട്ടിലും മൂലയിലും ഒക്കെ ഒളിക്കാൻ വെപ്രാളപ്പെട്ടുപായുന്നു. ഗായകൻ ഏകനായി അവിടെത്തന്നെ നിന്നു. അയാൾ പാട്ടുനിറുത്തി. ഗിത്താർ ഉപക്ഷിച്ചു. എന്തുചെയ്യണമെന്നറിയാതെ അയാൾ പരിഭ്രാന്തനായി. ലിയോനോറ കൈകൾ തിരുമ്മി അവിടെത്തന്നെ നിന്നു. ഡ്യൂയെന്ന അവളുടെ മുഖത്ത് അത്ര ശക്തിയില്ലാതെ അടിച്ചു. ചുരുക്കത്തിൽ എല്ലാവരും ആശയക്കുഴപ്പത്തിൽ, ഭീതിയിൽ പരിഭ്രമത്തിൽ! കൂടുതൽ സ്വയം നിയന്ത്രിക്കാൻ കഴിവുള്ള ബുദ്ധിമതിയായ മറിയാലോൻസോ- ഡ്യൂയെന്ന, ഏതെങ്കിലും ഒരു മുറിയിലേക്കു പോകാൻ ലോയ്സയോട് നിർദേശിച്ചു. താനും യജമാനത്തിയും മാത്രം ഹാളിൽ നിന്നാൽ മതി- കാരണം യജമാനൻ അവരെ അവിടെ കണ്ടാൽ അതിന് ഒരു ഒഴികഴിവ് കണ്ടെത്തി യജമാനനോടു പറയാൻ പ്രയാസമുണ്ടാവുകയില്ല.

ലോയ്സ അതിവേഗം ഒരു മുറിയിലൊളിച്ചു. യജമാനനൻ വരുന്നുണ്ടോ എന്നു ഡ്യൂയെന്ന വളരെ ശ്രദ്ധയോടെ ശ്രദ്ധിച്ചു. ശബ്ദമൊന്നും കേൾക്കാഞ്ഞതുകൊണ്ട് അവളുടെ ധൈര്യം തിരികെവന്നു. ഒറ്റയടിവച്ച് സാവകാശം യജമാനൻ ഉറങ്ങുകയായിരുന്ന മുറിയിലേക്കു ചെന്നു. നേരെത്തേതുപോലെ തന്നെ അയാൾ കൂർക്കം വലിക്കുന്നു. അയാൾ ഉറങ്ങുകയാണെന്ന് വീണ്ടും ഉറപ്പായപ്പോൾ അവളുടെ പാവാടയുടെ അറ്റം ഉയർത്തി അതിവേഗം തന്റെ യജമാനത്തിയുടെ അടുത്തെത്തി ഈ സന്തോഷവാർത്ത പറഞ്ഞു. അവൾക്കോ അതു കേൾക്കുന്നത് അതിസന്തോഷവും.

നല്ലവളായ ഡ്യൂയെന്നയ്ക്ക്, ഭാഗ്യവശാൽ കിട്ടിയ അവസരം. ആ ഗായകന് സ്വന്തമായുണ്ട് എന്ന് അവൾ സങ്കൽപ്പിച്ച ആനന്ദദായകശേഷി മാറ്റാരെക്കാൾ ആദ്യമായി ആസ്വദിക്കാനുള്ള അവസരം നഷ്ടപ്പെടുത്താൻ അവൾക്ക് മനസുവന്നില്ല. അതു കൊണ്ട് ലിയോസോറയോട് താൻ അവളെ വിളിക്കാൻ വരുന്നതുവരെ ഹാളിൽ തന്നെ നിൽക്കാൻ പറഞ്ഞിട്ട് ഡ്യൂയെന്ന അവളെവിട്ട് ആ ഗായകൻ കാത്തിരിക്കുന്ന മുറിയിലേക്കു പോയി. ലോയ്സയോ, ആകെ സംക്ഷോഭത്തിൽ! എന്താണ് ആ കിള

വൻ ചെയ്യുന്നതെന്ന വിവരമറിയാഞ്ഞ്. ലേപനൗഷധത്തിന്റെ വിശ്വാസ്യതയില്ലായ്മയെ അയാൾ ശപിച്ചു. തന്റെ സുഹൃത്തുക്കളുടെ അവിശ്വസ്തയെക്കുറിച്ചു സ്വയം പരാതിപ്പെട്ടു. കാരിദ്സാലസിനു നൽകും മുൻപേ ആലേപനം മറ്റാരിലെങ്കിലും പരീക്ഷിക്കാഞ്ഞ തന്റെ ആലോചനക്കുറവിനെ കുറിച്ചും സ്വയം കുറ്റപ്പെടുത്തി. അപ്പോഴാണ് ഡ്യുയെന്ന കടന്നുവന്ന്, കിളവൻ ഒരു മരത്തടിപോലെ കിടന്ന് ഉറങ്ങുകയാണെന്ന് ഉറപ്പുപറഞ്ഞത്. അയാൾ ശാന്തനായി. ഡ്യുയെന്ന തന്നോടു പറയുന്ന സ്നേഹം നിറഞ്ഞ വാക്കുകൾ ശ്രദ്ധിച്ചു. ഡ്യുയെന്നയുടെ ദുഷ്ടലാക്ക് എന്തെന്നു അയാൾക്കു പിടികിട്ടി. അവരുടെ യജമാനത്തിയെ വീഴ്ത്താനുള്ള ഒരു ചൂണ്ടയായി അവരെ ഉപയോഗിക്കാൻ അയാൾ തീരുമാനിച്ചു. ഇവർ സംഭാഷണം തുടരുന്നതിനിടയിൽ അവിടെയും ഇവിടെയുമായി ആ ഭവനത്തിൽ ഒളിച്ചിരുന്ന പരിചാരകൾ യജമാനൻ ഉണർന്നു എന്നു പറഞ്ഞതു ശരിയോയെന്നറിയാൻ വന്നു തുടങ്ങി. ആകെ നിശ്ശബ്ദതയിൽ മുങ്ങിയിരിക്കുന്നു. തങ്ങൾ തങ്ങളുടെ യജമാനത്തിയെ വിട്ടുപോന്ന ഹാളിലേക്ക് അവരെത്തി. യജമാനൻ ഇപ്പോഴും ഉറക്കമാണെന്ന് അവളിൽ നിന്നും അവരറിഞ്ഞു. ഗായകനും ഡ്യുയെന്നയുമെവിടെയെന്ന അവരുടെ അന്വേഷണത്തിന് അവരെവിടെയാണെന്ന് അവൾപറഞ്ഞു. വന്നതുപോലെതന്നെ നിശ്ശബ്ദമായി അവർ ഗായകനും ഡ്യൂയെന്നയും എന്താണ് സംസാരിക്കുന്ന തെന്നറിയാൻ വാതില്ക്കൽ ശ്രദ്ധിച്ചു നിന്നു. ആ കൂട്ടത്തിൽ നീഗ്രോ പെൺകുട്ടി ഗ്വയ്മോറും ഉണ്ടായിരുന്നു എന്നാൽ ഷണ്ഡൻ നീഗ്രോ ഇല്ല. യജമാനൻ ഉണർന്നിരിക്കുന്നു എന്നു കേട്ടതേ ഗിത്താറും മുറുകെ പിടിച്ച് തന്റെ കച്ചിപ്പുരയിൽ ഒളിക്കുന്നതിന് അയാൾ പിൻവലിഞ്ഞു. പുതപ്പുകൾ കൊണ്ട് ആസകലംമൂടി പറിഞ്ഞു നാറിയ അയാളുടെ കിടക്കയിൽ അയാൾ ഭയം കൊണ്ടു വിറച്ച് ചുരുണ്ടുകൂടി. പക്ഷേ അപ്പോഴും അയാളുടെ വിരലുകൾ ഗിത്താറിന്റെ കമ്പികൾ തട്ടി ശബ്ദമുണ്ടാക്കാൻ ശ്രമിച്ചിരുന്നു. അത്ര പൈശാചികഭ്രമമാണയാൾക്ക് സംഗീതത്തോട്. ഡ്യൂയെന്ന എന്ന ആ പ്രൗഢവനിത ഗായകനുമായി ശൃംഗരിക്കുന്നത് കേട്ടതോടെ അവർ അവളെ ശപിക്കാൻ തുടങ്ങി. രോമം പൊതിഞ്ഞ കിളവി, യക്ഷി, നാറിയ എല്ലിൻകൂട്. ഇങ്ങനെയങ്ങോട്ട് ഓരോ പേരിട്ടു ശപിച്ചു തുടങ്ങി. തരംതാണ ആ വാക്കുകൾ നമുക്കിവിടെ പറയാൻ കൊള്ളില്ല. എല്ലാവരും ചിരിച്ചുപോയത് ഗ്വയ്മോറിന്റെ വാക്കുകൾ കേട്ടാണ്. പോർട്ടുഗീസുകാരിയായ അവൾക്ക് സ്പാനീഷ് അത്ര പിടിയില്ല. ഡ്യുയെന്നയെ അവൾ ശപിച്ചത് അസാധാരണമാംവിധം ഹാസ്യാത്മകമായിട്ടായിരുന്നു. അവർ രണ്ടാളും തമ്മിലുള്ള സംഭാഷണത്തിൽ ഉയർന്നുവന്നത്, ഡ്യൂയെന്നയുടെ ഹിതത്തിനു അയാൾ വഴങ്ങും പക്ഷേ അതിനുമുൻേപേ ലിയോനോറയെ അയാളുടെ ഇഷ്ടത്തിനു പെരുമാറാൻ കൈമാറിക്കൊടുക്കണം.

ഗായകൻ ആവശ്യപ്പെട്ടതുപോലെ ചെയ്യുക ഡ്യൂയെന്നയ്ക്ക് വളരെയേറെ പ്രയാസമുള്ള കാര്യമായിരുന്നു. പക്ഷേ, അവളുടെ ശരീരത്തെയും

ആത്മാവിനെയും കൈവശത്തിലാക്കിക്കഴിഞ്ഞിരുന്ന കാമാഭിലാഷ പൂരണത്തിന് പകരമായി, ചിന്തിക്കാവുന്നതിൽ ഏറ്റവും അസാധ്യമായ കാര്യം ചെയ്തുകൊടുക്കാമെന്ന് വാഗ്ദാനം ചെയ്തു. തന്റെ യജമാന ത്തിയോട് സംസാരിക്കാനായി അവൾ മുറി വിട്ടിറങ്ങി. വാതിലിനു മുൻ പിൽ പരിചാരികമാർ കൂട്ടംകൂടി നിൽക്കുന്നതുകണ്ട അവർ അവരോട് അവരവരുടെ മുറികളിലേക്കു പോകാൻ പറഞ്ഞു. നാളെ രാത്രി ഇപ്പോ ഴത്തെ ബഹളമൊന്നുമില്ലാതെ ഗായകന്റെ സഹവാസം ആസ്വദിക്കാം; ഇന്നത്തെ ഈ സ്വൈരക്കേട് എല്ലാവരുടെയും സന്തോഷം കെടുത്തിക്കള ഞ്ഞിരിക്കുകയായതിനാൽ.

ഡ്യൂയെന്ന ഒറ്റയ്ക്കായിരിക്കണമെന്നാണ് അഭിലഷിക്കുന്നതെന്ന് അവർക്കു മനസിലായി. അവരെയെല്ലാം നിയന്ത്രിക്കുന്ന ചുമതല അവർ ക്കായതിനാൽ അവർക്ക് അവളെ അനുസരിച്ചേ മതിയാവുകയുള്ളൂ. അവ രെല്ലാവരും പോയി. ഡ്യൂയെന്ന, ലിയോനോറയെ ലോയ്സയുടെ ഹിത ങ്ങൾക്ക് വശംവദയാക്കാൻ പ്രേരിപ്പിക്കാൻ ദ്രുതഗതിയിൽ ഹാളിലേക്കു ചെന്നു. പല ദിവസങ്ങളിലായി തയാറാക്കിവച്ചിരുന്നതെന്നു തോന്നിക്കുന്ന സമ്മതമായ വാദഗതികൾ നിറഞ്ഞ ശബ്ദാഡംബരഭൂഷിതമായ നെടുങ്കൻ പ്രഭാഷണം കൊണ്ട് അവളെ പ്രേരിപ്പിക്കാനായിരുന്നു ശ്രമം. ഗായകന്റെ മര്യാദ, അയാളുടെ ധീരത, അയാളുടെ ക്ഷണയുക്തി അങ്ങനെയങ്ങനെ അയാളെ കാമ്യനാക്കുന്ന നിരവധിയായ സംഗതികൾ ചൂണ്ടിക്കാട്ടി. ഒരു വയസ്സൻ ഭർത്താവിന്റെ ആശ്ലേഷത്തെക്കാൾ എത്രയോ ആഹ്ലാദകര മാണ് ഒരു യുവകാമുകന്റെ ആശ്ലേഷം! അവൾക്കു അവളുടെ ആനന്ദം രഹസ്യമായി ആസ്വദിക്കാം. അവൾ ആഗ്രഹിക്കുന്ന കാലമത്രയും. ഈ വിധത്തിലുള്ള വളരെയേറെ വാദമുഖങ്ങൾ ഡ്യൂയെന്നയുടെ നാവിലേ യ്ക്കു സാത്താൻ പ്രവേശിപ്പിച്ചതൊക്ക ഏറെ വിശ്വസനീയമായും ഫലപ്രദമായും അനുനയക്ഷമമായും അവതരിപ്പിച്ചു. പാവം ലിയോ നോറയുടെ ഇളംപ്രായത്തിലുള്ള നിഷ്കളങ്കമായ ഹൃദയത്തെ മാത്രമല്ല ഒരു മാർബിൾ പ്രതിമയെപ്പോലും വീഴ്ത്തുവാൻ പറ്റുന്ന വാക്ചാതുരി!

ഓ! ഡ്യൂയെന്നകളെ, ജന്മംകൊണ്ടും ആചാരരീതികൾകൊണ്ടും ഈ ലോകത്തിൽ പ്രതിഷ്ഠിക്കപ്പെട്ടിരിക്കുന്ന നിങ്ങൾ നല്ലതും നന്മയുള്ള തുമായ ഒരായിരം തീരുമാനങ്ങളെ ഇല്ലായ്മചെയ്യുകയാണ്! നീണ്ടഞൊ റികൾ പിടിപ്പിച്ച തലമുണ്ടുകളുമായി നടക്കുന്ന നിങ്ങൾ, പ്രശസ്തരായ വനിതകളുടെ സ്വീകരണമുറികളും അകത്തളങ്ങളും നിയന്ത്രിക്കാൻ തെരഞ്ഞെടുക്കപ്പെട്ടിരിക്കുന്ന നിങ്ങൾ, എത്രയോ അധഃപതിച്ച തരത്തി ലാണ് നിങ്ങളുടെ ധർമ്മം നിർവ്വഹിക്കുന്നത്! ഇക്കാലത്ത് ഏറെക്കുറെ ഒഴിവാക്കാനാവാത്തതായിത്തീർന്നിരിക്കുന്ന നിങ്ങളുടെ കടമകൾ!

ചുരുക്കത്തിൽ ഡ്യൂയെന്ന വളരെയേറെ സംസാരിച്ചു. വളരെയേറെ പ്രേരിപ്പിച്ചു-ലിയോനോറ വഴങ്ങിപ്പോയി- ലിയോനോറ വഞ്ചിക്കപ്പെട്ടു- നശിപ്പിക്കപ്പെട്ടു! വയസൻ കാരിദ്സാലെസിന്റെ ബുദ്ധിപൂർവമായ എല്ലാ മുൻകരുതലുകൾക്കും അന്ത്യംകുറിച്ചുകൊണ്ട്. അയാളോ സ്വന്തം അഭിമാ നത്തിന്റെ ശവശരീരംപോലെ ഉറങ്ങുന്നു.!

ഡ്യൂയെന്ന മരിയലോൻസോ തന്റെ സ്വാമിനിയുടെ കയ്യിൽ കടന്നു പിടിച്ചു, മിക്കവാറും ബലമായിത്തന്നെ മുന്നോട്ടു വലിച്ചു. അവളുടെ കണ്ണുകൾ കരഞ്ഞു വീർത്തിരുന്നു. ലോയ്സയുടെ മുറിയിലേക്ക് ഡ്യൂയെന്ന അവളെ ക്കൊണ്ടുവന്നു. പൈശാചികമായ ചിരിയോടെ അവർക്കു അവളുടെ അനുഗ്രഹവും നൽകി - അവരെ മുറിയിലാക്കി കതകടച്ച് അവൾ സ്വീകരണ മുറിയിലേക്ക് പോയി - ഉറങ്ങാൻ. ശരിക്കുപറഞ്ഞാൽ അവളുടെ പ്രതിഫലം പ്രതീക്ഷിച്ച് കാത്തിരിക്കാൻ: പക്ഷേ പല രാത്രികൾ ഉറങ്ങാതെ ക്ഷീണിതയായിരുന്ന അവൾ പെട്ടെന്ന് ഉറങ്ങിപ്പോയി.

ഈ അവസരത്തിൽ, കാരിദ്സാലിസ് ഉറങ്ങുകയാണെന്നുള്ള വസ്തുത അറിയുന്നില്ലെങ്കിൽ, ഏതൊരുവനും ചോദിച്ചുപോകും അയാളുടെ വിവേകപൂർവമായ മുൻകരുതലുകൾക്ക് എന്തുസംഭവിച്ചു എന്ന്. അയാളുടെ ഭീതിക്ക്, അയാൾ നൽകിയ ഉപദേശങ്ങൾക്ക്, അയാളുടെ തീരുമാനങ്ങൾക്ക്, ഭവനത്തിനുചുറ്റുമുണ്ടാക്കിയ ഉയർന്നമതിലുകൾക്ക്, പുരുഷന്റെ പേരുള്ള യാതൊന്നിന്റെ നിഴലുപോലും അകത്തു കടക്കാതിരിക്കാനെടുത്ത ശ്രദ്ധയ്ക്ക്, എപ്പോഴും അടഞ്ഞു കിടന്ന കറങ്ങുന്ന വാതിലിന്, കനത്തഭിത്തികൾക്ക്, കാഴ്ചകളെ തടസപ്പെടുത്തിയ ജനലുകൾക്ക്, പൂർണമായ ഏകാന്തവാസത്തിന്, ലിയോനോറയ്ക്കു നൽകിയ കനത്ത സ്ത്രീധനത്തിന്, അവൾക്ക് തുടരെകൊടുത്തുകൊണ്ടിരുന്ന സമ്മാനങ്ങൾക്ക്, അവളുടെ പരിചാരികമാർക്കും അടിമകൾക്കും നൽകിയ നല്ല പെരുമാറ്റം, അവർ ആഗ്രഹിച്ചേക്കാവുന്നതോ, അവർക്കു ആവശ്യമുള്ളതെന്നോ തനിയ്ക്കു ഊഹിക്കാൻ കഴിയുന്ന ഏതൊന്നും അതിന്റെ വിശദാംശങ്ങളിൽ പോലും ശ്രദ്ധിക്കപ്പെടാൻ എടുത്ത കരുതലിന്? പക്ഷേ ഇങ്ങനെയുള്ള ചോദ്യങ്ങൾക്ക് അവസരമില്ല. കാരണം അയാൾ വളരെ, വളരെ ഏറെ നേരമായി ഉറങ്ങുകയായിരുന്നു, അയാളുടെ സുസ്ഥിതിയ്ക്ക് ആവശ്യമുള്ളതിലേറെ. അയാൾ ഈ ചോദ്യങ്ങൾ കേൾക്കുകയും ഒരു പക്ഷേ മറുപടിപറയുകയും ചെയ്തിരുന്നെങ്കിൽ, കൂടുതൽ നല്ല മറുപടി പറയുക സാധ്യമാവുമായിരുന്നില്ല, -തോളൊന്നു ചലിപ്പിച്ച് കൺപുരികം വളച്ച് ഈ വിശദീകരണം നൽകുകയല്ലാതെ - ഇതെല്ലാം തകർത്തു വീഴ്ത്തിയത്, എനിക്കുമനസിലാക്കാൻ കഴിയുന്ന വിധത്തിൽ പറഞ്ഞാൽ കൗശലക്കാരനും, പണിയൊന്നുമില്ലാത്തവനും ദൃഷ്ടനും അധമനുമായ ഒരു ചെറുപ്പക്കാരൻ -വിശ്വാസവഞ്ചകിയായ ഒരു ഡ്യുയെന്നയുടെ ദ്രോഹബുദ്ധി-പ്രേരണകൊടുത്തുകൊണ്ടുള്ള അപേക്ഷകൾക്ക് വഴങ്ങിപ്പോയ ഒരു പെൺകുട്ടിയുടെ അജ്ഞത-ഇവയൊക്കെയാണു കാരണം.

ഇത്തരം ശത്രുക്കളിൽനിന്നും ദൈവം നമ്മെ രക്ഷിക്കട്ടെ. അവർക്കെതിരെ വിവേകമെന്ന പരിചയോ മുൻകരുതലെന്ന വാളോ ഫലപ്രദമല്ല. ഇങ്ങനെയാണെങ്കിലും, കൗശലക്കാരനായ അക്രമിയുടെ തരംതാണ അക്രമണങ്ങളുടെ നേരെ നിർണ്ണായക സമയത്ത് ലിയോനോറ അവളുടെ ചൈതന്യം കാണിക്കത്തക്ക വിധമുള്ളതായിരുന്നു അവളുടെ അന്തർബലം. അയാളുടെ കയ്യേറ്റ ശ്രമങ്ങൾക്ക് അവളെ കീഴടക്കാൻ കഴിഞ്ഞില്ല.

അവന്റെ അധ്വാനം മുഴുവൻ നിഷ്ഫലമായി. അവൾ വിജയിയായി- രണ്ടുപേരും ഉറക്കത്തിൽ വീണു. ഈ സമയത്ത് ഉന്നതങ്ങളിൽനിന്നും തിരുവുള്ളമായി ലേപനൗഷധത്തിന്റെ ശക്തിയെ അതിജീവിച്ച് കാരിദ് സാലസ് ഉണർന്നെഴുന്നേൽക്കാൻ. പതിവുപോലെ അയാൾകിടക്ക മുഴു വൻ പരതി. തന്റെ പ്രിയ ഭാര്യയെ കാണാതെ ഭീതിയോടും അതിശയ ത്തോടുംകൂടി അയാൾ ചാടിയെഴുന്നേറ്റു-അയാളുടെ പ്രായത്തിലുള്ള ഒരാളിൽനിന്നും പ്രതീക്ഷിക്കാവുന്നതിൽ കൂടിയ വേഗതയിലും വീര്യ ത്തോടെയും അയാൾ ഭീതിയോടും അതിശയത്തോടുംകൂടി ചാടിയെഴു ന്നേറ്റു. ഭാര്യയെ മുറിയിലെങ്ങും കാണുന്നില്ല. കതകുതുറന്നു കിടക്കുന്നു. കിടക്കകൾക്കിടയിൽ നിന്നും താക്കോൽ കാണാതായിരിക്കുന്നു. തനിക്കു ഭ്രാന്തുപിടിക്കുമെന്ന് അയാൾക്കു തോന്നി. പക്ഷേ അയാൾ കുറെ ആത്മ നിയന്ത്രണം നേടി. ഗാലറിയിലേക്കു നടന്നു. അവിടെനിന്നും ഓരോ കാലായി എടുത്തുവച്ച് ആരും അയാളെ കേൾക്കാനിടവരുത്താതെ ഡ്യൂ യെന്ന ഉറങ്ങുകയായിരുന്ന മുറിയിലെത്തി. അവിടെ ലിയോനോറനയെ കാണാഞ്ഞതിനാൽ അയാൾ ഡ്യൂയെന്നയുടെ മുറിയിലേക്കുപോയി. സാവധാനം വാതിൽ തുറന്നു. അവിടെ അയാൾ കണ്ടത് - ഒരിക്കലും കാണണമെന്നു കരുതാത്തത് -കാണുന്നതിനെക്കാൾ കണ്ണുകൾ ഇല്ലാ തെയായിരിക്കുന്നത് കൂടുതൽ സന്തോഷകരമാകുന്നത് - ലിയോനോറ ലോയ്സയുടെ കൈകളിൽ ഗാഢമായി ഉറങ്ങുന്നു. ലേപനൗഷധം തന്റെ മേലല്ല - അവരുടെ മേലാണ് പ്രവർത്തിക്കുന്നതെന്നപോലെ

ഈ കയ്ക്കുന്ന കാഴ്ച കണ്ട് കാരിദ്സാലസിന്റെ ഹൃദയമിടിപ്പ് നിശ്ചലമായി. ശബ്ദം തൊണ്ടയിൽ തടഞ്ഞു. കരങ്ങൾ നിസ്സഹായകങ്ങ ളായി, വശങ്ങളിൽ തൂങ്ങിക്കിടക്കുന്ന ഒരു തണുത്ത മാർബിൾ പ്രതിമ പോലെയായി അയാൾ. കോപം, പ്രതീക്ഷിക്കാവുന്നതെന്തോ അതു നിർ വഹിച്ചെങ്കിലും, അണഞ്ഞു തുടങ്ങുന്ന അന്തഃചൈതന്യത്തെ ഉണർത്തി യെങ്കിലും, ശ്വാസമെടുക്കാൻ പോലും കഴിയാത്തവിധം അത്രയേറെ ശക്ത മായിരുന്നു അയാളുടെ മാനസികവേദന. ഇങ്ങനെയൊക്കെയായിരുന്നിട്ടും എവിടെനിന്നെങ്കിലും ഒരായുധം കിട്ടിയിരുന്നെങ്കിൽ, ഇത്തരം കുറ്റകൃത്യ ത്തിനു മതിയായ പ്രതികാരം അയാൾ നിർവഹിക്കുമായിരുന്നു. അതു കൊണ്ട് മുറിയിലേക്കു തിരികെപ്പോയി ഒരു കഠാരയെടുത്ത് തിരികെവന്ന് തന്റെ അഭിമാനത്തിൽ മേൽ പറ്റിയിരിക്കുന്ന കറ തന്റെ ഈ രണ്ടു ശത്രുക്കുടെയും രക്തംകൊണ്ട്, ആ ഭവനത്തിലുള്ള മുഴുവൻ ആളുകളു ടെയും രക്തം കൊണ്ടുപോലും കഴുകിക്കളയാൻ അയാൾ നിശ്ചയിച്ചു. ബഹുമാന്യവും അത്യാവശ്യവുമായ ഈ തീരുമാനമെടുത്തശേഷം നിശ്ശ ബ്ദമായും കരുതലോടെയും വന്നതുപോലെ തിരികെ തന്റെ മുറിയി ലേക്കുപോയി. അവിടെ, കൊടിയ വ്യസനവും തീവ്രമായ മാനസികവേ ദനയും അയാളുടെ ഹൃദയത്തെ ബാധിച്ചു. ഒന്നും ചെയ്യാനാവാതെ അയാൾ ബോധരഹിതനായി അയാളുടെ കിടക്കയിലേക്കു വീണു.

ഒടുവിൽ പ്രഭാതം വന്ന് ആലിംഗനബദ്ധരായി കിടക്കുന്ന വഴിപിഴച്ച യുവമിഥുനങ്ങളെ പിടികൂടി. മരിയലോൻസോ ഉണർന്നു. തന്റെ അവസരമായെന്നു കരുതി അവകാശം നേടാൻ തുനിയാനൊരുങ്ങുമ്പോഴാണ്, സമയം താമസിച്ചുപോയി എന്നു മനസിലാക്കുന്നത്. വരുന്ന രാത്രിയിലേക്ക് അത് മാറ്റിവയ്ക്കാൻ അവൾ തീരുമാനിച്ചു. പകൽ ഇത്രയേറെ നേരം പോയല്ലോ. ഇത്രയും സമയമായല്ലോ എന്നുകണ്ട് ലിയോനോറ പരിഭ്രാന്തയായി. തന്റെ അശ്രദ്ധയെ ശപിച്ചു. നികൃഷ്ടയായ ഡ്യൂയെന്നയുടെ ശ്രദ്ധയില്ലായ്മയെയും. അവർ രണ്ടുപേരും നിറഞ്ഞ പരിഭ്രാന്തിയോടെ ഭർത്താവ് കിടന്നിരുന്ന സ്ഥലത്തേയ്ക്കുപോയി. അദ്ദേഹം കൂർക്കം വലിച്ച് ഉറങ്ങുകയായിരിക്കണമെയെന്ന് ഉന്നതങ്ങളിലേക്ക് നിശ്ശബ്ദം പ്രാർഥിച്ചുകൊണ്ടായിരുന്നു അവൾ ചെന്നത്. അയാളെ ശാന്തമായി കിടക്കയിൽ കിടക്കുന്നവനായി കണ്ടപ്പോൾ ലേപനൗഷധം ഇപ്പോഴും പ്രവർത്തിക്കുന്നു, അതുകൊണ്ടാണ് അദ്ദേഹം ഉറങ്ങുന്നതെന്നു കരുതി, അതിസന്തോഷത്തോടെ അവർ പരസ്പരം ആശ്ലേഷിച്ചു. ലിയോനോറ ഭർത്താവിന്റെ അടുത്തേക്കുചെന്നു. അയാളുടെ കൈകളിൽ പിടിച്ച് അയാളെ അങ്ങോട്ടുമിങ്ങോട്ടും മറിച്ചു, വിനീഗർ കൊണ്ടു കഴുകാതെ അയാളെ ഉണർത്താൻ കഴിയുമോ എന്നറിയാൻ. പക്ഷേ, ചലിച്ചതോടെ കാരിദ്സാലസ് ബോധക്ഷയത്തിൽ നിന്നും വിമുക്തി നേടി. ദീർഘശ്വാസം വിട്ടുകൊണ്ട് ക്ഷീണിച്ച ദുഃഖം നിറഞ്ഞ ശബ്ദത്തിൽ പറഞ്ഞു:

എനിക്കു ദുരിതം! എത്ര ദുഃഖകരമായ അന്ത്യത്തിലേക്കാണ് ഭാഗധേയം എന്നെ കൊണ്ടെത്തിച്ചിരിക്കുന്നത്.

തന്റെ ഭർത്താവ് പറയുന്നതെന്താണെന്ന് ലിയോനോറയ്ക്ക് പൂർണമായും മനസിലായില്ല. പക്ഷേ, ഭർത്താവ് ഉണർന്നിരിക്കുന്നു എന്നു കണ്ടതുകൊണ്ടും അയാൾ സംസാരിക്കുന്നതു കേട്ടതുകൊണ്ടും ലേപനൗഷധത്തിന്റെ ശക്തി അവളോടു പറഞ്ഞിരുന്ന തരത്തിൽ ദീർഘസമയത്തേയ്ക്കു പ്രവർത്തിച്ചില്ലല്ലോയെന്ന് അവൾ അത്ഭുതപ്പെട്ടു. അവൾ അയാളുടെ അടുത്തേക്കുചെന്നു. അവളുടെ മുഖം അയാളുടെ മുഖത്തേക്കു ചേർത്തു വച്ച് അയാളെ കെട്ടിപ്പിടിച്ച് ആലിംഗനം ചെയ്തുകൊണ്ട് ചോദിച്ചു. "എന്താണു നാഥാ കാര്യം? അങ്ങു തീവ്രവ്യാധിയിലായി കാണപ്പെടുന്നല്ലോ?"

ആകെ തകർന്ന വൃദ്ധൻ തന്റെ പ്രിയങ്കരിയായ ശത്രുവിന്റെ സ്വരം കേട്ട്, കണ്ണുകൾ തുറന്ന്, അതിശയത്തോടും അമ്പരപ്പോടുംകൂടി വളരെ സമയത്തേയ്ക്ക് അവളിൽതന്നെ കണ്ണുകളുറപ്പിച്ചു. ഒടുവിൽ അയാൾ അവളോടുപറഞ്ഞു: "എനിക്കു വേണ്ടി ഒരു കാര്യം ചെയ്യുമോ? ഉടൻ തന്നെ ഭവതിയുടെ മാതാപിതാക്കൾക്ക് ആളയയ്ക്കുക. എനിക്കെന്റെ ഹൃദയത്തിൽ എന്തോ ഒരു തളർച്ച അനുഭവപ്പെടുന്നു. ഞാൻ മരിക്കാൻ പോവുകയാണോ എന്നു ഞാൻ ഭയപ്പെടുന്നു. ഞാൻ കടന്നുപോകും മുൻപ് എനിക്ക് അവരെ കണ്ടേ മതിയാവൂ".

തന്റെ ഭർത്താവു പറഞ്ഞതു മുഴുവൻ ശരിയാണെന്ന് ലിയോനോറ പൂർണമായും സ്വയം ബോധ്യപ്പെടുത്തി. ലേപനൗഷധത്തിന്റെ സ്വാധീനമാണ് - അല്ലാതെ അയാൾ കണ്ടതെന്താണോ, അതല്ല- അയാളെ ഈ അവസ്ഥയിലേക്കെത്തിച്ചതെന്ന് അവൾ വിശ്വാസിച്ചു. അയാൾ ആജ്ഞാപിച്ചതുപോലെ ഉടനെ ചെയ്യുമെന്ന് പറഞ്ഞിട്ട് അവൾ തന്റെ മാതാപിതാക്കളെ ഉടനെ വിളിച്ചുകൊണ്ടുവരാൻ നീഗ്രോയെ പറഞ്ഞയച്ചു. പിന്നെ അവൾ അയാളെ വീണ്ടും ആശ്ലേഷിച്ച് പണ്ടെങ്ങും ചെയ്തിട്ടില്ലാത്തതുപോലെ അയാളെ താൽപ്പര്യത്തോടെ തലോടി. ഇപ്പോൾ എങ്ങനെയുണ്ട് എന്ന ചോദ്യത്തോടെ, വളരെയേറെ മൃദുവായും അതിസ്നേഹത്തോടെയും ലോകത്തിൽ അവൾ ഏറ്റവും കൂടുതൽ സ്നേഹിക്കുന്ന വ്യക്തിയോടെന്നതുപോലെ. ആശ്ചര്യഭാവത്തിൽ അയാൾ അവളെ വീക്ഷിച്ചു. നേരത്തെ നമ്മൾ പറഞ്ഞിരുന്നതുപോലെ അവളുടെ ഓരോ വാക്കും ഓരോ തലോടലും അയാളുടെ ആത്മാവിനെ തുളയ്ക്കുന്ന ഖഡ്ഗപ്രയോഗമായിരുന്നു.

ഡ്യൂയെന്ന, പരിചാരികസമൂഹത്തോടും ലോയ്സയോടും യജമാനന്റെ അസുഖത്തെപ്പറ്റി പറഞ്ഞു. സ്വാമിനിയുടെ മാതാപിതാക്കളെ വിളിക്കാൻ നീഗ്രോ പോയപ്പോൾ തെരുവുവാതിൽ അടപ്പിക്കാൻ യജമാനൻ മറന്നിരിക്കുന്നു. അതിൽനിന്നും യജമാനന്റെ രോഗം ഗുരുതരമായിരിക്കാമെന്ന ആശയവും അവൾ അവർക്കു നൽകി. അവരുടെ മകളുടെ വിവാഹശേഷം ഇതേവരെ ഈ ഭവനത്തിൽ കാലുകുത്തിയിട്ടില്ലാത്ത ഈ ആളുകളെ വിളിപ്പിക്കുന്നതിന്റെ കാരണവും അവരിൽ അത്ഭുതമുണ്ടാക്കി. ചുരുക്കത്തിൽ യജമാനന്റെ രോഗത്തിന്റെ പ്രധാന കാരണം മനസിലാക്കാൻ അവർക്കു കഴിയാതിരുന്നതുകൊണ്ട് അവരെല്ലാം ചിന്താക്കുഴപ്പത്തിലായി. അവർ നിശ്ശബ്ദരായി കാത്തുനിന്നു. അയാളാകട്ടെ ഇടയ്ക്കിടെ ദീർഘനിശ്വാസം വിടുന്നു, ദയനീയമായി. ഓരോ തവണയും ആത്മാവു ശരീരത്തിൽനിന്നും കീറിമാറ്റപ്പെടുന്നതുപോലെ തോന്നി. ഈ അവസ്ഥയിൽ അയാളെ കണ്ടതോടെ ലിയോനോറ വിലപിക്കാൻ തുടങ്ങി. അവളുടെ കപടാശ്രുക്കൾ കണ്ട് ചിന്തയിൽ നിന്നു വിട്ടുപോയ ആളെപ്പോലെ അയാൾ ചിരിച്ചു. ഈ സമയത്ത് ലിയോനോറയുടെ മാതാപിതാക്കളെത്തി. തെരുവിലേക്കുള്ള വാതിലും അങ്കണത്തിലേക്കുള്ള കറങ്ങുന്ന വാതിലും തുറന്നുകിടക്കുന്നതും വീട്ടിലെങ്ങും അളനക്കമില്ലാതെ നിശ്ശബ്ദമായിരിക്കുന്നതും കണ്ട് അവരും അൽപ്പമല്ലാതെ പരിഭ്രാന്തരായി. തങ്ങളുടെ ജാമാതാവിന്റെ മുറിയിലേക്ക് അവർ ചെന്നു. അവർ അയാളെ കണ്ടു. അപ്പോഴും അയാളുടെ കണ്ണുകൾ അയാളുടെ ഭാര്യയുടെ മേൽ തന്നെ. അയാൾ അവളുടെ കയ്യിൽ പിടിച്ചിരിക്കുന്നു. ഇരുവരും കരയുന്നുണ്ട്. അവൾ അവളുടെ ഭർത്താവിന്റെ കണ്ണുനീരു കണ്ട് അയാൾ അവളുടെ കണ്ണുകളിൽ വഞ്ചന കണ്ടിട്ട്.

അവളുടെ മാതാപിതാക്കൾ വന്നെത്തിയതോടെ കാരിദ്സാലസ് സംസാരിക്കാൻ തുടങ്ങി. അയാൾ പറഞ്ഞതിങ്ങനെ: “ദയവായി ഇരി

ക്കുക. മറ്റെല്ലാവരും മുറിക്കു പുറത്തുപോവുക - മരിയലോൻസോ ഒഴികെ - എല്ലാവരും അതനുസരിച്ചു. അഞ്ചുപേർ മാത്രം അവിടെ ശേഷിച്ചു. മറ്റാരെങ്കിലും സംസാരിക്കാൻ കാത്തിരിക്കാതെ കാരിദ്സാലസ് ശാന്തമായി കണ്ണുനീർ തുടച്ചുകൊണ്ട് സംസാരിച്ചു. എന്റെ മാതാപിതാക്കളെ, യജമാനന്മാരേ, ഞാൻ നിങ്ങളോട് പറയാൻ ആഗ്രഹിക്കുന്നതെന്തോ, അതിലെ യാഥാർത്ഥ്യം നിങ്ങളെ വിശ്വസിപ്പിക്കാൻ സാക്ഷികളെ കൊണ്ടുവരേണ്ട അത്യാവശ്യമില്ല. നിങ്ങൾ തീർച്ചയായും ഓർക്കുന്നുണ്ടാകും. കാരണം അതു നിങ്ങളുടെ ഓർമയിൽ നിന്നും വഴുതിപ്പോകുക അസാധ്യമാണ്. ഒരുവർഷം, ഒരു മാസം, അഞ്ചു ദിവസം ഒൻപതുമണിക്കൂർ മുമ്പ് നിങ്ങളുടെ വാത്സല്യ പുത്രിയെ എന്റെ നിയമപരമായ ഭാര്യയായി എനിക്കു നിങ്ങൾ തന്നപ്പോഴത്തെ സ്നേഹവും ഹൃദയവികാരങ്ങളും എത്രമാത്രം ഔദാര്യത്തോടെയാണ് ഞാൻ അവൾക്ക് സ്ത്രീധനം നൽകിയതെന്നും നിങ്ങൾക്കറിയാം. അവളുടെ പദവിയിലുള്ള ഒരു മൂന്നു പെൺകുട്ടികളെ ധനികരായി കണക്കാക്കാനും മാത്രമുള്ള വകകളാണ് ധാരാള മനഃസ്ഥിതിയോടെ ഞാൻ നൽകിയതെന്ന് നിങ്ങൾ ഓർക്കുന്നുണ്ടല്ലോ അവൾക്ക് വേഷവിധാനങ്ങളൊരുക്കാനും അവൾ ആഗ്രഹിച്ചതൊക്കെകൊണ്ട് അവളെ ഭൂഷിതയാക്കാനും അവൾക്കുണ്ടായിരിക്കണമെന്ന് ഞാൻ ചിന്തിച്ചതൊക്കെയും ലഭ്യമാക്കാനും ഞാനെടുത്ത ശ്രദ്ധയും കരുതലും നിങ്ങൾ ഓർമിക്കണം. ഇനിയും നിങ്ങൾ മനസിലാക്കിയിട്ടുള്ളതാണ്, ബഹുമാന്യരായവരെ, എന്റെ പ്രത്യേക ചിത്തവൃത്തിയുടെ ഫലമായി, ഇപ്പോൾ ഞാൻ തീർച്ചയായും മരിക്കാൻ പോകുന്ന രോഗത്തെ ഭയന്ന് ഈ ലോകത്തിൽ സംഭവിക്കുന്ന വിചിത്രമായ കാര്യങ്ങളെക്കുറിച്ചുള്ള എന്റെ ദീർഘകാലത്തെ ജീവിതാനുഭവങ്ങൾ എന്നെ പഠിപ്പിച്ചതും ഈ ലോകത്തിൽ സംഭവിക്കുന്നതുമായ നിരവധിയായ, വിചിത്രമായ കാര്യങ്ങളുംകൊണ്ട് ഞാൻ തെരഞ്ഞെടുത്തതും നിങ്ങൾ എനിക്കു നൽകിയതുമായ ഈ രത്നത്തെ കാത്തുസൂക്ഷിക്കാൻ ഞാൻ ശ്രമിച്ചു, എനിക്കു കഴിയുന്നിടത്തോളം. ഈ ഭവനത്തിന്റെ മതിലുകൾ ഞാൻ ഉയർത്തിക്കെട്ടി. തെരുവിലേക്ക് അഭിമുഖമായിരുന്ന ജനാലകളിലെ പ്രകാശസംവിധാനങ്ങൾ എടുത്തുനീക്കി. കതകുകളുടെ പൂട്ടുകൾ ഇരട്ടിയാക്കി. ഒരു ആശ്രമത്തിലെന്നപോലെ കറങ്ങുന്ന കതക് സ്ഥാപിച്ചു. ഒരു പുരുഷന്റെ അടയാളമോ പേരോ ഉള്ള എല്ലാം ഞാനിവിടെ പൂർണമായും നിരോധിച്ചു. അവൾക്കു ഞാൻ പരിചാരികമാരെയും അവളെ ശുശ്രൂഷിക്കാൻ അടിമകളെയും നൽകി. അവർക്കോ ഇവൾക്കോ അവർ ആവശ്യപ്പെട്ടത് യാതൊന്നും ഞാൻ നിഷേധിച്ചില്ല. അവളെ എനിക്കു തുല്യയാക്കി, എന്റെ ഏറ്റവും സ്വകാര്യമായ ചിന്തകൾ പോലും അവളോടു ഞാൻ പറഞ്ഞു. എന്റെ എല്ലാ വസ്തുവകകളും അവൾക്കു കൈമാറി. ഇത്രയേറെ യത്നം വേണ്ടിവന്നതെന്തിനോ അത് യാതൊരു തടസപ്പെടുത്തലുകളുമില്ലാതെ ആസ്വദിക്കുക എന്നത് ഉറപ്പു വരുത്തുന്നതിനു വേണ്ടി വേണ്ടത്ര ആലോചനകളോടെയാണ് ഇക്കാര്യങ്ങളെല്ലാം

ചെയ്തത്. ഇതൊക്കെക്കൊണ്ട് എനിക്ക് ശങ്കയോ ഭയമോ ഉണ്ടാകുന്ന ഒരവസരവും അവളുണ്ടാക്കരുത് എന്നു ഞാൻ വിചാരിച്ചു. പക്ഷെ, ദൈവ ഹിതത്തിനു ചേർന്നല്ല ആഗ്രഹങ്ങളും പ്രതീക്ഷകളും ഒരുവൻ കേന്ദ്രീ കരിക്കുന്നതെങ്കിൽ അവന്റെമേൽ നിപതിക്കുവാൻ പരമശക്തൻ നിശ്ചയി ക്കുന്ന ശിക്ഷയെ തടഞ്ഞുനിറുത്തുവാൻ ഒരു മനുഷ്യപ്രയത്നത്താലും ഒരുവനും കഴിയില്ല. എന്റെ കാര്യത്തിൽ ഞാൻ ഭഗ്നാശനാകുന്നത് അത്ഭു തമല്ല. എന്നെ ഇപ്പോൾ കൊന്നുകൊണ്ടിരിക്കുന്ന വിഷം ഉൽപ്പാദിപ്പിച്ചത് ഞാൻ തന്നെയായിരുന്നു. എന്റെ വാക്കുകളെക്കുറിച്ച് ചിന്തിച്ച് നിങ്ങൾ അമ്പരന്നിരിക്കുന്നതുകൊണ്ട്, ഒരായിരം വാക്കുകൾ കൊണ്ട് ശരിയായ രീതിയിൽ പറയാൻ കഴിയുന്നവ ഒരു വാക്കിൽ പറഞ്ഞുകൊണ്ട് എന്റെ വാക്കുകൾക്കുള്ള ദീർഘമായ ഈ മുഖവുര ഞാൻ അന്ത്യത്തിലേക്ക് കൊണ്ടുവരാം. മാന്യരേ, ഞാൻ പ്രഖ്യാപിക്കുന്നതെന്തെന്നാൽ, ഇങ്ങനെ യൊക്കെ പറയുകയും ചെയ്യുകയും ചെയ്തിട്ടും ഈ പെൺകുട്ടിയെ, തന്റെ ഭാര്യയെ ചൂണ്ടിക്കാട്ടിക്കൊണ്ട്, "എന്റെ സ്വസ്ഥത നശിപ്പിക്കാനും എന്റെ ജീവിതം അന്ത്യത്തിലേക്ക് കൊണ്ടുവരാനും ഈ ലോകത്തിൽ ജന്മമെടുത്ത ഇവളെ, ഇപ്പോൾ, ഈ നിന്ദ്യയായ ഡ്യൂയെന്നയുടെ മുറി യിൽ അടച്ചുപൂട്ടപ്പെട്ടിരിക്കുന്ന സുന്ദരനും യുവാവുമായ മനുഷ്യന്റെ കര വലയത്തിൽ ഇന്നു പ്രഭാതത്തിൽ ഞാൻ കണ്ടെത്തി."

കാരിദ്സാലെസ് പറഞ്ഞുനിർത്തിയതേ, ലിയോനോറ തീവ്രമായ മാനസികവേദനയാൽ തകർന്ന് ബോധരഹിതയായി ഭർത്താവിന്റെ കാൽക്കൽ വീണു. മരിയലോൻസോ വിളറിവെളുത്തു. ലിയോനോറയുടെ മാതാപിതാക്കൾ സ്തബ്ധരായി. പക്ഷേ, കാരിദ്സാലസ് തുടർന്നു പറഞ്ഞു: "ഈ ദ്രോഹത്തിനു ഞാൻ സ്വീകരിക്കുന്ന പ്രതികാരം തീർച്ച യായും പതിവുരീതിയിലുള്ളതല്ല. പതിവുരീതിയിലുള്ളതാകാനും പാടില്ല - കാരണം ഞാൻ ചെയ്ത കാര്യങ്ങളെല്ലാം അസാധാരണയുടെ പരമാ വധിയിലായിരുന്നു ചെയ്തത്. ഞാൻ ചെയ്യാൻ പോകുന്ന പ്രതികാരവും അതേ വിധത്തിലുള്ളതായിരിക്കണം. ഈ കുറ്റകൃത്യത്തിൽ ഏറ്റവും കൂടുതൽ കുറ്റപ്പെടുത്തപ്പെടാൻ അർഹനായവൻ എന്ന നിലയിൽ എന്റെ സ്വന്തം കരങ്ങൾകൊണ്ട് എന്റെ മേൽതന്നെ പ്രയോഗിക്കപ്പെടുന്നതായിരി ക്കണം ആ പ്രതികാരം. കാരണം ഈ പെൺകുട്ടിയുടെ പതിനഞ്ചു വയസ്സ് എന്റെ ജീവിതത്തിന്റെ എഴുപതോടടുത്ത പ്രായവുമായി അസു ഖകരമായേ യോജിച്ചുപോവുകയുള്ളു എന്ന് ഞാൻ കണക്കാക്കണമായി രുന്നു. ഞാൻ ഒരു പട്ടുനൂൽപ്പുഴുപോലെയാണ്. ഞാൻ മരിക്കേണ്ടിയി രിക്കുന്ന വീടു ഞാൻതന്നെ നിർമിക്കുകയായിരുന്നു. ദുരുപദേശത്തിനു വഴങ്ങേണ്ടിവന്ന പെൺകുട്ടീ, ഞാൻ നിന്നെ കുറ്റപ്പെടുത്തുന്നില്ല." ഇതു പറഞ്ഞുകൊണ്ട് ബോധരഹിതയായി കിടക്കുന്ന ലിയോനോറയുടെ മുഖ ത്ത് അയാൾ ചുംബിച്ചു. "ഞാൻ തീർത്തു പറയുന്നു ഞാൻ നിന്നെ കുറ്റപ്പെടുത്തുന്നില്ല. എന്തുകൊണ്ടെന്നാൽ കൗശലക്കാരികളായ പ്രൗഢ കളുടെ ദുഷ്പ്രേരണ നൽകുന്ന നാവുകളും ഭ്രമിപ്പിക്കുന്ന യുവാക്കളുടെ

പ്രേമാഭ്യർഥനകളും പ്രായം കുറഞ്ഞ യുവതികളുടെ പരിമിതമായ ബുദ്ധിയെ ആക്രമിച്ച് വിജയം നേടുന്നു. എന്നാൽ ഞാൻ നിന്നോടു കാണിച്ച സൗമനസ്യത്തിന്റെയും വിശ്വാസത്തിന്റെയും ആഴവും പരപ്പും ഈ ലോകം കാണുന്നതിനുവേണ്ടി എന്റെ ജീവിതത്തിന്റെ ഈ അവസാന നിമിഷങ്ങളിൽ ഞാൻ പ്രകടിപ്പിക്കുകയാണ് - നന്മയുടേതല്ലെങ്കിൽ കുറഞ്ഞ പക്ഷം മുമ്പെങ്ങും കണ്ടിട്ടില്ലാത്തവിധത്തിലുള്ള ആത്മാർഥതയുടെ ഉദാഹരണമായി ഈ ലോകത്തിൽ സ്മരിക്കപ്പെടത്തക്കവിധത്തിൽ - അതുകൊണ്ട് ഉടനെ ഒരു നോട്ടറിയെ കൊണ്ടുവരണമെന്ന് ഞാൻ അഭിലഷിക്കുന്നു. എന്നിട്ട് ഞാനൊരു പുതിയ വിൽപ്പത്രം തയാറാക്കട്ടെ. അതിലൂടെ ലിയോനോറയ്ക്കുള്ള സ്ത്രീധനം ഞാൻ ഇരട്ടിയാക്കും. എനിക്കൊരഭ്യർഥനയുണ്ട് അവളോട്. ഞാൻ കടന്നു പോയിക്കഴിഞ്ഞാൽ, അതുടനെ ഉണ്ടാകും, അവൾ തീരുമാനിക്കണം - അതവൾക്കു വലിയ ബുദ്ധിമുട്ടില്ലാതെ കഴിയും, ആ യുവാവിനെ അവൾ വിവാഹം കഴിക്കണം. അയാളോട് നരച്ച മുടികളുള്ള ഈ വൃദ്ധൻ ഒരിക്കലും ഒരു തെറ്റും ചെയ്തിട്ടില്ല. ഇങ്ങനെ, അവൾ മനസിലാക്കണം ജീവിതത്തിൽ ഒരുനിമിഷം പോലും അവൾക്കു സന്തോഷകരമാകുമെന്നു ഞാൻ വിചാരിച്ച യാതൊന്നിൽ നിന്നും ഞാൻ പിൻമാറിയിട്ടില്ല എന്ന്. മരണത്തിലാകട്ടെ, അവൾ അത്രയേറെ സ്നേഹിക്കുന്ന ആ യുവാവിനെപ്പം സന്തോഷത്തോടെ കഴിയണമെന്ന് ഞാൻ ആഗ്രഹിക്കുന്നു. എന്റെ സ്വത്തിന്റെ ബാക്കിഭാഗം ഭക്തിപ്രവർത്തനങ്ങൾക്ക് നൽകും. പിന്നെ നിങ്ങൾക്ക് രണ്ടാൾക്കും മാന്യമായി ശിഷ്ടകാലം കഴിയാൻ മതിയായതു ഞാൻ മാറ്റിവയ്ക്കും. നോട്ടറി ഒന്നെളുപ്പം വന്നിരുന്നെങ്കിൽ. എന്റെ അസ്വസ്ഥതകൾ വർദ്ധിക്കുന്നു. അധികം താമസിയാതെ എന്റെ ജീവിതം അവസാനിക്കും. ഇതു പറഞ്ഞു കഴിഞ്ഞപ്പോഴെയ്ക്ക് അയാൾ ഭീതികരമായ ഒരു ബോധക്ഷയത്തിലായി. അയാൾ താഴെവീണു - ലിയോനോറയോട് വളരെ അടുത്ത്, അവരുടെ മുഖങ്ങൾ തമ്മിൽ ചേർന്നിരുന്നു. അവരുടെ പ്രിയപ്പെട്ട മകളെയും ഏറെ സ്നേഹിച്ചിരുന്ന ജാമാതാവിനെയും ഈ അവസ്ഥയിൽ കണ്ടത് ആ മാതാപിതാക്കൾക്ക് അതീവ ദുഃഖമുണ്ടാക്കുന്ന വിശേഷകാഴ്ചയായിരുന്നു. ലിയോനോറയുടെ പിതാക്കൾ തന്റെ നേരെ തൊടുത്തുവിട്ടേക്കാമെന്ന് അവൾ ചിന്തിച്ച അധിക്ഷേപങ്ങൾക്കും കുറ്റപ്പെടുത്തലുകൾക്കും വേണ്ടി കാത്തു നിൽക്കാൻ ആഗ്രഹിക്കാതെ ദുഷ്ടയായ, തിന്മ നിറഞ്ഞ, ഡ്യൂയെന്ന ആ മുറിയിൽ നിന്നും പുറത്തുകടന്ന് നടന്ന കാര്യങ്ങളെല്ലാം ലോയ്സയോടു പറയുന്നതിനുവേണ്ടി പോയി. ഉടനെ തന്നെ വീട്ടിൽ നിന്നും പുറത്തു കടക്കാൻ അയാളെ അവൾ ഉപദേശിച്ചു. സംഭവിക്കുന്ന കാര്യങ്ങൾ നീഗ്രോ വഴിയായി അറിയിക്കാമെന്ന് വാഗ്ദാനം ചെയ്തു. വാതിലുകളോ താക്കോലുകളോ ഇപ്പോൾ ഇല്ലാത്തതിനാൽ ലോയ്സയ്ക്ക് പുറത്തുപോകാൻ തടസ്സമൊന്നുമില്ല. കേട്ടകാര്യങ്ങൾ ലോയ്സയ്ക്ക് അതിശയമുണ്ടാക്കി. അവളുടെ ഉപദേശമനുസരിച്ച്, ഒരിക്കൽക്കൂടി പാവപ്പെട്ട മുടന്തന്റെ വേഷം കെട്ടി പുറത്തുചാടി. തന്റെ സുഹൃത്തു

ക്കളുടെ അടുത്തെത്തി, വിചിത്രമായും അപ്രതീക്ഷിതമായ രീതിയിലും കാര്യങ്ങൾ വന്നുഭവിച്ചിരിക്കുന്ന വിവരം പറയുന്നതിനായി പോയി.

ആ ദമ്പതികൾ അബോധാവസ്ഥയാലായിരിക്കെ തന്നെ, ലിയോനോറയുടെ പിതാവ് തന്റെ സുഹൃത്തായ ഒരു നോട്ടറിക്ക് ആളയച്ചു. അയാളുടെ മകളും മരുമകനും ബോധം വീണ്ടെടുത്തപ്പോഴേയ്ക്കും നോട്ടറി വന്നെത്തി. നേരത്തെ പറഞ്ഞിരുന്ന രീതിയിൽ തന്നെ കാരിദ്സാലെസ് ഒരു വിൽപത്രം തയാറാക്കിച്ചു. ലിയോനോറ (കുറ്റകൃത്യത്തെക്കുറിച്ച് അതിൽ ഒന്നും പറയാതെ) തന്റെ മരണശേഷം വീണ്ടും വിവാഹം കഴിക്കാൻ അവളോട് അപേക്ഷിച്ചു- അവളോടു താൻ സ്വകാര്യമായി പറഞ്ഞിരുന്ന യുവാവിനെ. ഇതുകേട്ടപ്പോൾ ലിയോനോറ അവളുടെ ഭർത്താവിന്റെ കാൽക്കൽ വീണ് അതിഭീകരമായ ഹൃദയമിടിപ്പോടെ അയാളോടു പറഞ്ഞു."എന്റെ പ്രിയപ്പെട്ട പ്രഭോ, അങ്ങ് അനേകവർഷം കൂടി ജീവിച്ചിരിക്കട്ടെ. ഞാൻ പറയുന്നതൊന്നും അങ്ങയ്ക്ക് വിശ്വസിക്കേണ്ട ആവശ്യമില്ലെങ്കിലും ഞാൻ പറയട്ടെ, ഞാൻ ചിന്തകൊണ്ടു മാത്രമേ അങ്ങേയ്ക്കെതിരായി തെറ്റു ചെയ്തിട്ടുള്ളൂ എന്ന് അങ്ങ് മനസിലാക്കണം."

ക്ഷമ ചോദിക്കാനും നടന്ന കാര്യങ്ങളുടെ സത്യസ്ഥിതി പറയാനും അവൾ ആരംഭിച്ചു. പക്ഷേ അവൾക്കു സംസാരിക്കാൻ കഴിയുന്നില്ലെന്ന് അവൾ കണ്ടു. വീണ്ടും അവൾ ബോധരഹിതയായി. ആ സാധു, ക്ഷതമേറ്റ ആ വൃദ്ധൻ, അവളെ കരങ്ങളിലെടുത്തു. മാതാപിതാക്കൾ അവളെ ആലിംഗനം ചെയ്തു. അവരെല്ലാവരും വേദനയോടെ കരഞ്ഞു. വിൽപ്പത്രം തയ്യാറാക്കുകയായിരുന്ന നോട്ടറിപോലും കരയാൻ നിർബ്ബന്ധിതനായി. തന്റെ വിൽപ്പത്രത്തിൽ എല്ലാ പരിചാരികമാർക്കും അവിടെ തന്നെ കഴിയാനുള്ള വക നീക്കിവച്ചു അടിമപ്പെൺകുട്ടികൾക്കും നീഗ്രോയ്ക്കും സ്വാതന്ത്ര്യം നൽകി. കാപട്യക്കാരിയായ മരിയ ലോൻസോയ്ക്ക് അവളുടെ ശമ്പളം കൊടുക്കാൻ നിർദേശിച്ചു. ഒരാഴ്ചകഴിഞ്ഞു ദുഃഖം താങ്ങാനാവാതെ ആ മനുഷ്യൻ ശവക്കല്ലറയിലേക്കു സംവഹിക്കപ്പെട്ടു.

ലിയോനോറ അയാൾക്കുവേണ്ടി വിലപിച്ചു. അവളൊരു സമ്പന്നയായ വിധവ. അവളുടെ ഭർത്താവ് വിൽപ്പത്രത്തിൽ നിർദേശിച്ചതുപോലെ അവൾ ചെയ്യുമെന്ന് ലോയ്സാ ആശിച്ചു. പക്ഷേ പകരം അയാൾ കണ്ടത് ഒരാഴ്ചയ്ക്കുള്ളിൽ അവൾ, നഗരത്തിലെ ഏറ്റവും കൂടുതൽ ഏകാന്തമായ കന്യകാലയത്തിൽ സന്യാസിനിയാകാൻ പോകുന്നതാണ്. നിരാശപ്പെട്ട് വാസ്തവത്തിൽ അപമാനത്തോടെ അയാൾ ഇൻഡീസിലേക്കു പോയി. തങ്ങളുടെ ജാമാതാവ് അയാളുടെ വിൽപത്രത്തിലൂടെ നീക്കിവച്ചിരുന്ന വകകൾകൊണ്ട് ആശ്വാസം തോന്നിയെങ്കിലും ലിയോനോറയുടെ മാതാപിതാക്കൾ അതീവ ദുഃഖിതരായി. തങ്ങൾക്കു അവകാശമായി ലഭിച്ചതുകൊണ്ട് പരിചാരികമാർ സ്വസ്ഥരായി. സ്വാതന്ത്ര്യലബ്ധികൊണ്ട് അടിമകളും ആശ്വാസംകൊണ്ടു. പക്ഷേ കുറ്റവാളിയായ

ഡ്യൂയെന്ന ദാരിദ്ര്യത്തിൽ തന്നെ കഴിയേണ്ടിവന്നു. അവളുടെ നീചമായ പ്രതീക്ഷകളെല്ലാം തകർന്നു.

ഈ കഥ ഇവിടെ അവസാനിപ്പിക്കുകയേ ഇനി വേണ്ടൂ. ഇഛ സ്വതന്ത്രമായിരിക്കുന്നിടത്തോളം, മതിലുകളിലും കറങ്ങുന്ന കതകുകളിലും താക്കോലുകളിലും എത്ര അൽപ്പം മാത്രമേ ആശ്രയിക്കാനാവൂ എന്നു വെളിവാക്കുന്ന, ഓർമ്മിച്ചിരിക്കേണ്ട ഈ കഥ യുവത്വത്തെയും ജീവിതാനുഭവമില്ലായ്മയെയും എത്ര കുറച്ചുമാത്രമേ ആശ്രയിച്ചു വിശ്വസിക്കാവൂ എന്നും, പ്രത്യേകിച്ച് കറുത്ത കുപ്പായമിട്ട് ഇറക്കമുള്ള വെളുത്ത ശിരോവസ്ത്രവുമായി കഴിയുന്ന ഡ്യൂയെന്നമാരുടെ ഭാഷണങ്ങളെ അഭിമുഖീകരിക്കേണ്ടി വരുമ്പോൾ എന്നും വെളിവാക്കുന്നു. എന്നെ കുഴയ്ക്കുന്ന ഒരേയൊരു സംഗതി ലിയോനോറ എന്തുകൊണ്ടാണ് ഈ സംഗതിയിൽ അവൾ തെറ്റുകാരിയല്ലാ എന്നും, താൻ എത്രമാത്രം പരിശുദ്ധയും നിഷ്കളങ്കയുമാണെന്നും ശങ്കാകുലനായ തന്റെ ഭർത്താവിന് മനസ്സിലാക്കാൻ കൂടുതൽ യത്നിച്ചില്ല എന്നുള്ളതു മാത്രമാണ്. എന്നാൽ അവൾ ആകെ ചിന്താകുഴപ്പത്തിലായിരുന്നതുകൊണ്ടും നാവനക്കാൻ കഴിയാതിരുന്നതുകൊണ്ടും അവളുടെ ഭർത്താവ് പെട്ടെന്നു മരണമടഞ്ഞതുകൊണ്ടും അവളുടെ ഭാഗം വിശദീകരിക്കാൻ അവൾക്ക് അവസരം കണ്ടെത്താൻ കഴിഞ്ഞില്ല.

5

ചതിനിറയും ബാന്ധവം

ഹോസ്പിറ്റൽ ഓഫ് റിസറക്ഷൻ - ഒരു ആശുപത്രിയാണ്. പ്യുവർട്ടോ ദെൽ ക്യാംപോയ്ക്ക് അപ്പുറത്ത് വല്ലാഡോളിഡ് എന്ന സ്ഥലത്താണത്. ആ ആശുപത്രിയിൽ നിന്നും ഒരു പടയാളി പുറത്തേക്കു വരുന്നു. കാലുകൾ വളരെ ദുർബ്ബലം. സ്വന്തം വാൾ ഒരു ഊന്നുവടി പോലെ ഉപയോഗിച്ചാണ്നടത്തം. മുഖം നിറം മങ്ങി മഞ്ഞനിറമാണെന്നു തോന്നും. ചൂടു കൂടുതലുള്ള കാലമല്ല. പക്ഷേ അയാളുടെ ശരീരത്തിലെ ജലാംശം മുഴുവൻ വിയർപ്പായി ഒഴുകിത്തീർന്നിരിക്കുന്നു - കഴിഞ്ഞ മൂന്നാഴ്ചകൾ കൊണ്ട് - എന്നു വ്യക്തം. ആടിയാടിയാണ് വരവ്. വളരെ സാവധാനം. ഏതോ രോഗത്തിൽ നിന്നു വിമുക്തി പ്രാപിച്ചുള്ള നടപ്പു പോലെ. നഗരത്തിലേക്കുള്ള ഗേറ്റ് കടക്കുന്നതേ, ഒരു പഴയ സുഹൃത്ത് അയാളുടെ നേരേ വരുന്നതയാൾ കണ്ടു. കഴിഞ്ഞ അഞ്ചാറുമാസമായി ഇവർ തമ്മിൽ കണ്ടിട്ട്. വന്ന സുഹൃത്ത് ഒരു ഭൂതത്തെ കാണുംപോലെ അയാളെ കടന്നു പോകാനൊരുങ്ങി. എന്നാൽ അടുത്തു ചെന്നപ്പോൾ അയാൾ അത്ഭുതപ്പെട്ടു.

“ഇതെന്താണ് എൻസൈൻ* ക്യാംപൂദ്സാനോ? യഥാർഥത്തിൽ നിങ്ങൾ ലോകത്തിന്റെ ഈ ഭാഗത്തൊക്കെയുണ്ടോ? ഫ്ളാൻഡേഴ്സിൽ ഒരു കുന്തവുമായി നിങ്ങൾ നീങ്ങുകയാണെന്നാണ് ഞാൻ കരുതിയത്. അല്ലാതെ ഒരുവാളും വലിച്ച് ഇതിലെ നടക്കുന്നു എന്നായിരുന്നില്ല. തന്റെ ഈ പേടിപ്പിക്കുന്ന നിറം, ഈ തളർച്ച എന്താണിതിന്റെയൊക്കെ അർഥം?”

---

* എൻസൈൻ (Ensign) = അനുചരൻ, കിങ്കരൻ, പതാകാ വാഹകൻ എന്നൊക്കെ വാച്യാർഥം. യുദ്ധരംഗങ്ങളിൽ സൈനികവിഭാഗങ്ങളുടെ പതാകയേന്തുകയാണ് ജോലി. (ആ വിഭാഗത്തിലെ ക്യാപ്റ്റന്റെ സഹായി) പ്രഭുക്കളുടെയും ഉന്നത ഉദ്യോഗസ്ഥരുടെയും കിങ്കരൻ എൻസൈൻ എന്ന് പറയപ്പെടുന്നു.

ക്യാപ ദ്സാനോ മറുപടി പറഞ്ഞു "ലോകത്തിന്റെ ഈ ഭാഗത്ത് ആയിരിക്കട്ടെ, അല്ലായിരിക്കട്ടെ, ലൈസെൻഷ്യേററ് പെരാൽട്ടാ, എന്നെ ഇവിടെ കാണുന്നു എന്നതുതന്നെ അതിന്റെ മറുപടി. അടുത്ത ചോദ്യത്തിന്റെ ഉത്തരമിതാണ് - ഞാനിപ്പോൾ ഈ ആശുപത്രിയിൽ നിന്നും വരികയാണ്. പതിന്നാലു വീക്കങ്ങളും ശരീരത്തുണ്ടായിരുന്നത് വിയർപ്പിച്ചു കളഞ്ഞിട്ടാണീവരവ്. ഈ വീക്കങ്ങളോ? എന്റെ ദുരിതത്തിനു ഞാൻ തന്നെ സ്വീകരിച്ച ഒരു സ്ത്രീയിൽ നിന്നും കിട്ടിയതും."

"അപ്പോൾ നിങ്ങൾ വിവാഹം കഴിച്ചു ഇല്ലേ?"

ഉവ്വ് - സർ ക്യാപ ദ്സാനോ മറുപടി പറഞ്ഞു.

"അപ്പോൾ അതൊരു പ്രണയവിവാഹമായിരുന്നു? അത്തരം വിവാഹങ്ങളിൽ പശ്ചാത്തപിക്കാനുള്ള വഴി നേരത്തേതന്നെ നിർമിച്ചിട്ടുണ്ട്." പെരാൽട്ടാ പറഞ്ഞു.

എൻസൈൻ: "അതു പ്രണയം കൊണ്ടായിരുന്നോ എന്നു പറയാൻ കഴിയില്ല. അതു വേദനാജനകമായിരുന്നു. അതു വിവാഹമാകട്ടെ, അനുചിത സംബന്ധമാകട്ടെ, അതിന്റെ ഫലമെന്തെന്നോ? എന്റെ ശരീരത്തിനും മനസിനും വേദന ബാധിച്ചു. ശരീര വേദനയ്ക്ക് നാൽപ്പതു പ്രാവശ്യം വിയർപ്പിക്കേണ്ടിവന്നു. മനസിന്റെ വേദനയ്ക്ക് ഒരു പരിഹാരം ഇതുവരെ കാണാൻ കഴിഞ്ഞിട്ടില്ല. ഇപ്പോൾ, എല്ലാം വിസ്തരിച്ച് ഈ റോഡിൽ നിന്നു പറയാനുള്ള അവസ്ഥയിലല്ല ഞാൻ - അതുകൊണ്ട് എന്നോട് ക്ഷമിക്ക്. മറ്റൊരു ദിവസം ഒഴിവുസമയത്ത്, എന്താണു സംഭവിച്ചതെന്നു ഞാൻ പറയാം. നിങ്ങളുടെ ജീവിതത്തിലൊരിക്കലും നേരിട്ടിട്ടില്ലാത്ത ഒരു വിചിത്ര കഥ, കേട്ടിട്ടില്ലാത്ത കഥ - അതാണത്."

"പെരാൽട്ടാ: അതുവേണ്ട. എന്റെ വീട്ടിലോട്ടു താൻ എന്റെ കൂടെ വരുന്നു. അവിടെ നമുക്കൊന്നിച്ച് പ്രായശ്ചിത്തം ചെയ്യാം. സൂപ്പ് രോഗികൾക്കു പറ്റും. തിന്നാനുള്ള വക രണ്ടുപേർക്കുള്ളതേ ഉള്ളൂ. എന്റെ വേലക്കാരൻ വല്ല പൈയോ മറ്റോ ഉണ്ടാക്കി കഴിച്ചോളും നല്ലതുപോലെ രോഗം മാറിയെന്ന് തനിക്കു തോന്നുന്നെങ്കിൽ അഞ്ചാറു പോർക്കിൻ കഷണങ്ങൾ രുചി കൂട്ടാൻ കഴിക്കാം. തന്നെ ക്ഷണിക്കുന്ന എന്റെ നല്ല മനസാണ് ഇതിലൊക്കെ വലുത്. ആ നല്ല മനസ്സ് ഇപ്പോഴത്തേക്കു മാത്രമല്ല, തനിക്ക് എപ്പോഴൊക്കെ വേണമെന്ന് തോന്നുന്നുണ്ടോ അപ്പോഴത്തേക്കെല്ലാം കൂടിയുണ്ട്."

ക്യാംപ്യൂദ്സാനോ നന്ദിപറഞ്ഞു. ക്ഷണം സ്വീകരിച്ച് അവരൊന്നിച്ച് സാൻലോറൻസോ പള്ളിയിൽ പോയി കുർബാന കൂടി. പെരാൽട്ടായുടെ വീട്ടിൽ പോയി. നേരത്തെ പറഞ്ഞിരുന്ന ഭക്ഷണമൊക്കെ കഴിച്ചു. പറയാനുണ്ടെന്നു പറഞ്ഞ സാഹസകഥകളെല്ലാം പറഞ്ഞു കഴിഞ്ഞ് വീണ്ടും ഭക്ഷണം കഴിക്കണമെന്ന് അഭ്യർഥിച്ചു. ക്യാംപ ദ്സാനോയ്ക്ക് ക്ഷണമെല്ലാം സ്വീകരിക്കുക സന്തോഷം. അയാൾ പറഞ്ഞു തുടങ്ങി:

“ഇപ്പോൾ ഫ്ളാൻഡേഴ്സിലുള്ള ക്യാപ്റ്റൻ പെഡ്രോ ദെ ഹെരെരായുമൊരുമിച്ച് ഞാൻ കഴിഞ്ഞിരുന്നതു താങ്കൾ ഓർക്കുന്നുണ്ടല്ലോ. അക്കാലത്ത് ഒരു ദിവസം ലാ സൊലാനാ എന്ന, ഞങ്ങൾ താമസിച്ചിരുന്ന സത്രത്തിൽ ഞങ്ങൾ പ്രഭാതഭക്ഷണമൊക്കെ കഴിഞ്ഞിരിക്കുമ്പോൾ കണ്ടാൽ കൊള്ളാവുന്ന രണ്ടു സ്ത്രീകൾ വന്നു. രണ്ടു വേലക്കാരികളുമുണ്ട്. ഒരാൾ ജനാലയ്ക്കൽ നിന്ന് ക്യാപ്റ്റനോട് സംസാരിക്കാൻ തുടങ്ങി. മറ്റെ സ്ത്രീ എന്റെ അടുത്തുവന്നിരുന്നു. അവളുടെ ശിരോവസ്ത്രം അവൾ താടിയോളം വലിച്ചുതാഴ്ത്തിയിട്ടിരുന്നു. ആ കനം കുറഞ്ഞ തുണിയിലൂടെ കാണാവുന്നത്രയുമൊക്കെ മാത്രം കാണിച്ചുകൊണ്ട്. ഉപചാരത്തിന്റെ പേരിൽ ശിരോവസ്ത്രം മാറ്റാൻ ഞാൻ അഭ്യർഥിച്ചു. ഫലമുണ്ടായില്ല. ഇത് എന്റെ ആഗ്രഹം വർദ്ധിപ്പിച്ചു. ഇതിനിടെ യാദൃച്ഛികമായോ മനഃപൂർവമായോ അവളുടെ കൈകൾ ഒരു മിന്നായം പോലെ ഞാൻ കണ്ടു. മഞ്ഞുപോലെ വെളുത്ത കൈകൾ രത്നഭൂഷിതമായ വിരലുകൾ. അന്നു ഞാൻ കാണാൻ നല്ല സ്മാർട്ടായിരുന്നു. ഞാൻ ധരിച്ചിരുന്ന ആ വലിയ മാല. നിങ്ങളും അതു കണ്ടിട്ടുണ്ടാവും. തൂവലുകളും നാടകളും പിടിപ്പിച്ച തൊപ്പി, നിറം പിടിപ്പിച്ച പട്ടാളയൂണിഫോം, അങ്ങനെ നല്ല ചുണക്കുട്ടനായി ഞാൻ. എന്റെ ചപലചിന്തയിൽ, ഒറ്റ നോട്ടം കൊണ്ടുതന്നെ ഏതൊരു പെണ്ണിനെയും വീഴ്ത്താൻ കഴിയുമെന്നു ഞാൻ കരുതി. ശിരോവസ്ത്രമൊന്നു നീക്കാൻ വീണ്ടും ഞാൻ അഭ്യർഥിച്ചു. എന്നെ ശല്യപ്പെടുത്താതെ എനിയ്ക്കൊരു വീടുണ്ട്. എന്റെ പുറകെ ഒരു അകമ്പടിക്കാരനെ അയയ്ക്കുക. ഈ ഉത്തരംകൊണ്ടു മനസിലാക്കാവുന്നതിൽ കൂടുതൽ മാന്യതയുള്ള ആളാണ് ഞാൻ. നിങ്ങൾ കാണാൻ കൊള്ളാം. അതുപോലെ തന്നെ വകതിരിവും ഉണ്ടെങ്കിൽ നിങ്ങൾ എന്റെ വീട്ടിൽ വന്ന് എന്നെ കാണുന്നതിൽ എനിക്കു സന്തോഷമാണ്

ഇത്രയും വലിയ ഒരു കാര്യം എനിക്കു ചെയ്യുന്നതിലുള്ള നന്ദി സൂചകമായി ഞാൻ അവളുടെ കരം ചുംബിച്ചു. മാത്രമല്ല കുന്നുപോലെ പണവും നൽകാമെന്നു പറഞ്ഞു. ക്യാപ്റ്റൻ സംഭാഷണം നിറുത്തി. മറ്റേ സ്ത്രീയും. ഇരുവരും തിരികെ പോയി. എന്റെ ഒരു വേലക്കാരനെ, അവരെ പിൻതുടരാൻ ഞാൻ പറഞ്ഞയച്ചു. ക്യാപ്റ്റന്റെ സുഹൃത്തായി മറ്റൊരു ക്യാപ്റ്റനുണ്ട്, ഫ്ളാൻഡേഴ്സിൻ. അയാൾക്ക് കുറേ കത്തുകൾ കൊടുത്തയയ്ക്കാനാണത്രേ ആ സ്ത്രീ ക്യാപ്റ്റനെ കാണാൻ വന്നത്. അയാൾ അവരുടെ കസിനാണന്നാണ് അവർ പറഞ്ഞിരുന്നതെങ്കിലും യഥാർഥത്തിൽ കാമുകനാണെന്നാണ് ക്യാപ്റ്റൻ പറഞ്ഞത്.

ഞാനാകട്ടെ, മഞ്ഞുപോലെ വെളുത്ത കരങ്ങൾ കണ്ടതോടെ എന്റെ വികാരങ്ങൾ കത്തുകയാണ്. അവളുടെ മുഖം കാണാൻ മരിക്കുകയും. അടുത്ത ദിവസം എന്റെ വേലക്കാരൻ വഴികാണിച്ചു തന്ന് ഞാൻ അവരുടെ ഭവനത്തിലെത്തി. ഒരു തടസവുമില്ലതെ വീട്ടിൽ ചെന്നു.

അകത്തു കയറി, നന്നായി ക്രമീകരിച്ചിരിക്കുന്ന വീട്. മുപ്പതോളം വയസു തോന്നിക്കുന്ന ഒരു സ്ത്രീ. അവരുടെ കരങ്ങൾ കണ്ടപ്പോൾ അവരെ ഞാൻ തിരിച്ചറിഞ്ഞു. അസമാന്യ സുന്ദരിയൊന്നുമല്ല. പക്ഷേ എനിക്കു പ്രണയം തോന്നാനും മാത്രം സുന്ദരിയായിരുന്നു. വളരെ മൃദുസ്വരത്തിലുള്ള അവരുടെ സംഭാഷണം എന്റെ ഹൃദയത്തെ സ്പർശിച്ചു. പ്രേമവും ശൃംഗാരവും മധുരവും നിറഞ്ഞ ഞങ്ങളുടെ സംഭാഷണം വളരെ നീണ്ടു. ഞാൻ എന്നെത്തന്നെ പുകഴ്ത്തി. ചക്കരവാക്കുകൾ പറഞ്ഞ് അവളുടെ മനസു നേടിയെടുക്കാൻ വേണ്ടതുപോലെ വാഗ്ദാനങ്ങളും അംഗചലനങ്ങളും ഒക്കെയൊക്കെ- പക്ഷേ ഇത്തരമോ ഇതിൽ കൂടുതലോ കേട്ടിട്ടുണ്ടായിരുന്നതു കൊണ്ടായിരിക്കണം ഞാൻ പറഞ്ഞതിൽ ഒരു വാക്കു പോലും അവൾ വിശ്വസിച്ചതായി കണ്ടില്ല. സത്യത്തിൽ അവരെ സന്ദർശിച്ച് സംഭാഷണം നടത്തിയ കുറെ ദിവസങ്ങൾ വെറുതെ കടന്നു പോയി. ഞങ്ങളുടെ സംഭാഷണം ചില നിസ്സാരങ്ങളായ കാര്യങ്ങളെക്കുറിച്ചായിരുന്നു എന്നല്ലാതെ ഞാൻ ആഗ്രഹിച്ച ഫലമൊന്നും നേടിയെടുക്കാൻ എനിക്കു കഴിഞ്ഞില്ല.

ഈ ദിവസങ്ങളിലൊന്നും ആ വീട്ടിൽ അവരല്ലാതെ ആരും ഉള്ളതായി തോന്നിയില്ല. ബന്ധുക്കളെന്നു പറയപ്പെടുന്നവരോ സുഹൃത്തുക്കളോ ആരും. ഒരു വേലക്കാരി മാത്രം. അവൾ മഠയിയെന്നതിനെക്കാൾ ഒരു സൂത്രക്കാരിയാണെന്നു തോന്നി. ഒടുവിൽ യുദ്ധോദ്യുക്തനായി നിൽക്കുന്ന ഒരു പടയാളിയെപ്പോലെ, എന്റെ പ്രണയത്തെ ഞാൻ കൈകാര്യം ചെയ്തു. ആ ഭാരം ഞാൻ അവരിലേക്കു പകർന്നു. ലേഡി ഡോണാ എസ്തഫാനിയാ ദെ കായിസെദോ - ഇതായിരുന്നു എന്നെ ഈ പരുവത്തിലാക്കിയ ആ സ്ത്രീയുടെ പേര് - മറുപടിയായി പറഞ്ഞു - എൻ സൈൻ, കാംപ്യുദ്സാനോ, ഞാനൊരു വലിയ പുണ്യവതിയാണെന്നു നിങ്ങളുടെ മുൻപിൽ ഭാവിക്കുന്നത് ശുദ്ധഭോഷത്തമായിരിക്കാം. ഒരു തെററുകാരിയായിരുന്നു ഞാൻ. ഇപ്പോഴും അതേ. പക്ഷേ അയൽക്കാർ അപവാദം പറയുന്നത്രയുമില്ല. അഥവാ പുറംലോകത്തിന്റെ ശ്രദ്ധ ആകർഷിക്കുന്നത്രയും ഏതായാലുമില്ല. എന്റെ മാതാപിതാക്കളിൽ നിന്നോ എന്റെ ഏതെങ്കിലും ബന്ധുക്കളിൽ നിന്നോ യാതൊരു വസ്തുവകകളും എനിക്ക് പൂർവികസ്വത്തായി കിട്ടിയിട്ടില്ല. എങ്കിലും എന്റെ വീട്ടുസാമഗ്രികളെല്ലാംകൂടൊരു രണ്ടായിരത്തഞ്ഞൂറ് സ്വർണ ക്രൗണുകൾ വിലയ്ക്കുള്ളതുണ്ട് - ലേലം ചെയ്താൽ ഉടൻ വിറ്റുപോകും. ഈ വസ്തുവകകളുമായി, എനിക്കു പറ്റിക്കൂടാനും എനിക്ക് അനുസരിക്കാനും ഒരു ഭർത്താവിനെ ഞാൻ നോക്കുകയാണ്. എനിക്കു വാക്കു പറയാൻ കഴിയും. ആ ഭർത്താവിനെ പരിചരിക്കുന്നതിൽ തന്നെ ഞാൻ ശ്രദ്ധിക്കും. അയാളെ ശുശ്രൂഷിക്കാനും സംരക്ഷിക്കാനും എന്നെത്തന്നെ ഞാൻ ഉഴിഞ്ഞുവയ്ക്കും. ഒരു രാജകുമാരനും, ഇത്രയേറെ വായിൽ വെള്ളമൂറുന്നതാക്കാൻ കഴിയുന്ന പാചകക്കാരനുണ്ടാവില്ല. ഞാൻ വീട്ടുകാര്യങ്ങൾ

നോക്കുകയും അതിൽ എന്റെ മുഴുവൻ ശ്രദ്ധയും വയ്ക്കുകയും ചെയ്താൽ ഞാൻ തയ്യാറാക്കുന്നയത്ര സ്വാദിഷ്ടമായ കറികൾ പാകമാക്കാൻ ആർക്കും കഴിയില്ല. എനിക്കു പാചകക്കാരിയാവാൻ കഴിയും. അടുക്കള വേലക്കാരിയോ വീട്ടിലെ നായികയോ എന്തും. ആജ്ഞകൊടുക്കാനും അനുസരിപ്പിക്കാനും എനിക്കറിയാം. യാതൊന്നും പാഴാക്കാതെ ലാഭം നേടുംവിധം കാര്യങ്ങൾ നടത്താൻകഴിയും. കയ്യിലുള്ള ഓരോറിയാലുകൊണ്ടും നേടാവുന്നതിന്റെ പരമാവധി നേടാൻ എനിക്കറിയാം. എന്റെ വസ്ത്രങ്ങൾ - എനിക്കതു ധാരാളമുണ്ട്, അതും കൂടിയ ഇനം. ഇതൊ ം ഏതെങ്കിലും കടയിൽനിന്നും വാങ്ങിയതല്ല. അതെല്ലാം എന്റെ വിരലുകൾകൊണ്ട്, അല്ലെങ്കിൽ എന്റെ പരിചാരികയുടെ വിരലുകൾകൊണ്ട് നൂറ്റെടുത്തതാണ്. വീട്ടിൽവച്ച് അതു നെയ്യാൻ കഴിയുമായിരുന്നെങ്കിൽ ഞാൻ അതും ചെയ്തേനേ. എന്നെത്തന്നെ ഞാൻ പുകഴ്ത്തുന്നത് നിങ്ങളിതൊക്കെ അറിഞ്ഞിരിക്കുന്നതാണ് ശരിയെന്നതുകൊണ്ടാണ്. ചുരുക്കിപ്പറഞ്ഞാൽ എന്നെ സംരക്ഷിക്കുവാൻ ഒരു ഭർത്താവിനെ ഞാൻ അന്വേഷിക്കുകയാണ്-എനിക്ക് ആജ്ഞകൾ തരാൻ എന്നെ ആദരവിനർഹയാക്കാൻ-എന്നെ പരിചരിക്കുന്ന-എന്നിട്ട് പരാതികൾ വിളമ്പുന്ന ഒരു കമിതാവിനെയല്ല. നിങ്ങൾക്കു സമർപ്പിക്കപ്പെട്ടിരിക്കുന്ന സമ്മാനം സ്വീകരിക്കാൻ നിങ്ങൾക്കു സന്തോഷമാണെങ്കിൽ, ഇതാ ഞാൻ, നിങ്ങൾ നിശ്ചയിക്കുന്ന ഏതു ക്രമീകരണവും സ്വീകരിക്കാൻ തയ്യാറായി; എന്നെ കച്ചവടച്ചരക്കായിട്ടല്ല സമർപ്പിക്കുന്നത്. അത് ദല്ലാളൻമാരുടെ കരുണയ്ക്ക് എന്നെ വിടുമ്പോഴാണ്. ബന്ധപ്പെട്ട കക്ഷികളാണ് കാര്യങ്ങൾ ക്രമപ്പെടുത്താൻ യോഗ്യതയുള്ളവർ - അല്ലാതെയാരുമല്ല.

ആ സമയത്ത് എന്റെ തലച്ചോറ് തലയിലെന്നതിനേക്കാൾ കാലിന്റെ ഉപ്പൂറ്റിയിലായിരുന്നു. ഞാൻ ഭാവന ചെയ്തിരുന്നതിലധികമായ ആഹ്ളാദം. ഇതാ എന്റെ മുൻപിലുള്ള ഈ വസ്തുവകകളൊക്കെ കൈവശമിരിക്കുന്ന പണംപോലെ. എന്റെ അഭിലാഷങ്ങൾക്കപ്പുറത്ത് യാതൊരു ന്യായങ്ങളും ചിന്തിക്കാതെ; ഇതെന്റെ യുക്തിചിന്തയെ അതിജീവിച്ചു എന്നു വ്യക്തം. ഞാനവളോടു പറഞ്ഞു. ഞാനാണ് ഈ ലോകത്തിലെ ഏറ്റവും ഭാഗ്യവാനായ വ്യക്തി. ഇതാ സ്വർഗത്തിൽനിന്നു സമ്മാനിക്കപ്പെട്ട ഒരു അത്ഭുതം, ജീവിതസഖി, എന്റെ ആഗ്രഹത്തിനനുസരിച്ച് എന്റെ സ്വന്തമായൊരു ഭാര്യ -

എന്റെ കഴുത്തിലെ ഈ മാല, വീട്ടിലുള്ള ഏതാനും രത്നങ്ങൾ. അതിന്റെ കൂടെ എന്റെ പട്ടാള വേഷത്തിലെ ചില ആഡംബരവസ്തുക്കൾ, ഒക്കെക്കൂടെ രണ്ടായിരം ഡക്കറ്റ്സിൽ കൂടുതലിനുണ്ട്. അതിന്റെ കൂടെ ഇവളുടെ വസ്തുവകകളുടെ വിലയായ രണ്ടായിരത്തഞ്ഞൂറ് - രണ്ടുംകൂടെ കൂടുമ്പോൾ ഞാൻ ജനിച്ചു വളർന്ന ഗ്രാമത്തിൽ പോയി വിശ്രമജീവിതം സുഖമായി നയിക്കാം. അവിടെ ഇപ്പോഴും എനിക്ക് അന്നം വസ്തുവകകൾ ഉണ്ട്. കയ്യിലെ പണത്തിന്റെ കൂടെ ഈ വസ്തുവിലെ

ആദായം കൂടി; സുഖവും സന്തോഷവുമായി ഞങ്ങൾക്കു ജീവിക്കാം. ഇങ്ങനെയങ്ങുപോയി എന്റെ ചിന്തകൾ. ചുരുക്കിപ്പറഞ്ഞാൽ അവിടെ വച്ച് അപ്പോൾതന്നെ ഞങ്ങളുടെ ഒത്തുകല്യാണം തീരുമാനിച്ചു. അവിവാഹിതനും അവിവാഹിതയുമായി ഞങ്ങൾ രജിസ്റ്റർ ചെയ്തു. അടുത്തടുത്തുവന്ന മൂന്നു വിശുദ്ധ ദിവസങ്ങളിൽ - അത് ഈസ്റ്റർ. ആഴ്ചയിൽ തൊട്ടടുത്ത ദിവസങ്ങളായി വന്നു - വിവാഹപ്രഖ്യാപനം (വിളിച്ചു ചൊല്ലൽ) നടത്തി - നാലാംദിവസം ഞങ്ങൾ വിവാഹിതരായി. എന്റെ രണ്ടു സുഹൃത്തുക്കൾ സാക്ഷികളായി. തന്റെ കസിനാണെന്ന് അവൾ പറഞ്ഞ ഒരു ചെറുപ്പക്കാരനുമായി സാഹോദര്യ പ്രതിജ്ഞ ചെയ്തു. എല്ലാം നിയമാനുസൃതം പൂർത്തിയാക്കി. എന്റെ ലക്ഷ്യങ്ങളെക്കുറിച്ചു എനിക്കു പറയാൻ ഒട്ടും ഇഷ്ടമില്ലാത്തവിധത്തിൽ അവ കുടിലവും വഞ്ചന നിറഞ്ഞതുമായിരുന്നു. ഞാൻ സത്യമാണ് പറയുന്നതെങ്കിലും, ഒരു കുമ്പസാരം നടത്തുന്നതുപോലെ മുഴുവനായും സത്യമല്ല.

എന്റെ ജോലിക്കാരൻ എന്റെ പെട്ടിയും സാധനസാമഗ്രികളും എന്റെ ഭാര്യയുടെ ഭവനത്തിലേക്ക് കൊണ്ടുവന്നു. അവളുടെ മുൻപിൽ വച്ചു തന്നെ എന്റെ സുന്ദരങ്ങളായ മാലകൾ ഒരു പെട്ടിയിൽ വച്ചുപൂട്ടി. മൂന്നു നാല് മാലകൾ കൂടി അവളെ ഞാൻ കാണിച്ചു. അവ ആദ്യത്തേതിന്റെ യത്രയും വലുതല്ല. എന്നാൽ നല്ല ഫാഷനിൽ നിർമിച്ചിരുന്നതായിരുന്നു. മൂന്നുനാലു തൊപ്പിനാടകളും അവളെ കാണിച്ചു. എന്റെ ആഡംബര വസ്ത്രങ്ങളും പദവിചിഹ്നമായ തൂവലുകളുമൊക്കെ അവൾക്കു കാട്ടിക്കൊടുത്തു. നാനൂറോളം റിയാലും അവൾക്കു ഞാനങ്ങു കൊടുത്തു - വീട്ടുചെലവുകൾക്ക്. ആറുദിവസം നീണ്ടുനിന്ന ഹണിമൂൺ. ഈ കാലം പണക്കാരനായ ഒരു അമ്മായച്ഛന്റെ വീട്ടിലെ മര്യാദക്കാരനായ മരുമകനെപ്പോലെ ഞാൻ കഴിഞ്ഞുകൂടി. വിലപിടിപ്പുള്ള കാർപ്പറ്റുകളിലൂടെ ഞാൻ നടന്നു. മൃദുവായ വിരിപ്പുള്ള കിടക്കയിൽ ഉറങ്ങി. വെള്ളിതിരിക്കാലുകളിൽനിന്നുള്ള വെളിച്ചത്തിൽ തീ കാഞ്ഞു. കിടക്കയിൽ തന്നെ ഇരുന്നു പ്രഭാതഭക്ഷണം. പതിനൊന്നു മണിക്ക് കിടക്കയിൽ നിന്നെഴുന്നേൽക്കൽ, പന്ത്രണ്ടുമണിക്ക് ഉച്ചഭക്ഷണം, രണ്ടുമണിക്ക് ഉച്ചമയക്കം, സ്വീകരണമുറിയിൽ - ഈ സമയമെല്ലാം ഡോണാ എസ്തഫാനിയായും അവളുടെ ചേടിയും എന്നെ ശുശ്രൂഷിക്കുകയും.എന്റെ ജോലിക്കാരനോ, ഇതുവരെ മടിയനും മന്തനും ആയിരുന്ന അവൻ - ഇപ്പോൾ ഒരു മാൻകുട്ടിയെപ്പോലെ ദ്രുതഗതിക്കാരനായി. ഡോണാ എസ്ത ഫാനിയാ എന്റെ അടുത്തല്ലാത്ത സമയം അടുക്കളയിലായിരിക്കും - എന്റെ നാവിനെ പ്രലോഭിപ്പിക്കുന്ന, ഭക്ഷണാർത്തിയുണ്ടാക്കുന്ന വിഭവങ്ങളുണ്ടാക്കിക്കൊണ്ട്. എന്റെ ഷർട്ടുകൾ, കോളറുകൾ കൈത്തൂവാലകൾ ഒക്കെ അരാൻജൂവെദ്സിലെ പൂന്തോട്ടത്തിന്റെ മണമുള്ളവയായി - സുഗന്ധവസ്തുക്കളും ഓറഞ്ചു ജലവും തളിച്ചു തളിച്ച്.

ദിവസങ്ങൾ പറന്നുനീങ്ങി - എല്ലാവർഷത്തേയും പോലെ - സമയത്തിന്റെ നിയമം പോലെ. അപ്പോഴേക്കും ശുശ്രൂഷയും ശ്രദ്ധയും കിട്ടി ഞാനൊരു മടിയനായി. ഈ സംഗതികളിൽ ഏർപ്പെട്ടപ്പോൾതന്നെ എന്റെ കുത്സിതലക്ഷ്യങ്ങൾ മാറാൻതുടങ്ങി.

പക്ഷേ, ഒരു പ്രഭാതത്തിൽ ഇതെല്ലാം അവസാനിച്ചു. ഞാനും ഡോണാ എസ്തഫാനിയായും രാവിലെ എഴുന്നേൽക്കുന്നതിന് മുൻപേ മുൻ കതകിൽ ഉച്ചത്തിലൊരു മുട്ടൽ. ചേടിപ്പെണ്ണ് ജനലിലൂടെ തലയിട്ടു നോക്കി. തല ഉടനെതന്നെ അകത്തോട്ടുവലിച്ചു. അവൾ പറഞ്ഞു. ഇതൊരു നല്ല കാഴ്ചതന്നെ! ഇതാ, അവർ വന്നിരിക്കുന്നു! കഴിഞ്ഞ ദിവസം എഴുതി യപ്പോൾ പറഞ്ഞതിലും നേരത്തേ. ഞാൻ ചോദിച്ചു. ആരാണു കുട്ടീ വന്നിരിക്കുന്നത്? ആരെന്നോ, അവൾ പറഞ്ഞു, എന്റെ യജമാനത്തി, ഡോണാ ക്ലെമെൻസാ ബ്യുയെസോ - കൂട്ടത്തിൽ ഡോൺ ലോപ് മെലെൻഡെദ്സ് ദെ അൽമെൻ ഡാരെദ്സ്. രണ്ടു ജോലിക്കാരും, അവർ കൂടെ കൊണ്ടുപോയിരുന്ന ഡ്യുയെന്ന ഹോർട്ടിഗോസയും.

പെട്ടെന്നാകട്ടെ, പെണ്ണേ, ദൈവത്തെയോർത്ത് അവർക്ക് കതകു തുറന്നുകൊടുക്കൂ. ഡോണാ എസ്തഫാനിയാ പറഞ്ഞു, തുടർന്ന് അവൾ എന്നോട്, അവളോടെനിക്കു സ്നേഹമുണ്ടെങ്കിൽ കോപം തോന്നരുതെന്നും അവൾക്കെതിരെ എന്തുകേട്ടാലും മറുപടി പറയരുതെന്നും അപേക്ഷിച്ചു.

ഞാൻ അന്വേഷിച്ചു. ആരാണ് നിനക്കെതിരെ എന്തെങ്കിലും പറയുക - അതും എന്റെ മുൻപിൽവെച്ച്. അവരുടെ വരവ് നിന്നെ ഇത്ര കുഴപ്പത്തിലാക്കിയെന്ന് തോന്നിക്കുന്ന ഈ ആളുകൾ ആരാണ്?

അവൾ പറഞ്ഞു, അതെല്ലാം വിശദീകരിക്കാൻ ഇപ്പോൾ സമയമില്ല. പക്ഷേ ഒരു കാര്യം ധരിച്ചോളൂ, ഇവിടെ സംഭവിക്കുന്നതെല്ലാം ഒരു തന്ത്രം മാത്രമാണ് - ഒരു പ്രത്യേക പദ്ധതിയുടെ ഭാഗം. ആ പദ്ധതിയും ലക്ഷ്യവും നിങ്ങൾ പിന്നീട് മനസിലാക്കിക്കൊള്ളും.

ഇതിനു ഞാൻ മറുപടി പറയേണ്ടതായിരുന്നു. പക്ഷേ എനിക്കതിന് അവസരം കിട്ടിയില്ല. കാരണം ഡോണാ ക്ലെമെൻസാ ബ്യുയെസോ മുറിയിലേക്കു വന്നു - സർവ്വാഡംബരഭൂഷിതയായി. സ്വർണലേസ് അരികിൽ പിടിപ്പിച്ച പച്ച സാറ്റിൻ വസ്ത്രം - തിളങ്ങുന്ന വസ്ത്രം - ധരിച്ച്, കയ്യുറയില്ലാത്ത ഒരുടുപ്പും - അതേതരം തുണി കൊണ്ടുള്ളത്, അതേതരം ലേസ് അരികുവച്ചതും - സ്വർണനാടയും, പച്ചയും വെള്ളയും ചുവപ്പും നിറമുള്ള തുവലുകൾ കൊണ്ടലങ്കരിച്ചതുമായ തൊപ്പിയും, മുഖത്തിന്റെ പാതിയോളം മറയ്ക്കുന്ന സുന്ദരമായ ശിരോവസ്ത്രവും ധരിച്ച്. ഡോൺ ലോപ് മെലെൻഡെദ്സ് ദെ അൽമെൻ ഡാരെദ്സിനോടൊപ്പമാണവർ മുറിയിലേക്കു വന്നത്. ഒരു ധനികനൊത്ത യാത്രാവസ്ത്രങ്ങളാണദ്ദേഹം ധരിച്ചിരുന്നത്. ഡ്യുയെന്ന ഹോർത്തിഗോസയാണ് ആദ്യം സംസാരിച്ചത്. ദൈവമെ! എന്താണിത്? എന്റെ യജമാനത്തി ഡോണാ ക്ലെമൻ

സായുടെ കിടക്കയിൽ ഒരാൾ കിടക്കുന്നു. അതും ഒരു പുരുഷൻ! എന്റെ കണ്ണുകളെ എനിക്കു വിശ്വസിക്കാനാകുന്നില്ല. ഡോണാ എസ്തഫാനിയാ, ഇത് ഒത്തിരിയേറെ കടന്നുപോയിരിക്കുന്നു. എന്റെ യജമാനത്തിയുടെ നല്ല പ്രകൃതത്തെ മുതലെടുത്തിരിക്കു .

ഞാനും അതുതന്നെ പറയുന്നു, ഹോർത്തിഗോസാ ഡോണാ ക്ലെമൻസാ മറുപടി പറഞ്ഞു: അല്ലെങ്കിൽ ഇതെല്ലാം എന്റെ കുറ്റമാണ്. അവനവന് ആവശ്യമുള്ളപ്പോൾ മാത്രം സുഹൃത്തുക്കളായിരിക്കുന്ന സുഹൃത്തുക്കളുമായി കൂടരുതെന്ന്. ഞാനൊരിക്കലും മനസിലാക്കുകയില്ല. ഇതിനെല്ലാമായി ലേഡി എസ്തഫാനിയാ പറഞ്ഞു. വിഷമിക്കാതെ, ഡോണാ ക്ലെമെൻസാ, ഇവിടെ നിങ്ങളുടെ വീട്ടിൽ നിങ്ങൾ കാണുന്നതൊന്നും നിങ്ങൾ വിചാരിക്കുന്നതൊന്നുമല്ലെന്നു തീർച്ചയാക്കുക. രഹസ്യമെന്തെന്ന് വിശദീകരിക്കപ്പെടുമ്പോൾ എന്റെ ഭാഗത്ത് വീഴ്ചയൊന്നുമില്ലായിരിക്കും, അങ്ങേയ്ക്കൊന്നും പരാതിപ്പെടാനുമുണ്ടാവില്ലെന്നും എനിക്കറിയാം.

ഈ സമയംകൊണ്ട് ഞാനെന്റെ നിക്കറും മാർച്ചട്ടയും ധരിച്ചു. ഡോണാ എസ്തഫാനിയാ എന്നെ മറ്റൊരു മുറിയിലേക്ക് കൈപിടിച്ച് കൂട്ടിക്കൊണ്ടുപോയി. എന്നിട്ട് അവളെന്നോടു പറഞ്ഞു. അവളുടെ ആ സുഹൃത്തിന് ഒരു സൂത്രമൊപ്പിക്കണം ആ ഡോൺ ലോപ്പിനെ കബളിപ്പിക്കാൻ. അയാളെ അവൾക്കു വിവാഹം കഴിക്കണം. സൂത്രമിതാണ് -അയാൾ ധരിക്കണം, ഈ വീടും ഇതിലുള്ളതെല്ലാം അവളുടേതാണെന്ന്. അങ്ങനെ വിവാഹത്തെ സംബന്ധിച്ച് ഒരു സമ്മതപത്രം അവൾക്കു കിട്ടണം. വിവാഹം കഴിഞ്ഞാൽ, ഈ ചതി കണ്ടുപിടിക്കപ്പെട്ടാലും, അവളതു കാര്യമാക്കുന്നില്ല. ഈ ഡോൺ ലോപ്പിന്റെ പ്രണയത്തെക്കുറിച്ച് അവൾക്കത്ര ആത്മവിശ്വാസമാണ്. ഒരു ബഹുമാന്യനായ ഭർത്താവിനെ കിട്ടാൻ ഒരു തന്ത്രം പ്രയോഗിച്ചാലും, എനിക്കെന്റെ വസ്തുവകകൾ തിരികെ കിട്ടും. അവരോ മറ്റാരെങ്കിലുമോ അതു കൈവശപ്പെടുത്തുകയുമില്ല.

അവൾ കാണിക്കുന്ന ഈ സൗഹൃദം അതിയായ ഔദാര്യമാണെന്നും, അവൾ അതു ഗൗരവമായി ആലോചിച്ചിട്ടു മാത്രം ചെയ്യേണ്ടതാണെന്നും, ഒരുപക്ഷേ വസ്തുവകകൾ തിരികെ കിട്ടാൻ നിയമനടപടികൾക്കു പോകേണ്ടിവന്നേക്കാമെ ം ഞാൻ അവളോടു പറഞ്ഞു. പക്ഷേ ഒത്തിരിയേറെ, ഇതിനെക്കാൾ വലിയ സേവനം ഡോണാക്ലെമൻസായ്ക്കുചെയ്തു കൊടുക്കാൻ തക്ക കടപ്പാട് തനിക്കവരോടുണ്ടെന്നും മറ്റും ഏറെയേറെ വാദമുഖങ്ങൾ അവൾ മുന്നോട്ടുവച്ചു. മിക്കവാറും എന്റെ ആഗ്രഹത്തിനോ തീർപ്പിനോ ചേരാഞ്ഞിട്ടും ഡോണാ എസ്തഫാനിയായുടെ ഹിതത്തിനു ഞാൻ വഴങ്ങേണ്ടിവന്നു. ഈ കളി കഷ്ടിച്ച് ഒരാഴ്ചത്തേക്കു മാത്രമേ ഉണ്ടായിരിക്കുകയുള്ളൂ എ ് അവൾ ഉറപ്പു പറഞ്ഞു. അത്രയുംകാലം മറ്റൊരു സുഹൃത്തിന്റെ ഭവനത്തിൽ താമസി

ക്കാമെന്നും. ഞങ്ങൾ വേഷമൊക്കെ മാറി. അവൾ അകത്തു പോയി. ഡോണാ ക്ലെമൻസാ ബ്യുയെസേയോടും ഡോൺ ലോപ് മെലെൻ ഡെസ്ദെ അൽമാൻ ദാരെദ്സിനോടും യാത്രപറയാൻ. പെട്ടി ഒക്കെ പായ്ക്ക് ചെയ്ത് അവളെ പിൻചെല്ലാൻ എന്റെ വേലക്കാരന് നിർദേശവും നൽകി. ആരോടും യാത്രപറയാതെ ഞാനും ഇറങ്ങിനടന്നു.

ഡോണാ എസ്തഫാനിയാ അവരുടെ ഒരു സുഹൃത്തിന്റെ വീട്ടു പടിക്കൽ ഞങ്ങളെ നിറുത്തി. അവൾ സുഹൃത്തിനോട് കുറെ സമയം സംസാരിച്ചു. ഒരു വേലക്കാരി പുറത്തുവന്ന് എന്നോടും വേലക്കാര നോടും അകത്തു ചെല്ലാൻ പറഞ്ഞു. ഞങ്ങളെ ഒരു കുടുസുമുറിയി ലേക്ക് കൂട്ടിക്കൊണ്ടുപോയി. രണ്ടു കിടക്കകൾ ഇതിലുണ്ട്. തൊട്ടുചേർന്ന് ഒന്നെന്നപോലെ. കാരണം ആ മുറിയിൽ അതിനുള്ള ഇടമേയുള്ളൂ. അവിടെ ഞങ്ങൾ ആറുദിവസം കഴിഞ്ഞു. ഞങ്ങൾ തമ്മിൽ വഴക്കിടാതെ ഒരു മണിക്കൂർ പോലും കടന്നുപോയില്ല. സ്വന്തം വീടും വസ്തുവകകളും അന്യന്റെ കയ്യിൽ, സ്വന്തം അമ്മയാണെങ്കിൽ പോലും, കൊടുത്തിട്ടു പോരുന്ന വിഡ്ഢിത്തത്തെപ്പറ്റി ഞാൻ പറഞ്ഞുകൊണ്ടേയിരുന്നു. എന്റെ വഴക്ക് അത്രയേറെ കൂടുതലായിരുന്നു - ഒരു ദിവസം ഡോണാ എസ്തഫാനിയാ കാര്യങ്ങളെങ്ങനെയൊക്കെ ഇരിക്കുന്നു എന്നു നോക്കി വരട്ടെ എന്നു പറഞ്ഞുപോയ സമയത്ത് - വീട്ടുടമസ്ഥ എന്താണ് ഞങ്ങ ളുടെ വഴക്കിനു കാരണമെന്ന് അന്വേഷിച്ചു. അവളെ വഴക്കു പറയാനും മാത്രം അവളെന്തു ചെയ്തു എന്നും, അവളുടെ സൗഹൃദത്തേക്കാൾ തികഞ്ഞ ശുദ്ധഗതിയാണെന്നു പറയുന്നതെന്തെന്നും അന്വേഷിച്ചു. കഥമുഴുവൻ ഞാനവരോടു പറഞ്ഞു. ഞാനവരെ വിവാഹം ചെയ്തതും, അവരുടെ സ്ത്രീസ്വത്തിന്റെ കാര്യവും സ്വന്തം വസ്തു വകകൾ ഡോണാ ക്ലെമൻസായ്ക്ക് വിട്ടുകൊടുത്ത അല്പത്വവും നല്ലൊരു ഭർത്താവിനെ കിട്ടുക എന്നുള്ള മഹത്‌ലക്ഷ്യമതിനുണ്ടെങ്കിലും... ഇത്രയുമായപ്പോ ഴേക്കും ആ സ്ത്രീ കുരിശടയാളം സ്വയം വരയ്ക്കാൻ തുടങ്ങി. കർ ത്താവേ എന്തൊരു ദൗഷ്ട്യംമൂത്ത സ്ത്രീയാണിത് എന്ന് ആവർത്തി ച്ചാവർത്തിച്ചു പറഞ്ഞു. എനിക്കൊന്നും മനസിലായില്ല. ആകെ അസ്വ സ്ഥനായി. ഒടുവിൽ അവർ പറഞ്ഞു.

എൻസെൻ, എനിക്കു ശരിയായിരിക്കുമെന്നു തോന്നുന്നത് പറ യുന്നത് എന്റെ മനഃസാക്ഷിക്കെതിരാണോ എന്നെനിക്കറിയില്ല. പറയാ തിരുന്നാലും അതു മനഃസാക്ഷിക്കു നിരക്കുകയില്ല. എന്തായാലും ഞാൻ സത്യം പറഞ്ഞേതീരൂ. സത്യമെന്താണെ വച്ചാൽ ഡോണാ ക്ലെമൻസാ യാണ് ആ വീടിന്റെയും നിങ്ങൾക്ക് സ്ത്രീസ്വത്തായിതന്ന വസ്തുക്കളു ടെയും യഥാർഥ ഉടമസ്ഥ. ഡോണാ എസ്തഫാനിയാ പറഞ്ഞതെല്ലാം ശുദ്ധനുണയാണ്. ഉടുതുണിയല്ലാതെ യാതൊന്നും അവൾക്കില്ല. ഈ കബളിപ്പിക്കലുകളൊക്കെ നടത്താൻ അവൾക്ക് അവസരം കിട്ടിയത്, വീടും കാര്യങ്ങളുമൊക്കെ ഇവരെ ഏന്നിച്ചിട്ട് ഡോണാ ക്ലെമൻസാ

പ്രായശ്ചിത്തമനുഷ്ഠിക്കാൻ ഒരു തീർത്ഥയാത്ര പോയതാണ് - ഗ്വാഡലൂപ്പിലെ ന്യൂയെസ്ട്രാ സിഞ്ഞോറാ ദേവാലയത്തിലേക്ക്. ഇവർ രണ്ടുപേരും സുഹൃത്തുക്കളാണെന്നതാണ് കാരണം. നിങ്ങളേപ്പോലെയുള്ള ഒരാളെ ഭർത്താവായി കണ്ടെത്തിയതിന് ആ പാവത്തെ നിങ്ങൾ കുറ്റപ്പെടുത്താനും പാടില്ല.

ഇത്രയും പറഞ്ഞ് അവർ സംസാരം നിറുത്തി. ഞാൻ നിരാശനായി തുടങ്ങി. തീർച്ചയായും ഞാൻ നൈരാശ്യത്തിൽ വീണു പോയേനെ; എന്റെ കാവൽമാലാഖ, ഞാനൊരു ക്രിസ്ത്യാനിയാണെന്ന് എന്നെ അനുസ്മരിപ്പിച്ച് എന്നെ രക്ഷിക്കാൻ വന്നില്ലായിരുന്നു എങ്കിൽ! ഒരു മനുഷ്യജീവിക്ക് വീണുപോകാൻ കഴിയുന്ന ഏറ്റവും വലിയപാപമാണ് നൈരാശ്യം, കാരണം അത് ഒരു പൈശാചികമായ പാപമാണ്. ഈ ചിന്ത അഥവാ പ്രചോദനം എനിക്ക് അൽപ്പം ആശ്വാസം തന്നു. വേഷം മാറി വാളുമെടുത്ത് ഡോണാ എസ്തഫാനിയായെ തെരഞ്ഞുപോകാനുള്ള എന്റെ തീരുമാനത്തെ തടയാൻ അതിനു കഴിഞ്ഞില്ല. മാതൃകായോഗ്യമായ ശിക്ഷ അവൾക്കു നൽകുക എന്നതായിരുന്നു എന്റെ ഉദ്ദേശ്യം. എങ്ങനെയായാലും ഭാഗ്യം - അതു നല്ലതാവട്ടെ, ചീത്തയാവട്ടെ, എസ്തഫാനിയായെ ഞാൻ കാണരുതെന്ന് അത് തീരുമാനിച്ചു - ഞാൻ വളരെയേറെ അന്വേഷിച്ചിട്ടും അവളെ കണ്ടില്ല. ഞാൻ സാൻലോറെന്റോയിലേക്കു പോയി പരിശുദ്ധമാതാവിനോടു എനിക്കു വേണ്ടിതന്നെ പ്രാർഥിച്ചു; ഒരു ബഞ്ചിൻമേലിരുന്നു - ആകെ തകർന്ന് - ആഴമായ ഉറക്കത്തിലേക്കു ഞാൻ വഴുതിവീണു. എന്നെ ആരെങ്കിലും ഉണർത്തിയില്ലെങ്കിൽ, അത്ര എളുപ്പത്തിൽ ഞാൻ എഴുന്നേൽക്കുകയില്ലായിരുന്നു. കയ്പേറിയ ചിന്തകളുമായി ഞാൻ ഡോണാ ക്ലെമൻസായുടെ ഭവനത്തിലേക്കു പോയി. അവരവിടെ സുഖമായി വീട്ടമ്മയായി കഴിയുന്നതുകണ്ടു. ഡോൺ ലോപ് അവിടെയുണ്ടായിരുന്നതുകൊണ്ട് ഒന്നും സംസാരിക്കാൻ ഞാൻ തുനിഞ്ഞില്ല. തിരികെ ഞാൻ താമസിക്കുന്ന വീട്ടിലേക്കു വന്നു വീട്ടുടമസ്ഥ, തട്ടിപ്പിന്റെ പദ്ധതികളെക്കുറിച്ച് എല്ലാ കാര്യങ്ങളും ഞാൻ അറിഞ്ഞു എന്ന വിവരം എസ്തഫാനിയായോടു പറഞ്ഞെന്ന് എന്നോടു പറഞ്ഞു. ഈ കാര്യത്തോട് ഞാൻ എങ്ങനെ പ്രതികരിച്ചു എന്ന് അവൾ അന്വേഷിച്ചെന്നും, ഞാനിതു വളരെ ഗൗരവമായിട്ടെടുത്തിട്ടുണ്ടെന്നും, എസ്തഫാനിയായെ അന്വേഷിച്ചായിരിക്കും ഞാൻ പോയിരിക്കുന്നതെന്നും എന്തെങ്കിലും ഉപദ്രവം ചെയ്യാൻ ഞാൻ തീരുമാനിച്ചിട്ടുണ്ടെന്ന് അവളെ അറിയിച്ചു എന്നും ആ സ്ത്രീ പറഞ്ഞു. പെട്ടിയിലുണ്ടായിരുന്ന സർവ്വ സാധനങ്ങളുമായി ഡോണാ എസ്തഫാനിയ സ്ഥലം വിട്ടെന്നും ഒരു യാത്രാവസ്ത്രം മാത്രമേ ബാക്കി വെച്ചിട്ടുള്ളൂ എന്നും അവർ അറിയിച്ചു.

എല്ലാം കഴിഞ്ഞിരിക്കുന്നു. ദൈവത്തിന്റെ കരം വീണ്ടും എനിക്കെതിരെയെന്ന് എനിക്കുതോന്നി. ഞാൻ അകത്തുപോയി എന്റെ ട്രങ്ക്

നോക്കി. കണ്ടു. തുറന്നു കിടക്കുന്നു. ഒരു ശവശരീരം കാത്തുകിടക്കുന്ന ശവക്കല്ലറപോലെ. ശവം ഞാൻ തന്നെയായിരുന്നേനെ, എന്റെ ദൗർ ഭാഗ്യത്തിന്റെ ഗൗരവം മനസിലാക്കാൻ എന്റെ മനസിനു കഴിഞ്ഞെങ്കിൽ.

"തീർച്ചയായും ഇതൊരു ദൗർഭാഗ്യം തന്നെ. പെരാൽട്ടാ പ്രതികരിച്ചു. ആ എസ്തഫാനിയാ തന്റെ ആ മാലകളും തൊപ്പി നാടകളും എല്ലാം കൊണ്ടുപോയി അല്ലേ? ഇതെല്ലാം തനിക്കു താങ്ങാനെങ്ങനെ കഴിഞ്ഞു!"

എൻസൈൻ: "നഷ്ടം ഞാൻ കണക്കാക്കുന്നില്ല. കാരണം എല്ലാവരും പറയുംപോലെ ഡോൺ സിമുവെക്ക് വിചാരിച്ചു. കോങ്കണ്ണുള്ള മകളെ തന്ന് എന്നെ കബളിപ്പിക്കുകയാണെന്ന്. ഞാനോ ഒരു കാലിന് നീളം കുറവുള്ളവനും. അങ്ങനെ അയാൾക്കു പറ്റിയ ആളിനെ അയാൾ കണ്ടു മുട്ടി."

പെരാൽട്ടാ:- താൻ പറയുന്നതിന്റെ പൊരുൾ എനിക്കു കിട്ടിയില്ല.

എൻസൈൻ: ഞാൻ പറയുന്നതിന്റെ പൊരുൾ എന്തെന്നുവച്ചാൽ ആ മാലകളും തൊപ്പിനാടകളും മറ്റ് അലങ്കാരവസ്തുക്കളുമെല്ലാം കൂടി പത്തോ പന്ത്രണ്ടോ ക്രൗണിൽ കൂടുതൽ വിലയുള്ളതല്ലെന്ന്.

പെരാൽട്ട:- "അതെങ്ങനെ? തന്റെ കഴുത്തുചുറ്റികിടന്ന ആ മാല തന്നെ ഒരിരുന്നൂറ് ഡക്കറ്റിൽ കൂടുതൽ വിലമതിക്കുന്നതായിരുന്നല്ലോ.

എൻസൈൻ: "തീർച്ചയായും. നേരെ കാണുന്നതുപോലെ തന്നെയായിരുന്നു സത്യമെങ്കിൽ! തീർച്ചയായും അത്രയും വിലമതിക്കത്തക്കതായിരുന്നേനെ. മിന്നുന്നതെല്ലാം പൊന്നല്ല എന്നു പറയും പോലെ ആ മാലകളും തൊപ്പിനാടകളും ആഭരണങ്ങളും രത്നങ്ങളുമെല്ലാം കൃത്രിമസാധനങ്ങളായിരുന്നെന്നേ. പക്ഷേ ഒന്നുകിൽ തീജ്ജ്വാലയ്ക്ക് അല്ലെങ്കിൽ ഉരകല്ലിന് മാത്രം കണ്ടുപിടിക്കാൻ കഴിയും വിധം അത്ര നന്നായി നിർമിക്കപ്പെട്ടതായിരുന്നു.

പെരാൽട്ട:" എങ്കിൽ, നിങ്ങളെയും ഡോണ എസ്തഫാനിയായേയും സംബന്ധിച്ചിടത്തോളം നിങ്ങൾ സമനിലയിലായിരിക്കുന്നു"

എൻസൈൻ: "അത്രത്തോളമായ സ്ഥിതിയിൽ വീണ്ടും ചീട്ടുകശക്കിക്കുത്തി പുതിയ കളി തുടങ്ങാമായിരുന്നു. പക്ഷേ കുഴപ്പമെന്താണെന്നുവച്ചാൽ എന്റെ മാലകൾ അവൾക്കു വേണ്ടെന്നുവയ്ക്കാം. പക്ഷേ, എനിക്കിട്ടേൽപ്പിച്ചിരിക്കുന്ന നാറിയ കുടുക്കിൽനിന്നും എനിക്കു കരകയറാൻ കഴിയില്ല. വസ്തുതയെന്തെന്നാൽ, എനിക്കിഷ്ടപ്പെട്ടാലും ഇല്ലെങ്കിലും വെപ്പാട്ടിബന്ധത്തിന്റെ അനന്തരഫലം എനിക്കു കിട്ടിയിരിക്കുന്നു."

പെരാൽട്ട: "ദൈവത്തിനു നന്ദി പറഞ്ഞോളൂ ക്യാംപ്യുദ്സാനോ, അവൾക്കു കാലുകളുണ്ടായിരിക്കുകയും കടന്നുപോവുകയും ചെയ്തല്ലോ. അവളെ തെരഞ്ഞുപിടിക്കേണ്ട ആവശ്യം തനിക്കില്ല."

എൻസൈൻ: "അതു ശരിതന്നെ. അവളെ അന്വേഷിക്കാതെതന്നെ അവളെപ്പോഴും എന്റെ മനസിലുണ്ട്. ഞാൻ പോകുന്നിടത്തെല്ലാം നാണക്കേട് എന്റെ കൂടെയുണ്ടാകും."

പെരാൽട്ട: "ഇതിനെങ്ങനെ മറുപടി പറയണമെന്നെനിക്കറിഞ്ഞുകൂടാ. പെട്രാർക്കിന്റെ രണ്ടുവരി കവിതയേ എനിക്ക് തന്നെ ഓർമിപ്പിക്കാനുള്ളൂ. മറ്റുള്ളവരെ ചതിക്കുന്നതിൽ ആനന്ദം കൊള്ളുന്നവൻ ചതിക്കപ്പെടുമ്പോൾ പരാതിപ്പെടാനേ പാടില്ല."

എൻസൈൻ: "ഞാൻ പരാതിപ്പെടുന്നില്ല. എനിക്കു ദുഃഖവുമില്ല. കാരണം കുറ്റവാളിയായ മനുഷ്യൻ ശിക്ഷയുടെ വേദന അനുഭവിക്കുന്നതിൽ പരാജയപ്പെടുന്നില്ല. എന്തുകൊണ്ടെന്നാൽ തന്റെ തെറ്റെന്തെന്ന് അവൻ തിരിച്ചറിയുന്നു. വഞ്ചിക്കാൻ ഞാൻ തീരുമാനിച്ചിരുന്നുവെന്ന് എനിക്കു നന്നായറിയാം. ഞാൻ വഞ്ചിക്കപ്പെട്ടു എന്നും ഞാനറിയുന്നു. എന്തുകൊണ്ടെന്നാൽ ഞാനുണ്ടാക്കിയ കുടുക്കിൽ തന്നെയാണ് ഞാൻ വീണത്. പക്ഷേ എനിക്ക് എന്നെക്കുറിച്ച് പരിതപിക്കാതിരിക്കാൻ കഴിയില്ല. ഇതാണ് എന്റെ കഥയിലെ പ്രധാന കാര്യം - ഇങ്ങനെയാവും എന്റെ ഈ അവിഹിത ബന്ധത്തെ മറ്റൊരാൾ വിളിക്കുക ഡോണാ എസ്തഫാനിയയെ നേടിയെടുത്തത് അവളുടെ കസിനെന്നു നേരത്തെ പറഞ്ഞിരുന്ന ആ ചെറുപ്പക്കാരനാണെന്നു ഞാൻ കണ്ടെത്തി. അയാൾ കാലങ്ങളായി എസ്തഫാനിയായുടെ കാമുകനാണത്രേ. ഇനി അവളെ അന്വേഷിക്കാൻ എനിക്കാഗ്രഹമില്ല. കാരണം അതു കൂടുതൽ കുഴപ്പങ്ങൾക്കു കാരണമാകും. ഞാൻ എന്റെ താമസസ്ഥലംവിട്ടു. ഏതാനും ദിവസങ്ങൾക്കകം എന്റെ പുരികവും കൺപീലികളും പൊഴിഞ്ഞു. ക്രമേണ എന്റെ മുടി മുഴുവനും പോയി. കാലമാകും മുൻപേ ഞാൻ കഷണ്ടിക്കാരനായി. അലൊപ്പേഷ്യ (Alopecia) എന്ന രോഗമാണത്രേ. സാധാരണ ഭാഷയിൽ മുടിപൊഴിയൽ. അക്ഷരാർഥത്തിൽ ഞാൻ രോമരഹിതനായി. എനിക്ക് രോമങ്ങളുമില്ല, ചികിത്സയ്ക്ക് ചെലവിടാൻ പണവുമില്ല. എന്റെ ആവശ്യങ്ങൾ കൂടുന്നതനുസരിച്ച് രോഗവും കൂടിക്കൊണ്ടിരുന്നു. ദാരിദ്ര്യം അഭിമാനത്തെ ചവിട്ടിത്തേയ്ക്കുകയും ചിലരെ വിലങ്ങിടങ്ങളിലേക്കും മറ്റുള്ളവരെ ആതുരാലയങ്ങളിലേക്കും കൊണ്ടുപോവുകയും ചെയ്യുംപോലെതന്നെ, ചിലർ, തങ്ങളുടെ ശത്രുക്കളുടെ വാതിൽക്കൽ പോലും ഭിക്ഷയാചിക്കാൻ പോകുന്നു. ദുഃഖിതനായ ഒരു മനുഷ്യനു സംഭവിക്കാവുന്ന ഏറ്റവും വലിയ ദൗർഭാഗ്യമാണത്. രോഗസൗഖ്യം പ്രാപിക്കാനുള്ള ചെലവിനുവേണ്ടി വസ്ത്രം പണയപ്പെടു ത്തുന്നില്ലെന്നുവെച്ച ഞാൻ - സുഖപ്രാപ്തിക്കു ശേഷവും നഗ്നത മറയ്ക്കാനും അഭിമാനം സംരക്ഷിക്കാനും വസ്ത്രം വേണമല്ലോ - ഹോസ്പിറ്റൽ ഓഫ് റിസറക്ഷനിൽ വിയർപ്പിക്കൽ ചികിത്സ ആരംഭിക്കുന്നതുവരെ കാത്തിരുന്നു. ഒടുവിൽ ഞാൻ അവിടെ പ്രവേശിച്ചു. നാൽപ്പതു പ്രാവശ്യം എന്നെ വിയർപ്പിക്കൽ ചികിത്സയ്ക്ക് വിധേയമാക്കി. ഞാൻ

സൗഖ്യമായിരിക്കുമെന്നാണ് അവർ പറയുന്നത്, എന്നെത്തന്നെ ഞാൻ സൂക്ഷിച്ചാൽ. എനിക്ക് ഒരു വാളുണ്ട് ഏതായാലും. ബാക്കി - ദൈവം സഹായിക്കട്ടെ."

എൻസൈൻ പറഞ്ഞതൊക്കെ കേട്ട് പെരാൽട്ട അത്ഭുതപ്പെട്ടു. അയാൾ തന്റെ സഹതാപം അറിയിച്ചു.

"നിങ്ങളെ അത്ഭുതപ്പെടുത്തുന്നു എ് നിങ്ങൾ പറയുന്നത് ഒന്നുമല്ല - എല്ലാ ഭാവനകളെയും അതിലംഘിക്കുന്ന കാര്യങ്ങൾ എനിക്കു പറയാനുണ്ട് - പ്രകൃതിയുടെ എല്ലാ അതിർവരമ്പുകൾക്കും അപ്പുറത്തുള്ളവ. എന്നെ ഈ ആശുപത്രിയിലെത്തിക്കുംവിധം, എനിക്കു വന്നുകൂടിയ എല്ലാ ദൗർഭാഗ്യങ്ങളും വിലയുള്ളതാണെന്നു ചിന്തിക്കാൻ കഴിയുന്ന കാര്യങ്ങൾ. നിങ്ങളോ ഈ ലോകത്തിലാരെങ്കിലുമോ എന്തെങ്കിലും വിലയുള്ളതെന്നു കരുതാത്ത കാര്യങ്ങൾ. അതാണു ഞാൻ പറയാൻ പോകുന്നത്."

ഈ മുഖവുരയും പുകഴ്ത്തലുകളും പെരാൾട്ടായുടെ ജിജ്ഞാസ വളർത്തി. എങ്ങനെയും ആ അത്ഭുതകരമായ കാര്യമങ്ങു നേരേ പറയാൻ അയാൾ ക്യാംപ്യുദ്സാനോയെ നിർബന്ധിച്ചു.

എൻസൈൻ തുടർന്നു "നിങ്ങൾ കണ്ടിട്ടുണ്ടാവും, അവിടെയുള്ള ബ്രദേഴ്സ് ദാനധർമം ആവശ്യപ്പെട്ട് നടക്കുമ്പോൾ വിളക്കുകളും ചുമന്ന് അവർക്ക് വഴിയിൽ വെളിച്ചംകാട്ടുന്ന രണ്ടു നായ്ക്കളെ."

പെരാൾട്ട: "ഉവ്വ് ഞാൻ കണ്ടിട്ടുണ്ട്."

എൻസൈൻ: "നിങ്ങൾ കണ്ടിട്ടോ കേട്ടിട്ടോ ഉണ്ടാവും ആ നായ്ക്കൾ, ചില ആളുകൾ ജനാലയിലൂടെ എറിഞ്ഞുകൊടുക്കുന്ന ധർമം എവിടെയാണോ വീഴുന്നത് അവിടേക്ക് വിളക്കും ചുമന്ന് പാഞ്ഞുചെന്ന് വീണുകിടക്കുന്നതെന്തോ, അതു കാത്തുനിൽക്കുന്നത്. അതുപോലെ പതിവായി ധർമം ലഭിക്കുന്ന വീടുകളുടെ ജനാലയ്ക്കൽ അവ കാത്തുനിൽക്കുന്നത്. നായ്ക്കളേക്കാൾ ആട്ടിൻകുഞ്ഞുങ്ങളെപ്പോലെ ശാന്തരായിട്ടാണ് അവ പോകുന്നത്. പക്ഷേ ആശുപത്രിയിലോ? ആ ഭവനം ശ്രദ്ധയോടും സൂക്ഷ്മതയോടും കാത്തുസൂക്ഷിക്കുന്ന സിംഹങ്ങളെ പോലെയാണവ."

പെരാൾട്ട: "ഇതെല്ലാം ഞാൻ കേട്ടിട്ടുള്ളതാണ്. അത് എന്നെ അത്ഭുതപ്പെടുത്താൻ എന്താണു കാരണം?"

"പക്ഷേ ഞാൻ പറയാൻപോകുന്നതു നിങ്ങളെ അത്ഭുതപ്പെടുത്തും. എതിരഭിപ്രായങ്ങളോ പ്രതിബന്ധങ്ങളോ ഉയർത്താതെ, എതിരായി ചിന്തിക്കാതെ അതെല്ലാം വിശ്വസിക്കണം. ആ നായ്ക്കളിൽ ഒന്നിന്റെ പേര് സിപ്പിയോ മറ്റത് ബെർഗൻദ്സാ. ഒരു രാത്രി, എന്റെ വിയർപ്പു ചികിത്സയുടെ അവസാനത്തെ ദിവസം, ഇവ രണ്ടും എന്റെ കിടക്കയുടെ പുറകിൽ ഒരു പഴയ പായ്കഷണത്തിൻമേൽ കിടക്കുകയാണ്. പാതിരാത്രിയിൽ - കടുത്ത കൂരിരുട്ടാണ് - അപ്പോൾ, എന്റെ കഴിഞ്ഞകാലാനുഭവ

ങ്ങളും കഷ്ടതകളും ചിന്തിച്ച് ഞാൻ ഉറങ്ങാതെ കിടക്കുകയായിരുന്നു. എന്റെ അടുത്ത് ആരോ സംസാരിക്കുന്നു. ഞാൻ ശ്രദ്ധിച്ചു, ആരാണു സംസാരിക്കുന്നതെന്നറിയാൻ കഴിയുമോ എന്ന് മനസിലാക്കാൻ. എന്താണവർ പറയുന്നതെന്നറിയുകയും വേണം. അധികം താമസിയാതെ എനിക്കു മനസിലായി. അത് ആ രണ്ടു പട്ടികളാണെന്ന് - സിപ്പിയോയും ബെർഗൻദ്സായും- അവരാണ് സംസാരിക്കുന്നത്. എന്റെ ചെവികൊണ്ടു കേട്ടതാണ് - കണ്ണുകൾ കൊണ്ടു കണ്ടതാണത്."

ക്യാപ്യുദ്സാനോ ഇത്രയും പറഞ്ഞു തീർന്നതേ ലൈസൻഷ്യേറ്റ് പെരാൾട്ടാ എഴുന്നേറ്റു. അയാൾ പറഞ്ഞു: എടോ ക്യാപ്യുദ്സാനോ, ഇപ്പോൾ നമുക്കു പിരിയാം. നിങ്ങളുടെ വിവാഹത്തെക്കുറിച്ചു നിങ്ങൾ പറഞ്ഞകാര്യങ്ങളെല്ലാം വിശ്വസിക്കണോ വേണ്ടയോ എന്നു ഞാൻ തേങ്ങുകയായിരു . പക്ഷേ, ഇപ്പോൾ നായ്ക്കൾ സംസാരിക്കുന്നത് കേട്ടു എന്നാണ് നിങ്ങൾ പറയുന്നത്. നിങ്ങൾ പറയുന്ന യാതൊന്നും ഞാൻ വിശ്വസിക്കുന്നില്ല എ പ്രഖ്യാപിക്കാൻ ഈ വസ്തുത എന്നെ നിർബദ്ധനാക്കുന്നു. ദൈവത്തെയോർത്ത് എൻസൈൻ, ഇത്തരം ചവറ് എന്നെപ്പോലെയുള്ള അടുത്ത ഒരു സുഹൃത്തിനോടല്ലാതെ ആരോടും പറയരുത്."

"ഇത്രമാത്രം അജ്ഞനാണു ഞാനെന്നു വിചാരിക്കരുത്." ക്യാ പ്യുദ സ്സാനോ പറഞ്ഞു. ഒരു അത്ഭുതംകൊണ്ടു മാത്രമേ മൃഗങ്ങൾ സംസാരിക്കൂ എന്നു മനസിലാക്കാൻ കഴിയാത്ത ഒരു മൂഢനല്ല ഞാൻ. തത്തകളോ മറ്റുചില പക്ഷികളോ സംസാരിക്കുമെന്ന് എനിക്കറിയാം. അവ സംസാരിക്കുന്നത് പഠിച്ചു ഹൃദിസ്ഥമാക്കിയതു മാത്രം, കാരണം ഈ വാക്കുകൾ സംസാരിക്കാൻതക്ക നാക്കുകളാണ് അവയ്ക്കുള്ളത്. അതുകൊണ്ട് ഈ നായ്ക്കളെപ്പോലെ അവയ്ക്ക് ബുദ്ധിപൂർവം സംസാരിക്കാനും മറുപടി പറയാനും കഴിയുമെന്നർത്ഥമില്ല. എത്രയോ തവണ ഞാനതു കേട്ടു. അപ്പോഴെല്ലാം അതു വിശ്വസിക്കാൻ എനിക്കു കഴിയുമായിരുന്നില്ല. എന്തോ സ്വപ്നം കാണുകയാണെന്ന് വിശ്വസിക്കാനാണ് ഞാൻ ഇഷ്ടപ്പെട്ടത്. വാസ്തവത്തിൽ ഞാൻ പൂർണമായും ഉണർന്നിരിക്കുമ്പോൾ, എനിക്കു ദൈവംതന്ന പഞ്ചേന്ദ്രിയങ്ങൾ സജീവമായിരിക്കുമ്പോൾ, ഞാൻ കേട്ടു, ഞാൻ ശ്രദ്ധിച്ചു, കുറിപ്പെടുത്തു. അവസാനം ക്രമാനുഗതമായി അതു മുഴുവൻ ഞാൻ എഴുതി, ഒരു വാക്കുപോലും വിട്ടുപോകാതെ. ഞാൻ പറയുന്നതിലെ സത്യം നിങ്ങൾക്കു വിശ്വസിക്കാനും, വിശ്വസിക്കാൻ സ്വയം പ്രേരണ ചെലുത്താനും മതിയായ തെളിവുകൾ ഇവയിൽനിന്നും നിങ്ങൾക്കു ലഭിക്കും. അവ ചർച്ചചെയ്ത കാര്യങ്ങൾ നിരവധിയാണ്, വ്യത്യസ്തങ്ങളാണ്, പണ്ഡിതൻമാരായ ആളുകൾ ചർച്ച ചെയ്യാൻ അനുയോജ്യമായ കാര്യങ്ങൾ - നായ്ക്കളുടെ വായിൽനിന്നും വരുന്നു. എനിക്ക് എന്റെ സ്വന്തനിലയിൽ കണ്ടുപിടിക്കാൻ കഴിയാത്തവയാണിവയെന്നതിനാൽ, എന്റെ കഴിവനുസരിച്ചുള്ള തീരുമാനങ്ങൾക്ക്

എതിരായി, എനിക്കു വിശ്വസിക്കേണ്ടതായി വന്നു, നായ്ക്കൾ സംസാരിക്കുന്നു എന്നത് ഞാൻ സ്വപ്നം കാണുകയായി രുന്നില്ല എന്ന്.

"ദൈവമേ!, മത്തങ്ങകൾ സംസാരിക്കുന്ന കാലത്തേക്ക് നാം തിരികെ വന്നിരിക്കുന്നു. അല്ലെങ്കിൽ കൊക്കും കുറുക്കനും തമ്മിൽ സംഭാഷണം നടത്തിയ, മൃഗങ്ങൾ തമ്മിൽ തമ്മിൽ സംസാരിച്ച ഈസോപ്പിന്റെ കാലത്തേക്ക്."

"ഞാൻ ആ കൂട്ടത്തിലൊന്ന്, അല്ലെങ്കിൽ അവയിലെ വലിയ ജീവിയായിരിക്കണം!" എൻസൈൻ പറഞ്ഞു. "ആ കാലങ്ങൾ തിരികെ വന്നു എന്ന് ഞാൻ വിശ്വസിച്ചാൽ ഞാൻ കേട്ടതും ഞാൻ കണ്ടതും ഞാൻ സത്യംചെയ്തു പറയാൻ തയ്യാറായാലും വിശ്വസിക്കാതിരുന്നാലും ഞാനൊരു മൃഗമായിരിക്കും. ഏറ്റവും അവിശ്വാസിയായ വ്യക്തിയെപ്പോലും വിശ്വസിപ്പിക്കാൻ നിർബന്ധിതമാക്കുന്ന ഈ കാര്യങ്ങളെക്കുറിച്ചു ആണയിട്ടു സത്യം ചെയ്യാനും ഞാൻ തയ്യാറാകും. എനിക്കു തെറ്റിയിരിക്കാം. ഞാൻ സത്യമെന്നു വിചാരിക്കുന്നത് ഒരു സ്വപ്നം മാത്രമായിരിക്കാം. അതിൽ ഉറച്ചുനിൽക്കുന്നു എന്നത് അസംബന്ധമായിരിക്കാം. എങ്കിലും ഈ നായ്ക്കൾക്ക് പറയാനുണ്ടായിരുന്ന കാര്യങ്ങൾ - അവ എന്തുമാകട്ടെ, അവ ഒരു സംഭാഷണരൂപത്തിൽ എഴുതി യിരിക്കുന്നത് കാണുന്നതിന് താങ്കൾക്ക് താൽപ്പര്യമില്ലേ മി. പെരാൾട്ടാ?"

നായ്ക്കൾ സംസാരിക്കുന്നത് നിങ്ങൾ കേട്ടു എന്ന് വിശ്വസിപ്പിക്കാൻ എന്നെ പ്രേരിപ്പിച്ച് ഇനിയും നിങ്ങൾ ക്ഷീണിക്കാതിരുന്നാൽ ഈ സംഭാഷണം സന്തോഷത്തോടെ ഞാൻ ശ്രദ്ധിക്കാം. സമർത്ഥനായ നിങ്ങളുടെ കുറിപ്പുകളിൽനിന്നും നിങ്ങൾ എഴുതിയ സംഭാഷണം നല്ലതായിരിക്കുമെന്ന് ഇപ്പോൾ തന്നെ ഞാൻ തീരുമാനിച്ചു കഴിഞ്ഞിരിക്കുന്നു.

എൻസൈൻ: "ഒരു കാര്യംകൂടി. അതീവശ്രദ്ധയോടെ ഞാൻ കേട്ടുകൊണ്ടിരുന്നതിനാൽ - എന്റെ മനസ്സ് വളരെ സൂക്ഷ്മതയുള്ളതായിരുന്നു. എന്റെ ഓർമയും, അത് സൂക്ഷ്മവും തീവ്രവും മറ്റെല്ലാറ്റിൽനിന്നും വിമുക്തവുമായിരുന്നു. ഞാൻ ധാരാളമായി കഴിച്ച ബദാമിനും ഉണക്കമുന്തിരിങ്ങയ്ക്കും നന്ദി - ഞാൻ കേട്ടതൊക്കെ ഓർമ്മയിൽവച്ച് അടുത്ത ദിവസം അതെല്ലാം എഴുതി - മിക്കവാറും ഞാൻ കേട്ട അതേവാക്കുകളിൽ, കൂടുതൽ ആസ്വാദ്യകരമാക്കാൻ അലങ്കാരങ്ങളൊ ം ചേർക്കാതെ, ഒ ം വിട്ടുകളയാതെ. സംഭാഷണം മുഴുവൻ ഒരു രാത്രിയിൽ കേട്ടതല്ല. തുടർച്ചയായ രണ്ടു രാത്രികളിലായിരുന്നു കേട്ടത്. ഒന്നു മാത്രമേ ഞാൻ രേഖപ്പെടുത്തിയുള്ളൂ. ബെർഗൻദ്സാ തന്റെ ജീവചരിത്രം പറഞ്ഞത് ആദ്യരാത്രിയിലായിരുന്നു. അതു കേട്ടപ്പോൾ അതിന്റെ കൂട്ടുകാരൻ സിപ്പിയോയുടെ ചരിത്രം, ഇതു കൊള്ളാമെന്നു കണ്ടാൽ, കുറഞ്ഞത് അവജ്ഞയ്ക്കർഹതയുള്ളതല്ലെങ്കിൽ - രേഖപ്പെടുത്താനാണ് ഞാൻ ഉദ്ദേശിച്ചത്. ഇത് എന്റെ ഉടുപ്പിൽത്തന്നെ കുത്തിപ്പിടിപ്പിച്ചിരിക്കുകയായിരുന്നു. ഞാനിതൊരു സംഭാഷണ രീതിയിലെഴുതിയത് ഉദ്ധരണികളെ

കൂട്ടാതിരിക്കാനാണ്. സിപ്പിയോ പറഞ്ഞു; ബെർഗൻദ്ാ മറുപടി പറഞ്ഞു എന്നിങ്ങനെ."

ഇങ്ങനെ പറഞ്ഞുകൊണ്ട് എൻസൈൻ ഒരു നോട്ട്ബുക്കെടുത്ത് പെരാൾട്ടയുടെ കൈകളിൽ കൊടുത്തു. കേട്ടതൊക്കെയും മിക്കവാറും വായിക്കാൻപോകുന്നതും, ഒരു തമാശയെന്നമട്ടിൽ ചിരിച്ചുകൊണ്ട് പെരാൾട്ട അതു വാങ്ങി.

എൻസൈൻ: സ്വപ്നങ്ങളോ അസംബന്ധങ്ങളോ എന്തുമാകട്ടെ അത് നിങ്ങൾ സൗമനസ്യത്തോടെ വായിക്കുന്ന സമയം ഞാൻ ഈ കസേരയിൽ ചാരികിടക്കാം. അവയ്ക്കുള്ള ഒറ്റഗുണം നിങ്ങൾക്കിത് അസ്വസ്ഥതയുണ്ടാകുന്നു എങ്കിൽ അതു മാത്രമായി മാറ്റിവയ്ക്കാൻ കഴിയും എന്നതാണ്.

പെരാൾട്ട: "നിങ്ങൾ സ്വസ്ഥമായിരിക്കൂ. എന്റെ വായന ഞാൻ വേഗം പൂർത്തിയാക്കാം."

എൻസൈൻ കസേരയിൽ ചാരിക്കിടന്നു. ലൈസൻഷ്യേറ്റ് നോട്ട്ബുക്ക് തുറന്നു. അതിന്റെ തലവാചകം ഇങ്ങനെയായിരുന്നു. സാമാന്യമായി. ഡോഗ്സ് ഓഫ് മഹ്യൂഡ്സ് എന്നറിയപ്പെടുന്ന, പ്യൂവെർട്ടാ ദെൽ ക്യാംപോയ്ക്ക് പുറത്തുള്ള, വല്ലാഡോളിഡ് നഗരത്തിലെ ഹോസ്പിറ്റൽ ഓഫ് റിസറക്ഷൻ എന്ന ആതുരാലയത്തിന്റെ വകയായ സിപ്പിയോ, ബെർഗൻദ്സാ എന്നീ നായ്ക്കൾ തമ്മിലുള്ള സംഭാഷണവും കഥയും.

6

ശ്വാനസല്ലാപം

സിപ്പിയോ: "സുഹൃത്തേ, ബെർഗൻദ്സാ, ഇന്നു രാത്രിയിലേക്ക് നമുക്ക് ഈ ആശുപത്രിയെ അതിന്റെ പാട്ടിനുവിടാം. അവിടെ, ആ പായ്കളിൽ പോയി ആരുടെയും ശ്രദ്ധയിൽപ്പെടാതെ സന്തോഷമായി നമ്മുടെ സമയം ചെലവഴിച്ചാലോ. സ്വർഗം നൽകിയിരിക്കുന്ന ഈ അനുഗ്രഹം നമുക്കാസ്വദിക്കാം. ഒരേസമയത്തുതന്നെ നമ്മൾ രണ്ടാൾക്കും ഉന്നതങ്ങളിൽ നിന്നും ഈ അനുഗ്രഹം ലഭിച്ചിരിക്കുകയല്ലേ.

ബെർഗൻദ്സാ: "സോദരൻ സിപ്പിയോ, നീ സംസാരിക്കുന്നതു ഞാൻ കേൾക്കുന്നു. ഞാൻ സംസാരിക്കുകയാണെന്നെനിക്കറിയുകയും ചെയ്യാം. എന്നിട്ടും എനിക്കിതു വിശ്വസിക്കാൻ കഴിയുന്നില്ല. കാരണം, പ്രകൃതിയുടെ എല്ലാ പരിമിതികൾക്കുമപ്പുറം കടക്കുന്നതാണ് നമ്മുടെ സംഭാഷണശേഷിയെന്നു തോന്നിപ്പോകുന്നു."

സിപ്പിയോ: "ശരിയാണ് ബെർഗൻദ്സാ, നമ്മൾ സംസാരിക്കുന്നു എന്നതല്ല അത്ഭുതം - യുക്തിയുക്തമായും, ഉചിതമായും സംസാരിക്കുന്നു എന്നുള്ളതാണ് കൂടുതൽ വിസ്മയം. യഥാർഥത്തിൽ നമുക്കില്ലാത്ത ഗുണമാണല്ലോ യുക്തിപൂർവമായ സംസാരം. മൃഗവും മനുഷ്യനും തമ്മിലുള്ള വ്യത്യാസവും അതാണല്ലോ. മനുഷ്യൻ യുക്തിബോധമുള്ള ജന്തു. മൃഗമോ യുക്തിചിന്തയില്ലാത്ത ജീവിയും."

ബെർഗൻദ്സാ: "നീ പറയുന്നതെനിക്കു മനസിലാകുന്നു. നീ സംസാരിക്കുന്നു എന്നതും, ഞാൻ ഗ്രഹിക്കുന്നു എന്നതും എന്നെ കൂടുതൽ അതിശയിപ്പിക്കുന്നു. എന്റെ ജീവിതകാലത്ത്, നമ്മുടേതായ സവിശേഷതകളെകുറിച്ച് പലരും പറയുന്നത് ഞാൻ കേട്ടിട്ടുണ്ടെന്നുള്ളത് ഒരു യാഥാർഥ്യമാണ്. അപ്പോൾ, യുക്തിചിന്ത സാധ്യമാകുന്ന വിധത്തിലുള്ള സജീവവും സൂക്ഷ്മവുമായ ജന്മവാസന നമുക്കുണ്ട് എന്നു വിശ്വസിക്കുന്ന കുറെയാളുകളുണ്ടെന്നു തോന്നുന്നു.

സിപ്പിയോ: "നമ്മുടെ മഹത്തായ ഗുണവിശേഷങ്ങളെ സൗഹൃദ ത്തിന്റെ പ്രതീകമായി ആളുകൾ വർണിക്കുന്നുണ്ട്. നമ്മുടെ വിശ്വാസ്യത, കൃതജ്ഞത, ഓർമശക്തി ഇവയെയൊക്കെ സ്തുതിക്കുന്നതും പുകഴ് ത്തുന്നതും ഞാൻ കേട്ടിട്ടുണ്ട്. വെണ്ണക്കൽ നിർമിതമായ ചില ശവക്കല്ലറ കളുടെ മുകളിൽ, അവിടെ അടക്കം ചെയ്തിരിക്കുന്ന ഭർത്താവിന്റെയും ഭാര്യയുടെയും രൂപങ്ങൾ സ്ഥാപിച്ചിരിക്കുന്നത് നീ ശ്രദ്ധിച്ചിട്ടുണ്ടാവും. അവരുടെ മധ്യത്തിൽ അവരുടെ കാൽക്കൽ ഒരു നായയുടെയും രൂപം അവർ സ്ഥാപിക്കാറുണ്ട്. അവരുടെ ജീവിതത്തിൽ അവർ തമ്മിലുണ്ടാ യിരുന്ന അഭേദ്യമായ സ്നേഹത്തിന്റെയും വിശ്വസ്തതയുടെയും അട യാളമായിട്ട്"

ബെർഗൻദ്സാ: "തങ്ങളുടെ യജമാനൻമാരുടെ മൃതശരീരത്തോ ടൊപ്പം അവരെ അടക്കം ചെയ്യുന്ന കല്ലറകളിലേക്ക് സ്വയം ചാടുവാൻ തക്കവിധത്തിൽ കൃതജ്ഞത മുറ്റിയ നായ്ക്കൾ ഉണ്ടായിരുന്നു എന്നെ നിക്കറിയാം. മറ്റു ചിലവയാകട്ടെ തങ്ങളുടെ യജമാനൻമാരുടെ കല്ലറക ളുടെ മുകളിൽ, അവരെ ഒരിക്കലും വിട്ടുപോകാൻ തയ്യാറാകാതെ ശിഷ്ട ജീവിത കാലത്തിലൊരിക്കലും ഭക്ഷണം കഴിക്കാതെ കഴിഞ്ഞിരുന്നതും എനിക്കറിയാം. ആന കഴിഞ്ഞാൽ പിന്നെ ഏറ്റവും കൂടുതൽ ഗ്രഹണശ ക്തിയുള്ളത് നായ്ക്കൾക്കാണെന്നുള്ളത് പ്രസിദ്ധമാണല്ലോ. നായ് കഴി ഞ്ഞാൽ കുതിര. പിന്നെ ആൾക്കുരങ്ങ്."

സിപ്പിയോ: "അതു ശരിയാണ്. പക്ഷേ ഈ പട്ടിയോ ആനയോ കുതി രയോ കുരങ്ങോ എപ്പോഴെങ്കിലും സംസാരിച്ചു എന്ന് ഒരിക്കലും കേട്ടി ട്ടില്ല. നമുക്കു കിട്ടിയിരിക്കുന്ന സംസാരശേഷി എന്ന അപ്രതീക്ഷിതമായ ഈ ദാനം ദുശ്ശകുനങ്ങളിൽപ്പെടുന്നുവെന്ന് ഞാൻ വിശ്വസിച്ചുപോകുന്നു. ഇത്തരം ദുശ്ശകുനങ്ങൾ പ്രത്യക്ഷപ്പെട്ടാൽ എന്തോ മഹാദുരന്തം വരാൻ പോകുന്നു എന്നാണ് അനുഭവങ്ങൾ കാണിച്ചുതരുന്നത്."

ബെർഗൻദ്സാ: "കഴിഞ്ഞദിവസം ആൽക്കലാ ദെ ഹെനാറെസി ലൂടെ കടന്നുപോയ ഒരു വിദ്യാർത്ഥി പറഞ്ഞു കേട്ടതും ഒരു ദുശ്ശകുനമാ യിരുന്നു എന്ന് ചിന്തിക്കാൻ ഈ കാര്യം എന്നെ പ്രേരിപ്പിക്കുന്നു."

സിപ്പിയോ: "അയാൾ എന്തു പറയുന്നതാണ് കേട്ടത്?"

ബെർഗൻദ്സാ: "ആ യൂണിവേഴ്സിറ്റിയിൽ ഈ വർഷം പഠിക്കുന്ന 5000 പേരിൽ 2000 പേരും വൈദ്യശാസ്ത്രമാണത്രേ പഠിക്കുന്നത്."

സിപ്പിയോ: "അതിൽനിന്നും മനസിലാക്കിയതെന്താണ്?"

ബെർഗൻദ്സാ: "പറയാം. ഈ രണ്ടായിരം ഭിഷഗ്വരൻമാർക്കും ചി കിത്സിക്കാൻ രോഗികൾ വേണമല്ലോ. അതൊരു വലിയ ദുരന്തമോ ദൗർ ഭാഗ്യമോ ആയിരിക്കും അതല്ലെങ്കിൽ ഈ ഭിഷഗ്വരൻമാർ വിശപ്പുകൊണ്ട് മരിക്കും."

സിപ്പിയോ: "എങ്ങനെയായാലും, നമ്മളെന്തു പറഞ്ഞാലും ഇതൊരു ദുശ്ശകുനമാകട്ടെ അല്ലാതിരിക്കട്ടെ - ഉന്നതങ്ങളിൽനിന്നും തീരുമാനി ച്ചിരിക്കുന്നത് സംഭവിച്ചേ തീരൂ. മനുഷ്യപ്രയത്നത്തിനോ അവന്റെ

വിജ്ഞാനത്തിനോ അതു തടയാൻ കഴിയില്ല. അതുകൊണ്ട് നമ്മൾ സംസാരിക്കുന്നത് എങ്ങനെയെന്നോ എന്തുകൊണ്ടെന്നോ തർക്കിക്കാൻ തുടങ്ങുന്നതിൽ യാതൊരു കാര്യവുമില്ല. ഈ നല്ല ദിവസം, അഥവാ നല്ല രാത്രി അതു നമുക്ക് പരമാവധി പ്രയോജനപ്പെടുത്താം. ഇപ്പോൾ നമ്മൾ ഈ പായയിൽ സുഖമായിരിക്കുന്നു. നമ്മുടെ ഈ സൗഭാഗ്യം എത്രസമയത്തേത്തെന്നു നമുക്കറിയില്ല. രാത്രി മുഴുവൻ നമുക്ക് സംസാരിച്ചിരിക്കാം. ദീർഘകാലമായി ഞാൻ മോഹിച്ചിരുന്ന ഈ സന്തോഷത്തെ ഉറക്കം നമ്മിൽനിന്നും കവർന്നെടുക്കാതിരിക്കട്ടെ."

ബെർഗൻദ്സാ: "ഞാനും. ഒരെല്ലിൻകഷണം കാർന്നുതിന്നാൻ വേണ്ടത്രയും ശക്തി എനിക്കുണ്ടായ കാലം മുതലേ സംസാരിക്കാനുള്ള മോഹമെനിക്കുണ്ടായിരുന്നു. സംസാരിക്കാൻ എന്തെന്തു കാര്യങ്ങളാണെന്നോ എന്റെ ഓർമയിൽ ഞാൻ ശേഖരിച്ചിട്ടുള്ളത് - അവയൊക്കെ പഴക്കംകൊണ്ട് ജീർണ്ണിച്ചോ മറന്നോ പൊയ്ക്കൊണ്ടിരിക്കുകയാണ്. എന്നിരുന്നാലും അപ്രതീക്ഷിതമായി ഭാഷണം എന്ന ദിവ്യദാനം ലഭിച്ചിരിക്കുന്നതുകൊണ്ട് അത് ആസ്വദിക്കാനും പരമാവധി ഉപയോഗപ്പെടുത്താനുമാണ് ഞാനുദേശിക്കുന്നത്. എനിക്കാകുന്നതുപോലെ അതിദ്രുതം, എനിക്കോർക്കാൻ കഴിയുന്നതുപോലെ എല്ലാം - ചിലപ്പോൾ കൂടിക്കുഴഞ്ഞും അലങ്കോലമായിട്ടുമാണെങ്കിലും എല്ലാം പറയുക അതാണെന്റെ ഉദ്ദേശ്യം. കാരണം കടമെടുത്തിരിക്കുന്നതെന്നു ഞാൻ കരുതുന്ന ഈ അനുഗ്രഹം എപ്പോഴാണ് തിരികെയെടുക്കപ്പെടുകയെന്ന് എനിക്കറിഞ്ഞുകൂടാ."

സിപ്പിയോ: "സുഹൃത്തേ, നമുക്കൊരു ധാരണയിലെത്താം. നിന്റെ ഇപ്പോഴത്തെ അവസ്ഥയിലെത്തുംവരെയുള്ള നിന്റെ ജീവിതാനുഭവങ്ങൾ, ജീവിതകഥ ഇന്നുരാത്രി നീ പറയുക. അടുത്ത രാത്രിയിലും ഈ ദാനം നിലനിൽക്കുന്നു എങ്കിൽ എന്റെ ജീവിതകഥ ഞാനും പറയാം. കാരണം നമ്മുടെ സ്വന്തം ജീവിതകഥ പറയുന്നതാണ് മറ്റുള്ളവരുടെ ജീവിതങ്ങളെപ്പറ്റി എന്തെങ്കിലുമൊക്കെ കണ്ടുപിടിക്കുന്നതിനെക്കാൾ നല്ലത്."

ബെർഗൻദ്സാ: "നീയൊരു കാര്യവിവരമുള്ള സുഹൃത്താണെന്നാണ് എപ്പോഴും ഞാൻ കരുതിയിട്ടുള്ളത്. ഇപ്പോൾ ആ അഭിപ്രായം കുറേക്കൂടി ബലപ്പെട്ടു. കാരണം നിന്റെ ജീവിതകഥ പറയാൻ നീ തയാറായി. എന്റേതു കേൾക്കാനും. നമ്മൾ കഥപറയുന്നതിന് നീ സമയക്രമം നടത്തിയതിൽ തന്നെ നിന്റെ നല്ല മനസ്സ് പ്രകടമാണ്. എന്നാൽ, ആദ്യംതന്നെ ആരെങ്കിലും നമ്മൾ പറയുന്നതു കേൾക്കുന്നുണ്ടോ എന്നു ശ്രദ്ധിക്കാം."

സിപ്പിയോ: "ആരുമില്ലെന്നാണ് എനിക്കു തോന്നുന്നത്. വിയർപ്പിക്കൽ ചികിത്സനടത്തുന്ന ഒരു പടയാളി ഇവിടെയുണ്ടെങ്കിലും, ഇപ്പോൾ അയാൾ ആരെയെങ്കിലും ശ്രവിക്കുന്നതിനെക്കാൾ ഉറങ്ങുന്നതിലായിരിക്കും തൽപ്പരനായിരിക്കുന്നത്.

ബെർഗൻദ്സ്സാ: "ഈ ഉറപ്പോടെ എനിക്കു സംസാരിക്കാമല്ലോ.

ശ്രദ്ധിക്കുക. പിന്നെ ഞാൻ പറയുന്നതു നിനക്കു വിരസതയുണ്ടാക്കുന്നു എങ്കിൽ, എന്റെ സംഭാഷണം തടസപ്പെടുത്തുക, അല്ലെങ്കിൽ എന്നോടു മിണ്ടാതിരിക്കാൻ പറയുക.”

സിപ്പിയോ: “പ്രഭാതംവരെ പറഞ്ഞോളൂ. അല്ലെങ്കിൽ ആരെങ്കിലും നമ്മെ ശ്രദ്ധിക്കുന്നതുവരെ. നിന്റെ ഭാഷണം തടസപ്പെടുത്തേണ്ടത് അത്യാവശ്യമാണെന്ന് എനിക്കു തോന്നുന്നില്ലെങ്കിൽ നിന്നെ തടയാതെ സന്തോഷത്തോടെ ഞാൻ ശ്രദ്ധിച്ചുകൊള്ളാം.”

ബെർഗൻദ്സാ: “എനിക്കറിയാവുന്നിടത്തോളം, ഞാൻ ആദ്യമായി പകൽവെളിച്ചം കണ്ടത് സെവില്യേയിൽവെച്ചാണ്. പ്യൂവെർത്താ ദെ, ലാകാർനെ അപ്പുറത്തുള്ള ഒരു കശാപ്പുശാലയിൽ. എന്റെ മാതാപിതാക്കൾ, കശാപ്പുകാരെന്ന് ജനങ്ങൾ വിളിക്കുന്ന, നികൃഷ്ടമായ തൊഴിലിലേർപ്പെട്ടവർ വളർത്തിയിരുന്ന, കാവൽ നായ്ക്കളായിരുന്നിരിക്കണം. ഞാൻ അറിഞ്ഞ എന്റെ ആദ്യത്തെ യജമാനൻ നിക്കോളാസ് എന്നു വിളിക്കപ്പെടുന്ന ഒരാളായിരുന്നു. മൂക്കുപരന്ന, നല്ല കായബലമുള്ള ഒരു കൂറ്റൻ, മുൻകോപി. ആ തൊഴിലിൽ ഏർപ്പെട്ടിരുന്ന എല്ലാവരെയും പോലെ തന്നെ. ഈ നിക്കോളാസ് എന്നെയും വേറെചില പട്ടിക്കുട്ടികളെയും മുതിർന്ന കാവൽപ്പട്ടികൾക്കൊപ്പം പോയി കാളകളെ ആക്രമിച്ച് അവയുടെ ചെവി കടിച്ചുകീറാൻ പഠിപ്പിച്ചു. ഈ കാര്യത്തിൽ വൈദഗ്ധ്യം നേടാൻ എനിക്ക് അധികം അധ്വാനം വേണ്ടിവന്നില്ല.”

സിപ്പിയോ: “എനിക്കതിലത്ഭുതമില്ല ബെർഗൻദ്സാ - വേണ്ടാത്ത കാര്യം സ്വാഭാവികമായി വരുന്നു - വേഗം അതു പഠിക്കുകയും ചെയ്യും.”

ബെർഗൻദ്സാ: “ആ കശാപ്പുശാലയിൽ കണ്ട കാര്യങ്ങൾ എന്റെ സിപ്പിയോ, ഞാൻ പറയാം. ഒരുകാര്യം ആദ്യംതന്നെ, പ്രത്യേകം മനസിൽ വയ്ക്കണം. അവിടെ ജോലിചെയ്യുന്നവർ ഏറ്റവും പ്രായം കുറഞ്ഞവൻ മുതൽ മുതുക്കൻ വരെ എല്ലാവരും മനഃസാക്ഷിയില്ലാത്ത വകയാണ്, ദയയില്ല. രാജാവിനെയോ നിയമത്തെയോ ഭയമില്ല. മിക്കവരും വെപ്പാട്ടിമാരുമായി ജീവിക്കുന്നു - ഇരപിടിക്കുന്ന പക്ഷികളെപ്പോലെ അവരുടെ സംബന്ധക്കാരിയെയും അവനവനെയും പോറ്റുന്നു - മോഷ്ടിച്ചെടുക്കുന്ന വകകൾകൊണ്ട്. ഇറച്ചിവെട്ടുള്ള ദിവസം പകൽ വെട്ടം വീഴുംമുൻപുതന്നെ അസംഖ്യം പെൺകുട്ടികളും ചെറുപ്പക്കാരും കശാപ്പുശാലയുടെ മുൻപിലുണ്ടാവും. അവരുടെയെല്ലാം കയ്യിൽ സഞ്ചിയുമുണ്ടാവും - വരുമ്പോൾ സഞ്ചികൾ കാലി. തിരികെ പോകുമ്പോൾ ഇറച്ചിത്തുണ്ടംകൊണ്ടു സഞ്ചികൾ നിറഞ്ഞിരിക്കും. വേലക്കാരിപ്പെൺകുട്ടികൾ മൃഗങ്ങളുടെ ആന്തരാവയവങ്ങളുമായി - പ്രായോഗികമായി ആട്ടിൻകുട്ടികളുടെ കൈകുറകുകളുമായി-പോകും. ഈ ആളുകൾ അവരുടെ ദശാംശവും, ഏറ്റവും നല്ല ഭാഗത്തുനിന്നുള്ള ആദ്യത്തെ കഷണങ്ങളും കൊണ്ടുപോകാതെ ഒരു മൃഗവും കശാപ്പു ചെയ്യപ്പെടുന്നില്ല - അക്കാലത്തു സെവില്യേയിൽ മാംസവിതരണക്കാരുണ്ടായിരുന്നില്ല. ഓരോരുത്തരും അവരവർക്കിഷ്ടമുള്ളതിനെ കൊണ്ടുവരുന്നു. ആദ്യം കശാപ്പു

ചെയ്യുന്നത് ചിലപ്പോൾ ഏറ്റവും നല്ലതിനെയായിരിക്കും. അല്ലെങ്കിൽ ഏറ്റവും വില കുറഞ്ഞതിനെ - അവിടെ എപ്പോഴും കശാപ്പുകളും മാംസവുമൊക്കെ ധാരാളമായിരുന്നു. ഉടമസ്ഥർ അവരുടെ കാര്യങ്ങളെല്ലാം ഞാൻ മുമ്പേ പറഞ്ഞ ആളുകളെയങ്ങു വിശ്വസിച്ചേൽപിക്കുന്നു. അവർ മോഷ്ടിക്കുകയില്ല എന്നതുകൊണ്ടല്ല - അത് അസാധ്യമായത് ആവശ്യപ്പെടലാണ് - അതുകൊണ്ട് വളരെ എളുപ്പമായി അവർ മൃതശരീരം വെട്ടിക്കഷണമാക്കുകയും അവരുടേതായ ഉപായങ്ങൾ പ്രയോഗിക്കുകയും ചെയ്യും. ഇതൊക്കെ ചെയ്യുന്നത് - മുന്തിരിവള്ളിയോ പൊങ്ങുതടിയോ മുറിക്കുകയും മിനുസപ്പെടുത്തുകയും ചെയ്യുന്നതുപോലെ അനായാസം. ഒരു പശുവിനെ കൊല്ലുന്ന അതേ ലാഘവത്തോടെ ഒരു മനുഷ്യനെ ഈ കശാപ്പുകാർ കൊല്ലുമെന്നത് എന്നെ ഞെട്ടിച്ചു. വളരെ നിസ്സാരമായ കാര്യത്തിനുപോലും, ഒരു ചിന്തയുമില്ലാതെ ഒരു കാളയെ കൊല്ലുംപോലെ ഒരു മനുഷ്യന്റെ വയറ്റിലേക്ക് മടി കൂടാതെ കത്തി കയറ്റും. കലഹങ്ങളോ മുറിവുകളോ ഉണ്ടാകാത്ത ഒരു ദിവസമെങ്കിലും കടന്നുപോയിരുന്നില്ല - ചിലപ്പോൾ മരണങ്ങളും. അക്രമികളായിരിക്കുക എന്നതിൽ അവർ അഭിമാനംകൊണ്ടു. അക്രമികളായ കുറ്റവാളികളായിരിക്കുന്നതിൽ അവർ സ്വയം പുകഴ്ത്തി. സാൻഫ്രാൻസിസ്കേസ്കയറിൽ ഒരു കാവൽമാലാഖയില്ലാത്ത ഒരുവൻ പോലും ഇവിടെയില്ലായിരുന്നു - ഈ കാവൽമാലാഖയുടെ ആനുകൂല്യം വാങ്ങാൻ കശാപ്പു ചെയ്യുന്ന ആടിന്റെ കൈകുറകുകളോ നാക്കോ കൊടുത്തിരുന്നു. ചുരുക്കിപ്പറഞ്ഞാൽ, ഒരിക്കൽ, അറിവുള്ള ഒരാൾ പറയുന്നതു ഞാൻ കേട്ടു,* രാജാവിന് സെവില്ല്യേയിൽ ഇനിയും മൂന്നു കാര്യങ്ങൾ നേടാനുണ്ടെന്ന് - കാലെ ദെ കാദ്സാ, കോൺസ്റ്റാനില്ല്യാ, കശാപ്പുശാല എന്നിവ."

സിപ്പിയോ: "സ്നേഹിതൻ ബെർഗൻദ്സാ, ഇപ്പോൾ നീ പറഞ്ഞതുപോലെ നിന്റെ യജമാനൻമാരുടെയൊക്കെ സ്വഭാവപ്രകൃതങ്ങളെക്കുറിച്ചും അവരുടെ തൊഴിലിലെ വൃത്തികേടുകളെക്കുറിച്ചും പറഞ്ഞാൽ നമ്മൾ ചിലപ്പോൾ സ്വർഗത്തോട് യാചിക്കേണ്ടിവരും, ഈ ഭാഷണശേഷി കുറഞ്ഞത് ഒരു വർഷത്തേക്കെങ്കിലും നൽകണമേ എന്ന്. അങ്ങനെ കിട്ടിയാലും ഇപ്പോഴത്തെ വേഗതയിലാണെങ്കിൽ നിന്റെ കഥയുടെ പകുതി പോലും എത്തുമെന്നും എനിക്കു തോന്നുന്നില്ല. ഒരു കാര്യം ചൂണ്ടിക്കാണിക്കാൻ ഞാൻ ആഗ്രഹിക്കുന്നു - ഞാൻ കഥ പറയുമ്പോൾ നിനക്കതു പരിശോധിക്കുകയുമാകാം - അതായത് ചില കഥകൾ അതിൽത്തന്നെ രസകരമായിരിക്കും. മറ്റുള്ളവ അവ പറയുന്ന രീതികൊണ്ടാവും രസകരമാവുക. എന്നുപറഞ്ഞാൽ ചില കഥകൾ, മുഖവുരയോ, മെച്ചപ്പെട്ട ഭാഷയോ ഇല്ലാതെതന്നെ ആഹ്ളാദം നൽകുന്നു. മറ്റുള്ളവയാകട്ടെ, വാക്കുകൾ കൊണ്ടും അംഗചലനങ്ങൾ കൊണ്ടും ശബ്ദവ്യതിയാനങ്ങൾ കൊണ്ടും അലങ്കരിക്കപ്പെടണം- അർഥമെന്തെന്നാൽ ഒന്നുമില്ലായ്മയിൽ

* ഈ സ്ഥലങ്ങളിലെ നിയമരാഹിത്യത്തെക്കുറിച്ചുള്ള സൂചന.

നിന്നും എന്തെങ്കിലും വരണം; ക്ഷീണിച്ചതിനോ തളർന്നതിനോ പകര മായി അവ നർമരസമുള്ളതും സന്തോഷിപ്പിക്കുന്നതുമായിത്തീരണം. ഇനിയുമുള്ള കഥാഭാഗം പറയുമ്പോൾ ഈ മുന്നറിയിപ്പിൽനിന്നും ഫല മെടുക്കാൻ മറക്കരുത്."

ബെർഗൻദ്സാ: "എനിക്കു സാധിക്കുമെങ്കിൽ, സംസാരിക്കാനുള്ള എന്റെ ഉള്ളിലുള്ള മഹത്തായ ത്വര എന്നെ അനുവദിക്കുമെങ്കിൽ - എന്നെ ത്തന്നെ നിയന്ത്രിക്കുക അങ്ങേയറ്റം പ്രയാസമാണെങ്കിലും"

സിപ്പിയോ: "നിന്റെ നാക്കു ശ്രദ്ധിക്കുക. മനുഷ്യജീവിതത്തിലെ ഏ റ്റവും വലിയ തിന്മകൾ വരുന്നത് അതിൽനിന്നാണ്."

ബെർഗൻദ്സാ: "ഞാനെന്നാൽ പറയട്ടെ, വായിൽ ഒരു കുട്ട വഹിച്ചു കൊണ്ടു പോകുന്നതിനും അതു തട്ടിയെടുക്കാൻ ശ്രമിക്കുന്നവരിൽ നിന്നും അതിനെ സംരക്ഷിക്കുന്നതിനും എന്റെ യജമാനൻ എന്നെ പഠി പ്പിച്ചു. അയാളുടെ വെപ്പാട്ടിയുടെ വീട് എനിക്കു കാണിച്ചുതന്നു. അവൾ കശാപ്പുശാലയിലേക്കു വരുന്നത് ഒഴിവാക്കാനായിരുന്നു അത്. രാത്രി യിൽ അയാൾ മോഷ്ടിച്ചു വയ്ക്കുന്നവ രാവിലെ ഞാൻ അവളുടെ വീട്ടിൽ കൊണ്ടുപോകണം. ഒരുദിവസം വെട്ടം വീഴുന്നതേയുള്ളൂ - ഞാൻ അവൾക്കുള്ള റേഷനുമായി (വിഹിതവുമായി) അവളുടെ വീട്ടിലേക്കു പോകുകയാണ്. ഒരു ജനാലയ്ക്കൽനിന്നും എന്റെ പേര് വിളിക്കുന്നത് ഞാൻ കേട്ടു. ഞാൻ തലയുയർത്തിനോക്കി. ഒരു സുന്ദരിപ്പെണ്ണിനെ കണ്ടു. ഒരുനിമിഷം ഞാൻ നിന്നു. അവൾ മുൻവാതിൽക്കലേയ്ക്ക് വന്നു. പിന്നെ വീണ്ടും വിളിച്ചു. അവൾക്കെന്താണു വേണ്ടതെന്നറിയാൻ ഞാൻ അവളുടെ അടുത്തേയ്ക്ക് ചെന്നു. അവളെന്താണു ചെയ്തതെന്നോ - ഞാൻ കുട്ടയിൽ കൊണ്ടു പോയിരുന്നതെന്താണോ അത് അവൾ എടുത്തു. പകരം ഒരു പഴയ ഷൂ കുട്ടയിൽ വെച്ചു. മാംസത്തിനു മാംസം എന്നു ഞാൻ എന്നോടുതന്നെ പറഞ്ഞു. കുട്ടയിലെ മാംസം എടുത്തപ്പോൾ അവൾ എന്നോടു പറഞ്ഞു. പൊയ്ക്കോളു ഗാവില്യാൻ. അല്ലെങ്കിൽ നീയെങ്ങനെ വിളിക്കപ്പെടുന്നോ അത് ചെന്ന് നിന്റെ യജമാനൻ ആ പരപ്പൻ മൂക്കൻ നിക്കോളാസിനോടു പറയ്, മൃഗങ്ങളെ വിശ്വസിക്കരു തെന്ന്. ഒരു ലുബ്ധന്റെ കയ്യിൽനിന്നും കിട്ടാവുന്നത്രയും എടുക്കണ മെന്നും. അവൾ കൊട്ടയിൽ നിന്നുമെടുത്തത് ഒരു ബുദ്ധിമുട്ടും കൂടാതെ തിരികെയെടുക്കാൻ എനിക്കു കഴിയുമായിരുന്നു. പക്ഷേ ആ ശുദ്ധമായ വെളുത്ത കൈകളെ എന്റെ വൃത്തികെട്ട കശാപ്പുശാലാ വക്ത്രം കൊ ണ്ടു സ്പർശിക്കാൻ ഞാൻ ആഗ്രഹിച്ചില്ല.

സിപ്പിയോ: "നീ ചെയ്തതു തികച്ചും ശരിയാണ്. സൗന്ദര്യത്തിന്റെ പ്രത്യേകാവകാശങ്ങൾ എപ്പോഴും മാനിക്കപ്പെടണം."

ബെർഗൻദ്സാ: "ഞാനതാണു ചെയ്തത്. ഞാൻ എന്റെ യജമാനന്റെ അടുത്തേക്കു ചെന്നു - വിഹിതമൊന്നും ഇല്ലാതെ ഷൂവുമായി. ഞാൻ വേഗം തിരികെ വന്നുവെന്ന് അയാൾ കരുതി. ഷൂ കണ്ടതോടെ സംഭവിച്ച കളി എന്തെന്ന് അയാൾ ഊഹിച്ചു. ഒരു കത്തി വലിച്ചെടുത്ത് അയാൾ

എന്നെ ആഞ്ഞുകുത്തി. ഞാൻ ഒഴിഞ്ഞുമാറിയില്ലായിരുന്നെങ്കിൽ ഈ കഥയോ ഞാൻ പറയാനുദ്ദേശിക്കുന്ന മറ്റു കഥകളോ നീ കേൾക്കുകയില്ലായിരുന്നു. സാൻ ബർന്നാർദോയുടെ പുറകിലൂടെ ഞാൻ അതിവേഗം പോയി - ബുക്കു വച്ച ദിക്കിലേക്ക്. അന്നുരാത്രി തുറസായൊരു സ്ഥലത്ത് ഞാൻ ഉറങ്ങി. അടുത്തദിവസം ഒരു ആട്ടിൻകൂട്ടത്തെ കണ്ടുമുട്ടി. അതുകണ്ടതോടെ എന്റെ വിശ്രമസങ്കേതം കണ്ടെത്തിയെന്നു ഞാൻ നിശ്ചയിച്ചു. കന്നുകാലിപ്പറ്റത്തെ കാത്തുസൂക്ഷിക്കുന്നത് നായ്ക്കളുടെ സ്വാഭാവിക ജോലിയാണെന്നു എനിക്കു തോന്നി. കാരണം എളിയവരുടെയും നിസ്സഹായരുടെയും സുരക്ഷ സ്ഥാപിച്ചെടുക്കുകയും അവരെ ശക്തരിൽനിന്നും അഹങ്കാരികളിൽനിന്നും സംരക്ഷിക്കുകയും ചെയ്യുക - അതൊരു പുണ്യമാണ്.''

ആ ആട്ടിൻപറ്റത്തെ നോക്കിയിരുന്ന മൂന്ന് ഇടയൻമാരിൽ ഒരുവന്റെ കണ്ണിൽ ഞാൻ പെട്ടയുടനെ അയാളെന്നെ വിളിച്ചു. ഇതിനെക്കാളും മെച്ചമായതൊന്നും വേണമെന്നില്ലാത്ത ഞാൻ തല താഴ്ത്തി വാലാട്ടി അയാളുടെ അടുത്തേയ്ക്കു ചെന്നു. അയാൾ എന്റെ പുറത്തുകൂടി കയ്യോടിച്ചു. എന്റെ വായ് തുറന്നു, വായിലേക്ക് തുപ്പി. എന്റെ പല്ലുകൾ നോക്കി എന്റെ പ്രായം കണക്കു കൂട്ടി. മറ്റ് ഇടയൻമാരെ വിളിച്ച് ഞാൻ നല്ല ഇനത്തിൽപ്പെട്ടവനും നല്ല പരിശീലനം കിട്ടിയവനുമാണെന്ന ലക്ഷണങ്ങളുണ്ടെന്നും പറഞ്ഞു. ഈ ഘട്ടത്തിൽ ആട്ടിൻപറ്റത്തിന്റെ ഉടമസ്ഥൻ അവിടെയെത്തി. ചാരനിറമുള്ള ഒരു പെൺകുതിരപ്പുറത്ത്, ഒരു കുന്തവും പരിചയും പിടിച്ചാണ് വരവ്. കണ്ടാൽ, ഒരു ആട്ടിൻപറ്റത്തിന്റെ ഉടമസ്ഥനെന്നതിനേക്കാൾ ഒരു തീരസംരക്ഷണ സേനാംഗമെന്നു തോന്നിക്കും. ഏതുതരം പട്ടിയാണെടോ ഇത്? കണ്ടിട്ട് നല്ല ഇനമാണെന്ന് തോന്നുന്നു. അയാൾ പറഞ്ഞു. ആട്ടിടയൻ മറുപടി പറഞ്ഞു. ഞാനിവനെ നന്നായി പരിശോധിച്ചു. തീർച്ചയായും നല്ല ഇനം തന്നെ. ഒരു വലിയ പട്ടിയാകാനുള്ള എല്ലാ ലക്ഷണവും കാണുന്നുണ്ട്. ഇപ്പോഴിവനിവിടെയെത്തിയതേയുള്ളൂ. ആരുടെയാണെന്നറിയില്ല. ഇവിടെ അടുത്തെങ്ങുമുള്ള ഒരാട്ടിൻപറ്റത്തോടു ബന്ധപ്പെട്ടതല്ല.''

ഉടമസ്ഥൻ: എങ്കിൽ ഇപ്പോൾത്തന്നെ ആ ചത്തുപോയ ലിയോൺസിലോയുടെ കഴുത്തുപട്ട (കോളർ) ഇവന്റെ കഴുത്തിലിട്. അതേ റേഷനും കൊടുത്തേര്. എന്നിട്ട് വളർത്തിയെടുക്ക് - അങ്ങനെ അവന് ഈ ആട്ടിൻപറ്റത്തോട് താൽപ്പര്യമുണ്ടാകട്ടെ. ആ കൂട്ടത്തിൽ കഴിയുകയും ചെയ്യട്ടെ. അയാൾ പോയി. അപ്പോൾത്തന്നെ ആട്ടിടയൻ ഒരു കാവൽ നായുടെ കോളർ എന്റെ കഴുത്തിലണിയിച്ചു. മൊട്ടാണികൾ കൊണ്ട് അലംകൃതമായിരുന്നു ആ കോളർ. റൊട്ടിയും പാലും ആവശ്യത്തിലേറെ ഒരു പാത്രത്തിൽ തന്നു. എനിക്ക് ബാർസിനോ എന്നു പേരുമിട്ടു. എന്റെ രണ്ടാമത്തെ യജമാനനെയും പുതിയ ജോലിയും എനിക്ക് ഇഷ്ടമായി. ഉച്ചമയക്കസമയത്തല്ലാത്തപ്പോഴെല്ലാം ഞാൻ ആട്ടിൻപറ്റത്തോടൊപ്പം കഴിഞ്ഞു. അത്യുത്സാഹത്തോടെയും ശ്രദ്ധയോടെയും അവയെ നോക്കി

സംരക്ഷിച്ചു. ഉച്ചമയക്കത്തിന് ഏതെങ്കിലും തോടിന്റെ കരയിലോ മരത്തണലിലോ പാറയുടെ നിഴലിലോ കുറ്റിക്കാട്ടിലോ ഞാൻ പോകും. ഈ സമയത്തും ഞാൻ മടിയനായിരിക്കുകയായിരുന്നില്ല. എന്റെ ജീവിതാനുഭവങ്ങൾ ഓരോന്നായി ഓർത്തോർത്ത് മാനസികവ്യായാമം തേടും. പ്രത്യേകിച്ച് കശാപ്പുശാലയിലെ എന്റെ ജീവിതം, എന്റെ യജമാനന്റെ ജീവിതരീതി, അയാളെപ്പോലെയുള്ള മറ്റെല്ലാവരും അവരുടെ വെപ്പാട്ടിമാരുടെ അൽപ്പസന്തോഷത്തിനായി വഴിയൊരുക്കുന്നതിനെക്കുറിച്ച് - ഒക്കെ ഓർത്തുകൊണ്ടേയിരിക്കും. എന്റെ കശാപ്പുകാരൻ യജമാനന്റെ വെപ്പാട്ടിയുടെ വീട്ടിൽ ഞാൻ മനസിലാക്കിയ കാര്യങ്ങളൊക്കെ എനിക്കു പറയാൻ കഴിഞ്ഞെങ്കിൽ! ഞാൻ മിണ്ടാൻ പാടില്ല - ഞാനൊരു മടുപ്പിക്കുന്ന പരദൂഷകനാണെന്ന് നീ പറയും."

സിപ്പിയോ: "പണ്ടുകാലത്തൊരു മഹാനായ കവി പറഞ്ഞിട്ടുണ്ടത്രേ സറ്റയറുകൾ എഴുതാതിരിക്കുക വളരെ ബുദ്ധിമുട്ടാണെന്ന്. അതുകൊണ്ട് അൽപ്പം പരദൂഷണമൊക്കെ നടത്തിക്കോളൂ - അനും രസത്തിനു വേണ്ടി മാത്രം; ഒന്നടയാളപ്പെടുത്തിവയ്ക്കാൻ മാത്രം - ആരെയെങ്കിലും മുറിവേൽപ്പിക്കാനോ കൊല്ലാനോ അല്ല. ഒത്തിരിയാളുകൾ കേട്ടുചിരിക്കുമെങ്കിലും പരദൂഷണം നല്ല കാര്യമല്ല, അത് ഒരുവനെ മാരകമായി മുറിവേൺിക്കുമെങ്കിൽ, അതില്ലാതെയും വിനോദിക്കാമെങ്കിൽ, നീ അതിൽ നിന്നും വിട്ടുനിൽക്കുകയാണ് നല്ലത്."

ബെർഗൻർസാ: "നിന്റെ ഉപദേശം സ്വീകരിച്ചിരിക്കുന്നു. നിന്റെ അനുഭവങ്ങൾ എന്നോടു പറയുന്ന സമയത്തെ ഞാൻ ആകാംക്ഷയോടെ കാത്തിരിക്കുന്നു. കാരണം ഞാൻ പറയുന്നതിലെ വീഴ്ചകൾ അറിഞ്ഞു തിരുത്തുന്ന ഒരുവൻ ഒരേസമയം അനുശാസനങ്ങളും ആഹ്ലാദവും പകരുന്ന വിധത്തിലായിരിക്കുമല്ലോ തന്റെ കഥ പറയുക. എന്റെ കഥകളുടെ പൊട്ടിപ്പോയ ചരടുകൾ വീണ്ടുമെടുത്തു ചേർത്തുവയ്ക്കട്ടെ. ഉച്ചമയക്കത്തിന്റെ നിശ്ശബ്ദതയിലും ഏകാന്തതയിലും, മറ്റുപല കാര്യങ്ങളുടെയും കൂട്ടത്തിൽ ആട്ടിടയൻമാരുടെ ജീവിതത്തെക്കുറിച്ചും ഞാൻ ചിന്തിച്ചു. ഞാൻ കേട്ടിരുന്ന പലതും സത്യമായിരിക്കാൻ വഴിയില്ലല്ലോ എന്നും ഞാൻ ഓർത്തു. കുറഞ്ഞപക്ഷം, എന്റെ യജമാനന്റെ പെണ്ണ് വായിച്ചിരുന്ന പുസ്തകങ്ങളിൽ പറഞ്ഞിരുന്നവയെങ്കിലും. ആ പുസ് തകങ്ങളെല്ലാം ആട്ടിടയൻമാരെയും ഇടച്ചിമാരെയും പറ്റിയുമുള്ളതായിരുന്നു. അവർ സാധാരണവും അസാധാരണവുമായ വിവിധ തരം സംഗീതോപകരണങ്ങളും (ബാഗ് പൈപ്പുകൾ, ഷോൺസ്, റെബെക്ക്സ് .... എന്നിങ്ങനെയുള്ള) വായിച്ച് അവരുടെ ജീവിതകാലം മുഴുവൻ ഗാനങ്ങളുതിർത്ത് ജീവിക്കുന്നു എന്നാണ് ആ പുസ്തകങ്ങളിലെ കഥകൾ പറയുന്നത്. സമാനതകളില്ലാത്ത ബെലിസാർദയെ പുകഴ്ത്തിക്കൊണ്ട് അംഫ്രിസുസിലെ ഇടയൻ സ്വർഗീയമായ ഗാനങ്ങളുതിർത്തിരുന്നതിനെക്കുറിച്ച് അവൾ വായിക്കുന്നത് ശ്രദ്ധിച്ചു ഞാൻ നിൽക്കുമായിരുന്നു.

ആ ഇടയൻ മരച്ചുവടുകളിലിരുന്നായിരുന്നാണത്രേ പാടിയിരുന്നത്. അങ്ങനെ അയാളിരുന്നു പാടാത്ത ഒറ്റ ഒരു മരംപോലും അർക്കേഡിയൻ

പർവതനിരകളിൽ ഇല്ലായിരുന്നുപോലും. അതും എപ്പോൾ മുതൽ എപ്പോൾ വരെ - സൂര്യദേവൻ, ഒറോറ*യുടെ കരങ്ങളിൽ വഹിക്കപ്പെട്ട് ആഗതനാകുമ്പോൾ മുതൽ തെറ്റിസ്**ദേവിയുടെ കരങ്ങളിൽ ചെന്നു ചേരും വരെയും. അന്ധകാരത്തിന്റെ ചിറകുകളുമായി, രാത്രി, ഭൂമുഖം മുഴുവൻ പടർന്നുകഴിഞ്ഞാലും വശ്യമായ ഗീതങ്ങളും കണ്ണീരോടെയുള്ള വിലാപങ്ങളും അയാൾ അവസാനിപ്പിക്കാറില്ലായിരുന്നത്രേ. ഒരു ധീര നെന്നതിനെക്കാൾ ശൃംഗാരിയായിരുന്ന എലീസിയോ എന്ന ഇടയനെക്കുറിച്ചും അവൾ പറഞ്ഞിരുന്നു. തന്റെ പ്രണയത്തെയോ ആട്ടിൻപറ്റത്തെയോ ശ്രദ്ധിക്കാതെ മറ്റുള്ളവരെ സംരക്ഷിക്കുന്നതിന് അയാൾ ശ്രമിച്ചിരുന്നുവത്രേ. എതിരില്ലാത്തൊരു ചിത്രകാരനായിരുന്ന ഫിലിദായിലെ മഹാനായ ആട്ടിടയനെക്കുറിച്ചും അവൾ വായിച്ചിരുന്നു. നേട്ടങ്ങളുണ്ടാക്കാൻ കഴിഞ്ഞില്ലെങ്കിലും വലിയ ആത്മവിശ്വാസിയായിരുന്നത്രേ അയാൾ. സൈറെനോയുടെ ബോധക്ഷയത്തെപ്പറ്റിയും ഡയാനാദേവിയുടെ പശ്ചാത്താപത്തെപ്പറ്റിയും അവൾ പ്രസ്താവിച്ചത്; തന്റെ മാന്ത്രികജലംകൊണ്ട് കൂടിക്കുഴഞ്ഞുകിടന്ന കുരുക്കുകളഴിച്ച് കുഴഞ്ഞുമറിഞ്ഞ പ്രശ്നങ്ങൾ പരിഹരിച്ച വിജ്ഞയായ ഫിലിസിയായ്ക്കും ദൈവത്തിനും നന്ദിപറയുന്നു എന്നാണ്. അവൾ വായിച്ച് ഞാൻ കേട്ടിട്ടുള്ള ഇത്തരത്തിലുള്ള വളരെയേറെ പുസ്തകങ്ങളെപ്പറ്റി ഞാൻ ഓർക്കുന്നുണ്ട്. പക്ഷേ അവയൊന്നും അങ്ങനെ എടുത്തുപറയാനും മാത്രം വിലപ്പെട്ടതല്ല.

സിപ്പിയോ: "എന്റെ ഉപദേശം ശരിക്കും നീ പ്രയോജനപ്പെടുത്തുന്നുണ്ട് ബർഗൻദ്സാ. നീ പരദൂഷണം നടത്തിക്കോ. കുത്തിനോവിക്കുക, എന്നിട്ടു കടന്നു പൊയ്ക്കോളൂ. നിന്റെ ഉദ്ദേശ്യം ശുദ്ധമാണെന്ന് ഉറപ്പാക്കണമെന്നുമാത്രം - നിന്റെ വാക്കുകൾ അങ്ങനെയാണെന്നു തോന്നുന്നില്ലെങ്കിലും."

ബർഗൻദ്സാ: "ഇത്തരം കാര്യങ്ങളിൽ ഉദ്ദേശ്യം വെളിവാകുന്നില്ലെങ്കിൽ നാക്കിനൊരിക്കലും തടസ്സമുണ്ടാകില്ല. എന്നാൽ അബദ്ധവശാൽ, അറിയാതെയോ, അഥവാ ദുരുദ്ദേശത്തോടെയോ പരദൂഷണം കടന്നുവന്നാൽ, അതിനു കുറ്റപ്പെടുത്തുന്നവരോട് - ആരെങ്കിലും കുറ്റപ്പെടുത്തിയാൽ അവരോട് എനിക്കു മറുപടിയായി പറയാനുള്ളത്, അനുകരണക്കാരുടെ അക്കാദമിയിലെ പരിഹാസ പണ്ഡിതൻ ആ മണ്ടൻ കവി, മൗലിയോൺ ആരോ ദെയും ദെ ദിയോ*** എന്നതിന്റെ അർത്ഥമെന്തെന്ന് ചോദിച്ചതിനു പറഞ്ഞ മറുപടിയാണ്; നിനക്ക് തോന്നുംപോലെ ചെയ്യുക."

സിപ്പിയോ: "അതൊരു മണ്ടന്റെ മറുപടിയാണ്. നീ ഒരു വിജ്ഞനോ, അങ്ങനെയാകാനാഗ്രഹിക്കുന്നവനോ ആണെങ്കിൽ, ക്ഷമാപണം ചെയ്യേണ്ടിവരുന്ന യാതൊന്നും ഒരിക്കലും പറയരുത്. ഇനിയും തുടർന്നോളൂ."

ബർഗൻദ്സാ: "മുൻപേ സൂചിപ്പിച്ച ചിന്തകളും വേറെയേറെ കാര്യ

---

* *Hvtdmd (Aurora)- റോമൻ പ്രഭാതദേവത.*

* സമുദ്രദേവത മഹാനായ അക്കിലസിന്റെ മാതാവ്.

*** Deum de Deo - Do as you like.

ങ്ങളും ഒരു വസ്തുത എനിക്കു മനസിലാക്കിത്തരുന്നു - എന്റെ ഇടയൻമാരുടെയും അവരുടെ സംഘത്തിന്റെയും പെരുമാറ്റരീതികളും സ്വഭാവവും എത്രയോ വ്യത്യസ്തമാണെന്ന്. എന്റെ ഇടയൻമാർ പാടിയാൽ അതിനു താളവും കാണില്ല, രൂപവും കാണില്ല, ചിട്ടയുമുണ്ടാകില്ല. അവ ജെന്നീ, ചെന്നായെ ശ്രദ്ധിച്ചോണം എന്ന തരത്തിലുള്ളതായിരിക്കും. അതിനു കൂട്ടായി വാദ്യങ്ങളും കാണില്ല. പകരം അവരുടെ കൈയ്യിലുള്ള കൊളുത്ത് മറ്റൊരു കൊളുത്തിൽ ഇടിച്ചോ, കൈവിരലുകളുടെ ഇടയിൽ പിടിച്ചിരിക്കുന്ന രണ്ട് ഓടിൻകഷണങ്ങൾ തമ്മിൽ തട്ടിയോ ഉണ്ടാക്കുന്ന ശബ്ദം - ശ്രുതി മനോഹരമായ മൃദുസ്വരമല്ല, ഇവിടെ, കടുത്ത പരുക്കൻ സ്വരം - ഒറ്റയ്ക്കു പാടിയാലും സംഘഗാനം നടത്തിയാലും ഗാനമെന്നതിനേക്കാൾ അത് അട്ടഹാസവും മുരൾച്ചയുമെന്നു തോന്നും. പകൽ മിക്കവാറും സമയം ശരീരത്തിലെ പേൻ പെറുക്കും അല്ലെങ്കിൽ ചെരുപ്പ് നന്നാക്കൽ. ഇവിടെ അമരില്ലെസുമാരോ, ഫിലിദാസുമാരോ, ഗലാത്തിയാമാരോ ഡയാനാമാരോ ഇല്ല. അല്ലെങ്കിൽ ലിഡാർദോസുമാർ, ല്വുസോമാർ, ജസിന്തോമാർ, റിസെലോമാർ - ഇവരാരുമില്ല. ഇവിടെയുള്ളത് അന്റോണെസ്മാരും ഡോമിനിംഗോമാരും, പാബ്ളോമാരും ല്ലോറൻസോമാരും. പൊതുവായി സ്വീകാര്യമായതെന്താണെന്ന് ഞാൻ ഇതിൽ നിന്നൊക്കെ മനസ്സിലാക്കി - ആ പുസ്തകങ്ങളൊക്കെ പണിയൊന്നുമില്ലാത്തവരെ രസിപ്പിക്കാൻ വേണ്ടി എഴുതപ്പെട്ടവയാണ് - അവയിൽ സത്യത്തിന്റെ കണിക പോലുമില്ലതാനും. കാരണം, അവയൊക്കെ ശരിയായിരുന്നെങ്കിൽ, ആനന്ദകരമായ ജീവിതത്തിന്റെ നേരിയൊരംശമെങ്കിലും ഈ ആട്ടിടയൻമാരിൽ കാണേണ്ടതായിരുന്നു. മാത്രമല്ല ആ പറയപ്പെട്ട, തുഷ്ടിയേകുന്ന പുൽമൈതാനങ്ങളുടെയും അതിവിസ്തൃതമായ വനപ്രദേശങ്ങളുടെയും വിശുദ്ധഗിരികളുടെയും മനോജ്ഞമായ ഉദ്യാനങ്ങളുടെയും തെളിനീരുറവകളുടെയും സ്ഫടികസമാനമായ ജലമൊഴുകുന്ന നിർഝരികളുടെയും അവശിഷ്ടങ്ങളെങ്കിലും കാണേണ്ടേ? അതുമല്ലെങ്കിൽ ഒതുക്കവും മനോജ്ഞതയുമുള്ള ആ പ്രേമകാവ്യങ്ങൾ വർണ്ണിക്കുംവിധം പരസ്പര പ്രേമത്താൽ മയങ്ങി അവിടെയുമിവിടെയുമായി കഴിയുന്ന ഇടയനെയും ഇടയസ്ത്രീയേയും അപൂർവ്വമായെങ്കിലും കാണേണ്ടേ. ഇവിടെ ഒരാട്ടിടയന്റെ ബാഗ്പൈപ്പും* അവിടെ മറ്റൊരുവന്റെ ഫ്ളജിയോലെറ്റും** - ഇവയുടെയൊക്കെ ഒരവശിഷ്ടവും ഇവിടെയെങ്ങുമില്ല.''

സിപ്പിയോ: ''മതി മതി ബർഗൻദ്സാ, വന്നവഴിയേതന്നെ തിരികെ പോകാം. കഥ തുടരുക.''

ബർഗൻദ്സ്: നന്ദി, സിപ്പിയോ, നീയെനിക്കു മുന്നറിയിപ്പു തന്നില്ലായിരുന്നെങ്കിൽ എനിക്കങ്ങു ചൂടുകൂടിയേനേ. ആ ചതിയൻമാരായ ഇടയൻമാരെക്കുറിച്ച് ഒരു പുസ്തകം മുഴുവനായി എഴുതിത്തീരുന്നതു വരെ

* ബാഗ്പൈപ്പും - കാറ്റുനിറച്ച ഒരു സഞ്ചിയും കുഴലുമുള്ള ഒരു സംഗീതോപകരണം.

** ഫ്ളജിയോലെറ്റ് - ഒരുതരം ഓടക്കുഴൽ.

ഞാൻ നിറുത്തുകയുമില്ലായിരുന്നു. എങ്ങനെയായാലും, എപ്പോഴെങ്കിലും ഈ കഥ മുഴുവൻകുറെക്കൂടി വാചാലമായി ചിട്ടയ്ക്കു ഞാൻ പറയും.

സിപ്പിയോ: "നീ നിന്റെ കാലുകളിലൊന്നു നോക്കിക്കേ.എന്നിട്ടു നിലത്തുതന്നെ നീ തിരിച്ചുവരുമെന്നു കരുതുക. അതായതേ, നീയൊരു മൃഗമാണ്. നിനക്ക് യുക്തിചിന്തകളില്ല. അതു നിനക്ക് കിട്ടിയിട്ടുണ്ടെന്നുള്ള ലക്ഷണങ്ങളുണ്ടെങ്കിൽ, നമ്മൾ നേരത്തെ തന്നെ സമ്മതിച്ചതാണ് അത് യാദൃച്ഛികവും പ്രകൃതി വ്യവസ്ഥകൾക്കപ്പുറവുമാണെന്ന്."

ബർഗൻദ്സാ: "അതു ഞാനങ്ങു സമ്മതിച്ചേനേ, ഒരു നിഷ്കളങ്കമായ അവസ്ഥയിലായിരുന്നെങ്കിൽ. നമ്മുടെ സംഭാഷണത്തിന്റെ തുടക്കത്തിൽ എന്താണു പറയേണ്ടിയിരുന്നത് എന്ന് ചിന്തിക്കുന്ന ഈ സമയത്ത് ഞാൻ പറയുന്നതിനെക്കുറിച്ച് അത്ഭുതപ്പെടുക മാത്രമല്ല പറയാൻ വിട്ടുപോകുന്നതിനെക്കുറിച്ച് അസ്വസ്ഥനാവുകയുമാണ്."

സിപ്പിയോ: ഓർക്കുന്ന കാര്യങ്ങൾ പറയാൻ കഴിയില്ലേ?"

ബർഗൻദ്സാ: "അത് ഒരു വലിയ മന്ത്രവാദിനിയുമായുള്ള എന്റെ യഥാർഥ അനുഭവങ്ങളാണ്. മോൺടിലായിലെ കമാച്ചായുടെ ശിഷ്യയായിരുന്നു അവർ.

സിപ്പിയോ: "എന്നാൽ മറ്റെന്തെങ്കിലും പറയും മുൻപ് നിന്റെ യഥാർത്ഥ കഥതന്നെ പറയ്."

ബർഗൻദ്സാ: "ശരിയായ സമയമാകുംവരെ ഞാനതു പറയുകയില്ല. ഒന്നു ക്ഷമിക്ക്. എനിക്കു പറയാനുള്ളത് ക്രമമായി പറയുന്നത് ശ്രദ്ധിക്ക്. കാരണം ആദ്യഭാഗത്തിനു മുൻപേ മധ്യഭാഗം വേണമെന്ന് വാശിപിടിക്കാതിരിക്കുക. ക്രമമായി പറയുന്നതാണ് കേൾക്കാൻ കൂടുതൽ രസകരം."

സിപ്പിയോ: "നിനക്കിഷ്ടമുള്ളത് നിനക്കിഷ്ടമുള്ള രീതിയിൽ പറഞ്ഞോ. ചുരുക്കിപ്പറയണമെന്നു മാത്രം."

ബർഗൻദ്സാ: "കൊള്ളാം, കൊള്ളാം. ആടുകളെ സംരക്ഷിക്കുന്ന തൊഴിൽ ഞാൻ നന്നായി ചെയ്തുകൊണ്ടിരുന്നു. എന്റെ അധ്വാനം കൊണ്ടും എന്റെ നെറ്റിയിലെ വിയർപ്പുകൊണ്ടും എന്റെ ഭക്ഷണം നേടുന്നു എന്നെനിക്കു തോന്നി. എല്ലാ തിന്മകളുടെയും ഉത്ഭവകേന്ദ്രവും കാരണവുമായ അലസത എന്ന തിന്മയ്ക്ക് എന്റെ മേൽ ഒരു സ്വാധീനവും ചെലുത്താൻ കഴിഞ്ഞില്ല. പകൽസമയം ഞാൻ വിശ്രമിച്ചെങ്കിൽ രാത്രിയിൽ ഉറങ്ങുകയേയില്ലായിരുന്നു. കാരണം ചെന്നായ്ക്കൾ സ്ഥിരമായി ഞങ്ങളെ ആക്രമിച്ചിരുന്നു. അവയ്ക്കെതിരെ നിരന്തരം പൊരുതുകയും വേണമായിരുന്നു. ബാർസിനോ, ചെന്നായ് എന്ന് ഇടയൻ പറയേണ്ട താമസം, മറ്റെല്ലാ നായ്ക്കളേക്കാൾ മുൻപേ ഞാൻ ചാടിയെഴുന്നേറ്റ് ചെന്നായ് നിൽക്കുന്നു എന്നു കാണിക്കുന്ന സ്ഥലത്തേക്ക് ഓടിക്കഴിഞ്ഞിരിക്കും. മലഞ്ചെരിവുകളിലൂടെ ഓടി മരങ്ങളുടെ ഇടയിലൊക്കെ തപ്പി വനം മുഴുവൻ പരതും. മലയിടുക്കുകൾ ചാടിക്കടന്നും റോഡുകൾ മുറിച്ചുകടന്നും പ്രഭാതംവരെ. ഒരു ചെന്നായയുടെയെങ്കിലും ഒരു പൊടി

യെങ്കിലും കാണാതെ – അണച്ച്, തളർന്ന് ശരീരമാകെ കീറുന്ന വേദനയുമായി കുറ്റികൾകൊണ്ട് പാദങ്ങളാകെ കീറിമുറിഞ്ഞ് രാവിലെ ആട്ടിൻകൂട്ടത്തിനടുത്തെത്തും.അപ്പോൾ, അതാ – അവിടെ, ആട്ടിൻകൂട്ടത്തിനിടയിൽ ഒരു ചത്ത ആട് അഥവാ കഴുത്ത് മുറിഞ്ഞ് പകുതിയോളം ചെന്നായ്ക്കൾ തിന്നിട്ടുപോയ ഒരു ആട്ടിൻകുട്ടി! എന്റെ പ്രയത്നത്തിനും കഷ്ടപ്പാടുകൾക്കും എന്തു പ്രയോജനമെന്നോർത്ത് ഞാൻ നിരാശനാവുകയാണ്. ആട്ടിൻപറ്റത്തിന്റെ ഉടമസ്ഥൻ വരുന്നു. ഇടയൻമാർ അയാളുടെ അടുത്തേയ്ക്ക്- ചത്ത ആടിന്റെ തോലുമായി. ഇടയൻമാരുടെ അനാസ്ഥയെക്കുറിച്ച് അയാൾ കുറ്റപ്പെടുത്തുന്നു. നായ്ക്കളെ അവരുടെ അലസതയ്ക്ക് ശിക്ഷിക്കാൻ ഉത്തരവ് കൊടുക്കുന്നു. മഴവെള്ളം വീഴും പോലെ ഞങ്ങൾക്ക് അടികൾ. അതിനു പുറമെ കുറ്റപ്പെടുത്തലുകളും.

ഞാൻ വെറുതെ ശിക്ഷിക്കപ്പെടുകയാണെന്നും എന്റെ വിഷമതകളും വേഗതയും ധീരതയും ഒക്കെകൊണ്ടും ചെന്നായെ പിടിക്കാൻ കഴിയില്ലാ എന്നും മനസിലാക്കിയ ഞാൻ അടവൊന്നു മാറ്റാൻ തീരുമാനിച്ചു. അതുകൊണ്ട് പതിവായി ചെയ്യുന്നതുപോലെ, ചെന്നായെ തപ്പി ഞാൻ ആട്ടിൻകൂട്ടത്തിൽനിന്നും അകലേക്കു പോയില്ല. അടുത്തുതന്നെ തങ്ങി. കാരണം, ചെന്നായ് വരുമ്പോൾ, അവനെ തീർച്ചയായും പിടികൂടാൻ അവിടെയാണ് കൂടുതൽ നല്ലത്. എല്ലാ ആഴ്ചകളിലും അവർ ചെന്നായ്ക്കളെ പിടിക്കാൻ ഞങ്ങളെ വിളിക്കും. കടുത്ത ഇരുട്ടുള്ള ഒരു രാത്രിയിൽ, ആട്ടിൻകൂട്ടത്തെ അതിൽനിന്നു രക്ഷിക്കാൻ കഴിയാത്ത ചെന്നായ്ക്കളെ ഞാൻ കണ്ടു. ഒരു കുറ്റിച്ചെടിയുടെ പുറകിൽ ഞാൻ പതുങ്ങിയിരുന്നു. മറ്റുനായ്ക്കൾ എനിക്കു മുമ്പേ ഓടിപ്പോയി. അവിടെയിരുന്നു ഞാൻ ശ്രദ്ധിച്ചുനോക്കി. അവിടെ ഞാൻ കണ്ട കാഴ്ച! രണ്ടു ഇടയൻമാർ ആട്ടിൻകൂട്ടത്തിലെ ഏറ്റവുംനല്ല ആട്ടിൻ കുട്ടികളിലൊന്നിനെ പിടിക്കുന്നു. കൊല്ലുന്നു. രാവിലെ കണ്ടാൽ ചെന്നായ് തന്നെയാണതിനെ കൊന്നതെന്നു തോന്നുംവിധം. ഞാൻ അത്ഭുതപ്പെട്ടു- ഞെട്ടിപ്പോയി, ഇടയൻമാർ തന്നെയാണ് ചെന്നായ്ക്കൾ. ആട്ടിൻകൂട്ടത്തെ സംരക്ഷിക്കുന്നു എന്നു കരുതപ്പെടുന്നവർ തന്നെ അവയെ കീറി കഷണങ്ങളാക്കുന്നു! അവർ ചെന്നായ്ക്കളുടെ ആക്രമണത്തെക്കുറിച്ച് ഉടമസ്ഥനെ അറിയിക്കുന്നു. വലുതും നല്ലതുമായ ഭാഗങ്ങൾ അവർതന്നെ എടുത്തിട്ട് തോലും കുറെ മാംസവും നൽകുന്നു. അയാൾ ഇടയരെ ഒരിക്കൽക്കൂടി ശകാരിക്കുന്നു – നായ്ക്കൾ കൂടി ശിക്ഷിക്കപ്പെടുന്നു. അവിടെയെങ്ങും ചെന്നായ്ക്കളില്ല; ആട്ടിൻപറ്റം ശോഷിക്കുന്നു. സംഭവിക്കുന്നതെന്താണെന്ന് പറയണമെന്നെനിക്കുണ്ട്. പക്ഷേ എനിക്കു സംസാരശേഷിയില്ലല്ലോ. ഇതെല്ലാംകൊണ്ട് ഞാൻ പരിഭ്രാന്തനും സന്തപ്തനുമായി: നല്ല ദൈവമേ, ഞാൻ പറഞ്ഞു. എന്താണിതിന്റെ മറുപടി? ആരാണ് സത്യം വെളിപ്പെടുത്തുക? നോട്ടക്കാരൻ ഉറങ്ങുമ്പോൾ – സംരക്ഷകർ തന്നെയാണ് കുറ്റവാളികളെന്ന്-ഉത്തരവാദപ്പെട്ടവർ തന്നെയാണ് മോഷ്ടാക്കളെന്ന്-കാവൽക്കാരൻ തന്നെയാണ് കൊലയാളിയെന്ന്-ആരു വെളിപ്പെടുത്തും?

സിപ്പിയോ: “നീ പറഞ്ഞതു മുഴുവൻ ശരിയാണ്. വീടിനുള്ളിൽ ത ന്നെയുള്ള കള്ളനാണ് പുറത്തുള്ളവനേക്കാൾ വലിയ കള്ളൻ - ഏറ്റവും വലിയ പിടികിട്ടാപ്പുള്ളി. അതുകൊണ്ട് വിശ്വസിച്ചു ഭാരമേൽപ്പിക്കുന്നവർ ജാഗ്രതയുള്ളവരെക്കാൾ കൂടുതൽ കൊല്ലപ്പെടുന്നു, മറ്റുള്ളവരെ പൂർ ണമായി വിശ്വസിക്കാതെ ഈ ലോകത്തിൽ കഴിഞ്ഞുകൂടുക അസാധ്യ വുമാണെന്നതാണ് ഏറ്റവും പരിതാപകരം. പക്ഷേ നമുക്കിതിവിടെ നിറു ത്താം. നമ്മൾ സദാചാരപ്രസംഗം നടത്തുന്നതായി കാണുന്നതെനിക്കി ഷ്ടമില്ല. തുടർന്ന് പറഞ്ഞോളൂ.”

ബർഗൻദ്സാ: “നല്ല പണിയാണെന്ന് തോന്നിയിരുന്നെങ്കിലും ഈ ജോലി ഉപേക്ഷിക്കാൻ ഞാൻ തീരുമാനിച്ചു. മറ്റൊരു ജോലി തെരഞ്ഞെ ടുക്കുക - ഒരു പ്രതിഫലവും കിട്ടിയില്ലെങ്കിലും വേണ്ടില്ല ശിക്ഷിക്കപ്പെ ടാൻ പാടില്ല. ഞാൻ തിരികെ സെവില്ല്യെയിലേക്കു വന്ന് ഒരു ധനികൻ വ്യാപാരിയുടെ ജോലിക്കാരനായി.”

സിപ്പിയോ: “ഒരു യജമാനനെ കിട്ടാൻ നീ എന്തു മാർഗമാണ് സ്വീക രിച്ചത്? ഇപ്പോഴത്തെ കാര്യങ്ങൾ വച്ചു നോക്കിയാൽ സേവിക്കാൻ സത്യ സന്ധനായ ഒരു യജമാനനെ കണ്ടെത്തുക വളരെ വിഷമമമാണ്. ഈ ലോകത്തിലെ പ്രഭുക്കൾ സ്വർഗത്തിലെ പ്രഭുവിൽനിന്നും വളരെ വ്യത്യ സ്തരാണ് - ഇവിടെയുള്ളവർ ഒരു സേവകനെ എടുക്കുമ്പോൾ അവന്റെ വംശാവലി പരിശോധിക്കുന്നു, കഴിവുകൾ അളക്കുന്നു, മുഖഭാവം ശ്രദ്ധി ക്കുന്നു, എന്തു വേഷമാണയാൾക്കുള്ളതെന്ന് എപ്പോഴും നോക്കുന്നു. പക്ഷേ ദൈവത്തിന്റെ സേവനത്തിനായി കടന്നുചെല്ലാനോ - ഏറ്റവും ദരിദ്രൻ ഏറ്റവും സമ്പന്നൻ; ഏറ്റവും വിനയവാൻ ഏറ്റവും കൂടുതൽ ഉയർത്തപ്പെടുന്നു; പരിശുദ്ധമായ ഒരു ഹൃദയവുമായിട്ടാണ് പൂർണസമ്മ തത്തോടെ സേവനത്തിനായി പുറപ്പെട്ടിരിക്കുന്നതെന്ന് അദ്ദേഹം ക ണ്ടാൽ തന്റെ ശമ്പളവിതരണ രജിസ്റ്ററിൽ അവന്റെ പേരെഴുതാൻ അദ്ദേ ഹം ആജ്ഞ കൊടുക്കുന്നു. തന്നെയല്ല അവന്റെ എല്ലാ അഭിലാഷങ്ങ ളെയും അതിലംഘിക്കുന്ന - എണ്ണത്തിലും മേന്മയിലും - പ്രതിഫലം അവനായി അദ്ദേഹം നിശ്ചയിച്ചുവയ്ക്കുകയും ചെയ്യുന്നു.”

ബർഗൻദ്സാ: സുഹൃത്തേ, സിപ്പിയോ, ഇത് മതപ്രസംഗമാണ്.

സിപ്പിയോ: ഞാൻ സമ്മതിക്കുന്നു. ഇതാ ഞാൻ നിശ്ശബ്ദനാകുന്നു.

ബർഗൻദ്സാ: “ഞാൻ എങ്ങനെ ഒരു യജമാനനെ കണ്ടെത്തി എന്ന ചോദ്യത്തെ സംബന്ധിച്ചിടത്തോളം ആകെ എനിക്കു പറയാനുള്ളതി താണ്, നിനക്ക് നേരത്തേതന്നെ അറിയാവുന്നതുപോലെ, എല്ലാ നന്മ കളുടെയും ആധാരവും അസ്ഥിവാരവും എളിമയാണ്. അതില്ലാതെ നന്മ യെന്നു പേരിടാവുന്ന യാതൊന്നുമില്ല. അത് തടസങ്ങളെ ലഘൂകരിക്കു ന്നു. പ്രയാസങ്ങളെ തരണംചെയ്യുന്നു. മഹത്വപൂർണമായ പര്യവസാന ത്തിലേക്ക് നമ്മെ നയിക്കുന്നു. ഒരിക്കലും പരാജയപ്പെടാത്ത മാർഗ വുമാണത്. അത് ശത്രുക്കളെ സുഹൃത്തുക്കളാക്കുന്നു. ക്രുദ്ധൻമാരുടെ കോപത്തെ ശാന്തമാക്കുന്നു. അഹങ്കാരികളുടെ ഗർവ്വിനെ തകർക്കുന്നു.

അടക്ക ഒതുക്കത്തിന്റെ മാതാവാണത്. മിതത്വത്തിന്റെ സഹോദരിയാണ്. എളിമയോട് ലാഭകരമായി വിജയംനേടാൻ തിന്മയ്ക്ക് കഴിയില്ല. കാരണം എളിമയുടെ മൃദുത്വവും ശാന്തതയുംകൊണ്ട് പാപത്തിന്റെ അസ്ത്രങ്ങൾ മൂർച്ചയില്ലാത്തതും നിഷ്ഫലവുമായി തീരുന്നു. ഒരു വീട്ടിലെ ജോലിക്കായി കയറുവാൻ ആഗ്രഹിക്കുമ്പോൾ ഞാൻ ഈ വിനയംകൊണ്ടു മുതലെടുക്കുന്നു - ഒരു വലിയ പട്ടിയെ സംരക്ഷിക്കാനും കിടക്കാനിടം തരാനും കഴിയുന്ന വീടാണോ എന്ന് ആദ്യമേ തന്നെ നന്നായി പരിഗണിച്ച് മനസിലാക്കിയിട്ട് - ഞാൻ ആ വീടിന്റെ വാതിൽക്കലേക്ക് ചെന്ന് അവിടെ അപരിചിതരാണെന്ന് ഞാൻ കരുതുന്ന ആരെങ്കിലും അകത്തേയ്ക്ക് കടക്കാനൊരുങ്ങുമ്പോൾ അയാളുടെ നേരെ കുരയ്ക്കുന്നു. വീട്ടുടമസ്ഥൻ വരുമ്പോൾ ഞാൻ തലയും താഴ്ത്തി വാലുമാട്ടി അയാളുടെ അടുത്തേയ്ക്ക് ചെന്ന് അയാളുടെ ഷൂസിൽ നക്കുന്നു. രണ്ടു തല്ലും തന്ന് അവരെന്നെ ഓടിച്ചാൽ ഞാനത് സഹിക്കുന്നു. എന്നിട്ട് പഴയതുപോലെ ശാന്തനായി തിരികെ വരുന്നു. എന്നെ തല്ലുന്നവരുടെ നേരെ കൂടുതൽ സ്നേഹപ്രകടനം നടത്തുന്നു. എന്റെ നിർബന്ധവും സഹിക്കുന്നതിലെ മാന്യതയും കാണുമ്പോൾ പിന്നെയൊരാളും നേരത്തെ പെരുമാറിയതുപോലെ ചെയ്യുകയില്ല. ഇങ്ങനെ രണ്ടു പ്രാവശ്യത്തെ പരിശ്രമംകൊണ്ട് ഞാൻ ആ വീട്ടിൽ കുടിയേറുന്നു. നല്ല സേവനം ഞാൻ നൽകുന്നു - പിന്നെ പിന്നെ അവർ എന്നെ ഇഷ്ടപ്പെടാൻ തുടങ്ങുന്നു, ആരും പിന്നെ ആട്ടിപ്പുറത്താക്കുകയുമില്ല - എന്റെ ഇഷ്ടത്തിന് അവധിയെടുക്കുകയോ വിട്ടുപോകുകയോ ചെയ്യുന്നില്ലെങ്കിൽ അവിടെതന്നെ തീർച്ചയായും തുടരാം - ചിലപ്പോൾ ഇപ്പോഴും അവിടെത്തന്നെ തുടരണമെന്നു തോന്നിക്കുന്നത്ര നല്ലവരായ യജമാനൻമാരെയും കിട്ടിയെന്നുവരാം.''

സിപ്പിയോ: "എന്റെ യജമാനൻമാരുടെ സേവപിടിക്കാൻ ഞാനും ഇതേ രീതി തന്നെയാണ് തുടർന്നിരുന്നത്. നമ്മുടെ ചിന്തകൾ പരസ്പരം നമ്മൾ മനസിലാക്കിയിരുന്നോ എന്നു നീ ചിന്തിക്കുന്നുണ്ടാകും.''

ബർഗൻദ്സാ: "എനിക്കു തെറ്റു പറ്റിയിട്ടില്ലെങ്കിൽ, ഇത്തരം കാര്യങ്ങളിൽ നമുക്ക് ഒരേതരം അനുഭവങ്ങളാണുണ്ടായിട്ടുള്ളത്. ഞാൻ വാഗ്ദാനം ചെയ്തിരുന്നതുപോലെ ഇത്തരം കാര്യങ്ങളൊക്കെ പിന്നെ നിന്നോടു പറയാം. ആട്ടിൻപറ്റത്തെ ആ തെമ്മാടികളുടെ സംരക്ഷണത്തിൽ വിട്ടിട്ട് ഞാൻ പോന്നതിനു ശേഷമുള്ള കാര്യങ്ങൾ ഇപ്പോൾ പറയാം. മുൻപേ പറഞ്ഞതുപോലെ ഞാൻ സെവില്ല്യേയിൽ വന്നു. പാവപ്പെട്ടവന്റെ ഒരു രക്ഷാകേന്ദ്രവും പുറംതള്ളപ്പെട്ടവന്റെ അഭയവുമാണ് ആ നഗരം. ആ നഗരത്തിന്റെ അതി വിശാലതയിൽ ഏതു പാവപ്പെട്ടവനും ഒരിടം കണ്ടെത്താൻ കഴിയും. എന്നാൽ വലിയവർക്ക് അവരുടെ സാന്നിധ്യം പ്രകടമാക്കാൻ കഴിയുകയുമില്ല. ഒരു വ്യാപാരിയുടെ വലിയ ഭവനത്തിലേക്ക് ഞാൻ കയറിച്ചെന്നു, എന്റെ പതിവു പരിപാടികൾ നടത്തി, ഒട്ടും താമസിയാതെ ഞാൻ അവിടത്തെ ഒരു അനുബന്ധവസ്തുവായി. എന്നെ പകൽ സമയത്ത് വാതിലിന്റെ പുറകിൽ കെട്ടിയിട്ടു - രാത്രിയിൽ അഴിച്ചുവിട്ടു. എന്റെ

സേവനകാര്യത്തിൽ ഞാൻ വളരെ ശ്രദ്ധാലുവും ശുഷ്കാന്തിയുള്ള വനുമായിരുന്നു. അപരിചിതർ വരുമ്പോൾ ഞാൻ കുരച്ചു. കുറച്ചുമാത്രം പരിചയമുള്ളവർ വരുമ്പോൾ മുരളും. രാത്രിയിൽ ഞാൻ ഉറങ്ങാതെയിരിക്കും. വീടിന്റെ പരിസരത്തെല്ലാം ചുറ്റിനടക്കും. വരാന്തയിലും ടെറസിലുമെല്ലാം നടന്ന് വീക്ഷിക്കും. എന്റെയും അയൽക്കാരുടെയും വീടുകളുടെ ഒരു പൊതു കാവൽക്കാരന്റെ സ്ഥാനം ഞാൻ ഏറ്റെടുത്തു. യജമാനന് എന്റെ സേവനം സന്തോഷകരമായി. എന്നോട് നന്നായി പെരുമാറണമെന്ന് അദ്ദേഹം ഉത്തരവിട്ടു. അടുക്കളയിൽ മിച്ചം വരുന്ന വസ്തുക്കളും യജമാനന്റെ മേശയിൽ നിന്നും പെറുക്കിയെടുക്കുന്നതോ എറിഞ്ഞുകളയുന്നതോ ആയ എല്ലുകളും റൊട്ടിക്കഷണങ്ങളുമൊക്കെ പ്രത്യേകം റേഷനായി എനിക്കു തരാൻ അദ്ദേഹം നിർദ്ദേശിച്ചു. യജമാനനെ കാണുമ്പോൾ, പ്രത്യേകിച്ച് യജമാനൻ ദൂരെയെവിടെയെങ്കിലും യാത്ര പോയിവരുമ്പോൾ - മുകളിലോട്ടും താഴോട്ടും നിറുത്തില്ലാതെ ചാടി യജമാനനോട് എനിക്ക് എന്തുമാത്രം നന്ദിയുണ്ടെന്ന് കാണിച്ചു. എന്റെ സന്തോഷപ്രകടനത്തിന്റെയും ചാട്ടത്തിന്റെയും ഫലമായി യജമാനൻ പകലും രാത്രിയും എന്നെ സ്വതന്ത്രനായിവിടാൻ അനുവദിച്ചു. ബന്ധിതനല്ലെന്നു കണ്ടപ്പോൾ ഞാൻ അദ്ദേഹത്തിന്റെ അടുത്തേയ്ക്ക് പാഞ്ഞുചെന്ന് അദ്ദേഹത്തിനു വലംവച്ചു, പലതവണ. ഈസോപ്പുകഥകളിലെ കഴുതയുടെ കാര്യം ഓർമ്മയുണ്ടായിരുന്നതു കൊണ്ട്, എന്റെ കൈൾകൊണ്ട് യജമാനനെ സ്പർശിക്കാൻ ഞാൻ തുനിഞ്ഞില്ല. ഈസോപ്പുകഥകളിലെ കഴുത - സിംഹത്താൻ ഓമനിച്ചു വഷളാക്കിയ പട്ടിക്കുഞ്ഞ് അതിന്റെ യജമാനനെ തലോടുകയും മറ്റും ചെയ്യുന്നതു കണ്ട്, വെറും കഴുതയായ ആ കഴുതയും സിംഹത്താനെ തന്റെ കൈകൾ കൊണ്ട് അതുപോലെ തലോടാൻ അഭിലഷിച്ചു. ഫലം - നല്ല രസികൻ മർദനം. ഈ ഈസോപ്പുകഥയിൽ നിന്ന്, ചിലയാളുകളുടെ ഭാവവും രീതികളും മറ്റുള്ളവർക്ക് അത്ര പിടിക്കില്ല എന്നു മനസിലാക്കണമെന്നാണെനിക്കു തോന്നുന്നത്. വിദൂഷകൻ തമാശകൾ കാട്ടട്ടെ, കോമാളി കയ്യടക്കവും മലക്കംമറിച്ചിലുകളും പരിശീലിക്കട്ടെ, വിവരദോഷി വിവരക്കേടുകൾ പറയട്ടെ, നിലവാരം താണവൻ പക്ഷികളുടെ ഗാനങ്ങളും മൃഗങ്ങളുടെ വികൃതികളും പ്രവൃത്തികളും അനുകരിച്ച് സമർത്ഥനായെങ്കിൽ അതു ചെയ്യട്ടെ. പക്ഷേ കൊള്ളാവുന്ന ഒരു മനുഷ്യൻ ഇത്തരം കാര്യങ്ങൾ ചെയ്യാതിരിക്കട്ടെ. കാരണം ഈ നേട്ടങ്ങളിലൊന്നുപോലും അയാളുടെ പേരിന് പ്രശസ്തിയോ ബഹുമതിയോ നൽകില്ല."

സിപ്പിയോ: "അതുമതി - തുടർന്ന് പറയൂ ബർഗൻദ്സാ - നീ ഉദ്ദേശിക്കുന്നതെന്താണെന്ന് നമുക്കറിയാം."

ബർഗൻദ്സാ: "നീയെന്നെ മനസിലാക്കുന്നു - ആരെക്കുറിച്ചാണോ ഞാൻ ഈ പറയുന്നതൊക്കെ, അവരും നിന്നെപ്പോലെ എന്നെ മനസിലാക്കിയിരുന്നെങ്കിൽ! ഞാൻ ആളുകളെക്കുറിച്ച് നല്ലതു ചിന്തിക്കുന്നു. ഒരു മാന്യൻ ഒരു ബഫൂണിനെപ്പോലെ കൊച്ചുപെട്ടികളോ, ചെറിയ

സ്തൂപികകളോ കൊണ്ട് അമ്മാനമാടാൻ തനിക്കറിയാമെന്നു പറയുകയോ, ഒരുവനും തന്നേപ്പോലെ ഷക്കോനെ നൃത്തംചെയ്യാൻ കഴിയില്ലെന്ന് വമ്പു പറയുകയോ ചെയ്യുന്നതു കേട്ടാൽ ഞാനാകെ തകർന്നുപോകും. മറ്റൊരു മാന്യനെ എനിക്കറിയാം. ഒരു കപ്യാർ ആവശ്യപ്പെട്ടതനുസരിച്ച് അയാൾ മുപ്പത്തിരണ്ട് കടലാസുപൂക്കൾ വെട്ടിയുണ്ടാക്കി - ഒരു കല്ലറ മൂടിയിരുന്ന കറുത്ത അലങ്കാരത്തുണികളുടെ മുകളിൽ വയ്ക്കാൻ. തന്റെ സുഹൃത്തുക്കളെ ഇത് കാണാൻ കൊണ്ടുവരുന്നു എന്നുപറഞ്ഞ് അയാളുണ്ടാക്കിയ ബഹളം കണ്ടാൽ അയാളുടെ പൂർവ്വീകരുടെ ശവക്കല്ലറമേൽ സ്ഥാപിച്ചിട്ടുള്ള കൊടിതോരണങ്ങളോ ശത്രുക്കളുടെമേൽ വിജയംനേടിയതിന്റെ സ്മാരകവസ്തുക്കളോ കാണാൻ സുഹൃത്തുക്കളെ കൊണ്ടുപോവുകയാണെന്ന് തോന്നുമായിരുന്നു. അതുപോകട്ടെ, ഈ വ്യാപാരിക്ക് രണ്ടു പുത്രൻമാരുണ്ടായിരുന്നു. ഒരുവന് പന്ത്രണ്ടു വയസ്സ്, മറ്റവന് പതിന്നാല്. അവർ സ്റ്റൂഡിയം ഓഫ് ദ കമ്പനി ഓഫ് ജീസസ് എന്ന വിദ്യാലയത്തിൽ ഗ്രാമർ പഠിക്കുകയാണ്. അവരുടെ സ്വകാര്യാധ്യാപകൻ, അവരുടെ പുസ്തകങ്ങളും സഞ്ചികളും ചുമക്കുന്ന കിങ്കരൻമാർ തുടങ്ങിയവരോടൊത്തുള്ള അവരുടെ പോക്ക് ആഡംബരപൂർണമായിരുന്നു - വെയിലുള്ള ദിവസങ്ങളിൽ ഒരു സെ ഡാൻചെയറിൽ, (കസേരപല്ലക്ക്) മഴപെയ്തെങ്കിൽ ഒരു വണ്ടിയിൽ - ഈ യാത്ര കാണുമ്പോൾ, അവരുടെ പിതാവ് വെറും സാധാരണപോലെ ജോലിസ്ഥലത്തേക്ക് പോയി തന്റെ കാര്യങ്ങൾ നടത്തുന്നത് ഞാൻ ഓർക്കുമായിരുന്നു. അയാൾ കൊണ്ടുപോകുന്നത് ആകെ ഒരു നീഗ്രോ ജോലി ക്കാരനെ മാത്രം. ചിലപ്പോഴൊക്കെ ഒരു പ്രാകൃതംപിടിച്ച കഴുതയുടെ പുറത്തുകയറിയാവും യാത്ര.''

സിപ്പിയോ: ''നീ ഒരു കാര്യം അറിയണം ബർഗൻദ്സാ. സെവില്യേയിലെയും അതുപോലെ മറ്റു നഗരങ്ങളിലെയും വ്യാപാരികളുടെ ഒരു രീതിയാണ് - തങ്ങളുടെ സമ്പത്തും അധികാരവും തങ്ങളിലൂടെയല്ല - തങ്ങളുടെ കുട്ടികളിലൂടെ പ്രകടമാക്കുക എന്നത്. എന്തുകൊണ്ടെന്നോ? അവരിൽതന്നെ അവർ വലിയവരായിരിക്കുന്നു എന്നതിനെക്കാൾ അവരുടെ നിഴലുകൾ കൊണ്ടാണ് അവർ വലുതായിരിക്കുന്നത്. അവരേർപ്പെട്ടിരിക്കുന്ന കരാറുകളിലും ഉടമ്പടികളിലുമല്ലാതെ മറ്റൊന്നിലും ശ്രദ്ധ വയ്ക്കുക എന്നത് അസാധാരണമാണ്. വളരെ മിതത്വമുള്ള ജീവിതമാണവരുടേത്. പക്ഷേ അതിമോഹവും സമ്പത്തും വെളിപ്പെടാൻ ആഗ്രഹിക്കുന്നു. അവ അവരുടെ കുട്ടികളിലൂടെ പുറത്തുവരുന്നു. അതുകൊണ്ട് അവർ കുട്ടികളെ, രാജകുമാരൻമാരെപ്പോലെ പരിലാളിക്കുകയും പ്രത്യേക അവകാശങ്ങൾ നൽകുകയും ചെയ്യുന്നു. അവരിൽ ചിലർ കുട്ടികൾക്ക് പ്രത്യേക പദവികൾ നേടികൊടുക്കുവാൻ ശ്രമിക്കുന്നു - അവരുടെ മാറത്ത് പ്രത്യേക പദവി മുദ്രകൾ ചാർത്തുകയും ചെയ്യുന്നു. ആ മുദ്രകൾ വ്യക്തമായും പ്രാധാന്യമുള്ള വ്യക്തികളെ സാധാരണ ക്കാരിൽ നിന്നും വേർതിരിച്ച് കാണിക്കുന്നു.''

ബർഗൻർദ്സാ: “ഇത് അതിമോഹം തന്നെ - പക്ഷേ ഉദാരതയുള്ള ഇനം അതി മോഹമാണ്. ആർക്കും ഉപദ്രവമൊന്നും ചെയ്യാതെ സ്വന്തം സ്ഥാനം മെച്ചപ്പെടുത്തുക.”

സിപ്പിയോ: “ആർക്കെങ്കിലും ഉപദ്രവം ചെയ്യാതെ അതിമോഹം സാധ്യമാക്കുക വളരെ അപൂർവമായ കാര്യമാണ്.”

ബർഗൻർദ്സാ: “പരദൂഷണം പാടില്ലെന്ന് നമ്മൾ നേരത്തെതന്നെ പറഞ്ഞിട്ടുള്ളതാണ്.”

സിപ്പിയോ: “ശരിയാണ്. എന്നാൽ ഞാൻ ആരെക്കുറിച്ചും അപവാദം പറഞ്ഞില്ലല്ലോ.”

ബർഗൻർദ്സാ: “ഞാൻ പലപ്പോഴും പറഞ്ഞുകേട്ടിട്ടുള്ളവയുടെ യാഥാർത്ഥ്യം ഇപ്പോൾ നീയെന്നെ ബോധ്യപ്പെടുത്തി. ഒരു തുലഞ്ഞ പരദൂഷകൻ പത്തു കുടുംബങ്ങളെ നശിപ്പിക്കുകയും ഇരുപതു നല്ല മനുഷ്യരെ അപകീർത്തിപ്പെടുത്തുകയും ചെയ്യും. ആരെങ്കിലും അവനെ കുറ്റപ്പെടുത്തിയാലോ - അയാളുടെ മറുപടി ഇതായിരിക്കും; ഞാനൊന്നും പറഞ്ഞതേയില്ല; അഥവാ പറഞ്ഞെങ്കിൽ ഇങ്ങനെയൊരർഥത്തിലേയല്ല പറഞ്ഞത്; ഇനി അഥവാ ആരെങ്കിലും അയാളോടു കോപിച്ചാലോ, അയാൾ പറയും അയ്യോ, ഞാനതു പറയേണ്ടിയിരുന്നില്ല എന്ന്. സിപ്പിയോ ആരെങ്കിലും ഒരു രണ്ടു മണിക്കൂർ സമയം പരദൂഷണത്തിലേക്കു വഴുതാതെ സംസാരിച്ചിരിക്കാൻ അഭിലഷിക്കുന്നു എങ്കിൽ, തീർച്ചയായും അയാൾ മഹാവിജ്ഞാനിയും വളരെ ശ്രദ്ധാലുവും ആയിരിക്കണം. എന്നെ സംബന്ധിച്ചിടത്തോളം എനിക്കു മനസിലാക്കാൻ കഴിയുന്നത്, ഞാനൊരു മൃഗമാണെങ്കിലും, വീഞ്ഞിലേക്ക് ഈച്ചകൾ പറന്നുവരുന്നതുപോലെ എന്റെ നാക്കിലേക്കു തള്ളിക്കയറുന്ന വാക്കുകൾ - അവ കണ്ടെത്താൻ ഏതാനും തവണ മാത്രമേ വായ് തുറക്കേണ്ടിവന്നിട്ടുള്ളൂ, - നിറയെ വിദ്വേഷവും പരദൂഷണവുമായിരുന്നു. അതുകൊണ്ട് നേരത്തെ പറഞ്ഞതു തന്നെ ഞാൻ വീണ്ടും പറയുന്നു തിന്മയായതു പറയാനും ചെയ്യുവാനുമുള്ള പ്രവണത നമുക്ക് നമ്മുടെ ആദിമാതാപിതാക്കളിൽ നിന്ന് പാരമ്പര്യമായി കിട്ടിയതാണ് - അമ്മിഞ്ഞപ്പാലിനൊപ്പം അതു നമ്മിലേക്ക് കടന്നുചെന്നിരിക്കുകയുമാണ്. ഒരു കൊച്ചുകുഞ്ഞ് അതിനെ ചുറ്റിപ്പൊതിഞ്ഞിരിക്കുന്ന തുണിക്കഷണങ്ങളിൽനിന്ന് കഷ്ടിച്ച് കൈ വലിച്ചെടുക്കാൻ കഴിയുമ്പോഴേ കൈ ഉയർത്തുകയാണ്, തന്നെ ദ്രോഹിച്ചു എന്ന് അതു വിചാരിക്കുന്ന വ്യക്തിയോടു പ്രതികാരം ചെയ്യാനെന്നപോലെ - തന്നെയല്ല, മിക്കവാറും അത് ഉച്ചരിക്കുന്ന ആദ്യവാക്ക് അതിന്റെ അമ്മയെയോ ആയയെയോ, ഭർത്സിക്കുന്നതായിരിക്കും.”

സിപ്പിയോ: “അതു ശരിതന്നെ. ഞാനെന്റെ തെറ്റ് ഏറ്റുപറയുന്നു, ക്ഷമിക്കണമെന്ന് അപേക്ഷിക്കുന്നു. പലപ്രാവശ്യം ഞാൻ നിന്നോടു ക്ഷമിച്ചിട്ടുണ്ടല്ലോ. കുട്ടികൾ പറയുന്നതുപോലെ പോയതൊക്കെ പോകട്ടെ. ഇനിയും നമുക്ക് പരദൂഷണം വേണ്ടാ. നിന്റെ കഥ തുടരുക. നിന്റെ യജമാനൻ വ്യാപാരിയുടെ കുട്ടികൾ സാഡംബരമായി സ്റ്റുഡിയം ഓഫ്

ദ കമ്പനി ഓഫ് ജീസസിലേക്കു പോകുന്നവിധമാണ് നീ വിവരിച്ചു കൊണ്ടിരുന്നത്.''

ബർഗൻർദ്സാ: ''എന്തു സംഭവിച്ചാലും അതിനെ ഞാൻ സ്തുതിക്കുന്നു. പരദൂഷണത്തിൽ നിന്നും വിട്ടുനിൽക്കുക വലിയ പ്രയാസമാണെന്നാണ് എനിക്കു തോന്നുന്നതെങ്കിലും ഒരു മാർഗം ഞാൻ ഉപയോഗിക്കാനുദ്ദേശിക്കുകയാണ്. എപ്പോഴും ശാപവാക്കുകൾ ഉരുവിട്ടു കൊണ്ടിരുന്ന ഒരാൾ ഉപയോഗിച്ച മാർഗമാണതെന്നാണ് എന്നോടു പറഞ്ഞത്. അയാൾ എപ്പോഴും ശാപവാക്കുകൾ ഉരുവിടും. അതുകഴിയുമ്പോൾ തന്റെ ചീത്തസ്വഭാവത്തെപ്പറ്റിയുള്ള പശ്ചാത്താപമായി. ഓരോ പ്രാവശ്യം ശപിക്കുമ്പോഴും അയാൾ പശ്ചാത്തപിക്കുകയും പരിഹാരമായി കയ്യിൽ ഒന്നു നുള്ളുകയും ചെയ്യുകയായി. അല്ലെങ്കിൽ പരിഹാരമായി നിലംചുംബിച്ചു. പരദൂഷണം സംബന്ധിച്ച നിന്റെ ഉപദേശത്തിനും എന്റെ തീരുമാനത്തിനും വിരുദ്ധമായി ഞാൻ പരദൂഷണം പറഞ്ഞാൽ നന്നായി വേദനിക്കുന്ന തരത്തിൽ എന്റെ നാക്കിന്റെ അറ്റം ഞാൻ കടിക്കും - അപ്പോൾ ഞാനെന്റെ തെറ്റിനെക്കുറിച്ച് ഓർക്കും. പിന്നെ ഞാനതു ചെയ്യുകയുമില്ല.''

സിപ്പിയോ: ''ഇതാണു നിന്റെ പ്രതിവിധിയെങ്കിൽ, എനിക്കുതോന്നുന്നത് മിക്കപ്പോഴും നിനക്കു നിന്റെ നാക്ക് കടിക്കേണ്ടിവരുമെന്നാണ്. ഒടുവിൽ നിനക്ക് നാക്കേ കാണുകയില്ല - അപ്പോൾ പിന്നെ പരദൂഷണം പറയാൻ കഴിയുകയുമില്ല.''

ബർഗൻർദ്സാ: ''കുറഞ്ഞപക്ഷം, എന്നെക്കൊണ്ടാവുന്നതുപോലെ ഞാൻ പരിശ്രമിക്കും. എന്റെ പരാജയങ്ങൾക്കും സ്വർഗത്തിൽനിന്നും പരിഹാരമുണ്ടാകും. അങ്ങനെയിരിക്കെ ഒരുദിവസം യജമാനന്റെ മക്കൾ അവരുടെ ഒരു കൈസഞ്ചി മുറ്റത്ത് മറന്നാണ് സ്കൂളിലേക്ക് പോയത്. ഞാനപ്പോൾ അവിടെയുണ്ടായിരുന്നു. പണ്ട് കശാപ്പുകാരൻ കൊട്ട കടിച്ചു കൊണ്ടുപോകാൻ എന്നെ ശീലിപ്പിച്ചിരുന്നതുകൊണ്ട് ഞാൻ ആ സഞ്ചി കടിച്ചെടുത്ത് അവരുടെ പുറകെ പോയി. സ്കൂളിൽ ചെല്ലുന്നതുവരെ, എന്തുവന്നാലും അതു നഷ്ടപ്പെടുത്തുകയില്ലെന്ന് തീരുമാനിച്ചാണ് ഞാൻ പോയത്. ഞാൻ സ്കൂളിലെത്തി. വിചാരിച്ചതുപോലെ തന്നെ എല്ലാം നടന്നു. സഞ്ചിയുമായി ഞാൻ ചെല്ലുന്നതു കണ്ട യജമാനൻമാർ കിങ്കരൻമാരോട് സഞ്ചി വാങ്ങാൻ പറഞ്ഞു. പക്ഷേ ഞാനതു കൊടുത്തില്ല, എന്നു തന്നെയല്ല, ക്ലാസ്സ്മുറിയിൽ ചെല്ലുന്നതുവരെയും ഞാനതു വിട്ടുകളഞ്ഞുമില്ല. ഇതുകണ്ട് കുട്ടികളെല്ലാം ചിരിയായി. ഞാൻ യജമാനൻമാരിലെ മൂത്തയാളിന്റെ അടുത്തുചെന്ന് സഞ്ചി അയാളുടെ കൈകളിൽ വച്ചു - നന്നായി പരിശീലിപ്പിക്കപ്പെട്ടരീതിയിൽ. എന്നിട്ട് ക്ലാസ്സ്റൂമിന്റെ വാതിൽക്കൽ കൈയ്യും കുത്തിയിരുന്നു - പഠിപ്പിച്ചുകൊണ്ടിരുന്ന അധ്യാപകനെ ശ്രദ്ധാപൂർവം വീക്ഷിച്ചുകൊണ്ട്. എന്താണീ നന്മയെന്നുള്ള കാര്യങ്ങളൊന്നും എനിക്കറിയില്ല. അതുകൊണ്ട് അദ്ധ്യാപകൻ പറഞ്ഞതൊന്നും എനിക്ക് ഏശിയില്ല. പക്ഷേ അനുഗ്രഹീതരായ ആ

വൈദികരുടെയും അദ്ധ്യാപകരുടെയും സ്നേഹപൂർവമായ, ശ്രദ്ധയോടും ശുഷ്കാന്തിയോടും ഔത്സുക്യത്തോടും കൂടെയുള്ള, ബോധനവും നന്മയുടെ വഴിയിൽനിന്നും വിട്ടുപോകാതെയും അല്ലെങ്കിൽ അതിനെ മാറ്റിവയ്ക്കാതെയും വളരാൻ ആ കുരുന്നുകൾക്ക് അക്ഷരജ്ഞാനത്തോടൊപ്പം നൽകിയിരുന്ന പരിശീലനവും എന്നെ ആഹ്ലാദിപ്പിച്ചു. എത്ര ശാന്തതയോടെയാണ് അവർ ആ കുഞ്ഞുങ്ങളെ ശാസിച്ചിരുന്നത്. എത്ര സംയമനത്തോടെയാണ് അവരെ ശിക്ഷിച്ചത്! മാതൃകകൾ കാട്ടിക്കൊണ്ട് അവരെ ഉത്തേജിപ്പിച്ചത്, സമ്മാനങ്ങൾ കൊടുത്ത് അവരെ ഉത്സാഹിപ്പിച്ചത്, വിവേകത്തോടെ അവരെ സഹിച്ചത്, തിന്മയുടെ ഭീകരതയെയും വൈരുധ്യത്തെയും എത്ര നന്നായി വ്യാഖ്യാനിച്ചു കൊടുത്തു എന്നത്, നന്മയുടെ സൗന്ദര്യത്തെ വരച്ചു കാണിച്ചിരുന്നത്, തിന്മയെ വെറുത്ത് നന്മയെ സ്നേഹിക്കാൻ പഠിപ്പിച്ചത്, അങ്ങനെ അവരെന്തിനു വേണ്ടി സൃഷ്ടിക്കപ്പെട്ടോ, ആ ശുഭപര്യവസാനത്തിൽ അവരെ എത്തിക്കാൻ - ഇതൊക്കെ ഞാൻ ശ്രദ്ധിച്ചു.''

സിപ്പിയോ: ''നീ പറഞ്ഞതു പൂർണമായും ശരിയാണ് ബർഗൻദ്സാ, ഞാനും കേട്ടിട്ടുണ്ട് ആ അനുഗൃഹീത സമൂഹത്തെപ്പറ്റി. രാജ്യതന്ത്രജ്ഞരെന്ന നിലയിൽ അവരേക്കാൾ വിവേകമുള്ളവർ ഒരിടത്തും ഇല്ലായെന്നും സ്വർഗീയ യാത്രയിലെ വഴികാട്ടികളും നേതാക്കളും എന്ന നിലയിൽ വളരെ ചുരുക്കം പേർക്കേ അവർക്കടുത്തെത്താനായിട്ടുള്ളൂ എന്നും - അവർ ധർമനിഷ്ഠയുടെയും കത്തോലിക്ക സഭാതത്വങ്ങളുടെയും അസാധാരണമായ വിവേകത്തിന്റെയും ആഴമേറിയ വിനയത്തിന്റെയും ദർപ്പണങ്ങളാണെന്നും - ഈ നാലുകാര്യങ്ങളാണല്ലോ പരമമായ ആ നന്മമെന്ന ഹർമ്യം കെട്ടിപ്പടുക്കപ്പെട്ടിട്ടുള്ള അടിസ്ഥാനം.''

ബർഗൻദ്സാ: ''ഇതെല്ലാം നീ പറയുന്നതുപോലെതന്നെ എന്റെ കഥ തുടരട്ടെ. എന്നും ഞാൻ സഞ്ചിവഹിച്ചുകൊണ്ടു ചെല്ലുന്നത് എന്റെ യജമാനൻമാർക്കും സന്തോഷകരമായി. അതു ഞാൻ ഭംഗിയായി നിർവഹിച്ചു. ഫലമോ ഒരു രാജാവിന്റെ ജീവിതംപോലെയായി എന്റെ ജീവിതം - ഒരുപക്ഷേ അതുംകൂടി മെച്ചം. കാരണം എന്റെ ജീവിതം വളരെ സ്വച്ഛമായിരുന്നു. കുട്ടികൾ എന്റെ കൂടെ കളിച്ചു. ഞാൻ അവരുമായി നന്നായി ഇണങ്ങി. അവർ അവരുടെ കൈകൾ എന്റെ വായിലിടും. ചെറിയവർ എന്റെ പുറത്തുകയറും. അവർ അവരുടെ തൊപ്പികൾ (അരികുകൾ ഉള്ളതും ഇല്ലാത്തതും-hats and caps)-എറിഞ്ഞുതരും. ഞാൻ അവ എടുത്ത് - സന്തോഷത്തിന്റെ എല്ലാ അടയാളങ്ങളോടെയും തിരികെ അവരുടെ കയ്യിൽ കൊടുക്കും. അവർക്കെന്തൊക്കെയുണ്ടോ അതൊക്കെ എനിക്കു തിന്നാൻ തരിക അവരുടെ പതിവായിരുന്നു. വാൽനട്ടുകളും ഹേസൽ നട്ടുകളും കുരങ്ങുകൾ പൊളിക്കുന്നതുപോലെ പൊളിച്ച് തോടുകളഞ്ഞ് പരിപ്പുമാത്രം ഞാൻ തിന്നുന്നത് കാണുന്നത് അവർക്ക് ബഹുരസമായിരുന്നു. എന്റെ കഴിവു പരിശോധിക്കാനെന്ന പോലെ അവരിലൊരുവൻ വളരെയേറെ സലാഡ് ഒരു കൈത്തുവാലയിൽ കൊണ്ടുവന്നുതന്നു. ഒരു

മനുഷ്യജീവിയെപ്പോലെ ഞാനതു മുഴുവൻ തിന്നു. അതു ശീതകാല മായിരുന്നു. മഫിൻസും ബട്ടറും ധാരാളമായി സെവില്ല്യേയിൽ കിട്ടുന്ന കാലം. എനിക്കതാവോളം അവർ തന്നു ഒത്തിരിയേറെ വ്യാകരണഗ്രന്ഥ ങ്ങൾ അതിനുവേണ്ടി വിൽക്കുകയോ പണയപ്പെടുത്തുകയോ ചെയ്യേണ്ടി വന്നിട്ടുണ്ടാകണം. അങ്ങനെ വിശപ്പും ചൊറിച്ചിലുമില്ലാതെ ഒരു വിദ്യാർഥി ജീവിക്കും പോലെ ഞാൻ ജീവിച്ചു. അതൊരു നല്ലജീവിതമായിരുന്നു വെന്ന് വൻതെളിവുകളോടെ പറയാൻ തക്കവിധം നല്ലജീവിതം. കാരണം വിശപ്പും ചൊറിച്ചിലും ഒരുവന്റെ വിദ്യാർഥിജീവിതത്തിന്റെ ഭാഗമായിട്ടി ല്ലെങ്കിൽ ഇത്രയും ആഹ്ലാദകരവും കൊള്ളാവുന്നതുമായ ജീവിതം വേറെയുണ്ടാവില്ല. നന്മയും സന്തോഷവും അവിടെ കൈകോർത്ത് സഞ്ച രിക്കുന്നു. അവന്റെ യൗവനം പഠനത്തിനായി ചെലവഴിച്ച് ജീവിതം അവൻ ആസ്വദിക്കുന്നു. എന്റെ സ്വർഗീയസുഖത്തിന്റെയും നിർവൃതി യുടെയും അവസ്ഥയിൽനിന്നും ഞാൻ നീക്കംചെയ്യപ്പെട്ടു. പഠനസമയ ങ്ങൾക്കിടയിലുള്ള അരമണിക്കൂർ, പഠിച്ച കാര്യങ്ങൾ എന്തെന്ന് നോക്കാ തെ കുട്ടികൾ എന്റെ കൂടെ കളിക്കുകയാണെന്നുള്ള ആശയം അധ്യാപ കർക്കു കിട്ടി. അതുകൊണ്ട് ഇനി ഒരിക്കലും എന്നെ സ്കൂളിലേക്ക് കൊണ്ടുവരാൻ പാടില്ലെന്ന് എന്റെ യജമാനൻമാരോട് അവർ ആജ്ഞാ പിച്ചു. അവരത് അനുസരിച്ച് എന്നെ തിരികെ വീട്ടിലാക്കി. വീണ്ടും എന്റെ പഴയ തൊഴിലായ വാതിൽ കാവലിലേക്ക്. വയസൻ വ്യാപാരി പണ്ട് പറഞ്ഞിരുന്ന കാര്യം - എന്നെ പകലും രാത്രിയും ചങ്ങലയ്ക്കിടേണ്ടാ എന്ന തീരുമാനം - മറന്നുപോയതു കൊണ്ട്, എന്റെ കഴുത്ത് ചങ്ങലയ് ക്കായി നീട്ടിക്കൊടുക്കേണ്ടിവന്നു. കതകിനു പുറകിൽ അവർ തന്ന ആ ചെറിയ പായ്ക്കഷണത്തിൽ കിടക്കുകയും. ആനന്ദകരമായ ഒരു അവ സ്ഥയിൽനിന്നും ആകെ തകർന്ന ഒരു സ്ഥിതിയിലേക്ക് മാറുക, എത്ര കഷ്ടതരമാണെന്നോ, എന്റെ സിപ്പിയോ, ദുരിതവും ദൗർഭാഗ്യവും വളരെ യേറെക്കാലം നീണ്ടുനിന്നാൽ ഒന്നുകിൽ വേഗത്തിൽ മരണം സംഭവി ക്കും. അല്ലെങ്കിൽ ദീർഘമായ സഹനം ഒരു ശീലവും രീതിയുമായി മാറും, അവ, കടുത്ത ദുരിതാനുഭവങ്ങൾ സഹിക്കുമ്പോൾ പോലും ഒരാ ശ്വാസമായി വർത്തിക്കുന്നു. എന്നാൽ ഒരുവൻ കൊടുംദുരിതത്തിലും ദൗർഭാഗ്യത്തിലും നിന്ന് പെട്ടെന്ന് അപ്രതീക്ഷിതമായി ഐശ്വര്യവും സൗഭാഗ്യവും സന്തോഷവുമുള്ള അവസ്ഥയിലേക്കുവന്ന് ആസ്വാദ്യകര മായി ജീവിച്ചിട്ട് അധികം താമസിയാതെ മുൻപിലത്തെ സഹനങ്ങളി ലേക്ക് തിരികെപോവുക, നേരത്തെയുണ്ടായിരുന്ന ജോലികളിലും ദൗർഭാ ഗ്യങ്ങളിലും സഹിച്ചുനിൽക്കുക, അതിന്റെ വേദന കഠോരമാണ്. ജീവിതം അവസാനിക്കുന്നില്ലെങ്കിൽ, ജീവിക്കാൻ കഴിയാത്തവിധം കഠിനമായ ഒരു പീഡനമായിരിക്കും അത്.

അങ്ങനെ, ഞാൻ പറഞ്ഞതുപോലെ, നായ്ക്കൾക്കുള്ള ഭക്ഷണ ത്തിലേക്കും എല്ലിൻകഷണങ്ങളിലേക്കും ഞാൻ തിരികെപോയി. ആ ഭക്ഷണം പതിവായി എനിക്കു എറിഞ്ഞുതന്നിരുന്നത് ഒരു നീഗ്രോ

പ്പെണ്ണായിരുന്നു. അതുപോലും രണ്ടു ചക്കിപ്പൂച്ചകൾ ചൂണ്ടിക്കൊണ്ടു പോകുമായിരുന്നു. അവ അതിവേഗം നീങ്ങാൻ കഴിയുന്നവ; എന്നെപ്പോലെ കെട്ടിയിടപ്പെട്ടിട്ടില്ല; എന്റെ ചങ്ങലയ്ക്കെത്താൻ കഴിയാത്ത ഇടങ്ങളിൽ വീഴുന്നതെല്ലാം അവർ എളുപ്പത്തിൽ തട്ടിയെടുത്തുകൊണ്ടോടും. ഈയവസരത്തിൽ ഒരൽപ്പം തത്വശാസ്ത്രം പറയാൻ, എന്റെ സിപ്പിയോ സോദരാ, രസക്കേടില്ലാതെ നീയെന്നെ അനുവദിക്കണം; നിന്റെ ഏതൊരാഗ്രഹവും ദൈവം നടത്തിത്തരും. എനിക്കു സംഭവിച്ചതെല്ലാം നേരെയങ്ങു പറയുന്നതോടൊപ്പം, എന്റെ മനസിൽ ഇപ്പോൾ വരുന്ന കാര്യങ്ങളും കൂടി പറഞ്ഞില്ലെങ്കിൽ, എന്റെ കഥ പൂർണമാകുമെന്നോ, അതിനെന്തെങ്കിലും വിലയുണ്ടാകുമെന്നോ എനിക്കു തോന്നുന്നില്ല.''

സിപ്പിയോ: ''ബർഗൻദ്സാ, നീ പറയുന്നത് താത്വികമാക്കാനുള്ള നിന്റെ മോഹം സാത്താന്റെ ഒരു പ്രലോഭനമായിരിക്കാനാണു സാധ്യത. പരദൂഷണത്തിന്റെ അധാർമികതയ്ക്ക് മറയും ഒഴികഴിവുമുണ്ടാക്കാൻ, താൻ പറയുന്നത് വിവേകികളായ തത്വജ്ഞരുടെ നിരീക്ഷണങ്ങളാണ് എന്നു സ്ഥാപിക്കുന്നതിനേക്കാൾ പരദൂഷകന് കൂടതൽ മെച്ചപ്പെട്ട മൂടുപടമില്ല. അതായത്, വിദ്വേഷത്തോടെയുള്ള ദ്രോഹവൃത്തി തെറ്റുതിരുത്താനുള്ള ശാസനയാണ്, മറ്റുള്ളവരുടെ വീഴ്ചകളെ വെളിവാക്കുന്നത് സ്തുത്യർ ഹമായൊരു ഔത്സുക്യം മാത്രമാണ് - എന്നിങ്ങനെ. നിനക്ക് ശ്രദ്ധാപൂർവം നിരീക്ഷിച്ചാൽ കാണാൻ കഴിയും. ഏതൊരു പരദൂഷണക്കാരന്റെയും ജീവിതം തിന്മയും അവിവേകവും നിറഞ്ഞതാണ്. ഇതു മനസിൽ വച്ചു കൊണ്ട് എത്രമാത്രം വേണമെങ്കിലും തത്വശാസ്ത്രം വിളമ്പിക്കോളൂ.''

ബർഗൻദ്സാ: ''നീ തീർച്ചയാക്കിക്കോളൂ സിപ്പിയോ - ഇനിയും ഞാൻ പരദൂഷണം പറയുകയേയില്ല. കാരണം ഞാനങ്ങനെ തീരുമാനമെടുത്തു. വസ്തുത ഇതാണ്. പകൽമുഴുവൻ ഒന്നും ചെയ്യാനില്ലാതെ അലസനായി കിടക്കുക. അലസത, ചിന്തകൾക്ക് വഴിയൊരുക്കുന്നു. കുട്ടികളുടെ സ്കൂളിലെ അധ്യാപകർ പറഞ്ഞുകേട്ട് എന്റെ മനസിൽ പതിഞ്ഞിരുന്ന ചില ലാറ്റിൻ ശൈലികൾ ഞാൻ മറിച്ചും തിരിച്ചും മനസിലിട്ടു പരിശോധിക്കാൻ തുടങ്ങി. അതിന്റെ ഫലമായി എനിക്കു തോന്നി ഞാൻ കുറെ അറിവുള്ളവനായെന്ന്. എപ്പോഴെങ്കിലും എനിക്കു സംസാരിക്കാൻ കഴിഞ്ഞാൽ അവയൊക്കെ ഞാൻ അവസരംപോലെ ഉപയോഗപ്പെടുത്തുമെന്നും തീരുമാനിച്ചു. പക്ഷേ, ചില വിവരമില്ലാത്തവർ ഉപയോഗിക്കുംപോലെയല്ല - ചില സ്പാനിഷ് എഴുത്തുകാരുണ്ട് - സംഭാഷണത്തിനിടയിൽ, അവർ ലാറ്റിൻ ശൈലികൾ ചേർക്കാറുണ്ട് - അവർ വലിയ ലാറ്റിൻ വിദഗ്ധരാണ് എന്ന് ലാറ്റിൻ അറിയാത്തവർക്ക് തോന്നത്തക്കവിധം. യഥാർഥത്തിൽ ഒരു നാമപദത്തിന്റെ വിഭക്തിരൂപങ്ങളുണ്ടാക്കാനോ ക്രിയാരൂപങ്ങൾ പറയാനോപോലും അവർക്കറിയില്ലായിരിക്കും.''

സിപ്പിയോ: “യഥാർഥത്തിൽ ലാറ്റിൻ അറിയാവുന്നവരെക്കാൾ കുറഞ്ഞ ഉപദ്രകാരികളാണവരെന്നാണെനിക്കു തോന്നുന്നത്. ആ പണ്ഡിതരിൽ ചിലർക്ക് സാമാന്യബോധം പോലുമില്ല. ചെരിപ്പുകുത്തികളോടോ തയ്യൽക്കാരോടോ സംസാരിക്കുമ്പോൾ പോലും ലാറ്റിൻ ശൈലികൾ വെള്ളം പോലെയങ്ങൊഴുക്കുകയല്ലേ അവർ.”

ബർഗൻദ്സാ: “നമ്മളെത്തിപ്പെടുന്ന നിഗമനമിതാണ് - ലാറ്റിൻ അറിയാത്തവൻ ലാറ്റിൻ സംസാരിക്കുന്നതും അറിയാവുന്നവൻ അതറിയാത്തവരോട് ലാറ്റിൻ സംസാരിക്കുന്നതും ഒരുപോലെ ചീത്തകാര്യമാണ്. അല്ലേ?”

സിപ്പിയോ: “ഒരു കാര്യം ഓർക്കണം. ലാറ്റിൻ വിജ്ഞാനത്തിന്റെ കാര്യത്തിൽ മടയൻമാരല്ലാത്ത കുറെയാളുകളുമുണ്ട്.”

ബർഗൻദ്സാ: “അതിനൊരു സംശയവുമില്ല. കാരണം വ്യക്തമാണ് - റോമാക്കാരുടെ കാലത്ത് എല്ലാവരും ലാറ്റിൻ അവരുടെ മാതൃഭാഷയായി സംസാരിച്ചിരുന്നു. ലാറ്റിൻ സംസാരിച്ചു എന്നതുകൊണ്ട് മാത്രം മന്ദബുദ്ധികളല്ലാതാവുന്ന കുറെ മടയൻമാരും ആ കൂട്ടത്തിലുണ്ടായിരുന്നിരിക്കണം.”

സിപ്പിയോ: “മാതൃഭാഷയിൽ സംസാരിക്കാതിരിക്കുന്നതിനും ലാറ്റിൻ സംസാരിക്കുന്നതിനും വേണ്ടി ഒരുവൻ കുറെ അറിവുള്ളവനാ യിരുന്നേ മതിയാവൂ, ബർഗൻദ്സാ.”

ബർഗൻദ്സാ: “അതു ശരിയാണ്. കാരണം, മാതൃഭാഷയിൽ എന്നതുപോലെതന്നെ ലാറ്റിനിലും എന്തെങ്കിലും വിവരക്കേടുകൾ പറയുക വളരെ എളുപ്പമാണ്. ഒത്തിരി വിദ്യാഭ്യാസമുള്ള വിഡ്ഢികളെയും പണ്ഡിതൻമാരായ ബോറൻമാരെയും, ലാറ്റിൻ വാക്കുകൾ തുന്നിപ്പിടിപ്പിച്ച സ്പാനിഷ് സംസാരിച്ച് വെറുപ്പുണ്ടാക്കുന്നവരെയും ഞാൻ കണ്ടിട്ടുണ്ട് - ഒരു തവണയല്ല, പലപ്പോഴും.”

സിപ്പിയോ: “നമുക്ക് വിട്ടുകളയാം. നിന്റെ തത്വശാസ്ത്രപരമായ അഭിപ്രായങ്ങൾ പറയ്.”

ബർഗൻദ്സാ: “അതൊക്കെ ഞാൻ പറഞ്ഞുകഴിഞ്ഞു. യഥാർഥത്തിൽ ഇപ്പോൾ ഞാൻ പറഞ്ഞുകൊണ്ടിരിക്കുന്നത് അതുതന്നെയാണ്.”

സിപ്പിയോ: “ഏതൊക്കെ?”

ബർഗൻദ്സാ: “ലാറ്റിനെയും സ്പാനീഷിനെയും കുറിച്ചുള്ളത്. ഞാൻ തുടങ്ങിവച്ചു. നീയത് പൂർത്തിയാക്കി.”

സിപ്പിയോ: “നീ പരദൂഷണ തത്വശാസ്ത്രമെന്നതിനെ വിളിക്കുന്നോ! അതങ്ങനെയാണല്ലേ. ഈ ശപിക്കപ്പെട്ട അപവാദപ്രചരണമെന്ന പ്ലേഗിൽനിന്നും ഒരു നന്മയെ ഉണ്ടാക്കിയെടുക്കുക; അതിന് നിനക്കിഷ്ടമുള്ള പേരു നൽകുക, കാരണം അത് നമുക്ക് ദോഷൈകദൃക്ക് എന്ന പേരു നേടിത്തരും - അതായത് പരദൂഷകനായ്ക്കൾ. ഇപ്പോൾ ദൈവത്തെ പ്രതി വായ്മൂട് എന്നിട്ട് നിന്റെ കഥ തുടരുക.”

ബർഗൻദ്സാ: “വായ്മൂടിയാൽ എങ്ങനെ ഞാൻ കഥ തുടരും!”

സിപ്പിയോ: “ഞാൻ പറഞ്ഞത് പെട്ടെന്ന് കഥ തുടരാനാണ്. അതിന് ഒക്ടോപ്പസിന്റേതുപോലെ, വാലുകൾ പിടിപ്പിക്കാതെ.”

ബർഗൻർദ്സാ: “ശരിയാംവണ്ണം പറയ്. ഒക്ടോപ്പസിന്റെകൂടെ വാലുകൾ ചേർക്കാതിരിക്ക്.”

സിപ്പിയോ: വസ്തുക്കളെ അവയ്ക്ക് അനുയോജ്യമായ പേരിട്ടു വിളിക്കുന്നതിൽ മര്യാദകേടോ ദുഷ്ടതയോ ഇല്ല എന്നുപറഞ്ഞ മനുഷ്യൻ ചെയ്ത തെറ്റാണിത്. അതു നല്ലപേരല്ല - എന്നാൽ, അവയ്ക്ക് പേരിടുകയും വേണം എന്നാണെങ്കിൽ, അവയുടെ സ്വന്തം പേരു പറയുമ്പോൾ കേൾക്കുന്നതിൽ വരുന്ന അസ്വാരസ്യം, വക്രോക്തികളിലൂടെയും വളച്ചു കെട്ടിപ്പറയലിലൂടെയും ഒന്നു പതംവരുത്തി അവയുടെ പേര് ഉപയോഗിക്കാവുന്നതാണ്. അനുയോജ്യമായ വാക്കുകൾ, സംസാരിക്കുകയോ എഴുതുകയോ ചെയ്യുന്ന വ്യക്തിയുടെ, ഔചിത്യത്തെ കാണിക്കുന്നു.

ബർഗൻർദ്സാ: “നീ പറയുന്നതു വിശ്വസിക്കുവാൻ ഞാനൊരുക്കമാണ്. ഇത്രയുംകൂടി ഞാൻ കൂട്ടിച്ചേർക്കട്ടെ, എന്റെ ഭാഗ്യം, എന്റെ പഠനം, എന്റെ സന്തോഷകരവും ചിട്ടയുള്ളതുമായ ജീവിതം ഇവയൊക്കെ എന്നിൽനിന്നും എടുത്തുമാറ്റി. ഒരു കതകിനു പുറകിലെ ബന്ധനത്തിലാക്കി. കുട്ടികളുടെ ഔദാര്യത്തിന് പകരമായി ആ നീഗ്രോപ്പെണ്ണിന്റെ ചെറ്റത്തരത്തെ നൽകി. ഇതൊക്കെ ചെയ്ത അതേ നിർഭാഗ്യം ഇപ്പോൾ എനിക്ക് അൽപ്പമായുണ്ടായിരുന്ന ആശ്വാസത്തെയും കവർന്നെടുത്തു കളയാൻ തീരുമാനിച്ചിരിക്കുന്നു. നോക്കൂ സിപ്പിയോ എന്നെപ്പോലെ തന്നെ നീയും തീർച്ചയാക്കുക- നിർഭാഗ്യനായ മനുഷ്യൻ - ലോകത്തിന്റെ ഏതു മൂലയിൽ പോയി അവൻ ഒളിച്ചാലും നിർഭാഗ്യം അവനെ പിൻതുടർന്നു കണ്ടുപിടിക്കുന്നു. ഞാനിതു പറയാൻ കാരണമെന്തെന്നോ? ആ വീട്ടിലെ നീഗ്രോപ്പെണ്ണ് അവിടത്തെ അടിമയായ ഒരു നീഗ്രോയുമായി പ്രണയത്തിലായി. തെരുവിലേയ്ക്കുള്ള വാതിലിനും ഞാൻ കിടക്കുന്ന വാതിലിനും ഇടയ്ക്കുള്ള പോർച്ചിലാണ് നീഗ്രോ ഉറങ്ങുന്നത്. രാത്രിയിൽ മാത്രമേ അവർക്കു തമ്മിൽ കാണാൻ കഴിയൂ. ഇതിനുവേണ്ടി താക്കോലുകൾ മോഷ്ടിക്കുകയോ, അതിന്റെ പകർപ്പെടുത്ത് വേറെ താക്കോൽ ഉണ്ടാക്കുകയോ ചെയ്തിരിക്കുകയാണ്. അങ്ങനെ മിക്കരാത്രികളിലും നീഗ്രോപ്പെണ്ണ് താഴെയിറങ്ങിവന്ന്, ഒരു കഷണം ഇറച്ചിയോ, പാൽക്കട്ടിയോകൊണ്ട് എന്റെ വായടപ്പിച്ചിട്ട് നീഗ്രോയ്ക്ക് വാതിൽ തുറന്നു കൊടുത്ത് അവർ മേളിച്ചു കഴിയും. അവൾക്ക് മോഷ്ടിച്ചെടുക്കാൻ കഴിയുന്നത്രയും സാധനങ്ങൾകൊണ്ട് എന്റെ നിശ്ശബ്ദതയെ അവൾ വിലയ്ക്കെടുത്തു. ഈ പരിപാടി കുറേദിവസത്തേക്ക് തുടർന്നു. നീഗ്രോപ്പെണ്ണ് തന്നിരുന്ന വസ്തുക്കൾ എന്റെ മനഃസാക്ഷിയെ തകിടം മറിച്ചു. ആ വസ്തുക്കളില്ലെങ്കിൽ ഞാൻ മെലിഞ്ഞുപോകുന്ന അവസ്ഥയിലെത്തുമെന്നും ഒരു കാവൽനായുടെ സ്ഥിതിയിൽനിന്നും ഒരു നായാട്ടു പട്ടിയുടെ ശരീരപ്രകൃതിയിലേക്ക് മാറുമെന്നും ഞാൻ ചിന്തിച്ചു. എന്നാൽ

എന്റെ ജന്മസിദ്ധമായ നന്മയുടെ പ്രേരണകൊണ്ട് യജമാനനോടുള്ള എന്റെ കടമ നിർവ്വഹിക്കാൻ ഞാൻ തീരുമാനിച്ചു. കൂലി വാങ്ങുന്നത് അദ്ദേഹത്തിൽ നിന്നാണ്. ഞാൻ കഴിക്കുന്നത് അദ്ദേഹത്തിന്റെ ഭക്ഷണ സാധനങ്ങളാണ്. എങ്ങനെയായാലും കൃതജ്ഞതയുള്ളവരായിരിക്കുക എന്നത് പ്രസിദ്ധരായ, സത്യസന്ധതയുള്ള നായ്ക്കളുടെ ചുമതലയാണെന്നു മാത്രമല്ല സേവനം ചെയ്യുന്ന ഏതൊരുവന്റെയും കടമയുമാണ്.

സിപ്പിയോ: "ഇതു ഞാൻ സമ്മതിച്ചിരിക്കുന്നു. ഇതു തത്വശാസ്ത്രം തന്നെ. കാരണം ഈ വാദഗതികൾക്ക് അവയിലെ യാഥാർഥ്യംകൊണ്ടും നല്ല ആശയംകൊണ്ടും നിലനിൽപ്പുണ്ട്. പക്ഷേ തുടർന്നു പറയുക - കഥ പറഞ്ഞ് സമയം പാഴാക്കാതെ."

ബർഗൻദ്സാ:"തുടങ്ങുന്നതിന് മുൻപ്, ഒരു കാര്യം പറഞ്ഞു തരാമോ? ഈ തത്വശാസ്ത്രം എന്നുപറയുന്നതിന്റെ അർഥമെന്താണ്? ഞാൻ ആ വാക്ക് ഉപയോഗിക്കുന്നുണ്ടെങ്കിലും അതെന്താണെന്നെനിക്കറിഞ്ഞുകൂടാ. അതൊരു നല്ല വസ്തുവാണെന്ന് ഞാൻ എങ്ങനെയോ മനസിലാക്കിയിട്ടുണ്ട്."

സിപ്പിയോ: "എളുപ്പത്തിലങ്ങു പറഞ്ഞേക്കാം. ഫിലോസ് സോഫിയ എന്ന രണ്ടു ഗ്രീക്കുവാക്കുകൾ ചേർന്നുണ്ടായതാണ് ആ പദം. ഫിലോസ് എന്നാൽ സ്നേഹം. സോഫിയ എന്നാൽ അറിവ്. അപ്പോൾ ഫിലോസഫി എന്നു പറഞ്ഞാൽ അറിവിനോടുള്ള സ്നേഹം എന്നും ഫിലോസഫർ എന്നു പറഞ്ഞാൽ അറിവിനെ സ്നേഹിക്കുന്നവൻ എന്നും അർഥം."

ബർഗൻദ്സാ: "നിനക്ക് ഒത്തിരികാര്യമറിയാമല്ലോ സിപ്പിയോ. ഏതു ചെകുത്താനാണ് നിന്നെ ഗ്രീക്കുവാക്കുകൾ പഠിപ്പിച്ചത്?"

സിപ്പിയോ: "നീയൊരു ശുദ്ധഗതിക്കാരനാണല്ലോ ബർഗൻദ്സാ. നീയിതിനെക്കുറിച്ച് അൽപ്പം ചിന്തിച്ചാൽ മനസിലാകും, ഇതൊക്കെ ഏതു സ്കൂൾകുട്ടിക്കും അറിയാവുന്നതാണെന്ന്. തന്നെയല്ല, യഥാർഥത്തിൽ ഗ്രീക്ക് അറിയില്ലെങ്കിലും അറിയാമെന്ന് ഭാവിക്കുന്നവരുണ്ട്; ലാറ്റിൻ അറിയാമെന്ന് ഭാവിക്കുന്നവരെപ്പോലെതന്നെ."

ബർഗൻദ്സാ: "അതുതന്നെയാണ് ഞാനും പറയുന്നത്. ഇത്തരം ആളുകളെ ചക്കിനകത്തു കയറ്റി അവർക്ക് യഥാർഥത്തിൽ അറിയാവുന്നതിന്റെ സത്ത് ഊറ്റിയെടുക്കണമെന്ന് എനിക്കു തോന്നുന്നുണ്ട്. എങ്കിൽ, അവരുടെ കീറിപ്പറിഞ്ഞ കാൽശരായികളുടെ കൃത്രിമാഡംബരങ്ങളും പൊള്ളയായ ലാറ്റിൻശൈലികളുംകൊണ്ട്, പോർട്ടുഗീസുകാർ ഗയാനയിലെ നീഗ്രോകളെയെന്നതുപോലെ ആളുകളെ വഞ്ചിച്ചു വിഹരിക്കുകയില്ലായിരുന്നു."

സിപ്പിയോ: "ഇപ്പോൾ, ബർഗൻദ്സാ നിനക്കു നിന്റെ നാക്ക് കടിക്കാം. ഞാൻ എന്റേതും. കാരണം ഇപ്പോൾ നാം പറയുന്നതെല്ലാം പരദൂഷണമാണ്."

ബർഗൻദ്സാ: “ശരി. ഞാൻ പറഞ്ഞുകേട്ടിട്ടുണ്ട്, ടയർ ദേശക്കാരനായ ഒരു കരോൻദാസ് ചെയ്തത്. അതുപോലെ ചെയ്യാൻ എനിക്കു ബാധ്യതയില്ല. അയാൾ ഒരു നിയമം കൊണ്ടുവന്നു. ഒരാൾ പോലും നഗരസഭാ കൗൺസിലിനുള്ളിൽ ആയുധവുമായി കടന്നുകൂടാ. നിയമം ലംഘിക്കുന്നവർക്ക് വധശിക്ഷയും നിശ്ചയിച്ചു. കുറേക്കഴിഞ്ഞപ്പോൾ അയാളതു മറന്നു. ഒരുദിവസം അയാൾ വാളുമായി കൗൺസിൽ യോഗത്തിനു വന്നു. മുറിയിൽ പ്രവേശിച്ചു. അവർ ഇക്കാര്യം ചൂണ്ടിക്കാണിച്ചു. അയാൾതന്നെ നിശ്ചയിച്ച ശിക്ഷയുടെ കാര്യവും ഓർമിപ്പിച്ചു. ഉടൻതന്നെ അയാൾ വാൾ ഉറയിൽ നിന്നും ഊരി നെഞ്ചിലേക്ക് കുത്തിയിറക്കി. അങ്ങനെ നിയമമുണ്ടാക്കി ലംഘിച്ച് ശിക്ഷിക്കപ്പെട്ട ആദ്യത്തെ വ്യക്തിയായി അയാൾ. ഞാൻ പറഞ്ഞകാര്യം ഒരു നിയമമായി ഉദ്ദേശിക്കപ്പെട്ടുള്ളതല്ല. പരദൂഷണം പറഞ്ഞാൽ നാക്ക് കടിക്കാമെന്നുള്ള ഒരു വാഗ്ദാനം മാത്രമായിരുന്നു അത്. പക്ഷേ ഇക്കാലത്ത് കാര്യങ്ങൾ പണ്ടൊക്കെ ആയിരുന്നതുപോലെ അത്ര കർശനമൊന്നുമല്ല. ഇന്നു നിങ്ങൾ ഒരു നിയമം ഉണ്ടാക്കുന്നു. നാളെ നിങ്ങളതു ലംഘിക്കുന്നു. ഒരുപക്ഷേ ഇത് ഇങ്ങനെയായിരിക്കുന്നതായിരിക്കും ശരി. ഇക്കാലത്ത് തിന്മകളെ ഉപേക്ഷിക്കാമെന്ന് ഒരുവൻ വാഗ്ദാനം ചെയ്യുന്നു. ഒട്ടുംതാമസിയാതെ തന്നെ കൂടുതൽ ഗുരുതരമായ തിന്മകളിലേക്ക് അയാൾ പതിക്കുന്നു. അച്ചടക്കത്തെ പ്രകീർത്തിക്കുന്നത് ഒരു കാര്യം. സ്വയം അച്ചടക്കം പാലിക്കുകയെന്നത് മറ്റൊരു കാര്യം. യഥാർഥത്തിൽ കപ്പിനും ചുണ്ടിനുമിടയിൽ പലപ്രാവശ്യം തെന്നിപ്പോകാം. ചെകുത്താൻ വേണമെങ്കിൽ കടിക്കട്ടെ. ഞാനേതായാലും എന്നെത്തന്നെ കടിക്കാൻ പോകുന്നില്ല; നല്ല കാര്യങ്ങൾ, എന്റെ നല്ല ഉദ്ദേശ്യത്തെ പുകഴ്ത്താൻ കഴിയുന്ന ആരെങ്കിലും കാണാതെ ഒരു മറയുടെ പുറകിൽ വച്ച് ചെയ്യാനും പോകുന്നില്ല.”

സിപ്പിയോ: “ഈ വാദഗതിയനുസരിച്ച്, ബർഗൻദ്സാ, നീയൊരു മനുഷ്യജീവിയായിരുന്നെങ്കിൽ ഒരു കപടനാട്യക്കാരനായിരുന്നേനെ, നീ ചെയ്ത എല്ലാ കാര്യങ്ങളും, നന്മയുടെ പുറംകുപ്പായമിട്ട, വെറും അബദ്ധമായതും കൃത്രിമമായതും പ്രകടനത്തിനുവേണ്ടി നിർവഹിച്ചവയുമായിരുന്നു. മറ്റെല്ലാ കപടനാട്യക്കാരെയും പോലെ നിനക്ക് സ്തുതിയും പുകഴ്ചയും നേടിയെടുക്കാൻവേണ്ടി മാത്രം.”

ബർഗൻദ്സാ: “ആ സമയത്ത് ഞാൻ എന്തുചെയ്യുമായിരിക്കുമെന്നെനിക്കറിഞ്ഞുകൂടാ. എന്നാൽ ഇപ്പോൾ എന്തുചെയ്യണമെന്നെനിക്കറിയാം. അതിതാണ്-ഞാൻ എന്നെത്തന്നെ കടിക്കുകയില്ല. ഇനി എനിക്ക് വളരെയേറെ കാര്യങ്ങൾ പറയാനുണ്ട്. എപ്പോൾ എങ്ങനെ അവയെല്ലാം പറഞ്ഞുതീർക്കാൻ കഴിയുമെന്നെനിനക്കറിഞ്ഞുകൂടാ. പ്രത്യേകിച്ച് സൂര്യനുദിക്കുന്നതോടെ നമ്മൾ ഈ കഴിവുകൾ നഷ്ടപ്പെട്ട് ഇരുട്ടിലാവും എന്ന് ഞാൻ ഭയപ്പെടുന്നു.”

സിപ്പിയോ: ഉന്നതങ്ങളിൽനിന്നും കുറേക്കൂടി നന്നായി കാര്യങ്ങൾ ക്രമപ്പെടുത്തിയെന്നുവരാം. ഏതായാലും കഥ തുടരുക - വഴവിട്ടുപോ

കാതെ, പ്രസക്തമല്ലാത്ത വ്യതിചലനങ്ങളുമായി വഴിവിട്ടുപോകാതിരുന്നാൽ കഥ എത്ര നീണ്ടതായിരുന്നാലും അതിനെ അതിന്റെ അവസാനത്തിലെത്തിക്കാൻ കഴിയും.

ബർഗൻദ്സാ: "അപ്പോൾ ഞാൻ പറയട്ടെ, ആ നീഗ്രോകളുടെ മോഷണവും ഒട്ടും മാന്യമല്ലാത്ത പെരുമാറ്റവും പോലുള്ള മര്യാദകേടുകൾ കണ്ട്, ഒരു നല്ല സേവകനെപ്പോലെ ഞാനൊരു തീരുമാനമെടുത്തു. എന്നാൽ കഴിയുന്നതുപോലെ അതിനെ തടയുക. ഞാൻ തീരുമാനം നടപ്പാക്കി, നല്ല ഫലം കാണുകയും ചെയ്തു. നീ കേട്ടതുമാതിരി, നീഗ്രോപ്പെണ്ണ് താഴേയ്ക്ക് ഇറങ്ങിവരുന്നു- ആനന്ദം തേടി. അവളെറിഞ്ഞു തരുന്ന ഇറച്ചിയുടെയോ ചീസിന്റേയോ റൊട്ടിയുടെയോ കഷണം കൊണ്ട് ഞാൻ നിശ്ശബ്ദനാകുമായിരിക്കുമെന്ന് വിശ്വസിച്ച്. എന്റെ സിപ്പിയോ സമ്മാനങ്ങൾ ഒത്തിരി ഫലം ചെയ്യുന്നവയാണ്."

സിപ്പിയോ: "തീർച്ചയായും. പക്ഷേ കാര്യത്തിൽനിന്നും വഴുതാതെ കഥതുടരുക."

ബർഗൻദ്സാ: "ഞാൻ വിദ്യാർത്ഥിയായിരുന്നപ്പോൾ അദ്ധ്യാപകൻ പറഞ്ഞുകേട്ട ഒരു പഴഞ്ചൊല്ല് ഓർക്കുന്നുണ്ട്. അവരതിനെ ഒരു ആപ്തവാക്യമെന്നാണു വിളിക്കുക. അതിങ്ങനെയായിരുന്നു Habet boven in Lingua"

സിപ്പിയോ: "നിന്റെയൊരു ലാറ്റിൻ. എത്രമാത്രം അനുയോജ്യമല്ലാത്തിടത്താണ്. നീയിതുകൊണ്ടുവന്നിരിക്കുന്നത്! ലാറ്റിൻ ശൈലികൾ സ്പാനിഷ് സംഭാഷണത്തിൽ പ്രയോഗിക്കുന്നവരെക്കുറിച്ച് അൽപ്പം മുമ്പേ നമ്മൾ പറഞ്ഞത് നീയിത്രവേഗം മറന്നുപോയോ?"

ബർഗൻദ്സാ:"ഈ ലാറ്റിൻ കഷണം ഇവിടെ നന്നായി ഇണങ്ങുന്നതാണ്. കാരണം നിനക്കറിയാമല്ലോ അഥീനിയൻമാർ ഉപയോഗിച്ചിരുന്ന നാണയങ്ങളിലൊരിനത്തിൽ ഒരു കാളയുടെ മുദ്ര പതിപ്പിച്ചിട്ടുണ്ടായിരുന്നു എന്നത്. ഒരു ന്യായാധിപൻ. അയാൾ കൈക്കൂലി കൈപ്പറ്റിയതുമൂലം ശരിയേത്, തെറ്റേത് എന്ന് പ്രഖ്യാപിക്കുന്നതിൽ പരാജയപ്പെടുന്നു എന്നും കരുതുക. അപ്പോൾ ആളുകൾ പറയും. അയാളുടെ നാവിൽ ഒരു കാളകയറിയിരിക്കുന്നു എന്ന്."

സിപ്പിയോ: "ഉദ്ദേശിക്കുന്നതെന്തെന്ന് എനിക്കു മനസ്സിലാകുന്നില്ല."

ബർഗൻദ്സാ: ഇതു വളരെ വ്യക്തമല്ലേ. കാമുകനെ കാണാൻ ആ നീഗ്രോപ്പെണ്ണ് താഴേക്ക് പോയപ്പോഴൊക്കെ അവൾ തന്ന സമ്മാനങ്ങളല്ലേ ഞാൻ കുരയ്ക്കാൻ തയാറാകാതെ നിശ്ശബ്ദമായിരിക്കാൻ കാരണം. അതാണ് ഞാൻ ആവർത്തിച്ചു പറയുന്നത് സമ്മാനങ്ങൾക്ക് വളരെ കാര്യങ്ങൾ നിർവഹിക്കാൻ കഴിയുമെന്ന്."

സിപ്പിയോ: "അങ്ങനെ സാധിക്കുമെന്നുള്ളത് ഞാൻ നേരത്തെ തന്നെ സമ്മതിച്ചതാണല്ലോ. അങ്ങനെ ഞാൻ സമ്മതിക്കാതിരിക്കുന്നില്ല എന്നതിനാൽ കൂടുതൽ നീണ്ട വ്യതിചലനം ആവശ്യമില്ലല്ലോ. അവയ്ക്ക് എത്രമാത്രം സ്വാധീനിക്കാൻ കഴിയുമെന്ന് ഒരായിരം ഉദാഹരണങ്ങൾ

കൊണ്ട് എനിക്കു തെളിയിക്കാൻ കഴിയും - ദൈവം എന്നെങ്കിലും എന്റെ കഥ പറയാൻ സംസാരശേഷിയും സമയവും അവസരവും തരുമെങ്കിൽ.”

ബർഗൻർദ്സാ: “ദൈവം നിനക്ക് നീ ആഗ്രഹിക്കുന്നത് നൽകട്ടെ. ഇപ്പോൾ ശ്രദ്ധിച്ചു കേൾക്ക്. അവസാനം എന്റെ നല്ല ലക്ഷ്യങ്ങൾ നീ ഗ്രോപ്പെണ്ണിന്റെ ഗർഹണീയ സമ്മാനങ്ങളുടെമേൽ വിജയം നേടി. നല്ല ഇരുട്ടുള്ള ഒരു രാത്രി, പതിവു സമാഗമത്തിന് അവൾ താഴേയ്ക്കുവരുന്നു - കുരയ്ക്കാതെ, ഞാനവളെ ആക്രമിച്ചു. അതു കൊണ്ട് വീട്ടുകാരാരു മറിഞ്ഞില്ല ഇത്. ഞാൻ അവളുടെ അടിക്കുപ്പായം കടിച്ചുകീറി കഷണ ങ്ങളാക്കി - അവളുടെ തുടയിൽനിന്നും ഒരു ചെറിയ കഷണം കടിച്ചു പറിച്ചെടുത്തു; സുരക്ഷിതമായി അവൾ ഒരാഴ്ച കട്ടിലിൽ തന്നെ കഴിച്ചു കൂട്ടാനുള്ള വകയായി; എന്തു രോഗമാണെന്ന് ദൈവത്തിനു മാത്രമേ അറിയുകയുള്ളൂ എന്നും അവൾ ഭാവിച്ചു. അവൾ സുഖപ്പെട്ടതിന്റെ അടുത്ത രാത്രി അവൾ വീണ്ടും വന്നു. വീണ്ടും ഞാനവളെ ആക്രമിച്ചു. ഇത്തവണ കടിക്കാതെ ഞാൻ അവളെയാകെ മാന്തിപ്പറിച്ചു - കമ്പി ളിനൂൽ നേരെയാക്കാൻ ചെയ്യുന്നതുപോലെ. ഞങ്ങളുടെ യുദ്ധം പൂർണ മായും നിശ്ശബ്ദതയിലായിരുന്നു. ഞാനായിരുന്നു വിജയി. നീഗ്രോപ്പെ ണ്ണിനു നല്ലതുപോലെ പരുക്കുപറ്റി - അവൾ ആകെ ക്ഷുഭിതയായി. അവളുടെ കോപം എന്റെ ആരോഗ്യത്തിലും എന്റെ തൊലിപ്പുറത്തും പ്രകടമാകാൻ തുടങ്ങി. എന്റെ വിഹിതം ഭക്ഷണവും എല്ലിൻ കഷണ ങ്ങളും അവർ നിറുത്തി. എന്റെ എല്ലുകൾ തൊലിപ്പുറത്തേയ്ക്ക് തള്ളി വരാൻ തുടങ്ങി. എന്നിട്ടും എന്റെ ഭക്ഷണം അവർ ഒഴിവാക്കി. പക്ഷേ കുരയ്ക്കാനുള്ള എന്റെ കഴിവിനെ ഒഴിവാക്കാൻ അവർക്കു കഴിഞ്ഞില്ല. ഒടുവിൽ എന്നെ എന്നെന്നേക്കും അവസാനിപ്പിക്കാൻ അവൾ നിശ്ചയിച്ചു. അതിനായി വെണ്ണയിൽ പൊരിച്ചെടുത്ത ഒരു കഷണം സ്പോഞ്ച് അവൾ കൊണ്ടുവന്നുതന്നു. എന്തിനുള്ള പുറപ്പാടാണിതെന്ന് എനിക്കു മന സിലായി. ഇതു കൊടിയ വിഷത്തേക്കാൾ ഭയങ്കരമാണെന്നും ഞാൻ മനസ്സിലാക്കി. കാരണം ഇതു കഴിക്കുന്നവന്റെ വയർ വീർത്തുവരും- ജീവനോടെ രക്ഷപ്പെടാനാവുമെന്ന് കരുതേണ്ട. ഈ പ്രാകൃതരായ ശത്രുക്കളുടെ കുടിലതന്ത്രങ്ങളിൽ നിന്ന് എന്നെത്തന്നെ സംരക്ഷിക്കാൻ എനിക്കാവുകയില്ലെന്ന് ഞാൻ മനസിലാക്കി - അവർക്ക് എത്തിപ്പെടാനോ കാണാനോ കഴിയാത്ത എവിടേയ്ക്കെങ്കിലും രക്ഷപ്പെടാൻ ഞാൻ തീരുമാനിച്ചു.

ഒരുദിവസം, ബന്ധിതനല്ലാതിരുന്ന സമയത്ത്, ആരോടും ഗുഡ് ബൈ പറയാൻ നിൽക്കാതെ, ഞാൻ തെരുവിലേക്കിറങ്ങി. ഒരു നൂറു വാരയോളം നടന്നതേയുള്ളൂ, എന്റെ ഭാഗ്യത്തിന്, ഞാൻ ആദ്യം പറഞ്ഞ ആ പോലീസ് ഓഫീസറെ - എന്റെ പഴയ യജമാനൻ, ആ പരന്നമൂ ക്കുള്ള നിക്കോളാസ് അങ്ങേരുടെ ഒരു സുഹൃത്തായിരുന്നു അയാൾ - ഞാൻ കണ്ടുമുട്ടി. എന്നെ അയാൾ തിരിച്ചറിഞ്ഞു. അയാൾ എന്നെ പേരെ ടുത്തുവിളിച്ചു. ഞാനും അദ്ദേഹത്തെ തിരിച്ചറിഞ്ഞു. അയാൾ

വിളിച്ചപ്പോഴേ ഞാൻ എന്റെ പഴയ പരിപാടികളും തട്ടലും മുട്ടലും ഉരസലുമൊക്കെയായി അടുത്തേയ്ക്ക് ചെന്നു. അയാളെന്റെ കോളറിൽ പിടിച്ചിട്ട് ഒരു കോൺസ്റ്റബിളിനോട് ഇവൻ എന്റെ ഒരു സുഹൃത്തിന്റെ വകയായിരുന്ന പ്രസിദ്ധനായ ഒരു കാവൽനായാണ്. നമുക്കിവനെ വീട്ടിൽ കൊണ്ടുപോകാം എന്നു പറഞ്ഞു. കോൺസ്റ്റബിൾമാർക്ക് സന്തോഷമായി. കാവൽനായാണെങ്കിൽ വളരെ ഉപകാരമുണ്ട് എന്ന് അവരും പറഞ്ഞു. എന്നെ പിടിച്ചുകൊണ്ടുപോകാനൊരുങ്ങിയ അവരോട് വേണ്ടാ ഞാൻ അദ്ദേഹത്തെ അറിയുന്നതുകൊണ്ട് കൂടെ ചെന്നോളുമെന്ന് യജമാനൻ പറഞ്ഞു. ഒരു കാര്യം പറയാൻ വിട്ടുപോയി, ആ ഇടയൻമാർ എന്റെ കഴുത്തിലിട്ട സ്റ്റീൽമൊട്ടുകളുള്ള കഴുത്തുപട്ട ഞാൻ അവരുടെയടുത്തു നിന്നും പോരുന്നവഴി ഒരു സത്രത്തിൽവെച്ച് ഒരു ജിപ്സി അഴിച്ചെടുത്തിരുന്നു. സെവില്ല്യേയിൽ വരുമ്പോൾ എനിക്കു കഴുത്ത്പട്ട ഇല്ലായിരുന്നു. എന്നാൽ പൊലീസ് ഓഫീസർ എനിക്ക് പിത്തളസ്റ്റഡുകൾ ഉള്ള ഒരു കഴുത്തുപട്ടയിട്ടു. ഭാഗ്യചക്രം എങ്ങനെയൊക്കെയാണ് തിരിയുന്നതെന്ന് നീ ഒന്ന് ഓർത്തുനോക്കിക്കേ സിപ്പിയോ. ഇന്നലെ ഞാനൊരു വിദ്യാർഥി. ഇന്നൊരു കോൺസ്റ്റബിൾ!"

സിപ്പിയോ: "അതാണ് ലോകഗതി. ഒരു കശാപ്പുകാരനെയോ ഒരു കോൺസ്റ്റബിളിനെയോ സേവിക്കുന്നതിൽ ഒത്തിരിയേറെ തെരഞ്ഞെടുക്കാനുണ്ടെന്ന മട്ടിൽ ഭാഗ്യത്തിന്റെ ഊഞ്ഞാലാട്ടത്തെ ഇത്രയേറെ അതിശയോക്തിയോടെ വർണിക്കാൻ തുടങ്ങുന്നതിന് ഒരു കാരണവുമില്ല. ഭാഗ്യത്തെക്കുറിച്ചുള്ള ചിലയാളുകളുടെ പരാതി കേട്ടുകൊണ്ടിരിക്കാൻ എനിക്കു ക്ഷമയില്ല. അതും അവർക്ക് ഉണ്ടാവണമെന്ന് അവർ ആഗ്രഹിച്ച ഏറ്റവും വലിയ ഭാഗ്യമോ? ഒരു പടയാളിയുടെ അനുചരൻമാരാവണമെന്നതും! ഭാഗ്യദേവതയെ എത്രമാത്രമാണവർ ശപിക്കുക! അതിന്റെ ഫലമോ, അതു കേൾക്കുന്നവർ വിചാരിക്കും ഇവർ വലിയ നല്ല നിലയിലായിരുന്നു - ഇപ്പോൾ ഈ കഷ്ടസ്ഥിതിയിലേക്കു വീണതാണെന്ന്."

ബർഗൻദ്സാ: "നീ പറഞ്ഞതു ശരിയാണ്. പിന്നെ നീ ഒരു കാര്യം അറിയണം. ഈ പൊലീസ് ഓഫീസർ ഒരു നോട്ടറിയുമായി നല്ല സൗഹൃദത്തിലായിരുന്നു. അവർക്കു രണ്ട് വെപ്പാട്ടിമാരും. അവരോ, അവർ എങ്ങനെ ആയിരിക്കണമോ അതിൽ വളരെ കൂടുതൽ വഷളായിരുന്നു. കൂടുതൽ തിന്മയെന്തെന്നോ? അവളുമാര് കണ്ടാൽ കൊള്ളാവുന്നവരായിരുന്നു. എന്നാൽ വ്യഭിചാരിണികൾക്ക് ചേർന്ന എല്ലാ തിന്മകളും നിർലജ്ജതയും അവരുടെകൂടെയുമുണ്ടായിരുന്നു. ആ പെണ്ണുങ്ങൾ ആഫീസർക്കും നോട്ടറിക്കും ഇരപിടിക്കാനുള്ള വലയായും ചൂണ്ടയായും പ്രവർത്തിച്ചിരുന്നു, ഏതൊരുവനും ഒരു മൈലകലെനിന്നു തന്നെ അയഞ്ഞജീവിതം നയിക്കുന്നവരാണിവരെന്നറിയാൻ കഴിയും വണ്ണം ഇവർ വസ്ത്രം ധരിക്കുന്നു. വിദേശികളെയാണവർ സാധാരണ വേട്ടയാടുക. കാഡിസിലും സെവില്ല്യേയിലും മേളകളാകുമ്പോൾ ലാഭമുണ്ടാക്കാൻ

കഴിയുമെന്നവർക്കറിയാം - ഇവരുടെ കടന്നാക്രമണത്തിൽ നിന്നും ഒരു വിദേശിയും സുരക്ഷിതരല്ല. സൗഹൃദം കാണിച്ചു വരുന്ന ഇവരിൽ ആരെങ്കിലും ഈ സുന്ദരികളിലൊരുവളുടെ വലയിൽ വീണാൽ അവർ അപ്പോൾതന്നെ പൊലീസ് ഓഫീസറോട് പറയുന്നു എങ്ങോട്ടാണ് ഏതു സത്രത്തിലേക്കാണ് പോകുന്നതെന്ന്. അവർ രണ്ടാളും സത്രത്തിൽ ഒന്നിക്കുമ്പോഴേക്കും ഓഫീസറും നോട്ടറിയും ചാടിവീഴുന്നു. അവരെ അറസ്റ്റ് ചെയ്യുന്നു. ഭാര്യയല്ലാത്ത സ്ത്രീയുമായി ഒന്നിച്ചുകഴിഞ്ഞതിന്. പക്ഷേ അവരെ ഒരിക്കലും ജയിലിലേക്ക് കൊണ്ടുപോകാറില്ല - വിദേശികൾ എല്ലായ്പോഴും പണംകൊടുത്തു കാര്യം തീർക്കും.

ഒരു ദിവസം ഇങ്ങനെ സംഭവിച്ചു, കൊളിൻദ്രേസ്, അതായിരുന്നു ഓഫീസറുടെ വെപ്പാട്ടി, ഒരു വിദേശിയെ പിടികൂടി. അയാളൊരു യഥാർഥ നാറിയായിരുന്നു. അയാളുടെ താമസസ്ഥലത്ത് അത്താഴം കഴിച്ച് രാത്രി കഴിച്ചുകൂട്ടാനുള്ള ക്രമീകരണമൊക്കെ ചെയ്തു. അവൾ വിവരം അവളുടെ പുരുഷസുഹൃത്തിനെയുമറിയിച്ചു. വിദേശിയും കൊളിൻദ്രേസും വിവസ്ത്രരായി. അപ്പോഴേക്കും പൊലീസ് ഓഫീസറും നോട്ടറിയും രണ്ടു കോൺസ്റ്റബിൾമാരും എത്തി. ഞാനും അവരുടെ പുറകെയുണ്ടായിരുന്നു. പ്രണയജോഡികൾ ആകെ അങ്കലാപ്പിലായി. കുറ്റകൃത്യത്തെക്കുറിച്ച് ഓഫീസർ വാചാലമായി വളരെയേറെ സംസാരിച്ചു. വേഗം ഡ്രസു ധരിക്കാനും സ്റ്റേഷനിലേക്ക് പോകാനും അയാൾ ഉത്തരവിട്ടു. വിദേശി ആകെ സംഭ്രമത്തിലായി. പരസ്നേഹത്തിന്റെ പേരിൽ നോട്ടറി ഇടപെട്ടു. അയാളുടെ അഭ്യർഥന പ്രകാരം പിഴ ശിക്ഷ വെറും നൂറുറിയാലായി കുറച്ചു. കട്ടിലിന്റെ കാൽക്കലുണ്ടായിരുന്ന മാൻതോൽട്രൗസർ അയാൾ ആവശ്യപ്പെട്ടു. അതിന്റെ പോക്കറ്റിലായിരുന്നു അയാൾക്കു സ്വാതന്ത്ര്യം കിട്ടാൻ കൊടുക്കാനുള്ള പണം. പക്ഷേ ട്രൗസറുകൾ പ്രത്യക്ഷപ്പെട്ടില്ല. പ്രത്യക്ഷപ്പെടാവുന്ന അവസ്ഥയിലായിരുന്നുമില്ല അത്. കാരണം മുറിയിൽ കടന്നപ്പോഴേ പന്നിയിറച്ചിയുടെ മണം എന്റെ മൂക്കിൽ കയറി. അതെന്റെ ഉത്സാഹം വർദ്ധിപ്പിച്ചു. മണം പിടിച്ചു പിടിച്ച് ഞാൻ അതിന്റെ ഉത്ഭവസ്ഥാനം കണ്ടുപിടിച്ചു. അതിനെ ഞാൻ ട്രൗസറിന്റെ പോക്കറ്റോടെ താഴെയിട്ടു. നല്ല ഇറച്ചിക്കഷണം കണ്ടെത്തി. ഇനി അത് ആസ്വദിക്കണം. ആരും കാണാതെ അതെടുക്കാൻ എന്താ വഴി? ഞാൻ ട്രൗസർ താഴെ തെരുവിലേക്ക് കൊണ്ടുപോയി. എന്റെ ഹൃദയത്തിന് തൃപ്തിവരും വിധം ആ ഇറച്ചി അവിടെ വച്ചു ഞാൻ ആസ്വദിച്ചു കഴിച്ചു. തിരികെ മുറിയിലെത്തിയപ്പോൾ ഞാൻ കാണുന്നത് ആ വിദേശി അയാളുടെ ട്രൗസറുകൾ ആവശ്യപ്പെടുന്നതാണ്. വിദേശച്ചുവയുള്ള ഭാഷയായിരുന്നതിനാൽ അയാൾ പറഞ്ഞതു വ്യക്തമായില്ലെങ്കിലും ഒരു കാര്യം വ്യക്തമായിരുന്നു. ട്രൗസർ പോക്കറ്റിൽ അൻപതു സ്വർണ ക്രൗ ൺ ഉണ്ട് എന്ന്. നോട്ടറി വിചാരിച്ചത് കോളിൻദ്രേസ് അഥവാ കോൺ സ്റ്റബിൾമാർ അതെടുത്തു കാണുമെന്നാണ്. ഓഫീസറും അങ്ങനെ തന്നെ ചിന്തിച്ചു. അവരെ ഒരരികിൽ വിളിച്ചുനിറുത്തി ചോദിച്ചു. പക്ഷേ

എല്ലാവരും അതു നിഷേധിച്ചു. ഭ്രാന്തു പിടിച്ചപോലെ ആണയിട്ട് അവരല്ല അതെടുത്തതെന്ന് അവർ പറയുന്നു.

സംഭവിക്കുന്നതൊക്കെ കണ്ടറിഞ്ഞ ഞാൻ തിരികെ തെരുവിലേക്ക് പോയി. ട്രൗസർ തിരികെ കൊണ്ടുവരാൻ - എനിക്കു പണം കൊണ്ട് ഒരു പ്രയോജനവുമില്ലല്ലോ. പക്ഷേ അതു കണ്ടെത്താൻ കഴിഞ്ഞില്ല. ഭാഗ്യവാനായ ഏതോ യാത്രക്കാരൻ അതുംകൊണ്ടു കടന്നിരിക്കുന്നു. കൈക്കൂലി കൊടുക്കാൻ വിദേശിയുടെ കയ്യിൽ പണമില്ലെന്നു കണ്ട ഓഫീസർ ആകെ അസ്വസ്ഥനായി. സത്രമുടമയായ സ്ത്രീയിൽനിന്നും - വിദേശിയുടെ കയ്യിലില്ലാത്ത പണം - ഈടാക്കാമെന്നു കരുതി. അദ്ദേഹം അവരെ വിളിച്ചു. അവരെത്തി. ഉറക്കത്തിൽനിന്നും എഴുന്നേറ്റു വരുന്ന പാടായിരിക്കാം - പാതി വസ്ത്രങ്ങളേ ധരിച്ചിട്ടുള്ളൂ. വിദേശിയുടെ വിലാപവും പരാതികളും അവർ കേട്ടു. കണ്ടതോ കൊളിൻഡ്രേസ് നഗ്നയായി നിന്നു കണ്ണീരൊഴുക്കുന്നു. പൊലീസ് ഓഫീസർ ക്രോധാവിഷ്ടനായി നിൽക്കുന്നു. രോഷം നുരയുന്ന നോട്ടറി. മുറിയിൽ കാണുന്നതെല്ലാം കൈവശപ്പെടുത്തുന്ന കോൺസ്റ്റബിൾമാർ. അവർ സന്തോഷമല്ലാത്ത എല്ലാ വികാരങ്ങളും കൊണ്ട് അസ്വസ്ഥയായി. പോയി വസ്ത്രം ധരിച്ചുവന്ന് തന്റെ കൂടെ ജയിലിലേക്ക് വരാൻ ഓഫീസർ ഉത്തരവായി. കാരണം അവർ അവരുടെ ഭവനത്തിൽ അഴിഞ്ഞാട്ടക്കാരായ പെണ്ണുങ്ങൾക്കും ആണുങ്ങൾക്കും സൗകര്യം ഏർപ്പെടുത്തികൊടുക്കുന്നു. ഒരു ഫൈനായാലും മതിയാവും. ബഹളവും അലമ്പും ഓരോ നിമിഷവും വർദ്ധിച്ചു. ഒടുവിൽ ആ സത്രക്കാരി പറയാൻ തുടങ്ങി.

മിസ്റ്റർ പൊലീസ് ഓഫീസർ, മിസ്റ്റർ നോട്ടറി, നിങ്ങളുടെ വിചിത്ര സൂത്രങ്ങൾ എന്നോടു വേണ്ടാ. എന്താണ് നടക്കുന്നതെന്ന് കൃത്യമായി എനിക്കു മനസിലാകുന്നുണ്ട്. നിങ്ങളുടെ ശബ്ദം അൽപ്പമൊന്നു കുറച്ചാട്ടെ. എന്നിട്ട് വായടച്ച് ഇവിടെനിന്നൊന്നു പോയാലും. ഇല്ലെങ്കിൽ ഞാൻ പറഞ്ഞേക്കാം. എന്റെ ക്ഷമതീരും. ഈ കളി ഞാൻ എല്ലാവരെയും അറിയിക്കുകയും ചെയ്യും. ഈ വെപ്പാട്ടിപ്പെണ്ണ് കോളിൻഡ്രേസിനെ എനിക്കു നന്നായറിയാം. ഈ പൊലീസ് ഓഫീസർ മാസങ്ങളായി അവളെവച്ചു പൊറുപ്പിക്കുകയാണെന്നുമറിയാം. കൂടുതലൊന്നും എന്നെക്കൊണ്ടു പറയിക്കരുത്. ഈ മാന്യന്റെ പണം തിരികെ കൊടുക്ക്. ഞങ്ങൾ ഞങ്ങളുടെ പേര് നിലനിറുത്തി കഴിഞ്ഞുകൂടട്ടെ. കാരണം, ഞാനൊരു മാനം മര്യാദയുള്ള സ്ത്രീയാണ്. തന്റെ പ്രഭുത്വപദവിയുടെ അംഗീകാരപത്രവും ad perpetuam rei memoriam - ലിഖിതവും പദവിമുദ്രയും ലഭിച്ചിട്ടുള്ള ആളുമാണെന്റെ ഭർത്താവ്. എന്റെ തൊഴിൽ മാന്യമായി ആർക്കും യാതൊരുപദ്രവവും ചെയ്യാതെ ഞാൻ നടത്തുകയാണ്. ഇവിടത്തെ സേവനങ്ങൾക്ക് നൽകേണ്ട തുകയുടെ നിരക്കുകൾ എഴുതി പരസ്യമായി എല്ലാവർക്കും കാണുവാൻ തക്കവിധം പ്രദർശിപ്പിച്ചിട്ടുണ്ട്. നീണ്ടകഥകളുമായി എന്റെയടുത്തേക്ക് വരേണ്ട, ദൈവം സാക്ഷിയായി, അസംബന്ധങ്ങൾക്ക് ഞാൻ കാതു കൊടുക്കില്ല. ഇവിടെ

താമസിക്കാൻ വരുന്നവരുടെ കൂട്ടത്തിൽ സ്ത്രീകൾ വരുന്നതിന് ഞാൻ ഉത്തരവാദിയാകുന്നതെങ്ങനെയാണ്. ഭിത്തികളുടെ ഉള്ളിലുള്ളത് കാണാൻ കഴിവുള്ള കാട്ടുപൂച്ചയല്ല ഞാൻ." ഈ നെടുങ്കൻ പ്രസംഗം എന്റെ യജമാനൻ മാരെ അത്ഭുതപ്പെടുത്തി, എല്ലാ കാര്യങ്ങളും അവൾ അറിഞ്ഞിരിക്കുന്നു എന്ന് അവർക്ക് മനസിലായി. പക്ഷേ, ഈ സ്ത്രീ യുടെ കയ്യിൽനിന്നും പണം കിട്ടിയില്ലെങ്കിൽ, ആരിൽനിന്നും അതു കിട്ടു കയില്ല എന്നു കണ്ട അവർ ആ സത്രമുടമയായ സ്ത്രീയെ ജയിലിൽ കൊണ്ടുപോകാൻ നിർബന്ധം പിടിച്ചു. തന്റെ ഭർത്താവ് അവിടെയില്ലാത്ത അവസരത്തിൽ, ഇത്രയും മാന്യതയുള്ള ആളാണ് അദ്ദേഹമെന്നിരുന്നിട്ടും തന്റെ മേൽ ഇവർ അടിച്ചേൽപ്പിക്കുന്ന അനീതി ക്കെതിരെ ഉന്നതങ്ങ ളിലേക്ക് അവൾ ആവലാതിപ്പെട്ടു! തന്റെ അൻപതു ക്രൗണുകൾക്കായി ആ വിദേശി അലറി വിളിച്ചുകൊണ്ടിരുന്നു! തങ്ങൾ അയാളുടെ ട്രൗസർ കണ്ടിട്ടേയില്ല എന്ന് കോൺസ്റ്റബിൾമാർ തീർത്തും പറഞ്ഞു, അഥവാ അങ്ങനെയെങ്കിൽ ദൈവം തങ്ങളെ ശിക്ഷിക്കട്ടെ എന്നും അവർ ആണ യിട്ടു. ശാന്തനായി നിന്ന നോട്ടറി കോളിൻദ്രേസായുടെ വസ്ത്രങ്ങൾ പരിശോധിക്കാൻ ഓഫീസറെ നിർബന്ധിച്ചു. അവളുമായി ഇടപെടു ന്നവരുടെ പോക്കറ്റുകളും സാധനങ്ങൾ ഒളിച്ചുവച്ചേക്കാവുന്ന സ്ഥല ങ്ങളും തപ്പുന്ന പ്രകൃതമുള്ളവളാണ് അവൾ. അതുകൊണ്ട് ഈ അൻ പതു ക്രൗൺ അവളുടെ കൈവശമുണ്ടായിരിക്കുമെന്നു കരുതാൻ എല്ലാ കാരണങ്ങളുമുണ്ട്. ആ വിദേശി മദ്യപിച്ചിരിക്കുകയായിരുന്നെന്നും പണത്തിന്റെ കാര്യത്തിൽ അയാൾ കള്ളം പറയുകയായിരിക്കുമെന്നു മായിരുന്നു അവളുടെ അഭിപ്രായം.

ചുരുക്കത്തിൽ, എല്ലാം കുഴഞ്ഞുമറിഞ്ഞിരിക്കുന്നു; അട്ടഹാസ ങ്ങളും ആണയിടലുകളും! ആരും ശാന്തമാകുന്ന ഒരു ലക്ഷണവുമില്ല; ആ സമയത്ത് പൊലീസ് ഡെപ്യൂട്ടിചീഫ് അവിടെ എത്തിപ്പെട്ടില്ലായി രുന്നു എങ്കിൽ ആരും ശാന്തരാവുകയുമില്ലായിരുന്നു. ഡെപ്യൂട്ടിചീഫ് സത്രം സന്ദർശിക്കുവാൻ വരികയായിരുന്നു. ബഹളം കേട്ടാണ് ഈ ലഹള നടക്കുന്നയിടത്തേക്ക് കയറിവന്നത്. ബഹളത്തിന്റെ കാരണം അയാൾ അന്വേഷിച്ചു. സത്രമുടമ കാര്യങ്ങൾ വിശദീകരിച്ചു; പുരുഷൻ മാരെ വലയിൽ വീഴിക്കുന്ന യക്ഷി കോളിൻദ്രേസിനെക്കുറിച്ചുള്ള എല്ലാ വിവരങ്ങളും അവളും പൊലീസ് ഓഫീസറുമായുള്ള സൗഹൃദവും അവർ വെളിപ്പെടുത്തി. പണം കവരാനുള്ള അയാളുടെ കൗശലങ്ങളും തന്ത്ര ങ്ങളും രീതികളും അവർ പരസ്യമായി പ്രസ്താവിച്ചു. ഒരു അഴിഞ്ഞാ ട്ടക്കാരി പെണ്ണും തന്റെ അനുവാദത്തോടെ ആ സത്രത്തിൽ ഇതുവരെ യും കടന്നിട്ടേയില്ലെന്നും അവർ ആവർത്തിച്ചു. അവൾ തന്നെത്തന്നെ ഒരു തെറ്റും ചെയ്യാത്ത ഒരു വിശുദ്ധയായും എന്റെ ഭർത്താവ് ഏകദേശം തന്നോടൊപ്പവും ആണെന്നും അയാളോടു പറഞ്ഞു. താഴെ മുറിക്കു ള്ളിലെ പെട്ടി തുറന്ന്, തന്റെ ഭർത്താവിന്റെ പ്രഭുത്വത്തിന്റെ അംഗീകാര പത്രം എടുത്തു കൊണ്ടുവരാൻ ഒരു വേലക്കാരിയോട് അവർ വിളിച്ചു

പറഞ്ഞു. ഡെപ്യൂട്ടിചീഫ് അതു കാണട്ടെ. അംഗീകാരപത്രം കാണുമ്പോൾ അത്തരം ഒരു ബഹുമാന്യനായ വ്യക്തിയുടെ ഭാര്യയ്ക്ക് മോശമായതൊന്നും ചെയ്യാൻ കഴിയില്ല എന്നും സത്രം നടത്തിപ്പിനെ താൻ എത്രമാത്രം വെറുക്കുന്നു എന്നും ഒരു സത്രം നടത്തുന്നു എങ്കിൽ അത് എത്രമാത്രം സാമ്പത്തിക ഞെരുക്കമുള്ളതുകൊണ്ടാണെന്നും ഡെപ്യൂട്ടിചീഫിന് മനസിലാകുകയും ചെയ്യുമല്ലോ. തനിക്ക് കുറച്ചു വരുമാനവും ജീവിക്കാനുള്ള വകയും ഈ സത്രം സൂക്ഷിപ്പിലൂടെയല്ലാതെ ഉണ്ടായിരുന്നു എങ്കിൽ, ഈ പണി താൻ ചെയ്യുകയില്ലായിരുന്നു എന്ന് ഈശ്വരൻ അറിയട്ടെ എന്നും അവർ കൂട്ടിച്ചേർത്തു. നിറുത്തില്ലാത്ത അവരുടെ സംഭാഷണവും പ്രഭുത്വത്തിന്റെ നാട്യങ്ങളും ലെഫ്റ്റനന്റിന് ഒട്ടും പിടിച്ചില്ല. അയാൾ പറഞ്ഞു. "എന്റെ ബഹുമാന്യയായ സ്ത്രീയേ, നിങ്ങളുടെ ഭർത്താവ് എല്ലാക്കാലത്തും മാന്യനായ ഒരു സത്രമുടമയായിരുന്നുവെന്ന് നിങ്ങൾ സമ്മതിച്ചാൽ, അയാൾക്ക് പ്രഭുത്വത്തിനുള്ള ഒരു അംഗീകാരപത്രം ലഭിച്ചിട്ടുണ്ട് എന്നു വിശ്വസിക്കാൻ ഞാൻ തയാറാണ്."

തീർച്ചയായും വളരെ ബഹുമാന്യനായ വ്യക്തി. സത്രമുടമയായ സ്ത്രീ മറുപടി പറഞ്ഞു. എത്ര നല്ലതായിരുന്നാലും, ഈ ലോകത്തിൽ ഏതു കുടുംബമുണ്ട് ഏതെങ്കിലും ഒരു മോശമായ കാര്യമോ വ്യക്തിയോ ഇല്ലാത്തതായി .

"ഞാൻ നിങ്ങളോട് പറഞ്ഞല്ലോ സോദരീ നിങ്ങൾ വേഷം ധരിക്കുക - കാരണം നിങ്ങൾ ജയിലിലേക്കു വരികയാണ്."

"അവൾക്ക് സഹിക്കാവുന്നതായിരുന്നില്ല അത്. അവർ മുഖമാകെ മാന്തിപ്പറിച്ചു. അലറിക്കരയാൻ തുടങ്ങി. ഇങ്ങനെയെല്ലാമായിരുന്നിട്ടും ലെഫ്റ്റനന്റ് കടുത്ത ഗൗരവപ്രകടനത്തോടെ അവരെയെല്ലാം - ആ വിദേശി, കൊളിൻഡ്രേസ്, സത്രമുടമ - ജയിലിലേക്ക് കൊണ്ടുപോയി. പിന്നീട് ഞാൻ അറിഞ്ഞു ആ വിദേശിക്ക് അയാളുടെ അൻപതു ക്രൗണും, ചെലവുകൾക്കായി ഒരു പത്തു ക്രൗണും നഷ്ടപ്പെട്ടു എന്നും സത്രമുടമയ്ക്കും അത്രയും തുക നൽകേണ്ടിവന്നു എന്നും, കോളിൻഡ്രേസ് ഒരു കേടും തട്ടാതെ വിട്ടയയ്ക്കപ്പെട്ടുവെന്നും. വിട്ടയയ്ക്കപ്പെട്ട അന്നുതന്നെ അവൾ ഒരു കപ്പൽ ജോലിക്കാരനെ ചൂണ്ടയിൽ കുരുക്കി, അയാളുടെ കയ്യിലുള്ള തുക കവർന്നു. അപ്പോൾ സിപ്പിയോ നിനക്ക് മനസിലായല്ലോ എന്റെ അത്യാർത്തി വരുത്തിക്കൂട്ടിയ പ്രയാസങ്ങൾ."

സിപ്പിയോ: "നിന്റെ യജമാനന്റെ കൊള്ളരുതായ്മയല്ലേ കൂടുതൽ കാരണം?"

ബെർഗൻദ്സാ: "ശരി. ശ്രദ്ധിച്ചോളൂ. പൊലീസ് ഓഫീസർമാരെയും നോട്ടറിമാരെയും കുറിച്ച് മോശമായി സംസാരിക്കാതെ നിക്കിഷ്ടമില്ലെങ്കിലും അദ്ദേഹം ഏതറ്റംവരെ പോയി എന്നു ഞാൻ പറയാം."

സിപ്പിയോ: "ശരിയാണ്. അവരെല്ലാം ഒരേ ബ്രഷുകൊണ്ട് താറടിക്കപ്പെട്ടവരല്ല. യഥാർഥത്തിൽ, വളരെ, വളരെയേറെ നല്ലവരായ വിശ്വസ്തരായ നിയമവിധേയമായി മാത്രം പ്രവർത്തിക്കുന്ന, ആരെയും പ്രീ

തിപ്പെടുത്താനല്ലാതെ ആനുകൂല്യങ്ങൾ ചെയ്യുന്നവരായ നോട്ടറിമാർ ഉണ്ട്. അവരെല്ലാവരും നിയമപ്രശ്നങ്ങൾ ഇട്ടെറിഞ്ഞുകളയുന്നവരല്ല, രണ്ടു കക്ഷികൾക്കും ഉപദേശം കൊടുക്കുന്നവരല്ല, അവർക്കർഹത യുള്ളതിൽ കൂടുതൽ വാങ്ങുന്നവരുമല്ല; നിയമനടപടികളിൽപെടുത്താൻ വേണ്ടി അന്യരുടെ കാര്യങ്ങളിലോ ജീവിതത്തിലോ ഒളിഞ്ഞുനോക്കുന്ന വരോ അന്വേഷിക്കുന്നവരോ അല്ല താനും; നീയെന്റെ പുറം ചൊറിയൂ, ഞാൻ നിന്റെ പുറവും ചൊറിയാം എന്ന തത്വപ്രകാരം ജഡ്ജിമാരുമായി സംഘംകൂടിയവരുമല്ല; തെണ്ടികളും തട്ടിപ്പുകാരുമായി കണക്കു പേ ശുന്നവരോ, നിന്റെ യജമാനനെപ്പോലെ അവരുടെ വഞ്ചനയ്ക്ക് കൂട്ടു നിൽക്കാൻ പെണ്ണുങ്ങളെ സൂക്ഷിക്കുന്നവരോ അല്ല, എല്ലാ പൊലീസ് ഓഫീസർമാരും. ഒത്തിരിയാളുകൾ, ഒത്തിരിയൊത്തിരിപ്പേരുണ്ട്, ജന്മം കൊണ്ടും പ്രകൃതംകൊണ്ടും മാന്യരായവർ; ഒത്തിരിപ്പേരുണ്ട് മുൻപിൻ നോക്കാത്തവരോ ധിക്കാരികളോ കുലീനരല്ലാത്തവരോ അല്ലാത്തവർ; സത്രങ്ങളിൽ ചെന്ന് അപരിചിതരായവരുടെ വാളുകൾ അളന്ന് നിയമം അനുവദിക്കുന്നതിൽ ലേശമെങ്കിലും നീളം കൂടുതലുണ്ടെങ്കിൽ അവരെ നശിപ്പിക്കുന്നതുപോലെ പിടിച്ചുപറി നടത്താത്തവരും വളരെയേറെ യുണ്ട്. ശരിയാണ്, പിടികൂടുന്ന ആളുകളെ അവർ അപ്പോൾതന്നെ വിട്ട യയ്ക്കുകയില്ല, ന്യായാധിപൻമാരെയും അഭിഭാഷകരെയും പോലെ പെരുമാറുന്നു, അവരുടെ ഭാവനയ്ക്കൊപ്പിച്ച്.

ബർഗൻർദ്സാ: "എന്റെ യജമാനന് കൂടുതൽ ഉയർന്ന ലക്ഷ്യങ്ങളു ണ്ടായിരുന്നു. അദ്ദേഹത്തിന്റേത് മറ്റൊരു പ്രവർത്തനപദ്ധതിയായിരുന്നു. ശരിക്കും ഒരു കടുപ്പക്കാരനെന്ന ഭാവങ്ങളായിരുന്നു അദ്ദേഹത്തിന്. അവിഹിതമായി സ്വത്ത് വർദ്ധിപ്പിച്ചുകൊണ്ടുമിരുന്നു. യഥാർത്ഥത്തിൽ സ്വന്തം പഴ്സ് ഉപയോഗിച്ചാണ്, ഭുജബലം കൊണ്ടല്ല അദ്ദേഹം കട്ടി ക്കാരനായതെന്നു മാത്രം. ഒരുദിവസം ആറു കുപ്രസിദ്ധരായ തെമ്മാടി കളെ അദ്ദേഹം ജെറെദ് ഗേറ്റിനടുത്തുവെച്ച് ഒറ്റയ്ക്ക് ആക്രമിച്ചു. എനി ക്കും അദ്ദേഹത്തെ സഹായിക്കാൻ കഴിഞ്ഞില്ല. കാരണം എന്റെ മുഖത്ത് വായ്പട്ട പകൽ മുഴുവൻ ഘടിപ്പിച്ചിരുന്നു- രാത്രിയിലേ അതെടുത്തു മാറ്റിയിരുന്നുള്ളൂ. അദ്ദേഹത്തിന്റെ ചുണയും ധൈര്യവും ഊർജസ്വല തയും കണ്ടു ഞാൻ അതിശയിച്ചുപോയി. ആ തെമ്മാടികളുടെ കയ്യി ലുള്ള ആറു വാളുകളുടെ ഇടയിലേക്കും പുറത്തേക്കുമുള്ള ചാട്ടം, ആ വാളുകൾ ഒരുമാതിരി വളയുന്ന ചുള്ളിക്കമ്പുകളെന്ന മട്ടിൽ. എത്ര വേഗ ത്തിലാണ് അദ്ദേഹം ആക്രമിച്ചിരുന്നതെന്നത് അത്ഭുതകരമായിരുന്നു. വെട്ട്, തടയൽ, ഒഴിഞ്ഞുമാറൽ അതൊക്കെ എത്ര കണിശമായി കണക്കു കൂട്ടിയെന്നതു പോലെ - പുറകിൽനിന്നും എപ്പോഴാണ് ആക്രമണം വരി കയെന്നും കൂടി ശ്രദ്ധിച്ച് - ചുരുക്കിപ്പറഞ്ഞാൽ എന്റെ അഭിപ്രായത്തിൽ, ഈ രംഗം കണ്ടുകൊണ്ടുനിന്ന എല്ലാവരുടെയും അഭിപ്രായത്തിൽ, അദ്ദേ ഹം ഒരു രണ്ടാം റൊദാ മൊൻതേ ആയിരുന്നു - മുഴുവൻ എതിരാളിക ളെയും ജെറെദ്സ് ഗേറ്റു മുതൽ കോളജിയോ, ദെ, മയെസെ റോദ്റി

ഗോ വരെയുള്ള ഏകദേശം നൂറു വാരയിലധികം ദുരത്തേയ്ക്ക് കൊണ്ടുപോയി. അവരെ ജയിലിലടച്ചിട്ട് യുദ്ധത്തിന്റെ നേട്ടങ്ങൾ ശേഖരിച്ചു. മൂന്നു വാളുകൾ കിട്ടി. ചീഫ് ഓഫീസറെ അവ കാണിക്കാനായി അദ്ദേഹം പോയി. ചീഫ് ഓഫീസർ ആ സമയത്ത് വല്ലാദാരെസിലെ ലൈസൻഷ്യേറ്റ് സാർമിയെന്റോ ആയിരുന്നു. സായുസെദായെ തകർത്തതു മൂലം അദ്ദേഹം പ്രശസ്തനുമായിരുന്നു.

എന്റെ യജമാനൻ തെരുവുകളിലൂടെ നടക്കുമ്പോൾ ആളുകൾ അതാ ആ ധീരനായ മനുഷ്യൻ, ആൻഡലൂസിയായിലെ കൊടിയ തെമ്മാടികളെ ഒറ്റയ്ക്കു നേരിടാൻ തുനിഞ്ഞയാൾ എന്നു പറയാനെന്നപോലെ അദ്ദേഹത്തെ ചൂണ്ടിക്കാട്ടുമായിരുന്നു.

അന്നത്തെ ദിവസത്തിന്റെ ബാക്കി സമയം അദ്ദേഹം പട്ടണം മുഴുവൻ ചുറ്റിസഞ്ചരിച്ചു. മറ്റുള്ളവർ തന്നെയൊന്നു കണ്ടോട്ടെയെന്നുകരുതി മാത്രം; രാത്രിയായപ്പോൾ ഞങ്ങൾ, പൗഡർമില്ലിനടുത്തുള്ള തെരുവിലുള്ള ട്രിയാനാ എന്ന സ്ഥലത്തെത്തി, എല്ലായിടവും നോക്കികണ്ടിട്ട് തന്നെ ആരെങ്കിലും കാണുന്നുണ്ടോ എന്നു ശ്രദ്ധിച്ചതിനുശേഷം അദ്ദേഹം ഒരു വീട്ടിനുള്ളിലേക്കു കയറി. ഞാനും പുറകെ ചെന്നു. അവിടെ മുറ്റത്ത് ആ യുദ്ധത്തിൽ പങ്കെടുത്ത മുഴുവൻ തെമ്മാടികളും-അവരുടെ അപ്പോഴത്തെ വസ്ത്രങ്ങളല്ല, ഇപ്പോഴവർക്ക് വാളുകളുമില്ല - വളരെ സ്വസ്ഥമായിട്ടിരിക്കുന്നു. അവിടത്തെ ആതിഥേയനെന്നു തോന്നിക്കുന്ന ഒരാൾ, ഒരു കയ്യിൽ വലിയൊരു വൈൻ ജഗ്ഗും മറ്റേ കയ്യിൽ മദ്യശാലയിലെ ഒരു കപ്പും പിടിച്ചുകൊണ്ട്, നുരഞ്ഞു പൊന്തുന്ന വീഞ്ഞ് കപ്പിന്റെ വക്കോളം നിറച്ച് ഓരോരുത്തർക്കും നൽകുന്നു. അവരെല്ലാവരും പരസ്പരം ടോസ്റ്റ് പറഞ്ഞ് കുടിക്കാൻ തുടങ്ങുമ്പോഴേക്കും എന്റെ യജമാനനെ അവർ കണ്ടു; എല്ലാവരും അദ്ദേഹത്തിന്റെ അടുത്തേയ്ക്ക് കൈകൾ വിടർത്തി പാഞ്ഞുവന്ന് അദ്ദേഹത്തിനും ടോസ്റ്റ് പറഞ്ഞു, അദ്ദേഹം തിരികെ ഏവർക്കും ടോസ്റ്റ് പറഞ്ഞു. ആവശ്യമെങ്കിൽ അദ്ദേഹം രണ്ടു പ്രാവശ്യം ടോസ്റ്റ് പറയുമായിരുന്നു. അത്ര സൗഹൃദത്തിലായിരുന്നു അദ്ദേഹം. അവർക്കാർക്കും ഒരു ചെറിയകാര്യത്തിൽ പോലും മുഷിച്ചിലുണ്ടാക്കാതിരിക്കാനും അദ്ദേഹം അങ്ങേയറ്റം ആകാംഷയുള്ള വനായിരുന്നു.

പിന്നെ അവിടെ നടന്നതൊക്കെ പറയാൻ ഞാൻ ശ്രമിക്കുകയാണെങ്കിൽ-അവർ അത്താഴം കഴിച്ചു. കഴിഞ്ഞയുദ്ധത്തെ കുറിച്ച് സംസാരിച്ചു. കവർച്ചമുതൽ വീണ്ടും എണ്ണിത്തിട്ടപ്പെടുത്തി, അവരുടെ നിലവാ രത്തിലേക്കുയർന്ന പെണ്ണുങ്ങളും, പരീക്ഷയിൽ പരാജിതരായവരും പരസ്പരം സ്തുതിച്ചു പാട്ടുകൾ പാടി, വന്നുചേരാത്ത കൊള്ളക്കാരുടെ പേരുകൾ പരാമർശിച്ചു. വാൾപയറ്റിലെ സാമർത്ഥ്യം പരീക്ഷിച്ചു, അത്താഴത്തിനിടയിൽ എഴുന്നേറ്റ് കൈകൾകൊണ്ട് വെട്ടും തടയും ഒഴി ഞ്ഞുമാറലുമെല്ലാം നടത്തി സന്തോഷത്തിൽ ആറാടി വർത്തമാനം പറ ഞ്ഞു; അതാ അവസാനം ആതിഥേയൻ വരുന്നു. അവരെല്ലാം നേതാവും പിതാ

വുമായി ആദരിക്കുന്ന വ്യക്തി - ഇതെല്ലാംകൂടി എത്ര ശ്രമിച്ചാലും എനിക്കു രക്ഷപെടാൻ കഴിയാത്ത അഴിയാക്കുരുക്കിലേക്കെന്നെപെടുത്തുമോ എന്നു ഞാൻ ഭയക്കുന്നു.

ചുരുക്കത്തിൽ യാതൊരു സംശയവുമില്ലാതെ എനിക്കു ബോധ്യപ്പെട്ടു, മൊനിപ്പൊദിയോ എന്നു വിളിക്കപ്പെടുന്ന ഈ വീട്ടുടമസ്ഥൻ, മോഷ്ടാക്കൾക്ക് ഒരു അഭയസ്ഥാനവും വാടക കൊലയാളികൾക്ക് ഒരു വേലിക്കെട്ടുമായി നിലനിൽക്കുന്നു. എന്റെ യജമാനൻ നടത്തിയ മഹത്തായ യുദ്ധം അതിന്റെ എല്ലാ വിശദാംശങ്ങളോടെ - പിൻവാങ്ങൽ, വാളുറകൾ ഉപേക്ഷിച്ചുകളയൽ ഇതെല്ലാം - മുൻകൂട്ടി ക്രമീകരിച്ചതായിരുന്നു. അതിന് അവിടെവച്ച് അപ്പോൾ തന്നെ എന്റെ യജമാനൻ പണമായി തന്നെ പ്രതിഫലം നൽകുകയും ചെയ്തു - അത്താഴഭക്ഷണത്തിന്റെ വിലയെന്നാണ് മൊനിപ്പോദിയോ അതിനെക്കുറിച്ചു പറഞ്ഞത്. ആ അത്താഴമോ അവിടെ വന്നുകൂടിയവർക്കെല്ലാം ആഹ്ളാദം നൽകിക്കൊണ്ട് ഏതാണ്ട് നേരം വെട്ടംവീഴുംവരെ നീണ്ടുനിന്നു. ഭക്ഷണാനന്തരമുള്ള മധുരം എന്നനിലയിൽ അടുത്തയിടെ പട്ടണത്തിലെത്തിയ ഏറ്റവും പുതിയ ഒരു കൊടിയ ചട്ടമ്പിയെക്കുറിച്ചുള്ള വിവരങ്ങൾ കൈമാറി. അയാൾ ഒരു പക്ഷേ ഇവരാരേക്കാളും ഭയങ്കരനായിരിക്കാം. അതുകൊണ്ടുള്ള ശത്രുത കൊണ്ടാവാം ഇവർ അയാളെ ഒറ്റിക്കൊടുത്തത്. അടുത്ത രാത്രിയിൽ, ആ മുഷ്കരൻ നഗ്നനായി കിടക്കയിലായിരുന്നപ്പോൾ എന്റെ യജമാനൻ അവനെ പിടികൂടി. അയാളുടെ നോട്ടത്തിലും ഭാവത്തിലും നിന്ന് എനിക്കു മനസിലായി, അയാൾക്കു വസ്ത്രങ്ങളുണ്ടായിരുന്നെങ്കിൽ ഇത്ര നിഷ്പ്രയാസം കൊണ്ടുപോകാൻ അയാൾ സമ്മതിക്കുകയില്ലായിരുന്നു എന്ന്. ഇതോടെ, തലേദിവസത്തേതിനെ തുടർന്നുള്ള ഈ കീഴടക്കലോടെ, സ്വതേ ഭീരുവായ എന്റെ യജമാനന്റെ പ്രശസ്തി ത്വരിതം വളർന്നു - യഥാർഥത്തിൽ അദ്ദേഹം ഒരു മുയലിനേക്കാൾ ഭീരുവായിരുന്നു എന്നിട്ടും ഈ സൗജന്യഭക്ഷണ പാനീയങ്ങൾകൊണ്ട് ഒരു കടുപ്പക്കാരൻ എന്ന ഖ്യാതി അദ്ദേഹം നിലനിറുത്തി. ഇതിനുവേണ്ടി, തന്റെ ഉദ്യോഗം കൊണ്ടും തലച്ചോറുകൊണ്ടും നേടുന്നതെല്ലാം, ഒഴുകിപ്പൊയ്ക്കൊണ്ടുമിരുന്നു.

എന്നാൽ, അദ്ദേഹത്തിനുണ്ടായ ഒരനുഭവം, ഒരു വാക്കുപോലും കൂട്ടിപ്പറയാതെ ഞാൻ പറയാം ക്ഷമയോടെ ശ്രദ്ധിക്കുക. രണ്ടു കള്ളൻമാർ ഒരു നല്ല കുതിരയെ ആന്റെക്യൂയെറായിൽ നിന്നു മോഷ്ടിച്ചു സെവില്ല്യയിൽ കൊണ്ടുവന്നു ഒരു അപകടസാധ്യതയുമില്ലാതെ അതിനെ വിൽക്കുന്നതിനുവേണ്ടി അവർ ഒരു കപടസൂത്രം ഒപ്പിച്ചു. അതു വളരെ ബുദ്ധിപൂർവ്വവും തീർച്ചയുള്ളതുമായിരുന്നെന്നാണ് എന്റെ പക്ഷം. അവർ വേറെ വേറെ സത്രങ്ങളിൽ താമസിച്ചു. ഒരുവൻ കോടതിയിൽ ഒരു ആവലാതി ബോധിപ്പിച്ചു. പെദ്രോ ദെ ലൊസാദാ തന്നോടു കടം വാങ്ങിയ നാനൂറുറിയാൽ തനിക്കു തരാനുണ്ടെന്നും അതു ലഭിക്കാൻ വേണ്ടതു ചെയ്യണമെന്നുമായിരുന്നു ആവലാതി. പണം വാങ്ങിയപ്പോൾ

ലഭിച്ച രേഖയും കോടതിയിൽ സമർപ്പിച്ചു. സമർപ്പിക്കപ്പെട്ട രേഖ ലൊസാദാ തന്നെ നൽകിയതാണോ എന്ന് പരിശോധിച്ച്, ആണെങ്കിൽ, കൊടുക്കാനുള്ള പണത്തിന് സെക്യൂരിറ്റി നൽകാനും അല്ലാത്തപക്ഷം അയാളെ ജയിലിലാക്കാനും ഡപ്യൂട്ടിഓഫീസർ ഉത്തരവിട്ടു. എന്റെ യജമാനനും അദ്ദേഹത്തിന്റെ സുഹൃത്ത് നോട്ടറിക്കുമായിരുന്നു അന്വേഷണച്ചുമതല. ആവലാതി നൽകിയ കള്ളൻ മറ്റേ കള്ളൻ താമസിച്ചിരുന്ന സത്രത്തിലെത്തി അയാളെ കാണിച്ചുകൊടുത്തു. അയാൾ രേഖ താൻ നൽകിയതാണെന്നും പറയപ്പെടുന്ന തുക താൻ കൊടുക്കാനുള്ളതാണെന്നും സമ്മതിച്ചു. പണം കൊടുക്കുന്നതുവരെയുള്ള ഗ്യാരന്റിയായി കുതിരയെ നൽകാമെന്നും വാഗ്ദാനം ചെയ്തു. കുതിരയെ കണ്ടതോടെ എന്റെ യജമാനൻ അതിനെ നോക്കി വച്ചു - ഏതെങ്കിലും കാരണത്താൽ അതിനെ അയാൾ വിൽക്കുകയാണെങ്കിൽ തനിക്കതിനെ വാങ്ങണമെന്നായിരുന്നു ഉദ്ദേശം.നിയമം അനുശാസിക്കുന്നത്രയും കാലം കാത്തിരുന്നതിനുശേഷം കുതിരയെ അയാൾ വിൽപനയ്ക്ക് വച്ചു. അഞ്ഞൂറ് റിയാലിന് കച്ചവടം ഒരു ഏജന്റ് മുഖേന ഉറപ്പിച്ചു. എന്റെ യജമാനൻ ഏർപ്പെടുത്തിയിരുന്ന ഒരു ഏജന്റായിരുന്നു കച്ചവടം ചെയ്തത്. ഇതിന്റെ പകുതി തുകയ്ക്ക് കൂടി വിലയുള്ളതായിരുന്നു ആ കുതിര. എന്നാൽ പെട്ടെന്നുള്ള ഒരു കച്ചവടമായിരുന്നു വിൽപ്പനക്കാരന്റെ ലക്ഷ്യമെന്നതിനാൽ ആദ്യം പറഞ്ഞ തുകയ്ക്കുതന്നെ അയാൾ കച്ചവടമുറപ്പിക്കുകയായിരുന്നു. തനിക്കു കിട്ടാനില്ലാതിരുന്ന തുക ആ കള്ളൻ കൈവശപ്പെടുത്തി മറ്റേ കള്ളന് രസീതും കിട്ടി. അങ്ങനെ എന്റെ യജമാനന് കുതിരയെയും. അദ്ദേഹത്തെ സംബന്ധിച്ചിടത്തോളം അത് സെജാനൂസിലെ കുതിര അതിന്റെ യജമാനനു വരുത്തിയ നാശത്തേക്കാൾ കൂടുതൽ നാശം വരുത്തി.

അപ്പോൾ അവിടെവച്ചുതന്നെ കള്ളൻമാർ രണ്ടും സ്ഥലം കാലിയാക്കി. രണ്ടുദിവസം കഴിഞ്ഞ്, ഇതിനകം എന്റെ യജമാനൻ കുതിരയ്ക്കുവേണ്ട ആടയാഭരണങ്ങളൊക്കെ തയാറാക്കി അണിയിച്ചിരുന്നു, അദ്ദേഹം സാൻഫ്രാൻസിസ്കോ സ്ക്വയറിൽ കുതിരപ്പുറത്തു പ്രത്യക്ഷപ്പെട്ടു. ഒരു കൃഷിക്കാരൻ അയാളുടെ ഞായറാഴ്ച വേഷത്തിൽ കാണപ്പെടുന്നതിനെക്കാൾ സുന്ദര വിഡ്ഢിയായി കുതിരപ്പുറത്തങ്ങനെയിരിക്കുകയാണദ്ദേഹം. അദ്ദേഹം നടത്തിയ ഉഗ്രൻ കച്ചവടത്തെ ആളുകളൊക്കെ അഭിനന്ദിച്ചു - കുതിരയ്ക്ക് കുറഞ്ഞത് ഒരു നൂറ്റൻപത് ഡക്കറ്റ്സ് വിലമതിക്കാവുന്നതാണെന്നാണവരുടെ പക്ഷം. മുൻപേ പറഞ്ഞ ആ ചത്വരത്തെ ഒരു പ്രദർശനവേദിയായി കണക്കാക്കി, കുതിരയെ അങ്ങോട്ടുമിങ്ങോട്ടും നടത്തിയും തിരിച്ചും അദ്ദേഹം ഓരോ പ്രകടനം നടത്തിക്കൊണ്ടിരുന്നു. ഇങ്ങനെ കുതിരയെ തുള്ളിക്കുകയും ചാടിക്കുകയും തിരിക്കുകയുമൊക്കെ ചെയ്തുകൊണ്ടിരിക്കുമ്പോൾ നന്നായി വേഷം ധരിച്ച രണ്ടു മാന്യർ അടുത്തുവന്നു. അതിലൊരുവൻ പറഞ്ഞു, ദൈവമെ! ഇത് പൈദെഹിയറോയല്ലേ? എന്റെ കുതിര! ആന്റക്വെയറായിൽ വച്ച് ആരോ

മോഷ്ടിച്ചുകൊണ്ടുപോയത് അയാളുടെ കൂടെയുണ്ടായിരുന്ന നാലു സേവകരും ആണയിട്ടു പറഞ്ഞു, അത് സത്യമാണ്. അതു പൈദെഹി യേറോ തന്നെ. അന്ന് മോഷണംപോയ ആ കുതിരതന്നെ. യജമാനൻ സ്തബ്ധനായി. കുതിരയുടെ യഥാർഥ ഉടമ പരാതി കൊടുത്തു. തെളിവുകൾ ഹാജരാക്കി. വ്യക്തമായ തെളിവുകൾ. അയാൾക്ക് അനുകൂലമായി വിധിവന്നു. യജമാനന് കുതിര നഷ്ടപ്പെട്ടു. തങ്ങൾ മോഷ്ടിച്ചെടുത്ത വസ്തുവിനെ നിയമവിധേയമായിത്തന്നെ വിൽക്കുന്നതിന് ആ കള്ളൻമാർ കണ്ടെത്തിയ സമർഥമായ കപടസൂത്രം വെളിവായി. എന്റെ യജമാനന്റെ ദുരാഗ്രഹമാണ് അയാൾക്ക് കുതിരയെ നഷ്ടപ്പെടുത്തിയതെന്ന് അറിഞ്ഞ് മിക്കവരും സന്തോഷിച്ചു. അയാളുടെ ദൗർഭാഗ്യത്തിന്റെ അന്ത്യമായിരുന്നില്ല അത്. അന്നുരാത്രി ചീഫ് ഓഫീസർ തന്നെ റോന്തുചുറ്റൽ (patrol) നടത്തിക്കൊണ്ടിരിക്കു കയായിരുന്നു. സാൻജൂലിയൻ ഡിസ്ട്രിക്ടിൽ മോഷ്ടാക്കളുണ്ട് എന്ന് അറിവു കിട്ടിയിട്ടായിരുന്നു ഈ പട്രോൾ. ഒരു കവല കടന്ന് അവർ പോകവേ ഒരു മനുഷ്യൻ ഓടിപ്പോകുന്നത് അവർ കണ്ടു. ഓഫീസർ പെട്ടെന്ന് എന്റെ കോളറിൽ പിടിച്ച് തള്ളിവിട്ടുകൊണ്ട് അലറി പറഞ്ഞു; കള്ളനെ തടഞ്ഞു നിറുത്തൂ, ഗാവ്ലിൻ, പെട്ടെന്ന് പോകൂ, എന്റെ കുട്ടാ, ഗാവ്ലിൻ കള്ളനെ തടഞ്ഞു നിറുത്തൂ, തടഞ്ഞുനിറുത്തൂ. എന്റെ യജമാനന്റെ പ്രവൃത്തിദോഷങ്ങൾകൊണ്ടു മടുത്തിരുന്ന ഞാൻ ചീഫ് ഓഫീസർ പറഞ്ഞതുപോലെ ചെയ്തു, ഒരു മടിയും കൂടാതെ. ഞാൻ പാഞ്ഞുചെന്നു വീണതോ എന്റെ യജമാനന്റെ പുറത്ത്. എന്നെ തടഞ്ഞു നിറുത്താൻ അയാൾക്കു കഴിയും മുൻപേ ഞാൻ അയാളെ നിലത്തു തള്ളിയിട്ടു. പുറകെവന്നവർ എന്നെ വലിച്ചുമാറ്റിയിരുന്നില്ലെങ്കിൽ കുറെ നല്ല മുറിച്ചുകീറൽ പ്രതികാരമായി നൽകിയേനേ. എനിക്കും യജമാനനും കടുത്ത നൈരാശ്യമുണ്ടാക്കിക്കൊണ്ട് അവർ എന്നെ വലിച്ചുമാറ്റി. കോൺസ്റ്റബിൾമാർ എന്നെ ശിക്ഷിക്കാനോ അടിച്ചുകൊല്ലുവാൻ പോലുമോ താൽപ്പര്യപ്പെട്ടേനേ. എന്നു മാത്രമല്ല അങ്ങനെ ചെയ്യുകയും ചെയ്യുമായിരുന്നു, ചീഫ് ഓഫീസർ ഒരുവനും അവനെ തൊടാൻപാടില്ല. ഞാൻ പറഞ്ഞിട്ടാണ് നായ് അതു ചെയ്തത് എന്നു കർശനമായി പറഞ്ഞിരുന്നില്ലെങ്കിൽ. സൂത്രമെന്തായിരുന്നു എന്ന് എല്ലാവർക്കും മനസിലായി. ആരോടും ഗുഡ്ബൈ പറയാതെ ഞാൻ അടുത്ത ഭിത്തിയിലുണ്ടായിരുന്ന ഒരു വിടവിലൂടെ അവിടെനിന്നും രക്ഷപ്പെട്ട് നാട്ടിൻപുറത്തേക്ക് യാത്രയായി. നേരംവെളുത്തപ്പോഴേക്കും മായിറേനയിലെത്തി. സെവില്യേയിൽനിന്നും നാല് ലീഗ് അകലെയാണീഗ്രാമം. ഭാഗ്യംകൊണ്ട് അവിടെ ഒരുസംഘം പട്ടാളക്കാരെ കണ്ടെത്തി, അവർ കാർത്തജിനായിലേക്കു കപ്പലിൽ പോകാനുള്ളവരാണെന്നു കേട്ടു. ആ സംഘത്തിൽ എന്റെ യജമാനന്റെ സ്നേഹിതരായിരുന്ന നാല് കശ്മലൻമാരുമുണ്ടായിരുന്നു. അവരുടെ ഡ്രമ്മർ (ചെണ്ടക്കാരൻ/പെരുമ്പറക്കാരൻ) ഒരു കോൺസ്റ്റബിളായിരുന്ന ആളായിരുന്നു. അയാൾ സാധാരണ ഡ്രമ്മേഴ് സിനെ പോലെ തന്നെ നല്ല ഒരു

പ്രകടനക്കാരനായിരുന്നു. അവർ എന്നെ തിരിച്ചറിഞ്ഞു - എന്നോടു കുശലം പറഞ്ഞു. സ്വാഭാവികമായും അവർ യജമാനന്റെ കാര്യവും ചോദിച്ചു; ഒരു സുഹൃത്തിനെക്കുറിച്ച് ഒരു മനുഷ്യനോട് വിവരങ്ങൾ ആരായുന്നതുപോലെ. എന്നാൽ എന്നോട് കൂടുതൽ ദയ കാട്ടിയത് ഡ്രമ്മറായിരുന്നു. അതുകൊണ്ട് അയാളുമായി ഒരു ധാരണയിലെത്താൻ ഞാൻ തീരുമാനിച്ചു. അയാൾ ഈ പര്യടനത്തിൽ പങ്കെടുക്കുന്നുണ്ടെങ്കിൽ, അയാൾക്കു സമ്മതമാണെങ്കിൽ - ഈ യാത്ര എന്നെ ഇറ്റലിയിലോ ഫ്ളാൻഡേഴ്സിലോ, എത്തിക്കുകയാണെങ്കിൽ പോലും-അയാളോടൊത്തു കൂടുക. ഒരു വീട്ടുമണ്ടൻ ലോകം മുഴുവനിലും മണ്ടനായിരിക്കും എന്ന പഴഞ്ചൊല്ലുണ്ടെങ്കിലും, യാത്രകളും ആളുകളുമായുള്ള സഹവാസവും ഒരുവനെ അറിവുള്ളവനാക്കുമെന്ന് ഞാൻ പറഞ്ഞാൽ നീയും അതു സമ്മതിക്കും."

സിപ്പിയോ: "അതു വാസ്തവം. അതിപ്രഗത്ഭനായ ഒരു ഗുരു പറയുന്നതു ഞാൻ കേട്ടതായി ഓർമിക്കുന്നു. പ്രശസ്തനായ ഗ്രീക്കുനേതാവ് യുളീസസ് മഹാവിവേകിയെന്ന പേരിനർഹനായത് മറ്റൊന്നുകൊണ്ടുമല്ല, അദ്ദേഹം നടത്തിയ ധാരാളമായ യാത്രകൾ കൊണ്ടും വിവിധ രാജ്യങ്ങളിലെ വ്യത്യസ്ത ജനപദങ്ങളുമായുള്ള സമ്പർക്കത്തിലും നിന്നാണത്രേ. അതുകൊണ്ട് അവർ എങ്ങോട്ടെല്ലാം നിന്നെ കൊണ്ടു പോകുമായിരുന്നോ അങ്ങോട്ടെല്ലാം പോകാനുള്ള തീരുമാനത്തെ ഞാൻ കയ്യടിച്ചു പ്രോത്സാഹിപ്പിക്കുന്നു."

ബർഗൻദ്സാ: "വസ്തുതയെന്താണെന്നുവച്ചാൽ പണ്ടത്തേതിനെക്കാളൊക്കെ നന്നായി പ്രകടനം നടത്താൻ പെരുമ്പറക്കാരൻ ഇപ്പോൾ കഴിവുനേടി കഴിഞ്ഞിരുന്നതുകൊണ്ട് അയാളുടെ പെരുമ്പറയുടെ ശബ്ദത്തിനനുസരിച്ച് നൃത്തംചെയ്യാനും മറ്റ് അഭ്യാസങ്ങൾ കാണിക്കാനും എന്നെ പഠിപ്പിക്കാൻ തുടങ്ങി. എനിക്കല്ലാതെ മറ്റൊരു നായയ്ക്കും അതു സാധിക്കുന്നതല്ലെന്ന്, ഞാൻ അക്കാര്യങ്ങളെക്കുറിച്ച് പറയുമ്പോൾ നിനക്കു കാണാൻ കഴിയും. അവരുടെ ഔദ്യോഗിക ജോലിയുടെ ഭാഗമായുള്ള യാത്ര അവസാനിക്കാറായിരുന്നതുകൊണ്ട് കവാത്തു നടത്തം (March) കൊണ്ട് ആരും സമയം കളഞ്ഞില്ല. ക്രമവും ചിട്ടയുമൊക്കെ പാലിക്കപ്പെടുന്നുണ്ടോ എന്നു പരിശോധിക്കാനുള്ള ഉദ്യോഗസ്ഥരില്ലായിരുന്നു. ക്യാപ്റ്റനാകട്ടെ ഒരു ചെറുപ്പക്കാരനും - എന്നാൽ ഒരു മാന്യനും വളരെ നല്ലവനുമായിരുന്നു അദ്ദേഹം. ധ്വജവാഹകനാകട്ടെ വളരെക്കാലം രാജസദസുകളും വിരുന്ന് ശാലകളും വിട്ടുനിന്നിട്ടുമില്ല. സാർജന്റാവട്ടെ കൗശലക്കാരനും അതിവേഗം കാര്യങ്ങൾ ചെയ്യാൻ കഴിവുള്ളവനും. ബേസ് ക്യാമ്പുകളിൽനിന്നും പടയാളികളെ കപ്പൽ കയറാനുള്ള സ്ഥലത്തെത്തിക്കാൻ അതിസമർത്ഥൻ. ആ പട്ടാളസംഘം നിറച്ചും കശ്മലൻമാരും തോന്നും പോലെ പെരുമാറുന്നവരുമായിരുന്നു. കടന്നുപോന്ന ഗ്രാമങ്ങളിലെല്ലാം അവർ ആവുന്നത്ര തോന്ന്യവാസം കാണിച്ചാണ് കടന്നുപോന്നത് - അതുകാരണം അർഹതയില്ലാത്തവർ പോലും ശാപങ്ങളും

പ്രാക്കുകളും വാങ്ങിച്ചുകൂട്ടേണ്ടിവന്നു. തന്റെ ചില പ്രജകളുടെ തെറ്റുകൾ കാരണം മറ്റുള്ള പ്രജകൾ കുറ്റപ്പെടുത്തുന്ന നിർ ഭാഗ്യമാണ്, നല്ലവനായ രാജാവിനുണ്ടാകുന്നത്. കാരണം അവർ തമ്മിൽത്തമ്മിൽ ഉപദ്രവിക്കുന്നു. അവരുടെ യജമാനന്റേതല്ലാത്ത വീഴ്ചകൾ കാരണം. അദ്ദേഹം എത്രമാത്രം അഭിലഷിച്ചാലും ശ്രമിച്ചാലും ഈ മുറിവുകളുണക്കാൻ കഴിയില്ല; കാരണം യുദ്ധങ്ങളോടു ബന്ധപ്പെട്ട എല്ലാ കാര്യങ്ങളും അഥവാ മിക്കവാറും എല്ലാ കാര്യങ്ങളും ജനങ്ങൾക്കു കൊടുക്കുന്നത് അസൗകര്യങ്ങളും വേദനയും ദുരിതങ്ങളുമാണ്.

ചുരുക്കിപ്പറഞ്ഞാൽ രണ്ടാഴ്ചയ്ക്കുള്ളിൽ എന്റെ കഴിവുകളും, ഞാൻ യജമാനനായി തെരഞ്ഞെടുത്ത മനുഷ്യന്റെ അധ്വാനവും കൊണ്ട് ഫ്രാൻസിലെ രാജാവിനുവേണ്ടി കുതിച്ചു ചാടാനും മോശക്കാരിയായ സ്ത്രീയ്ക്കുവേണ്ടി (സത്രമുടമസ്ഥ) ചാടാതിരിക്കാനും ഞാൻ പഠിച്ചു. ഒരു പടക്കുതിരയെപ്പോലെ ചാടാനും ചക്കുവലിക്കുന്ന കഴുതയെപ്പോലെ ചുറ്റി നടക്കാനും അതുപോലെയുള്ള മറ്റു കാര്യങ്ങളും അയാൾ അഭ്യസിപ്പിച്ചു. പറയുന്നതെന്തും അപ്പോൾ ചെയ്യാതെ അൽപ്പം സാവകാശമായി ഞാൻ ചെയ്തില്ലായിരുന്നു എങ്കിൽ നായുടെ രൂപത്തിലുള്ള ഏതോ പിശാചായിരിക്കും ഇതൊക്കെ ചെയ്യുന്നതെന്ന് ജനം ചിന്തിച്ചേനെ. അയാൾ എനിക്കു വിജ്ഞൻനായ് എന്നു പേരു നൽകി. ഞങ്ങൾ ഏതെങ്കിലും സ്ഥലത്തെത്തുമ്പോളേ അയാൾ, പെരുമ്പറ കൊട്ടി ഗ്രാമമാകെ സഞ്ചരിച്ച്, വിജ്ഞൻനായുടെ അത്ഭുതപ്രകടനങ്ങൾ കാണാനാഗ്രഹിക്കുന്നവർ ഈ വീട്ടിൽ അഥവാ ഈ ഹോസ്പിറ്റലിൽ രാത്രി എട്ടുമണിക്ക് വന്ന് കാണാൻ വിളംബരം ചെയ്യുന്നു. പട്ടണത്തിന്റെ വലുപ്പമനുസരിച്ച് ഒരാൾ കൊടുക്കേണ്ട ഫീസ് എട്ട് അഥവാ നാല് മാരാവെദികൾ. ഇത്തരം പരസ്യങ്ങളുടെ ഫലമായി അവിടെയുള്ള മുഴുവൻ പേരും എന്നെ കാണാൻ വരുന്നു. പ്രകടനം കാണുന്നവരിൽ ഒരുവൻ പോലും അത്ഭുതം കൂറാതെയും ആനന്ദിക്കാതെയും സ്ഥലംവിട്ടുപോയിരുന്നില്ല. ലഭിക്കുന്ന വൻവരുമാനം യജമാനനെ സന്തുഷ്ടനാക്കി. അയാളും അയാളുടെ ആറു സുഹൃത്തുക്കളും ഈ വരുമാനം കൊണ്ട് രാജകീയ ജീവിതമാണ് നയിച്ചത്. അസൂയയും അത്യാഗ്രഹവും മൂത്ത ആ കശ്മലർ എന്നെ മോഷ്ടിച്ചു കൊണ്ടുപോകാൻ തീരുമാനിച്ചു. അതിനുള്ള അവസരം പാർത്ത് അവർ കാത്തിരുന്നു. ഒരു പണിയും ചെയ്യാതെ ജീവിതമാർഗം ലഭ്യമാകുന്ന തൊഴിലിൽ പക്ഷംകൂടാനും സഹായിക്കാനും ധാരാളം പേർ കാണും - അതാണല്ലോ സ്പെയിനിൽ ഇത്രയേറെ പാവകളിക്കാരും ഇത്രയേറെ ചിത്രപ്രദർശകരും ഉള്ളത്. മൊട്ടുസൂചികളും സേഫ്റ്റി പിന്നുകളും ബലാഡുകളും വിൽക്കുന്ന ഇത്രയേറെ ആളുകൾ ഉള്ളതും അതുകൊണ്ടുതന്നെ. അവരുടെ വിൽപ്പനചരക്കുകൾ മുഴുവനുംകൂടി വിറ്റാലും അവർക്ക് ഒറ്റദിവസം ജീവിക്കാനുള്ള വകയ്ക്ക് കാണില്ല. എന്നിരുന്നാലും വർഷം മുഴുവനും പൊതുഭക്ഷണശാലകളിലും മദ്യശാലകളിലുമാണവർ കഴിയുന്നത്! ഇതിൽനിന്നും ഞാൻ അനു

മാനിക്കുന്നത് അവർ പിന്തുടരുന്ന തൊഴിലിൽനിന്നല്ലാതെ മറ്റെന്തെങ്കിലിലും നിന്നുള്ള വരുമാനംകൊണ്ടാണ് അവരുടെ ഈ സ്ഥിരമായ കുടിച്ചുമറിയൽ നടക്കുന്നത് എന്നാണ്. ഈ ആളുകളൊക്കെ കൊള്ളരുതാത്തവരും ഒരു പ്രയോജനവുമില്ലാത്ത അലവലാതികളും വീഞ്ഞു വലിച്ചെടുക്കുന്ന സ്പോഞ്ചുകളും, റൊട്ടിതിന്നു തീർക്കുന്ന പുഴുക്കളുമാണ്.''

സിപ്പിയോ: ''അതുമതി ബർഗൻദ്സാ, കഴിഞ്ഞുപോയതൊക്കെ പോകട്ടെ. കഥതുടരുക. രാത്രി മിക്കവാറും തീരാറായി. സൂര്യനുദിക്കുന്നതോടെ നിശബ്ദതയുടെ നിഴലിലാകും നമ്മൾ - അത് എനിക്കു വലിയ താൽപ്പര്യമില്ലാത്ത കാര്യമാണ്.''

ബർഗൻദ്സാ: ''എന്നാൽ നിശ്ശബ്ദമായിരുന്ന് കേൾക്കുക. നേരത്തെ കണ്ടുപിടിച്ചതിനോടെന്തെങ്കിലുമൊക്കെ കൂട്ടിച്ചേർക്കുകയെന്നതു വളരെ എളുപ്പമായതു കൊണ്ടും പട്ടാളക്കുതിരകളെ അനുകരിക്കാൻ എനിക്കു നല്ല കഴിവുണ്ടെന്ന് കണ്ടതുകൊണ്ടും യജമാനൻ തോൽകൊണ്ട് എഴുന്നുനിൽക്കുന്നതരം ഒരു ഇരിപ്പിടം ഘടിപ്പിച്ച ചെറിയൊരു ജീനി എന്റെ പുറത്തു തയാറാക്കി അതിന്റെ മുകളിൽ മനുഷ്യന്റെ ഒരു രൂപം സ്ഥാപിച്ചു - അതിന്റെ കയ്യിൽ വളയത്തിലേറിന് ഉപയോഗിക്കുന്ന ഇനം ഒരു കുന്തവും പിടിപ്പിച്ചു. രണ്ടു തൂണുകൾക്കിടയിൽ സ്ഥാപിച്ചിരിക്കുന്ന വളയത്തിനു നേരെ പാഞ്ഞു ചെല്ലുവാൻ അയാൾ എന്നെ പഠിപ്പിച്ചു. ഞാൻ വളയത്തിലേക്ക് കുന്തം എറിയേണ്ട ദിവസം വന്നപ്പോൾ അയാൾ പ്രഖ്യാപിച്ചു. വിജ്ഞനായ നായ് ഇതാ വലയത്തിലേക്ക് കുന്തമെറിയുന്നു. കൂടാതെ, അവൻ സ്വയം കണ്ടുപിടിച്ച പുതുതും അപ്രതീക്ഷിതവും അതിസമർഥവുമായ അഭ്യാസങ്ങളും കാണിക്കുന്നു. യജമാനൻ നുണയനാണെന്നു വരാതിരിക്കാനാണ് ഞാൻതന്നെ കണ്ടുപിടിച്ചതെന്നു പറഞ്ഞത്.

അങ്ങനെ ഞങ്ങൾ നീങ്ങി. സുഖകരമായ പ്രകടനരംഗങ്ങൾ - മോൺടില്യായിലെത്തി പ്രശസ്തനും മഹാനുമായ ഒരു ക്രൈസ്തവനും, അഗിലാറിന്റെയും മോൺടില്യോയുടെയും തലവനുമായ പ്രീഗോയിലെ മാർകിസിന്റെ ആസ്ഥാനമാണിത്. അവിടെ ജനം എന്റെ യജമാനനെ അദ്ദേഹം ക്രമപ്പെടുത്തിയതനുസരിച്ച് ഉയരത്തിലുള്ള ഒരു ഹോസ്പിറ്റലിലാക്കി. പതിവു പ്രഖ്യാപനങ്ങൾ നടത്തി വിജ്ഞനായ നായുടെ അഭ്യാസങ്ങളും സാമർഥ്യവും നേരത്തേതന്നെ എല്ലാവരും അറിഞ്ഞിരുന്നതുകൊണ്ട് ഒരു മണിക്കൂറിനുള്ളിൽ മുറ്റം മുഴുവൻ ജനങ്ങളെക്കൊണ്ടു നിറഞ്ഞു. ഒരു നല്ല കൊയ്ത്തിനുള്ള അവസരമായെന്നുകണ്ട് യജമാനന് ആഹ്ലാദമായി. അയാളുടെ അഭ്യാസങ്ങൾ മുമ്പെന്നത്തേതിനെയും കവച്ചുവയ്ക്കുന്നതായി. ഒരു വീപ്പയിൽനിന്നും തള്ളിനിൽക്കുന്നതെന്നു തോന്നിക്കുന്ന ഒരു അരിപ്പവലയത്തിലൂടെയുള്ള എന്റെ ചാട്ടത്തോടെയാണ് അന്നത്തെ പ്രകടനം ആരംഭിച്ചത്. അയാൾ പതിവുള്ള ചോദ്യങ്ങളൊക്കെ ചോദിക്കുന്നു. അയാളുടെ കയ്യിലിരിക്കുന്ന വടി താഴ്ത്തുന്ന

താണ് അടയാളം. അപ്പോൾ ഞാൻ ചാടുന്നു. അന്നത്തെ ആദ്യത്തെ ആജ്ഞ അതു ജീവിക്കുന്നകാലമത്രയും ഞാൻ ഓർത്തിരിക്കും - അതിങ്ങനെയായിരുന്നു.

വരൂ, എന്റെ കുട്ടി, ഗാവ്ലാൻ, നീ അറിയുന്ന, ആ മുടി ചായം പൂശുന്ന വയസനുവേണ്ടി ഒന്നു ചാടൂ! നിനക്കതിഷ്ടമില്ലെങ്കിൽ വാൽ ദിയസ്തില്യാസിലെ വിരുന്നുമേശയിൽ പതിവായി പരിചാരിക ജോലി ചെയ്തിരുന്ന ആ ഗലീഷ്യാക്കാരി പെണ്ണില്ലേ. അവളുടെ സുഹൃത്തായ ഡോണാ പിംപിനെലാ ദെ പ്ലഫഗോണിയയുടെ പൊങ്ങച്ചത്തിനും ആഡംബര പ്രകടനത്തിനുമായി ചാടുക- ഒരു ബിരുദംപോലുമില്ലാതെ ബിരുദാനന്തര ബിരുദധാരി (ലൈസൻഷ്യേറ്റ്) എന്നെഴുതി ഒപ്പിടുന്ന, അണ്ടർ ഗ്രാഡ്വേറ്റ് പാസിലാസ്നുവേണ്ടി ചാടുക - ഓ, നീയൊരു കുഴിമടിയൻ നായാണ്. നീയെന്താണ് ചാടാത്തത്. ആ! ഇപ്പോഴാണെനിക്കു നിന്റെ കളി പിടികിട്ടിയത്. ക്വയിദാദ് റിയാലിലെ വൈൻ പോലെ പ്രസിദ്ധിയുള്ളതേത്? സാൻമാർട്ടിൻ പോലെ പ്രസിദ്ധിയുള്ളതേത്? റിബാ ദാവിയ പോലെയും പ്രസിദ്ധിയുള്ളതേത്? അതല്ലേ കീർത്തിപെറ്റ എസ്ക്വിവാസിലെ വൈൻ- ആ വൈനിനുവേണ്ടി ചാടുക.

ഇതു പറഞ്ഞുകൊണ്ട് അയാൾ കയ്യിലിരുന്ന വടി താഴ്ത്തി - ഞാൻ ചാടി - അയാളുടെ ദുഷ്ടമായ കളികൾ ഞാൻ ശ്രദ്ധിക്കുകയും ചെയ്തു. പിന്നെ അയാൾ ജനങ്ങളുടെ നേരെ തിരിഞ്ഞു.

"പ്രിയപ്പെട്ടവരെ, ഈ പട്ടിക്ക് അറിയാവുന്ന കാര്യങ്ങളെ നിസാരമായി കണക്കാക്കാമെന്നു ചിന്തിക്കരുത്. ഇരുപത്തിനാലു തരം അഭ്യാസങ്ങൾ ഞാൻ ഈ നായയെ പഠിപ്പിച്ചിട്ടുണ്ട്. അതിലെ ഏറ്റവും നിസാരമായതു കാണാൻ വേണ്ടി പോലും മൈലുകൾ നടന്നാലും നഷ്ടമില്ല. സരബൻഡ്, ചക്കോന്നെ തുടങ്ങിയ നൃത്തങ്ങൾ കണ്ടുപിടിച്ചവരെക്കാൾ നന്നായി ഇവൻ നൃത്തമാടും; ഒരു തുള്ളിപോലും കളയാതെ രണ്ടു ലിറ്റർ വൈൻ ഇവൻ അകത്താക്കും; ഒരു കപ്യാരെ പോലെ ഇവൻ സോൾ-ഫാ-മി-റേ പാടും. ഇതെല്ലാമോ അതിൽ കൂടുതലോ, അതിനെ കുറിച്ചെല്ലാം എനിക്കു പറയാൻ കഴിയുക - അവയെല്ലാം നിങ്ങൾക്കു കാണാം - ഈ പട്ടാളസംഘം ഇവിടെയുള്ള ദിവസങ്ങളിൽ. ഇപ്പോൾ നമ്മുടെ വിജ്ഞൻനായ് ഒരു ചാട്ടം കൂടി നടത്തുന്നു. അതുകഴിഞ്ഞ് കൂടുതൽ കാഠിന്യമേറിയവയിലേക്ക്."

"എനിക്കു ചെയ്യാൻ കഴിയുന്ന യാതൊന്നും വിട്ടുപോകാതെ കാണണമെന്ന് കൂടിയവരെല്ലാം തീരുമാനിച്ചു. യജമാനൻ എന്റെ നേരെ തിരിഞ്ഞു. തിരികെവരൂ, ഗാവ്ലാൻ, എന്റെ കുട്ടി, വളരെ സമർഥമായും നല്ല മെയ്വഴക്കത്തോടെയും നീ നടത്തിയിട്ടുള്ള എല്ലാ ചാട്ടങ്ങളും ഒന്നുകൂടി ആവർത്തിക്കൂ. പക്ഷേ, നീ ആജ്ഞകൾ സ്വീകരിക്കേണ്ടത്, ഈ ഗ്രാമത്തിൽ നിന്നും വന്നവളാണെന്ന് ജനം പറയുന്ന പ്രസിദ്ധയായ മന്ത്രവാദിനിയിൽ നിന്നാണ്."

അയാളിതു പറഞ്ഞുതീർന്നതും ആ ഹോസ്പിറ്റലിന്റെ ഉടമ, എഴുപതു വയസിൽ കൂടുതൽ പ്രായമുള്ള വൃദ്ധ അയാളുടെ നേരെ അലറി. എടാ, എടാ, ആഭാസാ, കപടവേഷക്കാരാ, ചതിയനായ വേശ്യാപുത്രാ ഇവിടെ ഒരു മന്ത്രവാദിനിയും ഇല്ലെടാ. നീ കമാച്ചയെ കുറിച്ചാണ് പറയുന്നതെങ്കിൽ അവൾ അവളുടെ പാപങ്ങൾക്കു വിലകൊടുത്തു. അവളെവിടെയാണെന്ന് ദൈവത്തിനേ അറിയൂ. എന്നെക്കുറിച്ചാണെങ്കിൽ, എടാ പെറുക്കി, പ്രാകൃതാ, ഞാൻ മന്ത്രവാദിനിയല്ല; ഒരിക്കലും ആയിരുന്നിട്ടുമില്ല. എപ്പോഴെങ്കിലും എനിക്കങ്ങനെ ഒരു പേരു വീണെങ്കിൽ കള്ള സാക്ഷികളും വ്യവസ്ഥയില്ലാത്ത നിയമങ്ങളും ദുരുപദിഷ്ഠനും ധൃതിക്കാരനുമായ ജഡ്ജിയുമാണ് കാരണം. ഞാനെങ്ങനെ ജീവിച്ചിരുന്നു എന്ന് എല്ലാവർക്കുമറിയാം. പ്രായശ്ചിത്തം ചെയ്തുകൊണ്ടുള്ള ജീവിതം - മന്ത്രവാദം ചെയ്ത തെറ്റിനല്ല മറ്റു വിവിധങ്ങളായ എന്റെ പാപങ്ങൾക്ക് പരിഹാരമായി. കൗശലക്കാരനായ ചെണ്ടക്കാരാ, ഈ ആശുപത്രിവിട്ട് ഉടൻ നീയിറങ്ങ്, നീ പോകുന്നില്ലെങ്കിൽ ദൈവത്തിനാണെ, എത്രയും വേഗം നിന്നെ ഇവിടെനിന്നും ചാടിക്കും. ആ വൃദ്ധയിൽനിന്നും ഒരു നദിയിൽ നിന്നെന്ന പോലെ ഭർത്സനം ഒഴുകി - എന്റെ യജമാനന്റെ നേരെ. അയാളാകെ അങ്കലാപ്പിലും വിഷമത്തിലുമായി - കാരണം, പ്രദർശനം പെട്ടെന്ന് നിശ്ചലമായി. പണം നേരത്തെതന്നെ മാറ്റിയതുകൊണ്ട് യജമാനൻ കടുത്ത തകർച്ചയിലായില്ല പ്രദർശനം മറ്റൊരു ഹോസ്പിറ്റലിൽ മറ്റൊരു ദിവസത്തേയ്ക്ക് മാറ്റി. കിളവിയെ ശപിച്ചുകൊണ്ട് ജനം പിരിഞ്ഞുപോയി. അവർ അവളെ മന്ത്രവാദിനിയെന്നും ആഭിചാരികയെന്നു മൊക്കെ വിളിച്ചു. അവരൊരു ദുർമന്ത്രവാദിനി മാത്രമല്ല ചവിട്ടിക്കൊല്ലേണ്ട അപകടകാരിയായ നാറിക്കിഴവിയാണവർ എന്നും പറഞ്ഞുകൊണ്ടാണ് അവർ പിരിഞ്ഞത്.

ഇതെല്ലാമായിരുന്നിട്ടും ഞങ്ങൾ അന്നുരാത്രി ആ ഹോസ്പിറ്റലിൽ തന്നെ കഴിഞ്ഞു. എന്നെ ഒറ്റയ്ക്ക് മുറ്റത്തു കണ്ടുമുട്ടിയ ആ കിഴവി എന്നോടു ചോദിച്ചു. അതു നീ തന്നെയാണോ, എന്റെ കുഞ്ഞ് മോൻറിയൽ? ഏതെങ്കിലും തരത്തിൽ നീ തന്നെയാണോ എന്റെ മകൻ? ഞാൻ അവരെ തന്നെ ശ്രദ്ധിച്ചുനോക്കി. അതുകണ്ട അവർ നിറകണ്ണുകളോടെ എന്റെ അടുത്തേയ്ക്കു വന്നു. എന്റെ കഴുത്തിൽ കയ്യിട്ട് എന്നെ ആശ്ലേഷിച്ചു. ഞാൻ സമ്മതിച്ചിരുന്നെങ്കിൽ അവരെന്റെ വായിൽത്തന്നെ ഉമ്മവച്ചേനെ. പക്ഷേ അതു സമ്മതിച്ചുകൊടുക്കാനെനിക്കു കഴിഞ്ഞില്ല. അത്ര അറപ്പുണ്ടാക്കുന്നതായിരുന്നു അവരുടെ സാമീപ്യം."

സിപ്പിയോ: "നീ ചെയ്തതു ശരിതന്നെ. ഒരു കിളവി ഉമ്മതരുന്നതും ഒരു കിളവിയെ ഉമ്മ വയ്ക്കുന്നതും സന്തോഷം ഉണ്ടാക്കുന്ന കാര്യമേയല്ല - അത് കേവലം ഒരു പീഡനമാണ്."

ബർഗൻദ്സാ: "ഇപ്പോൾ ഞാൻ പറയാനാഗ്രഹിക്കുന്ന കാര്യം എന്റെ കഥയുടെ ആരംഭത്തിൽ തന്നെ ഞാൻ പറയേണ്ടിയിരുന്നതാണ്. നമുക്ക് സംസാരിക്കാൻ കഴിയുന്നു എന്നതിൽ അത്രയും നാം സന്തോ

ഷിക്കേണ്ടിയിരുന്നില്ല. കാരണം ആ വയസിത്തള്ള എന്നോടു പറഞ്ഞ കാര്യങ്ങളാണ് - അവർ പറയുകയാണ്, മോൻറിയൽ, എന്റെ കുഞ്ഞേ നീ എന്റെ കൂടെ വരു. എന്റെ മുറി നിന്നെ ഞാൻ കാണിക്കാം. ഇന്നു രാത്രി നമുക്ക് അങ്ങോട്ടുമിങ്ങോട്ടും കണ്ടുകൊണ്ട് തനിയെ കഴിയാം. നീയതു ക്രമപ്പെടുത്തിയാൽ. ഞാനെന്റെ മുറിയുടെ വാതിൽ തുറന്നിട്ടേക്കാം. നിന്റെ ജീവിതത്തെ കുറിച്ച് ഒത്തിരി കാര്യങ്ങൾ എനിക്കു പറയാനുണ്ടെന്ന് നീ പ്രത്യേകം ഓർക്കണം- ഒക്കെ നിന്റെ നന്മയ്ക്കായാണ്.

അനുസരിക്കുന്നു എന്നു കാണിക്കാൻ ഞാൻ തലതാഴ്ത്തി. അപ്പോൾ അവരന്വേഷിക്കുന്ന മോൻറിയൽ എന്ന നായ് ഞാനാണെന്ന് അവർ ഉറപ്പിച്ചു. ഇത് പിന്നീട് അവർ എന്നോടു പറഞ്ഞതാണ്. രാത്രിയാകാൻ കാത്തിരിക്കുമ്പോൾ ഞാനാകെ ചിന്താക്കുഴപ്പത്തിലും ആശ്ചര്യത്തിലുമായിരുന്നു. ഈ രാത്രിയിലാണല്ലോ, ഈ രഹസ്യത്തിന്റെ അല്ലെങ്കിൽ അത്യാശ്ചര്യത്തിന്റെ അന്ത്യം കാണാൻ കഴിയുക- ആ കിളവി പറഞ്ഞതെന്തായിരിക്കുമെന്നറിയുക. അവരെ ഒരു മന്ത്രവാദിനിയെന്നു വിളിക്കുന്നത് ഞാൻ കേട്ടതാണല്ലോ. അതുകൊണ്ട് അവരെ കാണുകയും അവർ പറയുന്നതു കേൾക്കുകയും ചെയ്യുമ്പോൾ മഹത് കാര്യങ്ങൾ ഉണ്ടാകുമെന്ന് ഞാൻ കണക്കാക്കി. അവസാനം അവരും ഞാനും മാത്രം ആ മുറിയിലായിരിക്കുന്ന നിമിഷം വന്നെത്തി. പൊക്കമില്ലാത്ത, ഇരുട്ടുനിറഞ്ഞ ഒരു മുറിയായിരുന്നു അവരുടേത്.ഒരു മൺചെരാതിന്റെ മങ്ങിയ വെട്ടം മാത്രം. അവർ അതിന്റെ തിരി ശരിപ്പെടുത്തിയിട്ട് ഒരു ചെറിയ പെട്ടിയുടെ പുറത്തിരുന്നു. എന്നെ അവരുടെ അടുത്തേയ്ക്ക് വലിച്ചടുപ്പിച്ചു. ഒരു വാക്കും പറയാതെ അവർ വീണ്ടും എന്നെ ആശ്ലേഷിച്ചു. അവരെന്നെ ഉമ്മ വയ്ക്കാതിരിക്കാൻ ഞാൻ ശ്രദ്ധിച്ചു. അവരെന്നോട് ആദ്യമേ പറഞ്ഞതിതാണ്.

എന്റെ കുഞ്ഞേ, എന്റെ ഈ കണ്ണുകൾ അവസാനമായി അടയുന്നതിന് മുൻപായി നിന്നെ കാണാൻ ഉന്നതങ്ങളിൽനിന്നും അനുഗ്രഹമുണ്ടാകുമെന്ന് ഞാൻ പ്രതീക്ഷിച്ചിരുന്നു. ഇതാ ഇപ്പോൾ ഞാൻ നിന്നെ കണ്ടിരിക്കുന്നു. എന്റെ തളർന്ന ശരീരത്തിൽനിന്നും മരണം എന്റെ ജീവനെ ഇനിയെടുത്തോട്ടെ. നീയൊരു കാര്യം അറിയണം. എന്റെ കുഞ്ഞേ, ഏറ്റവും പ്രശസ്തയായ മന്ത്രവാദിനി -മോൺടില്യോ യിലെ കമാച്ചാ എന്നറിയപ്പെട്ടിരുന്ന മന്ത്രവാദിനി - ജീവിച്ചിരുന്നത് ഇവിടെ ഈ പട്ടണത്തിലാണ്. ചരിത്രഗ്രന്ഥങ്ങളിൽ പരാമർശിക്കപ്പെടുന്നു എന്നു ഞാൻ കേട്ടിട്ടുള്ളു എറിക്തോസ്, സിർസിസ്, മെഡിയാസ് എന്നിവരൊന്നും ഇവളോട് കിടപിടിക്കുന്നവരല്ലായിരുന്നു. തോന്നുമ്പോൾ മേഘങ്ങളെ മരവിപ്പിച്ചു നിറുത്താനും, അവയെക്കൊണ്ടു സൂര്യമുഖം മറയ്ക്കാനും അവൾക്കു കഴിയുമായിരുന്നു. ഏറ്റവും പ്രക്ഷുബ്ധമായ അന്തരീക്ഷത്തെ അവൾക്കാവശ്യമുള്ളപ്പോൾ ശാന്തവും സ്വച്ഛവുമാക്കാൻ അവൾക്കുകഴിഞ്ഞു. അതിവിദൂരസ്ഥലങ്ങളിലുള്ള ആളുകളെ നിമിഷം കൊണ്ട് ഇവിടെ കൊണ്ടുവരാനും, സ്വഭാവശുദ്ധി പാലിക്കുന്നതിൽ അശ്ര

ദ്ധരായിരുന്ന പെൺകുട്ടികളുടെ കന്യകാത്വം പുനഃസ്ഥാപിക്കാനുമുള്ള അത്ഭുതസിദ്ധി അവൾക്കുണ്ടായിരുന്നു. തങ്ങളുടെ ഉത്തരവാദിത്വ ങ്ങളിലൊന്നി നുപോലും കോട്ടം വരാതെ വിധവസ്ത്രീകൾക്ക് സ്വതന്ത്ര മായി പെരുമാറാൻ അവരൊരു രക്ഷാകവചമായിരുന്നു. അവൾക്കു തോന്നും പോലെ വിവാഹങ്ങൾ നടത്തികൊടുക്കുകയും വേർപെടുത്തി കൊടുക്കുകയും ചെയ്തിരുന്നു. തണുത്തുറഞ്ഞ ഡിസംബർ മാസത്തിൽ അവളുടെ പൂന്തോട്ടത്തിൽ റോസാപ്പൂക്കളുണ്ടാകും. മഞ്ഞ് പുതഞ്ഞ ജനു വരിയിൽ അവൾ ഗോതമ്പ് കൊയ്തെടുക്കും. ഒരു ചരുവത്തിലെ വെള്ള ത്തിൽ ജലസസ്യങ്ങൾ വളർത്തിയെടുക്കുന്നത് അവളെ സംബന്ധി ച്ചിടത്തോളം നിസ്സാരകാര്യം. ഒരു ദർപ്പണത്തിലോ, ഒരു കുഞ്ഞിന്റെ നഖത്തിലോ, ജീവിക്കുന്നവരോ മരിച്ചവരോ ആരായാലും നിങ്ങൾ ആവ ശ്യപ്പെടുന്ന വരെ കാണിച്ചുതരാൻ അവൾക്കു കഴിയുമായിരുന്നു. മനു ഷ്യരെ മൃഗങ്ങളാക്കി മാറ്റാൻ അവൾക്ക് കഴിയുമായിരുന്നത്രേ. ഒരു കപ്യാരെ കഴുതയാക്കി മാറ്റി ആറു വർഷക്കാലം ഉപയോഗിച്ചിരുന്നു എന്നും പറയപ്പെടുന്നു. എങ്ങനെയാണിതു സാധ്യമാക്കുന്നതെന്നു കണ്ടു പിടിക്കാൻ ഞാൻ ശ്രമിച്ചിട്ടില്ല. പഴയകാലത്തെ മാന്ത്രികർ മനുഷ്യരെ മൃഗങ്ങളാക്കി മാറ്റിയിരുന്നു എന്ന് ജനം പറയുന്നു. അതിനെക്കുറിച്ച് നന്നായറിയാവുന്നവർ തരുന്ന വിശദീകരണമനുസരിച്ച്, യഥാർത്ഥത്തിൽ, ആ മാന്ത്രികരായ മോഹിനികൾ തങ്ങളുടെ സൗന്ദര്യവും വശ്യപ്ര യോഗവും മൂലം പുരുഷൻമാരെ ആകർഷിച്ച് പ്രണയബദ്ധരാക്കി എന്താ ഗ്രഹിക്കുന്നുവോ അതെല്ലാം മൃഗങ്ങളെന്നപോലെ ചെയ്യുന്ന അവസ്ഥയി ലാക്കുന്നതായിരുന്നു പോലും. പക്ഷേ നിന്റെ കാര്യത്തിൽ അനുഭവം നേരെമറിച്ചാണ്. കാരണം യുക്തിപൂർവം ചിന്തിക്കാൻ കഴിയുന്ന ഒരു ജീവിയാണ് നീയെന്നെനിക്കറിയാം. എന്നിരുന്നാലും ഒരു നായയുടെ രൂപ ത്തിലാണ് ഞാൻ നിന്നെ കാണുന്നത്. ആളുകൾ ട്രോപ്പേലിയ (tropelia) എന്നു വിളിക്കുന്ന - അത് ഒരു വസ്തുവിനെ മറ്റൊന്നായി പ്രത്യക്ഷപ്പെ ടുത്തുന്ന വിദ്യയാണ് - ജാല വിദ്യമൂലം ചെയ്തിരിക്കുന്നതാണ് ഇത്. ഞാനും നിന്റെ മാതാവും കമാച്ചയുടെ വിദ്യാർഥികളായിരുന്നു. എന്തു കൊണ്ടോ ഞങ്ങൾക്ക് അവളോടൊപ്പം അറിവുനേടാൻ കഴിഞ്ഞില്ല എന്ന തിൽ ഞാൻ ഇപ്പോൾ ദുഃഖിക്കുന്നു. ബുദ്ധിശക്തിയോ, സാമർത്ഥ്യമോ നിശ്ചയ ദാർഢ്യമോ ഇല്ലാതിരുന്നതുകൊണ്ടല്ല, അവ ഞങ്ങൾക്കു ധാരാളമായി ഉണ്ടായിരുന്നു - അവൾ വളരെ പ്രധാനപ്പെട്ട കാര്യങ്ങൾ പഠിപ്പിച്ചിരുന്നില്ല എന്നതാണു കാരണം. അത്രമാത്രം കാര്യങ്ങൾ മൂടിവ യ്ക്കുന്ന പ്രകൃത ക്കാരിയായിരുന്നു അവർ. പ്രധാനപ്പെട്ടവയെല്ലാം അവൾ അവളുടേതായി മാറ്റിവച്ചു.

നിന്റെ അമ്മ, എന്റെ കുഞ്ഞേ, മോൻറിയേലാ എന്നാണ് വിളിക്ക പ്പെട്ടിരുന്നത് - അവൾ മിക്കവാറും കമാച്ചയോടൊപ്പം പ്രശസ്തയായി രുന്നു. എന്റെ പേര് കനിദ്സാരസ് എന്നാണ്. മറ്റു രണ്ടുപേരുടെയൊപ്പം സമർഥയല്ലായിരുന്നു ഞാൻ എങ്കിലും അവരെപ്പോലെ തന്നെ നന്നായി

കാര്യങ്ങൾ ചെയ്യാനുള്ള മോഹമുണ്ടായിരുന്നു. ഒരു വലയത്തിനുള്ളിൽ ഒരു ലീജിയൻ സാത്താൻമാരുമായി അടച്ചുപൂട്ടികഴിയുക എന്നതിൽ അവൾ കമാച്ചായെക്കാൾ താഴെയായിരുന്നില്ല. ഞാൻ എല്ലായ്പോഴും അൽപ്പം പേടിക്കാരിയായിരുന്നു. ഒരു ലീജിയന്റെ പകുതി എണ്ണവുമായി കഴിയുന്നതുകൊണ്ട് ഞാൻ പൂർണ്ണ സംതൃപ്തയായിരുന്നു. എന്നാൽ അവരോടുള്ള ബഹുമാനം പാലിച്ചു കൊണ്ടുതന്നെ ഞാൻ പറയാം, ഞങ്ങൾ മന്ത്രവാദിനികൾ ശരീരലേപനത്തിനുപയോഗിക്കുന്ന ലേപനങ്ങൾ തയാറാക്കുന്നതിൽ ഞാൻ അവർ രണ്ടുപേരേയുംകാൾ താഴെയായിരുന്നുമില്ല, അല്ലെങ്കിൽ, ഇക്കാലത്തും പിന്തുടരുന്നതും പാലിക്കുന്നതുമായ നിയമങ്ങൾ അനുഷ്ഠിക്കുന്ന ആരെക്കാളും പുറകിലല്ല ഞാൻ. നീ അറിയണമെന്ന് എനിക്കാഗ്രഹമുണ്ട് - ഞാൻ മനസിലാക്കുകയും ഇപ്പോഴും മനസിലിരിക്കുകയും ചെയ്യുന്ന ഒരു കാര്യം - അതായത് സമയത്തിന്റെ അതിദ്രുതം ചലിക്കുന്ന ചിറകുകളിലേറി പാഞ്ഞുപോവുകയാണ് ജീവിതം - അതിന്റെ പര്യവസാനത്തിലേക്ക്. വളരെ വർഷങ്ങൾക്കു മുൻപേ എന്നെ പൂർണ്ണമായും വിഴുങ്ങിയിരുന്ന ആഭിചാരകർമ്മത്തിന്റെ തിന്മകളെ ഉപേക്ഷിക്കാൻ ഞാൻ കൂടുതൽ കൂടുതലായി ആഗ്രഹിക്കുകയാണ്. ഇപ്പോൾ എന്നിൽ അവശേഷിക്കുന്നത് മന്ത്രവാദിനിയായിരിക്കുക എന്ന ഒരു സങ്കൽപ്പം മാത്രമാണ്-ഉപേക്ഷിക്കുവാൻ അതീവ വിഷമമുള്ള ഒരു തിന്മ. നിന്റെ അമ്മയും അങ്ങനെതന്നെയായിരുന്നു. അവളുടെ തിന്മകളേറെയും അവളുപേക്ഷിച്ചു. വളരെയേറെ നല്ല കാര്യങ്ങൾ ഈ ജീവിതത്തിൽ ചെയ്തു- പക്ഷേ അവസാനം അവൾ മന്ത്രവാദിനിയായി തന്നെ മരണമടഞ്ഞു. എന്തെങ്കിലും രോഗംകൊണ്ടല്ല അവൾ മരിച്ചത്.അവൾ കമാച്ചായുടെയൊപ്പം അറിവുനേടുന്ന ഘട്ടത്തിലെത്തിയിരിക്കുന്നു എന്ന് കമാച്ചാ എന്ന അവളുടെ അധ്യാപിക മനസിലാക്കി. അതുകൊണ്ട് അവൾക്കു തന്നോട് ശത്രുതയാണെന്ന് കണ്ടപ്പോഴുണ്ടായ മനോവ്യഥ അഥവാ എനിക്ക് ശരിക്കും മനസിലാക്കാൻ കഴിയാത്ത എന്തോ, അസൂയ മൂത്തുണ്ടായ കലഹം- അതുമൂലമാണവൾ മരിച്ചത്.നിന്റെ അമ്മ ഗർഭിണിയാവുകയും പ്രസവമടുത്ത സമയമെത്തുകയും ചെയ്തപ്പോൾ കമാച്ചാ സൂതികർമ്മിണിയായി വർത്തിച്ചു. അവൾ എന്തിനാണ് ജന്മംകൊടുത്തിരിക്കുന്നത്? രണ്ടു നായ്ക്കുട്ടികൾ!! അവയെ കമാച്ചാ അവളെ കാണിച്ചുകൊണ്ട് പറഞ്ഞു:

ഇതിലെന്തോ തിന്മയോ അനർഥമോ ഉണ്ട്!! പക്ഷേ സോദരീ മോൻറിയേലാ, ഞാൻ നിന്റെ സ്നേഹിതയാണ്. നിന്റെ ഈ സന്തതികളെ ഒളിപ്പിച്ചു സൂക്ഷിച്ചുകൊള്ളാം. നീ എത്രയുംവേഗം സുഖമാവുക. നിനക്ക് തീർച്ചയാക്കാം - നിന്റേതായ ഈ ദൗർഭാഗ്യം നിശ്ശബ്ദതയിൽ മറയ്ക്ക്പ്പെട്ടിരിക്കും. സംഭവിച്ചതെന്തോ അതോർത്ത് മനസ്സ് കലക്കേണ്ട നീയ്. നിന്റെ ആ സ്നേഹിതൻ പോർട്ടർ റോഡ്രിഗസുമായല്ലാതെ ആരുമായും കറങ്ങിനടന്നിട്ടില്ലെന്ന് എനിക്ക് പൂർണ്ണബോധ്യമാണെന്ന് നിന

ക്കറിയാമല്ലോ. അപ്പോൾ ഈ നായ്ക്കുട്ടികൾ വന്നത് മറ്റെവിടെയോ നിന്നാണ്, ഇതിലെന്തോ ദുരൂഹതയുണ്ട്.

ഈ വിചിത്രസംഗതിയിൽ, നിന്റെ അമ്മയും മുഴുവൻ സമയവും കൂടെയുണ്ടായിരുന്ന ഞാനും അത്ഭുതപരതന്ത്രരായി. നായ്ക്കുട്ടികളുമായി കമാച്ചാ പോയി. നിന്റെ അമ്മയെ ആശ്വസിപ്പിക്കാനായി ഞാൻ അവളോടൊപ്പം നിന്നു. തനിക്കു സംഭവിച്ചത് വിശ്വസിക്കാൻ അവൾക്കു കഴിഞ്ഞില്ല. അവരുടെ അന്ത്യദിനങ്ങളായപ്പോഴേക്കും കമാച്ചാ തിരിച്ചെത്തി. പതിനൊന്നാം മണിക്കൂറിൽ അവർ നിന്റെ അമ്മയോട് താനെങ്ങനെയാണ് അവളുടെ കുഞ്ഞുങ്ങളെ നായ്ക്കുട്ടികളാക്കിയതെന്നും അതിന്റെ കാരണം തനിക്ക് അവളോടുള്ള ചില പരാതികളാണ് (complaints) എന്നും പറഞ്ഞു. എന്നാൽ അവൾ തകർന്നുപോകേണ്ടെന്നും അവ ഒട്ടും പ്രതീക്ഷിക്കാത്ത സമയത്ത് അവയുടെ സ്വാഭാവിക രൂപത്തിലേക്ക് തിരികെ വരുമെന്നും അവൾ പറഞ്ഞു. ആ കുഞ്ഞുങ്ങൾ അവരുടെ കണ്ണുകൾകൊണ്ട് താഴെ പറയുന്നവ കാണുന്നതുവരെ ഈ പറഞ്ഞത് സംഭവിക്കാൻ കഴിയില്ല -

അതിദ്രുതമതിശക്തർ വീഴ്ത്തപ്പെടുമ്പോൾ
അതിവിനീതനത്യധികമുയർത്തപ്പെടുമ്പോൾ
കരുത്തുള്ള കരങ്ങളിതു നടത്തുന്നതിവർ
കാണും തനിരൂപമതിവേഗം കൈവരിക്കും

തന്റെ മരണസമയത്ത് ഞാൻ മുൻപേ പറഞ്ഞതുപോലെ കമാച്ചാ പറഞ്ഞതാണിത്. നിന്റെ അമ്മ അത് എഴുതിവച്ച് ഹൃദിസ്ഥമാക്കി. ഞാനുമത് മനസിലുറപ്പിച്ചു-എപ്പോഴെങ്കിലും നിങ്ങളിലൊന്നിനെയെങ്കിലും കണ്ടുമുട്ടിയാൽ പറയാനായി. നിന്നെ കണ്ടെത്താൻവേണ്ടി നിന്റെ നിറമുള്ള ഏതു നായെ കണ്ടാലും നിന്റെ അമ്മയുടെ പേരിട്ടു വിളിക്കും, പട്ടികൾക്ക് ഈ പേര് അറിയുമെന്ന് കരുതിയല്ല, പേരിട്ടുവിളിച്ചാൽ അവ മറുപടി പറയുമോ എന്നറിയാൻ. ഇന്നു വൈകുന്നേരം, നീയീ അഭ്യാസ പ്രകടനങ്ങളെല്ലാം നടത്തുന്നത് ഞാൻ കണ്ടപ്പോഴും നിന്നെ വിജ്ഞൻ നായെന്നു വിളിക്കുന്നത് കേട്ടപ്പോഴും, നിന്നെ ഞാൻ വിളിച്ചപ്പോൾ നീ തലയുയർത്തിനോക്കിയപ്പോഴും നീ മോൻറിയേലയുടെ മകനാണെന്നു ഞാൻ തീർച്ചയാക്കി. നിനക്കു സംഭവിച്ചതെന്താണെന്നും നിന്റെ യഥാർഥരൂപത്തിലേക്കു മടങ്ങുന്നതെങ്ങനെയെന്നും നിന്നോടു പറയാൻ എനിക്ക് അതിയായ സന്തോഷമാണ്. The Golden Ass ൽ അപ്പുലെയൂസ് വെറുതെ ഒരു റോസാപ്പൂവ് തിന്നുകൊണ്ട് ചെയ്തതുപോലെ വളരെ എളുപ്പമാണ് ഇതെന്നു ഞാൻ ആശിക്കുന്നു.പക്ഷേ നിന്റെ രൂപാന്തരീകരണം നിന്റെ പ്രവൃത്തികൾ കൊണ്ടല്ല, മറ്റുള്ളവരുടെ പ്രവൃത്തികളിലാശ്രയിച്ചാണിരിക്കുന്നത്. നീ ചെയ്യേണ്ടതെന്തെന്നാൽ, എന്റെ കുട്ടീ, നീ ദൈവത്തോട് പ്രാർഥിക്കുക - നിന്റെ ഹൃദയത്തിൽ. എന്നിട്ട് ഈ പ്രവചനങ്ങൾ കാത്തിരിക്കുക - അവ ശരിക്കും ദീർഘദർശനങ്ങളെന്നു വിളിക്കപ്പെടാവുന്നവയല്ല, കാരണം, അതിവേഗം ആഹ്ളാദപൂർവം വരാ

വുന്നവയല്ല അവ. എന്നാൽ നല്ലവളായ കമാച്ച അവ പ്രഖ്യാപിച്ച സ്ഥിതിക്ക് അവ കടന്നുവരികതന്നെ ചെയ്യും. നീയും, ജീവിച്ചിരിപ്പുണ്ടെങ്കിൽ നിന്റെ സഹോദരനും നിങ്ങൾ ആഗ്രഹിക്കുന്ന രൂപത്തിലാവുകയും ചെയ്യും.

എനിക്കുള്ള സങ്കടമെന്തെന്നോ? എന്റെ അന്ത്യം അടുത്തുകഴിഞ്ഞു. ഇതൊന്നും സംഭവിക്കുന്നത് എനിക്കു കാണാൻ സാധിക്കില്ല. എന്റെ നേതാവിനോട് നിങ്ങളുടെ കാര്യം എങ്ങനെയായിരിക്കുമെന്ന് ചോദിക്കണമെന്ന് വിചാരിക്കും, പക്ഷേ ഒരിക്കലും ഞാനതിനു തുനിഞ്ഞിട്ടില്ല. എന്തുകൊണ്ടെന്നാൽ നാം ചോദിക്കുന്നതിന് അയാൾ ഒരിക്കലും നേരേ മറുപടി തരില്ല- വളച്ചുതിരിച്ച രീതിയിലോ അവ്യക്തമായോ ആയിരിക്കും മറുപടി. അതുകൊണ്ട് ഞങ്ങളുടെ ഈ യജമാനനും നാഥനുമായവനോട് എന്തെങ്കിലും ചോദിക്കുന്നതുകൊണ്ടു യാതൊരു കാര്യവുമില്ല. അയാൾ ആയിരം നുണകൾ ഒരു സത്യവുമായി ചേർത്തുപറയും; അയാളുടെ ഉത്തരങ്ങളിൽനിന്ന് മനസിലാകുന്നത് അയാൾക്ക് വ്യക്തതയോടെ ഭാവിയെക്കുറിച്ച് ഒന്നും അറിഞ്ഞുകൂടാ എന്നാണ്, നടത്തുന്നതൊക്കെ വെറും ഊഹപ്രവചനങ്ങൾ മാത്രം. ഇങ്ങനെയൊക്കെ അയാൾ ഞങ്ങളോട് ഒരുപാട് കൗശലവിദ്യകൾ കാണിച്ച് ഞങ്ങളെ മടയൻമാരാക്കുമെങ്കിലും ഞങ്ങൾക്കയാളെ ഉപേക്ഷിക്കാൻ കഴിയില്ല. അയാളെ കാണാൻ എത്രമാത്രം വഴി താണ്ടിയാണെന്നോ ഞങ്ങൾ പോകുന്നത്. ഒരു വിസ്തൃതമായ വയലിൽ, ഞങ്ങൾ മന്ത്രവാദികളും മന്ത്രവാദിനികളും ഒന്നിച്ചുകൂടുന്നു. വളരെ തരംതാണ ഭക്ഷണം അയാൾ തരുന്നു. അവിടെ നടക്കുന്ന മറ്റുകാര്യങ്ങൾ സത്യത്തെയും ദൈവത്തെയും എന്റെ ആത്മാവിനെയും ഓർത്ത് ഞാൻ പറയാൻ തുനിയുന്നില്ല. അത്രയ്ക്കും നാറിയതും അറപ്പുള്ളതുമാണ് അതൊക്കെ. അതു പറഞ്ഞ് നിന്റെ ശുദ്ധമായ ചെവികളെ മലിനമാക്കാനും ഞാനില്ല - ചിലയാളുകൾ വിചാരിക്കുന്നത് ഈ സംഘംചേരൽ ഞങ്ങളുടെ വെറും ഭാവന മാത്രമാണെന്നാണ്. ഞങ്ങൾക്ക് സംഭവിച്ചിട്ടുള്ളത്, എന്ന് പിന്നീട് ഞങ്ങൾ പറയുന്നതെല്ലാം സാത്താൻ, ഭാവനയിലൂടെ ഞങ്ങളുടെ മുൻപിൽ അവതരിപ്പിക്കുന്ന പ്രതിരൂപങ്ങൾ മാത്രമെന്നും. മറ്റുള്ളവർ ഇതു നിഷേധിക്കുന്നു. അവർ പറയുന്നത് യഥാർഥത്തിൽ ഞങ്ങൾ ആത്മശരീരങ്ങളോടെ അവിടെ പോകുന്നുണ്ട് എന്നാണ്. എന്റെ അഭിപ്രായത്തിൽ ഈ രണ്ടു കാഴ്ചപ്പാടുകളും ശരിയാണ്. കാരണം ഞങ്ങൾ യഥാർഥമായിട്ടാണോ ഭാവനയിലാണോ പോകുന്നതെന്നു ഞങ്ങൾക്കറിയില്ല. ഞങ്ങളുടെ ഭാവനയിൽ ഞങ്ങൾക്കു സംഭവിക്കുന്നതെല്ലാം അത്രയേറെ അതിതീക്ഷ്ണമായ വിധത്തിലാണ് സംഭവിക്കുക. അതായത് യഥാർഥമായും സത്യമായും ഞങ്ങൾ പോകുന്ന അവസരങ്ങളിൽ നിന്നും ഈ സന്ദർശനങ്ങളെ വേർതിരിച്ചറിയാൻ നിവൃത്തിയില്ലാത്തതരത്തിൽ. ഇൻ ക്വിസിഷൻ നടത്തിയവർ അവർ പിടികൂടിയ ഞങ്ങളിൽ ഏതാനും പേരുടെമേൽ കുറേ പരീക്ഷണങ്ങൾ

നടത്തിയിട്ടുണ്ട്. എനിക്കു തോന്നുന്നത് ഞാൻ പറഞ്ഞത് ശരിയാണെന്നാണ് അവർ കണ്ടെത്തിയത് എന്നാണ്.

ഈ തിന്മയെ വിട്ടുപേക്ഷിക്കാൻ ഞാൻ താൽപ്പര്യപ്പെടുന്നു, കുട്ടീ, ഇതിനുവേണ്ടി എന്നാൽ കഴിയുന്നതെല്ലാം ഞാൻ ചെയ്തിട്ടുണ്ട്. ആതുരശുശ്രൂഷ നടത്തിക്കൊണ്ട് ഞാനെന്റെ തിരികെപ്പോക്ക് തുടങ്ങിയിരിക്കുന്നു. പാവങ്ങളെ ഞാൻ സംരക്ഷിക്കുന്നു. അവരിൽ ചിലർ മരിക്കുമ്പോൾ അവരുടെ ഇഷ്ടദാനത്തിലൂടെ നൽകുന്നത് അല്ലെങ്കിൽ അവരുടെ ഭാണ്ഡക്കെട്ടുകളിൽനിന്നും കിട്ടുന്ന സാധനങ്ങൾകൊണ്ട് ജീവിക്കാൻ മതിയായത് ലഭിക്കുന്നു. അൽപ്പസ്വൽപ്പമൊക്കെയേ ഞാൻ പ്രാർഥിക്കാറുള്ളൂ എങ്കിലും അത് നാലുപേർ കാൺകെയായിരിക്കും- കുറച്ചേറെ പരദൂഷണം ഞാൻ പറയുന്നുണ്ട്, പക്ഷേ അതു സ്വകാര്യമായിട്ടാണ്. പരസ്യമായി പാപം ചെയ്തു ജീവിക്കുന്നതിനെക്കാൾ നന്നായി കാര്യങ്ങൾ ഞാൻ നടത്തുന്നു, കപടനാട്യക്കാരിയായി വർത്തിച്ചുകൊണ്ട്. എന്റെ കഴിഞ്ഞകാലത്തെ തിന്മയായ പ്രവൃത്തികളറിയുന്നവരുടെ സ്മരണയിൽനിന്നും അതൊക്കെ ഞാനിപ്പോൾ തുടച്ചുനീക്കുകയാണ്. കപടമായ വിശുദ്ധി തീർച്ചയായും അതു പരിശീലിക്കുന്നവരെയല്ലാതെ ആരെയും ഒരിക്കലും ദ്രോഹിക്കുന്നില്ല. എന്റെ കുട്ടീ, മോൻറിയൽ ഞാനീ നൽകുന്ന ഉപദേശം പ്രത്യേകം ശ്രദ്ധിക്കുക. നിന്നെക്കൊണ്ടു കഴിയുന്ന എല്ലാവിധത്തിലും നല്ലവനായിരിക്കുക. വഷളനായേ പറ്റൂ എന്നുണ്ടെങ്കിൽ നിനക്കു കഴിയുന്നിടത്തോളം അങ്ങനെ മറ്റുള്ളവരുടെ മുൻപിൽ പ്രത്യക്ഷപ്പെടാതിരിക്കുക. ഞാനൊരു മന്ത്രവാദിനിയാണ് - ഞാനതു നിഷേധിക്കുന്നില്ല. നിന്റെ അമ്മ ഒരു മന്ത്രവാദിനിയും ആഭിചാരികയുമായിരുന്നു. അതു നിഷേധിക്കാൻ എനിക്കു കഴിയില്ല. പക്ഷേ നല്ല ഒരു പരിവേഷം ഞങ്ങൾ പ്രകടിപ്പിച്ചിരുന്നു. അത് എല്ലായിടത്തും ഞങ്ങൾക്ക് ബഹുമതി നേടിത്തരികയും ചെയ്തു.

അവൾ മരിക്കുന്നതിന് മൂന്നുദിവസം മുൻപ് ഞങ്ങൾ രണ്ടാളും പിരണീസ് പർവതനിരകളിലൂടെ ഒരു മഹായാത്ര നടത്തുകയായിരുന്നു. എന്നിട്ടും ശാന്തമായും സമാധാനത്തോടെയും അവൾ ചരമം പ്രാപിച്ചു. മരിക്കുന്നതിന് പതിനഞ്ചു മിനിറ്റ് മുൻപ് അവളിലെ ആവേശിതഭൂതത്തെ വിട്ടുകളയുമ്പോൾ മാത്രമേ അൽപ്പം അസ്വസ്ഥത കാണിച്ചുള്ളൂ. ആ അസ്വസ്ഥതയില്ലായിരുന്നെങ്കിൽ പൂക്കൾ വിതറിയ ഒരു മണവാട്ടിക്കിടക്കയിൽ അവൾ കിടക്കുകയായിരുന്നു എന്നേ ആരും കരുതുകയുണ്ടായിരുന്നുള്ളൂ. അവളുടെ രണ്ടു മക്കളെ ഓർത്ത് അവളുടെ ഹൃദയം തകർന്നിരുന്നു. മരണസമയത്തു പോലും കമാച്ചയ്ക്ക് മാപ്പുകൊടുക്കാൻ കഴിയാത്ത അത്രമാത്രം വ്യതിചലനമില്ലാത്തതായിരുന്നു അവളുടെ ഉദ്ദേശദാർഢ്യം. ഞാൻ അവളെ പുറത്തെടുത്തു കിടത്തി, അവളോടൊപ്പം കുഴിമാടംവരെ പോയി. അവിടെ അവളെ ഞാൻ വിട്ടുപോന്നു. ഇനിയൊരിക്കലും കാണാൻ കഴിയില്ലെന്നറിഞ്ഞുതന്നെ. എങ്കിലും മരിക്കും മുൻപേ അവളെ കാണാൻ കഴിയുമെന്നുള്ള പ്രതീക്ഷ ഞാൻ കൈവിട്ടിട്ടില്ല,

കാരണം, ഗ്രാമീണർ പറയുന്നത് സെമിത്തേരികളിലും വഴിക്കവലകളിലും വിവിധ രൂപങ്ങളിൽ അവൾ അലഞ്ഞുതിരിയുകയും പ്രത്യക്ഷപ്പെടുകയും ചെയ്യുന്നുണ്ട് എന്നാണ്. ഒരുപക്ഷേ, എന്നെങ്കിലും ഒരുദിവസം ഞാൻ അവളെ കണ്ടുമുട്ടിയേക്കാം. അവളുടെ മനഃസാക്ഷിയെ ശാന്തമാക്കാൻ ഞാൻ എന്തെങ്കിലും ചെയ്യണമെന്ന് അവൾ ആഗ്രഹിക്കുന്നുണ്ടോ എന്ന് അപ്പോൾ ഞാൻ അവളോടു ചോദിക്കും.

എന്റെ അമ്മയാണെന്ന് ഈ വൃദ്ധ പറഞ്ഞ സ്ത്രീയെ പുകഴ്ത്തിക്കൊണ്ട് അവർ പറഞ്ഞ ഓരോ കാര്യങ്ങളും എന്റെ ഹൃദയത്തിലേക്ക് തറഞ്ഞിറങ്ങുന്ന കഠാര പോലെയായിരുന്നു. അവരെ ആക്രമിച്ച് എന്റെ പല്ലുകൊണ്ട് കടിച്ചുകീറി കഷണങ്ങളാക്കേണ്ടതായിരുന്നു. അവർ അപ്പോഴായിരുന്ന അവസ്ഥയിൽ അവർക്ക് മരണം വരരുതെന്നുണ്ടായിരുന്നതുകൊണ്ട് മാത്രമാണ് അങ്ങനെ ചെയ്യാതിരുന്നത്. അന്നു രാത്രിയിൽ അവർ തൈലലേപനം ചെയ്ത് പതിവുള്ള യാത്രയ്ക്ക് പോവുകയാണെന്ന് ഒടുവിൽ അവരെന്നോടു പറഞ്ഞു. അവിടെ, അവരുടെ യജമാനന്റെ അടുത്തു ചെല്ലുമ്പോൾ അയാളോട് എനിക്ക് എന്തു സംഭവിക്കാനാണ് പോകുന്നതെന്ന് ചോദിക്കണമെന്നും അവർക്ക് ഉദ്ദേശ്യമുണ്ടത്രേ. അവർ പറയുന്ന ഈ തൈലലേപനം എന്താണെന്ന് അവരോട് ചോദിക്കണമെന്നുണ്ടായിരുന്നു. എന്റെ മനസിലിരുപ്പ് ഗ്രഹിച്ചതുപോലെ ഞാൻ ചോദിച്ചത് പറയും പോലെ അവർ പറഞ്ഞു.

ഈ ലേപനം, ഞങ്ങൾ മന്ത്രവാദിനികൾ ഞങ്ങളുടെ ശരീരത്തിൽ പൂശുന്ന വസ്തു, പലതരം സസ്യങ്ങളുടെ നീരുചേർത്തുണ്ടാക്കുന്നതാണ്, നല്ല തണുപ്പുള്ളതാണത്. പൊതുവായ സംസാരമുള്ളതുപോലെ ഞങ്ങൾ ശ്വാസംമുട്ടിച്ചുകൊല്ലുന്ന കുഞ്ഞുങ്ങളുടെ രക്തംകൊണ്ടുള്ളതല്ല. നിങ്ങൾ ചോദിച്ചേക്കാം സാത്താന് എന്തു ലാഭം അഥവാ സന്തോഷം കിട്ടാനാണ് ഞങ്ങളെക്കൊണ്ട് ഈ ചെറിയ കുഞ്ഞുങ്ങളെ കൊല്ലിക്കുന്നതെന്ന്. അവയ്ക്കറിയാം ഈ കുഞ്ഞുങ്ങൾ ജ്ഞാനസ്നാനം ചെയ്യപ്പെടുമ്പോൾ കളങ്കമില്ലാത്തവരും പാപമില്ലാത്തവരുമായി തീരുമെന്നും അവർ നേരെ സ്വർഗത്തിലേക്ക് പോകുമെന്നും. അവന്റെ (സാത്താന്റെ) പിടിയിൽനിന്നും രക്ഷപ്പെടുന്ന ഓരോ ക്രിസ്ത്യൻ ആത്മാവിനുംവേണ്ടി അവന് പ്രത്യേകം പ്രത്യേകം ശിക്ഷ ലഭിക്കും. എനിക്കിതിനെക്കുറിച്ച് പറയാനുള്ളത് ഒരു പഴയചൊല്ലാണ്: തന്റെ ശത്രുവിന്റെ ഒരു കണ്ണ് പൊട്ടിപ്പോകുമെങ്കിൽ തന്റെ സ്വന്തംകണ്ണുകൾ രണ്ടും പൊട്ടിക്കാൻ തയാറാകുന്ന ചിലരുണ്ട് - സാത്താനിതു ചെയ്യുന്നത് ഈ കുഞ്ഞുങ്ങളെ കൊല്ലുമ്പോൾ അവരുടെ മാതാപിതാക്കൾ അനുഭവിക്കുന്ന തീവ്രവേദനയ്ക്കുവേണ്ടിയാണ്. ചിന്തിക്കാവുന്നതിൽ അധികമായ ഏറ്റവും വലിയ വേദനയാണത്.അവനു പ്രധാനപ്പെട്ടത് ഞങ്ങളെക്കൊണ്ട് ഈ നിഷ്ഠൂരവും വഴിപിഴച്ചതുമായ കുറ്റകൃത്യം എല്ലായ്പോഴും ചെയ്യിക്കുകയെന്നതാണ്. ഞങ്ങളുടെ പാപം നിമിത്തം ദൈവം അതിലിടപെടാതിരിക്കുകയും ചെയ്യുന്നു. കാരണം അനുഭവങ്ങൾ കൊണ്ടു ഞാൻ കണ്ടിരിക്കു

ന്നത് ദൈവത്തിന്റെ അനുമതി ഇല്ലാതെ സാത്താന് ഒരു ഉറുമ്പിനെപ്പോലും ദ്രോഹിക്കാൻ കഴിയില്ല എന്നാണ്. ഇതു കൃത്യമായും ശരിയാണ്. എന്തു കൊണ്ടെന്നോ എന്റെ ഒരു ശത്രുവിന്റെ മുന്തിരിത്തോട്ടം നശിപ്പിച്ചുകളയാൻ ഒരിക്കൽ ഞാനവനോടാവശ്യപ്പെട്ടു. അതിന് സാത്താൻ നൽകിയ മറുപടി അവനതു സാധ്യമല്ല, കാരണം അതു ദൈവഹിതത്തിനെതിരാണെന്ന്.

അപ്പോൾ നീയൊരു മനുഷ്യനായിത്തീരുമ്പോൾ നിനക്കു മനസിലാക്കാൻ കഴിയും; മനുഷ്യന്റെയും, സാമ്രാജ്യങ്ങളുടെയും നഗരങ്ങളുടെയും ഗ്രാമങ്ങളുടെയും മേൽ വന്നുഭവിക്കുന്ന എല്ലാ നിർഭാഗ്യവും, ആകസ്മിക മരണം, കപ്പൽഛേദം, തകർച്ചകൾ ചുരുക്കത്തിൽ എല്ലാ ദൗർഭാഗ്യങ്ങളും - അതായത് നാശനഷ്ടങ്ങൾ എന്നു വിളിക്കപ്പെടുന്നതെല്ലാം തന്നെ സർവശക്തന്റെ കൈകളിൽനിന്നും അവന്റെ അനുമതിയോടെ വന്നുചേരുന്നതാണ്. ദ്രോഹങ്ങളും നിർഭാഗ്യങ്ങളും അതായത് കുറ്റകൃത്യങ്ങൾ എന്നു വിളിക്കപ്പെടുന്നവയെല്ലാം നമ്മിൽനിന്നും നമ്മൾ കാരണവും സംഭവിക്കുന്നതാണ്. പാപമെന്നത് ദൈവത്തിന് അസാധ്യമാണ്. അതിന്റെ അർഥം പാപത്തിന്റെ അധികർത്താക്കൾ നാം തന്നെയാണ് എന്നാണ്. അവ നമ്മുടെ ആലോചനയിലും ഉദ്ദേശ്യത്തിലും രൂപം കൊള്ളുന്നു. നമ്മുടെ വാക്കുകളിലും പ്രവൃത്തികളിലും അവ പുറത്തു വരുന്നു - ദൈവം ഇടപെടാതിരിക്കുകയും ചെയ്യുന്നു - കാരണമെന്തെന്നാൽ അതും നമ്മുടെ പാപം തന്നെ - ഇതു ഞാൻ നേരത്തെ പറഞ്ഞതല്ലോ. നിനക്ക് ഞാൻ പറയുന്നതു മനസിലാകുന്നുണ്ടെങ്കിൽ എന്റെ കുഞ്ഞേ, നീയിപ്പോൾ ചോദിച്ചേക്കാം. ആരാണെന്നെ ഒരു ദൈവശാസ്ത്രജ്ഞയാക്കിയതെന്ന്. എന്നിട്ട് നീ സ്വയം പറഞ്ഞേക്കാം, കിഴവി തേവിടിച്ചി, ശപിക്കപ്പെടട്ടെ! ഇത്രയേറെ അറിയാവുന്ന ഇവരെന്താണ് മന്ത്രവാദിനിയായിരിക്കുക എന്നതുപേക്ഷിച്ച് ദൈവത്തിലേക്കു തിരിയാത്തത്? അതും പാപം അനുവദിച്ചുകൊടുക്കുന്നതിനെക്കാൾ കൂടുതലായി പാപം ക്ഷമിക്കാൻ അവൻ തയാറായിരിക്കുന്നുവെന്ന് ഇവർ അറിഞ്ഞിരിക്കുമ്പോൾ! ഇതിന് എന്റെ ഉത്തരമിതായിരിക്കും - നീയെന്നോട് ഇങ്ങനെ ചോദിച്ചാൽ-തിന്മയുടെ പ്രവർത്തനം രണ്ടാം പ്രകൃതമായി മാറിയിരിക്കുകയാണ്, ഈ മന്ത്രവാദിനിയായിരിക്കുക എന്ന തൊഴിൽ - മാംസരക്തങ്ങളുടെ ഒരു കാര്യമായി മാറുന്നു. അതു നമ്മെ യഥാർഥത്തിൽ ആയിരിക്കുന്നതു പോലെ അഗ്നിയിൽ എരിയിക്കുമ്പോഴും, ആത്മാവിനെ വിറങ്ങലിപ്പിച്ച്, അതിൽ തന്നെയുള്ള വിശ്വാസത്തെ പ്പോലും മരവിപ്പിക്കുന്ന ഒരു ശൈത്യത്തെ കൊണ്ടുവരുന്നു. തന്മൂലം അതു സ്വയം മറക്കുന്നു. ദൈവകോപത്തിന്റെ ഭീകരതയെയോ അല്ലെങ്കിൽ ഏതൊരു മഹത്വത്തെയാണോ പങ്കുവച്ചുതരാൻ ദൈവം നമ്മെ ക്ഷണിക്കുന്നത് ആ മഹത്വത്തെയോ അത് ഓർക്കുന്നില്ല. അതു മാംസബന്ധിയും ഇന്ദ്രിയാനന്ദകരവുമായ സന്തോഷത്തിന്റെ പാപമായതിനാൽ തീർച്ചയായും അത് എല്ലാ ചേതനകളെയും അവ നിർവഹിക്കേണ്ട ധർമ

ങ്ങൾ പൂർത്തിയാക്കാൻ അനുവദിക്കാതെ നിശ്ചലമാക്കുകയും അവയെ വശീകരിച്ചു ചതിക്കുകയും ചെയ്യുന്നു. ഫലമോ ആത്മാവ് ഉപയോഗ ശൂന്യമായിക്കൊണ്ട് ദുർബ്ബലവും ചൈതന്യമറ്റതുമായി മാറുന്നു, ഒരു നല്ലചിന്തയെക്കുറിച്ച് പരിഗണിക്കാൻ പോലും സാധിക്കുന്നില്ല, ദൗർഭാഗ്യാവസ്ഥയുടെ അടികാണാ ഗർത്തത്തിലേക്ക് മുങ്ങിത്താഴാൻ അത് സ്വയം അനുവദിക്കുകയും ചെയ്യുന്നു. ദൈവം തന്റെ കരുണ കൊണ്ട് ഈ ആത്മാവ് ഈ ആഴങ്ങളിൽ നിന്നും ഉയർന്നുവരുന്നതിനായി നീട്ടികൊടുക്കുന്ന കരങ്ങളെ എത്തിപ്പിടിക്കാൻ അത് അഭിലഷിക്കുന്നുമില്ല. ഈ വിവരിച്ചതുപോലുള്ള ഒരു ആത്മാവാണ് എനിക്കുള്ളത്; എല്ലാം ഞാൻ കാണുന്നു, മനസിലാക്കുന്നു, ഇന്ദ്രിയാനു ഭൂതിബദ്ധമായ ആനന്ദത്തിന്റെ ചങ്ങലയാൽ ബന്ധിതമാണ് എന്റെ മനസ്സ്. എല്ലാ കാലത്തും ഞാൻ ആയിരുന്നതുപോലെ തന്നെ ഞാൻ തിന്മ തന്നെയായിരിക്കും.

നമുക്കിതു വിട്ട് ലേപനസംബന്ധമായ കാര്യങ്ങളിലേക്കു വരാം. ഞാൻ പറഞ്ഞതുപോലെ ലേപനങ്ങൾ അതിശൈത്യം നൽകുന്നവയാണ്. അവ ശരീരത്തിൽ പൂശുമ്പോൾ എല്ലാ ബോധതലങ്ങളിൽനിന്നും നാം വിമുക്തരാകുന്നു. തറയിൽ പൂർണനഗ്നരായി കിടക്കുന്നു. ആളുകൾ പറയുന്നത് ഞങ്ങളുടെ ഭാവനയിൽ ഞങ്ങൾ കടന്നുപോരുന്നു, എല്ലാം യഥാർഥത്തിൽ സംഭവിക്കുന്നതായി ഞങ്ങൾക്ക് അനുഭവപ്പെടുന്നു എന്നാണ്. ചിലപ്പോൾ ഞങ്ങൾ ലേപനം ചെയ്തു കഴിയുമ്പോൾ ഞങ്ങളുടെ രൂപം മാറുന്നതായി ഞങ്ങൾ കാണുന്നു. പൂവൻ കോഴികളോ മൂങ്ങകളോ കാക്കകളോ ആയിട്ടായിരിക്കും മാറുക. എവിടെയാണോ ഞങ്ങളുടെ യജമാനൻ ഞങ്ങൾക്കായി കാത്തിരിക്കുന്നത് അങ്ങോട്ടേക്ക് ഞങ്ങൾ പോവുകയായി. അവിടെ ഞങ്ങൾ ഞങ്ങളുടെ യഥാർഥരൂപത്തിലാകുന്നു- എന്നിട്ട്, നിന്നോടു പറയാൻ ഞാൻ തയ്യാറാകാത്ത ആനന്ദാനുഭവങ്ങൾ; അവയുടെ ഓർമപോലും ഒരുവന്റെ ധാർമികവിചാരങ്ങളെ കളങ്കപ്പെടുത്തും. അതുകൊണ്ട് അവയെ വിവരിക്കുന്നത് ഒഴിവാക്കാൻ നാവ് ശ്രമിക്കുന്നു.

ഇങ്ങനെയെല്ലാമാണെങ്കിലും ഞാനൊരു മന്ത്രവാദിനിയാണ്. എന്റെ അനവധിയായ തെറ്റുകളെ കപടഭക്തിയെന്ന കുപ്പായംകൊണ്ട് ഞാൻ മൂടിയിരിക്കുകയാണ്. എന്റെ നന്മകണ്ട് കുറെയാളുകളെങ്കിലും എന്നെ ആദരിക്കുകയും നന്നായി കാണുകയും ചെയ്യുന്നു എന്നത് സത്യമാണെങ്കിലും അനവധിപേർ ഞാൻ കേൾക്കെ തന്നെ എന്നെ, കോപാകുലനായ ഒരു ന്യായാധിപന്റെ രോഷത്തിലൂടെ മുദ്രയിടപ്പെട്ട പേരുകൾകൊണ്ട് കുറ്റപ്പെടുത്തുന്നുണ്ട്. പണ്ടൊരിക്കൽ ഈ ന്യായാധിപൻ നിന്റെ അമ്മയെയും എന്നെയും അയാളുടെ രോഷം തീർക്കാൻ ഒരു ശിക്ഷകനേൽപ്പിച്ചുകൊടുത്തു. അയാൾക്കു കൈക്കൂലി കിട്ടാഞ്ഞതിനാൽ അയാളുടെ മുഴുവൻ ശക്തിയും യാതൊരു വിട്ടുവീഴ്ചയുമില്ലാതെ ഞങ്ങളുടെ പുറത്തു പ്രയോഗിച്ചു. എല്ലാം പോലെ അതും കഴിഞ്ഞു

പോയി. ഓർമകൾ പോലും മാഞ്ഞു. ജീവിച്ചുകഴിഞ്ഞ ജീവിതം ഇനി ജീവിക്കാനാവില്ല. അപവാദം പറയുന്നവരുടെ നാവുക്ഷീണിക്കുന്നു. പുതിയ കാര്യങ്ങൾ വരുമ്പോൾ ഒരുവൻ പഴയതു മറക്കുന്നു. ഞാനോ ആതുരശുശ്രൂഷകയാണ്. എന്റെ പെരുമാറ്റം എനിക്ക് ഒരു മാന്യതയാണ്. ഞാൻ ലേപനം പ്രയോഗിക്കുമ്പോൾ എന്റെ സുഖാനുഭവസമയമാകുന്നു. എനിക്ക് എഴുപത്തഞ്ച് വയസുണ്ടെങ്കിലും ഒരുവർഷംപോലും ഇനി ജീവിക്കുകയില്ല എന്നുകരുതാൻ മാത്രം എനിക്കു പ്രായമായിട്ടില്ല. ഇപ്പോൾ എനിക്ക് ഉപവസിക്കാനാവില്ല, എന്റെ പ്രായം കാരണം. ഉറക്കം തൂങ്ങി പോകുന്നതുകൊണ്ട് പ്രാർഥിക്കാനാവില്ല. കാലുകളുടെ ബലക്ഷയം കാരണം തീർഥയാത്ര അസാധ്യം. ദരിദ്രയായതുകൊണ്ട് ദാന ധർമവും സാധ്യമല്ല. പരദൂഷണം എന്ന സ്വഭാവത്തിന് അടിപ്പെട്ടിരിക്കുന്നതു കൊണ്ട് നല്ല ചിന്തകൾ മനസ്സിൽ വരില്ല (നന്മ ചെയ്യുന്നതിന് ആദ്യം നല്ലകാര്യങ്ങൾ ചിന്തിച്ചേ മതിയാവൂ). എന്റെ എല്ലാ ചിന്തകളും തിന്മകളാൽ ബന്ധിതമാണ്. എന്നിരുന്നാലും എനിക്കറിയാം ദൈവം നല്ലവനും കരുണയുള്ളവനുമാണെന്നും എനിക്കെന്താണു സംഭവിക്കുകയെന്ന് അവൻ അറിയുന്നു എന്നും. അതുമതി. ഈ സംഭാഷണം, ഇതെന്നെ ദുഃഖിതയാക്കുന്നു, ഇതിന് ഇവിടെ അവസാനം കുറിക്കാം. വരൂ. എന്റെ കുഞ്ഞേ, ഞാൻ ലേപനം നടത്തുന്നതു നിരീക്ഷിക്കുക. ഓരോ വിചാരണയും പ്രയാസരഹിതമാണ്, വയർ നിറഞ്ഞിരുന്നാൽ. സൂര്യൻ പ്രകാശിക്കുമ്പോൾ വൈക്കോൽ തയാറാക്കുക. കാരണം നീ പൊട്ടിച്ചിരിക്കുമ്പോൾ നിനക്കു വിലപിക്കാനാവില്ല. ഞാൻ ഉദ്ദേശിക്കുന്നതെന്തെന്നുവച്ചാൽ, സാത്താൻ നമുക്കു തരുന്ന സുഖാനുഭവം കപടവും മായികവുമാണ് എങ്കിലും അവ സന്തോഷമെന്നപോലെ കാണപ്പെടുന്നു. ആഹ്ളാദം അനുഭവിക്കുന്നതിനെക്കാൾ അതു ഭാവന ചെയ്യുന്നതു നല്ലതാണ്. യഥാർഥ സുഖാനുഭവങ്ങളെ സംബന്ധിച്ചിടത്തോളം നേരെ മറിച്ചാണെങ്കിലും.

ഈ നീണ്ട പ്രഭാഷണം അവസാനിപ്പിച്ച ശേഷം, അവർ എഴുന്നേറ്റു വിളക്കു കയ്യിലെടുത്ത് കുറേക്കൂടി ചെറിയ മറ്റൊരു മുറിയിലേക്ക് കടന്നു. ഞാൻ പിൻതുടർന്നു. എല്ലാ തരത്തിലുമുള്ള ഒരായിരം ചിന്തകൾ എന്നെ ആകുലനാക്കി. ഞാൻ കേട്ടതും കാണാമെന്നു പ്രതീക്ഷിക്കുന്നതുമായ കാര്യങ്ങളിൽ അത്ഭുതപ്പെട്ടു. കനിദ്സാരസ് വിളക്ക് ഭിത്തിയിൽ തൂക്കിയിട്ടു. എന്നിട്ട് അതിവേഗത്തിൽ അവർ വസ്ത്രങ്ങൾ, ഉള്ളുടുപ്പ് വരെ, അഴിച്ചുമാറ്റി. ഒരു മൂലയിലിരുന്ന ഒരു സ്ഫടികപാത്രമെടുത്ത് അതിനുള്ളിൽ കൈകടത്തി, എന്തൊക്കെയോ പിറുപിറുത്തുകൊണ്ട് തല മുതൽ പാദങ്ങൾ വരെ ലേപനം ചെയ്തു. ലേപനം പൂർത്തിയാകും മുൻപ് തന്നെ അവർ പറഞ്ഞിരുന്നു, അവളുടെ ശരീരം നിശ്ചലമായി മുറിയിൽ കിടക്കുകയാണെങ്കിലും, അഥവാ അപ്രത്യക്ഷമാവുകയാണെങ്കിലും ഭയപ്പെടരുതെന്നും അടുത്ത ദിവസം വരെ അവിടെ കാത്തിരിക്കുന്നതിൽ പരാജയപ്പെടാൻ പാടില്ലെന്നും, കാരണം ഞാൻ ഒരു മനുഷ്യനായി

മാറുന്നതുവരെ, ഏതൊക്കെ അവസ്ഥയിലൂടെ കടന്നു പോകണമെന്ന് ഞാൻ മനസിലാക്കണം. തലതാഴ്ത്തിക്കൊണ്ട് അങ്ങനെ ചെയ്യാമെന്ന സമ്മതം ഞാൻ പ്രകടിപ്പിച്ചു. അപ്പോഴേക്കും ലേപനം പൂർത്തിയാക്കിയ അവർ തറയിൽ നീണ്ടുനിവർന്നു കിടന്നു, മരിച്ചുകിടക്കയാണെന്നതു പോലെ - ഞാൻ എന്റെ വായ് അവളുടെ വായിൽ ചേർത്തു പിടിച്ചു. അവളുടെ ശ്വാസോച്ഛ്വാസം പൂർണ്ണമായും നിന്നിരിക്കുന്നതായി കണ്ടു.

ഞാൻ തുറന്നുപറയട്ടെ, എന്റെ സ്നേഹിതാ, യഥാർഥത്തിൽ ഞാൻ വളരെയേറെ ഭയപ്പെട്ടു. ആ മുറിയിൽ ഞാൻ അടച്ചുപൂട്ടപ്പെട്ടിരിക്കുന്നു. ആ ജീവി എന്റെ മുൻപിലും. അവളെക്കുറിച്ച് ഒരു വിവരണം തരാം, എന്നെക്കൊണ്ടു കഴിയുംപോലെ. ഏഴടിയിൽ കൂടുതൽ നീളം. ശരീരം മുഴുവൻ എല്ലുകൾ പുറത്തേക്കുന്തിയിരിക്കുന്നു. പരുത്ത, കട്ടിയുള്ള, രോമാവൃതമായ കറുത്ത തൊലി. വയറിന്റെ തൊലിമടക്കുകൾ (അവ ആട്ടിൻതോലു പോലുണ്ട്) കൊണ്ട് ഗുഹ്യപ്രദേശം എന്നു മാത്രമല്ല ആ തോൽപാളികൾ തുടകൾവരെയും മറച്ചിരിക്കുന്നു. മുതുക്കിപ്പശുക്കളുടെ മുലകൾ പോലെ ചുളിഞ്ഞ് ഉണങ്ങിയ മുലഞെട്ടുകൾ. പല്ലുകൾ കൊഴിഞ്ഞുപോയിരിക്കുന്നു. ഇരുണ്ട ചിറികൾ. ഒരുവശത്തേക്കു ചരിഞ്ഞുവളഞ്ഞ നാസിക. തുറിച്ച കണ്ണുകൾ, ചിതറി കിടക്കുന്ന മുടി; കവിളെല്ലുകൾ തള്ളിനിൽക്കുന്ന മുഖം; തൊലി ചുളുങ്ങി ചുരുങ്ങിയ കഴുത്ത്; ചുക്കിചുളിഞ്ഞ സ്തനങ്ങൾ. എത്രമാത്രം ബീഭത്സവും അറപ്പുളവാക്കാവുന്നതുമാകാം അത്രമാത്രം അറപ്പും വെറുപ്പുമുളവാക്കുന്ന ബീഭത്സരൂപം. അവരെ ശ്രദ്ധിച്ചുനോക്കിക്കൊണ്ടിരുന്നപ്പോൾ പെട്ടെന്ന് ഭയം എന്നെ വിഴുങ്ങി. അവളുടെ ശരീരത്തിന്റെ വൈരൂപ്യത്തെക്കുറിച്ചും സ്വന്തം ആത്മാവിനെ ഏതു തിന്മയ്ക്കുവേണ്ടി ഉപേക്ഷിച്ചുകളയുന്നുവോ ആ തിന്മയെക്കുറിച്ചും ഞാൻ ചിന്തിച്ചു. അവർക്ക് ബോധം തിരികെ കിട്ടുമോ എന്നറിയാൻ അവരെ കടിക്കാൻ എനിക്കുതോന്നി. ആ ശരീരത്തിലെവിടെയാണ് കടിക്കുക. അറപ്പില്ലാതെ കടിക്കാവുന്ന ഒരു സ്ഥലവും കണ്ടില്ല. എന്നിരുന്നാലും അവരുടെ കുതികാലിൽ ഞാൻ കടിച്ചുപിടിച്ച് അവരെ വലിച്ച് മുറ്റത്തു കൊണ്ടുവന്നു. അപ്പോൾ പോലും ബോധമുള്ളതിന്റെ യാതൊരു ലക്ഷണവും അവർ കാണിച്ചില്ല. ആ തുറസായ സ്ഥലത്ത്, ആകാശം കാണാവുന്ന ആ സ്ഥലത്ത് വന്നതോടെ എന്റെ ഭയം നീങ്ങി - കുറഞ്ഞത് ഭയത്തിന്റെ ബന്ധനം നീങ്ങി. ആ പാപിനിയായ സ്ത്രീയുടെ പ്രവൃത്തികളുടെ അവസാനമെന്തെന്നു കാണാനും എന്റെ കാര്യങ്ങളെക്കുറിച്ച് അവർ പറയാനുദ്ദേശിക്കുന്നതെന്തെന്ന് അറിയാനും വേണ്ടിയെങ്കിലും കാത്തിരിക്കാൻ എനിക്കു കഴിയുമെന്നായി.

ഞാനവിടെ അങ്ങനെ കാവലിരുന്നപ്പോൾ എന്റെ മനസിലൂടെ നിരവധി ചോദ്യങ്ങൾ കടന്നുവന്നു. ഈ പാപിനിയായ വൃദ്ധയെ ഇത്രമാത്രം കാര്യവിവരമുള്ളവളും ഇത്രമാത്രം ദൗഷ്ട്യം മൂത്തവളുമാക്കി മാറ്റിയതാരാണ്? ഉപദ്രവകരവും കുറ്റകരവുമായ ഈ തിന്മയെക്കുറിച്ച് ഇത്രയേറെ അറിവ് എങ്ങനെ ഇവർക്കു ലഭിച്ചു? ദൈവിക പ്രവർത്തനങ്ങളെ

ക്കുറിച്ച് ഇത്രയേറെ ഗ്രഹിക്കുകയും പറയുകയും ചെയ്യുകയും സാത്താ ന്റെ പ്രവർത്തനങ്ങൾ ഇത്രയേറെ നടത്തുകയും ചെയ്യുന്നതെങ്ങനെ? അജ്ഞതയെന്ന ഒഴികഴിവുപോലുമില്ലാതെ ഇങ്ങനെ മനഃപൂർവമായി പാപം ചെയ്യുന്നതെങ്ങനെ?

ഇവയെക്കുറിച്ചൊക്കെ ഞാൻ ചിന്തിച്ചിരുന്നു. രാത്രി പോയി. പകൽ കടന്നുവന്നു. ഞങ്ങൾ രണ്ടും മുറ്റത്തിന്റെ മധ്യത്തിൽ. അവർ ഇപ്പോഴും അബോധാവസ്ഥയിൽ. ഞാൻ വളരെ ശ്രദ്ധയോടെ അവരുടെ അരികിൽ ആ വൃത്തികെട്ട ഭയപ്പെടുത്തുന്ന രൂപത്തെ ഉറ്റുനോക്കി കുത്തിയിരിക്കു ന്നു.ഹോസ്പിറ്റലിൽനിന്നും ആളുകൾ പുറത്തേക്കുവന്നു. അവർ ഈ രംഗം കണ്ട് സഹതപിച്ചു. വയസി കരിദ്സാരെസ് മരിച്ചിരിക്കുന്നു. നോക്ക്, അവളുടെ പ്രായശ്ചിത്ത പ്രവൃത്തികൾ അവളെ എത്രമാത്രം അസ്ഥി മാത്രമായ വികൃത രൂപമാക്കി മാറ്റിയെന്ന്. കുറെകൂടി പ്രാ യോഗിക ബുദ്ധിയുള്ളവർ അടുത്തു വന്ന് അവരുടെ നാഡിയിടിപ്പു പരി ശോധിച്ചു. ഹൃദയം സ്പന്ദിക്കുന്നുണ്ടെന്നും അവർ മരിച്ചിട്ടില്ലെന്നും ഗ്രഹിച്ച അവർ കിഴവി ഒരു നിർവൃതി അവസ്ഥയിലാണെന്നും, കലർ പ്പില്ലാത്ത നന്മ കാരണം അവർ ഒരു പരമാനന്ദാവസ്ഥയിൽ പതിച്ചിരി ക്കുകയാണെന്നും അനുമാനിച്ചു. ഒരു സംശയവുമില്ല, ഈ കിഴവി തേവി ടിച്ചി ഒരു മന്ത്രവാദിനി തന്നെയാണെന്ന കാര്യത്തിൽ. അവർ സ്വയം ലേപനം നടത്തുകയായിരുന്നു. കാരണം വിശുദ്ധർ ഇത്തരത്തിൽ വികൃ തമായ ഹർഷോന്മാദാവസ്ഥയിലെത്തുകയില്ല. ഇക്കാലംവരെയും ഒരു വിശുദ്ധയെന്നതിനെക്കാൾ ഒരു മന്ത്രവാദിനിയായിട്ടാണ് ഇവരെ ഞങ്ങൾ അറിയുന്നത് എന്ന് വേറെ ചിലരും അഭിപ്രായപ്പെട്ടു. മറ്റുചിലർ അവ രുടെ തലയിൽ മൊട്ടുസൂചി കുത്തിയിറക്കിനോക്കുന്നിടംവരെയെത്തി കാര്യങ്ങൾ. അപ്പോൾപോലും നമ്മുടെ ആ നിദ്രാസുന്ദരി അനങ്ങിയ തേയില്ല. രാവിലെ ഏഴുമണിവരെയും അവർക്കു ബോധം തിരികെ വന്നില്ല. ഒടുവിൽ അവൾ സാവകാശം ബോധാവസ്ഥയിലേയ്ക്കെത്തി. ശരീരത്തിലെങ്ങും സൂചിക്കുത്തുകൾ, കാലിന്റെ ഉപ്പൂറ്റിയിൽ കടികിട്ടിയ തിന്റെ മുറിവ്, വലിച്ചിഴച്ചുകൊണ്ടുവന്നതിന്റെ പരിക്ക് ശരീരമെങ്ങും, തന്നെ തുറിച്ചുനോക്കുന്ന നിരവധി കണ്ണുകളുടെ മുൻപിൽ വിവസ്ത്ര യായ നിലയിൽ താൻ! എന്താണു കാരണമെന്ന് അവർ ചിന്തിച്ചു - ശരിയായിതന്നെ ചിന്തിച്ചു, ഞാനാണിതിന്റെയെല്ലാം കാരണമെന്ന്. അവരെന്നെ കടന്നാക്രമിച്ചു. രണ്ടു കൈകളും എന്റെ കഴുത്തിൽ മുറുക്കി. എന്നെ ശ്വാസംമുട്ടിക്കാനായി അവരുടെ ശ്രമം. നീ, നന്ദികെട്ട, അറിവി ല്ലാത്ത, നീചനായ തെമ്മാടി. ഞാൻ നിന്റെ അമ്മയ്ക്കുവേണ്ടി ചെ യ്തതും നിനക്കുവേണ്ടി ചെയ്യാൻ ഉദ്ദേശിച്ചതുമായ നല്ലകാര്യങ്ങൾക്കുള്ള പ്രതിഫലം? എന്നിങ്ങനെ അലറി പറഞ്ഞു കൊണ്ടായിരുന്നു അവരുടെ ആക്രമണം. മനുഷ്യമുഖമുള്ള ഈ ദുഷ്ടപക്ഷിയുടെ നഖങ്ങളിൽപെട്ട് എന്റെ ജീവൻ നഷ്ടപ്പെടുമെന്നു കണ്ട് അവളുടെ വയർമടക്കുകളിൽ കടിച്ചുകുടഞ്ഞ് അവളെ ആ മുറ്റം മുഴുവൻ ഞാൻ തള്ളിക്കൊണ്ട് നടന്നു.

ഈ ദുഷ്ടാരൂപിയുടെ വായിൽ നിന്നും വിടുവിക്കണേയെന്ന് ഈ സമയമത്രയും അവർ അലറികരഞ്ഞു കൊണ്ടുമിരുന്നു.

ആ ദുഷ്ടയുടെ വാക്കുകളുടെ സ്വാധീനത്തിൽ കണ്ടുനിന്നിരുന്നവരിൽ മിക്കവരും കരുതിയത്, നല്ല ക്രിസ്ത്യാനികളോട് സ്ഥിരമായി ശത്രുത പുലർത്തുന്ന സാത്താൻമാരിൽ ഒന്നാണ് ഞാനെന്നാണ്.കുറെ പേർ വന്ന് എന്റെ ശരീരത്തിലേക്ക് വിശുദ്ധജലം ഒഴിച്ചു. എന്റെ അടുത്തുവന്ന് എന്നെ വലിച്ചുമാറ്റാൻ ആരും തുനിഞ്ഞില്ല. കുറെയാളുകൾ, എന്നെ ഉച്ചാടനം ചെയ്യാനുള്ള കർമ്മം നടത്താൻ വിളിച്ചുപറഞ്ഞു. കിഴവി മുരണ്ടുകൊണ്ടിരുന്നു. എന്റെ പല്ലുകൊണ്ടുള്ള കടിച്ചു പിടിത്തം ഞാനും തുടർന്നു. കലാപം വർദ്ധിച്ചുകൊണ്ടിരുന്നു. ബഹളം കേട്ട് അവിടെയെത്തിയ എന്റെ യജമാനൻ, ഞാൻ ഒരു സാത്താനാണെന്ന് ജനങ്ങൾ പറയുന്നതു കേട്ട് ആകെ അങ്കലാപ്പിലായി. ഉച്ചാടനമന്ത്രങ്ങളെക്കുറിച്ചൊന്നുമറിയാത്ത കുറെയാളുകൾ മൂന്നുനാലു മുട്ടിത്തടികളുമായി വന്ന് എന്റെ പുറത്തു പ്രയോഗിക്കാൻ തുടങ്ങി. ഞാൻ ഈ കളി മടുത്തു. വൃദ്ധയുടെ മേലുള്ള കടിവിട്ടു. ഏതാനും കുതിക്കലുകൾകൊണ്ട് ആ തെരുവും ആ പട്ടണവും വിട്ട് പാഞ്ഞു. ഒരു സംഘം കുട്ടികൾ ബഹളം വച്ച് എന്റെ പുറകെയും. നോക്കിക്കേ, ഇതേ, വിജ്ഞൻ നായ്ക്ക് പേപിടിച്ചേ, പേയല്ല,, അത് നായുടെ രൂപത്തിലൊരു ചെകിത്താനാണേ എന്നൊക്കെ കൂവിക്കൊണ്ടാണ് കുട്ടികൾ പുറകേ പാഞ്ഞത് ഇതിനെല്ലാമിടയിൽ ഞാൻ പട്ടണം വിട്ടു, തീർച്ചയായും ഞാനൊരു സാത്താനാണെന്നു കരുതിയ ജനക്കൂട്ടം മണികൾ കിലുക്കി എന്റെ പുറകേ. ഉന്മാദാവസ്ഥയിൽ നിന്നുണർന്ന കിഴവി വിളിച്ചു പറഞ്ഞതു കേട്ടതും അവിടെ നടന്നതൊക്കെ കണ്ടതും കൊണ്ടാണ് ജനം ഇങ്ങനെ വിശ്വസിച്ചത്. അതിവേഗം ഞാൻ പാഞ്ഞു. അവരുടെ കണ്ണിൽ നിന്ന് മറഞ്ഞു. ജനം ധരിച്ചത് ഒരു സാത്താനെപ്പോലെ ഞാൻ അപ്രത്യക്ഷനായെന്നാണ്. വെറും ആറു മണിക്കൂർ കൊണ്ട് ഏകദേശം പന്ത്രണ്ട് ലീഗ് അകലെയുള്ള ഗ്രനാഡായിലെ ഒരു വയലിൽ തമ്പടി ച്ചിരുന്ന ഒരു ജിപ്സി ക്യാമ്പിൽ ഞാനെത്തി. അവിടെ ഞാൻ നിന്നു. ഞാനാണ് വിജ്ഞൻനായയെന്ന് ചില ജിപ്സികൾ തിരിച്ചറിഞ്ഞു സന്തോഷത്തോടെ എന്നെ സ്വാഗതം ചെയ്തതുകൊണ്ടാണ് ഞാൻ നിന്നത്. എന്നെ അന്വേഷിച്ച് ആരെങ്കിലും വന്നാൽ കണ്ടുപിടിക്കപ്പെടാതിരിക്കാൻ അവർ എന്നെ ഒരു ഗുഹയിൽ ഒളിപ്പിച്ചു. പിന്നീടെനിക്കു മനസിലായി, പെരുമ്പറക്കാരൻ യജമാനനെപ്പോലെ തന്നെ എന്നെക്കൊണ്ട് ആദായമുണ്ടാക്കാമെന്നാണവർ കരുതിയതെന്ന്. മൂന്നാഴ്ച്ചക്കാലം ഞാൻ അവരുടെകൂടെയായിരുന്നു. ഈ കാലംകൊണ്ട് അവരുടെ ജീവിതം ആചാരങ്ങൾ തുടങ്ങിയവ ഞാൻ നിരിക്ഷിച്ചു മനസിലാക്കി.. അവ പ്രതി പാദിക്കാൻ കൊള്ളാവുന്നതായതിനാൽ ഞാനതു നിന്നോടു പറയാം.

സിപ്പിയോ: നീ കഥ തുടരും മുൻപ് മന്ത്രവാദിനി പറഞ്ഞതിനെക്കുറിച്ച് ചിന്തിക്കണം... അതുപോലെ നീ വിശ്വസിക്കാൻ തയാറായി

രിക്കുന്ന, ഈ വെറും നുണ ശരിയാകാൻ സാധ്യതയുണ്ടോ എന്ന് കണ്ടുപിടിക്കുകയും വേണം നോക്കൂ ബെർഗൻദ്സാ കമാച്ചായ്ക്ക് മനുഷ്യരെ മൃഗങ്ങളാക്കി മാറ്റാൻ കഴിയുമെന്നും ആ കപ്യാർ വർഷങ്ങളോളം കഴുതയുടെ രൂപത്തിൽ അവളെ സേവിച്ചു എന്നും പറയുന്നത് അങ്ങേയറ്റത്തെ അസംബന്ധമാണ്. ഈ കാര്യങ്ങളും ഇതുപോലെയുള്ള മറ്റു കാര്യങ്ങളുമെല്ലാം വെറും തട്ടിപ്പും നുണയുമാണ്. അല്ലെങ്കിൽ സാത്താൻെറ പ്രകടനങ്ങൾ. ഇപ്പോൾ നമുക്ക് സംസാരിക്കാൻ കഴിയുന്നു. അത് ആശ്ചര്യകരവും അപ്രതീക്ഷിതവുമാണെന്ന് നേരത്തെ നമ്മൾ പറഞ്ഞു. നാം നായ്ക്കളാണ്. അഥവാ നായയുടെ രൂപത്തിലുള്ളവർ. എന്നിട്ടും നാം സംസാരിക്കുന്നു. നമുക്കിപ്പോൾ ഗ്രഹണശക്തിയും യുക്തിചിന്തയും ഉള്ളതായിട്ടാണ് കാണുന്നത്. ഇതൊക്കെ അനുഭവവേദ്യമാണ് എങ്കിലും എന്താണ് നമ്മൾ വിശ്വസിക്കേണ്ടതെന്ന് ഇതിന്റെയെല്ലാം പരിണതഫലം നമുക്ക് കാണിച്ചു തരുന്നതുവരെ നാം കബളിപ്പിക്കപ്പെടരുത്. കുറേക്കൂടി വ്യക്തമാക്കണമെന്നു തോന്നുന്നുണ്ടോ? എന്തൊരു വ്യർത്ഥവും പരിഹാസ്യവുമായ കാര്യങ്ങളെ അടിസ്ഥാനമാക്കിയാണ് കമാച്ചാ മനുഷ്യരൂപത്തിലേക്കുള്ള നമ്മുടെ മാറ്റത്തെക്കുറിച്ച് പ്രസ്താവിച്ചത്. അപ്പോൾ നിനക്ക് മനസിലാകും നീ പ്രവചനങ്ങളെന്നു കണക്കാക്കുന്ന കാര്യങ്ങൾ തലയില്ലാത്ത കുതിരയും മാന്ത്രികദണ്ഡും പോലെ ശൈത്യകാല രാത്രികളിൽ അടുപ്പിനരികിലിരുന്ന് സമയം കളയാൻ കൊള്ളാവുന്ന യക്ഷിക്കഥകളോ മുത്തശ്ശികഥകളോ അല്ലാതെ യാതൊന്നുമല്ലെന്ന്. കാരണം, മറ്റൊരു വിധത്തിലായിരുന്നെങ്കിൽ, അതു സംഭവിക്കാമായിരുന്നു; അവരുടെ വാക്കുകൾ അന്യാപദേശരീതിയിൽ എടുക്കുന്നില്ലായിരുന്നെങ്കിൽ. അന്യാപദേശമെന്നാൽ കേൾക്കുന്നതുപോലെയല്ല അതിന്റെ അർഥമെടുക്കേണ്ടത്. കേൾക്കുന്നതിനോട് സാമ്യമുള്ളതും എന്നാൽ തികച്ചും വ്യത്യസ്തമായൊരു ആശയം - അങ്ങനെയെങ്കിൽ നമു ക്കൊന്നു ചിന്തിക്കാം.

അതിദ്രുത മതിശക്തർ വീഴ്ത്തപ്പെടുമ്പോൾ
അതിവിനീതനത്യധിക മുയർത്തപ്പെടുമ്പോൾ
കരുത്തുള്ള കരങ്ങളിതു, നടത്തുന്നതി,വർ
കാണും, തനിരൂപമതിവേഗം കൈവരിക്കും

കാമാച്ചാ അവരുടെ മരണസമയത്ത് നിന്റെ അമ്മയോട് പറഞ്ഞതിതാണ്. ഞാൻ പറഞ്ഞ അർഥത്തിൽ എടുത്താൽ നാം നമ്മുടെ രൂപം വീണ്ടെടുക്കുന്നു. എപ്പോൾ?, ഇന്നലെ ഭാഗ്യചക്രത്തിന്റെ ഉയർന്ന സ്ഥാനത്തായിരുന്നവർ ഇന്ന് ചവിട്ടിത്താഴ്ത്തപ്പെടുന്നു.ദുരിതങ്ങളിലേക്കെടുത്തെറിയപ്പെടുന്നു. നേരത്തെ ഇവരെ കാര്യമായി പരിഗണിച്ചവർ ഏറ്റവും അധഃകൃതരായി ഇവരെ എണ്ണുന്നു. അതുപോലെ രണ്ടു മണിക്കൂർ മുൻപ് ഒരു പൂജ്യത്തിനപ്പുറം ഈ ലോകത്തിൽ സ്ഥാനമില്ലാതിരുന്നവർ എണ്ണത്തിൽ പെരുകി ഐശ്വര്യ സമൃദ്ധിയിലേക്കുയർത്തപ്പെട്ടത്. നമുക്കവരെ കാണാൻ കഴിയാതാവുന്നു അല്ലെങ്കിൽ മറ്റൊരുതരത്തിൽ

പറഞ്ഞാൽ വളരെ ചെറിയവരും ഭീരുത്വമുള്ളവരുമായിരുന്നതുകൊണ്ട് നമുക്ക് കാണാൻ കഴിയാതെ പോയവരുടെ അടുത്തേയ്ക്ക് നമുക്ക് എത്തിനോക്കാൻ പോലും ഇന്നു കഴിയുന്നില്ല. അത്രമാത്രം അവർ ഉന്നതരും മഹത്വപൂർണരുമായിരിക്കുന്നു. നമ്മുടെ രൂപം തിരികെ കിട്ടുന്നത് ഇതിലാണെങ്കിൽ ഇതൊക്കെ സംഭവിക്കുന്നത് നമ്മൾ കണ്ടുകഴിഞ്ഞിരിക്കുന്നു എന്നല്ല അതെപ്പോഴും സംഭവിച്ചുകൊണ്ടേയിരിക്കുന്നു. ഇതിൽ നിന്ന് ഞാൻ മനസിലാക്കുന്നത് അന്യാപദേശരീതിയിലല്ല, അക്ഷരാർഥത്തിലാണ് കമാച്ചയുടെ വാക്കുകളെയെടുക്കേണ്ടത് എന്നാണ് എങ്ങനെയായാലും നമ്മുടെ പ്രശ്നത്തിനുള്ള പരിഹാരം ഇവിടെയില്ല. കാരണം അതിൽ പറയുന്ന കാര്യങ്ങൾ നാം പലപ്പോഴും കണ്ടുകഴിഞ്ഞു. എന്നിട്ടും നാം നായ്ക്കളായി പണ്ടത്തെപ്പോലെ തന്നെ തുടരുന്നു.

“അപ്പോൾ കമാച്ച ഒരു കാപട്യക്കാരിയായ വഞ്ചകിയാണ് കരിദ്സാരെസ് ഒരു നുണച്ചിയാണ് മോൻറിയേലാ ഒരു മടയിയാണ്, ദുഷ്ടബുദ്ധിയും അധർമിയുമാണ്. എന്തെങ്കിലും കാരണവശാൽ ഇവൾ നിന്റെ അഥവാ നമ്മുടെ രണ്ടാളുടെയും അമ്മയാണെങ്കിൽ, നീയെന്നോടു ക്ഷമിക്കുക, അവർ എന്റെ അമ്മയായിരിക്കാൻ എനിക്ക് ആഗ്രഹമേയില്ല. ഞാൻ പറയുന്നത് അതിന്റെ ശരിയായ അർഥം അതൊരുതരം കളി മാത്രമാണെന്നാണ്. നയൻ പിൻസ് എന്ന കളിപോലെ. ആ കളിയിൽ ഇപ്പോൾ നേരെ നിൽക്കുന്നവയെല്ലാം തട്ടി താഴെ വീഴ്ത്തപ്പെടുന്നു. വീണുകിടക്കുന്നവയോ നിവർന്നുനിൽക്കുകയും ചെയ്യുന്നു. അതു നിർവഹിക്കപ്പെടുന്നത് ഇതൊക്കെ നിർവഹിക്കാൻ കഴിയുന്ന വ്യക്തിയുടെ കൈകളാലും. ഒന്നുചിന്തിച്ചു നോക്കൂ നമ്മുടെ ജീവിതത്തിലെന്നെങ്കിലും ഈ നയൻ പിൻസ് എപ്പോഴെങ്കിലും കണ്ടിട്ടുണ്ടോ, അപ്പോൾ നാം മനുഷ്യരായി തീർന്നിട്ടുണ്ടാവണം നാം തീർച്ചയായും മനുഷ്യരായിരുന്നെങ്കിൽ.”

ബെർഗൻദ്സാ: “നീപറഞ്ഞതു ശരിയാണെന്നു ഞാൻ ഉറപ്പിച്ചു പറയുന്നു. ഞാൻ വിചാരിച്ചിരുന്നതിനെക്കാൾ വളരെ കൂടുതൽ സമർഥനാണു നീ. നീ പറഞ്ഞതിൽ നിന്നും സത്യമായും ഇപ്പോൾ ഞാൻ വിചാരിക്കുന്നതും വിശ്വസിക്കുന്നതും ഇതാണ് -നമുക്ക് ഇതുവരെ അനുഭവവേദ്യ മായിട്ടുള്ളതും ഇപ്പോൾ അനുഭവവേദ്യമായിക്കൊണ്ടിരിക്കുന്നതുമെല്ലാം ഒരു സ്വപ്നമാണ്, യഥാർത്ഥത്തിൽ നാം നായ്ക്കളാണ്. എന്നാൽ നമുക്ക് ലഭിച്ചിരിക്കുന്ന ഭാഷണശേഷി എന്ന ഈ അനുഗ്രഹവും മനുഷ്യരെപ്പോലെ സംസാരിക്കാനുള്ള ഈ മഹാദാനം ലഭിച്ചതിലുള്ള ബഹുമാന്യതയും, നമുക്കു ലഭിച്ചിരിക്കുന്നത്രയും കാലം അവ ആസ്വദിക്കാതിരിക്കാൻ ഇതൊന്നും കാരണമാകരുത്. അതുകൊണ്ട് എന്നെ ഗുഹയിൽ ഒളിപ്പിച്ചു വച്ച ജിപ്സികളുടെ കൂടെയായിരുന്നപ്പോൾ എനിക്കു സംഭവിച്ച കാര്യങ്ങൾ ഞാൻ പറയുന്നത് കേൾക്കുന്നത് ഒരു ബോറടിയായി വിചാരിക്കരുത്.”

സിപ്പിയോ: "നീ പറയുന്നത് കേൾക്കാൻ എനിക്ക് പൂർണ സമ്മതമാണ്. ദൈവം അനുവദിച്ചാൽ എന്റെ ജീവിതാനുഭവങ്ങൾ പറയുന്നത് കേൾക്കാൻ നിനക്ക് ബാധ്യതയുണ്ടാവുമല്ലോ."

ബെർഗൻദ്സാ: "ജിപ്സികളുടെ ദുഷ്ടത, സൂത്രങ്ങൾ, വഞ്ചനകൾ, മോഷണം, തുടങ്ങിയവയും സ്ത്രീകളും പുരുഷന്മാരും ഒരുപോലെ, അവരുടെ പിള്ളത്തുണി മാറ്റി നടക്കാൻ തുടങ്ങുന്ന കാലം മുതൽ പങ്കെടുത്തു ചെയ്തുകൂട്ടുന്ന എല്ലാകാര്യങ്ങളും അറിയാനും അവയെക്കുറിച്ച് ചിന്തിക്കാനും അവരുടെ കൂടെയുള്ള ജീവിതം കാരണമായി. സ്പെയിനിലങ്ങോളമിങ്ങോളം ചിതറിനടക്കുന്ന ഇവരുടെ അസംഖ്യമായ എണ്ണത്തെക്കുറിച്ചു ചിന്തിച്ചിട്ടുണ്ടോ? അവരെല്ലാം പരസ്പരം അറിയും. ഒരു കൂട്ടർ എന്തുചെയ്യുന്നു എന്ന് മറ്റുള്ളവർക്ക് അറിയാം. അവർ മോഷ്ടിക്കുന്ന വസ്തുക്കൾ ഒരാളിൽ നിന്ന് മറ്റൊരാളിലേക്ക് കൈമാറ്റം ചെയ്യപ്പെടുകയും ചെയ്യുന്നു. രാജാവിനോടുള്ളതിനേക്കാൾ അവർക്ക് വിധേയത്വമുള്ളത് അവർ കൗണ്ട് എന്നു വിളിക്കുന്ന ഒരുവനോടാണ്. അയാളും അയാളുടെ പിൻമുറക്കാരും മൽഡൊണാഡോ എന്ന ചെല്ലപ്പേരിലാണ് അറിയപ്പെടുന്നത്. അവരെല്ലാം ആ പ്രഭുകുടുംബത്തിൽ പെട്ടവരായതുകൊണ്ടല്ല, പിന്നെയോ ഈ പേരുള്ള ഒരു മാന്യന്റെ ധ്വജവാഹകനായിരുന്ന ഒരുവൻ ഒരു ജിപ്സി പെണ്ണുമായി പ്രണയത്തിലായി. അയാളൊരു ജിപ്സിയായി മാറി അവളെ വിവാഹം കഴിക്കാതെ അവൾ തിരികെ പ്രണയിക്കുകയില്ലത്രേ. ആ ധ്വജവാഹകൻ അങ്ങനെ ചെയ്തു. മറ്റു ജിപ്സികൾക്ക് അതു വളരെ ഇഷ്ടപ്പെട്ടു. അവർ അയാളെ അവരുടെ യജമാനനായി അവരോധിച്ചു. എല്ലാവരും അയാൾക്ക് വിധേയത്വം പ്രഖ്യാപിക്കുകയും ചെയ്തു. അവരുടെ വിധേയത്വത്തിന്റെ സൂചനയായി അവരെല്ലാവരും അവരുടെ മോഷണ മുതലിന്റെ ഒരു വിഹിതം - അവരെന്തെങ്കിലും കുഴപ്പത്തിലാവുകയാണെങ്കിൽ - കൊണ്ടുവന്ന് അയാൾക്ക് കൊടുത്തു തുടങ്ങി.

തൊഴിലൊന്നുമില്ലാ എന്നുള്ളതറിയിക്കാതിരിക്കാൻ, ഇരുമ്പുകൊണ്ടുള്ള തട്ടുമുട്ടു സാധനങ്ങളും മോഷണത്തിനവർക്ക് ഉപകരിക്കുന്ന ഉപകരണങ്ങളും മറ്റും ഉണ്ടാക്കി അവർ തിരക്കുള്ളവരായി പ്രത്യക്ഷപ്പെടുന്നു. തെരുവുകളിൽ നാം അവരെ കാണുന്നതോ - പുരുഷൻമാരൊക്കെ കൊടിലുകൾ, തുളക്കുന്ന ഉപകരണങ്ങൾ (തമിര്) ചുറ്റികകൾ തുടങ്ങിയവ വിൽക്കുന്നവരായിട്ട് - സ്ത്രീകളോ, മുക്കാലികൾ, കോരികകൾ തുടങ്ങിയവയുടെ വ്യാപാരികളായി. സ്ത്രീകൾ മുഴുവൻ പേരും സൂതികർമ്മിണികളാണ് - അതുകൊണ്ട് നമ്മളെക്കാൾ കൂടുതൽ കാര്യലാഭം അവർക്കാണ്. എന്തെന്നാൽ യാതൊരുവിധ ചെലവുകളോ ആരുടെയെങ്കിലും സഹായമോ ഇല്ലാതെ അവർ അവരുടെ കുഞ്ഞുങ്ങളെ പ്രസവിക്കുന്നു, കുഞ്ഞുങ്ങളെ തണുത്ത വെള്ളത്തിൽ കുളിപ്പിക്കുന്നു. ജനിക്കുന്ന നിമിഷം മുതൽ മരിക്കുന്നതുവരെ, അവർ ദാർഢ്യമുള്ളവരാക്കപ്പെടുന്നു. എല്ലാ കാലാവസ്ഥാ വ്യതിയാനങ്ങൾക്കും പ്രകൃതിയുടെ

വികൃതികൾക്കും അവർ വിധേയരാണ്. ഓട്ടം, നൃത്തം, കായികാഭ്യാസങ്ങൾ ഇവയിലെല്ലാം അവർ സമർഥരാണ്. അവരുടെ ഇടയിൽ നിന്നു തന്നെ അവർ വിവാഹം ചെയ്യുന്നു. തന്മൂലം അവരിലെ തിന്മകൾ പുറം ലോകം അറിയുന്നില്ല. അവരുടെ സ്ത്രീകൾ ഭർത്താക്കൻമാരോട് തികഞ്ഞ ബഹുമാനമുള്ളവരാണ്. അവരുടെ സംഘത്തിന് പുറത്തുള്ളവരുമായി എന്തെങ്കിലും ബന്ധമുണ്ടാക്കി വീഴ്ചയിൽപ്പെടുന്നത് അപൂർവ മാണ്.

സംഭാവനകൾ ആവശ്യപ്പെടുന്നത്, അപേക്ഷിച്ചുകൊണ്ടല്ല, കൗശല പ്രയോഗങ്ങൾ നടത്തിയാണ്. ആരും അവരെ വിശ്വാസത്തിലെടുക്കാത്തതുകൊണ്ട് അവർ യാതൊരു സേവനമേഖലയിലും പ്രവേശിക്കുന്നില്ല. മടിയൻമാരായി തന്നെ അവരുടെ ജീവിതം അവസാനിക്കുന്നു. നിരവധി തവണ ഞാൻ ദേവാലയങ്ങളിൽ പോയിട്ടുണ്ട്. എന്നാൽ, എനിക്ക് ഓർമിക്കാൻ കഴിയുന്നിടത്തോളം, ഒരു ജിപ്സി സ്ത്രീ അൾത്താരയഴികൾക്കടുത്തെത്തി ദിവ്യകാരുണ്യം സ്വീകരിക്കുന്നത് അത്യപൂർവ്വമായ സംഗതിയാണ്. എങ്ങനെ കബളിപ്പിക്കാമെന്നും എവിടെനിന്നും എങ്ങനെ മോഷണം നടത്താമെന്നും മാത്രം ചിന്തിക്കുന്ന അവർ അവരുടെ മോഷണങ്ങളെ സംബന്ധിച്ച കുറിപ്പുകളും മോഷണരീതികളും താരതമ്യപ്പെടുത്തി പഠിക്കുന്നു.

ഒരിക്കൽ ഒരു ജിപ്സി മറ്റൊരു ജിപ്സിയോട് താൻ ഒരു കൃഷിക്കാരനോട് നടത്തിയ മോഷണകൗശലം വിവരിക്കുന്നതു ഞാൻ കേട്ടു. ആ ജിപ്സിക്ക് മുറിയൻവാലുള്ള ഒരു കഴുതയുണ്ടായിരുന്നു. വാലറ്റത്ത് രോമങ്ങളുമില്ല. മറ്റൊരു കഴുതയുടെ കുറച്ചു വാൽരോമങ്ങൾ മുറിച്ചെടുത്ത് മറ്റേ കഴുതയുടെ വാലിൽ പിടിപ്പിച്ചു, കണ്ടാൽ അതിന്റെ വാലല്ല, എന്നു പറയാൻ കഴിയാത്തവിധം. അതിനെ ചന്തയിൽ വിൽക്കാൻ കൊണ്ടുപോയി. പത്തു ഡക്കറ്റ് വിലയ്ക്ക് അതിനെ ഒരു കൃഷിക്കാരൻ വാങ്ങി. പണം കിട്ടിക്കഴിഞ്ഞപ്പോൾ ജിപ്സി കൃഷിക്കാരനോട് ഇനിയും അയാൾക്ക് കഴുതയെ വേണമെങ്കിൽ, ഈ കഴുതയുടെ സഹോദരൻ മറ്റൊരെണ്ണം തനിക്കുണ്ടെന്നും അതും ഇത്രത്തോളം തന്നെ മെച്ചപ്പെട്ടതാണെങ്കിലും അൽപ്പംകൂടി സഹായവിലയ്ക്ക് നൽകാമെന്നും പറഞ്ഞു. ചെന്ന് അതിനെ കൊണ്ടുവന്നാൽ താൻ വാങ്ങിക്കൊള്ളാമെന്ന് പറഞ്ഞിട്ട് കൃഷിക്കാരൻ താൻ താമസിച്ചിരുന്ന സ്ഥലത്തേക്കു പോയി. എങ്ങനെയോ ജിപ്സി കൃഷിക്കാരന്റെ കൈവശത്തു നിന്നും അയാൾ വിറ്റ കഴുതയെ മോഷ്ടിച്ചെടുത്തു. അതിന്റെ കൃത്രിമവാൽ പറിച്ചു കളഞ്ഞ് അതിന്റെ ജീനിയും കഴുത്തുപട്ടയും മാറ്റി ആ കഴുതയുമായി കൃഷിക്കാരന്റെ അടുത്തുചെന്ന് അതിനെ വാങ്ങാൻ പ്രേരിപ്പിച്ചു. താൻ ആദ്യം വാങ്ങിയ കഴുതയെ കാണുന്നില്ല എന്നു മനസിലാക്കും മുൻപുതന്നെ ഈ കഴുതയെ കൃഷിക്കാരൻ വാങ്ങി.

പണമെടുക്കാൻ വീട്ടിലെത്തിയ ആ മണ്ടൻ കൃഷിക്കാരൻ താൻ വാങ്ങിയ കഴുതയെ കാണുന്നില്ല എന്നു ഗ്രഹിച്ചു. വെറും മടയനായ അ

യാൾ ജിപ്സി അതിനെ മോഷ്ടിച്ചതാണെന്നു സംശയിച്ചു. രണ്ടാമത്തെ കച്ചവടത്തിന്റെ പണം കൊടുക്കാൻ തയാറായില്ല. ജിപ്സി സാക്ഷികളെ അന്വേഷിച്ചുപോയി. ചന്തയിൽ വിൽക്കാൻ കൊണ്ടുവരുന്ന മൃഗങ്ങൾക്കു നികുതി ഈടാക്കുന്ന ഉദ്യോഗസ്ഥർ ഈ ജിപ്സി നീണ്ടവാലുള്ള, ഇപ്പോഴത്തേതിൽ നിന്നും വളരെ വ്യത്യസ്തമായ കഴുതയെ കൃഷിക്കാരനു വിറ്റതാണെന്നും ഈ കഴുത അതല്ലെന്നും ആണയിട്ടു പറഞ്ഞു. എല്ലാ കാര്യങ്ങൾക്കും സാക്ഷിയായിരുന്ന പൊലീസ് ഓഫീസറും കൃഷിക്കാരൻ വാങ്ങിയ കഴുതയ്ക്കുതന്നെ രണ്ടാമതും വിലകൊടുക്കേണ്ടിവന്നു എന്ന വിശ്വാസത്തോടെ തന്നെ ജിപ്സിയുടെ പക്ഷം ചേർന്നു.

ഒത്തിരിയേറെ മോഷണകഥകൾ ഞാൻ കേട്ടു. എല്ലാം, അല്ലെങ്കിൽ മിക്കതും മൃഗങ്ങളെ മോഷ്ടിക്കുന്നതുതന്നെ. കാരണം ഈ കാര്യത്തിൽ ഏറ്റവും കൂടുതൽ പരിശീലനം കിട്ടിയിട്ടുള്ള വിദഗ്ധരാണിവർ. ചുരുക്കത്തിൽ അവരൊരു സംഘം ചീത്തയാളുകളാണ്. വളരെയേറെ ന്യായാധിപൻമാർ ഇവർക്കെതിരെ രംഗത്തു വന്നിട്ടുണ്ടെങ്കിലും ഇവർ ഇവരുടെ വഴികൾ തിരുത്താൻ തയാറായിട്ടില്ല.

അവരുടെകൂടെയായിട്ട് മൂന്നാഴ്ചകൾ കഴിഞ്ഞപ്പോൾ അവർ മൂർഷായിലേക്ക് എന്നെ കൊണ്ടുപോകാൻ തീരുമാനിച്ചു.എന്റെ പഴയ യജമാനൻ പെരുമ്പറക്കാരന്റെ ക്യാപ്റ്റൻ താമസിച്ചിരുന്ന സ്ഥലമായ ഗ്രനാഡയിലൂടെയാണ് ഞങ്ങൾ കടന്നുപോയത്. ഈ കാര്യങ്ങൾ അറിഞ്ഞ ജിപ്സികൾ എന്നെ അവർ താമസിച്ചിരുന്ന സത്രത്തിന്റെ ഒരു മുറിയിൽ പൂട്ടിയിട്ടു. അവരുടെ പദ്ധതികൾ അവർ ചർച്ച ചെയ്യുന്നതു ഞാൻ കേട്ടു. അവർ ഉദ്ദേശിക്കുന്ന യാത്രയെക്കുറിച്ച് ഞാൻ കൂടുതലൊന്നും ചിന്തിച്ചില്ല. ബന്ധനം ഭേദിച്ചു പുറത്തുകടക്കണമെന്ന് ഞാൻ തീരുമാനിച്ചു. അതുപോലെ ചെയ്യുകയും ചെയ്തു. ഗ്രനാഡയിൽ നിന്നും പുറത്തേക്കുള്ള യാത്രയിൽ ഞാൻ മൂർവംശത്തിൽപ്പെട്ട ഒരുവന്റെ തോട്ടത്തിലെത്തി. എന്നെ സ്വീകരിക്കാൻ അയാൾക്ക് സന്തോഷമായിരുന്നു. അവിടെ തങ്ങാൻ എനിക്ക് അതിലും സന്തോഷം; കാരണം എനിക്കു തോന്നിയത് തോട്ടംസൂക്ഷിക്കുക എന്നതു മാത്രമായിരിക്കും അയാൾ എന്നെ കൊണ്ടുദ്ദേശിക്കുന്നതെന്നും, അത് എന്റെ ചിന്തയിൽ, ആടുകളെ കാത്തു സൂക്ഷിക്കുന്നതിനെക്കാൾ കടുപ്പം കുറഞ്ഞ ജോലിയാണെന്നുമാണ്. ശമ്പളത്തെക്കുറിച്ച് സംസാരിക്കേണ്ട പ്രശ്നമില്ലായിരുന്നതുകൊണ്ട്, മൂറിന് വേണ്ടിയിരുന്ന ഒരു അനുസരണയുള്ള ജോലിക്കാരനെയും എനിക്കു വേണ്ടിയിരുന്ന, സേവിക്കാനൊരു യജമാനനെയും ലഭിച്ചു.

അയാളുടെകൂടെ ഒരുമാസത്തിലധികം ഞാൻ ചെലവഴിച്ചു. അയാളുടെകൂടെയായിരുന്ന കാലം സുഖമല്ലായിരുന്നു എന്നു പറയാനാവില്ല. മൂർവംശത്തിൽപ്പെട്ട, സ്പെയിനിൽ ജീവിക്കുന്ന ആളുകളെക്കുറിച്ചുള്ള എല്ലാ കാര്യങ്ങളും എന്റെ യജമാനൻ നയിച്ചിരുന്ന ജീവിതരീതികളിൽ നിന്നും ഞാൻ മനസിലാക്കി. ഈ പ്രാകൃതവർഗമായ മൂർജനതയെക്കുറിച്ചുള്ള എല്ലാക്കാര്യങ്ങളും പറയാമായിരുന്നു, അതിനൊരു രണ്ടാഴ്ച

യെങ്കിലും വേണ്ടിവരുമെന്നു ഞാൻ ഭയപ്പെടുന്നില്ലായിരുന്നെങ്കിൽ! വിശദമായി പറയണമെങ്കിൽ രണ്ടുമാസമെങ്കിലും വേണ്ടിവരും. സത്യത്തിൽ, എന്തെങ്കിലുമൊക്കെ എനിക്കു പറഞ്ഞേ മതിയാവൂ. അതുകൊണ്ട് ഈ കൂട്ടരെപ്പറ്റി പൊതുവായ ചില വിവരങ്ങൾ, ഞാൻ കണ്ടതും പ്രത്യേകം ശ്രദ്ധിച്ചതുമായ കാര്യങ്ങൾ പറയുന്നു. ക്രിസ്തീയതയുടെ വിശുദ്ധ നിയമങ്ങളിൽ ആത്മാർഥമായി വിശ്വസിക്കുന്ന ഒരാളെയെങ്കിലും അവരുടെയിടയിൽ അപൂർവമായേ കാണാൻ കഴിയൂ. അവരുടെ ആകെ ലക്ഷ്യം പണം ഉണ്ടാക്കുക അതു സൂക്ഷിച്ചുവയ്ക്കുക എന്നതാണ്. അതിനു വേണ്ടി അവർ അധ്വാനിക്കുന്നു, ഒന്നും ഭക്ഷിക്കുന്നില്ലതാനും. ഒരിക്കൽ ഒരു നാണയം അവരുടെ കയ്യിൽചെന്നാൽ, അവ എന്തിനെങ്കിലും ഉപയോഗപ്പെടുത്താമെങ്കിൽ പോലും അവർ അതിനെ സുസ്ഥിര ബന്ധനത്തിൽ, നിത്യമായ അന്ധകാരത്തിൽ പൂഴ്ത്തുന്നു. അങ്ങനെ, എപ്പോഴും സമ്പാദിച്ച് ഒരിക്കലും ചെലവാക്കാതെ സ്പെയിനിലുള്ള പണമത്രയും അവർ ഒന്നിച്ചുകൂട്ടുന്നു. പണത്തെ സംബന്ധിച്ചിടത്തോളം അവർ നിധികുംഭങ്ങളാണ്, പാറ്റകളാണ്, കിട്ടുന്നതെല്ലാം ശേഖരിക്കുന്ന കുരുവികളാണ്, കീരിയാണ്. അവർ അതു കൈവശപ്പെടുത്തുന്നു. ഒളിച്ചുവയ്ക്കുന്നു, വിഴുങ്ങുന്നു. ഓർക്കുക, അവർ വളരെയേറെ പേരുണ്ട്. പ്രതിദിനം അവർ സമ്പാദിക്കുന്നു. കാര്യമായൊരു തുക ഒളിച്ചുവയ്ക്കുന്നു; അതിശക്തമായ പനിപോലെതന്നെ ചെറിയപനിയും ഫലപ്രദമായി ഒരു മനുഷ്യനെ അവസാനിപ്പിക്കുന്നു. അവരുടെ എണ്ണം വർദ്ധിക്കുന്നതനുസരിച്ച് ഒളിച്ചുവയ്ക്കുന്നവരുടെ എണ്ണവും വളരുന്നു - ഇങ്ങനെ നിറുത്തില്ലാതെ തുടരുന്നു, അതാണ് നാം കാണുന്നത്. ശുദ്ധത എന്നൊരു നന്മ അവരുടെയിടയിലില്ല. ഒരുവൻ പോലും, ആൺപെൺ വ്യത്യാസമില്ലാതെ, മതാചാരങ്ങളൊന്നും അനുഷ്ഠിക്കുന്നുമില്ല. അവരെല്ലാം വിവാഹം കഴിക്കുന്നു. ലളിതവ്യയശീലമുള്ള ജീവിതം അവരെ കൂടുതൽ പുനരുൽപ്പാദനശേഷിയുള്ളവരാക്കുന്നു. യുദ്ധങ്ങൾ മൂലം അവർക്ക് തളർച്ചയുണ്ടാവില്ല. എന്നാൽ ക്രമാതീതമായി ക്ഷീണിപ്പിക്കുന്ന യാതൊരു തൊഴിലും ചെയ്യുകയില്ല. അവരുടേതായ വഴിവിടാതെ അവർ നമ്മെ കവർന്നെടുക്കുന്നു. നമ്മുടെ വസ്തുവകകളിൽ നിന്നുള്ള ഫലം അവർ നമുക്ക് നൽകുന്നു. അവർ ധനികരാകുന്നു. ഓരോരുത്തരും സ്വന്തനിലയിൽ വർത്തിക്കുന്നതുകൊണ്ട് അവർക്ക് പരിചാരകരില്ല. കുട്ടികളെ സ്കൂളിലയയ്ക്കുന്നതിന് അവർ പണം ചെലവാക്കുന്നില്ല. കാരണം അവർക്കാവശ്യമുള്ള ആകെ പഠനം നമ്മെ ചൂഷണം ചെയ്യാനുള്ള അറിവാണ്. ഞാൻ കേട്ടിട്ടുണ്ട് ആളുകൾ പറയുന്നത്. ഈജിപ്തിലേക്ക് പോയത് യാക്കോബിന്റെ പന്ത്രണ്ടു മക്കളാണ്. അവിടത്തെ അടിമത്തത്തിൽ നിന്ന് മോശ തിരികെ കൊണ്ടുവന്നത്, സ്ത്രീകളെയും കുട്ടികളെയും കൂടാതെ അറുനൂറായിരം പേരെയായിരുന്നെന്ന്. ഇവരുടെ ഭാര്യമാർ എങ്ങനെയാണ് ജനത്തെ വർദ്ധിപ്പിക്കുന്നതെന്ന് ഇതിൽനിന്നും മനസിലാക്കാം. കാരണം താരതമ്യപ്പെടുത്താനാവാത്തവിധം ഇവരുടെ എണ്ണം വലുതാണ്.

സിപ്പിയോ: “നീ ചൂണ്ടിക്കാണിച്ചതും സൂചിപ്പിച്ചതുമായ ഉപദ്രവങ്ങൾക്ക് ജനങ്ങൾ പരിഹാരമാർഗം തേടിയിട്ടുണ്ട്. നീ ചൂണ്ടിക്കാണിച്ചവയെക്കാൾ എണ്ണത്തിലും ഇനത്തിലും വളരെ കൂടുതലുണ്ട് നീ ചൂണ്ടിക്കാണിക്കാത്ത കാര്യങ്ങൾ എന്ന് എനിക്ക് ബോധ്യമുണ്ട്. എങ്കിലും അവയ്ക്കെന്നും ശരിയായ പരിഹാരം ഇതുവരെയും കണ്ടെത്തിയിട്ടില്ല - എന്നാൽ നമ്മുടെ രാജ്യത്തിന് വിവേകമുള്ള സംരക്ഷകർ ഇവിടെയുണ്ട്. ഈ മൂറിഷ് അണലികളെ സ്പെയിൻ സംരക്ഷിക്കുകയും പോറ്റുകയും ചെയ്യുന്നു എന്നത് മനസിൽ വച്ചുകൊണ്ട്, ഉപദ്രവകരമായ ഈ സാഹചര്യത്തിൽനിന്നും രക്ഷനേടാൻ ദൈവസഹായത്തോടെ ത്വരിതവും കൃത്യവുമായൊരു വഴി കണ്ടെത്തുകതന്നെ ചെയ്യും. ഇനിയും നീ തുടരുക.”

ബർഗൻദ്സാ:“എന്റെ യജമാനൻ അയാളുടെ വർഗത്തിൽപ്പെട്ട എല്ലാവരെയും പോലെ തരംതാണ മനുഷ്യനായിരുന്നതുകൊണ്ട് ചോളപ്പൊടികൊണ്ടുള്ള റൊട്ടിയും, മിച്ചം വരുന്ന കുറച്ചു കഞ്ഞിയുമായിരുന്നു എനിക്കു തരുമായിരുന്ന ഭക്ഷണം - സാധാരണയായി അവർ കഴിക്കുന്നതും അതുതന്നെ. പക്ഷേ, ഈ മുടിഞ്ഞ വിധിയെ സഹിക്കാൻ ദൈവം ഒരു പ്രത്യേകവഴിയെനിക്കു കാണിച്ചുതന്നു. എല്ലാദിവസവും രാവിലെ അവിടെയുണ്ടായിരുന്ന ഒരു മാതളനാരകത്തിന്റെ ചുവട്ടിൽ ഒരു ചെറുപ്പക്കാരൻ പ്രത്യക്ഷപ്പെടും. അയാൾ, അവിടെ, അതിന്റെ ചുവട്ടിൽ ഇരിപ്പാകുന്നു. കണ്ടാലൊരു വിദ്യാർഥിയെന്നു തോന്നും, ഫ്ളാനൽ തുണികൊണ്ടുള്ള വസ്ത്രങ്ങൾ - ചെമ്മൺനിറമുള്ളത് - ജീർണിച്ചതും. ഒരു നോട്ടുബുക്കിൽ തിരക്കിട്ട് എഴുതിക്കൊണ്ടേയിരിക്കും. ഇടയ്ക്കിടെ സ്വയം നെറ്റിയിൽ കൈത്തടംകൊണ്ടു കൊട്ടും. നഖം കടിക്കും. ആകാശത്തേയ്ക്ക് കണ്ണുകളുയർത്തുകയും ചെയ്യും - ചിലപ്പോൾ ആലോചനയിൽ മുഴുകി ഒരേയൊരിരിപ്പായിരിക്കും - ആ സമയം കാലോ കയ്യോ എന്തിന് കണ്ണിമ പോലും ചലിക്കുകയില്ല - അത്രമാത്രം ചിന്ത യിൽ മുഴുകിയിരിക്കും.

ഒരിക്കൽ അയാളറിയാതെ ഞാൻ അയാളുടെ അടുത്തുചെന്നു. അയാൾ കുറെയേറെ സമയം എന്തോ പിറുപിറുത്തുകൊണ്ടിരുന്നു. ഒടുവിൽ ഉച്ചത്തിൽ പറഞ്ഞു, ദൈവമേ, ഇതാണ് ഞാൻ കംപോസു ചെയ്തിട്ടുള്ളതിൽ ഏറ്റവും നല്ല ഒക്ടേവ് (സ്വരാഷ്ടകം). ധൃതഗതിയിൽ നോട്ട്ബുക്കിൽ അത് കുറിച്ചിട്ട് സംതൃപ്തിയുടെ ലക്ഷണങ്ങൾ കാണിക്കുന്നു. ഇതെല്ലാംകൊണ്ട് ഒരു കാര്യം ഞാൻ മനസിലാക്കുന്നു. ഈ പാവമൊരു കവിയാണെന്ന്. എന്റെ പതിവുള്ള അഭ്യാസപ്രകടനങ്ങൾ ഞാൻ അയാളുടെ അടുത്തു നടത്തി എത്രമാത്രം ഇണക്കമുള്ളവനാണെന്നു കാട്ടിക്കൊടുത്തു. അയാളുടെ കാൽച്ചുവട്ടിൽ ഞാൻ കിടന്നു. നല്ല ബോധ്യം വന്ന അയാൾ അവിടെത്തന്നെയിരുന്ന് അയാളുടെ ചിന്തകളിൽ വീണ്ടും മുഴുകി. തലയിൽ ചൊറിഞ്ഞും ആവേശം കൊണ്ടും ഒക്കെയായി അയാൾ ചിന്തിച്ചുകൊണ്ടിരുന്നതൊക്കെ നോട്ട്ബുക്കിൽ കുറിച്ചിട്ടു. അയാൾ ഇങ്ങനെ തുടർന്നുകൊണ്ടിരിക്കുമ്പോൾ മറ്റൊരു യുവാവ് എത്തി. നല്ല യോഗ്യൻ, നല്ല വേഷം ധരിച്ചിരിക്കുന്നു. കയ്യിൽ കുറെ കടലാസുമുണ്ട്.

അതെടുത്ത് ഇടയ്ക്കിടയ്ക്ക് അയാൾ വായിക്കുന്നു. ആദ്യത്തെ യുവാവിന്റെ അടുത്തെത്തിയ പുതിയ ആൾ ചോദിച്ചു: ആദ്യ അങ്കം താൻ പൂർത്തിയാക്കിയോ? അതിന്റെ അവസാന മിനുക്കുപണികൾ ഇപ്പോൾ പൂർത്തിയാക്കിയതേയുള്ളൂ. നിങ്ങൾ ആഗ്രഹിക്കുന്നത്രയും ലക്ഷണമൊത്തതായിരിക്കുന്നു അത്. ആദ്യത്തെ യുവാവ് മറുപടി പറഞ്ഞു.

രണ്ടാമൻ: എങ്ങനെയാണത്?

ഒന്നാമൻ: ഇതാ ഇതുപോലെ. സർവ വസ്ത്രാലംകൃതഭൂഷിതനായി പരിശുദ്ധ പിതാവ്-മാർപ്പാപ്പാ-,ധൂമ്രവസ്ത്രധാരികളായ പന്ത്രണ്ടു കർദ്ദിനാൾമാരുമൊത്ത് കടന്നുവരുന്നു. മ്യൂട്ടാറ്റിയോ കാപ്പറൂം കാലമായതിനാൽ കർദ്ദിനാൾമാർ ചുവപ്പു വസ്ത്രങ്ങൾ ധരിക്കില്ല. പ്രത ത മാന്തളിർ നിറമുള്ള (നീലലോഹിത) (purple) വസ്ത്രങ്ങളാണ് ധരിക്കുക. ആചാരക്രമങ്ങൾ പാലിക്കപ്പെടേണ്ടതുകൊണ്ട് എന്റെ ഈ കർദ്ദി നാൾമാർ മാന്തളിർ നിറമുള്ള വേഷത്തിൽതന്നെ വരേണ്ടിയിരിക്കുന്നു. ഈ നാടകത്തെ സംബന്ധിച്ചിടത്തോളം ഇതൊരു പ്രധാന കാര്യമാണ്. അതു പ്രത്യേകം ശ്രദ്ധിക്കപ്പെടുകയും വേണം. അങ്ങനെയല്ലാതിരുന്നാൽ അത് ഒരു നൂറായിരം അസംഗതമായ അബദ്ധ പ്രസ്താവനകൾക്കിടയാക്കും. ഇക്കാര്യത്തിൽ ഒരു തെറ്റു വരുത്താൻ എനിക്കു കഴിയില്ല. ആ ഘോഷ പരിപാടികളെ സംബന്ധിച്ച റോമൻ നടപടി ക്രമങ്ങൾ ഈ വേഷ വിധാന കാര്യത്തിനുവേണ്ടിതന്നെ ഞാൻ വായിച്ചു പഠിച്ചതാണ്.

രണ്ടാമൻ: എന്റെ, മാനേജർ, ഈ പന്ത്രണ്ടു കർദ്ദിനാൾമാർക്കുള്ള ധൂമ്രവർണ വേഷവിധാനങ്ങൾ എവിടെനിന്നു കൊണ്ടുവരും?

ഒന്നാമൻ: അതിലൊരാളെയെങ്കിലും കുറച്ചാൽ നാടകമപ്പാടെ പോകാനുള്ള സാധ്യതയുണ്ട്. ദൈവമേ! ഇത്രയും നല്ലയൊരു രംഗം ഞാൻ മോശമാക്കുമെന്നു നിങ്ങൾ കരുതുന്നുണ്ടോ? മഹാചാര്യനായ മാർപ്പാപ്പാ പന്ത്രണ്ടു കർദ്ദിനാൾമാരും അകമ്പടിക്കാരുമായി രംഗത്തു വരുമ്പോൾ തിയേറ്ററിലുണ്ടാകുന്ന ഒരു ഭാവമെന്തായിരിക്കുമെന്നെന്നോർത്തു നോക്കുക. ഹോ! ഏതെങ്കിലുമൊരു നാടകത്തിൽ എന്നെങ്കിലും കണ്ടിട്ടുള്ള ഏറ്റവും മാന്യവും മഹത്തുമായ രംഗങ്ങളിൽ ഒന്നായിരിക്കുമത്.

ഇത്രയുമായപ്പോൾ ഇവരിൽ ഒരാൾ ഒരു കവിയും അപരൻ ഒരു നടനുമാണെന്നുള്ള നിഗമനത്തിൽ ഞാൻ എത്തി. നാടകം രംഗത്തവതരിപ്പിക്കാൻ മാനേജർക്കു ബുദ്ധിമുട്ടുണ്ടാകാതിരിക്കാൻ വേണ്ടി കർദ്ദിനാൾമാരുടെ കാര്യത്തിൽ അൽപ്പം വെട്ടിക്കുറയ്ക്കലുകൾ വരുത്താൻ നടൻ, കവിയെ ഉപദേശിച്ചു. തന്റെ മനോജ്ഞമായ നാടകത്തിൽ താൻ അനുസ്മരിപ്പിക്കാനുദ്ദേശിക്കുന്ന ആ സ്മരണാർഹമായ സംഭവത്തോടനുബന്ധിച്ച് കർദ്ദിനാൾമാരുടെ മുഴുവൻ സംഘത്തെയും താൻ ഉൾപ്പെടുത്താതിരുന്നതിന് മാനേജരും നടൻമാരുമൊക്കെ തന്നോടു നന്ദിയുള്ളവരായിരിക്കണമെന്നായിരുന്നു കവിയുടെ മറുപടി. തനിക്ക് അഭിനയിക്കുവാനുള്ള ഏതോ ഭാഗം പഠിക്കുന്നതിനുവേണ്ടി നടൻ പോയി. കവിയുടെ മറുപടി കേട്ട് വെറുതെ ചിരിച്ചുകൊണ്ടായിരുന്നു അയാൾ പോയത്. കവി

ഏതാനും വരികൾകൂടെ എഴുതിയ ശേഷം സാവധാനത്തിൽ തന്റെ പോക്കറ്റിൽനിന്നും ഏതാനും റൊട്ടിക്കഷണങ്ങളും പത്തിരുപത് ഉണക്ക മുന്തിരിങ്ങയും എടുത്തു. റൊട്ടിക്കഷണത്തിൽ പറ്റിപ്പിടിച്ചിരുന്ന മുന്തിരിങ്ങ ഊതിവേർപെടുത്തിയെടുത്ത് ഓരോന്നായി തിന്നു, ഞെടുപ്പുവരെ. ഒറ്റയെണ്ണം പോലും കളഞ്ഞില്ല. റൊട്ടികഷണങ്ങൾ പോക്കറ്റിൽ കിടന്ന് അതിന്റെ പുറത്ത് പോക്കറ്റിലെ പൊടിയും നൂലിന്റെ കഷണവുമെല്ലാം പറ്റിപ്പിടിച്ച് കണ്ടാൽ ജീർണിച്ചതുപോലെയാണിരുന്നത്. നല്ല കടുപ്പമുള്ളതും. അവ വായിലിട്ട് കടിച്ചുപൊട്ടിക്കാൻ അയാൾ പാടുപെട്ടു. ഉമിനീരുകൊണ്ടു നനഞ്ഞിട്ടും അവ അതിന്റെ സ്വഭാവം കൈവിടാൻ കൂട്ടാക്കിയില്ല ഇന്നാ, ഇതു നിനക്കെങ്കിലും ഉപകരിക്കട്ടെ എന്നു പറഞ്ഞ് അയാൾ അത് എനിക്ക് എറിഞ്ഞുതന്നു.

ഞാൻ തന്നെത്താനെ പറഞ്ഞു അപ്പോളോയും മറ്റു ദേവൻമാരും കഴിക്കുന്നത് അമൃതമോ പൂന്തേനോ, എന്തെങ്കിലുമാകട്ടെ, കവി എനിക്കു തരുന്ന ഈ കഷണങ്ങൾ എനിക്കും അതുപോലെതന്നെ. ചുരുക്കത്തിൽ ഒരു കാര്യം എനിക്കു തീർച്ചയായി. ഈ കവിയുടെ ജീവിതം ദുരിതം പിടിച്ചതു തന്നെ. എന്നാൽ എന്റെ ആവശ്യം വളരെ വലുതും. അതുകൊണ്ട് അയാൾ തിരസ്കരിക്കുന്നതു തിന്നാൻ ഞാൻ നിർബന്ധിതനാകുന്നു.

നാടകരചന നടത്തിക്കൊണ്ടിരുന്ന കാലമത്രയും എല്ലാ ദിവസവും അയാൾ തോട്ടത്തിൽ വന്നുകൊണ്ടിരുന്നു - എനിക്ക് റൊട്ടിക്കഷണങ്ങൾ കിട്ടിക്കൊണ്ടുമിരുന്നു. വളരെ ഉദാരതയോടെ അയാൾ റൊട്ടി പങ്കുവച്ച് എനിക്കു തന്നിരുന്നു. റൊട്ടി തിന്നുകഴിഞ്ഞാൽ, ജലചക്ര (water wheel) ത്തിന്റെ അടുത്തേക്ക്. അവിടെനിന്നും രാജകീയമായിതന്നെ ദാഹശമനവും വരുത്തുന്നു.

പിന്നെപ്പിന്നെ കവിയെ കാണാതായി. എന്റെ വിശപ്പിനാണെങ്കിൽ ഒരു കുറവുമില്ല. ഒടുവിൽ യജമാനൻ മൂറിനെ വിട്ടുപോകാൻ ഞാൻ തീരുമാനിച്ചു. ഭാഗ്യംതേടി പട്ടണത്തിലേക്കു പോകാം. സാഹചര്യങ്ങളെ മാറ്റിയെടുക്കുന്നവൻ മിക്കപ്പോഴും ഭാഗ്യം കണ്ടെത്തുന്നു എന്നാണല്ലോ. പട്ടണത്തിലേക്കു പോകുന്നവഴി പ്രസിദ്ധമായ സാൻജറോമിനോ ആശ്രമത്തിനു മുൻപിൽവച്ച് കവിയെ കണ്ടുമുട്ടി. എന്നെ കണ്ടപ്പോഴെ അയാൾ എന്നെ സ്നേഹത്തോടെ സ്വീകരിച്ചു. അയാളെ വീണ്ടും കണ്ടതിൽ സന്തോഷം പ്രകടിപ്പിച്ചുകൊണ്ട് ഞാൻ അയാളുടെ അടുത്തേയ്ക്ക് ചെന്നു. തന്റെ കൈവശമിരുന്ന റൊട്ടി കഷണങ്ങൾ - പഴയതിന്റെയത്രയും കടുപ്പമില്ലാത്തത് - ധാരാളമായി എനിക്കു തന്നു. അയാൾ അതൊന്നും രുചിച്ചുനോക്കുകപോലും ചെയ്യാതെയാണ് എനിക്കു തന്നത്. അയാളുടെ ആ പ്രവൃത്തിയിൽനിന്നുള്ള സന്തോഷം എന്റെ വിശപ്പു മാറിയതിന്റെ സംതൃപ്തിക്കു മാറ്റുകൂട്ടി. നല്ല റൊട്ടികഷണങ്ങളുമായി എന്റെ കവി ആശ്രമത്തിൽനിന്നിറങ്ങി വന്നതിൽ നിന്നും, അദ്ദേഹവും മറ്റു പലരെയും പോലെ കലാസപര്യ അവസാനിപ്പിച്ചു എന്നു ഞാൻ

സംശയിച്ചു. അദ്ദേഹം പട്ടണത്തിലേക്കു നീങ്ങി - ഞാൻ പിൻതുടർന്നു. അദ്ദേഹം സമ്മതിക്കുകയാണെങ്കിൽ അദ്ദേഹത്തെ യജമാനനായി സ്വീകരിക്കുവാൻ തീരുമാനിച്ചു - അദ്ദേഹത്തിന്റെ മേശയിൽ നിന്നും വീഴുന്ന റൊട്ടികഷണങ്ങൾകൊണ്ട് ജീവിക്കാമല്ലോ. കാരണം - ദാരിദ്ര്യംകൊണ്ടു തളരാത്ത, ഉദാരഹസ്തങ്ങളുള്ള പരസ്നേഹ പ്രചോദിതരായ വ്യക്തികളെക്കാൾ മെച്ചമോ മഹത്തരമോ ആയ മറ്റൊരു പണസഞ്ചിയുമില്ലല്ലോ. കടുപ്പക്കാരനായ മനുഷ്യനായിരിക്കും വറുതിക്കാരനായ ഒരുവനെക്കാൾ കൂടുതൽ നൽകുക എന്ന പഴമൊഴിയിൽ ഞാൻ വിശ്വസിക്കുന്നില്ല. ലുബ്ധൻ, ഉദാരമതിയായ ദരിദ്രന്റെയൊപ്പം നൽകുമെങ്കിലും ആ ഉദാരമനസ്കൻ നൽകുന്നതെന്തോ അതിനോടൊപ്പം, കൂടുതലൊന്നും തരാനില്ലെങ്കിലും, അയാളുടെ നല്ല മനസും കാണും.

സാവധാനത്തിൽ ഞങ്ങൾ തിയേറ്റർ മാനേജരുടെ വാസസ്ഥലത്തിനടുത്തെത്തി. എന്റെ ഓർമയനുസരിച്ച് അയാളെ വിളിച്ചിരുന്നത് ഏൻജൂലോ ദി ബാഡ് എന്നായിരുന്നു. അവിടത്തെ അഭിനേതാക്കളുടെ ഇടയിലുണ്ടായിരുന്ന ഒരു ഏൻജൂലോയിൽ നിന്നും തിരിച്ചറിയാനാണ് ഈ ആളെ ഇങ്ങനെ വിളിച്ചിരുന്നത്. തിയേറ്ററുകളിൽ നാം കണ്ടുമുട്ടുന്നവരിൽ ഏറ്റവും രസികനായിരുന്നു ആ നടൻ. ആ സംഘത്തിൽപ്പെട്ടവർ മുഴുവൻ അവിടെ കൂടിയിരുന്നു, എന്റെ യജമാനന്റെ (അദ്ദേഹത്തെ ഞാൻ അങ്ങനെ തന്നെയങ്ങു കണക്കാക്കി) നാടകം വായിച്ചു കേൾക്കാൻ. ആദ്യ അങ്കത്തിന്റെ പകുതിയായപ്പോഴേക്കും അവർ പിരിഞ്ഞുപോകാൻ തുടങ്ങി - ഓരോരുത്തരായും ഈരണ്ടു പേരായും - ഒടുവിൽ മാനേജരും ഞാനും മാത്രം ശേഷിച്ചു. കവിതകളെ സംബന്ധിച്ചിടത്തോളം ഞാനൊരു തനിമടയനാണെങ്കിലും എനിക്കു തോന്നുന്നത്, ആ കവിയെ നശിപ്പിക്കാനും താഴ്ത്തിക്കെട്ടാനുമായി സാത്താൻ തന്നെയാണ് അതെഴുതിയതെന്നു തോന്നുംവിധം ആ നാടകം മോശമായിരുന്നു. കേൾവിക്കാർ മുഴുവൻ പോയി എന്നു കണ്ട കവി നിശ്ശബ്ദനായി തനിക്ക് ഭീഷണിയാകുന്ന ദൗർഭാഗ്യത്തെക്കുറിച്ച് അയാൾക്ക്, അയാളുടെ ഉള്ളിൽ നിന്നു തന്നെ ഒരു മുന്നറിയിപ്പു വന്നിരുന്നു. യഥാർഥത്തിൽ സംഭവിച്ചത് - അഭിനേതാക്കളെല്ലാം തിരികെവന്നു. ഒരു ഡസനിൽ കുടുതൽ ആളുകൾ. അവർ വന്ന് ഒരക്ഷരവും പറയാതെ കവിയെ കയറിപ്പിടിച്ചു. മാനേജർ കേണപേക്ഷിച്ചും അധികാരം ഉപയോഗിച്ചും ഇടപെട്ടില്ലായിരുന്നെങ്കിൽ അവർ കവിയെയിട്ടു പന്തുകളിച്ചേനേ. സംഭവം കണ്ട് ഞാൻ അത്ഭുതപരതന്ത്രനായി. മാനേജർക്ക് അതും അസ്വസ്ഥതയായി. അഭിനേതാക്കൾ ആഹ്ളാദിച്ചു - കവി കുപിതനായി വക്രിച്ച മുഖത്തോടെയെങ്കിലും ക്ഷമയോടെ തന്റെ കലാസൃഷ്ടിയെയെടുത്ത് കോട്ടിനടിയിൽ തിരുകി മുത്തുകൾ പന്നികളുടെ മുൻപിൽ വിതറിയിട്ടെന്തു പ്രയോജനം എന്നു പിറുപിറുത്തുകൊണ്ട് ശാന്തനായി കടന്നു പോയി. അയാളെ പിൻതുടരാനോ പിൻതുടരാനാഗ്രഹിക്കാനോ എനിക്കു കഴിഞ്ഞില്ല. അത്രമാത്രം ഞാൻ ലജ്ജിതനായി പോയിരുന്നു മാനേജർ

എന്നെക്കുറിച്ച് വലിയ ഒച്ചപ്പാടും ബഹളവുമൊക്കെയുണ്ടാക്കി - അദേഹത്തോടൊപ്പം കഴിയാൻ വഴങ്ങേണ്ടി വന്നു. ഒരു മാസത്തിനകം ലഘു ഹാസ്യനാടക ങ്ങളുടെ അവതാരകനായി ഞാൻ മാറി. നല്ലയൊരു കോമാളി വേഷക്കാരനുമായി. അവരെനിക്ക് വിചിത്രമായ ഒരു വായ്പൂട്ട് ഘടിപ്പിച്ചു. അവർ നിർദ്ദേശിക്കുന്ന ഏതൊരാളിനെയും ആക്രമിക്കാനും പഠിപ്പിച്ചു തന്നു. ഏകാങ്ക ഹാസ്യനാടകങ്ങൾ മിക്കപ്പോഴും കൂട്ടത്തല്ലി ലാണ് പര്യവസാനിച്ചിരുന്നത്. എന്റെ യജമാനന്റെ സംഘനാടകം അവസാനിക്കുമ്പോഴേക്കും ആൾക്കൂട്ടത്തിനിടയിലേക്ക് എന്നെ അഴിച്ചു വിടും ഞാനവരെ ഇടിച്ചു താഴെയിടുകയും തെറിപ്പിക്കുകയും പുറത്തു കൂടി ഓടിച്ചാടിച്ചവിട്ടി നടക്കുകയും ചെയ്യും. ഒന്നുമറിയാത്ത ജനക്കൂട്ടം പൊട്ടിച്ചിരിക്കും. യജമാനന് ഗണനീയമായ ലാഭവും.

എന്റെ സിപ്പിയോ, ഈ സംഘത്തിലും ഞാൻ ഉടുപ്പിട്ടിരുന്നു. മറ്റ് രണ്ടു സംഘങ്ങളിലും കണ്ടകാര്യങ്ങൾ മുഴുവൻ നിന്നോട് പറയണമെ ന്നെനിക്കാശയുണ്ട്. പക്ഷേ അതൊന്നും ചുരുങ്ങിയ ഒരു വിവരണമാക്കി കുറയ്ക്കാൻ കഴിയില്ല. അതുകൊണ്ട് അതു മറ്റൊരുദിവസത്തേക്കു മാറ്റുന്നു. നമുക്ക് തമ്മിൽ ആശയവിനിമയം നടത്താൻ മറ്റൊരു ദിവസ മുണ്ടാവുകയാണെങ്കിൽ! എന്റെ പ്രഭാഷണം എത്ര സമയമെടുത്തെന്നു നീ കണ്ടല്ലോ. എത്രയേറെ വ്യത്യസ്തമായ സാഹസികതകളിലാണ് എനിക്ക് ഏർപ്പെടേണ്ടി വന്നത് ഞാൻ ചെയ്ത യാത്രകളെത്രയധിക മെന്നും എത്രയേറെ യജമാനൻമാരെ എനിക്ക് സേവിക്കേണ്ടിവന്നു വെന്നും നീ കണക്കാക്കിയല്ലോ. ഈ ആളുകളുടെ ഇടയിൽ ഞാൻ നി രീക്ഷിച്ചതും കണ്ടെത്തിയതും ശ്രദ്ധയിൽ വച്ചതുമായ കാര്യങ്ങളെക്കു റിച്ച് എനിക്ക് പറയാൻ കഴിയുന്നതുമായി താരതമ്യപ്പെടുത്തിയാൽ നീ കേട്ടതൊക്കെ ഒന്നുമല്ല. അതും അവയെല്ലാം ഈ ആളുകളുടെ അജ്ഞതയിലും ഉടൻയുക്തിയിലും അലസതയിലും അവർ ചെയ്യുന്ന ജോലിയിലും അവരുടെ ആചാരങ്ങളിലും നടപടിക്രമങ്ങളിലും ജീ വിതത്തിലും നിന്നുമുള്ള കാര്യങ്ങളാണ്. അവയോടൊപ്പം എണ്ണി യാലൊ തുങ്ങാത്ത മററുകാര്യങ്ങൾ - അവയിൽ ചിലത് സ്വകാര്യമായി മാത്രം പറയാവുന്നതും ചിലത് പൊതുജനമധ്യത്തിൽ പറയാവുന്നതും. ഭാ വനാരൂപങ്ങളിലും കൃത്രിമ സൗന്ദര്യത്തിലും ആനന്ദം കണ്ടെത്തുന്ന അനവധി ആളുകൾക്ക് ആ ബൗദ്ധിക പ്രകാശം നൽകാൻ ഉപയുക്ത മായ കാര്യങ്ങളുമുണ്ട്.

സിപ്പിയോ:"നിന്റെ പ്രഭാഷണത്തിൽ നിനക്ക് ഉൾക്കൊള്ളിക്കേ ണ്ടിവന്ന കാര്യങ്ങളുടെ വ്യപ്തിയെക്കുറിച്ച് എനിക്ക് നല്ല അവബോധ മുണ്ട്.. എന്റെ അഭിപ്രായത്തിൽ നിനക്ക് പറയാനുള്ളത് നീ തീർച്ചയായും നമുക്ക് തമ്മിൽ സ്വകാര്യമായി ആരും തടസപ്പെടുത്താത്ത അവസ്ഥയിൽ പറയാനായി കരുതി വയ്ക്കണം.

ബെർഗൻദ്സാ: "സമ്മതിച്ചിരിക്കുന്നു. ഇപ്പോഴിതൊന്നു ശ്രദ്ധിക്കുക. ഞാനും കൂടിയുണ്ടായിരുന്ന ഒരുസംഘം ഈ വല്ലഡോളിഡ് നഗരം

വരെയെത്തി. ഇവിടെ വച്ച് ഒരു ഏകാങ്കഹാസ്യ നാടകം നടക്കുന്നതിനിടയിൽ അവരെനിക്കിട്ട് ഒരു വീക്കുതന്നു. അതുമിക്കവാറും ഞാൻ തീർന്നുപോകാൻ വേണ്ടുവോളം ശക്തിയുള്ളതും. എനിക്ക് പകരം വീട്ടാൻ കഴിഞ്ഞിരുന്നെങ്കിൽ! എനിക്കു മുഖപ്പട്ട പിടിപ്പിച്ചിരിക്കുകയായിരുന്നു. പിന്നീട് ആകെ തണുത്തു കഴിഞ്ഞ് അവരോട് പ്രതികാരം ചെയ്യാൻ തോന്നിയില്ല. മുൻകൂട്ടി നിശ്ചയിച്ചുറപ്പിച്ച് പ്രതികാരം ചെയ്യുന്നത് ക്രൂരതയുടെയും ദ്വേഷത്തിന്റെയും അടയാളമാണ്. ഈ തൊഴിലെനിക്കുമടുത്തു. പ്രയാസമായതുകൊണ്ടല്ല തിരുത്തലുകളും പരിഷ്കാരങ്ങളും അത്യാവശ്യമുള്ള നിരവധി കാര്യങ്ങൾ ഇതിൽ ഉൾപ്പെട്ടിരിക്കുന്നു എന്ന് എനിക്ക് മനസിലാക്കാൻ കഴിഞ്ഞു. ഞാൻ എത്ര അപലപിച്ചാലും അതുനേരെയാക്കാൻ എനിക്കു യാതൊന്നും ചെയ്യാൻ കഴിയില്ല. അവയുടെനേരെ കണ്ണടയ്ക്കാനും കഴിയില്ല. ഇനിയൊരിക്കലും തിന്മകളിൽ മുഴുകാൻ കഴിയില്ല, എന്നുവരുമ്പോൾ തിന്മകളിൽ മുഴുകിയിരുന്നവർ ചെയ്യുന്നതുപോലെ ഒരു സുരക്ഷിതസങ്കേതം തേടുകയെന്നു ഞാൻ നിശ്ചയിച്ചു. അങ്ങനെയിരിക്കെ, ഒരു രാത്രിയിൽ, ഒരു വിളക്കും വഹിച്ച് നീ, ആ നല്ലവരായ ക്രിസ്ത്യൻ മഹൂഡ്സിന്റെ കൂട്ടത്തിൽ പോകുന്നതു കണ്ടപ്പോൾ നീ എത്രയേറെ സന്തുഷ്ടനായിരിക്കുന്നു എന്നും നിന്നെക്കൊണ്ട് എത്ര നീതിപൂർവ്വകമായും നന്മനിറഞ്ഞ വിധത്തിലുമാണ് ജോലി ചെയ്യിക്കുന്നതെന്നും ഞാൻ ചിന്തിച്ചു. അതുകൊണ്ട് ധർമ്മബോധാനുസാരിയായ പകയോടെ നിന്റെ കാലുകളെ പിൻതുടരാൻ ഞാൻ തീരുമാനമെടുത്തു. ഈ അഭികാമ്യമായ ലക്ഷ്യത്തോടെ ഞാൻ മഹൂദ്സിന്റെ അടുത്തു ചെന്നു. അപ്പോൾ തന്നെ നിന്റെ സഹചാരിയായിരിക്കാൻ വേണ്ടി അവരെന്നെ തെരഞ്ഞെടുത്ത് ഈ ആശുപത്രിയിലേക്കു കൊണ്ടുവന്നു. ഇവിടെ എനിക്ക് എന്തു സംഭവിച്ചു എന്നത് വിവരിക്കാൻ അനു സമയമേ എടുക്കാവൂ എന്നു കരുതാനും മാത്രം നിസ്സാരമായ ഒരു കാര്യമല്ല.. പ്രത്യേകിച്ച് വിധിയും അത്യാവശ്യകതയും കൂടി ഒന്നിച്ച് ചേർന്ന് ഇവിടെക്കൊണ്ടുവന്ന് അടുത്തടുത്തായുള്ള നാലു കിടക്കകളിൽ കഴിയുന്ന നാലു രോഗികളിൽ നിന്നും ഞാൻ കേട്ട കാര്യങ്ങൾ! നീ ക്ഷമിക്കുക. അതൊരു ചെറിയ കഥയാണ്. അതിൽ ഞാൻ കുടിയിരിക്കുകയില്ല. കൃത്യമായി പറഞ്ഞ് അവസാനിപ്പിക്കാം.''

സിപ്പിയോ: ''തീർച്ചയായും ക്ഷമിച്ചേക്കാം. പെട്ടെന്ന് തീർക്കണം, കാരണം പകൽ വെളിച്ചം അങ്ങകലെയല്ലെന്നു തോന്നുന്നു.''

ബെർഗൻദ്സാ: ''എനിക്കു പറയാനുള്ളത് ഇതാണ്. ആശുപത്രിയിലെ ഈ മുറിയുടെ അങ്ങേയററത്തുള്ള നാലു കിടക്കകളിൽ ഒരു സമയത്ത് നാലാളുകൾ കിടന്നിരുന്നു - ഒരു ആൽകെമിസ്റ്റ്, ഒരു കവി, ഒരു ഗണിതവിദ്വാൻ, സ്കീമേഴ്സ് എന്ന് ആളുകൾ വിളിക്കുന്നു കൂട്ടത്തിൽപ്പെട്ടൊരാൾ.

സിപ്പിയോ: ''ഈ സൽസംഘത്തെ കണ്ടതായി ഞാൻ ഓർമിക്കുന്നുണ്ട്''

ബെർഗൻഡ്സാ: “വേനൽക്കാലത്തെ ആ ദിവസം ഉച്ചകഴിഞ്ഞ് ജനലുകളെല്ലാം അടച്ചുകിടന്നതുകൊണ്ട് ഒരൽപ്പം വായു കിട്ടാൻ ഞാൻ ശ്രമിക്കുകയായിരുന്നു - ആ കട്ടിലുകളിലൊന്നിന്റെ അടിയിൽ. അവരുടെ കൂട്ടത്തിലെ കവി വളരെ ദയനീയമായി തന്റെ വിധിയെ പഴിച്ചുകൊണ്ടിരിക്കുന്നു. ഗണിതവിദ്വാൻ അയാളോടു ചോദിക്കുകയായി എന്തിനെയാണ് പഴിക്കുന്നതെന്ന്. തന്റെ നിർഭാഗ്യത്തെയെന്ന് കവി മറുപടി നൽകി. അയാൾ തുടർന്നു എനിക്കു പഴിക്കാൻ മതിയായ കാരണങ്ങളില്ലേ? *ആർട്ട് ഓഫ് പോയട്രി* എന്ന പ്രാമാണിക ഗ്രന്ഥത്തിൽ ഹൊറേസ് നിർദേശിച്ചിട്ടുള്ള നിയമങ്ങളനുസരിച്ച്, ഒരു ഗ്രന്ഥം തയാറാക്കിയാൽ അതു പൂർത്തിയാക്കിയിട്ട് പത്തുവർഷം കഴിഞ്ഞേ പ്രസിദ്ധപ്പെടുത്താൻ പാടുള്ളൂ. എന്റെ കൈവശമൊരു ഗ്രന്ഥമുണ്ട്. അതു പൂർത്തിയാക്കാൻ ഇരുപതു വർഷമെടുത്തു അതെന്റെ കയ്യിലിരിക്കാൻ തുടങ്ങിയിട്ട് പന്ത്രണ്ടു വർഷമായതു ഞാൻ പറയുന്നില്ല. വിപുലമായൊരു വിഷയത്തെ പറ്റിയുള്ളതാണു ഗ്രന്ഥം - മികച്ച പുതുമയുള്ള ഇതിവൃത്തം, അന്തസ്സുറ്റ കവിതാശീലുകൾ, സരസമായ ഉപാഖ്യാനങ്ങൾ, വിശിഷ്ടമായ സമതുലനം, ആദിമധ്യാന്തങ്ങൾ പരസ്പരപ്പൊരുത്തമുള്ളത്; കവിതകളോ മഹത്വപൂർണം, സംഗിതാത്മകം, വീരോചിതം - സാഹസികം, ആനന്ദിപ്പിക്കുന്നതും വസ്തുതാപൂർണവും: എന്നിട്ടും എനിക്ക് അതിനെ സമർപ്പിക്കാൻ യോഗ്യനായ ഒരു ആശ്രയദാതാവിനെ - ഒരു രക്ഷാധികാരിയെ കണ്ടെത്താനായില്ല എന്നു പറഞ്ഞാൽ! ഉന്നതകുലജാതനും ബുദ്ധിസാമർത്ഥ്യമുള്ളവനും മനോവിശാലതയും മഹാമനസ്കതയുമുള്ളവനുമായ ഒരാളെ. എന്തൊരു ദുരിതപൂർണമായ കാലത്താണ്, എത്രമാത്രം ദുഷിച്ചുനാറിയ ഒരു നൂറ്റാണ്ടിലാണ് നാം ജീവിക്കുന്നത്!!

എന്തിനെക്കുറിച്ചാണ് ആ രചന? ആൽകെമിസ്റ്റ് അന്വേഷിച്ചു. ഇംഗ്ലണ്ടിലെ ആർതർ രാജാവിനെക്കുറിച്ച് ചില കാര്യങ്ങൾ എഴുതാൻ ആർച്ച് ബിഷപ്പ് ടർപിൻ തിരുമേനിക്ക് സമയം കിട്ടാതെ പോയി. ആ കാര്യങ്ങളെക്കുറിച്ചാണ്. അതിന്റെ കൂടെ ഹോളി ഗ്രെയ്ൽനെ സംബന്ധിച്ച അന്വേഷണകഥയും. ഇതെല്ലാം വീരഗാഥകളായാണ് രചിച്ചിരിക്കുന്നത് - ചിലതൊക്കെ ഒക്ടേവുകളിലും! (എട്ടുവരികളുള്ളവയും) ചിലത് ഛന്ദോബദ്ധമല്ലതാനും. ആദ്യവർണ്ണം എല്ലാം തന്നെ ദീർഘമാണ് - നാമങ്ങളുമാണ് ക്രിയാപദങ്ങളേയില്ല.

ആൽകെമിസ്റ്റ്: വ്യക്തമായി എനിക്ക് കവിതകളെ സംബന്ധിച്ച് അധികമൊന്നുമറിയില്ല. നിങ്ങൾ പഴിക്കുന്ന ദൗർഭാഗ്യമെന്തെന്നു കൃത്യമായി എനിക്കു മനസിലാക്കാൻ കഴിയില്ല. എന്നാൽ എത്ര വലുതായിരുന്നാലും എന്റെ ദൗർഭാഗ്യത്തിനൊപ്പം വരില്ല. വേണ്ടത്ര ഉപകരണങ്ങളില്ലാത്തതു മൂലം അഥവാ എന്നെ സഹായിക്കാനും, ആൽക്കെമിശാസ്ത്രം നിർദേശിച്ചിരിക്കുന്ന വസ്തുക്കൾ ലഭ്യമാക്കാൻ ആശ്രയദാതാവില്ലാത്തതുകൊണ്ടും സമ്പത്തിൻമേൽ കിടന്നുറങ്ങേണ്ടിയിരുന്ന ഞാൻ ഇതാ ഒന്നുമില്ലാത്തവനായി കഴിയുന്നു.

ഇതു കേട്ട ഗണിതവിദ്വാൻ ചോദിച്ചു മറ്റു ലോഹങ്ങളിൽ നിന്നു വെള്ളി വേർതിരിച്ചെടുക്കുന്ന പരീക്ഷണം നിങ്ങൾ നടത്തിയോ?

ആൽകെമിസ്റ്റ് പറഞ്ഞു. ഇപ്പോൾ വരെ എനിക്കതു കഴിഞ്ഞിട്ടില്ല. പക്ഷേ അതു സാധ്യമാണെന്നെനിക്കറിയാം. ഫിലോസഫേഴ്സ്സ്റ്റോ ൺ രണ്ടു മാസത്തിനുള്ളിൽ എനിക്കു ലഭിക്കും. അതുപയോഗിച്ച് വെറും കല്ലുകളിൽനിന്നും സ്വർണവും വെള്ളിയും നിർമിക്കാൻ കഴിയും.

ഗണിതവിദ്വാൻ: നിങ്ങളുടെ നിർഭാഗ്യത്തെ നിങ്ങൾ പെരുപ്പിച്ചു കാണിക്കുകയാണ്. ഒരാൾക്ക് ഒരു പുസ്തകം സമർപ്പിക്കുന്നതിന് ഒരാൾ വേണം. മറ്റെയാളിന് ഫിലോസഫേഴ്സ് സ്റ്റോൺ കണ്ടെത്താൻ ഒട്ടും താമസമില്ല. അത്രയല്ലേയുള്ളൂ എന്റെ കാര്യം നോക്കൂ. ഒരു സഹായ മഭ്യർഥിക്കുവാൻ പോലും ആരുമില്ല. ഞാനൊരാൾ മാത്രം. കഴിഞ്ഞ ഇരുപത്തിരണ്ടുവർഷമായി സ്ഥിരബിന്ദു കണ്ടെത്താനുള്ള ശ്രമത്തി ലാണ്. കണ്ടുപിടിത്തത്തിന്റെ അടുത്തു വരെയെത്തി ഇതാ ഞാനതു കണ്ടെത്തി, ഇനി അത് എന്നെ വെട്ടിച്ച് പോകില്ല; എന്നു ചിന്തിക്കുമ്പോ ഴേക്കും പെട്ടെന്ന് ഞാൻ മനസിലാക്കുന്നു ഞാനതിൽ നിന്ന് വളരെയ കലെയാണെന്ന്. അത്ഭുതപ്പെടുകയല്ലാതെന്തു ചെയ്യും! ഇതു തന്നെ യാണ് വൃത്തരൂപത്തെ സമചതുരമാക്കി മാറ്റുന്നതിലും സംഭവിക്കുന്നത്. അവസാന ഉത്തരം കണ്ടെത്തിയെന്നു കാണുമ്പോഴേക്കും, എനിക്കറി യില്ല, ആലോചിക്കാനും കഴിയില്ല, എന്റെ കൈവശം ഉത്തരം കിട്ടിയിട്ടില്ല എന്നു വരുന്നതെങ്ങനെയെന്ന്. ടാന്റലൂസ് (Tantalus) അനുഭവിക്കുന്ന പീഡകളാണ് ഞാനും അനുഭവിക്കുന്നത്. പഴങ്ങൾ കൈയ്യിൽ കിട്ടാനുള്ള അകലത്തിൽ മാത്രമായിരിക്കുമ്പോൾ അയാൾ വിശന്നു പൊരിയുന്നു. വെള്ളത്തിന്റെ തൊട്ടരികിൽ നിന്നുകൊണ്ട് ദാഹം കൊണ്ടുകരിയുന്നു. ചില നിമിഷങ്ങളിൽ ഞാൻ സത്യത്തിന്റെ അടുത്തെത്തിയെന്നു തോന്നും. അടുത്ത മിനിറ്റിൽ ഞാനതിൽനിന്നും വളരെയകലെ.. ഇത്ര കാലവും എന്റെ അധ്വാനമാകുന്ന പാറയും പേറി ഇപ്പോൾ ഞാനിറങ്ങി വന്ന മലയിലേക്ക് ഞാൻ വലിഞ്ഞു കയറുക യായിരുന്നു സിസിഫുസി നെപോലെ.

ഈ സമയം വരെ സ്കീമർ സംസാരിച്ചില്ലായിരുന്നു. ഇപ്പോൾ അ യാൾ മൗനം ഭഞ്ജിച്ചു. ലോകത്തിലെ ഏറ്റവും നിർഭാഗ്യരായ നാലു ജീവികളെ, ദാരിദ്ര്യം ഈ ആതുരാലയത്തിൽ ഒന്നിച്ചു ചേർത്തു. ഞാ നാണെങ്കിൽ വ്യാപാരവും മറ്റു തൊഴിലുകളും കൊണ്ട് മടുത്തിരിക്കക യാണ്. ഇവയൊന്നും ഒരു തമാശയല്ല അതുകൊണ്ട് ഭക്ഷിക്കാനൊന്നും നേടാനുമാവില്ല. ഞാൻ ഒരു സ്കീമറാണ് പദ്ധതികൾ തയ്യാറാക്കുന്നവൻ പലസമയത്തായി വൈവിധ്യമുള്ള എത്രയെത്ര പദ്ധതികളാണ് ഞാൻ മഹാരാജാവു മുൻപാകെ സമർപ്പിച്ചിട്ടുള്ളത്! എല്ലാം അദ്ദേഹത്തിനു പ്രയോജനപ്പെടാൻ വേണ്ടിയായിരുന്നു സാമ്രാജ്യത്തിനൊരു ക്ഷീണവും വരാതെ ഇപ്പോൾ ഞാൻ മഹാരാജാവിനു സമർപ്പിക്കാൻ ഒരു അപേക്ഷ തയ്യാറാക്കിയിരിക്കുകയാണ് - എന്റെ അപേക്ഷ ഇത്രമാത്രം - എന്റെ

കയ്യിൽ ഇപ്പോൾ തയാറായിരിക്കുന്ന ഒരു പദ്ധതിയുണ്ട് അതു കൈപ്പറ്റാൻ പററിയ ഒരാളിന്റെ അടുത്തേക്ക് എന്നെ അയയ്ക്കണം. എല്ലാ കടബാധ്യതകളും തീർക്കാൻ അദ്ദേഹത്തിനുപകരിക്കുന്നതാണീ പദ്ധതി. നേരത്തെയുള്ള അപേക്ഷകൾക്ക് സംഭവിച്ചതോർക്കുമ്പോൾ ഇതും ചവറ്റു കുട്ടയിൽ അവസാനിക്കുമെന്ന് എനിക്ക് ഊഹിക്കാൻ കഴിയുന്നുണ്ട്.. എന്റെ പദ്ധതിയെന്തെന്ന് പൊതുജനം അറിയുമെങ്കിലും ഞാൻ വെറുമൊരു കിറുക്കനാണെന്ന് നിങ്ങൾ ചിന്തിക്കാതിരിക്കാൻ വേണ്ടി ഞാനതു പറഞ്ഞുതരാം. കോർട്ടസിൽ ഒരു പ്രമേയം പാസാക്കണം. ചക്രവർത്തിയുടെ അധികാരപരിധിയിലുള്ള 14 വയസിനും 60 വയസിനും ഇടയിലുള്ള എല്ലാവരും മാസത്തിൽ ഒരു ദിവസം റൊട്ടിയും വെള്ളവും മാത്രം കഴിക്കണം - ദിവസമേതെന്ന് നിശ്ചയിച്ച് പ്രഖ്യാപിക്കണം. മാംസം, മത്സ്യം, പഴങ്ങൾ, പാൽ, പച്ചക്കറികൾ, വീഞ്ഞ് തുടങ്ങിയവയ്ക്കു വേണ്ടി ചെലവാക്കേണ്ടിയിരുന്ന തുക കൃത്യമായി ഒരു ചെറിയ നാണയം പോലും വിട്ടുപോകാതെ, സത്യപ്രസ്താവനയോടു കൂടി മഹാരാജാവിന് നൽകുക. ഈ മാർഗത്തിലൂടെ ഒരിരുപതുവർഷംകൊണ്ട് അദേഹത്തിന്, ഈ മാർഗങ്ങളൊന്നും കണ്ടുപിടിക്കേണ്ടാത്ത അവസ്ഥവരും. മുഴുവൻ കടബാധ്യതകളും തീരുകയും ചെയ്യും. കാരണം ഞാൻ കണക്കാക്കിയതുപോലെ, നിങ്ങളൊന്നു കണക്ക് കൂട്ടുക. മേൽപ്പറഞ്ഞ പ്രായപരിധിയിൽപ്പെട്ടവരായി സ്പെയിനിൽ കുറഞ്ഞത് 30 ലക്ഷം ആളുകളെങ്കിലുമുണ്ടാകും. ദുർബലരെയും മേൽപറഞ്ഞ പ്രായപരിധിക്കു മുകളിലും താഴെയുമുള്ളവരെയും ഒഴിവാക്കിയാലും ഇത്രയും കാണും. ഇവരിലോരോരുത്തരും ഒന്നര റിയാലെങ്കിലും ചെലവഴിക്കാൻ കഴിവുള്ളവരാണ്. എന്നാൽ ഞാനതു ഒരു റിയാലെന്നു കണക്ക് കൂട്ടുന്നു അവർ വെറും വൈക്കോൽ തിന്നു ജീവിക്കുന്നവരാണെങ്കിലും ഇതിൽ കുറച്ച് ചെലവാക്കി ജീവിക്കാനാവില്ല. അങ്ങനെ ഒരു മാസം മുപ്പതുലക്ഷം റിയാൽ ഒരുമിച്ച് ശേഖരിക്കപ്പെടുന്നു. അത് വിലയില്ലാത്ത ഒരു തുകയാണോ? ഈ ഉപവാസം ഏതെങ്കിലും ഹാനി അവർക്ക് വരുത്തുകയുമില്ല എന്നുമാത്രമല്ല അവർക്ക് പ്രയോജനപ്രദവുമാണ്. ഈ ഉപവാസം മൂലം അവർ ദൈവത്തെ പ്രീതിപ്പെടുത്തുന്നു. രാജാവിനു സേവനം ചെയ്യുന്നു. അവരിൽ കുറേപേർക്കെങ്കിലും ഇത് ആരോഗ്യത്തിനു നല്ലതാണ്. ഇത് പദ്ധതിയുടെ വെറുമൊരു രൂപരേഖയാണ്. ഈ തുക, ഇടവകകളിലൂടെ പിരിച്ചെടുക്കാം. രാജ്യത്തെ നശിപ്പിക്കുന്ന കമ്മിസാറികൾക്കു വേണ്ടിയുള്ള ചെലവുകളൊന്നുമില്ലാതെ. അവരെല്ലാവരും ഈ പദ്ധതിയെയും പദ്ധതി തയാറാക്കിയവനെയും പരിഹസിച്ചു ചിരിച്ചു. തന്റെ തലതിരിഞ്ഞ ആശയങ്ങളെക്കുറിച്ച് ചിന്തിച്ച് സ്കീമറും ചിരിച്ചു. എന്നെ സംബന്ധിച്ചിടത്തോളം അവരെല്ലാം പറയുന്നതു കേട്ട് എനിക്ക് അതിശയമാണുണ്ടായത്. ഇതു പോലുള്ള ആളുകളിൽ ഭൂരിപക്ഷവും അവരുടെ ദിവസങ്ങൾ അവസാനിപ്പിക്കുന്നത് ആശുപത്രികളിലാണെന്നും ഞാൻ മനസിലാക്കി

സിപ്പിയോ: “നീ പറഞ്ഞത് ശരിയാണ് ബെർഗൻദ്സാ ഇനിയൊന്നും പറയാനില്ലല്ലോ?”

ബെർഗൻദ്സാ: “രണ്ടു കാര്യങ്ങൾ മാത്രം. അതോടെ എന്റെ സംഭാഷണം അവസാനിപ്പിക്കാം. പകൽ വെളിച്ചം കടന്നുവരുന്നു എന്നു തോന്നുന്നു. ഒരു രാത്രിയിൽ എന്റെ യജമാനൻ ഈ നഗരത്തിലെ മുഖ്യ ന്യായാധിപന്റെ അടുത്തു ദാനധർമ്മം വാങ്ങാൻ പോയി. ന്യായാധിപൻ നല്ല മാന്യനായ മനുഷ്യൻ. സ്വഭാവദാർഢ്യമുള്ളവൻ. ഞങ്ങൾ ചെല്ലു മ്പോൾ അദ്ദേഹം തനിയെയുള്ളൂ. അപ്പോൾ എനിക്ക് തോന്നി ഈ ആശുപത്രിയിലുണ്ടായിരുന്ന വൃദ്ധരോഗികളിലൊരാൾ പറഞ്ഞ് ഞാൻ കേട്ട ഒരഭിപ്രായം അദ്ദേഹത്തെ അറിയിച്ചാലോ എന്ന്, ഊരുതെണ്ടികളും അലഞ്ഞു തിരിഞ്ഞുനടക്കുന്ന കുപ്രസിദ്ധരായ പെണ്ണുങ്ങളും വരുത്തി ക്കൂട്ടുന്ന നാശത്തെക്കുറിച്ചായിരുന്നു അത്. അവളുമാർ ജോലിയി ലൊന്നും പ്രവേശിക്കാതെ അവസാനം ആതുരാലയങ്ങളിൽ അടിഞ്ഞു കൂടുന്നു എന്നതു മാത്രമല്ല അവരുടെ പുറകേ പോകുന്ന എത്രയോ ദുരിതം പിടിച്ച ജനമാണ് ഒരോ വേനലിന്റെയും അവസാനം ആശു പത്രികളിൽ വന്നു നിറയുന്നത്. ഉടൻ പരിഹാരം കാണേണ്ടേ? അസഹ നീയമായ ഒരു മഹാവിപത്താണിത്. ഇതെല്ലാം മജിസ്ട്രേട്ടിനോടു പറയാൻ ഞാൻ അഭിലഷിച്ച് വായ് തുറന്നു. സംസാരിക്കാൻ കഴിയു മെന്നായിരുന്നു എന്റെ ചിന്ത. അനുയോജ്യമായ വാദമുഖങ്ങൾക്കു പകരം ഉച്ചത്തിൽ തെരുതെരെയുള്ള കുരകളാണ് പുറത്തേക്കു വന്നത്. ന്യായാ ധിപനു കോപം കയറി. എന്നെ അടിച്ചോടിക്കാനും പുറത്താക്കാനും വേലക്കാരോട് ആജ്ഞാപിച്ചു. സേവകരിലൊരുവൻ ഓടിയെത്തി (അവൻ ആ സമയം ബധിരനായിരുന്നെങ്കിൽ എന്നു ഞാനാഗ്രഹിക്കുന്നു) കയ്യിൽ കിട്ടിയത് ഒരു ചെമ്പുകുടമാണ് അതുകൊണ്ട് അയാളെന്റെ വാരിയെല്ലി നിട്ടു പ്രഹരിച്ചു. ഇപ്പോഴും അതിന്റെ അടയാളം എന്റെ പള്ളയ്ക്കുണ്ട്.

സിപ്പിയോ: “ഇതിനെക്കുറിച്ചാണോ നിനക്ക് പരാതിയുള്ളത്?”

ബെർഗൻദ്സാ: “എന്താ എനിക്കു പരാതിപ്പെടാൻ കാരണമില്ലേ? ഇതാ ഇപ്പോഴും എനിക്ക് വേദനയുണ്ട്. അതും എന്റെ നല്ല ലക്ഷ്യം അത്തരം ഒരു ശിക്ഷ അർഹിക്കുന്നില്ലാത്തപ്പോൾ.”

സിപ്പിയോ: “ആവശ്യപ്പെടാത്തപ്പോൾ ഒരാൾപോലും ഒരു കാര്യ ത്തിലും ഇടപെടരുത്. നമ്മളെ ബാധിക്കാത്ത കാര്യത്തിലും ഇടപെടരുത്. ഒരു കാര്യം പ്രത്യേകം ഓർക്കുക - ഒരുത്തരും ഒരു ദരിദ്രന്റെ ഉപദേശം അതെത്ര നന്നായാലും സ്വീകരിക്കുകയില്ല. ദരിദ്രരും താണ അവസ്ഥ യിൽ ജീവിക്കുന്നവരും ഒരു കാരണത്താലും ഉന്നതർക്കോ തങ്ങൾക്ക് എല്ലാം അറിയാമെന്ന് ഭാവിക്കുന്നവർക്കോ ഉപദേശം കൊടുക്കാൻ തുനിയരുത്. ദരിദ്രന്റെ വിജ്ഞാനം നിഴൽ മൂടിയതാണ്, കാരണം അത്യാ വശ്യവും ദാരിദ്ര്യവും നിഴലും മേഘവുമായി അതിനെ പൂർണമായി മറയ്ക്കുന്നു. എങ്ങനെയെങ്കിലും ആ വിജ്ഞാനം പ്രകാശിക്കപ്പെട്ടാൽ

ആളുകൾ അതിനെ മടയത്തരമായി കണക്കാക്കും. അവജ്ഞയോടെ അതിനെ കൈകാര്യം ചെയ്യും

ബെർഗൻദ്സാ: "നീ പറഞ്ഞതു ശരിയാണ്. എനിക്കു പറ്റിയ തെറ്റുകളിൽനിന്ന് ഞാൻ പാഠം പഠിച്ചിരിക്കുന്നു. ഇന്നു മുതൽ നിന്റെ ഉപദേശമനുസരിച്ച് ഞാൻ പ്രവർത്തിക്കുന്നതാണ്. മറ്റൊരു ദിവസം, മുമ്പേ പറഞ്ഞതുപോലെ തന്നെ ഒരു സമുന്നതയായ മഹതിയുടെ ഭവനത്തിൽ ചെന്നു. അവരുടെ കൈകളിൽ ആളുകൾ ലാപ് ഡോഗ് എന്നു വിളിക്കുന്ന ഇനത്തിൽപ്പെട്ട ഒരു പട്ടിയുണ്ടായിരുന്നു. വളരെ ചെറുതായിരുന്നു. അവരുടെ നെഞ്ചിലൊളിപ്പിക്കാനുള്ള വലിപ്പമേ അതിനുണ്ടായിരുന്നുള്ളൂ. എന്നെ കണ്ടതോടെ അത് ഭയങ്കരമായി കുരച്ചു കൊണ്ട് അവരുടെ കൈയിൽനിന്ന് ചാടി എന്നെ ആക്രമിച്ചു. എന്റെ കാലിൽ കടിക്കുന്നതുവരെയും അതിനു തൃപ്തി വന്നില്ല. ആദരവും അരിശവും കലർന്ന ഭാവത്തോടെ ഞാൻ അതിനെ വീക്ഷിച്ചു. ഞാൻ എന്നോടു തന്നെ പറഞ്ഞു.: എടാ മുടിഞ്ഞ ജന്തു, നിന്നെ താഴെ വഴിയിൽ വച്ചെങ്ങാനും എന്റെ കയ്യിൽ കിട്ടിയിരുന്നെങ്കിൽ, ഒന്നുകിൽ നിന്നെ ഞാൻ കണ്ടില്ലെന്നു ഭാവിച്ചേനേ. അല്ലെങ്കിൽ എന്റെ പല്ലുകൊണ്ടു നിന്നെ ഞാൻ കീറി കഷണങ്ങളാക്കിയേനേ. വെറും ഭീരുക്കളും ഒരു ആയുധ വുമില്ലാത്തവരും പോലും തങ്ങൾക്ക് അനുകൂലമായ അവസ്ഥയിൽ ധിക്കാരികളും ധീരതയുള്ളവരുമായി ഭാവിക്കുന്നു മാത്രമോ അവരെ ക്കാൾ നല്ലവരെയും ഉയർന്നവരെയും അവഹേളിക്കാനും അവർ തയാറാ കുന്നു എന്ന് എനിക്ക് ചിന്തിക്കാതിരിക്കാൻ കഴിഞ്ഞില്ല.

സിപ്പിയോ: അതിന്റെ ഒരു ശരിയായ തെളിവാണ് തങ്ങളുടെ യജ മാനന്മാരുടെ തണലിൽ കഴിയുന്ന അൽപ്പന്മാരായ ആളുകൾ എത്ര മാത്രം മര്യാദകെട്ടവരും ധിക്കാരികളുമാണെന്നത്. മരണമോ അല്ലെങ്കിൽ എന്തെങ്കിലും ഭാഗ്യവിപര്യയമോ മൂലം അവർക്കു തണൽ നൽകുന്ന വൃക്ഷം നശിച്ചാലോ അവരുടെ വിലയില്ലായ്മ വെളിച്ചത്തുവരുന്നു. അ വർക്കു ലഭിച്ചിരുന്ന അംഗീകാരത്തിനും അഭിമാനത്തിനുമെല്ലാം കാരണം അവരുടെ സംരക്ഷകർക്ക് നൽകിയിരുന്ന വിലയും പദവിയുമായിരുന്നു. നന്മയും ധാരണയും അതു വെളിവായിരിക്കുന്ന അവസ്ഥയിലായാലും അവ്യക്തമായിരുന്നാലും ഒറ്റയ്ക്കായാലും രണ്ടും കൂടി ഒന്നിച്ചായാലും അവ അവിഭാജ്യമാണ്, ഒന്നുതന്നെയാണ്. ആളുകൾ കണക്കാക്കുന്ന തനുസരിച്ച് അവരുടെ വിലയിലും മേന്മയിലും മങ്ങലും കുറവുമു ണ്ടാകാം എന്നത് തീർച്ചയാണ് - പക്ഷേ അവയുടെ യഥാർഥമായ മഹ ത്വവും വിലയും മങ്ങുകയോ കുറയുകയോ ഇല്ല. ഇതോടെ നമുക്കു നമ്മുടെ സംഭാഷണം പരിസമാപ്തിയിലെത്തിക്കാം കാരണം ആ വിടവു കളിലൂടെ കടന്നുവരുന്ന പ്രകാശം, പകൽസമയം ആരംഭിച്ചിരിക്കുന്നു എന്നു കാണിക്കുന്നു. നാളെ രാത്രി സംസാരിക്കാനുള്ള ഈ വലിയ ദൈവികാനുഗ്രഹം നമ്മെ വിട്ടുപോകാതിരിക്കുമെങ്കിൽ ആ രാത്രി എന്റേതായിരിക്കും. എന്റെ ജീവിതകഥ ഞാൻ നിന്നോടു പറയാം."

ബെർഗൻദ്സാ: “അങ്ങനെ തന്നെയാവട്ടെ. ഇതേ സ്ഥലത്തു തന്നെ എത്തുമെന്ന് ഉറപ്പാക്കുക.”

ഈ ഭാഷണം ലൈസൻഷ്യേറ്റ് അവസാനിപ്പിച്ചതും എൻസൈൻ മയക്കം വിട്ടുണർന്നതും ഒന്നിച്ചായിരുന്നു. ലൈസൻഷ്യേറ്റ് പറഞ്ഞു: “ഈ ഭാഷണം കൃത്രിമമായിരിക്കാം. ഒരിക്കലും സംഭവിച്ചിട്ടുണ്ടാകുകയുമില്ല. എന്നിരുന്നാലും ഇതുവളരെ ഭംഗിയായി അവതരിപ്പിച്ചിരിക്കുന്നു. അടുത്ത ഭാഷണവും നിങ്ങൾക്ക് തയാറാക്കിതുടങ്ങാം.

എൻസൈൻ: “നിങ്ങൾ അങ്ങനെ കരുതുന്നെങ്കിൽ ഞാൻ എന്റെ ധൈര്യം വീണ്ടെടുത്ത് എഴുതാൻ തയാറാകാം. നായ്ക്കൾ സംസാരിച്ചോ ഇല്ലയോ എന്നതിൽ താങ്കളോടിനി തർക്കിക്കുന്നില്ല..”

ലൈസൻഷ്യേറ്റ്: “വാദപ്രതിവാദങ്ങളിലേക്കു മടങ്ങേണ്ടാ പരസ്പര ഭാഷണം എന്ന ഈ കലാരൂപത്തെ ഞാൻ അഭിനന്ദിക്കുന്നു. ഈ മാർഗം കണ്ടുപിടിച്ച നിങ്ങളെയും. ഇത്രയും മതിയല്ലോ. നമുക്ക് എസ്പൊലോണിലേയ്ക്കു പോകാം. എന്റെ മനസ്സ് നല്ല ഉന്മേഷമുള്ളതായി. ഇനി നമ്മുടെ കണ്ണുകൾക്ക് വിശ്രാന്തി ലഭിക്കട്ടെ.”

എൻസൈൻ: “നമുക്ക് പോകാം”

അവർ രണ്ടു പേരും എഴുന്നേറ്റ് പുറത്തേയ്ക്ക് പോയി.

www.ingramcontent.com/pod-product-compliance
Lightning Source LLC
LaVergne TN
LVHW101417051026
849519LV00005BC/1790
* 9 7 8 9 3 8 2 1 6 7 5 4 9 *